அன்பே ஆரமுதே

# அன்பே ஆரமுதே

## தி. ஜானகிராமன் (1921–1982)

தஞ்சை மாவட்டம் மன்னார்குடியை அடுத்த தேவங் குடியில் பிறந்தவர். பத்து வருடங்கள் பள்ளியாசிரியராகப் பணியாற்றியவர். பின்பு அகில இந்திய வானொலியில் பணியாற்றி ஓய்வுபெற்றார். கர்நாடக இசை அறிவும் வடமொழிப் புலமையும் பெற்றிருந்தவர்.

1943இல் எழுதத் தொடங்கிய தி. ஜானகிராமன், 'மோக முள்', 'அம்மா வந்தாள்', 'மரப்பசு' உள்ளிட்ட ஒன்பது நாவல்கள், நூற்றுக்கும் மேற்பட்ட சிறுகதைகள், மூன்று நாடகங்கள், பயண நூல்கள் ஆகியவற்றை எழுதினார். சிட்டியுடன் இணைந்து எழுதிய 'நடந்தாய் வாழி காவேரி' பயண இலக்கிய வகையில் முக்கியமான நூலாகக் கருதப்படுகிறது.

'மோக முள்', 'நாலு வேலி நிலம்' ஆகியன திரைப்படமாக்கப் பட்டுள்ளன. 'மோக முள்', 'மரப்பசு', 'அம்மா வந்தாள்' ஆகிய நாவல்களும் பல சிறுகதைகளும் இந்திய, ஐரோப்பிய மொழிகளில் மொழிபெயர்க்கப்பட்டிருக்கின்றன.

1979இல் 'சக்தி வைத்தியம்' சிறுகதைத் தொகுப்பிற்கு சாகித்திய அக்காதெமி விருது வழங்கப்பட்டது.

# ஆசிரியரின் காலச்சுவடு வெளியீடுகள்

*நாவல்*

- மோக முள் (கிளாசிக் வரிசை)
- அம்மா வந்தாள் (கிளாசிக் வரிசை)
- செம்பருத்தி
- மரப்பசு
- உயிர்த்தேன்
- நளபாகம்
- மலர் மஞ்சம்
- அமிர்தம்

*குறுநாவல்*

- அடி (கிளாசிக் வரிசை)

*வாழ்வியல் சித்திரம்*

- அபூர்வ மனிதர்கள்

*சிறுகதை*

- கொட்டு மேளம் (முதல் சிறுகதைத் தொகுப்பு வரிசை)
- சிவப்பு ரிக்ஷா
- கச்சேரி
- பாயசம்
- சிலிர்ப்பு (கிளாசிக் சிறுகதைகள் வரிசை)

*கட்டுரை*

- தி. ஜானகிராமன் கட்டுரைகள்

*பயண நூல்*

- நடந்தாய் வாழி காவேரி (சிட்டியுடன்)
- கருங்கடலும் கலைக்கடலும் (கிளாசிக் வரிசை)

*முழுத் தொகுப்பு*

- தி. ஜானகிராமன் சிறுகதைகள்
- தி. ஜானகிராமன் குறுநாவல்கள்

தி. ஜானகிராமன்

# அன்பே ஆரமுதே

காலச்சுவடு பதிப்பகம்

அன்பார்ந்த வாசகருக்கு,

வணக்கம்.

காலச்சுவடு நூலை வாங்கியமைக்கு நன்றி.

நூலின் உள்ளடக்கம், உருவாக்கம், அட்டைப்படம் இன்ன பிற அம்சங்கள் பற்றிய உங்கள் கருத்துகளையும் ஆலோசனைகளையும் காலச்சுவடு வரவேற்கிறது. தகவல், எழுத்து, வாக்கியப் பிழைகள் தென்பட்டால் கட்டாயம் தெரிவித்து உதவுங்கள். நூல் தயாரிப்பில் கடும் குறைபாடு இருப்பின் மாற்றுப் பிரதி உங்களுக்குக் கிடைக்கக் காலச்சுவடு ஏற்பாடு செய்யும்.

மின்னஞ்சல்: publisher@kalachuvadu.com

காலச்சுவடு நாகர்கோவில் தலைமையகத்துக்கும் கடிதம் அனுப்பலாம்.

தங்கள்
எஸ்.ஆர். சுந்தரம் (கண்ணன்)
பதிப்பாளர் – நிர்வாக இயக்குநர்

அன்பே ஆரமுதே ❖ நாவல் ❖ ஆசிரியர்: தி.ஜானகிராமன் ❖ © உமாசங்கரி ❖ முதல் பதிப்பு: ஏப்ரல் 1965 ❖ காலச்சுவடு முதல் பதிப்பு: ஆகஸ்ட் 2019, ஐந்தாம் (குறும்) பதிப்பு: செப்டம்பர் 2022 ❖ வெளியீடு: காலச்சுவடு பப்ளிகேஷன்ஸ் (பி) லிட்., 669, கே.பி. சாலை, நாகர்கோவில் 629001

anpee aaramutee ❖ Novel ❖ Author: Thi. Janakiraman ❖ © Umashankari ❖ Language: Tamil ❖ First Edition: April 1965 ❖ Kalachuvadu First Edition: August 2019, Fifth (Short) Edition: September 2022 ❖ Size: Demy 1 x 8 ❖ Paper: 18 kg maplitho ❖ Pages: 456

Published by Kalachuvadu Publications Pvt. Ltd., 669 K.P. Road, Nagercoil 629001, India ❖ Phone: 91-4652-278525 ❖ e-mail: publications@kalachuvadu.com ❖ Printed at: Adyar Students xerox Pvt. Ltd., No. 275 Habibullah Road, Triplicane high Road, Opp Triplicane Post Office, Triplicane, Chennai 600005

ISBN: 978-93-88631-78-5

09/2022/S.No. 910, kcp 3810, 18.6 (5) rss

# முதல் பதிப்பின் நன்றியுரை

இந்நாவல் **1961–62**இல் *கல்கி*இல் தொடராக வெளிவந்தது.

'கல்கி'இன் நிர்வாக ஆசிரியர் ஸ்ரீ *T.* சதாசிவம் அவர்களுக்கு என் நன்றி உரித்தாகிறது. 'கல்கி'இல் இந்தக் கதையை எழுதத் தூண்டியவர்கள் நண்பர் ஸ்ரீ 'ஆத்மா'வும், ஸ்ரீ நா.பா.வும். அவர்களுக்கும் எனது நன்றி.

**தி. ஜானகிராமன்**

“காதல், காமம், கோபம், நிராசை, குரூரம், ஆனந்தம், அமைதி என்று மனிதர்களின் நானாவிதமான மனோபாவங்களையும் எழுதிக் காட்டுவதில் தி.ஜா. ஈடு இணையற்ற எழுத்துக் கலைஞர். நம்மைச் சுற்றியுள்ள பல சமயங்களில் நாம் கவனிக்காமலே கடந்துவிடுகிற இயற்கையின் பேரெழிலைச் சித்திரிப்பதி லும் அவற்றோடு கதாபாத்திரங்களைப் பொருத்துவதிலும் வாசகனையும் அவர்களோடு ஒரு கதாபாத்திரமாக உலவ விடுவதிலும் தி.ஜா.வின் பேனா ஆடுகிற நர்த்தனம் அவர்களை ஆயுசுக்கும் மறக்க முடியாமல் பண்ணிவிடுகிறது. இப்போது நீங்கள் எப்படிப்பட்ட வாழ்க்கையை வாழ்ந்து கொண்டிருந்தாலும் சரி இந்த நாவலைப் படித்தபிறகு நீங்கள் வேறு மனிதராக ஆகிவிடுவீர்கள். கதையில் வருகிற ருக்மணி சொல்வது போல் மாம்பழத்தின் உள்ளூர இருக்கிற புளிப்புதான் மனசை இழுக்கும் தித்திப்பாகிறது. புளிப்பு இல்லாத தித்திப்பு அமுதத்துக்குத்தான் உண்டு. அது ஒன்றுதான் அசல் தித்திப்பு. ‘அன்பே ஆரமுதே’ படித்தபின் நமது மனசும் அப்படி ஒரு சுத்தமான இனிப்பாகத் தித்திக்கிறது.”

**– தஞ்சாவூர்க் கவிராயர்**

‘அன்பே ஆரமுதே’ *கல்கி*யில் ஏப்ரல், 1961 முதல் பிப்ரவரி 1962 வரை தொடராக வெளிவந்தது.

---

இப்பதிப்பில் மெய்ப்புப் பார்த்து உதவிய
தஞ்சாவூர்க் கவிராயர் அவர்களுக்கு நன்றி.

# 1

அனந்தசாமி குடையும் பையுமாக வெளியே கிளம்பினார். நடை மாடத்திலிருந்த செருப்பை மாட்டிக்கொண்டு, "போயிட்டு வரேம்மா!" என்று சொல்ல வாயெடுத்தார். சொல்லவில்லை. ஞாபகம் அவர் வாயைப் பொத்திவிட்டது. அந்த நினைவில் அவர் முகம் மலர்ந்தது. வருத்தத்திலும் வைராக்கியத்திலும் மலரும் மலர்ச்சி அது. தேர்ந்த சன்யாசிக்கு வருகிற மலர்ச்சி.

வாசல் திண்ணையில் மங்களம் பாட்டி உட்கார்ந்திருந்தாள்.

"பாட்டி! அம்மா இல்லை. நீங்கதான் சொல்லணும். ஜாக்கிரதையாய் போயிட்டு வாடாப்பான்னு" என்று சிரித்தார் அனந்தசாமி.

பாட்டி உடனே பதில் சொல்லவில்லை. அவளுக்கு ஆச்சரியமோ, பூரிப்போ அனுதாபமோ – எதுவென்று சொல்ல? அந்தக் கண்கள் பெரிய கண்கள். இரண்டிலும் சதை வளர்ந்து ஆபரேஷன் ஆகி, டாக்டர் இரண்டு பூதக் கண்ணாடிகளை மாட்டியிருந்தார். கோவில் வாசலில் விற்கும் அல்லி அரசாணி மாலையிலும் தல புராணங்களிலும் வரும் கண்களைப் போல் விசுவரூபம் கொண்டிருந்தன அந்தக் கண்கள். என்ன உணர்ச்சி என்று சட்டென்று கண்டுபிடிக்க முடியாத கண்கள்.

"என்ன பாட்டி?" என்று கேட்டார் அனந்தசாமி.

"போயிட்டு வாங்கோ. ஜாக்கிரதையாப் போயிட்டு வாங்கோ."

"அப்படித்தான்."

"நீங்க சொல்கிறது சரி. ஆனா உங்க அம்மாவாக ஆக முடியுமா நான்? பூமாதேவின்னா அந்த அம்மாதான். அவர் மாதிரி யாரும் ஆக முடியாது, சுவாமி இல்லை, உங்க மாதிரிதான் ஒரு பிள்ளை கிடைச்சுடுமோ? வெள்ளை வேஷ்டி கட்டிண்டிருக்கிற பிள்ளைகளையா நம்பினா உங்கம்மா?"

"அதனால் என்ன இப்ப? வெள்ளை வேட்டின்னா சம்சாரம் அதிகம். காவி வேட்டிதான் செஞ்சு போடனும்!"

"அப்படிச் சொல்லி விடறதா? பெண்டாட்டி, பிள்ளை குட்டின்னு இல்லாதபோது அம்மா மாத்திரம் வந்துவிடுமா காவி வேட்டிக்கு! நீங்க மகான் உங்க கையாலே வாங்கிச் சாப்பிடக் கொடுத்து வச்சா அந்த அம்மாளும். உம்ம கையாலேயே கடைசிலே ஜாம் ஜாமென்று சுவர்க்கத்துக்கும் போய்ச் சேர்ந்தா. சொர்க்கம்னு கூடச் சொல்ல மாட்டேன். போனா எந்த ஜீவனும் திரும்பி வராதாமே, அந்த மாதிரி இடத்துக்குப் போயிருப்பா உங்க தாயார். இந்த மகானோட கைன்னா அனுப்பியிருக்கு!"

"அதெல்லாம் ஒண்ணுமில்லை. அவ பரமசாது. குழந்தை மாதிரி கடைசி வரைக்கும் இருந்தா. அதனாலே தான் ஸ்வாமி அவளை விடமாட்டார்னு நினைக்கிறேன்."

"ஆட்சேபணை என்ன? ஆனா அவருக்கு என்ன கைவல்யம் கிடைச்சாலும் உங்களுக்கு நஷ்டம் நஷ்டம் தான். இனிமே என் மாதிரி இழுத்துண்டு கிடக்கிறதுகளைப் பார்த்து, இப்படித்தான் எங்க அம்மாவும் கிழவியாயிருந்தா, முடியாமக் கிடந்தாள்னு இந்தக் கிழக் கோலத்தை மாத்திரம் பார்த்து அம்மாவைப் பார்க்கிறாப்போல் ஆசுவாசப்படுத்திக்கணும். காலம் யாரை விடும்? ம். சரி இன்னிக்குத்தான் வெளியிலே கிளம்பறாப் போலிருக்கு?

"ஆமாம், பாட்டி! அம்மா இல்லாமல், எப்படி இருக்கப் போறோம்னு நினைச்சுண்டே பதினைஞ்சு நாள் ஓடிப் போயிடுத்தே. ரெண்டு நாளா ரொம்பச் சோம்பல் அடிக்கிறது. பொழுதும் போகலே. கிளம்பி விட்டேன். வரட்டுமா ..?"

"ஜாக்கிரதையாகப் போயிட்டு வாங்கோ."

அனந்தசாமி அதைக் கேட்டுச் சிரித்துக்கொண்டே தெருவில் இறங்கினார். குடையைப் பிரித்துக் கொண்டார் இருபது வருஷங்களாக நடக்கிற நடையை மீண்டும் தொடங்கினார்.

நடை, நடை, நடையான நடையில்லை. சென்னைப் பட்டணத்தில் அவர் கால் படாத வீதி ஏது? சந்து ஏது? ரிக்ஷாவில் ஏற மாட்டார். அவசரமிருந்தால் பஸ்ஸில் ஏறுவதுண்டு. தெருவுக்குத் தெரு, சந்துக்குச் சந்து அவருக்கு

வாடிக்கை. ஒவ்வொன்றாகப் பார்த்துப் போக காலைப் போல் ஒன்றும் பயன்படுவதில்லை. அந்தக் கால் ராயப்பேட்டைச் சந்திலிருந்து மௌப்ரேஸ் சாலையில் வந்து ஏறிற்று. பத்தடி நடந்ததும் 'குட்மார்னிங் அங்கிள்' என்று ஒரு கீச்சுக் குரல் கத்திற்று, வலது தோளில் மார்பின் குறுக்கே அவர் போட்டிருந்த காவி வஸ்திரத்தைப் பின்னிருந்து இழுத்தது.

"அட, மாஸ்கியா, குட்மார்னிங்" என்று குழந்தையைப் பார்த்தார் அனந்தசாமி. சட்டைக்காரப் பெண் ஏழு வயதிருக்கும். செம்பட்டை மயிர். உடம்பு மண் நிறம். மண் ஏறிய கவுன் அதற்கு மேலே. வாய்க் கடைகளில் வெள்ளை.

"மம்மிக்கு ஜுரம்?" என்று சட்டைக்கார இங்கிலீஷிலெயே சொல்லிற்று அது.

"அப்படியா? எத்தனை நாளாக?"

"நீங்கள் வந்து பாருங்க, அங்கிள்."

அனந்தசாமி உள்ளே போனார்.

பனை அகணி வேய்ந்த கட்டில் ஒன்றில் 'மம்மி' படுத்துக் கொண்டிருந்தாள்.

"வாங்க டாக்டர்!"

"என்ன செல்லி' என்ன உடம்பு?"

"ஒரு வாரமா ஜுரம், டாக்டர்!"

"மாஸ்கிகிட்டே கொல்லி அனுப்பக் கூடாது?"

"மாஸ்கியை அனுப்பினேன். உங்கள் தாயார் காலமாகிவிட்டதாக வாசலில் ஒரு பாட்டி சொன்னாளாம். மாஸ்கி வந்து சொல்லிற்று. எனக்கு வந்து பார்க்கக்கூட முடியவில்லை, டாக்டர்! அன்றைக்குச் சாயங்காலம் மாஸ்கியை மாதாகோவிலுக்கு அனுப்பி ஒரு விளக்கு ஏற்றி வைக்கச் சொன்னேன். அப்புறம் உங்கள் தாயாருக்காகத் தொழுதேன். நான் வேறு என்ன செய்யமுடியும்? அங்கிள் நீ இப்படி அனாதையாப் போய் விட்டாயே அங்கிள்!" என்று கெல்லி படுத்துக்கொண்டே அரற்றினாள். கன்னத்தில் சுருங்கிக்கிடந்த கொஞ்சம் நஞ்சம் சதையும் கோணியது. வாய் இழுத்துக் கொண்டது சுருங்கின கன்னம் நனைந்தது.

"என்ன உடம்பு உங்க அம்மாவுக்கு?"

"எண்பத்திரண்டு வயது."

"நீ இனிமேல் யாருக்குச் சோறாக்கிப் போட்வே?" என்று தமிழில் ஆரம்பித்தாள் அவள்.

"எனக்குத்தான்."

"நீ மட்டும் சாப்பிடப் புடிக்காதே, உனக்கு."

அதைக்கேட்ட நாலு விநாடிகள் கண்ணெடுக்காமல் அவளைப் பார்த்தார் அனந்தசாமி. திடீரென்று இந்த உலகம் முழுவதும் அவருக்குத் தாயாகத் தோன்றிற்று. கெல்லி, மாஸ்கி, சுவரில் மாட்டியிருந்த வர்ணம் போன ஏசு, மூலையில் அந்த அழுக்குச் சாய்வு நாற்காலியில் ஒண்டிக் கண்ணை மூடிக் கிடந்த பூனைக்குட்டி எல்லாமே அவருக்குத் தாயாகத் தோன்றின. இருதயம் முழுதும் விம்மிக்கொண்டே அந்த அறை, சாலை, வெளிவானம் எல்லாவற்றிலும் பம்முவது போலிருந்தது. பார்வை மட்டும் கெல்லியை விட்டு அகலவில்லை. பார்க்காத பார்வையாக குத்திட்டுக் கிடந்தது. அம்மாவின் அந்தக் கண்கள் – அடிக்கடி நீர்வடியும் வலது கண் – ஆறு மாதங்கள் அவள் படுத்த படுக்கையாகக் கிடந்த கிடை – அனந்தசாமி அவள் கையை வருடிக் கொண்டே 'ராம ராம ராம' என்று அவளுடைய அமைதிக்காக மன்றாடிய நிசிகள் ...

"பெரிய டாக்டரை அழைச்சிண்டு வரேம்மா."

"எனக்கு என்னத்துக்குடா பெரிய டாக்டர்? உன் மருந்தைத் தவிர வேறு ஒண்ணையும் தொடமாட்டேன். உன் பேச்சைக் கேட்காத சாமி, பெரிய டாக்டர் மருந்திலே புகுந்து விடுவானே?"

பட்பட் பட்பட்டென்று வாசலில் ஒரு மோட்டார் சைக்கிள் பறந்தது. அடி வயிற்றைக் கலக்கும் ஓசை.

"கெல்லி! நான் மருந்து கொடுக்கிறேன் கவலைப் படாதே."

"நீ வந்தா எனக்கு என்ன கவலே? ... நீ வந்து நின்னாலே போதும். நான் ஏந்துகுன்னு நடப்பேன் ... ஒன்று செய்கிறயா?"

"என்ன?"

"அடுப்புமேல் தேத்தண்ணீர் இருக்கிறது. பக்கத்திலே பால் டப்பாவில் கொஞ்சம் சர்க்கரை இருக்கிறது. கொஞ்சம் கரைச்சுச் சாப்பிடேன்."

"ஐயையோ, நான் இப்பத்தான் சாப்பிட்டுக் கிளம்பினேன் உனக்கு வேணும்னா கலந்து தறேன்.

"எனக்கு இப்பொழுது வேண்டாம். வாயெல்லாம் கசக்கிறது... மருந்தைக் கொடு. அப்படியே மாஸ்கிக்கும் கொடுக்க வேண்டும். நேற்று ராத்திரி இருமிக் குறைத்துத் தள்ளி விட்டாள்."

இரண்டு பேருக்கும் மருந்தை மடித்துக் கொடுத்துவிட்டு வெளியே வந்தார் அனந்தசாமி. மாஸ்கி பின் தொடர்ந்து

வந்து, "ரொம்ப நன்றி அங்கிள். நீங்ககூட ரொம்ப இளைச்சுப் போயிட்டீங்களே" என்று மரியாதையாக, தீனமாகச் சொல்லிற்று.

"நானா! இளைச்சா போய்ட்டேன்; இன்னும் ஒரு மாசத்திலே பாரு! உனக்கே அடையாளம் கண்டு பிடிக்க முடியாது... அப்படிக் குண்டாகி விடுவேன்... வரட்டுமா... வந்து ஆல்பர்ட்?

"அப்பா ஒரு வாரமா வல்லே" என்று அழாத குறையாக உதட்டைப் பிதுக்கினாள் மாஸ்கி.

"வந்துவிடுவார். அதோ பார் அவர்கிட்டே சொல்லு" என்று வாசலுக்கு நேராச் சுவரில் மேல் பக்கம் சாய்ந்த வர்ணம்போன ஏசுவின் பக்கம் திரும்பிக் காட்டி விட்டு நடந்தார் அனந்தசாமி.

"ஆல்பர்ட்டுக்குச் சித்த ஸ்வாதீனம் இல்லை. பிராட்வே, மௌண்ட் ரோட்... இப்படி எங்கேயாவது கடை வாசலில் உட்கார்ந்து ஒரு குச்சியைப் பாம்பு விரலுக்கு அடியில் வைத்து "கட்டு கட கட்டு கட, கட்டு கட்டு" என்று தந்தியடித்துக் கொண்டிருப்பான். பசித்தால் போகிறவர்களிடம் கையை நீட்டுவான். நினைவு வந்தால் வீட்டுக்கு வருவான். இல்லாவிட்டால் பீச் ஸ்டேஷன், மத்திய தந்தி நிலையவாசல் இப்படி எங்கேயாவது படுக்கை, தந்தி.

இந்த ஆல்பர்ட்டுக்குப் பைத்தியம் தெளிய வேண்டும் என்றுகூட அவர் பல தடவை ராமஜபம் செய்திருக்கிறார்.

ஐந்தாம் நம்பர் பஸ் ஒன்று ரத்தம் பாய்ந்து வருகிறாற்போல் சீறிக்கொண்டு எதிரே வந்தது. அவர் சற்று ஒதுங்கிக் கடையோரமாக நின்றார். வெற்றிலைப் பாக்குக் கடைக் கண்ணாடியில் அவர் உருவமும் இடுப்பு வரையில் தெரிந்தது.

மாஸ்கி சொன்னாற்போல் இளைத்துத் தானிருக்கிறோம். தன் நிழலைப் பார்த்ததும் அம்மாவின் நினைவு வந்தது அவருக்கு. அதே அச்சு அந்த முகம். அதே நிறம் வித்தியாசம், இவர் தலை மொட்டை, இவர் முகத்தில் ரோமம், இவர் காது தோடில்லாத வெறும் காது அவ்வளவுதான்.

அனந்தசாமி நல்ல கறுப்பு. ஆனால் இதோ புதிதாகத் தார் ஊற்றியிருக்கிறார்களே. சாலையோரத்தில் – அந்த மாதிரிக் குழைத்த கறுப்பில்லை. அதோ கருங்கல் ஜல்லி கொட்டி யிருக்கிறார்களே, அந்த மாதிரி சற்று நரைத்த கறுப்பு; அகல முகம். உருண்டை முகம். விரிந்து பலகை போலிருந்தது மார்பு. மார்பின் இரண்டு பக்கங்களும் இரண்டு பெரிய இரும்புப் பட்டம்வைத்து அடித்தாற் போலிருக்கும். அந்தக் காலத்தில் ரிஷிகேசத்திலும், அனுராதபுரத்திலும் மூச்சை இழுத்து இழுத்து உள்ளே அடக்கிக் காப்பாற்றிய பிராணாயாமத்தின் பலனோ

என்னவோ, கையும் உருண்டு திரண்டிருக்கும். முழங்கையை மடக்கினால் புஜத்தில் ஓர் இரும்புப் பந்து முண்டும். காலும் அப்படித்தான். ஆடுசதையில் தென்னங்கீற்றின் அடிமட்டையைப் போல் ஓர் உறுதி. இருபது வருஷ நடை தந்த உறுதி. கணுக்கால் வரையில் ஒரு தட்டுச் சுற்று வேஷ்டி. மேலே மார்பின் குறுக்கே ஒரு நாலுமுழத் துண்டு. ஐந்நூறு, அறுநூறு, மருந்துப் பொட்டணங் களை வைத்துச் சுற்றிய ஒரு துணி மூட்டையும், கண்ணாடிக் கூடும் பித்தான் சுழன்ற ஒரு சின்னத் தோல் மணிபர்ஸும் கொண்ட ஒரு கான்வாஸ் பை. அது தோளில் தொங்கும். ஒரு குடை.

பார்த்தவாக்கில் அவரை வைத்தியர் என்று சொல்வது சிரமம். தொழிற்சாலையில் சம்மட்டி அடிக்கிற ஆளா, ரயிலடி கூட்ஸ் பிரிவில் அரிசி மூட்டைகளை அலாக்காகத் தூக்கி எறிகிற ஆளா, பெரிய அன்னதானங்களில் அண்டாக்களையும் கப்பரைகளையும் அநாயாசமாக அடுப்பில் ஏற்றி இறக்கும் பரிசாரகனா – இப்படி வெவ்வேறு ஐயங்களை எழுப்பும் முரட்டு உடல் அவருடையது.

பார்த்தவாக்கில் துறவி என்று சொல்வதும் சிரமம். அந்த அரை வேஷ்டியும் காவி வஸ்திரம் என்று நிச்சயமாகச் சொல்லிவிட முடியாது. காவி நிறமோ, குங்குமப்பூ நிறமோ இல்லை அவை. சவுக்காரம் போடாமல், சலவைக்கும் போடாமல் மாதக்கணக்கில் வெறுமே தண்ணீரிலேயே நனைத்து, நனைத்து உலர்த்தி வரும் துணியில் ஏறும் பழுப்பு.

பழகின வாக்கிலும் துறவி என்று சொல்ல முடியாது. மூன்று நாட்கள் சேர்ந்தாற்போல ஒரே ஊரில் தங்காத சன்யாசி இல்லை அவர். தண்டு கமண்டலம் ஏந்துகிற சன்யாசியும் இல்லை. மடத்தில் ஒதுங்கும் சன்யாசி இல்லை. காசு பணத்தைத் தொடாத சன்யாசி இல்லை. அவருக்குப் பாங்கு கணக்கு உண்டு. பதினாயிரம் ரூபாய் சேமிப்பு உண்டு. தங்குவதற்கு வீடு உண்டு. நாலு இல்லறங்களுக்கு நடுவில், இரண்டு அறைகள் கொண்ட பகுதியில் குடியிருப்பு. அந்தப் பகுதி கொண்ட வீடு ராயப்பேட்டையில் ஒரு சந்தில் இருக்கிறது. அங்கிருந்துதான் புறப்பட்டு இப்பொழுது வெளிவந்தார் அவர். பண்டம், பாத்திரம், பாய், தலையணை, மேஜை, நாற்காலி எல்லாம் அங்கே இருக்கின்றன. ஒரு மாதத்துக்குக் காணும்படியாக அரிசி, புளி, அஞ்சரைப்பெட்டி தானியங்கள், தேயிலை, சர்க்கரை அவ்வளவும் அந்த அடுக்களையில் இருக்கின்றன.

அத்தனையிருந்தும் அவர் சன்யாசிதான்.

# 2

"நான் சன்யாசியா?" என்று தம்மையே அவர் கேட்டுக் கொள்வதுண்டு.

"இத்தனை குடும்பங்களைக் கட்டிண்டு, இத்தனை கவலையை மனசிலே குடிவச்சுண்டு, நீர் சம்சாரி இல்லே சன்யாசின்னா நான் கேட்பேனாய்யா?" என்று மங்களம் பாட்டி அவரைக் கேட்டிருக்கிறாள்.

அந்தக் குடும்பங்களில் நாலைந்து இப்பொழுது அவர் நினைவில் வந்திருக்கிறது. அங்கேதான் அவர் கிளம்பியிருக்கிறார். இப்பொழுது முதலில் மீர்சாகிப்பேட்டை ஸத்தார் சாயபு வீட்டுக்குப் போகவேண்டும். அவர் மனைவிக்கு இரண்டு வருஷங்களாக க்ஷயரோகம். அங்கிருந்து திருவல்லிக்கேணிக்குப் போய் விருத்தகிரி முதலியாரின் மூத்தபிள்ளைக்கு - திடீர் திடீர் என்று கீழேவிழுந்து இழுத்துக்கொண்டு நாலுநாழி நினைவில்லாமல் கிடந்துவிடும் அந்தப் பையனுக்கு மருந்து கொடுக்க வேண்டும். சிந்தாதிரிப்பேட்டையில் சலவைக்கடை வைத்திருக்கும் கோவிந்தன் தம்பி - எழும்பூரில் கந்தசாமி அய்யர் - மாம்பலத்தில் சுப்பராம பாகவதர் - அவசரமாகப் பார்க்க வேண்டிய கேசுகள் இல்லை இவைகள். ஆனால் அவசியம் பார்க்க வேண்டியவை. ஏனென்றால், மனுஷனாகப் பிறந்த வேறு யாரிடத்திலும் மருந்துக்குக் கை நீட்டுகிறவர்கள் இல்லை அவர்கள்.

கார் ஹார்ன் ஒன்றும் கேட்கவில்லை. ஆஸ்பத்திரிக்குப் பயந்து வாடகைக்கார்

ஓட்டுகிறவர்கள்கூட மரியாதையாக, கருணையுடன் ஹார்ன் கொடுக்காமல் போய்க் கொண்டிருந்தார்கள். அந்த வெள்ளை வெய்யிலில் கஜகஜவென்று சென்னை புழுக்கம் கிளம்பி விட்டது. காற்றை மடியில் கட்டிப்பிடித்துக் கொண்டு, விடமாட்டேன் விடமாட்டேன் என்று அழ அழ வைக்கிற புழுக்கம் தனியாட்சி செலுத்துகிற நேரம். சாலையில் தண்ணீரை வேறு தெளித்து, அந்த ஆவியின் வெத வெதப்பையும் அதோடு சேர்த்து விட்டிருந்தார்கள்.

எந்தப் புழுக்கமும் அவரை நிறுத்த முடிந்ததில்லை. எந்த மழையும் காற்றும் நிறுத்தியதில்லை. புயல் அடித்து, மரங்கள் குறுக்கே விழுந்து தந்தி மரம் கோணி, கொள்ளையடித்த அலங்கோலமாக வீதிகள் நடுங்கின போதுகூட அவர் ஸத்தார் சாயபு வீட்டுக்குப் போகாமலிருந்ததில்லை. பழைய மாம்பலம் சாக்கடைகளும் மழை நீரும் ஐக்கியமாகித் தெருக்களில் தொடை அளவுக்கு மாசக் கணக்கில் நின்றபோதுகூட அவர் நின்றதில்லை. அம்மாதான் இப்பொழுது கட்டிப் போட்டு விட்டாள் வீட்டோடு வீடாக. அதாவது அம்மா இல்லாதது அவரைக் கட்டிப் போட்டு விட்டது. இனிமேல் எல்லோரும் அம்மாதான். ஸத்தார் சாயபுவின் குழந்தைகள் அம்மா இல்லாமல் எப்படி உயிர் வாழும். எலும்போ, தோலோ, அம்மா அம்மாதானே! அந்த அம்மாவைப் பார்க்காமல் எப்படியிருக்கிறது.

சற்று வேகமாக நடந்தார் அவர். யாரையோ திடீர் என்று காப்பாற்றுவதுபோலப் பெரிய சத்தத்துடன் பிரேக் போட்டுக்கொண்டு ஒருகார் நிற்கிறது. ராயப்பேட்டை முழுவதுமே அதிர்ந்து போய் அந்தக் காரை பார்த்தது. அனந்தசாமியும் பார்த்தார்.

“நான்தான் சாமி.”

“அட, நீயா! ஏன் இப்படி சடார்னு பிரேக் போட்டே? டயர்கியர் ...”

“அதெல்லாம் இல்லீங்க. சாமியைப் பார்த்துத்தான் நிறுத்தினேன். வீட்டுக்குத்தான் போயிட்டு வரேன். இப்பத்தான் கிளம்பிப் போறீங்கன்னு சொன்னாங்க. வாசல்லே ஒரு பாட்டியம்மா, ஓடியாந்தேன். ஏறுங்க!”

“எதுக்கு?”

“உங்களைக் கையோட அளச்சிட்டுப் போகத்தானே வந்தேன். அம்மா அவசரமாகக் கூட்டியாரச் சொன்னாங்க.”

“எதுக்கு.”

“என்னமோ தெரியலே. ஓடிப்போய் நான் சொன்னேன்னு இட்டாடான்னாங்க...”

“சாயங்காலமா வந்தால் போதாதோ? நான் அவசரமா இரண்டு இடத்துக்குப் போயாகணுமே.”

“அப்புறம் போயிக்கலாம், வாங்க. அப்பாலெ வண்டியிலேயே இட்டுப் போறேன்.”

“ஏன் அம்மாவுக்கு உடம்பு சரியில்லையா.”

“அதென்னமோ தெரியலெ. நீங்க ஏறுங்களேன்.”

இன்னும் சற்று நின்றால் அவனே தூக்கி அவரை உள்ளே போட்டுவிடுவான் போலிருந்தது. பேசாமல் காரில் ஏறிக்கொண்டார். கார் அப்படியே இடது புறம் வளைந்து பீட்டர்ஸ் சாலை வழியாகப் பறந்தது.

மறுபடியும் கேட்டார் அவர். “என்ன குருசாமி இவ்வளவு அவசரம்?”

“பழக்கமாப் போயிடிச்சுங்க. வண்டியை எடுத்தா, அம்பது மைலுக்குக் குறைஞ்சு கால் அமுங்கறதில்லை.”

“அதைச் சொல்லலேப்பா நான். அம்மாவுக்கு உடம்பு கிடம்பு சரியில்லையா, இவ்வளவு அவசரமா வழியை மறிச்சு ஏத்திட்டுப் போறியேன்னு கேட்டேன். அண்ணா ஊரிலேதான் இருக்காங்களா.”

“அவங்க கல்கத்தா போயிருக்காங்க. ஒரு வாரமாச்சு. அம்மா சோர்ந்தாப்பல இருக்காங்க. அவ்வளவுதான்.”

புது மாம்பலத்தில் ஒரு பெரிய வீட்டுக்குள் வளைந்து முகப்பில் நின்றது வண்டி.

“வாங்கோ” என்று ஹாலில் உட்கார்ந்திருந்த நாகம்மாள் அவரை வரவேற்றபடி சற்றே எழுந்தாள்.

“பரவாயில்லை. நீங்க எழுந்திருக்க வேண்டாம்” என்று அருகில் போனார் அவர். “என்ன உடம்பு.”

“காலமே புடிச்சுக் கிறுகிறுன்னு மயக்கமாக இருந்தது. கைகாலெல்லாம் துவண்டு போறது.”

“நாக்கு கண்ணையெல்லாம் பார்த்தார் அவர். நாடியைப் பிடித்துப் பார்த்தார். வைத்தியர் கேட்க வேண்டிய கேள்விகளெல் லாம் கேட்டார்.

“நாடி ஸ்பஷ்டமாகத் தெளிவாகத்தான் இருந்தது.

"ஒன்றுமில்லையம்மா. அசக்தமாகத்தான் இருக்கும். கவலைப்படாமல் இருந்தால் போதும். அது நடக்கிறபோது நடக்கட்டும். ராமாராமான்னு சொல்லிக் கொண்டேயிருங்கள்.

"சந்திரா எங்கே?"

"பொழுது போகவில்லை அவளுக்கு. இப்பத்தான் ஒரு மணியாச்சு. யாரோ சிநேகிதி வீட்டுக்குப் போறேன்னு போயிருக்கா ... நீங்க இந்தப் பக்கமே வரக் காணுமே ஒரு மாசமா?" என்று பேச்சை மாற்றிவிட்டாள் நாகம்மாள்.

அவருக்கு வியப்பாக இருந்தது. சந்திராவைப்பற்றிய கவலை அவளை எப்பொழுதுமே அரித்துக் கொண்டிருந்தது. அந்த ஏமாற்றத்திற்குப் பிறகு சந்திரா வீட்டிலேயே இருப்பதில்லை. இருப்புக்கொள்ளாமல் சிநேகிதிகள் வீடுகள், நூல் நிலையம் என்று எங்கேயாவது போய் உட்கார்ந்து பொழுதை ஓட்டிக் கொண்டிருப்பது அவருக்குத் தெரியும். சந்திராவின் பேச்சை எடுத்தால் நாகம்மாள் நாலு நாழி ஓயமாட்டாள். புலம்பிக் கொண்டேயிருப்பாள். இப்பொழுதோ?

"ஊரில்தானே இருந்தீர்கள்?" என்று மறுபடியும் கேள்வி வந்தது.

அம்மா காலமானது இவள் காதில் விழுந்திருக்கக் கூடும் என்று நினைத்துக்கொண்டிருந்தார் அவர்.

"அம்மா இல்லையே இப்ப."

"இல்லையா! அப்படின்னா?"

"இன்றோடு பதினைந்து நாளாகிறது, அம்மா காரியமாகி."

"என்ன இது! எனக்குத் தெரியவே தெரியாதே! பதினைந்து நாளாச்சா! எனக்குத் தகவலே தெரியவில்லையே? என்ன உடம்பு?"

"ஆறு மாசமாக நடமாட்டமில்லை. படுத்த படுக்கையாக கிடந்தாள். வரவர ஆகாரம் குறைந்துகொண்டே வந்தது." மேலே நடந்தவற்றையெல்லாம் சொன்னார் அனந்தசாமி. அவருக்கு இந்தச் சென்னையிலேயே மூன்று அண்ணாக்கள் இருக்கிறார்கள். டில்லியில் ஒரு தம்பியிருக்கிறான். இங்கேயே இரண்டு தங்கைகள் இருக்கிறார்கள். ஆனால் தாயாரை வைத்துக்காப்பாற்றத்தான் ஆளில்லை. எல்லாரும் பணம் கொடுக்கத் தயாராயிருந்தார்கள். நாலு வருஷங்களுக்கு முன்னால் இந்த சன்யாசி அவள் படுகிற வாதையைப் பொறுக்க முடியாமல் திடீரென்று ஒரு நாள் இரண்டு அறைகள் கொண்ட ஒரு வீட்டின் பகுதியைக் குடக்கூலிக்கு எடுத்துத் தன் தாயாரை அங்கே அழைத்து வந்து விட்டார்.

தி. ஜானகிராமன்

எப்பொழுதாவது, ஒரு மாசம் இரண்டு மாசங்களுக்கு ஒருமுறை அவர்கள் அம்மாவைப் பார்க்க வருவார்களாம். அப்பொழுது எல்லோருமே சேர்ந்து வந்தார்கள், உயிரில்லாத அவளைப் பார்க்க. அன்றிலிருந்து காரியங்களை முடித்துவிட்டு அவரோடு சண்டையும் போட்டுவிட்டுப் போனார்கள்.

"உடம்பு அதிகமாயிருக்குன்னு ஒரு வார்த்தை சொல்லியனுப்பிச்சால் தேஞ்சா போயிடுவே?" – ஒரு பிள்ளை.

"நாங்களும் உடன் பிறப்புன்னு நீ என்றைக்காவது நினைச்சதுண்டோன்னு நானும் யோசிச்சு யோசிச்சுப் பாக்கிறேன். எனக்குத் தலையைத்தான் சுத்தறது!" – அவருடைய ஒரு தங்கை.

"உனக்கு என்னம்மா அப்படிப் பேசாமல் இருக்க முடிஞ்சுது!" – இன்னொரு அண்ணா.

"பெத்தவளுக்கு வயத்துலே பிறந்ததெல்லாம் துரோகம் பண்ணிடுத்துன்னு ஒரு கட்சியை ஸ்தாபிக்க எத்தனை நாளா கங்கணம் கட்டிண்டிருந்தேண்ணா? இல்லாட்டா இப்படி இருப்பியா நீ?..."

"எனக்கு நினைக்க நினைக்க ஆறலேடி" என்று தலைப்பால் கண்ணைத் துடைத்துக் கொண்டே தழுதழுத்தாள். இன்னொரு தங்கை. அனந்தசாமிக்கு ஒரு நிமிஷம் சந்தேகம்கூட வந்து விட்டது. தாம் தான் தவறு செய்து விட்டோமோ என்று தவியாய்த் தவித்தார்.

எல்லோரும் சண்டை போட்டுப் போன பிறகு தனியாகப் பித்துப் பிடித்து உட்கார்ந்திருந்த அவரை மங்களம் பாட்டி வந்து சமாதானப்படுத்தினாள்.

"சும்மா உட்கார்றதையும் உட்கார்ந்துட்டு, கடைசியிலே நீர் சொல்லியனுப்பிக்கலே, அதனாலே பெத்தவளைப் பாக்கற பாக்கியம் போயிட்டுதுன்னு எல்லாரும் நல்ல பேர் வாங்கிட்டு போயிட்டாளே, ஐயா! வாயைத் திறந்து பதில் சொல்லப்படாதோ! நீர்தான் கடுதாசி போட்டீரேய்யா, எல்லாருக்கும். மறந்தா போய்ட்டீர்?" என்று அவரைத் தட்டி எழுப்பினாள்.

அப்பொழுதும் அவருக்குச் சந்தேகம்தான்.

"உடம்பு ரொம்ப அதிகமா யிருக்கு. கவலைக்கிடமா இருக்குன்னு நான் தீர்மானமா எழுதலையேன்னு நினைக்கிறேன்" என்றார்.

அதையேதான் அவர் திரும்பி நாகம்மாளிடமும் சொன்னார். நாகம்மாளுக்கு அவரைத்தான் நன்றாகத் தெரியும். தாயாரைக்

காப்பாற்றி வருகிறார் என்பது தெரியும். அதற்கு மேல் அதிகமாகத் தெரிந்துகொள்ள அவள் முயன்றதில்லை. சன்யாசிகளின் பூர்வாசிரமத்தைப் பற்றிப் பேசத் தயங்கிக் கொண்டே இருந்து விட்டாள். அவளுக்கு வேண்டியது வைத்தியம், அவருடைய அமைதி, ஆழ்ந்து குதறிய புண்களை ஆற்றும் அவருடைய வார்த்தைகள் – இவைதான். எல்லா மனிதர்களையும்போல் அவரும் ஒருவர் என்று அவள் நினைத்ததேயில்லை. சாதாரண உலக விதிகளுக்கு அடங்காத மனிதக் கட்டுப்பாடுகளுக்கு மேல்பட்ட அமிர்தத்தை மருந்திலும் சொல்லிலும் வழங்கித் திரிகிற ஆண்டியாகத்தான் அவரைப் பற்றி எண்ணிக் கொண்டிருந்தாள் அவள். அவர் அம்மாவுக்குப் பணிவிடை செய்கிறார்! அவருக்கு அண்ணாக்கள், தங்கைகள்!

"மறுபடியும் சன்யாசியாகப் போய்விட்டீர்கள்" என்று பெருமூச்செறிந்தாள் நாகம்மாள்.

"அம்மா மனசு திருப்தியாகிவிட்டது என்று நினைக்கிறேன். ஆறு மாசம் சமைத்துப் போட்டேன். அவளுக்குப் பிடித்ததை யெல்லாம் பண்ணிப் போட்டேன். படுத்த வாக்கிலேயே எனக்கு எல்லாம் சொல்லிக் கொடுத்துக் கொண்டிருந்தாள். ஏ! அப்பா இத்தனை மிளகாய்ப் பொடியா! பாதி போதும். எண்ணெய் இரண்டு முட்டை கூட ஊற்றணும். இப்படிச் சொல்லிச் சொல்லி என்னைத் தேர்ந்த சமையல்காரனாக்கி விட்டாள். இப்பொழுது நீங்கள் எது கேட்டாலும் நான் சமைத்துப் போடுவேன். பத்தியச் சாப்பாடா? கலியாணச் சாப்பாடா? மிளகாய் சேர்க்காத புண்யச் சாப்பாடா? எது வேணும்? எதுவும் செய்வேன். அம்மாவுக்கு எல்லாவற்றையும் செய்து போட்டேன். அம்மாவுக்கு இருந்த ஒரு குறையும் தீர்ந்து அவள் சமாதானமாக நிறைவாகத் தான் போனாள் என்று நினைக்கிறேன்."

"உங்களிடம் கூடக் குறையிருந்ததா என்ன, உங்கள் அம்மாவுக்கு" என்று வியப்புடன் கேட்டாள் நாகம்மாள்.

"எந்த அம்மாவுக்கும் தன் பிள்ளை குடியும் குடித்தனமுமாக வாழ வேண்டுமென்றிராதா? ஏம்மா?"

"உங்கள் தாயாரைப் பற்றி இரண்டு மூன்று தடவை சொல்லியிருக்கிறீர்கள். ஆனால் நீங்கள் இப்படி இருப்பதை அவர் அவ்வளவு குறைவாக நினைத்ததில்லை என்றுதான் எனக்குப் படுகிற வழக்கம்."

"நாட்டுப் பெண்கள் அவளைப் படுத்தினபாட்டில் நான் செய்தது சரியென்று நினைக்க ஆரம்பித்து விட்டாளோ என்னவோ? ஆனால் நான் எல்லார் முகத்திலேயும் கரியைப்

பூசிவிட்டு ஓடிப்போய்ப் பத்து வருஷங்கள் கழித்துத் திரும்பி வந்து அவளைப் பார்த்த பொழுது அவள் அப்படிச் சரியாகப் பேசி விடவில்லை."

"கரியைப் பூசிவிட்டு என்றால் ...?"

"ஆமாம்மா? நான் பி.ஏ. படித்து முடித்தேன். கலியாணம் நிச்சயம் செய்தார்கள். வேண்டாம் வேண்டாம் என்று சொன்னேன் தலைகீழாக நின்றேன். கேட்கவில்லை. அப்பா கத்து கத்தென்று கத்தினார். அம்மா அழுதாள். பெண்ணைப் பிடிக்கவில்லையா என்று கேட்டார்கள். பெண் அழகாகத்தான் இருந்தாள். நல்ல அழகு என்றுதான் சொல்ல வேண்டும். ஆனால் அதெல்லாம் என் மனத்தில் உறைக்கவில்லை. அது ஒரு வயசு. நான் வேறு அழகில் மனசை ஓட்டியிருந்தேன். பரீட்சை முடிந்து ஆறு மாசம் சும்மா உட்கார்ந்திருந்த சமயம். இப்பொழுது மாதிரியா? அப்பொழுது விலையெல்லாம் இறக்கம். கலம் நெல்லு பதினாலு அணாவுக்கு விற்ற காலம். அதையும் வாங்க ஆளில்லை."

"எனக்கு நன்றாக ஞாபகம் இருக்கிறது, சுவாமி. குறுக்கை யிலிருந்து சொர்ணம் சொர்ணம் என்று ஒருத்தி வெண்ணெயைக் காய்ச்சிப் புத்தூருக்கு நெய்யாக ரூபாய்க்கு மூன்று சேர் கொடுத்துவிட்டுப் போவாள். ஒரு செம்பு நல்லெண்ணெய் இரண்டரையணா ..!"

"பண்டமும் பாடியும் அப்படி இறைந்த காலம். காசுதான் கிடைக்காது. அதைவிடக் குதிரைக் கொம்பு, வேலை கிடைக்கிறது. ஆறு மாசம் வீட்டிலே இருக்க முடியாமல் தவியாய்த் தவித்தேன். ஏன் படித்தோம். அப்பா உழைத்து உழைத்துச் சம்பாதித்த காசை ஏன் இப்படி இறைத்தோம் என்று வேதனைப்படாத நிமிஷங் கிடையாது. அப்பொழுதுதான் விவேகானந்தர் புத்தகங்களை வாசிக்க ஆரம்பித்தேன். அது ஒரு வயசு. இத்தனை காலமாகப் படித்ததெல்லாம் படிப்பில்லை – காலம் எல்லாம் வியர்த்தமாகி விட்டதாக எப்பொழுதும் ஒரு வேதனை. எல்லோருக்கும் பாரமாக இருக்கிறோம் என்று ஓர் அரற்றல். எந்த இடத்துக்குப் போனாலும் கால் தரிக்காது மனசுக்குள்ளே ஒரு நச்சரிப்பு ..."

"கலியாணமாகாத பெண்களுக்கு இருக்கிற மாதிரி ..." என்று குறுக்கிட்டாள் நாகம்மாள்.

"ஆமாம்" என்று சிரித்தார் அவர். பிறகு சற்று யோசித்தார் முகத்தைச் சற்று அப்பால் திருப்பி. "ரொம்பச் சரியாகச் சொன்னீர்கள். பெண்களுக்கு அந்த மாதிரி ஆற்றாமை – கலியாணமாகவில்லையே – எத்தனை நாட்கள் இப்படிப்

பெற்றவர்களுக்குப் பாரமாக உட்கார்ந்திருக்கப் போகிறோம் என்று. ஆண் பிள்ளைகளுக்கும் அதே மாதிரி கவலை தான். ஆனால் கல்யாணம் பண்ணிக் குறைக்கிற பாரமில்லையே அது! நம்ம தேசத்தில் அவனுக்கு அப்பொழுது பாரம் இரட்டித்துப் போகிறது. என் பாரம் போதாதென்று இன்னொன்றையும் சுமத்தப் பார்த்தார்கள் அப்பாவும் அம்மாவும். ஆன மட்டும் சொல்லிப் பார்த்தேன்; கேட்கவில்லை. பெண்ணைப் பார்க்க வா என்று தரதரவென்று என்னை இழுத்துக்கொண்டு போனார்கள். பெண் சுடர் மாதிரி இருந்தது. அதைப் பார்த்ததும் இது என்ன அக்கிரமம் என்று தோன்றியது எனக்கு."

"எது?"

"அழகான பெண்ணை எனக்கு கொடுக்க வந்தார்களே, அது ஒரு அக்கிரமம். நான் சரியென்று சொன்னால் நடந்துவிடும். ஆனால் அவள் சம்மதத்தைப்பற்றி யாரும் கவலைப்பட்டதாகத் தெரியவில்லை!"

"அந்த காலத்தில் அது கிடையாது."

"அந்தக் காலத்திலேயும் மனசு, ஆசையெல்லாம் இருக்க வில்லையா?"

"அதுகளுக்குத்தான் மதிப்பு இல்லை என்று ஆகிவிட்டதே! அப்புறம் என்ன அக்கிரமத்துக்கு இருக்கிறது? அவளே சம்மதித்திருந்தால் ..."

"சரி, அவளே சம்மதித்ததாகவும் இருக்கட்டும். ஒரு காலணாக் காசு சம்பாதிக்க ஆரம்பிக்காதவனிடம் அவளை எப்படி ஒப்படைக்கிறது என்று ஏன் யாரும் யோசித்துப் பார்க்கவில்லை?"

"அந்தக் கவலைக்குத்தான் அப்போது இடமே இல்லையே!"

"ஏன்!"

"பெண்ணுக்குப் பத்து அல்லது பன்னிரண்டு வயசிருக்கும். அவள் ஆளாகிப் புருஷன் வீட்டுக்கு வர இரண்டு வருஷங்கள் ஆகும். அந்தச் சமயத்துக்குள் இவன் சம்பாதிக்க ஆரம்பித்திருக்க மாட்டானா?"

"அதெல்லாம் சரி. நான் பார்த்த பெண் அப்படி இல்லையே!"

"ஏன்?"

"அவளுக்குப் பதிமூன்று வயசு ஆகிக்கொண்டிருந்ததாம். அதுக்கே ரொம்பத் தாமசமாகிவிட்டது என்று பெண்ணுக்குப் பாட்டி தாத்தாவெல்லாம் மொண மொணவென்று பிடுங்கினார்

களாம். கல்யாணமாகி ஒரு வருஷத்துக்கெல்லாம் அவள் புருஷன் வீட்டுக்கு வரக் கூடியவள்தான்.”

“ஒரு வருஷத்துக்குள் உங்களுக்கு வேலை கிடைத்திருக்காதா?”

“அப்படி நிச்சயமாகச் சொல்லக் கூடிய காலமில்லை அப்பொழுது. அது மட்டுமில்லை; நானே வேலைக்குப் போவதா வேண்டாமா என்று நிச்சயம் செய்துகொள்ளவில்லை. பெண்ணைப் பார்த்துவிட்டு வந்த பிறகு முரண்டு பண்ணினேன். பெண் பிடிக்கவில்லையா, அழகாக இல்லையா என்று வளைத்துக் கொண்டார்கள். இரண்டும் இல்லை என்று எப்படிச் சொல்கிறது. அந்த வயசில் உள்ள குழப்பத்தையும் பயத்தையும் யார் புரிந்துகொள்கிறார்கள்? வேண்டாம், வேலை கிடைக்கட்டும் என்றேன். அப்பாவுக்குக் கோபம் வந்துவிட்டது. ‘உன்னைப் பத்து வருஷங்கள் தண்டசோறு போட்டுக் காப்பாற்ற முடியும்டா எனக்கு, என்று கத்தினார். அப்பா மகா கோபக்காரர்.”

“எல்லாக் கோபத்தையும் அவரே உங்களுக்குப் பாக்கி வைக்காமல் வைத்துக்கொண்டு விட்டாராக்கும்!”

அனந்தசாமி இலேசாகச் சிரித்துக்கொண்டே சொன்னார். “என்னமோ, தலைகால் தெரியாமல் கத்துவார். கோபம் வந்தால். பத்து வருஷங்கள் தண்டச் சோறு போட்டு உன்னைக் காப்பாற்றுவே என்று எந்தத் தகப்பனாராவது சொல்லுவார் களோ! அவருக்கு அத்தனை ஆசை. அந்தப் பெண்ணை எப்படியாவது நம் வீட்டுக்கு அழைத்துக்கொண்டு விடவேண்டும். அந்த ஆசை வீணாகி விடுமோ என்று தான் என்னை விரட்டினார் என்று நினைக்கிறேன். அம்மா, அத்தைகள், அப்பாவின் சிநேகிதர்கள் எல்லோருமாக என்னைக் கொட்டு கொட்டு என்று கொட்டினார்கள். கரைத்தார்கள். அழுகை அழுகையாக வந்தது. சரி என்றேன். பாக்கு வெற்றிலை மாற்றினார்கள். பத்திரிகை அடித்தார்கள். கல்யாணமும் வந்துவிட்டது. கலியாணத்துக்குக் கிளம்புகிற பொழுதே எனக்கு மனசு சரியாக இல்லை. ‘முகத்தைத் தொங்கப்போட்டுக் கொண்டே கிளம்பினேன். ரயிலில் ஏறிப் போய்ச் சேர்ந்தோம். சின்ன கிராமம். ஒரு வீட்டில் இறங்கினார்கள். வேடிக்கையைப் பாருங்கள். வாசல்படி ஏறி ரேழிக்குள் கால் வைத்ததுமே, நிலைக்கு மேலே விவேகானந்தர் படம் ஒன்று என்னை முறைத்துப் பார்த்தது. மொட்டையாக, உயரமாக ஆள் உயரம் ஒரு தடியை வைத்துக்கொண்டு நிற்குமே அந்தப் படம்தான்.

“நீ எங்கேடா வந்தே இங்கே?” என்று கேட்கிறாற் போலிருந்தது. அப்படியே அதைப் பார்த்துக்கொண்டு நின்றேன்.

"உள்ளே போங்கோ, மாப்பிள்ளை!" என்று என் மாமா கத்தினார். தூக்கிவாரிப்போட்டது. "அதுக்கு இன்னும் அம்பது வருஷம் இருக்குடா. உள்ளே போ" என்று ஒன்றரைக் கண்ணைச் சிமிட்டிக்கொண்டு சிரித்தார் அவர். உள்ளே போனேன்.

"கூடத்தில் இலை போட்டார்கள். சொஜ்ஜி பஜ்ஜியெல்லாம் பறிமாறினார்கள். எனக்குச் சாப்பிடுகிறாற் போல் இல்லை. "நீ எங்கேடா வந்தே" என்று கேட்டாரே ரேழியிலே படத்திலே இருந்தவர், அவர் இன்னும் கேட்டுக்கொண்டேயிருந்தார். பேசாமல் சாப்பிட்டேன்.

"உன்னைத் தாண்டா!" என்று அவர் சத்தம் போடுவது போலிருந்தது. நான் என்ன செய்வேன்? டிபன் சாப்பிடுகிறதா? அந்த அதட்டலைக் கேட்கிறதா? அதட்டல் என்றால் ஒரு தடவையா? இரண்டு தடவையா? திருப்பித் திருப்பி இந்த வலது காதிலே வந்து அதட்டல். சொஜ்ஜிக்கு மேல் அந்த முகம்தான் தெரிகிறது. எனக்குக் கல்லூரியிலே வையாபுரி என்று ஒரு வாத்தியார் இருந்தார். அவர் விவேகானந்தரைப் பார்த்திருக்கிறாராம். ஆஜானுபாகுவாக அவர் நிமிர்ந்து நடக்கிறதைப் பற்றி அடிக்கடி சொல்லுகிற வழக்கம். அப்படியே அவர் இலை மேலே நடந்து போகிறது போல் இருக்கிறது எனக்கு. நடுவேநடுவே நின்று என் பக்கம் திரும்பி இந்தக் கேள்வி; "நீ எங்கேடா வந்தே?" என்று நான் என்ன செய்வேன் சொல்லுங்கள்."

இப்பொழுது என்னமோ தர்மசங்கடத்தில் மாட்டிக் கொண்டிருப்பது போலக் கேட்டார் அனந்தசாமி. "நான் என்ன செய்வேன், சொல்லுங்கள்" என்று அவர் கேட்பது இப்பொழுது தவிப்பது போலிருந்தது. அவருடைய சிரிப்பு மாறாத முகம் இன்னும் அந்தத் தவிப்பைப் பெருக்கிவிட்டது.

"ம்" என்றாள் நாகம்மாள்.

"பார்த்தேன். இது ஏதுடா வம்பாய்ப் போச்சு என்று ஆகிவிட்டது. கைகழுவிக் காப்பி சாப்பிட்ட பிறகு, இப்படி உலவி விட்டு வரலாம் என்று கிளம்பினேன். ஊர்க்கோடி திரும்பி, ஸ்டேஷன் பக்கம் நடந்தேன். நடந்துகொண்டே போனேன். கொஞ்சம் கொஞ்சம் கை மறைகிறாற் போல் வெளிச்சம் குறைந்துகொண்டே வந்தது. ரயில் ஸ்டேஷனுக்கு வழிகாட்டும் ஒரு கைகாட்டி தெரிந்தது. அடுத்த ஸ்டேஷன் இன்னும் கொஞ்ச தூரம்தான். நடந்துகொண்டே அந்த ஸ்டேஷனுக்கே போய்விட்டேன். திருவாரூருக்குப் போகிற வண்டி இன்னும் அரை மணியில் வரும் என்றார்கள். ஒரு டிக்கெட்டை எடுத்தேன்.

வண்டி வருகிற வரையில் பயம்தான். யாராவது தேடிக்கொண்டு வந்துவிடப் போகிறார்களே என்று ஓர் ஓரமாக உட்கார்ந்திருந்தேன். வண்டி வந்தது. ஏறிக்கொண்டேன். திருவாரூரில் இறங்கினேன். கையில் இருந்தது இரண்டு மோதிரம். 'கலியாணமாகச்சே போட்டுக்கொள்' என்று அப்பா கொடுத்திருந்தார். இரண்டும் ஒன்றே முக்கால் பவுன். கடைத்தெரு திறந்திருந்தது. காசுக் கடையில் விற்றேன். அடுத்த வண்டியிலே ஏறி மாயவரம் போனேன். அங்கிருந்து போட்மெயில் ஏறி இங்கே மெட்ராஸுக்கு வந்தேன். மறுநாள் காலையில் டில்லி வண்டியில் ஏறிவிட்டேன். ரிஷிகேசத்துக்குப் போவதற்காக." அனந்தசாமி நிறுத்திவிட்டார்.

"ம்... அப்புறம்?" என்றாள் நாகம்மாள்.

"அப்புறம் என்ன?"

"கலியாணம்?"

"யார் கண்டார்கள்?" என்று அலட்சியமாகப் பதில் வந்தது அனந்தசாமியிடமிருந்து.

# 3

“கலியாண சமயத்துக்குப் பெண்ணைக் காணவில்லை. யாருடனோ ஓடிப் போய் விட்டதே, அப்படி இப்படி என்றெல்லாம் கேட்டிருக்கிறேன். இதிலே மாப்பிள்ளையைக் காணவில்லை. அப்புறம் அந்தப் பெண்ணை எங்கே கலியாணம் பண்ணிக் கொடுத்தார்களாம்?” என்று கேட்டாள் நாகம்மாள்.

“யாருக்குத் தெரியும்? நான் அப்புறம் பத்து வருஷங்கள் கழித்துதானே திரும்பிவந்து அம்மாவைப் பார்த்தேன். அப்பொழுது அப்பா இல்லை. மாமா இல்லை. பெரியண்ணா பெரம்பூரில் இருக்கிறார் என்று கேள்விப்பட்டு அங்கே போனேன். விலாசத்தை விசாரித்துக்கொண்டு போனேன். அண்ணா முன் அறையில் முக க்ஷவரம் செய்துகொள்வதற்காக ஜன்னலண்டை உட்கார்ந்து கத்தியைத் திருகிக் கொண்டிருந்தார். மன்னி வெந்நீரைக் கொண்டு வந்து வைத்தாள். “என்ன அண்ணா?” என்று கூப்பிட்டுக்கொண்டே கால் கட்டையை வாசலில் கழற்றினேன். அண்ணாவுக்கு ஒன்றும் புரியவில்லை. இரண்டு விநாடிகள் விழித்தார். என் மொட்டைத் தலையையும் பழுப்பு வேட்டியையும் பார்த்து அடையாளம் கண்டுபிடிக்க அவருக்கு இரண்டு விநாடியாச்சு.”

“யாரு, அனந்துவா?” என்றார்.

“ஆமாண்ணா!” என்றேன்.

“என்னடா இது?” என்றார். சட்டென்று என்ன தோன்றிற்றோ, “என்ன இது?” என்றார்.

தாம் 'டா' போட்டது அவருக்கே பிடிக்கவில்லை. மன்னி உள்ளே ஓடினாள். அடுத்த கணமே அம்மா ஓடி வந்தாள். யாரது! அனந்து வந்திருக்கானாமே. அனந்து! அனந்து!" என்று ஓடி வந்தாள். கண்களில் கரகரவென்று ஜலம் வந்துவிட்டது. "அனந்து! அனந்து!" என்றாள்.

"என் வேஷத்தைப் பார்த்தாள். அப்புறம் பேசவில்லை. ஏமாற்றி விட்டுப் போனேனே, அதெல்லாம் ஞாபகம் வந்ததோ என்னவோ! நாலு நாட்கள் கழித்துத்தான் கலகலவென்று பேச வந்தது அவளுக்கு. இப்படி நாளாக ஆக எல்லாம் சரியாகப் போய்விட்டது. கடைசியில் என் கூடவே நாலு வருஷங்கள் இருந்தும் விட்டாள். கலியாணம் பண்ணிக்கொள்ளாமல் மோடனம் பண்ணிவிட்டுப் போன தாபம் எல்லாம்கூட மறந்து போய்விட்டது அவளுக்கு. எனக்கு இரண்டு மூன்று தடவைகள் ஜுரம் வந்து படுத்துக்கொண்டிருக்கும்போது, அவளும் என் தலையை அவள் மடியிலே வைத்து, மருந்து போட்டு, உடம்பைத் தடவி விட்டுச் சின்னக் குழந்தை மாதிரி எல்லாம் செய்து போட்டாள்."

சிரிப்பு மாறாமல் பேசிக்கொண்டிருந்த அனந்தசாமிக்குக் கண்ணில் நீர் கட்டி நின்றது. மலர்ச்சி மட்டும் மறையவில்லை. "ஒரே ஒரு சந்தோஷம். இந்தக் காஷாயம் கட்டிக்கொண்ட பிறகுகூட அம்மாவோடு இருந்து அவளுக்குப் பணிவிடை செய்யும்படியாக நேர்ந்தது, பாருங்கள். அது எந்த சன்யாசிக்குக் கிடைக்கும்? அது ஓர் அதிர்ஷ்டம் இல்லையா ... ம்?" என்று கேட்டார்.

நாகம்மாள் அதற்குப் பதில் ஒன்றும் சொல்லவில்லை. அவரைப் பார்த்து வியந்துகொண்டே உட்கார்ந்திருந்தாள். அவர் முகத்தைவிட்டு அகலாத மலர்ச்சியையும், அந்த மிருதுவான சொற்களையும் கேட்கும்போது அவளுக்கு ஏதோ உலக அதிசயத்தைக் காண்பதுபோல் ஒரு பிரமை. இந்த வியப்பு அவரைப் பார்க்கிற பல சமயங்களில் அவள் கண்களில் வந்து நிற்கும். அவர் போன பிறகும் மனத்தில் வந்து வெகுநேரம் வரையில் தேங்கி நிற்கும்.

சன்யாசியின் கண்கள் கலங்குகிறதைப் பார்த்துக்கொண்டே அவள் உள்ளே சென்றாள்.

அனந்தசாமி பையைத் திறந்து துணி மூட்டையை அவிழ்த்து, மூக்குக் கண்ணாடியை மாட்டிக்கொண்டு மருந்து பொட்டணங்கள் நாலைந்தை எடுத்து மடித்தார். அவர் மீண்டும் மூட்டையைக் கட்டிப் பையில் வைப்பதற்கும், நாகம்மாள் உள்ளிருந்து வருவதற்கும் சரியாக இருந்தது.

"கொஞ்சம் சாப்பிடுங்கள்!"

"என்னம்மா?"

"எலுமிச்சம் பழம் ஒன்று இருந்தது. பிழிந்து சர்க்கரை போட்டிருக்கிறேன்."

"சரி, சாப்பிடுகிறது."

"சாப்பாடு?"

"அதெல்லாம் ஆகிவிட்டது!"

"எங்கே?"

"நானேதான் சமைத்தேன். பருப்புப் பொடி, பாகற்காய் குழம்பு, மோர். கால்மணிக்குள் சமையல் ஆகிவிட்டது. சாப்பிட்டேன். எச்சிலிட்டேன். கிளம்பினேன். இந்தாருங்கள் இப்பொழுது ஒரு பொட்டலம், ராத்திரி படுக்கப் போகும்போது ஒரு பொட்டலம். நான் நாளை வந்து பார்க்கிறேன்."

"கிளம்பி விட்டீர்களா?"

"ஆமாம்மா. இன்னும் நாலைந்து இடங்களுக்குப் போயாகணும்."

"அவசரமாகப் போகணும் என்றால் சரி..."

"அவசரம் இல்லை. எதிர்பார்த்துக் கொண்டிருப்பார்கள். பதினைந்து நாட்களாயிற்றே போய்."

"நாளைக்கு வருவீர்களோல்லியோ?"

"கட்டாயம் வரவேண்டும் என்றால் வந்துதான் ஆகவேண்டும். அவசியமிராது என்று தோன்றுகிறது. நான் வந்ததற்கு இப்பொழுது தெளிவாக இருக்கிறதே உங்கள் முகம்!"

"தெளிவுதான். ஆனால் நீங்கள் நாளை வரவேண்டிய அவசியமில்லை என்று சொல்லுகிற மாதிரி இருக்கிறதோ?"

அனந்தசாமி சிரித்தார். "சரி, வருகிறேன்" என்றார்.

"கார் அனுப்புகிறேன். எப்பொழுது என்று சொல்லுங்கள்."
"வேண்டாம். நான் வீட்டில் இருப்பதும் இல்லாததும் எப்பொழுது என்று நிச்சயமாகச் சொல்ல முடியாது. நானே வந்துவிடுகிறேன்."

"சந்திராவைப் பார்க்க வேண்டாமா?"

"நாளைக்கு இருக்கச் சொல்லுங்கள். ...அது சரி! அவள் எப்படி இருக்கிறாள்?"

"நீங்கள்தான் சொல்லவேண்டும்."

"அவள் இஷ்டப்படி விடுங்கள். மனசு கொஞ்சம் தேறட்டும்... அவளை ஒன்றும் சொல்ல வேண்டாம்."

நான் வாயைத் திறக்கிறது கிடையாது. ஆனால் வீட்டில் இருப்புக் கொள்ளாமல் அவள் அலைகிற அலைச்சல்தான் கண்றாவியாக இருக்கிறது. என் மனசும் கிடந்து பறக்கிறது."

அவள் முகம் வாடுவதைப் பார்த்தார் அனந்தசாமி. "ராமா ராமா என்று சொல்லுங்கள். எல்லாம் சரியாகி விடும்" என்று கூறி எழுந்துகொண்டார்.

"நீங்கள் சொன்னபடியே செய்கிறேன். ராமனே வழி விடட்டும்... குருசாமி, குருசாமி!..." என்று கூப்பிட்டாள் நாகம்மாள்.

"எதற்கு?"

"காரில் கொண்டுவிடச் சொல்கிறேன். எங்கே போகணும்?"

"மாம்பலம் வந்தாச்சு. பழைய மாம்பலம் போய்விட்டு வரலாம் என்று பார்க்கிறேன். அரை மைல்கூட இல்லை. நான் நடந்து போகிறேன்."

"இல்லை ஸ்டேஷன் மட்டும் அவன் வரட்டும்" என்று குருசாமியை மீண்டும் கூப்பிட்டாள் நாகம்மாள்.

ஒரு நிமிஷம் கழித்துக் கார் வாசலைக் கடந்தது.

உடனே பரபரவென்று உள்ளே நுழைந்தாள் நாகம்மாள். இத்தனை நேரமாக அவள் வரவழைத்துக் கொண்டிருந்த கிறு கிறுப்பு, சோர்வெல்லாம் அந்தக் காருடனே வெளியே தாவி ஓடிவிட்டது போலிருந்தது.

"ருக்கு, ருக்கு!" என்று கூப்பிட்டுக்கொண்டே உள்ளே ஓடினாள்.

"ஏன்?"

"இவர்தானா?"

"இவரேதான்."

"இவரேயா!"

"இவரேதான்!"

"நிச்சயமாக!"

"நிச்சயமாக இவரேதான்."

அதைக் கேட்டுப் பொத்தென்று நாற்காலியில் உட்கார்ந்து விட்டாள் நாகம்மாள். இருவருக்கும் பேச்சு வரவில்லை. ருக்கு நெட்டுக் குத்தலாக தரையைப் பார்த்துச் சமைந்து கிடந்தாள்.

ருக்குவுக்கு ஏறக்குறைய நாகம்மாள் வயதுதான். ஆனால் அவளைப்போல் தலை நரைக்கவில்லை. கருகருவென்று சிற்றலை ஓடிற்று. வெடவெடவென்று உடல், தென்னம் பூ நிறம். சற்று உயரம்தான். முகத்தில் அளவு மீறிய அமைதி. சதைப்பிடிப்பு இறுக்கம்விடாத அங்கங்களில் கூட அந்த அமைதி விரவியிருந்தது. நாகம்மாளின் இலேசான தளர்ந்த பருமனுக்கும் ஆவல் நிறைந்த கண்ணுக்கும் பேச்சுக்கும் நேர் எதிராக இருந்தன. இந்த அமைதியும் மென்மையும்: சாத்துக்குடியையும் கமலாப் பழத்தையும் எதிரெதிரே வைத்தாற்போல் இருவரும் உட்கார்ந்துகொண்டிருந்தார்கள். அந்த மாதிரிதான் நாகம்மாளுக்குத் தோன்றியது. அதை மனம் விட்டுச் சொல்லியும் விட்டாள்.

“நான் குடகாரஞ்சுமாதிரி கொளகொளன்னு உட்கார்ந்திருக்கேன். நீ சாத்துக்குடி மாதிரி உரிக்க முடியாமல் உட்கார்ந்திருக்கே!” என்றாள் அவள்.

“இல்லையே. நீதான் சாத்துக்குடி மாதிரி அழுத்தமாக இருந்தே. கிறுகிறுப்பு, மயக்கம் என்று இத்தனை நாழியா இன்பேஷண்டு மாதிரி பேசிக்கொண்டிருந்தே.”

“திருவாரூர்லெ ரயில் ஏறினேன்னு சொன்னவுடனே இவராகத்தான் இருக்கணும்னு என் மனசிலே ஸ்திரமாயிடுத்து. உன்னை உள்ளேயிருந்து இழுத்துண்டு வந்து, இவதானா பாரும்’னு கேக்கலாமான்னு பறந்தது உடம்பெல்லாம்!”

ருக்கு பதில் சொல்லவில்லை. மறுபடியும் தரையைப் பார்த்துக்கொண்டு உட்கார்ந்திருந்தாள். அந்தக் கண்ணில் ஓர் அச்சம்; விட்டுவிட்டு வந்த பழைய பாதையில் மறுபடியும் ஓடிப்போய் எங்கேயோ நின்ற ஒரு தொலைவு.

நாகம்மாள் அவள் புற அழகைப் பார்த்து லயித்திருந்தாள். ஒரு காலத்தில் உருண்டிருந்த அந்த முகம் கன்னச் சதைகள் குறைந்து, நீண்டு விட்டதுபோல ஒரு தோற்றம். அந்தத் தேய்வு முகத்தின் அழகைச் செதுக்கியும் குழித்தும் இன்னும் அழகுபடுத்தி யிருந்தது. சற்றுத் தூக்கினாற் போன்ற நாசிநுனி பக்கவாட்டில் பார்க்கும்போது, கத்தியால் வழித்துவிட்டாற்போல் வளைவு சரிவின்றி நறுக்கென்று தெரிந்தது. அவள் முகத்துக்கு அழகு கொடுத்ததே அதுதான். அந்த நறுக்கின் அமைப்பால்தான் சாதாரணமாக அமைந்த அந்த மேலுதடும், அதற்குச் சமமாக

இல்லாமல் சற்று உள்ளே தள்ளியிருந்த கீழுதடும் ஒளியை அதிகமாக வாங்கி இன்னும் அழகுபோல் தோன்றின. நெற்றியில் நேர்வகிடு, பள்ளமில்லாத நெற்றி, சற்றுப் பெரிய அடிக் காது – எல்லாம் தனித்தனியாகப் பார்த்தாலும், சேர்ந்து பார்த்தாலும் அமைச்சலாக இருந்ததைக் கவனித்தாள் நாகம்மாள். தூர இருந்து பார்க்கிற பொழுது ஓர் எடுப்பும், அருகில் வந்து பார்க்கையில் தனித்தனியாக, ஒட்டாமல் விண்டும் நிற்கிற அங்க அமைப்பில்லை இது. உதட்டின்கீழ் ஒரு பள்ளம், குழிவாய். அதிலே ஓர் அழுத்தம். அகன்றவழிந்த தோள் – தென்னை அடிமட்டைபோல், இல்லை பரசுராமன் கோடாரிபோல் சட்டென்று இடையே நோக்கிச் சரிகிற முதுகு.

அப்பா! என்ன அழகு! ஆனால் கொஞ்சம் பயப்படுத்துகிற அழகுதான்.

இந்த முதுகின் கோடாரி அழகையும் வாயைக் கட்டிப் போடுகிற இந்த முகவாயையும் கண்டுபயந்துதான், சொல்லிக்கொள்ளாமல் புறப்பட்டு விட்டாரா அனந்தசாமி! – நாகம்மாளுக்கு ருக்குவின் உடலை விட்டுக் கண்ணை எடுக்க முடியவில்லை.

ருக்குவின் முகத்தில் ஓர் அச்சம்! இப்பொழுது ஒரு புன்முறுவலின் நிழல் படர்ந்தது.

“எனக்கு ருக்கு..?”

ருக்கு திரும்பினாள். அந்த நறுக்கு மூக்கை கடிக்க வேண்டும் போலிருந்தது நாகம்மாளுக்கு. அதைப் பார்க்க பார்க்க அவளுக்குத் தாங்கவில்லை. “சண்டாளி, இவ்வளவு அழகாயிருக்கியேடி நீ!” என்றாள்.

“என்னது இது!”

“கிட்ட வந்து பார்க்கப் பார்க்கத்தாண்டி உன் அழகு ஒவ்வொண்ணாகக் கிளம்பறது.”

“கிளம்பி என்ன பண்ணும்?”

“அதைத்தான் நானும் யோசிச்சிண்டிருக்கேன்...” மறுபடியும் ருக்கு லேசாகச் சிரித்தாள்.

“என்னத்துக்கு இந்தச் சிரிப்பு, மந்தஹாசம் எல்லாம்! சொல்லித் தொலையேன். பிரமாதமா கண்ணை நெட்டுக்குத்தி யோசிச்சிண்டிருந்தியே! என்னத்தைப் பார்த்துண்டிருந்தே சொல்லேன்.”

“அன்னிக்கி நடந்த ரகளையைத்தான். மாப்பிள்ளை அழைக்கிறதுக்காக எல்லாம் கிளம்பியிருக்கு. மாப்பிள்ளையைக்

காணோம். குளம் குட்டையெல்லாம் தேடினார்கள். தோப்பு, சத்திரம் எல்லாம் சல்லடை போட்டுச் சலித்தார்கள். போட்டது போட்டபடியே கூடம் சமையலறைன்னு அங்கங்கே பலர் உட்கார்ந்துவிட்டார்கள். அம்மா பிரமை பிடித்தாற்போல் உட்கார்ந்திருந்தாள். காஸ்விளக்கு 'புஸ்'ஸுன்னு சத்தமிட்டு எரிஞ்சிண்டிருந்தது. நான் அதையே கேட்டுக்கொண்டு உட்கார்ந்திருந்தேன். அழுகை வரவில்லை எனக்கு. குழந்தைகள் எல்லாம் தூங்கிக்கொண்டிருந்தன. நான் ஒவ்வொன்றாகப் பார்த்துக்கொண்டு அமர்ந்திருந்தேன். சம்பந்திகள் இறங்கியிருந்த ஜாகையிலும் யாரும் தூங்கவில்லையாம். இன்னும் தேடிக்கொண்டிருந்தார்கள். திடீர் என்று ஒரு பயம் வந்து, எங்காவது ஆற்றில் குளத்தில் விழுந்து – கொஞ்ச நேரம் இப்படிப் பயந்து நடுங்கினேன். அப்புறம் தோணித்து! யாருக்கு யார் என்ன சம்பந்தம்! திடீரென்று இந்த ஊருக்கு வந்து நிம்மதியாக சந்தோஷமாக இருந்தவர்களை இப்படிக் கதிகலங்க அடிச்சு, அவமானப்படுத்தி ஊரெல்லாம் பார்த்து இரக்கப்பட்டு மூச்சுக்கொட்டும்படியாப் பண்ண இவர்கள் யார்? அநாகரிகம் பிடித்த கும்பல் என்று ஆத்திரம் வந்தது. அவர்கள் என்ன செய்வார்கள்? நம்மைப்போல் அவர்கள் தவிக்கிற தவிப்பு! அவர்களையும் பார்த்து இரக்கப் படத்தான் வேண்டியிருந்தது...”

ருக்கு நிறுத்திவிட்டாள். நாகம்மாளும், தானே பேச்சு தொடர்ந்து வரும் என்று மேலே பேசாமல், குறுக்கிடாமல் அவளைப் பார்த்தவாறு உட்கார்ந்திருந்தாள். அவள் கண்ணும் அந்தக் காட்சியை, 'புஸ்' என்று எரியும் காஸ் விளக்கையும், தூங்கும் குழந்தைகளையும், பிரமை பிடித்த பெரியவர்களையும், அரிக்கேன் விளக்குடன் ஊரில் குளம் குட்டைகளில் தேடும் உருவங்களையும் பார்த்துக் கொண்டிருந்தது.

“தூக்கம் எப்படி வரும்?” – ருக்கு மீண்டும் பேசினாள். “நடுநிசி இருக்கும். தாத்தா வந்தார். அம்மாவுக்கு அப்பா; அம்மாவிடம் வந்தார். 'காமு; பேசாமல் எழுந்திரு. நான் முடிவு பண்ணிப்பிட்டேன் நாளைக்கு முகூர்த்தம் தவறப்படாது. அதே முகூர்த்தத்திலே கலியாணம் நடக்கத்தான் போகிறது. நம்ம நடேசனை மணையிலே உட்கார வைச்சுத் தாலி கட்டச் சொல்லப் போகிறேன். என்ன சொல்றே?” என்றார்.

நடேசன் தாத்தாவுக்கு அத்தை பேரன், கல்யாணத்துக்கு வந்திருந்தான்.

“என்ன சொல்றே, காமு! இந்தப் பிள்ளைக்கு அவன் என்ன குறைச்சலாப் போயிட்டான்? படிப்பு அவ்வளவு இல்லை. எட்டு கிளாஸ்தான் படிச்சிருக்கான். ஆனா மளிகைக் கடையிலே

தினம் இருநூறு ரூபாய்க்கு வியாபாரம் பண்ணுகிறான். தினம் இருபது ரூபாய் மீக்கறான். உறவுக்கு உறவாச்சு, அன்ன—அசல், எப்படியோ என்னவோன்னு பயமில்லை. என்ன சொல்றே?' என்று கெடுபிடியாகக் கேட்டார். அம்மாவுக்கு ஒன்றும் புரியவில்லை. பேசாமல் உட்கார்ந்திருந்தாள். தாத்தா கிட்டி கட்டினார். 'எனக்கு ஒண்ணும் புரியலையேப்பா! அவாகிட்டே சொல்லுங்கோ' என்று அப்பாவைக் காண்பித்தாள். அப்பா அங்கு இல்லை. மாப்பிள்ளையைத் தேடப் போயிருந்தார் போலிருக்கிறது. அரைமணி கழித்து அம்மாவிடம் வந்தார் தாத்தா. 'தாத்தா, நாளைக்கு முகூர்த்தம் நடக்காது!' என்று சுவரோரமாக உட்கார்ந்திருந்த நான் கத்தினேன்.

'ஏன் நடக்காது? ஏன் நடக்கப்படாது?' என்றார் தாத்தா.

'நடக்காது. நடக்கவும்படாது!' என்று நான் அழுத்தமாகப் பதில் சொன்னேன்" என்றாள் ருக்கு.

"அப்ப உன் முகவாயைப் பார்த்து நடுங்கிப் போயிருப்பாரே, உங்க தாத்தா!" என்றாள் நாகம்மாள்.

"இல்லை 'குழந்தே! உன் இஷ்டத்துக்கு மாறா ஒண்ணும் நான் சொல்லல்லே. ஆளையே காணோம், இது என்ன அவமானம்! இதை எப்படிச் சகிச்சுக்கிறது? இதே முகூர்த்தத்திலே கலியாணத் நடத்திக் காண்பிக்கவேண்டாமா அவர்களுக்கு. இளிச்சவாயன்னு பட்டம் கட்டிக்கிறதா?' என்றார் தாத்தா. நான் அப்பொழுது துணிச்சலாகத் திருப்பிக் கேட்டேன். நிசிப்பிசகாகத்தான் இருந்தது. சடேரென்று சொல்லணும்னு தோணித்து, கொட்டிப்புட்டேன்."

"சொல்லேன், நானும் கேக்கறேன்."

"இது என்ன தாத்தா, மரத்துப்போன பசுமாடா? திடீர்னு இதே வேளையில் வேறொருத்தனைக் கொண்டு தாலி கட்டச் சொல்றேங்கறேளே — இது என்ன, மனுஷாக் கல்யாணமா? மாட்டுக் கலியாணமா?" என்று கேட்டுவிட்டேன். தாத்தாவுக்கு மூஞ்சி சின்னதாகப் போயிட்டுது. தலையைக் குனிஞ்சிண்டே வெளியிலே போயிட்டார்.

"நீ கேக்கிறவள் தாண்டி அப்படி!" என்று நாகம்மாள் சிரித்தாள். ஆனால் அந்தச் சிரிப்பில் நெஞ்சையடைக்கிற கருணையும் நிறைந்துதான் கிடந்தது.

மறுநாள் தாத்தா அரற்றிக்கொண்டாற்போல் அதே முகூர்த்தத்தில் ஒன்றும் நடந்துவிடவில்லை. காணாமற்போன மாப்பிள்ளை, வரலாம் என்று முகூர்த்த நேரம் வரை

பார்த்துவிட்டு ஏமாந்து போய், சம்பந்தியாக வந்தவர்கள் மூட்டையைக் கட்டினார்கள். அனந்தசாமியின் தகப்பனார் மட்டும் எல்லோரும் கிளம்பி மறைந்ததும் பெண்வீட்டுக்குள் வந்து எல்லோருக்கும் கூடத்தில் நெடுஞ்சாண்கிடையாக விழுந்து வணங்கி "என்னை எல்லாரும் மன்னிச்சுக்கணும். இவ்வளவு அவமானத்தை இப்படித் தலையில் கட்டிவிட்டுப் போனானே, அவனுக்காகவும் மன்னிப்புக் கேட்டுக்கறேன். இந்தக் குழந்தை எங்க வீட்டுக்க வரணும் வரணும் என்று மனப்பால் குடிச்சேன். அதுக்கு நீ பாக்கியம் பண்ணலேன்னு பகவான் நினைக்கிறான் போலிருக்கு. ஆனால் இவ்வளவு தாமசமாக நினைத்திருக்க வேண்டாம். நீங்கள் ஒண்ணும் மனசிலே வெச்சுக்கப்படாது" என்று மேலே பேசமுடியாமல் உதடும் கன்னமும் கோண வெளியே வந்தார். இரண்டு நாட்கள் கழித்து அவரிடமிருந்து ஐந்நூறு ரூபாய் பணம் வந்தது. வாங்கிக்கொண்ட பணத்தை ஏற்கனவே கொடுத்துவிட்டார் அவர். அபராதமாக இந்தப் பணத்தைக் கொடுப்பதாக என்று பணத்தோடு வைத்திருந்த கடிதம் சொல்லிற்று. ருக்குவின் தகப்பனார் அதை உள்ளூர்க் கோவிலின் ஜீரணோத்தாரண கைங்கரியத்துக்காகச் சேர்த்துவிட்டார்.

ருக்குவுக்கும் அந்த முகூர்த்தத்தை விட்ட பிறகு கலியாணம் ஆவதாக இல்லை. ஒரு வருஷம் இரண்டு வருஷங்கள் ஆகி விட்டன. வீட்டில் எல்லோருக்கும் திக் திக்கென்றது. இவ்வளவு பெரிய பெண்ணைக் கலியாணமாகாமல் வீட்டில் வைத்துக் கொண்டிருப்பது ஏதோ திருட்டுச் சொத்தை வைத்திருப்பதுபோல விஷமருந்தைக் காப்பாற்றுவதுபோல் இருந்தது. பேச்சுக்கும் வம்புக்கும் அவ்வளவு பயந்து நடுங்கின காலம். அப்பாவும் தாத்தாவும் வேறு எங்கெங்கோ வரன் தேடிக்கொண்டிருந்தார்கள். மற்றப் பெண்கள் பலருக்குக் கலியாணமாகி விட்டது. ஆகியும் கொண்டிருந்தது.

"கடைசியில் பிள்ளையின் அப்பா சொல்லிவிட்டுப் போனாரே நமஸ்காரம் பண்ணிக்கொண்டே, அது என்னைக் கொட்டி விட்டது. பூச்சி கடித்தால் கொடுக்கு மட்டும் தோளில் மாட்டிக் கொள்ளுமாமே, அந்த மாதிரி அவர் சொன்னது என் மனசில் மாட்டிக்கொண்டு விட்டது. நினைத்து நினைத்து மனசு அரிக்கும். அது நாளாக ஆகப்பெரிய வீக்கமாகிவிட்டது" என்று ருக்கு மறுபடியும் பேசிக்கொண்டிருந்தாள்.

"நீ சொன்னே பாரு – என் முகவாயைப் பார்த்து அவர் பயந்து ஓடிப்போய் விட்டாரோ என்று. அப்படி ஒன்றும் நெஞ்சுரப்போடு, அழுத்தமாக இல்லை உள்ளுக்குள்ளே அதிர்ந்து கலங்கிவிட்டேன். இன்னதென்று தெரியாத ஒரு பயம் என்

மனசில் புகுந்துவிட்டது. யாராவது இரைந்து பேசினால்கூட என் மனசு நடுங்கும். அப்பா யாராவது ஆளோடு கத்துவார். அம்மா வேலைக்காரியைப் பார்த்துக் கொஞ்சம் உஷ்ணமாக ஏதாவது சொல்லுவாள். இதெல்லாம்கூட எனக்குக் கேட்க முடியவில்லை. யாரும் இரையக்கூடாது. இரைந்து சிரிக்கக்கூடாது. டமால் டமால் என்று பக்கெட்டைக் கீழே வைப்பது, பாத்திரங்களை வேகமாக வைப்பது, கதவுகளைச் சத்தம்போட்டுச் சாத்துவது – இவையெல்லாம் என்னைத் திக்திக்கென்று அரளச் செய்யும்.

"இரண்டு வருஷங்கள் கழித்து ஒரு மாத லீவில் ஒன்றுவிட்ட பெரியப்பா டில்லியிலிருந்து வந்திருந்தார். அவர் பெண் டில்லியில் படித்துக்கொண்டிருந்தாள். வந்த இடத்தில் அம்மை போட்டுத் திடீரென்று குளிர்ந்து விட்டாள். ஒருமாதம் கழித்து அவர் ஊருக்குப் போவதற்கு முதல்நாள் நான் அவரோடு தனியாகப் பேசிக்கொண்டிருந்தேன். 'பெரியப்பா! எனக்கு இரண்டு தங்கைகள் இருக்கிறார்கள், ஆறு வயதிலும் மூன்று வயதிலும்' என்றேன் திடீரென்று.

'ஆமாம்.'

'உங்களுக்கு லீலா ஒருத்திதான் இருந்தாள். சுவாமிக்கு அதுகூட அதிகம் என்று பட்டுவிட்டது...'

பெரியப்பாவுக்கு நினைவெல்லாம் மீண்டும் பொங்கி உடல் குலுங்கியது. பல்லைக் கடித்துச் சாந்தப்படுத்திக்கொள்ள இரண்டு நிமிஷமாயிற்று.

"பெரியப்பா! நானும் டில்லிக்கு வரேனே. உங்களோடு வந்து இருக்கிறேன்" என்றேன் நான்.

ஒன்றும் புரியாமல் என்னை நிமிர்ந்து பார்த்தார். நான் வாய்விட்டுச் சொல்லவில்லை. ஆனால் என் மனசில் அப்பொழுது ஓடின எண்ணம் அவருக்குத் துளியாவது புலப்பட்டுத் தானிருக்கும்.

'பெரியப்பா! நான் உங்களோட இருக்கிறேன். பெற்றவர்கள் வீட்டில்தான்ஒரு பெண்ணுக்கு இருப்பது சிரமம். இந்த வயசில் அவளுக்கு இங்கே இருக்கும் உரிமை கிடையாது. அவர்களும் சரி, ஊரும் சரி – அதைப்பார்த்துக் கொண்டிருக்க மாட்டார்கள். பெறாத பெற்றவர்கள் வீட்டில் இருப்பதை யார் என்ன சொல்ல முடியும்?' என்று நான் அப்பொழுது அவரை மனசுக்குள்ளேயே கேட்டுக்கொண்டிருந்தேன்.

'ருக்கு, உன்னை அழைத்துப் போகணும் என்று தோன்ற வில்லை எனக்கு. நடக்க முடியாத காரியம் எப்படி மனசுக்குப்

படும்? நிச்சயமாக நீ வருவாயா? நீ அங்கேயே இருக்கலாம்; படிக்கலாம். டில்லி உனக்கு ரொம்பப் பிடிக்கும். இப்படி அடைந்துபோய்க் கிடக்கவேண்டாம் அங்கே.'

பெரியப்பாவுக்குத் திடீரென்று முகம் மலர்ந்துவிட்டது, நான் வருகிறேன் என்று சொன்னதே, இத்தனை நாளாக யாரும் பார்க்காத ஒரு கதவைத் திறந்து 'இதெல்லாம் உன்னுடையது' என்று ஒரு பெரிய தோட்டத்தைக் காண்பித்தால் எப்படியிருக்கும்? அந்த மாதிரி ஒரு பரபரப்பும், ஒரு புதுப் பூரிப்பும் பெரியப்பாவின் உடலுக்குள் புகுந்துவிட்டன. சந்தோஷத்தில் அவர் என்னென்னமோ பேசிக் கொண்டிருந்தார்.

'ஒரே ஒரு மாதம் வந்திருக்கட்டும் ... அப்புறம் கொண்டுவந்து விட்டுவிடுகிறேன்' என்று பெரியப்பா அப்பாவையும் அம்மாவையும் சம்மதிக்கச் செய்து விட்டார்.

சில குழந்தைகள் யார் கூப்பிட்டாலும், எங்கே கூப்பிட்டாலும் கிளம்பிவிடுமே, அந்த மாதிரி புடவை, துணிமணி எல்லாவற்றையும் எடுத்துக்கொண்டு கிளம்பிவிட்டேன். அந்தச் சமயத்தில் விட்டுவிட்டுப் போய்விட்டால் குழந்தை மாதிரி கத்தி அழுதுகூட இருப்பேனோ என்னவோ.'

நாகம்மாள் அதைக் கேட்டுச் சிரித்தாள். அவள் கண்கள் ருக்குவின் முகத்தைவிட்டு அசையவில்லை. ஒவ்வொன்றாக அனுபவித்து, முப்பது வருஷங்களுக்கு அப்பால் நின்று, மனசு ஒட்டியும் ஒட்டாமலும் அவள் சொல்லிக்கொண்டிருந்ததைக் கேட்டு லயித்து விட்டாள். மையைப் பார்த்துக்கொண்டே சொல்லும் மந்திரவாதியைக் கேட்பது போலிருந்தது அவளுக்கு. ருக்கு பேசிக்கொண்டேயிருந்தாள். ருக்குவோடு நாகம்மாள் நெருங்கிப் பழகுவது இதுதான் முதல் தடவை. அதாவது இவ்வளவு நெருங்கிப் பழகுவது நாகம்மாளுக்கும் ஒரு புதுக் கதவைத் திறந்துவிட்டது போல்தான் இருந்தது. ருக்குவோடு பேசுவது.

டில்லிக்கு அழைத்துப் போன பெரியப்பா ஒரு மாசம் கழித்து ஊருக்கு அவளைக் கொண்டுவிடவில்லை. அங்கேயே ஒரு பள்ளிக்கூடத்தில் சேர்த்துவிட்டார். கொஞ்சம் கொஞ்சமாகத் தமக்குப் பெண்ணில்லாத குறையை அவர் தீர்த்துக் கொண்டிருப்பதாக எழுதினார். அந்த வருஷக் கடைசியில் கோடை விடுமுறைக்குத்தான் ஊருக்கு வந்தாள் ருக்கு.

o  o  o

ருக்குவின் கல்யாணப் பேச்சை மறுபடியும் தொடங்கினார்கள் பெற்றோர்கள். 'இன்னும் ஒரு வருஷம் மட்டும் படித்துவிடுகிறேன்'

என்றாள் ருக்கு. டில்லிக்குத் திரும்பிவிட்டாள். ஒரு வருஷம் என்று ஐந்து, ஆறு, ஏழு என்று வருடங்கள் வேகமாகப் போய்க் கொண்டேயிருந்தன.

ஆறாம் வருஷம் ஊருக்கு வந்தபோது அவள் பூரித்து உயர்ந்து குலுங்கினாள். அம்மாவுக்கு என்னவோ கொடி கொம்பின்றி, அணைப்பின்றிக் கீழே புரளுவது போலிருந்தது. அவள் அழகைக் கண்டு பிரமித்தாள்; பெருமூச்சு விட்டாள்.

"இப்படியே திடுதண்டியா எத்தனை நாள் நிற்கப் போறே? கலியாணம்னு வாயைத் திறந்தால், 'பார்த்துக்கலாம்னு' அந்தண்டை ஓடிப்போய் விடுகிறாயே!"

"கலியாணம்னு கழுத்தை நீட்டினபோது ஓடிப் போய்ட்டான் ஒருத்தன். இனிமேல் நான் கழுத்தை நீட்டறபோது தான் வரட்டுமே."

"தானா வருவானா."

"என்னமோம்மா நீ பேசறதே ஒண்ணும் பிடிபடலே எனக்கு."

எட்டாவது வருஷம் ஆன பிறகு, ருக்கு கல்லூரியில் ஆசிரியையாகி விட்டாள் என்று கடிதம் வந்தது. அந்த வருஷம் டிசம்பர் மாதம் அப்பாவுக்கு ரத்த அழுத்தத்தினால் பாரிச வாயு வந்துவிட்டது என்று டில்லிக்குத் தகவல் போயிற்று. ருக்கு அவசரம் அவசரமாக ஓடி வந்தாள். அப்பாவுக்கு வெறும் பாரிசவாயு இல்லை. மயக்கமாக விழுந்து கிடந்தார். ஒரு வார மயக்கம். அவளைக்கூடக் கண்ணைத் திறந்து பார்க்கவில்லை. அவள் வந்த மூன்றாம் நாள் அவர் கண்ணைத் திறக்காமலேயே அடங்கிவிட்டார்.

"எனக்கு வேலை கிடைச்சு நானும் பணம்னு சம்பாதிச்சு, சுதந்திரமாயிருக்க ஆரம்பிச்ச பிறகு அப்பா என்னைப் பார்க்க வில்லை. நான் சம்பாதிச்ச பணத்திலே என் தங்கைக்குக் கலியாணம் பண்ணி வைக்கணும், அவர் அதைப் பார்க்கணும்னு கோட்டை கட்டிண்டேயிருந்தேன். ஆனா, அப்பா கடைசியாகப் பார்க்கக்கூடக் கண்ணைத் திறக்கவில்லை. அதை நினைச்சுத்தான் எனக்கு மனத்துக்குச் சிரமமாயிருந்தது–"

ருக்கு பேசிக்கொண்டே வந்தவள் சற்று நிறுத்தினாள். நாகம்மாளுக்கு அவளைப் பார்க்கப் பார்க்கப் பிரமிப்பாக இருந்தது.

# 4

“அம்மாவுக்கு அப்புறம் கலியாணம் என்று சொல்லவே வாய் வரவில்லை. பேசாமல் என்னோடு டில்லிக்கு வந்துவிட்டாள்” என்றாள் ருக்கு.

“உன் தங்கை எங்கே இருக்கா இப்ப?” என்று கேட்டாள் நாகம்மாள்.

“டாட்டா நகரில். அவள் புருஷன் அங்கே நல்ல வேலையில் இருக்கிறார்.”

“குழந்தை?”

“இரண்டு பெண், இரண்டு பிள்ளை.”

“எல்லாம் கப்பும் கிளையுமா வளர்ந்துண்டிருந்தது உன்னைச் சுற்றி. ஆனால் நீ அப்படியே பாக்கு மரம் மாதிரி நின்னுட்டே.”

“நின்னா என்ன? நான் இவரைக்கூடச் சரியாகப் பார்க்கலே. இதே மாதிரிதான் அப்பவும் இருப்பார். சட்டை போட்டுண்டு வந்திருந்தார். தலையிலே நிறைய மயிர் இருக்கும். ஆனால் இதே மாதிரி நல்ல பலமான உடம்புதான். இது மாத்திரம் ஞாபகம் இருக்கு—”

“உனக்கு ஒன்றுமே தோணலியா அப்புறம்?”

“எனக்கு அவர் மேலே ஆசைன்னு ஒண்ணும் இல்லை. ஆசைக்கு என்ன இருக்க முடியும்? இரண்டு விநாடி கூடப் பார்க்க முடியாத ஒரு புருஷனிடம் என்ன ஆசை? ஆனால் அவர் ஓடிப்போன பிறகு எனக்கு ஒன்றுமே புரியவில்லை. அத்தனை கலைசல், கலக்கம், பயத்துக்கு நடுவில் உள்ளுக்குள்ளேயே ஒரு கோபம். இவனை மறுபடியும் ஒரு தடவைப் பார்த்து ஏனய்யா ஓடினீர்’ என்று கேட்டுவிட

வேண்டும் என்று ஆசை. அதைக் கேட்டுவிட்டுப் பிறகுதான்... அதுவரையில் கலியாணம் கிலியாணம் என்ற பேச்சே எடுக்கக் கூடாது என்று ஒரு தீர்மானம், ஒரு பிடிவாதம் விழுந்துவிட்டது."

"... சரி... கேட்ட பிறகு..?" என்று இலேசாகப் புருவத்தை நிமிர்த்தினாள் நாகம்மாள்.

ருக்கு ஒன்றும் பதில் சொல்லவில்லை. "ஹ¯ம்" என்று மகா அசட்டையுடன் ஒரு புன்முறுவல் வந்தது.

"அவர் இத்தனை நேரம் பேசிக்கொண்டிருந்த பொழுது நீ ஏன் கேட்கவில்லை? அப்படி அடக்கிக் கொண்டு உள்ளேயே எப்படி இருக்க முடிந்தது உன்னால்" என்று நாகம்மாள் கேட்டதற்குப் பதில் சொல்லச் சற்று யோசனை செய்யவேண்டியிருந்தது ருக்குவுக்கு. சற்றுக் கழித்துச் சொன்னாள். "திடீரென்று பார்த்தால் படபடவென்று பொங்கிக்கொண்டு வரும். மனத்தில் நினைத்ததைப் பொரிந்து கொட்டிவிட்டுப் போய்விடலாம். ஆனால் அப்படி இல்லையே இங்கே. இந்த உருவத்தை இன்றுதான் நன்றாக நேரில் பார்த்தேனே தவிர, தினம் ஒரு தடவையாவது ஏன் ஓடினீர் என்று இவரைக் கேட்டுக்கொண்டுதானிருக்கிறேன். இந்த இருபது வருஷங்களாகக் கேட்டுக்கொண்டேயிருக்கிறேன். எனக்கு என்னமோ அதை மறக்க முடியவில்லை. மிகையாகச் சொல்லவில்லை. ஏன் ஓடணும் ஏன் ஓடணும் என்று ஒரு கேள்வியை நான் கேட்காத நாளில்லை. மனக் கடையில் அந்தக் கறுப்பு உருவம் உட்கார்ந்திருக்கிறது போலிருக்கு – பூசின மாதிரி. இப்படித் தினமும் கேட்கிறபோது ஆளைப் பார்த்ததும் என்ன படபடப்பு வந்துவிடப் போகிறது."

நாகம்மாள் சொன்னாள்: "அவர் நாளைக்கு வருவேன் என்றிருக்கிறார். நீ அவரைச் சந்தியேன்."

"பேஷாகச் சந்தித்தால் போகிறது" என்று ஒரு புன்முறுவலுடன் சொன்னாள் ருக்கு. என்னவோ பெரிதாக வேடிக்கை பார்க்கிறோம் என்று நினைத்திருக்கிறாள் இவள். ஆனால் அப்படி ஒன்றும் நடக்கப் போவதில்லை என்று சொல்வது போல.

அதோடு அந்தப் பேச்சு முடிந்துவிட்டது. நாகம்மாள் மட்டும் விடவில்லை. என்னென்னமோ கேட்டுக்கொண்டிருந்தாள் – ஒரு பெண்ணை இன்னொரு பெண் கேட்கிற கேள்விகளை, சற்று அந்தரங்கமாகக் கேட்கிற கேள்விகளையெல்லாம் – கேட்டுக்கொண்டிருந்தாள். "என்ன ருக்கு, நீ இப்படியேவா கட்டை மாதிரி இருந்திண்டு வரே? உனக்கு யார் மேலும் ஆசையே விழவில்லையா? ஒரு ஆண் பிள்ளையிடம்கூட?... இல்லையா? நெசம்மாவா? சேப்பா, பார்க்க அங்கமா, அழகா,

முழியும் மூக்குமா, புத்திசாலியா, கெட்டிக்காரனா, ரொம்பப் பிரியமா ஒருத்தன் பேசறான், அவனைப் பார்த்துக்கூட ... நிஜமா?" எல்லாவற்றுக்கும் இல்லை என்று பதில் வந்தது.

நாகம்மாள் "என்னமோம்மா" என்று நம்பாமல் சொல்லுவது போல் அவளைப் பார்த்தாள்; ஆனால் சொல்லவில்லை. நம்பாதது மட்டுமில்லை. அவள்மீது சற்று அலட்சியம் கூட ஏற்படுவது போலிருந்தது. அவள் சொல்வது உண்மையாயிருந்தால், என்று யோசிக்கும்போது அந்த அலட்சியம் அதிகமாயிற்று. இந்த ஆசைகூட இல்லாமல் எப்படி ஒருத்தி பொம்மனாட்டியாக இருக்க முடியும்? நல்ல அறிவு, அழகு, பார்வை, மனசு – இப்படி ஒருத்தன் வரும்போது மனசு அசையவில்லை, இளகவில்லை என்று சொன்னால், இவள் என்ன மனுஷியா? மிருகத்துக்கும் கேவலமான இனமா? இவள் எதற்காகப் பிறந்திருக்கிறாள்? இந்த மாதிரி திருதண்டியா நின்றுகொண்டு புஸ்தகங்களைப் படித்துவிட்டு, மறுநாள் காலையில் காலேஜுக்குப் போய் நூறு குட்டிகளிடம் அதைத் திருப்பிக் கக்கவா? இது என்ன ஜன்மம், ஒன்றையும் பார்க்கமாட்டேன் என்று கூழைப் பாம்பு மாதிரி கிடக்க இந்த அழகான உடம்பு, இந்த மனசு, இந்தக் கண் – இவையெல்லாம் எதற்காக?

நாகம்மாளுக்குச் சற்று அருவருப்பாகக்கூட இருந்தது. "என்ன நாகம்? ஏன் இப்படி என்னமோ போலப் பார்க்கறே." என்று கேட்டு நிமிர்ந்தாள் ருக்கு.

"ஒண்ணுமில்லேடி. நான் உங்க அம்மாவாகப் பிறந்திருக்கப் படாதான்னு நினைக்கிறேன் ...

"என்னத்துக்கு?"

"இத்தனை அழகையும், உசரத்தையும், கெட்டிக்காரத் தனத்தையும் சேர்த்து, குண்டுகட்டாகக் கட்டி ஒரு ஆண் பிள்ளை கையிலே கொடுத்திருப்பேன். நீ அவன் கையிலே துள்ளறதைப் பார்த்திருப்பேன். குழந்தை மாதிரி துள்ளறதைப் பார்த்திருப்பேன் – இது என்ன வேண்டிக்கிடக்கு? இவ்வளவு அழகு ஆனா, சாமியார் மாதிரி, கிழங்கட்டை மாதிரிப் பேச்சு! நெட்டியிலே நந்தியாவட்டைப்பூ பண்ணினாப்பல இது யாருக்கடி வேணும்?" என்று சொல்லிக்கொண்டே எழுந்து நாகம்மாள் அடுக்களைக்குள் சென்றாள். ஒரு நிமிஷம் முன்னால்தான் ஹால் கடிகாரம் ஒன்றரை மணியடித்தது. காப்பி ஞாபகம் வந்துவிடவே பேச்சு நடுவில் எழுந்து வந்து, குமுட்டியை இழுத்து உரிமட்டை நாரைப் பிய்த்து, கரித்துண்டுகளையெல்லாம் பரப்பிப் பற்றவிட ஆரம்பித்தாள்.

○○○

நாகம்மாளின் அண்ணன் சுப்புசாமி நாட்டுக்கோட்டை செட்டியார் ஒருவரிடம் சட்ட ஏஜண்டாக வேலை பார்த்துக் கொண்டிருந்தார். செட்டியாருக்கு சைகோன், சிங்கப்பூர் பிராந்தியங்களில் எக்கச்சக்கமாகச் சொத்துக்கள் பெருகியிருந்தன. கடைகளில் வருகிற லாபம், நிலங்களில் வருகிற மகசூல், தோட்டங்களில் வருகிற பணம், கட்டிடங்களில் வருகிற வாடகை— இப்படிப் பல உருவங்களில் அந்தச் சொத்து காய்த்துக் கொண்டிருந்தது. என்ன வருகிறது, எங்கிருந்து வருகிறது, எவ்வளவு வருகிறது என்று செட்டியாருக்கே திடீரென்று கேட்டால் சொல்லத் தெரியாது. அந்த லாபங்களைக் கொண்டு வரவும் முடியவில்லை. கொண்டுவர ஏதாவது வழி செய்ய வேண்டும். அங்கே காய்க்கிற சொத்தில் லவலேசம் கிள்ளி வந்தாலே போதும்! நூறு குடும்பங்களை நாலு தலைமுறைக்குக் காப்பாற்றலாம். ஆடம்பரமாகக் கூட வாழவைத்துப் பார்க்கலாம். அந்தக் கொஞ்சத்தைக் கொண்டு வரும் பொறுப்புத்தான் சுப்புசாமிக்குக் கொடுக்கப்பட்டிருந்தது. டில்லியில் மத்திய சர்க்கார் அதிகாரிகளைக் கண்டு, அவர்களுக்குப் பூஜை செய்வது, இளக்குவது, கரைப்பது, கெஞ்சுவது — இவையெல்லாம் அவர் பொறுப்பு. ஓர் அளவுக்கு வெற்றிகரமாகவே இந்த விந்தைகளைப் புரிந்து வந்தார் அவர். அப்படி அவருக்குப் பரிச்சயமான, பலவித உத்தியோகப் படிகளில் அமர்ந்திருந்த அதிகாரிகளில் ஒருவர் ருக்குவின் பெரியப்பா. அதிகம் மேலும், அதிகக் கீழுமில்லாமல் நடுத்தரப்படிகளில் இருந்த அதிகாரி அவர். டில்லிக்குப் போகும்போதெல்லாம் அங்கு போகாமல் வரமாட்டார் சுப்புசாமி.

சுப்புசாமிக்கு வாழ்க்கையில் எந்தவிதமான பிடிப்பும் கிடையாது. அவருக்கு இருபத்தாறு வயதாகும் பொழுது அவர் மனைவி ஒரு மூன்று வயதுப் பிள்ளைக் குழந்தையை விட்டுவிட்டு இறந்துவிட்டாள். அந்தப் பையனை வளர்ப்பதற்காகத் தன் ஒரே தங்கையை மாப்பிள்ளையோடு வீட்டில் அழைத்து வைத்துக்கொண்டார் அவர். பையன் கல்லூரியில் இரண்டு வருஷங்கள் படித்துவிட்டு மேல் படிப்புக்கு இங்கிலாந்துக்குப் போக ஆசைப்படவே, சுப்புசாமி சம்மதித்துவிட்டார். அங்கே படித்துத் தேர்ந்த பையன் திரும்பி வரவில்லை. அங்கேயே ஒரு பெண்ணை மணந்துகொண்டு, லண்டனுக்குப் பக்கத்திலேயே ஒரு வீடும் எண்ணாயிரம் பவுனில் வாங்கிக்கொண்டு தங்கிவிட்டான். அவன் போய்ப் பதினான்கு வருஷங்கள் ஆகிவிட்டன இப்பொழுது. அவன் ஒரு பெண்ணுக்கும் பிள்ளைக்கும் தகப்பனாகி விட்டது, சுப்புசாமிக்குக் கொஞ்ச நஞ்சம் இருந்த பிடிப்பையும் கழற்றி விட்டது. அவன் வருவதாகக் கடிதம் எழுதிக்கொண்டிருக்கிறான். எப்பொழுது வருவானோ தெரியாது. இரண்டு மூன்று

தடவைகள் வருவதாகத் தேதிகள் குறித்துவிட்டுக் கடைசி நிமிஷத்தில் 'வேலைத் தொந்தரவு. மார்கரெட்டுக்கு உடம்பு சரியாயில்லை, சின்னக்குழந்தைகளுக்குக் கடும் ஜுரம்' என்று ஒத்திப்போட்டுவிட்டான். இனிமேல் அவன் வரும்பொழுது தான் நிச்சயம்.

சுப்புசாமிக்கு இப்பொழுது எல்லாம் தங்கையும் அவள் பெண்ணும்தான். நாகம்மாளின் கணவன் நாலைந்து வருஷங்கள் முன்னால் காலமானதும் இந்தப் பிடிப்பு இன்னும் இறுகிக்கொண்டு வந்தது. பிடிப்பு இருக்கிறது என்பதைக்கூட அவர் வெளியில் காட்டிக் கொள்வதில்லை. அதற்குப் பொழுதில்லை அவருக்கு. அவருக்கு ஞாபகமெல்லாம் செட்டியாரின் சொத்துக்களை இந்தியாவுக்குக் கொண்டு வருவதில் தான். அதிலே என்ன அகடவிகடங்கள் செய்யலாம் என்று சிந்திப்பதிலும், அந்த அகடவிகடங்கள் காயா பழமா என்று தொடர்ந்து பார்ப்பதிலும், பழமானால் தமக்குத்தாமே சந்தோஷப்பட்டுக்கொண்டு, அடுத்த சாகசங்களுக்குத் திட்டம் போடுவதிலுமே அவர் பொழுதெல்லாம் போய்க்கொண்டிருந்தது. இன்னொரு பொழுதுபோக்கு ஆங்கிலத் துப்பறியும் நாவல்கள் வாசிப்பது. டில்லிக்கு ரயிலில் போனால் ஒருடஜன் புத்தகங்களைப் படித்து முடித்து, இஷ்டமிருந்தால் கையில் தூக்கிக்கொண்டு போய்விடுவார். அப்படி வேண்டாவெறுப்பாக வீட்டுக்குக் கொண்டு வந்த புத்தகங்களே ஏழெட்டு கள்ளி டப்பாக்களில் மாடியறை யொன்றில் கட்டிப்போட்டுக் கிடந்தன. சந்திராவுக்குத் துப்பறியும் நாவல்கள் பிடிக்காது. ஆகவே கரப்புகளும் ராமபாணங்களுமே அவற்றிற்குத் தற்போதைய வாசகர்கள்.

அந்த மாதிரி மாடியறையில் கள்ளிப்பெட்டி ஒன்றில் கிடந்த ஒரு நாவலை எடுத்து வாசித்துக் கொண்டிருந்தாள் ருக்கு. காப்பிப் பொடி டப்பா மீது அதைப் பார்த்ததும்தான் நாகம்மாளுக்கு இவ்வளவு எண்ணங்களும் ஓடிக்கொண்டிருந்தன. அண்ணாவிடம் அவளுக்கு இவ்வளவு அவ்வளவு என்று பாசமில்லை. அண்ணா தெய்வம் மாதிரி. அது எங்கு கலைந்தாலும், யாரோடு புரண்டாலும் அதை ஒன்றும் பாதிக்காது பாதிக்க முடியாது என்று அவளுக்குத் திட நிச்சயம். மாம்பலத்தில் அவர் கட்டிப் போட்டிருக்கிற இந்தப் பெரிய வீட்டையும் அதைச் சுற்றி நின்ற ஆறுமனைத் தோட்டத்தையும் அவள்தான் ஆண்டு கொண்டிருந்தாள். தோட்டத்தின் ஓரத்தில் ஓர் ஓங்கோல் வெப்பாளைப் பசு, கன்றுடன் நின்றுகொண்டிருந்தது. பித்தளை பக்கெட்டால் முக்கால் பக்கெட் பாலைக்கொடுத்து விட்டு நிம்மதியாக நிற்கும் அது. அதற்குப் பக்கத்தில் கார்ஷெட். எல்லாம் இவர்களுக்குத்தான். இந்தப் பாலையோ, இந்தக்

காரையோ அண்ணா காண்பதும் மாசத்தில் ஏழெட்டு வேளைகள் இருக்கலாம். அவருக்கு ரயிலிலும் விமானத்திலும் வெளியூர் ஹோட்டல்களிலும்தான் வாசம்.

அண்ணா தெய்வம்தான். ஆனால் சந்திராவைப் பற்றி மட்டும் அவர் என்ன நினைத்துக் கொண்டிருக்கிறார், என்ன செய்யப் போகிறார் என்று தெரியவில்லை.

எத்தனை சன்யாசிகள்! அனந்தசாமி, அண்ணா, ருக்கு! சந்திராகூட இப்பொழுது சந்நியாசி மாதிரிதான் அலைந்து கொண்டிருக்கிறாள். இந்தச் சமயம் அவள் எங்கிருக்கிறாளோ! கன்னிமரா நூலகத்திலா, பல்கலைக்கழக நூலகத்திலா – இல்லை, சிநேகிதி அம்மணிக் குட்டி வீட்டிலா – அவள் வந்த பிறகு கேட்டால்தான் தெரியும். அண்ணாவுமில்லாமல், சந்திராவுமில்லாமல், 'பொழுது போகமாட்டேன் போகமாட்டேன்' என்று இருதயத்தில் அரித்துக் கொண்டு சண்டி செய்கிறது வழக்கம். நல்ல வேளையாக ருக்கு வந்திருப்பது நாகம்மாளுக்கும் பெரிய விடுதலையாக இருந்தது.

டில்லிக்குப் போகும்போதெல்லாம் லீவுக்கு ஒரு தடவை வந்து ஒருமாசம் இருக்கக் கூடாதா என்று ருக்குவிடம் சொல்லிக்கொண்டேயிருப்பார் சுப்புசாமி. மூன்று வருஷங்களுக்கு முன் பத்ரிநாத், பிரயாகை, காசி, கயை என்று யாத்திரைக்குத் துடியாக நின்ற நாகம்மாளை அழைத்துக்கொண்டுபோய் விட்டு வந்தார் அவர். டில்லியில் நாலைந்து நாட்கள் ருக்குவின் பெரியப்பா வீட்டில் தங்க நேர்ந்த பொழுதே நாகம்மாளுக்கும் ருக்குவுக்கும் இடையே அனாதைகளின் உறவுமாதிரி ஒரு பிணைப்பு தலையெடுத்தது. 'வாருங்கள் போங்கள்' என்று பேசிக்கொண்டிருந்தவர்கள் நான்காம் நாள் 'வா போ' என்று பேசிக்கொள்ளத் தொடங்கினார்கள். ஐந்தாம் நாள் நாகம்மாள் புறப்பட்டு விட்டாள்.

இப்பொழுது ருக்கு சென்னைக்கு வந்து இரண்டு வாரங்கள் ஆகிவிட்டன. 'வாடி போடி' என்று அந்த அன்பு நெருங்கி விட்டது. ஏறக்குறைய சமவயது மாதிரிதான். ருக்கு இரண்டு வயது தன்னைவிடச் சிறியவள் என்று தெரிந்ததும் நாகம்மாள் இன்னும் இரண்டு "டீ"யை அதிகமாகவே உபயோகித்தாள்.

டில்லியில் அவளை முதன் முதலாகச் சந்தித்தபொழுது அவளைப் பற்றி அதிகமாகத் தெரிந்துகொள்ளும் அளவுக்குப் பழக முடியவில்லை; பொழுதில்லை. குதுப்மினார், செங்கோட்டை, யமுனைக்குளியல், ஜந்தர் மந்தர் என்று ஓடிக்கொண்டிருந்தார்கள். டில்லியில் சரித்திரத்தை விளக்குவதிலேயே, பாஷையைப் புரியவைப்பதிலேயே ருக்குவுக்குப் பொழுது சரியாகிவிட்டது.

மூன்று ஆண்டுகளுக்குப் பிறகுதான் ருக்குவுக்கு வர முடிந்தது. சில முகங்களை எவ்வளவு பார்த்தாலும் மறந்துவிடும். எவ்வளவு பழகின முகமாயிருந்தாலும் அந்த உருவம் மனத்தில் பதிய, அப்படியே நினைவுக்கு வரத் தயங்கும். ருக்குவின் முகம் அப்படிப்பட்ட முகமாகத்தான் தோன்றியது. நாகம்மாள் மனதுக்குள் நினைத்து நினைத்துப் பார்ப்பாள். திடீரென்று அந்த முகம் ஓர் இமை விடாமல் ஒரு சாயல் விடாமல் கண் முன்னே பளிச்சிடும். ஒரே ஒரு கணம்தான். அப்புறம் என்ன சுளித்தாலும் வராது. ஆனால் அந்தப் புன்சிரிப்பு, இனிமை, உறுதி இவை மட்டும் உள்ளே பதிந்து கிடந்தன. இப்பொழுது கூட இரண்டுவாரப் பழக்கத்துக்கும் பிறகுகூட இவ்வளவு அருகில் இருக்கும்போதுகூட, கண்ணை மூடினால் அவள் முகம் தெளிவாகக் கண்முன் நிற்காது.

இப்பொழுதுகூட அந்த முகம் அப்படித்தான் நழுவி நழுவி ஓடியது.

"ருக்கு! ருக்கு!" என்று கூப்பிட்டாள் நாகம்மாள். பதில் இல்லை.

"ருக்கு! ருக்கு! ருக்குமிணி!"

"..."

விசிறியைப் போட்டுவிட்டு அவள் வெளியே வந்த பொழுது, கூடத்தில் சந்திரா சோபாவில் சாய்ந்தபடியே கண்ணை மூடியிருப்பது தெரிந்தது.

"நீ எப்ப வந்தே?" என்று கேட்டுக்கொண்டே சந்திராவின் அருகில் சென்றாள் நாகம்மாள்.

சந்திராவை எழுப்ப மனமில்லை. சோபாவில் படுத்தவாறு அயர்ந்து உறங்கிக்கொண்டிருந்தவளைச் சற்று நின்று கவனித்தாள். ஹால் மத்தியில் தொங்கின விசிறி லேசான வேகத்தில் சுழன்றுகொண்டிருந்தது. வேர்வைப் பசையில் நெற்றியில் ஒட்டிக்கொண்டிருந்த முன் மயிர் இப்பொழுது காற்றுபட்டுப் பிரிந்து அலைந்தது. அகன்று நீண்டிருந்த பின்னல் தோள்மீது வளைந்து இடது கைமீது விழுந்து கிடந்தது. நாகம்மாளுக்கு நெஞ்சு பூரித்து நெகிழ்ந்தது ஒரு கணம். நம்முடைய பெண்ணா இவள்? என்று அவளுக்கே ஓர் ஆச்சரியம். அப்படி வளர்ந்து கிடந்தாள் சந்திரா. நிறத்தில் தவிர வேறு எதிலும் தன்னைக் கொள்ளவில்லை. தன் கணவனையே அந்த உயரத்திலும் வாளிப்பிலும் கொண்டு, சோபா முழுவதிலுமே நீண்டு குழைந்திருப்பதைப் பார்த்தபோது கையில் அள்ளிக்கொள்ள

வேண்டும் போலிருந்தது. ரவிக்கையின் செம்பருத்தி வர்ணத்திலும், புடவையின் சிவப்பும் நீலமும் கலந்த கலவையிலும் அந்த உடலைப் பார்க்கும்போது, தோட்டத்தில் தாமிரக் கொழுந்துகள் துளிர்த்து அசைந்த மாங்கன்று மாதிரியிருந்தது. மாங்கொழுந்தின் நிறத்தைப் போலத்தான் இன்னதென்று சொல்லமுடியாமல் கண்ணைக் கட்டி நிறுத்திற்று. அவள் போன வருடம் இதைக் காண முடியவில்லை. அடுத்த வருடம்கூடக் காண முடியுமோ என்னவோ? இதே தாமரை இலை பச்சை முற்றிவிடத்தான் செய்யும்.

'தூங்கட்டும்' என்று விட்டு விட்டாள் நாகம்மாள். சிறிது நேரம் எல்லாவற்றையும் மறந்து விட்டிருக்கட்டும் என்று விட்டு விட்டாள். ஆனால் ரங்கன் மீது கோபம் கோபமாக வந்தது. சகதியிலே புரளுகிற ஜாதகம் என்று மனசு வெறுப்பாகப் புதைந்தது. அவனை நினைக்க நினைக்க வெறுப்பாகக்கூட இல்லை. தீரர்களை, வீரர்களைக் கண்டால் எதிரிக்கு வெறுப்பு வரும். ஆனால் நீசர்களை சாக்கடையைத் தண்ணீர் என்று மயங்கித் திளைக்கிறவர்களைக் கண்டால் அருவருப்புத்தான் எழுகிறது. அதுவும் ஆறு மாதங்கள் பழகிவிட்டு, காரில் ஏற்றிக் கொண்டு ஊரையெல்லாம் சுற்றிவிட்டு ஊரெல்லாம் காண இழைந்துவிட்டு – சை, குப்பை! உனக்குக் கண்கிண் ஏதாவது இருக்கிறதாடா? இந்த நிறைவை நிறைவாகக் காண முடியாத கண் கண்ணா? பாழும் கிணறா? – நாகம்மாளுக்குக் கோபத்தோடு, அருவருப்போடு ஒரு பீதி, ஓர் ஐயம் வயிற்றில் முறுமுறுவென்று நெளிந்தது. 'இவளைத் தொடாமலா இருந்திருப்பான், நாசமாய்ப் போகிறவன்?' என்று மனசு கூச்சலிட்டது. வெளியே சொல்ல முடியாமல், தன்னையே வஞ்சித்துக்கொள்ள முடியாமல் புலம்பிற்று.

புறக்கடையிலிருந்து முகத்தைக் கழுவித் துடைத்துக் கொண்டே கூடத்துக்கு வந்த ருக்கு, நாகம்மாளையும் சந்திராவையும் பார்த்து, குரலைத் தாழ்த்தி "எப்ப வந்தாள் சந்திரா?" என்று கேட்டுக்கொண்டே உள்ளே போனாள். நாகம்மாள் அவளைத் தொடர்ந்து சென்று. "நாம் பேசிக்கொண்டிருக்கிறபோது வந்து படுத்திண்டிருக்கா போலிருக்கு. அசந்து தூங்கறா. அதான் எழுப்பலே" என்று கூறிக் காப்பி கலந்தாள்.

சந்திராவைப் பற்றி ஒன்றுமே இதுவரை அவளிடம் சொல்லவில்லை அவள். ருக்குவும் சந்திராவின் கலியாணத்தைப் பற்றி அக்கறையாகக் கேட்கவில்லை. ஏழெட்டு நாட்களுக்கு முன்னால் சுப்புசாமியிடம் ஏதோ வியாஜ்யம் சம்பந்தமாக யோசனை கேட்க வந்த சீதையாச்சி உள்ளே சிறிது நேரம் வந்து பேசிக்கொண்டிருந்தாள். 'கொளந்தைக்கு இன்னும் கல்யாணம்

பண்ணலீங்களா?' எனறு அவள் பேச்செடுத்த பொழுது, 'பண்ணனும்' என்று நாகம்மாள் இழுத்தாள். "அதுக்குள்ளே என்ன அவசரம் அவ கலியாணத்துக்கு! இன்னும் இரண்டு வருடங்கள் படிக்கட்டுமே" என்று ருக்குதான் சொன்னாள். தன் அசாதாரணமான நிலையினாலோ என்னவோ அவள் சந்திராவின் அகக் கிடக்கைகள் பற்றி வாயைத் திறந்து ஒன்றும் பேசவில்லை. ஆனால் கவனித்து மனத்தில் வாங்கிக் கொள்ளாமலா இருப்பாள்!

பொரபொரவென்று ஏதாவது சொல்லித் தீர்த்துக் கொள்ள வேண்டுமென்று துடித்தது நாகம்மாளுக்கு. ஆனால் பயம் மேலிட்டு நின்றது. சந்திரா அதை விரும்பாவிட்டால்? இந்த அனந்தசாமி பையனைப் பற்றி நன்றாக விசாரிக்கிறேன் என்று சொன்னார். விசாரித்திருப்பார், அவருடைய தாயார் காலமாகியிராவிட்டால் . . . நாகம்மாளின் நினைவு அதையே பிடித்துக்கொண்டது.

"அனந்தசாமி வைத்தியர் மட்டுமில்லை. சன்யாசி மட்டுமில்லை. நாலும் செய்யத் தெரியும் அவருக்கு" என்றாள்.

திடீரென்று அனந்தசாமியைப் பற்றியே பேச்சுத் திரும்பியதும் ருக்குவுக்குச் சற்று ஆச்சரியமாக இருந்தது.

"நாலும் தெரியுமா? ஏதாவது இரண்டு சொல்லேன்."

"அவர் கலியாணம் பண்ணிக்கொள்ளவில்லையே தவிர, பல கல்யாணங்கள் செய்து வைத்திருக்கிறார். வைத்தியத்துக்குப் போகிற பொழுது எங்கெங்கே கலியாணத்துக்குப் பெண்கள் இருக்கு, பையன்கள் இருக்கு என்றெல்லாம் பார்த்துக்கொண்டு வந்து சொல்லுவார். எனக்குத் தெரிந்து ஏழெட்டுக் கலியாணங்கள் இப்படி நடந்திருக்கின்றன."

"அதாவது, பெற்றவர்களுக்கு வைத்தியம் ... அப்புறம்!"

"ஆமாம்! கலியாணமாகி அகமுடையான் பெண்டாட்டிகள் மனஸ்தாபத்தினாலே சேராமல் இருப்பார்கள். அவர்களை நல்ல வார்த்தைகள் சொல்லிச் சேர்ந்து வாழ வைத்திருக்கிறார்."

ருக்குவுக்கு இலேசாகச் சிரிப்பு வந்தது. "அப்புறம்?"

"எங்கே குடியிருக்க ஜாகை காலியிருக்கிறது, காலியாகப் போகிறது–"

"வீடு விற்பனைக்கு வருகிறது."

"பேஷாக, எங்கெங்கே மனைகள் விலைக்கு வருகின்றன என்று அவரைக் கேட்டால் தெரியும்."

“கலியாணம் பண்ணிவைத்து, வீடு பார்த்து, வீடு வாங்கிக் கொடுத்து வாழ வைத்து இவ்வளவும் செய்யத் தெரியும்.”

“நீதான் நாலையும் சேர்த்துச் சொல்லிவிட்டாயே.”

“அதான் சந்திராவுக்கும் சுலபமாகக் கலியாணம் ஆகிவிடும் என்று நீ பேசாமல் இருக்கியாக்கும்?”

நாகம்மாளுக்கு இலேசாக ஏதோ இடித்தாற் போலிருந்தது. எதைப் பேச வேண்டாம் என்று அவள் விலகிச் சென்றாளோ, அதுவே வந்துவிட்டது.

“அவரைத்தான் நம்பிக்கொண்டிருக்கிறேன்” என்று வறட்டுக் குரலில் சொல்லி மேலே பேச்சு வளராமல் தப்பித்துக் கொள்வதற்காகக் காப்பி பாத்திரங்களை எடுத்துக்கொண்டு, புறக்கடைக் கிணற்றடியைப் பார்க்க நடந்தாள். ஆனால் அவள் போன ஒரு நிமிஷத்துக்குள் ருக்குவும் அங்கே வந்து, “காப்பிப் பாத்திரத்தை நீ ஏன் அலம்பணும்? வேலைக்காரிதான் மூன்று மணிக்கே வந்துவிடுகிறாளே!” என்றாள்.

“என்னமோ இன்றைக்குத் தோன்றிற்று நாம்தான் செய்வோமே என்று.”

“நானும் ஏதாவது குத்திக் கிளறாமலிருப்பேன்...”

“அப்படியென்றால்?”

“இந்தப் பெண் ஏன் இப்படிக் கால் தரிக்காமல் அலைகிறாள், சொல்லு.”

பதில் சொல்லாமல் பாத்திரங்களைக் கழுவினாள் நாகம்மாள். ருக்குவும் பக்கத்தில் உட்கார்ந்து ஒரு பாத்திரத்தை எடுத்து விரலால் குழப்பிக்கொண்டே, “சொல்ல வேண்டுமென்று கட்டாயமில்லை. ஆனால், நீ என்னமோ மென்று மென்று விழுங்குகிறதையும், அவள் வாயை மூடி மூடித்தவிக்கிறதையும் பார்த்தால் எனக்குக் கேட்கவேண்டும் போலத்தோன்றிற்று” என்றாள்.

“சொன்னால் என்ன முழுகிவிடப் போகிறது? உன்னைச் சரியாகக் கூடப் பார்க்காமல் விட்டுவிட்டு ஓடினார் இந்தச் சன்யாசி, இவளைப் பார்த்துப் பேசி, தொட்டுப் பழகிவிட்டு, ஒதுங்கி ஓடுகிறான் அந்த நாசகாரன்.”

பாத்திரத்தைக் குழப்பிக் கொண்டிருந்த ருக்குவுக்குப் புத்தியே குழம்புவது போலிருந்தது. “என்ன நாகம் இது! யார் அவன்?” என்றாள்.

# 5

நாகம்மாளுக்கு 'அவனே' கையில் சிக்கிக் கொண்டிருப்பதாகத் தோன்றியதோ என்னவோ! பாத்திரத்தை நசுக்கி விடுவதுபோல் அழுத்தித் தேய்த்தாள். அவள் பொரிந்து கொட்டினாள்:

"எனக்கு அப்போதே என்னவோ போலிருந்தது – என்னடா இப்படியெல்லாம் பழகிறாளே என்று. ஆனால் அந்த ராக்ஷஸன் தேனொழுகப் பேசினான். அம்மா அம்மா என்று குழைந்து என்னையும் கண்ணைக் கட்டி விட்டான்."

"இதோ பார். என்ன நடந்தது? யார் அவன்? நிதானமாகத்தான் சொல்லேன்."

"என்னத்தைச் சொல்லுகிறது. தினமும் காலமே காப்பி, சாயங்காலம் காப்பி. அரைப்படி சோறு, குழம்பு கறி – இவ்வளவும் கொடுத்தாகிறது. வேளா வேளைக்கு வந்து தொலைச்சால் என்ன? நமக்கென்று வேலைக்காரி வந்து வாய்க்கிறாளே" என்று சற்றுக் குரலை உயர்த்தி அலுத்துக்கொண்டாள். அவள் முடித்த பிறகுதான் சந்திரா எழுந்து வருவது தெரிந்தது ருக்குவுக்கு.

"என்ன சந்திரா, ஓசைப்படாமல் வந்தாய். பூனைக் குட்டிமாதிரி சோபாவிலேயே படுத்து அயர்ந்துவிட்டாயே!"

"லைப்ரரிகிட்ட பஸ்ஸுக்கு நின்று நின்று மண்டையெல்லாம் வெடித்துப் போச்சு, வந்து படுத்தால் தேவலைபோல் ஆயிடுத்து" என்று முகத்தைக் கழுவிக்கொண்டாள் சந்திரா.

தி. ஜானகிராமன்

"எழுப்பலாமோ என்று பார்த்தேன், அப்புறம் பேசாமல் வந்துவிட்டேன்" என்று நாகம்மாள் எழுந்து கொஞ்சம் பாலைச் சுட வைத்துக் காப்பியைக் கலந்து கொடுத்தாள் அவளிடம். காப்பியைக் குடித்ததுமே, தலையை வாரிக் கொண்டாள். மீண்டும் முகத்தைக் கழுவி, புடவையை மாற்றிக்கொண்டாள். அவசரம் அவசரமாகப் பவுடரைப் பூசிக்கொண்டாள். வாசலிலிருந்த சைக்கிளைக் கீழே இறக்கினாள்.

"இப்பத்தான் வந்தே, படுத்தே. மறுபடியும் கிளம்பியாச்சா?"

"ஐயம் வரச் சொன்னாளம்மா. காலேஜிலே டெமான்ஸ்ட்ரேட்டர் வேலை காலியாகிறதாம். சாயங்காலம் மூன்று மணிக்கு வரச் சொன்னாள். பார்த்துவிட்டு வரணும்…" என்று ருக்குமிணியையும் பார்த்துச் சொல்லிக்கொண்டாள் சந்திரா. அடுத்த கணம் சைக்கிள் வெளியே ஓடிற்று.

"பார்த்தாயோ இல்லையோ? இவளுக்கு என்னத்துக்கு வேலை?"

"இரண்டு வேலையிலே ஏதாவது ஒன்று செய்து தானே ஆகணும்."

"இரண்டு வேலை என்றால்?"

"பெண்டாட்டி வேலை. இல்லாவிட்டால் வேறு வேலை. ஒன்றையும் செய்யாமல் யார்தான் வீட்டில் இருக்க முடியும் இந்த வயசில்?"

"நீ என்னமோ எல்லாம் கண்டுவிட்டாற்போல் தான் பேசுகிறாய்."

"எனக்கு ஒரு வேலையைப் பற்றி நன்றாகத் தெரியும். இரண்டும் செய்யாமலும் இருந்த காலமும் நினைவில் இருக்கிறது… அதுவும் பார்த்து, பேசி, பழகி, விட்டு விட்டுப்போய் விட்டால் அவளை வேறு என்ன செய்யச் சொல்கிறாய்… நாகம்… இப்ப சொல்லு, யார் அவன்? என்ன செய்துகொண்டிருக்கிறான்? முன்னாலேயே தெரியுமா?"

"முன்னாலேயும் தெரியாது, பின்னாலேயும் தெரியாது. இந்தக் காலேஜ் வாத்திச்சிகள் இருக்காளுகளோல்லியோ… நான் சொல்லுகிறேன் என்று கோபித்துக் கொள்ளாதேயம்மா! உங்க ஊரில் எப்படியோ? இங்கே நடக்கிற அநியாயம் சகிக்கலை. 'பொம்மனாட்டிப் பசங்களை' யெல்லாம் வெளியிலே தெருத் தெருவாக நூறு டிக்கெட்டைத் தலையிலே கட்டி அனுப்பிவிடுகிறது! நாள் கிடையாது, பொழுது கிடையாது.

அன்பே ஆரமுதே 49

காலேஜிலே ராத்திரிப் பள்ளிக்கூடாமாம் அனாதைகளுக்கு, அதுக்கு நாடகமாம்! ஹாஸ்டல் கட்டுகிறார்களாம். அதுக்கு நாடகமாம். நாடகக் கொட்டகை கட்டுகிறார்களாம். அதுக்கு நடனக் கச்சேரியாம். பள்ளிக்கூடத்தை ஆரம்பித்து வைத்தானாம் ஒரு மகானுபாவன். அவனுக்கு அறுபது வயசாகப் போகிறதாம். அதுக்குக் கொண்டாட்டமாம். இவ்வளவு நல்ல காரியம் பண்ணினவன் என்னத்துக்கு அறுபது வயசு வரைக்கும் உசிரை வைத்துக் கொண்டிருக்கிறான் என்றுதான் கேட்கிறேன். 'பாபீ சிராயுஸ்' என்று சொல்லுவார்கள். பாபிகள் தான் தீர்க்காயுசோடு வாழ்ந்து புதிது புதிதாகப் பாவத்தைப் பண்ணவேண்டும். உலகத்தைக் கதறக் கதற அடிக்க வேண்டும் என்று தலையிலே எழுதியிருக்கான் ஆண்டவன். நல்லவன் சுருக்கப் போய்ச் சேரப்படாதே? அவனுக்கு அறுபது வயசு. அப்பறம் பள்ளிக்கூடம் கட்டி இருபத்தைந்து வருஷங்கள். இப்படி ஏதாவது கூத்துக் கட்டியடிக்கிறார்கள். இந்தக் குட்டிகளை அவிழ்த்துவிட்டு விடுகிறார்கள். இவர்கள் இடம் போது தெரியாமல், கடைத்தெரு பெரிய மனிதர்கள் வீடு, ஆபீசுகள் – இப்படிப்போய்ப் பிச்சைக்கு நிற்கின்றனர். அதிலே வந்த வினைதான். ஒரு காரியத்துக்கு நாதியில்லாதவர்கள் காலேஜ் கட்டுவானேன்? சொந்தப் பணத்தை எடுத்துச் செலவு பண்ணுகிறாற்போல் நீட்டி முழக்குவானேன்?"

"இந்தக் கை காலு எல்லாம் பகவான் போட்ட பிச்சைதானே, நாகம்! அதையும் பிச்சை வாங்காமே உபயோகப் படுத்துகிறதிலே என்ன நஷ்டம்?"

"அத பாரு நீ என் வயிற்றைக் கிளறாதே. இவள் இப்படித்தான். ஒரு தடவை நூறு டிக்கெட்டை எடுத்துக்கொண்டு போனாள். பெரிய வாத்தியாச்சி சொன்னாள் என்று. சின்னக் குட்டிகள் பிச்சைக்கு வந்தால் கொடுக்காமலிருக்க மாட்டார்கள். ஒப்புக் கொள்ளுகிறேன். ஆனால் சும்மாவா கொடுப்பார்கள்? ஹி ஹி ஹி என்று பல்லையும் இளிக்கத்தானே செய்வார்கள்! பத்திலே அஞ்சாவது அப்படித்தான் இருக்கும்."

"மீதி அஞ்சும் அப்படித்தான். ஆனால் தைரியம் கிடையாது. 'உம்'மென்று முகத்தை வைத்துக்கொண்டு அந்த இளிப்பை மறைத்துக்கொள்ளும்; பார்த்தால் கோபம் மாதிரி இருக்கும்."

"அதென்னமோ – அதைப் பார்த்துப் பயந்து கொண்டாவது போக முடியும்; ஆனால் முதல் அஞ்சிலே ஒன்றுதான் இவளிடம் இருக்கிற நூறில் இருபது டிக்கெட்டை வாங்கிக்கொண்டது. மீதியிலே நாற்பது டிக்கெட்டைத்தானே விற்றுக் கொடுத்தது. அஞ்சு டிக்கெட்டு, பத்து டிக்கெட்டு என்று கொஞ்சம் கொஞ்சமாகப் பணத்தைக் கொடுத்தது. அதை முழுதும் வாங்குவதற்குள் இவள்

பத்துப் பன்னிரண்டு நடை அந்தக் கடைக்கு நடந்துவிட்டாள். ஒவ்வொருதடவையும் காப்பி வரவழைப்பானாம், ஐஸ்க்ரீம் வரவழைப்பானாம். இவள் என்ன படிக்கிறாள், யாரு, என்ன என்று பேச்சுக் கொடுத்தானாம்."

"கடை வைத்திருக்கிறானா அவன்?"

"ஆமாம். அவன் அப்பாவுக்கு இரும்புக்கடை, இவன், ரேடியோ, மின்சார விசிறி, சைக்கிள், வர்ணம் இன்னும் என்னென்னவோ எல்லாம் வியாபாரம் செய்கிறானாம். மூவாயிரம் ரூபாய்க்கு அவனே டிக்கெட் விற்றுக் கொடுத்திருக்கிறான்."

"நீ பார்த்ததே இல்லையா அவனை?"

"பார்க்காமல் என்ன? இங்கேதான் வந்து பழியாகக் கிடப்பனே."

"நீ பழகின வரையில் எப்படித் தெரிந்தது?"

"ஆள் நன்றாக இருப்பான். இத்தனைக்கத்தனை உயரம்! பிள்ளையாண்டானுக்குக் கோபமே வராது. எது கேளு. எங்கேதான் போவானோ, என்னதான் பண்ணுவானோ, அரை மணி நேரத்திலே கொண்டு கொடுத்துவிடுவான். அம்மாவுக்குப் பிடிக்குமே என்று வாங்கி வந்தேன் என்று ஒரு வீசை காய்ந்த திராட்சை வாங்கி வருவான். திடீர் திடீரென்று எதையாவது வாங்கிக்கொண்டு வந்து நிற்பான். வேண்டாமென்று சொன்னால் கேட்க மாட்டான்."

"படித்திருக்கிறானா?"

"எம்.ஏ. படிச்சிருக்கானாம். ஒரு வருஷம் அக்கௌண்டன்ட் ஜெனரல் ஆபீசிலே வேலை பார்த்தானாம். அப்புறம் கைகட்டிச் சேவகம் பண்ணவாவது என்று விட்டு விட்டுக் கடை வைத்தானாம். பணம் சம்பாதிக்கிறதிலே சூரன்! அதே மாதிரி வாரி இறைக்கிறதிலேயும் தான். பாலும் சர்க்கரையும் சொட்டச் சொட்டப் பேசுவான். அப்படிப் பேசிப் பேசிச் சொக்குப் பொடி தூவி விட்டான். அண்ணாகூட 'என்ன ரங்கனைக் காணவே இல்லை?' என்று அவன் ஒரு நாள் வராவிட்டால் கேட்க ஆரம்பித்துவிடுவார். அண்ணாவையே மயக்குகிற பேர்வழி எப்படியிருக்கணும் என்று பார்த்துக்கோயேன்."

"தினமும் வருவானா அப்படி?"

"இப்பத்தான் சொன்னேன். மறுபடியும் கேட்கிறியே தினமும் வருவான். மாமா மாமாவென்று அண்ணாவோட பேசுவான். இதோ பிரான்சிலே பிரமாதமா ஒருத்தன் துப்பறியும்

நாவல் எழுதக் கிளம்பியிருக்கான் மாமா என்பான். அவரிடம் ஏழெட்டு புஸ்தகத்தைத் தள்ளிவிட்டுப் போவான். இவளைக் காலேஜிலே கொண்டு விடுகிறேன் என்பான். கடைசியில் கடற்கரைக்குக் காரிலேயே அழைத்துப் போவான். கடற்கரை, சினிமா, எக்ஸிபிஷன் இப்படிப் போய்க்கொண்டேயிருந்தது. திடீரென்று பத்து நாட்கள் ஆளைக் காணவில்லை. பிறகு வந்தான். 'சந்திராவுக்குப் பரீட்சை சமயம். நான் வந்து பேசிப் பேசிக் கொன்று விடுவேன் என்று பயமாகப் போய்விட்டது. அதுதான் வரவில்லை' என்றான். இவ்வளவு இனம் தெரிந்த பிள்ளையாயிருக்கே என்று நானே மாய்ந்து போய் விட்டேண்டி" என்று நாகம்மாள் அழாத குறையாக நிறுத்தினாள்.

"அது சரி, அப்புறம் என்ன ஆச்சு?"

"ஒன்றும் ஆகவில்லை. மறுபடியும் திடீரென்று இரண்டு வாரங்கள் ஆளைக்காணோம். அப்புறம் அவன் ஒரு மாதிரி என்று பராபரியாகக் காதில் விழுந்தது. சகவாசம் சரியாயில்லை. கூத்தாடி சிநேகங்கள் உண்டு என்று தெரிந்தது. அப்புறம் இரண்டு மூன்று தடவைகள் இந்தப் பெண்ணே பார்த்துவிட்டது. யாரோ ஒரு பெண்ணைக் காரில் பக்கத்தில் வைத்துக் கொண்டு சுற்றுகிறானாம். கடற்கரையில் ஒரு தடவை, சினிமாவில் ஒரு தடவை பார்த்துவிட்டாள் இவள். அப்புறம் ஒரு நாள் வீட்டுக்கு வந்தான். இவள் அது யாரு, என்ன என்றெல்லாம் குடைந்திருக்கிறாள். 'கெக்கெபிக்கே' என்று மழுப்பியிருக்கிறான். சரியான பதில் இல்லை. இரண்டு நாட்கள் கழித்து வந்தான். மறுபடியும் கேட்டிருக்கிறாள். அதே மழுப்பல். பேசாமல் உள்ளே வந்துவிட்டாள். அப்புறம் நாலைந்து தடவை வந்தான். நானும் பேசவில்லை. அவளும் பேசவில்லை. பேசாமல் திரும்பிப் போய்விட்டான். ஒரு மாசத்துக்கு மேலாகிவிட்டது. ஆளைக் காணோம். சாயம் வெளுத்துப் போய்விட்டது. இனிமேல் ஏன் வருகிறான்? இது சிறுசு. அப்படியே வெம்பிப் போய்விட்டது. மறந்து தொலைக்கவேண்டுமே, அதற்காகத்தான் இப்படி லைப்ரரி, சிநேகிதி என்று அலைந்து திரிந்து கொண்டிருக்கிறாள். என்ன செய்வது?"

"அண்ணாவிடம் சொல்லவில்லையா?"

"அண்ணா எப்பொழுதோ ஊருக்கு வருகிறார். அவருக்கு இருக்கிற பிடுங்கல் போதாதா? வீட்டுக்கு வந்து தங்குகிற ஒரு நாள் இரண்டு நாளை இதைச் சொல்லியா கலக்கணும்? இரண்டு மூன்று தடவைகள் கேட்டார். நான்தான் 'முந்தா நாள் வந்திருந்தான், நேற்று வந்தான்' என்று சொல்லி மழுப்பிவிட்டேன்."

தி. ஜானகிராமன்

ருக்கு இதைக் கேட்டுத் தரையைப் பார்த்துக்கொண்டே அசையாமல் நின்றாள். கார் நிற்கிற முகப்புச் சுவரின் மீது கைகளை வைத்துச் சாய்ந்தாற்போல் நின்றாள் அவள்.

"நீ அவனைப் பார்த்தாயோ . . ?" என்று மறுபடியும் பேசத் தொடங்கிய நாகம்மாள் பெருமூச்சுவிட்டு, "த்ஸ . . . சரி! பன்னிப் பன்னிச் சொன்னேனா? நாம் ஜாக்கிரதையாக இருந்திருக்கணும். ஏண்டி ருக்கு! நீயே சொல்லேன். நான் என்னமோ அசட்டுப் பிசட்டு என்று நினைக்காதே. இந்தப் பெண் அழகாயிருக்காளா இல்லையா? உன் கண்ணுக்கு எப்படிப் படுகிறது? சொல்லு!"

ருக்குவின் உதட்டில் ஒரு புன்னகை ஓடியது. அவள் மனக்கண்முன் சந்திராவின் உருவம் எழுந்தது. "அதுதான் நானும் யோசித்துக்கொண்டிருக்கிறேன். இத்தனை அழகு, உயரம், கம்பீரம் – இவையெல்லாம் பார்க்கிறபோது, ஏன் இப்படி இந்தப் பெண் கஷ்டப்படுகிறது என்று எனக்குப் புரியவில்லை."

"நிஜமாகச் சொல்கிறேண்டி ருக்கு... காலேஜுக்கு லட்சம் பெண்கள் போறது. நானும் எத்தனையோ பெண்களைப் பார்த்திருக்கிறேன். இந்தப் பெண்ணோடு நிற்கும்படியாக மூன்று நான்கைக்கூட நான் பார்த்ததில்லை. என்னடா பிரமாத அதிசயமாகப் பெற்றுவிட்டாற்போல் பேசுகிறாள் என்று நீ நினைத்துக் கொள்ளலாம். எனக்கு அப்படித்தான் படுகிறது."

"என்ன நாகம் இது! என்ன இப்படிப் பேசுகிறே! ஒரு நல்ல காரியத்தைச் செய்துவிட்டு, அதை என்னமோ குற்றம் செய்துவிட்டாற் போலவா சொல்லிக்கொள்ள வேண்டும்! உன்னுடைய பெண்மாதிரி பிறக்கத் தவம் பண்ணியிருக்கவேணும். வழி வழியா கட்டியாள்கிற வம்சத்திலே பிறந்து அழகிலேயும் கம்பீரத்திலேயும் ஊறி ஊறித் தெகட்டிப் போயிருக்கணும்."

ருக்கு பேசிக்கொண்டேயிருக்கும்போது ஓங்கி மண்டையில் அறைகிறாற் போல், "மல்லி; மல்லீப்!" என்று காம்பவுண்ட் சுவருக்கு வெளியே ஒரு குரல் பீறிட்டுக் கத்தியது. உடனே கேட்டைத் திறந்துகொண்டு உள்ளேயும் வந்தது. ஆறு முழம் தொடுத்த மல்லிகைப் பூவை நாகம்மாள் கையில் தந்துவிட்டு மீண்டும் வெளியே நடந்தான் அவன். மறுபடியும் அதே அலறல்.

"என்னடி சிரிக்கிறே ருக்கு?" என்று கேட்டாள் நாகம்.

"இல்லே நாகம்! இந்த மல்லிகைப் பூவை இன்னும் கொஞ்சம் அழகாகக் கூவி விற்கக் கூடாதோ? இச்சத்தத்தை, இந்தக் கர்ணகடூரத்தைக் கேட்டே அது வாடிப் போய்விடும் போலிருக்கிறதே?"

நாகம்மாள் அதைக் கேட்டுச் சிரித்தாள். ருக்கு எது பேசினாலும் அவளுக்குப் பெருமை பொங்கிக் கொண்டுவரும். ஒரு கணம் யோசித்தாள். "நீ சரியாகச் சொன்னாய். நான் இத்தனை நாட்களாக மாவு மிஷின் மாதிரி அலறுகிற இந்த அலறலைக் கேட்டு வருகிறேன். மல்லிப்பூவுக்கு இப்படி ஏன் கத்தவேண்டும் என்று தோன்றவே இல்லையடீ" என்று சிரித்தாள். சரத்தில் பாதியைச் சுவரிலேயே தேய்த்துக் கிள்ளி அவளிடம் நீட்டினாள். "எனக்கு ஒன்றே ஒன்று தோன்றுகிறது ருக்கு!" என்று இழுத்தாள் நாகம்.

"என்ன ?"

"இந்த ஆண் பிள்ளைகளுக்கு, நல்ல தேர்ந்த அழகு என்றால் பயம் வந்துவிடுகிறது. அது கம்பீரமாக நிமிர்ந்து பார்க்கிற பொழுது, வெட்கப்பட்டுக்கொண்டே நடுங்கிக்கொண்டே ஓடிவிடுகிறார்கள். அதற்குப் பதிலாகச் சகதியிலாவது விழுந்து புரளுவேன் என்று ஓடுகிறார்கள். இல்லாவிட்டால் காஷாயத்தைக் கட்டிக்கொண்டு சுற்றுவார்கள் ... இல்லையா ?"

"நிஜம்மாவா ?" என்று கேட்டு நிமிர்ந்தாள் ருக்கு.

"நீதான் பார்த்தாயே – மல்லிப்பூவை அதைக் கத்திக் கத்திப் பயமுறுத்துகிறான். இல்லாவிட்டால் ஒரு பொம்மனாட்டி கையில் தூக்கிக் கொடுத்துவிட்டு ஓடுகிறான். இந்த வாசனையைத் தாங்காமல் தெரு முனையிலே ஒரு பீடியைப் பிடித்துக்கொண்டு நிற்பான்."

ருக்குவுக்குச் சிரிப்பாக வந்தது. "ஏய், நாகம்! படிக்கலே படிக்கலே என்கிறே. இப்படி உடம்பு, மனசெல்லாம் சுடச்சுடப் பேசறியே ..." என்று கூறி மீண்டும் சிரித்தாள்.

அந்தச் சிரிப்பு நாகம்மாளுக்கு இதமாயிருந்தது. மனசிலிருக்கிற அவள் கவலைகளை யெல்லாம் அது தாற்காலிகமாக அடித்துக் கொண்டு போயிற்று. "வாடி, இந்தப் பெண் வந்தவுடனே இன்னிக்கு ஏதாவது சினிமாவுக்குப் போய்விட்டு வருவோம்" என்றாள்.

"ஏன் உனக்கு அழுது மாளவில்லையா ?" என்று ருக்கு சொன்னதும், மீண்டும் நகைத்துக்கொண்டே உள்ளே போனாள் நாகம்மாள்.

வழக்கம்போல் பதினோரு மணி வரையில் பேசிவிட்டு நாகம்மாள் தூங்கிவிட்டாள். சந்திராவின் அறையிலும் வெளிச்சமில்லை. அவளும் பத்தரை மணி வரையில் படிப்பது

போலிருந்தது. பிறகு விளக்கு அணைந்தது. அவள் படுத்துவிட்டாள் போலிருக்கிறது.

ருக்குவுக்குத் தூக்கம் பிடிக்கவில்லை. சலசலவென்று தோட்டத்து மரங்கள் காற்றோடு பேசிக்கொண்டிருந்தன. இந்த வீட்டில் ஒரு தனிக் குளிர்ச்சி நிறைந்துதான் இருக்கிறது. டில்லியைப்போல் தரையும் காற்றும் இரவும் வெத வெதவென்று சுடவில்லை. காற்றில் இலேசாக ஒரு நைப்பு. புழுக்கம் இல்லை. சென்னையின் மனநிலையே தனி அமுதக் காற்றாக அள்ளி வீசும். திடீரென்று என்னவோ நினைத்துக் கொண்டு காற்றையெல்லாம் சுருட்டிப் பிடித்துக் கொண்டு மூச்சைமுட்ட வைக்கும். இன்று அதற்கு உற்சாகம். காற்றை எங்கும் தாராளமாக அவிழ்த்து விட்டிருந்தது. மர மல்லிகையின் மணம், தூவி விட்டாற்போல் ஜன்னல் வழியே விட்டுவிட்டு வந்தது. ஜன்னல் ஓரமாக, கும்பலாகச் செழித்துப் பரந்திருந்த விபூதிப் பச்சையின் மணம்கூடச் சற்றைக்கொருமுறை எழுந்து வீசிற்று. நாய் குறைத்தது, ‘டட்டட்டட்’ என்ற சத்தம். காவல் காக்கிற கூர்க்கா கைத்தடியால் தட்டித் தட்டி ஊரைக் காப்பாற்றிக் கொண்டே நடந்து கொண்டிருந்தான்.

படுக்கை கொள்ளாமல் எழுந்து, கதவை மெதுவாகத் திறந்துகொண்டு வாசல் தாழ்வாரத்தின் ஓரமாக, பிடிச்சுவர் மீது உட்கார்ந்தாள் ருக்கு. மரங்களின் சலசலப்பு பெருகியது. ஏதோ ஒரு மரத்தில் பல்லியோ என்னவோ ‘குக் குக் குக்’கென்று சூள் கொட்டிற்று. வடக்கு வானில் ஸப்தரிஷக் கூட்டம் வாலை மேலே மேற்குப் பக்கம் தள்ளி மல்லாந்து கொண்டிருந்தது.

ருக்குவுக்கு மனத்திலே அமைதி அற்று விடவில்லை. கலக்கமோ, ஒரு தெளிவின்மையோ கண்டு விடவில்லை. ஆனால் ஒரு தவிப்பு. ஒரு புதிய தவிப்பு, நீண்ட பயணம் கிளம்புவதற்கு முதல் நாள் இரவில் சலசலக்கிற தவிப்பு. இருப்புக் கொள்ளாத ஒரு விழிப்பு இவளை இலேசாக அலைத்துக் கொண்டிருந்தது.

இந்த உலகில் எது நடக்காது? மாப்பிள்ளை அழைக்கிற அன்று காணாமற் போகிற மாப்பிள்ளை! முப்பது வருஷங்கள் கழித்து இங்கே ஏன் அவரைப் பார்க்க நேர்ந்தது? அவள் நினைத்தால் இஷ்டப்படி இஷ்டப்பட்டவனைக் கலியாணம் செய்துகொண்டிருக்கலாம். ஆனால் அது நடக்கவில்லை. அவள் படிக்கும்போது, படிப்பை முடித்து ஆசிரியை ஆன பொழுது, ஆசிரியர் மகாநாடுகளில் கலந்து கொண்டபொழுது யார் யாரோ அவளைச் சற்றுக் கவனித்து அர்த்தத்தோடு கண்ணில் இதயம் தெரியும்படி பார்த்திருக்கிறார்கள். சிவசங்கரன்,

குல்கர்ணி, தேஜ்சிங், அனில் கோஷி – வால்டர் என்ற ஒரு வெள்ளைக்காரன்கூட... ஆனால் இந்தப் பார்வைகள் எல்லாம் ஒரு கணம், ஒரு நிமிஷம். அதிகமாகப் போனால் பத்து நிமிஷங்கள்தான். அதற்குப் பிறகு அவள் அதை நினைக்கவில்லை. மனத்தின் வாசற்படியிலேயே அவற்றை நிற்க வைத்து விடை கொடுத்து மனக் கதவைச் சாத்திக் கொண்டு உள்ளே வந்து விட்டாள். பார்த்துப் பார்த்துச் சோர்ந்து போய் அவர்கள் மறைந்து விட்டார்கள். கண்ணாடியில் முகம் பார்த்துக் கொண்டிருக்கும் பொழுதே, அது வேகமாக ரசம் அழிந்து, பொட்டையாகி, வெறும் கண்ணாடி போல் மாறினால் எப்படியிருக்கும்! எத்தனை நேரம் அதில் முகத்தைப் பார்க்க முயலுவார்கள்!

டில்லியிலே இதே மாதிரி, இதைவிட அழகான மரங்கள் உண்டு. கண்ணையும் நெஞ்சையும் ஆத்மாவையும் ஜில்லென்று தொட்டுக் குளிரவைக்கும் டில்லி வசந்தம் தோன்றும் பொழுதெல்லாம் அவள் சாலை சாலையாக நடந்துநடந்து தன்னையே ஆட்கொள்ளுமாறு அதனிடம் ஒப்படைத்துக் கொண்டு விடுகிற வழக்கம். பொல்லென்று பூத்த வேப்பஞ்சாலை, பளபளவென்று தளிர்த்த நாவல் மரச்சாலை தீ தீயாக செம்பூக் குடையாய்க் கனியும் வாதரட்சை மரம் பரந்த சாலைகள். நீலக் கிரீடம் தரித்து நிற்கும் ஜகராண்டா மரங்கள். நெடிது வளர்ந்த தெருவோரங்கள் – அங்கெல்லாம் நடந்து வசந்தத்தை நுகர்ந்திருக்கிறாள். ஆனால் அந்த வர்ணமும், நிழலும், குளிர்ச்சியும், கண்ணைக் கடந்து உள்ளே சென்று விடவில்லை. ஆயிரம் ஆயிரம் பட்சி கீதங்களாக வடிந்த அந்த வசந்தக் குரலும் காதைக் கடந்து உள்ளே வழிந்து விடவில்லை.

இத்தனையையும் பார்த்துக் கேட்டு வீட்டுக்குள் வந்ததும் சாப்பிட்டுவிட்டு, புத்தகம், புத்தகம், புத்தகம்! எப்படி அவ்வளவு கண்டிப்பாக அதையெல்லாம் வாசலிலேயே மறந்துவிட்டு வந்தோம். இருந்தோம் என்று – அவளுக்கு புரியவில்லை. அந்தமாதிரி இத்தனை காலமும் இருந்திருக்கிறோம் என்பதே இப்பொழுதுதான் புலப்பட்டது அவளுக்கு.

நாளைக்காலை, நாளைக்காலை? இன்று வந்தது மாதிரி. இன்று வந்தது மாதிரி? அதே நேரத்துக்கு, அதே நேரத்துக்கு? திருப்பித் திருப்பித் தனக்குள்ளே கேட்டுக் கொண்டிருந்தாள் அவள். அவசியமாக வரவேண்டுமா என்று நாகம்மாளிடம் இன்று காலை கேட்டார் அனந்தசாமி... சதாகாலமும் மலர்ச்சியும் முறுவலும் மறையாத அந்த முகத்தைக் கண்டு... கண்டு? அந்தக் கேள்வியைக் கேட்கவேண்டும். ஏன் ஓடினீர்கள்? ஊர் முழுவதும் சூள் கொட்டி இரக்கப்படும் நிலைக்கு ஏன் ஒரு

பெண்ணை இறக்கினீர்கள்? கேட்டால் அந்த முகத்தில் கல்லில் செதுக்கினதுபோல் நிலைத்துக் கிடக்கிற மலர்ச்சி வாடிவிடுமா? எந்தவிதச் சொற்கள் விடையென்று வரப் போகின்றன?

சட்டென்று வாசல் தாழ்வாரத்தில் ஒளி தெரிந்தது. ருக்கு திரும்பினாள். வாசற்படியளவுக்கு வெளிச்சம் நறுக்கி விழுந்து கிடந்தது. ஒரு நிழலும் மெதுவாக நடந்து வந்தது.

நாகம்மாள்தான். வெளியே வந்தவள் சுற்றுமுற்றும் பார்த்தாள்.

"ருக்கு!"

"ம்!"

"இங்கேயா உட்கார்ந்திருக்கிறாய்?"

"க்கும்!"

"தூங்கவில்லை?"

"தூக்கம் வரவில்லை!"

நாகம்மாள் ஹால் விளக்கை அணைத்து விட்டுத் திரும்பி வந்து அவள் பக்கத்திலேயே உட்கார்ந்து கொண்டாள்.

சிறிது நேரம் மௌனமாயிருந்தார்கள்.

"அப்படியானால் என்ன செய்கிறதாக உத்தேசம்?" என்று கேட்டாள் நாகம்மாள் திடீரென்று.

"எப்படியானால்?"

"ஒன்றுமே தெரியாதது போல் என்ன கேள்வி இது? நாம் இரண்டு பேருமே அனந்தசாமியைப் பற்றித்தானே நினைத்துக் கொண்டிருக்கிறோம்!"

ருக்கு பதில் சொல்லவில்லை.

"எனக்கு எல்லாம் மர்மமாக இருக்கிறது" என்றாள் நாகம்மாள்.

"எதெல்லாம்?"

"இந்தக் காற்று, குளிர்ச்சி, நிசப்தம் – இவைகளைப் பார்த்து..."

"மர்மம் என்ன இதில்?"

"மர்மம் தான் கிட்டத்தட்ட ஒரே வயது. ஆனால் ஒரு மனசைப் பின்னால் திரும்பி ஓடச் செய்கிறது இந்தக் காற்று. இன்னொரு மனசை முன்னால் ஓடச் செய்கிறது..."

"..."

"ஒருவருக்குப் பழங்கால ஞாபகம். இன்னொருவருக்கு வருங்கால ஞாபகம். ஒருவருக்கு எல்லாம் நீர்ந்துவிட்ட மனநிறைவு. இன்னொருவருக்கு இனிமேல்தான் எல்லாம் ஆரம்பிக்கப் போகிற ஆவல்..."

"நாகம்மாள்?"

"ம்?"

"உன் பெண் உள்ளே படுத்துக் கொண்டிருக்கிறாள். நான் ருக்கு. சந்திரா இல்லை தெரியுமா?"

"தெரியும்."

"பின்னே இது என்ன பேச்சு?"

"ஒரே வயசு மர்மம் என்று அதனால்தான் பீடிகை போட்டேன்" என்றாள் நாகம்மாள்.

# 6

"நாகம்! மனுஷர்கள் எல்லோருக்குமே ஆவல் என்ற சைத்தான் ஒண்டுக்குடி. பெண்களுடைய சின்ன இதயத்தில் அது பெரிய இடமாகப் பிடித்துக் கொண்டிருக்கிறது. ஒண்டுக்குடிகள் வாழ்கிற வீட்டில் எந்த ரகசியத்தைக் காப்பாற்ற முடியும்?" நீ உங்கள் வைத்தியரைப் பற்றிப் பேச்செடுத்தபொழுது, நான் பராபரியாகக் கேட்ட செய்திகளும் நினைவுக்கு வந்தன. ஓடிப்போனவர் பிக்ஷு மாதிரி அலைகிறார் என்று யாரோ உறவினர்கள் சொன்ன நினைவு. அவராக இருக்குமோ என்ற ஒரு சந்தேகத்தில் அவரை அழைத்து வர முடியுமா என்றேன். அவ்வளவு தான்; சைத்தானின் ஆவல் அது" என்றாள் ருக்கு.

"நானும் கிறிஸ்தவப் பள்ளிக்கூடத்தில்தான் அந்த நாளில் தஞ்சாவூரில் வாசித்தேன், ருக்கு! சைத்தான் ஆவலோடு விட்டுவிட மாட்டான் என்றுதான் நான் படித்திருக்கேன்."

"என்ன செய்வான்!"

"அது நாளைக்கெல்லவா தெரியும்!"

ருக்கு இலேசாகச் சிரித்தாள்.

"ருக்கு! சைத்தானை எதற்காக இழுத்தாய் இப்பொழுது? இவ்வளவு நல்ல வாய்ப்பை ஏற்படுத்திக் கொடுத்தவர் நம்முடைய தலையில் எழுதுகிற பிரம்மாவாகத்தான் இருந்துட்டுப்

போகட்டுமே... சரி, சைத்தான் இல்லாவிட்டால் மனுஷனும் மனுஷியும் ஆசைகூட இல்லாத காட்டு மனிதர்களாகத்தானே இன்னும் திரிந்து கொண்டிப்பார்கள்? ரயில், இந்த ரேயான் புடவை, நீ டெல்லியிலிருந்து வந்த விமானம் எல்லாம் ஏது? இந்த சைத்தான் இல்லாவிட்டால் கடவுளின் மகிமைகளையே அறியாத மண்ணுருண்டைகளாக இருந்திருப்போம் நாம்." – ருக்கு சிரித்தாள்.

"ஏன் சிரிக்கிறாய்?"

"நைலானை விட்டு விட்டாயே என்று சிரித்தேன்... இப்பொழுது கடவுள் ஜயித்து விட்டார்."

"அப்படியென்றால்?"

"சைத்தான் ஆடையைக் கொடுத்து மறைத்தான். இப்பொழுது மனுஷன் நைலான் செய்து ஆடையின் நோக்கத்தையே முறியடித்து விட்டான். கடவுள் கட்சி மீண்டும் நிலைத்துவிட்டது. ஆண்களும் உடல் தெரிகிற நைலான் அணிவதால் கடவுள் சற்று அதிகமாகவே ஜயித்துவிட்டார் என்றுதான் தோன்றுகிறது."

பேச்சு இவ்வாறு வார்த்தைகளைப் பிடித்துக்கொண்டு தத்தித் தத்தி எங்கெங்கோ போயிற்று. அனந்தசாமியைப் பற்றி மேலும் மேலும் பேசினாள் நாகம்மாள். ருக்கு ஏதோ கனவுலகில் இருப்பதுபோல் கேட்டுக் கொண்டிருந்தாள்.

க்ஷயரோகம், பெருவியாதிகளைக்கூட அவர் குணப்படுத்தியிருப்பதை நாகம்மாள் விவரமாகக் கூறினாள். அபஸ்மாரம் போன்ற வலிப்பு வியாதிகளை டாக்டர்களெல்லாம் கைவிட்ட பிறகு அவர் போரிட்டு விரட்டியதைக் கூறினாள். நெருக்கடி கேஸ்களுக்கு வெறும் வைத்தியத்தோடு மட்டும் நின்றுவிடாமல், வீட்டுக்குப் போய் ஒரு மணி அல்லது இரண்டு மணி நேரம் நோய் குணமாவதற்காக ராமஜெபம் செய்வதையும் கூறினாள். பிறகு தன் அண்ணாவைப் பற்றிப் பேசினாள். அவர் பிள்ளை லண்டனில் வாழ்வதைப் பற்றிப் பேசினாள். தன்னையறியாமல் கொட்டாவி வந்து இமை தானாக அழுந்துகிற வரையில் இருவரும் பேசிவிட்டுக் கடைசியில் படுக்கச் செல்லும்பொழுது மணி மூன்று அடித்துவிட்டது. நாலு வீடுகள் தள்ளியிருந்த சினிமா நட்சத்திரத்தின் வீட்டு மடாச் சேவல் தனக்கே உரிய ரோட் ஐலண்ட் குரலில் கூவத் தொடங்கி விட்டது. நாய் குரைப்பதைப் போல் உரத்துக் கரகரத்த அந்த அரவத்தைக் கேட்டு இடது பக்கத்தில் எங்கேயோ ஒரு நாட்டுச் சேவலும் விழித்து விடை கொடுத்தது. இரண்டையும் மீறி தூங்குவதற்கு அரைமணி நேரம் பிடித்தது ருக்குவுக்கு. அவளுக்கு ஒரே ஒரு

சந்தோஷம்! நாகம்மாளின் பேச்சைத் திசைமாற்றித் திருப்பி எங்கெல்லாமோ அலைய விட்டு விட்டாள் அவள். நாகம்மாளும் ஆரம்பித்த இடம் தெரியாமல் இழுத்த இழுப்புக்குப் பேசிக் கொண்டிருந்தாள். பொதுவாக வெகுளியான சுபாவம். இப்படி எண்ணிக் கொண்டவாறு கண்ணை மூடினாள் ருக்கு.

ஆனால் கண்ணை மூடிய பிறகு கூட அந்த மூடிய இமைகளையும் ஊடுருவி அந்தப் பழுப்பு வேட்டியும் மலர்ந்த முகமும் வைரம் பாய்ந்த மார்பும் நடமாடத் தொடங்கின. அதைப் பார்த்து அந்தக் கும்மிருளில் அவள் உதட்டில் புன்னகை அரும்பியது. பரவசப் புன்னகையாகவும் கேலிப் புன்னகையாகவும் மாறி மாறி நெளிந்தது அது.

அப்படி ஒரு கேலிப் புன்னகையரும்பும் போதுதான் 'அப்பாடா' என்று செவிள் வேர்த்துக் கன்னத்தில் வழிய, மூக்கின் கீழும் கழுத்திலும் வேர்க்க, அவர் – அனந்தசாமி – ஹாலில் உட்கார்ந்தார். அவள் உள்ளே படுத்திருப்பதை உற்றுப் பார்த்தார். தலைவலியா என்று கேட்டார். 'ஆமாம்' என்று அவள் தலையாட்டியதைப் பார்த்து, உள்ளே வந்து அருகில் உட்கார்ந்தார். பொட்டையும் நெற்றியையும் தொட்டார் – எவ்வளவு – முரட்டுச் சரீரம் – எவ்வளவு மிருதுவான உள்ளங்கை! இளம் வாழை இலையைத் தொடுவது போன்ற ஒரு குளிர்ந்த ஸ்பரிசம்! கையைப் பிடித்து நாடி பார்த்தார். கண்ணின் கீழ் ரப்பையை விரலால் இழுத்துப் பார்த்தார். சிறிது நேரம் பார்த்துக் கொண்டேயிருந்தார். யாரோ இழுப்பது போலிருந்தது. அவருடைய இடது கை எங்கே?... உற்றுப் பார்த்தபோது அவருடைய இடதுகை அவள் முதுகைச் சுற்றியிருந்தது. அவளுக்குப் பேச நாவெழவில்லை. "அடுத்த ரயிலிலேயே ஏன் ஓடினேன் தெரியுமா? அவசரமாக மருந்து வாங்க வேண்டியிருந்தது. நல்ல வேளையாக ரயில் கிடைத்துவிட்டது. போனேன். மருந்துக்கடை திறந்திருந்தது. வாங்கி வந்து விட்டேன். அவ்வளவு சீக்கிரம் போகவில்லையானால் கடை கட்டியிருப்பான். மருந்து கிடைத்திருக்காது" என்றார். எந்த மருந்து? என்ன மருந்து? தலைவலி மருந்தா?... இங்கே வா நானே தடவி விடுகின்றேன்."
...அதற்காக இப்படியா அணைத்துக் கொள்ள வேண்டும்?

நீ ப்ரொபசர்; அதனால்தான் உடலில் காஷாயம். கையில் நான்... என்ன இது? நீ ப்ரொபசர்... "ப்ரொபசர் ருக்மணி அம்மாள்..."

சட்டென்று விழித்துக் கொண்டு விட்டாள் ருக்கு.

"உங்களைத்தானே இன்னும் எழுந்திருக்கலியா?" கண்ணைப் பிட்டுக்கொண்டு விழித்தாள் அவள். எதிரே சுவரில் மாட்டியிருந்த

கண்ணாடியைப் பார்த்தாள். உள்ளங்கையைத் தேய்த்துப் பார்த்துக் கொண்டாள். என்ன சொப்பனம் இது!

"ப்ரொபசர் இன்னும் எழுந்திருக்கலியா?"

யார் இது! அண்ணா குரல் மாதிரி? சுப்புசாமி குரல் மாதிரி! சுப்புசாமிதான். எப்பொழுது வந்தார்?

"மாமா!"

"அப்பாடா! காதில் விழுந்ததா இப்பவாவது!"

சுப்புசாமி! வந்து எதிரே நின்றார், வாசற்படிக்கு முன் வாசற்படி முழுவதையும் அடைத்தாற்போல் நின்றார். அவ்வளவு பெரிய உருவம்!

"மணி எட்டாகப் போகிறதே!" என்றார் அவர். பெரிய முலாம்பழம் ஒன்று சிரிப்பது போலிருந்தது அந்த முகம்.

"எப்பொழுது வந்தீர்கள் மாமா?"

"நான் வந்து ஒரு மணியாச்சு... எழுந்து போய்ப் பல் தேய்த்துக் காப்பியைச் சாப்பிடு. இந்தா, இதை முதலில் வாங்கிக்கொள்!" என்று ஒரு பெரிய ஆப்பிளை நீட்டினார் அவர்.

அதை வாங்கிக் கொண்டாள் ருக்கு. அவரைப் பார்த்தாலே பெரிய பழம்மாதிரி இருந்தது, பாரி ஆசாமி முலாம் பழத்தைப் போல மஞ்சள் பதுங்கிய வெள்ளை நிறம். அந்த ஆறடி உயரமும் அதற்குத் தகுந்த பெரிய பருமனும் – அத்தனையும் அந்த நிறம். மாநிறம், மார்பும் கணைக்காலும் இன்னும் வெள்ளையாகப் பொலிந்தன. தலையில் சிறிது வழுக்கை. மீதி முடியெல்லாம் பாதி நரை. பெரிய அகலமான சதுர முகம். முகவாய்க்குக் கீழ் சதை விழுந்து ஒரு வரம்பு கட்டிச் சரிவாக இறங்கிற்று. தூணுக்கும் உத்தரத்துக்கும் நடுவேயுள்ள சரிவு மாதிரி. தோளில் வெள்ளை வெளேரென்ற மடிப்புப் பிரித்த ஜரிகை வண்ணான் மடி. அரையில் அதே போல் 'பளீர்' என்று வெளுத்துப் பொலிந்த தகடு போன்ற ஜரிகை வேட்டி. பாதம்தான் எவ்வளவு பெரிது! ஒவ்வொரரு விரலும்தான் எவ்வளவு பெரிது! எவ்வளவு சதை! ஒரு பெரிய மனுஷப் பழம் மாதிரி இருந்தது, அவரைப் பார்த்தால்.

பாயைச் சுருட்டிக் கட்டில் மேல் வைப்பதற்குள்ளாகவே இந்த உருவத்தை நாலைந்து தடவைகள் பார்த்து விட்டாள் அவள்.

"இப்பொழுது ஏது மாமா வண்டி?"

"காற்றிலே வந்தேன்."

"காற்றிலேயா?"

"ஏன் காற்று என்னைத் தூக்க முடியாதுன்னு பாக்கிறியா? நான் ராத்திரி விமானத்திலே ஏறும் பொழுதே அங்கே ஒரு யானை கட்டியிருந்தது. அது காலையிலே ஏரோப்ளேனில் ஏறி அமெரிக்காவுக்குப் போகப் போகிறது என்றார்கள்... நான் மாத்திரம் வரப்படாதா? போ, போ, பல் தேய் முக்கியமான சமாசாரம் சொல்லப் போகிறேன்."

"என்ன மாமா?"

"நீ காப்பியைச் சாப்பிடு. அப்புறம் சொல்கிறேன்."

மறுபடியும் என்னவென்று கேட்டுப் பிடிவாதம் பண்ணாமல் பல் தேய்க்கப் போனாள் ருக்கு.

வீட்டுக்குள் ஒரு புதிய கலகலப்பு வந்து விட்டது. எங்கிருந்துதான் வந்ததோ தெரியவில்லை. சந்திரா குளித்து விட்டு ஒரு புதிய வங்காளப் பட்டுப்புடவையைக் கட்டிக்கொண்டு குங்குமம் துலங்க சுவாமி அலமாரியில் ஊதுவத்தியை ஏற்றி ஸ்டாண்டில் செருகிக் கொண்டிருந்தாள். நாகம்மாள் சமையலறையில் எண்ணெயையும் நெய்யையும் கரண்டி கரண்டியாக விட்டு ஊத்தப்பம் வார்க்கும் ஓசை சரசரத்தது. உள்ளே மூன்று நாலு கூடைகள்; பழக் கூடைகள். கொல்லையிலே பசுமாடு கத்தியது. சுப்புசாமி வந்துவிட்ட கோலா கலங்களில் அதுவும் ஒன்றுபோலக் கத்தியது. தோசைக் கல்லில் 'ஜிர் ஜிர்' என்று எண்ணெய் பொரிந்தது. நெய் மணத்தது. சுப்புசாமிக்கு எல்லாமே பெரிய அளவில் நடக்க வேண்டும். அவருக்குத் தகுந்த சாப்பாடு வேண்டும். ஊத்தப்பம் பெரிது பெரிதாக முறுகி முறுகிச் சுடச்சுட அவர் இலையில் விழ வேண்டும். அதைப் பிழிந்தால் கால் சேர் நெய் சொட்ட வேண்டும். இல்லா விட்டால் சிரித்துக் கொண்டே ஏதாவது சுருக்கென்று சொல்லுவார். "என்னத்துக்கு இப்படி வரட்டி வரட்டியாகத் தட்டறே? இன்னும் பத்து வருஷங்கள் இருப்பேன் என்று ஜோஸியன் சொல்லியிருக்கான். அப்புறமல்லவா இதுக்கு வேலையிருக்கு!" என்பார். எல்லாம் சம்பிரமமாக இல்லாவிட்டால், அவருக்கு ஒன்றும் ஓடாது. இந்த மாம்பழக் காலத்தில் வேளைக்கு இரண்டு மாம்பழம். டிபனுக்கு ஒரு மாம்பழம். கூட இருக்கிறவர்களும் அதே மாதிரி சாப்பிட வேண்டும். இல்லாவிட்டால், "சீ, தரித்திரம், எழுந்து போடா, வயிற்றுவலி, மொகரகட்டை!" என்று கத்துவார்.

அந்தக் கத்தல், சிரிப்பு ஆர்ப்பாட்டம் – எல்லாவற்றுக்கும் பயந்து, வீடு முழுவதும் இப்பொழுது ஈடுகொடுக்கத் தொடங்கிவிட்டது. 'உம்' மென்று முகத்தைத் தொங்கப் போட்டுக் கொண்டிருந்த சந்திராவுக்கே களை கட்டி விட்டது.

கொல்லையில் பல் தேய்க்கப் போனபொழுது கிணற்றிலிருந்து வாளி வாளியாக நீரை இழுத்து, குருசாமி காரைக் கழுவிக் குளிப்பாட்டிக் கொண்டிருந்தான்.

ருக்குவுக்கு வெட்கம் பிடுங்கித் தின்றது.

சுப்புசாமிக்கு எழுந்தவுடனே குளித்து விட வேண்டும். அவர் மட்டும் இல்லை. தங்கை, மருமாள், மோட்டார் கார், அதன் டிரைவர், பசுமாடு, எல்லாமே குளித்துவிட வேண்டும். குளிக்காத முகத்தைக் கண்டால் அவருக்குப் பற்றிக் கொண்டுவரும். ஐந்து மணிக்கு எழுந்து கொண்டால், வீட்டில் மற்றவர்கள் எழுந்திருக்கவில்லையே என்று தயங்கமாட்டார். பாய்லரில் தண்ணீரை நிரப்பி தீமூட்டி விசிறுவார். 'குளிச்சாச்சா? குளிச்சாச்சா?' என்று அவர் ஒவ்வொருவராக வாய் ஓயாமல் கேட்கும்பொழுது, வாரிச்சுருட்டிக் கொண்டு குளியல் அறைக்குள் ஓடித் தண்ணீரைத் தலையில் விட்டுக் கொள்ளத்தான் தோன்றும். அதுவரையில் அந்தக் கேள்வியும் நிற்காது. பல் தேய்க்கப்போன ருக்குவும் விறுவிறுவென்று துண்டை எடுத்துக் குளித்து விட்டுத்தான் உள்ளே அடி எடுத்து வைத்தாள். புடவை மாற்றி, பூஜை அலமாரி முன்னால் சிறிது நேரம் கண்ணை மூடி நின்றாள். அதற்குள் நாலு தடவைகள் கூப்பாடு வந்துவிட்டது சுப்புசாமியிடமிருந்து.

மூன்று இலைகளைத்தானே போட்டு, சந்திராவும் ருக்குவும் வரட்டும் என்று காத்துக் கொண்டிருந்தார் அவர்.

"பாக்கி பூஜையை அப்புறம் பண்ணிக் கொள்ளலாம், வாயேன்;" என்று ஐந்தாவது தடவையாகக் குரல் கொடுத்தார் சுப்புசாமி.

சந்திராவும் ருக்குவும் அவருக்கு இருபக்கங்களில் உட்கார்ந்து கொண்டார்கள். 'நொத் நொத்'தென்று முறுகின ஊத்தப்பம் இலையில் விழுந்தது.

"ஒரு முக்கியமான சேதி சொல்லப்போகிறேன் என்றேனே, என்னவென்று கேட்கமாட்டாயோ?" என்றார் சுப்புசாமி ருக்மினியிடம்.

"நீங்கள்தான் அப்புறம் சொல்வதாகச் சொன்னீர்களே!"

"நான் சொல்லிவிட்டேனே?"

"என்ன சொன்னீர்கள்?"

"உன் காதில் விழவில்லை?"

"எப்பொழுது?"

“உன்னை எழுப்பும் பொழுது ... என்ன முழிக்கிறாய்? சந்திரா, நீதான் சொல்லேன்! உனக்காவது தெரிகிறதா என்று பார்ப்போம்!”

சந்திரா சற்று யோசித்தாள். “பிறகு, நீங்கள் என்னவாக இருக்கிறீர்கள், உங்கள் காலேஜில்!” என்று கேட்டாள்.

“வாத்தியாராக!”

“அதற்கு என்ன பெயர்?”

“ஆசிரியர்தான். லெக்சரர்!”

“நீங்கள் இப்பொழுது பேராசிரியராக, புரொபசராக ஆகியிருப்பீர்கள் ... என்ன மாமா?”

“அட! எப்படியடி கண்டுபிடித்தாய் நீ!” என்று கேட்டுச் சிரித்தார் சுப்புசாமி.

“புரொபசர் எழுந்துகொள்ள வில்லையா, எழுந்துகொள்ள வில்லையா என்றுதானே மாமா நீங்கள் அவர் காதில் சுப்ரபாதம் பாடினீர்கள்!”

“ரொம்ப சரி; ருக்கு முந்தாநாளுக்கு முதல்நாள் நான் டில்லியில் இருந்தேன். உங்கள் காலேஜ் கமிட்டி உறுப்பினர் ஒருவரோடு செக்ரடேரியட்டில் பேசிக்கொண்டிருந்தேன். உன்னைப் பற்றிப் பேச்சுவந்தது. இந்த மாதிரி, லெக்சரர் ருக்மிணி எனக்குத் தெரிந்தவர் பெண்தான் என்று சொன்னேன். அவள் அடுத்த வாரத்தில் புரொபசராகக்கூட ஆகலாம் என்று சொன்னார். இப்பொழுது இருக்கிறாளாமே, அவள் ஐ.நா. சபையில் பெரிய உத்தியோகம் கிடைத்தால் போகப் போகிறாளாம்.”

“அப்படியா?”

“எங்கள் வீட்டுக்கு ‘வா வா’ என்று இத்தனை வருஷங்களாகக் கதறினேன், கேட்டாயா? இங்கே அடியெடுத்து வைத்தாலே போதும், பதவி உயரும். அப்பொழுதே வந்திருந்தால் ...”

“இந்த ரகசியத்தை நீங்கள் அப்பொழுதே எனக்குச் சொல்லவில்லையே?” என்றாள் ருக்கு.

“ஏன் அண்ணா, அந்தப் பெரிய வேலை இங்கேயேதான் கிடைக்கும்படியாகப் பாரேன் அவளுக்கு. அவள் டில்லியிலே இருந்தது போதுமே!” என்றாள் நாகம்மாள்.

ருக்குவுக்குச் சற்றுத் தூக்கிவாரிப் போட்டது. நாகம்மாள் எதற்காக இதைச் சொல்கிறாள்?” அவளை நிமிர்ந்து

பார்க்கவும் முடியவில்லை, பார்க்கவேண்டும் என்று தோன்றிய எண்ணத்தைக்கூடத் தட்டிப் பேசாமலிருந்தாள்.

"ஆமாண்டி. அவளுக்குப் பெரிய வேலையாகப் போகிறது கைமேலே. அதுக்கு சந்தோஷப்பட்டு ஒருகரண்டி நெய்யைப் போட்டுத் தோசையை முறுக வைக்கத் துப்பில்லை உனக்கு. அவளுக்கு இந்த ஊரிலேயே பெரிய வேலை கிடைக்காதோங்கறா! மூஞ்சியைப் பாரு!" என்று அழகு காட்டினார் சுப்புசாமி. "ஏன் இங்கே வந்து விடுவதாக எண்ணம் இருக்கிறதோ?" என்று மறுகணமே ருக்குவிடம் கேட்டும் விட்டார் அவர்.

ருக்குவுக்குத் திக்குமுக்கலாக ஆகிவிட்டது. சமாளித்துக் கொண்டு, "இங்கே யார் இருக்கிறார்கள் எனக்கு?" என்று சட்டென்று சொல்லிவிட்டாள்.

"ஏண்டி, நாங்களெல்லாம் மனுஷாளாகப் படலியா உனக்கு?" என்றாள் நாகம்மாள். "இந்த ஊரிலே உனக்கு மனிதர்கள் இல்லையா? என்ன அப்படிச் சொல்லி விட்டாய்?"

"அது சரி..."

"ஏன் அப்படி இழுக்கிறாய்? அப்படி எண்ணமிருந்தால் சொல்லு. நாளைக்கே வேலையிலே சேர்ந்து விடலாம். என்ன சொல்கிறாய்?...ம்!" என்று அதட்டிக் கேட்டார் சுப்புசாமி.

"தோசையைத் திங்கட்டுமே, இரண்டு பேருமாகச் சேர்ந்து இப்படிக் கிடுக்கியிலே மாட்டினால் அவர் என்ன சொல்வார்?" என்றாள் சந்திரா.

"இந்த மாதிரி காரியங்களை நினைத்தவுடனே செய்துவிட வேண்டும். இப்படிக் கிடுக்கி போட்டால் மனசு சடாலென்று முடிவுக்கு வரும்!" என்றார் சுப்புசாமி.

"அதுக்காக? வேலை உயர்ந்திருக்கிறது என்கிற சேதியைக் கேட்டுக் கொஞ்சம் சந்தோஷம், ஆச்சரியம் இதெல்லாம் படுகிறதற்குக்கூட ஒருத்தரை விட வேண்டாமா?" என்று கூறி ருக்குவைப் பார்த்தாள் சந்திரா.

உண்மைதான். ருக்குவின் சந்தோஷ அதிர்ச்சியைக்கூட சட்டை செய்யாமல் அவர்கள் மேலே பேசிக் கொண்டுதான் போனார்கள். செய்தியை நம்புவதற்கே அவளுக்கு நேரம் கொடுக்கவில்லை. அந்தக் கல்லூரியில் பேராசிரியராக ஆக முடியும் என்று அவள் கனவுகூடக் கண்டதில்லை. அந்தப் பதவியை வகித்துக் கொண்டிருந்த மிஸஸ் கங்கூலி அவளை விட ஒரு வயது சின்னவள். வயதாகிப் பதவியிலிருந்து ஓய்வு

எடுத்துக் கொள்கிறார்களே, அதைக்கூட ருக்கு அவளுக்கு ஒரு வருஷம் முன்னாலேயே செய்துவிட வேண்டும். ஆகவே, அந்தப் பதவியைப் பற்றி நினைக்கவோ, ஆசைப்படவோ இல்லை அவள். திடீரென்று இந்தச் செய்தி வந்தது அவளுக்கு அதிர்ச்சியாகத்தான் இருந்தது. அது சந்தோஷ அதிர்ச்சி என்றும் சொல்வதற்கில்லை. திடுதிப்பென்று எதிர்பாராததைக் கேட்ட வெறும் அதிர்ச்சி. அதில் சந்தோஷம் புக ஒரு நிமிஷங்களாவது ஆகும். அதற்குக்கூட நேரம் கொடுக்காமல் அண்ணனும் தங்கையும் பேசிக் கொண்டிருந்தது, சற்று அர்த்தமில்லாத ஊக்கமாகப்பட்டது ருக்குவுக்கு. டில்லியை விட்டு வருவதாவது போவதாவது என்ன பிதற்றல்..!

"சரி, பேஷாகச் சந்தோஷப்படட்டும், ஆச்சரியப்படட்டும். இப்ப என்ன குடி முழுகிப் போயிற்று? நாளைக்குத்தான் சொல்லட்டுமே!" என்று கடைசி ஊத்தப்ப விள்ளலைத் தயிரோடு ஒட்டத் தேய்த்து வழித்து வாயில் போட்டுத் தன் பெரிய உடலைக் கையை ஊன்றிப் பெயர்த்து, "ராமையா!" என்று உந்தி எழுந்து கொல்லைப் பக்கம் கை கழுவப் போனார் சுப்புசாமி. திரும்பி வந்தவர் நின்றபடியே இரண்டு சேர் பிடிக்கிற அந்த நீள டம்ளர் நிறைய இருந்த காப்பியை நாகத்தின் கையிலிருந்து வாங்கி மடமடவென்று குடித்தார். அப்பாடா காப்பி ரொம்ப நன்றாக இருக்கிறது" என்றார். வெள்ளை வெளேர் என அரைக்கைச் சட்டை ஒன்றைப் பீரோவிலிருந்து எடுத்துப் போட்டுக்கொண்டார். "வரேன்! வரேன்! வரேன்!" என்று கத்தினார். கொல்லைப் பக்கம் மறுபடியும் போனார். காம்பவுண்ட் சுவரை ஒட்டிய சார்பில் நின்று குரல் கொடுத்துப் பசுமாட்டைத் தடவினார், தழுவினார், தட்டிக் கொடுத்தார். மிரண்டு துள்ளிய கன்றையும் ஒரு முறை தடவினார். அப்படியே தோட்டத்தின் வழியாகவே வாசலுக்கு வந்தார். "சந்திரா! நான் வர ஒரு மணிக்கு மேலே ஆகும். நீங்களெல்லாம் சாப்பிட்டு விடலாம், எனக்காகக் காத்திருக்க வேண்டாம்" என்று கத்திவிட்டுக் காரில் ஏறிக் கொண்டார். சந்திரா வாசல் பக்கம் இலையிலிருந்து எழுந்தபடியே ஓடினாள். கார் கிளம்பி வெளிவாசலைக் கடந்து வளைந்து மறைந்தது.

"மாமாவுக்குச் செட்டியாரைக் கட்டிண்டு அழத்தான் பொழுது சரியாயிருக்கு! பாரேன், வந்ததும் வராததுமாக ஒரு வார்த்தை சொல்லக் காணோம், போய்விட்டார்" என்று உதட்டைப் பிதுக்கினாள் சந்திரா.

ஏறக்குறைய அதையேதான் நினைத்துக்கொண்டிருந்தாள் ருக்கு. என்னத்தையோ மனத்தில் சுமந்துகொண்டு 'லோ, லோ' என்று அலைகிற இந்த ஆத்மாவைக் கண்டு அவளுக்கும் ஒன்றும்

பிடிபடவில்லை. செட்டியார் காரியம் என்று எதையோ சொல்லி, எதிலிருந்தோ தப்பித்துக்கொண்டு அவர் அலைகிறாற்போல்தான் தோன்றியது அவளுக்கு. ஊர் ஊராக என்று சொன்னால் போதாது. நாட்டின் இந்தக் கோடியிலிருந்து அந்தக் கோடிக்கும், அந்தக் கோடியிலிருந்து இந்தக் கோடிக்குமாக நடை போடுகிறார் அவர்.

"நாமும் போவோமா?" என்றாள் சந்திரா. "மியூசியத்துக்குப் போய்ப் பழைய நாணயங்கள் பகுதியைப் பார்க்கலாம் என்று சொன்னீர்களே!"

"ஆரம்பித்தாகி விட்டதா? மாமா கிளம்பி விட்டார். மருமாள்முறை வந்து விட்டது. மாமா புதுக்காசுக்கு அலையறார். நீ பாசி புடிச்ச காசுக்கு அலைகிறாயாக்கும்... உங்களுக்குப் படிக்க மட்டும் சொல்லிக் கொடுக்கவில்லை காலேஜில். இந்தப் பட்டணத்து வெயிலையெல்லாம் தலையில் தாங்கிக் கொள்ள உடம்பும் மூளையும் வேக வேகப் பஸ் ஸ்டாப்புக் கம்பத்திலே ஒட்டிக் கொண்டு நிற்க, புத்தி நிலை கொள்ளாமல் 'மாங்கு மாங்கு' என்று காரியமில்லாமல் அலைய, மனசை ஓர் இடத்திலே ஒரு க்ஷணம் நிற்கவொட்டாமல் எதையோ துரத்தித் துரத்திக் கொண்டு போக, இவ்வளவும் சேர்த்துச் சொல்லிக் கொடுத்து விடுகிறார்கள் என்று நினைக்கிறேன். இதைப் பாரு சந்திரா, டில்லி வெய்யிலில் மூளை இளகிப் பன நுங்கு மாதிரி சிதறுகிறது என்று வந்திருக்கிறாள் ருக்கு. அவளை வேறு இழுத்துக் கொண்டு அலைய வேண்டாம். நேற்று ராத்திரியே உடம்பெல்லாம் வலிக்கிறது என்றாள் அவள். இன்றைக்கு அனந்தசாமி வந்தால் மருந்து வாங்கிக் கொடுக்கலாம் என்று இருக்கிறேன். நீ பாட்டுக்கு அவளை இழுத்துக் கொண்டு போய்விடாதே" என்று நாகம்மாள் ருக்குவைப் பார்த்து இலேசாக முகம் சுளித்தாள்.

ருக்குவுக்கு ஒரு கண நேரம் என்ன சொல்வதென்றே தெரியவில்லை. அனந்தசாமியைப் பார்க்கக் கூடுமோ என்ற ஓர் அச்சத்தினாலேயே அவள் வெளியே போகத் துடித்தாள். பார்க்கக் கூடும் என்ற ஓர் ஆவலே வெளியே போக வேண்டாம் என்று அவளை உள்ளூர நச்சரித்தது. என்ன பதில் சொல்லலாம்.

"அப்படியானால் நான் போய் வருகிறேன்" என்று சந்திராவே இக்கட்டைத் தீர்த்து வைத்தாள்.

பத்து நிமிடங்களுக்கெல்லாம் சைக்கிளில் ஏறி வெளியேயும் போய்விட்டாள் சந்திரா. ருக்குவுக்குச் சற்று கோபம்கூட வந்தது.

"உனக்கென்ன பைத்தியம் கித்தியம் பிடித்திருக்கிறதா நாகம்?" என்று சைக்கிள் மறைந்ததும் மறையாததுமாகக் கேட்டாள் ருக்கு.

"நானா பைத்தியம்? எங்கண்ணா பைத்தியம். என் பெண் பைத்தியம். நீ ஒரு பைத்தியம்."

"என்னது."

"ஆமாம்! சைத்தான் ஆவலைக் கிளப்பிவிட்டு விட்டான். அது எவ்வளவு தூரம் போகிறது என்று பார்க்காமல் பதுங்குகிறது பைத்தியம் இல்லாமல் என்ன?"

"நாகம்! நீ போகிற போக்கைப் பார்த்தால் ஏதாவது விபரீதமாக வந்து முடியும் போலிருக்கிறது" – ருக்கு சற்றுப் பயந்து விட்டாள்.

"விபரீதமா? யாருக்கு விபரீதம் வரும்? சாதாரண மனிதர்களுக்கு. சைத்தான் மனுஷர்களிடம் விஷமம் பண்ணும். தெய்வத்தினிடம் வாலாட்ட முடியுமோ, அதுக்கு அனந்தசாமியை அணுகக்கூட முடியாது. நீயே பாரேன்."

ருக்குவுக்கு இலேசாக உள்ளுக்குள் நடுங்கிற்று. சமாளித்துக் கொண்டு நாலு விநாடிகளுக்குப் பிறகு "இன்றைக்கு வருவாரா என்ன? அவ்வளவு தீர்மானமாகப் பொறி வைக்கிறாயே?" என்று பயத்தையே கேலியாக மாற்றிக் கொண்டு கேட்டு வைத்தாள்.

"அதை நான் எப்படிச் சொல்லமுடியும்! அது திடுதண்டி சன்னாசி. இந்த வெயிலிலே எங்கே அலைகிறதோ பழஞ் செருப்பை மாட்டிக் கொண்டு" என்று எழுந்தாள் நாகம்மாள்.

ஒன்பது மணிக்கே உடலைப் புடம் போடத் தொடங்கி விட்ட அந்த வெயிலில் பழஞ்செருப்புடன் அலைந்து கொண்டு தானிருந்தார் அனந்தசாமி. திருவல்லிக்கேணி ஜாம்பஜாரில் இளக்கம் 'சப்பு சப்'பென்று ஒட்டிக் கொள்ளும் தார்மீது அந்தச் செருப்பு 'விடேன் தொடேன்' என்று பெயர்ந்து பெயர்ந்து நடந்தது. கையில் பிரித்துப் பிடித்த குடைகூட இலேசாக அனல் வீசியது. பக்கத்தில் பார்த்தபோது சற்று வெட்கமாக இருந்தது அவருக்கு. முப்பது நாற்பது பெரிய கள்ளிப் பெட்டிகளை அடுக்கி வரிந்து கட்டிய தள்ளு வண்டி ஒன்றைத் தலையால் முட்டித் தள்ளிக் கொண்டு அங்குலம் அங்குலமாக இரண்டு ஆட்கள் நகர்ந்து கொண்டிருந்தார்கள். முதுகு, தொடை, ஆடுசதையெல்லாம் எண்ணெயைச் சதும்பத் தடவினாற் போல் வேர்வை ஓட்டம். காலில் செருப்புக்கு மாற்றாக நார் போட்டுக் கட்டிய சாக்கு. முன்னால் இழுப்பவனின் உடல் இடுப்புக்கு மேல் முன்னும் பின்னும் இயந்திரம்போல் அசைந்தது. இத்தனை பலத்துக்கும் அசைப்புக்கும் வண்டி அசைந்தது ஓர் அங்குலம்தான். திடீரென்று பின்னால் சிவப்பு பூதம் போன்ற பதின்மூன்றாம் நம்பர் பஸ்

அவர்கள் காலடியில் வந்து, 'பாம் பாம் பாம்' என்று காதைத் துளைத்தது. மாவு மிஷின் இரைச்சல் ஒரு புறம். அந்த அரைக்கும் கடையிலிருந்து மிளகாய் நெடி வீசி வெயிலோடு கைக்கோத்துக் கொண்டது. மந்தாரை இலைக்கட்டைப் பொத்தென்று தள்ளி ஒரு கடை முன் இறக்கிக் கொண்டிருந்தார்கள். கறுப்பாக நொந்த பழம் புளி, வெயிலில் வாடிக் கொண்டிருந்த மாம்பழ வண்டி, நடைபாதையில், வெயிலில் துவண்ட பூக்கடை, பூக்காரி பக்கத்தில் உட்கார்ந்திருந்து மாம்பழத்தைச் சப்பிக் கொண்டிருந்த குழந்தை – எதைப் பார்த்தாலும் வாட்டம், சோர்வு. அந்தப் புளி, மந்தாரை நொறுங்கல் எல்லாவற்றையும் பார்க்கும்போது உலகமே கிழடு தட்டி உயிருக்கு மன்றாடுவதுபோல் இருந்தது.

ஒரு சந்தில் திரும்பினார் அவர். பத்து வீடுகள் தாண்டியதும், "சாமி வாங்க சாமி!" என்று குரல் கேட்டது.

"எங்க சாமி காணவே காணோம்!"

அனந்தசாமி திரும்பினார். ஒரு குறுகிய திண்ணையிலிருந்து குரல் வந்தது. திண்ணையிலிருந்தே ஓர் ஆள் குதித்தான்.

"நான் தாங்க!" என்றான்.

ரிக்ஷா இழுக்கிறவன் பேர் தெரியாது. அந்தத் திண்ணை தான் ஜாகை. அனந்தசாமி "சௌக்கியமா?" என்றார்.

"நான் சௌக்கியம்தான் சாமி. அவளுக்குத்தான் நேத்தே புடிச்சுக் காச்சலடிக்குது. உடம்பெல்லாம் நோவுதாம். கண்ணைப் பாரு சாமி" என்று திண்ணையைக் காட்டினான்.

திண்ணையில் புடவையையே தலையில் வளைத்துப் போர்த்தி முடங்கிக் கிடந்தாள் அந்தப் பெண்.

"ஏ புள்ளே! சாமிவந்திருக்கு, ஏ புள்ளே, அலங்காரம்!" என்று தொட்டு எழுப்பினான் அவன். அலங்காரம் எழுந்து கண்ணைத் திறக்க முடியாமல் திறந்து விழித்தாள். முகத்தில் ஜுரப் பளபளப்பு.

கேள்விகள் வழக்கம்போல் எழுந்தன.

பையிலிருந்து மூட்டையை அவிழ்த்து இரண்டு பொட்டணத்தைக் கொடுத்தார் அனந்தசாமி.

"காலமே வரைக்கும் சுடு தண்ணியே வச்சுக் கொடு. ஜவ்வரிசிக் கஞ்சி கொடுக்கலாம். நாஸ்தா வாங்கிக் கொடுத்திராதே –

பக்கோடா, சுண்டல் ஒண்ணும் தொடப்படாது" என்று அவனுக்கு எச்சரித்தார் அனந்தசாமி.

"ஐயோ சாமி – நாஸ்தா வாங்கிக் கொடுப்பான் எவனாச்சும்? சூளையாட்டம் பறக்குது கிட்டப் போனா!"

"கஞ்சி வச்சுக் கொடுப்பியா?"

"கொண்டாரச் சொல்றேன்."

"யாரைக் கொண்டாரச் சொல்லப் போறே?" என்று கேட்டார்.

"சின்னது வெங்கடரங்கம் பிள்ளைத் தெரு காவாங் கரையண்டை இருக்குதுங்க – அத்தெக் கொண்டாரச் சொல்றேன்.

அதுக்கும் ஒரு சாக்கு வந்தது, மறுபடியும் சேந்துக்க."

அனந்தசாமி ஒன்றும் புரியாமல் விழித்தார்.

"அது சின்ன சமாசாரமுங்க. ரண்டு வாரமாச்சு, இவளோட சண்டை போட்டுக்கினு கோச்சிக்கினு போச்சு களுதை. நேத்து பெல்ஸ் ரோடாண்ட போறேன். 'இந்தா பாரு, என்னை வந்து வான்னு சொல்ல வாயில்லே உனக்கு. நான் வந்திருவேன்னு நினைக்காதே. நான் இந்தத் தவனத்தைக் காசாக்கி ஸோறு துண்ணுவேன். ஸோறு இல்லே, நாஸ்தா பண்ணியே காப்பாத்திக்குவேன். நானா வந்திருவேன்னு கனாக் காணாதே'ன்னு சத்தம் போட்டா. நல்லதுதாங்க. ஆனா ரோசம் மட்டும் பொத்துக்கினு வரும். இப்ப இதுக்குக் காய்ச்சல்னா ஓடியாரும் பாரு ... ஏய், பொட்டணத்தைப் பிரிச்சுப் போட்டுக்கவேன் மருந்தை ... சாமி, நான் காத்தாலே ஆஸ்பத்திரிக்கு இட்டுக்கினு போயிருப்பேன். அந்தக் கூட்டத்திலே நிக்க முடியுமா இதுக்கு? சாமி வந்தா நல்லாருக்குமேன்னு நெனச்சுக்கினே இருந்தேன். நீ வந்தே ..."

அவன் பேசி முடிப்பதற்குள் அனந்தசாமி மூட்டையைக் கட்டிப் பையில் போட்டு, மூக்குக் கண்ணாடியையும் கூட்டில் வைத்து விட்டார்.

"சரி சாயங்காலம் ஒரு பொட்டணம் கொடு சரியாயிடும்."

"சரி சாமி. ரிக்ஷாலெ ஏறு சாமி. எங்கே வேணும்னாலும் உன்னை இட்டுக்கினு போறேன்."

"வாண்டாம். நீ போய்க் கஞ்சி வைக்கிறவளைப் பாரு."

"இதோ போறேன் சாமி. எப்ப கூப்டுவேன்னு காத்திட்டுக் கிடக்கு அது. அதுவும் நீ சொன்னேன்னு சொன்னா..."

அனந்தசாமி நகர்ந்தார். காஷாயம் கட்டி, ஆனால் குடக்கூலிக்கு வீடு வைத்துக்கொண்டு அதைவிட்டு வருடக் கணக்காக வெளியேறாத தம் சன்யாசத்தை நினைத்துக் கொண்டார். ஒட்டுத் திண்ணையில் ஒரு சட்டிப் பானையுடன் இரண்டு பெண்களுடன் நடக்கிற அந்தச் சம்சாரத்தை நினைத்துக் கொண்டார். மாறும் காலத்தின் லட்சணமா, சென்னை போன்ற பட்டணத்தின் பண்பாடா அது என்றும் புரியாமல் நடந்தார் இந்தச் சந்நியாசி. இன்னும் எங்கெல்லாம் அவர் போக வேண்டுமோ!

# 7

நுங்கம்பாக்கம் முதலியார் தம் வேலைக்காரன் ஏழுமலையைப் பற்றிச் சொல்வது அனந்தசாமிக்கு நினைவு வந்தது. "நம்ம ஏழுமலையை என்னான்னு நினைக்கிறீங்க? உங்களுக்குச் சன்யாசம் தொழில். வைத்தியம் பொழுதுபோக்கு. எனக்குக் கட்டட கண்டிராக்ட் தொழில். பிரசங்கம் கேட்கிறது பொழுது போக்கு. நம்ம வீட்டிலே ஏழுமலைக்கு வேலை. கலியாணம் பண்ணிக்கிறது பொழுது போக்கு. ஆமாங்க – என்ன சிரிக்கிறீங்க? நான் சொன்னா நம்ப மாட்டீங்க. அவனையே வேணாக் கேட்டுப் பாருங்க, திடீர்னு நெனச்சுக்கிட்டு ஒரு கலியாணத்தைப் பண்ணிக்கிட்டு வந்திடுவான். வில்லிவாக்கத்திலேயிருந்து புடிச்சா அடையாறு வரைக்கும் அவனுக்கு ஒன்பது பொஞ்சாதி இருக்கு. கடற்கரை ஓரமாகக் குப்பத்திலே வேறு ஒரு கலியாணம் பண்ணிக்கிட்டிருக்கான். ஆனால் எல்லாம் கட்டின பசுவாட்டம் இருக்கும். ஒரு தம்பிடிக் காசு கேட்காது. அதது, ரோட் வேலை. வீட்டு வேலை, கொல்லத்து வேலைன்னு சாப்பிட்டுப் பொளைச்சிட்டிருக்கு, ஐயா இப்படிப் போவாரு . . . பஜ்ஜி என்ன, 'பன்' என்ன, டீ என்ன – அப்படி உபசாரம் அவருக்கு நடக்கும். தலைப்பிலே ரண்டு மூணு இருந்தா அதையும்வாங்கி முடிச்சுக்கிட்டு வருவாரு, அப்படித்தானையா!" என்பார். பெரிய மீசை சரிந்து தொங்க நாணத்துடன் சிரிப்பான் ஏழுமலை. "ஏன்யா, நான் சொல்றது சரிதானேய்யா?" என்று ஏழுமலையை அதட்டுவார் முதலியார்.

“ஆமாங்க. தம்மாத்துண்டுன்னா, ஐயா இம்மாம் பெரிசாத்தான் சொல்லுவாங்க...”

“ஏய், உனக்கு ஒன்பது பொஞ்சாதி இருக்கா இல்லியாடா?”

“இருக்கு.”

“யாருக்காவது ஒரு மிட்டாயி வாங்கிக் கொடுத்திருப்பியா? அல்லது நீ ஒரு இட்டிலித் துண்டு...”

“வாங்கிக் கொடுக்காம? சும்மாவா?... ஐயாவுக்கு என்னைச் சதாச்சுக்கினே இருக்கணும்” என்று சிரித்து மழுப்பிக் கொண்டே போய்விடுவான் அவன்.

“பார்த்தீங்களா? நிக்கிறானா பார்த்தீங்களா? ஒரு பொஞ்சாதியைக் கட்டிக்கிட்டு ஓம்பதாயிரம் கவலையைத் தாங்கிட்டு குந்தியிருக்கிறோம். அவனுக்குக் கல்யாணம் பொழுது போக்காயிடிச்சு” என்று கூறி முதலியார் சிரிக்கிற வழக்கம்.

இவ்வளவு வேடிக்கை நிறைந்த உலகத்தைத் துறந்து, காட்டிலும் மடத்திலும் உட்கார்ந்து எதைப் பார்க்கப் போகிறோம் என்று நினைத்துக்கொண்டார் அனந்தசாமி. சந்து முக்குத் திரும்பியதும் தமிழ்ப் பண்டிதர் மகாதேவன் வீடு வந்துவிட்டது. மகாதேவன் குழந்தைக்கு அன்று இரண்டாவது ஆண்டு நிறைவாம். சாப்பிடச் சொல்லியிருந்தார். நடுவில் பிழைக்காமல் கிடந்த குழந்தை. அவர் மருந்தைச் சாப்பிட்டுப் பிழைத்து மூன்றாவது ஆண்டில் அடி எடுத்து வைத்த சந்தோஷம். சாப்பாட்டுக்கு அழைத்து விட்டார் மகாதேவன். அதற்காகத்தான் வழக்கத்துக்கு மாறாக, காலையில் குளித்தவுடனேயே வீட்டை விட்டுப் புறப்பட்டுச் சிந்தாதிரிப்பேட்டை, மீர்சாகிப்பேட்டை ஸத்தார் சாயபு வீடு, இரண்டையும் முடித்துக் கொண்டு வந்தார் அனந்தசாமி.

சாப்பாட்டில் கூட அவர் மனசு முழுவதும் செல்லவில்லை. இலையில் உட்காரும் பொழுதே மணி பதினொன்று. பதினொன்றரை மணிக்குப் பழைய மாம்பலம் சுப்பராம பாகதவர் வீட்டுக்குப் போயாக வேண்டும். வேறு யாருக்கோ வைத்தியம் செய்ய வேண்டுமாம். பெரிய மனிதனாம். ‘யார் என்ன?’ என்று ஒன்றும் சொல்லாமல் பூடகமாகச் சொல்லியிருந்தார் அவர். “நாளைக்குப் பதினொன்றரை மணிக்கு வந்து விடுங்களேன். கார் அனுப்புகிறேன் என்று சொல்லியிருக்கிறான். அந்த சமயந்தான் கொஞ்சம் ஓய்வு கிடைச்சிருக்காம். அவனுக்கு மூச்சுவிடவே பொழுது கிடையாது. அப்படி வேலை வேலை என்று அவன் பறக்கிறானே” என்று சற்று அதிகப்படியாகவே வற்புறுத்தி வரச் சொல்லியிருக்கிறார்.

ஆண்டு நிறைவுச் சாப்பாடு, மகாதேவனின் உபசாரம், இரண்டையும் தாண்டிக் கரையேற வேண்டிய கவலை அவரை அரிக்கத் தொடங்கி விட்டது. இந்த ஏறுபடிச் சாப்பாடுகளைத் துறந்து வருஷக் கணக்கில் ஆகிவிட்டது. சென்னையையே காலால் அளக்கும் நடராஜ வைத்தியத்துக்கும் அதற்கும் ஒத்து வருவதில்லை என்றுதான் அவர் கைப் பொங்கலையே புகலாகக் கொண்டிருந்தார். அதற்கு இந்த மாதிரி சோதனைகள் வரும் பொழுதெல்லாம் 'ஹோ'வென்று அழவேண்டும் போலிருக்கும். நிஷ்டூரமான வார்த்தைகள், வஞ்சனை, அடி, அவமானம் எதையும் பொறுத்துக்கொள்ள முடியும். உபசாரத்தைத்தான் சகித்துக்கொள்ள முடிவதில்லை அவரால்.

கவலை கவலையாகத்தான் மிஞ்சிற்று.

அவர் விடைபெறும் போது பதினொன்றரை அடித்தது. பஸ்ஸைப் பிடித்து, மாம்பலத்தில் இறங்கி, ரயிலடி மேம்பாலத்தைக் கடந்து பாகவதர் வீட்டை அடையும் பொழுது மணி பன்னிரெண்டே கால். என்ன செய்வது?

"விரோதிகளோடு பழக முடியும். விருந்து போடுகிறவர்களோடு பழக முடியாது" என்று சொல்லிக் கொண்டே காம்பவுண்டைக் கடந்தார் அவர்.

"வரணும், வரணும்" என்று ஹாலில் சாய்வு நாற்காலியைப் போட்டு, வாசலைப் பார்க்க அமர்ந்திருந்த பாகவதர் அவரை வரவேற்றார்.

"ரொம்ப நேரம் தவறி வந்திருக்கிறேன்" என்றார் அனந்தசாமி.

"மன்னிப்புக் கிடக்கட்டும். முதலில் உட்காருங்கள். நீங்களும் இந்த வெயில் வீணாகாமல் அலையோ அலை என்று அலைகிறீர்கள். உங்களை நினைத்தாவது ஒரு மணி நேரம் பகவான் இந்த உலகத்தை வியாதியில்லாமல் வைத்திருக்கலாம். உட்காருங்கள்" என்று நாற்காலியைக் காட்டினார் பாகவதர். "பெரிய மனுஷன் இன்னும் கார் அனுப்பவில்லை. பேசாமல் உட்காருங்கள்... யாரங்கே?... சுவாமிக்கு ஜில்லுன்னு ஏதாவது கொண்டாயேன் குடிக்க" என்று உள்ளே திரும்பிப் பலமாகக் கத்தினார்.

"பரவாயில்லை" என்று அனந்தசாமி சொல்லவில்லை. அவருக்கு நாக்கு உலர்ந்து ஒட்டிக் கிடந்தது."

"இப்பொழுது பூனைக்குக் காலம் வந்துவிட்டது" என்றார் பாகவதர்.

அனந்தசாமி புன்சிரிப்புடன் பார்த்தார், பாகவதர் என்ன அவிழ்க்கப் போகிறார் என்ற ஆவலில்.

"நீங்கள் என்ன சொல்கிறீர்கள்?" என்று கேட்டார் பாகவதர்.

"நீங்கள் எதுவும் சொல்ல ஆரம்பிக்கவில்லையே."

"இப்பொழுது பூனையின் காலம். ஆனையின் காலம் ஆகிவிட்டது."

"............"

"இது எங்கள் காலம் என்கிறேன், சுவாமி" என்றார் பாகவதர்.

"மேலே சொல்லுங்கள்."

"இருநூறு வருஷங்களுக்கு முன்னால் இந்தச் சுப்பராம பாகவதனை வீட்டுக்குள் அனுமதிக்கக்கூட யோசனை பன்னியிருப்பார்கள், நம்ம தேசத்தில் ..."

"ஏன்?"

"நடன், விடன், காயகன் என்று நட புருஷர்களோடு பாடகனை யும் சேர்த்திருந்தார்கள். கலையை அப்பியசிக்கிறவர்களை உள்ளே விட்டால், கவலையையும் கொண்டுவந்து விடுவார்கள் என்று பயம். ஆகவே அவன் ஆடிப் பாடுகிற இடத்துக்கே போய்த் தூர நின்று பார்த்துச் சந்தோஷப்பட்டு விட்டுத் திரும்பி விடுவார்கள். இப்பொழுது இந்தச் சுப்பராம பாகவதனுக்கு ஜலதோஷம் வந்துவிட்டால் ஹைகோர்ட் நீதிபதி வந்து விசாரித்து விட்டுப் போகிறார். சர்க்கார் இலாகா காரியதரிசி வந்து பார்த்து, முகரும் மருந்து வாங்கிக் கொடுத்துவிட்டுப் போகிறார். சங்கீதத்துக்கே ஜலதோஷம் பிடித்துவிட்டாற்போல் என்ன கவலை, என்ன கரிசனம், என்ன ஆதரவு!"

"இந்த மாறுதல் நல்லதுதானே. ஏன் இப்படிப் பரிகாசமாகப் பேசுகிறீர்கள்?"

"நான் பரிகாசம் பண்ணவில்லையே. என்னையே நான் பரிகாசம் பண்ணிக்கொள்வேனோ? நீங்கள் சன்யாசியாக இல்லாமல், சம்சாரியாக இருந்து, உங்களுக்கு ஒரு பிள்ளை யிருந்தால் என்ஜினீயரிங் கல்லூரியில் ஓர் இடம் வாங்கிக் கொடுத்து விடுவேன் ஸ்வாமி!"

"கலைஞர்களுக்கு இந்தக் கௌரவமான ஸ்தானம், செல்வாக்கு இருக்க வேண்டியதுதானே. இத்தனை காலமாக மறந்துபோன மரியாதையைத் தேசம் மறுபடியும் ஞாபகப்படுத்திக் கொண்டுவிட்டது. கொடுக்கறது."

"ஆமாம்! ஆமாம்! ஆமாம்; அதற்காக இந்தத் தேசத்துக்கு நான் ரொம்பக் கடமைப்பட்டிருக்கேன். இந்த மாதிரி எங்களைச் செய்த தியாகப்பிரும்மத்துக்கு அனந்தகோடி நமஸ்காரம். அன்னம்பட்டி காசிலிங்கத்துக்கும் அனந்தகோடி நமஸ்காரம்" என்று கிழக்கே பார்த்துக் கையெடுத்துக் கும்பிட்டார் பாகவதர். அனந்தசாமிக்குச் சிரிப்பு வந்து விட்டது.

"தியாகப்பிரும்மம் சரி, காசிலிங்கம் என்கிறீர்களே, யாரது?"

"அன்னம்பட்டி காசிலிங்கம்."

"அதுதான் யார் என்கிறேன்?"

"அவன் தான் ஸ்வாமி, முதல் பேர்வழி..."

"எதிலே?"

"வரிசையிலே, நான் மூன்றாவது – அவன் முதல் – நடவிடகாயகனில் நான் காயகன், அவன் நடன், நடிகன்."

"யார் காசிலிங்கம்?"

"அருண்குமார்."

"அருண்குமாரா? சினிமாவிலே பெரிய 'நடிகர்' என்று சொல்கிறார்களே அவரா..?"

"'என்று சொல்கிறார்களே' யா? நீங்கள் அவன் படத்தையே பார்த்ததில்லையோ?"

"சினிமாவுக்குப் போக எங்கே பொழுது இருக்கு எனக்கு?"

"பொழுது இருக்கோ இல்லையோ, அவன் நடிக்கிற படங்களையாவது பார்த்துவிட்டு வந்துவிடுங்கள், ஸ்வாமி. இல்லாவிட்டால் நாகரிகம் இல்லாதவன் என்று உலகம் உங்களைப் பழிக்கும். செயற்கைச் சந்திரன் சுற்ற ஆரம்பித்துவிட்ட நாளில், அருண்குமார் படம்கூடப் பார்த்ததில்லை என்றால், நாகரிகத்தோடு முன்னேறாமல் பின் தங்கிவிட்டு காட்டு மிராண்டி என்பார்கள் சுவாமி. அவன் அவதார புருஷன். ஆதர்ச புருஷன். நரித்தொம் பச்சி குழந்தைகள் முதல் பெரிய நுணுக்கப் படிப்புப் படிக்கிற மாணவர்கள் வரையில் எல்லாரும் இப்பொழுது அவன் மாதிரிதான் பேசுகிறார்கள், பார்க்கிறார்கள், சிரிக்கிறார்கள்.

"பெரிய பெரிய மகாராணிகளெல்லாம் அந்தஸ்தை மறந்து விட்டு நடிகர்களைக் கண்டு மனசைப் பறிகொடுத்திருக்கிறார்கள். புத்தர் காலத்திலிருந்து இது நடந்து வருகிறது. இதிலே என்ன ஆச்சரியம்? நடிக்கிறது, பாடுகிறது – இரண்டும் எப்பேர்பட்ட

மனசையும் இழுத்துவிடும். அதனால்தானே கடவுளை வழி படுகிறதையும் அதையும் பிணைத்து வைத்திருக்கிறார்கள்? ஜனங்களை நல்வழிப் படுத்தத்தானே இந்தப் பாட்டு கூத்து எல்லாம்...”

“அப்படியானால் இந்தச் சினிமாவெல்லாம் இந்த உத்தமமான புண்ணியத்தைத் தவிர வேறு ஒன்றையும் செய்யவில்லை என்று சொல்லுங்கள்” என்றார் சுப்பராம பாகவதர்.

“அது என்னமோ நம்ம தேசத்தில் ஆதிகாலத்திலிருந்து, அந்த நோக்கத்தோடுதான் இவற்றைப் படைத்து வந்திருக்கிறார்கள்.”

“ஸ்வாமி, நீங்கள் சன்யாசி. சாது வேறே. எல்லாம் நல்லது என்று நினைக்கப் பழகிக்கொண்டு விட்டீர்கள். இந்த சினிமா பார்க்கிறவர்கள் இந்த அன்னம்பட்டி காசிலிங்கம் எப்படிக் கிராப்பு வாரிக்கொள்கிறான், எப்படிப் பார்க்கிறான், நடக்கிறான், எந்தச் சட்டையை எந்த மாதிரி போட்டுக் கொள்கிறான். அவனுக்கு ஜோடியாக நடிக்கிறவள் எப்படித் தலையைக் கட்டிக் கொள்கிறாள், எந்தப் புடவை கட்டுகிறாள் – இவற்றை மாத்திரம்தான் ஞாபகம் வைத்துக்கொண்டு வருகிறார்கள் என்று தோன்றுகிறது எனக்கு.”

“எனக்கு அப்படித் தோன்றவில்லை.”

“நீங்கள் எதைப் பார்க்கிறீர்கள்? உலகத்தைவிட்டு எப்பொழுதோ ஒதுங்கிவிட்டீர்கள். நல்லது பொல்லாதது என்று வகுக்கிற சக்தியே அற்றுப் போய்விட்டது உங்களுக்கு. எந்தக் கண்ணறாவி நடந்தாலும் குழந்தைகளின் விஷமத்தைப் பார்க்கிறாற்போல, ஏதோ தெரியாத்தனமாகச் செய்து விட்டது என்று போய் விடுகிறீர்கள்.”

அனந்தசாமி சிரித்துக் கொண்டார். “என்ன இன்றைக்கு பாகவதர்வாளுக்கு அன்னம்பட்டி காசிலிங்கத்தின் மேலே அவ்வளவு கோபம்?”

“அவன் மேலில்லை சுவாமி! ஜனங்கள் மேலே கலையைப் பார்க்கிறேன், கதையைப் பார்க்கிறேன் என்று நினைத்துக் கொண்டு ஆளைப் பார்த்துவிட்டு வருகிறதுகளே அந்த ஜனங்கள் மேலே எனக்குக் கோபம்.”

“அதிருக்கட்டும், ஒரு சமயம் அருண்குமார் என்கிறீர்கள். ஒரு சமயம் காசிலிங்கம் என்கிறீர்கள். இரண்டும் ஒரே ஆள்தானே?”

“அதுவா? இல்லறத்தில் இருப்பவர்களுக்கும் பூர்வாசிரமம் உண்டு ஸ்வாமி. அப்பா அம்மா அவனுக்கு வைத்த பெயர்

காசிலிங்கம். அதைத்தான் நாகரிகமாக அருண்குமார் என்று மாற்றிக் கொண்டு விட்டான். ஏன் என்று நானே ஒரு தடவை கேட்டேன். 'அதென்னங்க, அந்தப் பேரு பண்டாரப் பேர் மாதிரி இருக்கு. அந்தப் பேரைச் சொல்லி யாராவது கூப்பிட்டால், எனக்குத் தலையெல்லாம் மொட்டையானாப் போலியும், நெத்தி மூக்கெல்லாம் துண்ணூறு அடிச்சாப்பலியும், கழுத்து கையெல்லாம் கொட்டை கட்டி விட்டாப்பலியும் ஆயிடுது, அதனாலேதான் மாத்தி கெஜட்டுலேகூடப் போடச் சொல்லிப் பிட்டேன்' என்று பதில் சொன்னான் அவன். இப்ப எதுக்கு அந்தப் பேச்சு வந்தது?... அ... அம்... ஆமாம்... அவன்தான் ஸ்வாமி இப்ப நம் தேசத்திலேயே பெரிய மனுஷனாக விளங்குகிறான்..."

"அதனால் என்ன இப்ப?"

"என்னவா? அவன் கேட்டானானால் என்ன சொல்வீர்கள்? "என் படமே பார்த்ததில்லையா?" என்று ஓர் ஆச்சரியக் குறியிலேயே உங்களைக் கூனிக் குறுகி, எண்சாண் உடம்பையும் உள்ளே போகும்படியாகச் செய்துவிடுவானே. இப்பொழுது அவன் வீட்டுக்குத்தான் சுவாமி போகப் போகிறோம். அவன்தான் கார் அனுப்புகிறேன் என்று சொல்லியிருக்கிறான்."

"அப்படியா? அவனுக்குத்தான் வைத்தியமா?" என்று கேட்டார் அனந்தசாமி.

"இல்லை. அவன் பெண்டாட்டி, அவன் குழந்தை இரண்டு பேருக்கும்."

"என்ன உடம்பு?"

"அங்கு வந்து பாருங்களேன்?"

அனந்தசாமி மேலே ஒன்றும் கேட்கவில்லை. எந்தச் செய்தியையும் பிடித்துப் பிடித்துதான் விடுவார் சுப்பராம பாகவதர். கிண்டிக் கேட்டால் அவர் பதிலே பேசமாட்டார்.

"உங்களுக்கு வெகு நாட்களாகப் பழக்கமோ அவன்?"

"பழக்கமா! என் சிஷ்யப்பிள்ளை சுவாமி அவன். சினிமாவிலே அவன் பெத்த பேர்வழியாக ஆனபிறகு எங்கேயோ தலைமை வகிக்கக் கூப்பிட்டார்களாம் பாட்டுக் கச்சேரிக்கு. கடைசியில் அந்த ராகம், இந்த ராகம் என்று யார் யாரோ பேசிப் பாடகியைப் புகழ்ந்தார்களாம். இவனுக்குக் கண்ணைக் கட்டிக் காட்டில் விட்டாற் போலிருந்ததாம். உடனே யார் யாரையோ விசாரித்து, என்னிடம் வந்தான். நான் ஒரு மூன்று வருஷம் பாடி விட்டு வந்தேன்."

"பாடினீர்கள் என்றால்?"

"ஆமாம். நான் பாடுவேன். என்ன பாடுகிறேன், என்ன பாடினேன், பாடப் போகிறேன் என்றெல்லாம் சொல்லுவேன். அவன் கேட்டுக்கொண்டிருப்பான். எப்பொழுதாவது நான் பாடுகிறேன் என்பான் கட்டைத் தொண்டை. ஒரு டன் சிமிட் மூட்டையை ஒரு கையால் புரட்டலாம். அவன் சாரீரத்தைப் புரட்ட முடியாது. 'பரவாயில்லை. பரவாயில்லை. கொஞ்சம் சாதகம் பண்ணினால் வந்துவிடும்' என்பேன். ஐந்து நிமிஷம் முக்கிவிட்டு, 'நீங்க பாடுங்க, நான் கேட்கிறேன்' என்று ஓய்ந்து விடுவான் பாட முடியவில்லையே தவிர, எத்தனையோ தெரிந்து கொண்டு விட்டான். நான் பாடிவிட்டு அதைப் பற்றிப் பேசி மறுபடியும் விளக்கிக் காட்டுவேன். அதைக் கேட்டாலே போதும். அப்படியே கேட்டால் வரிசை மாறாமல், வார்த்தை மாறாமல் திருப்பிச் சொல்லுவான். நானே என்னைக் கேட்கிறாற்போல் இருக்கும். நானாகவே ஆகிச் சொல்லுகிறாற்போல் சொல்லுவான்."

"ஏதோ அப்படி ஒரு சக்தி இல்லாவிட்டால் இப்படி முன்னுக்கு வரமுடியாது" என்றார் அனந்தசாமி.

"ரொம்ப சரி... நீங்கள் தான் பார்க்கப் போகிறீர்களே, நான் என்னத்துக்கு மேலே சொல்லணும்!" என்று ஓய்ந்து விட்டார் பாகவதர். ஏதோ ஞாபகம் வந்து "யாரங்கே, ஸ்வாமிக்கு ஜில்லுனு ஏதாவது குடிக்கக் கொண்டான்னு சொன்னேனே காதிலே விழலியா..? என்னது? தூங்கிப் போயிட்டாளா, என்ன..?" என்று எழுந்தார்.

"பரவாயில்லை."

"பரவாயில்லையா? இருங்கள் ஸ்வாமி. தூங்கித்தான் போய் விட்டாள்" என்று உள்ளே எட்டிப் பார்த்துச் சொல்லிவிட்டு, "நான் ஆரஞ்சு பிழிஞ்சிண்டு வரேன்" என்று கூறி உள்ளே போனார் சுப்பராம பாகவதர்.

தி. ஜானகிராமன்

# 8

எலுமிச்சம் பழ சர்பத்தைக் கலந்து வந்து கொடுத்துவிட்டு மறுபடியும் ஒரு மூச்சுப் பேசப் பிடித்துக் கொண்டார் பாகவதர். சர்பத்துக்களைப் பற்றிப் பேசினார். பால்யத்தில், இப்பொழுதுகூட, அவருடைய சங்கீத சகாக்கள் அமுங்கித் திளைத்த "தீர்த்தவாரி"யைப் பற்றிக் கால் மணி நேரம் பேசினார்.

"சங்கீத கோஷ்டிகளில் இதுக்குச் சுருதி என்று பேரு" என்றார்.

"எதுக்கு?"

"இதுக்கு" என்று விரல்களை மடக்கிக் கட்டை விரலைத் தண்ணீர் குடிக்கிறார் போலக் காண்பித்து அர்த்தத்துடன் புன்சிரிப்புச் சிரித்தார் பாகவதர்.

"அப்படியா? சுருதிக்கும் அதற்கும் என்ன சம்பந்தம்!"

"சாப்பிட்டமாத்திரத்தில் லயித்துப் போய் விடுகிறார்களா இல்லையா, தன்னை மறந்து. அதனால்தான் என்று நான் நினைக்கிறேன். இல்லா விட்டால், 'சுருதிதான் இல்லையே. இதையாவது சுருதி என்று சொல்லித் திருப்திப்படுவோம்' என்று நினைக்கிறார்களோ என்னவோ..?"

"இந்த உலகத்தில்தான் எத்தனை பரிபாஷைகள்! எத்தனை சங்கேதங்கள்!" என்று அனந்தசாமி சிரித்தார்.

“ரொம்ப சரி, நீங்கள் சொல்கிறது. எழுந்திருங்கள்.”

“ஏன்?” என்ற பாவனையில் பார்த்தார் அனந்தசாமி.

“கார் வந்து கொண்டிருக்கிறது, ஸ்வாமி.”

“எங்கே?”

“தெரு முனையில்... சங்கேதம், பரிபாஷையென்கிறீர்களே. இப்பொழுது ஒரு ஹார்ன் கேட்டதே, அதுதான் காசிலிங்கத்தின் கார். எழுந்திருங்கள். வந்துவிடும்,”

“எனக்குக் காதில் விழவில்லையே?”

“எனக்கு விழுந்தது... பாருங்கள். இதோ வாசலில் வந்து நிற்கும்.”

“நீங்கள் பேசுவதற்குத் தகுந்தாற்போல் எல்லாம் வளைந்து வந்து சேர்கிறதே, அதைச் சொல்லுங்கள்” என்று எழுந்து கொண்டார் அனந்தசாமி.

கார் ஹார்ன் கேட்டது.

“பார்த்தீர்களா?”

வாசலில் பளபளவென்று பெரிய கார் ஒன்று வந்து நின்றது. புத்தம் புதிய கார். எல்லாக் கார்களுக்கும் இரண்டு நாலு ஆறு விளக்குகள்கூட இருக்கும். இந்தக் காருக்குத் தலை, மார்பு, முதுகு, பக்கங்கள் எங்கு பார்த்தாலும் விளக்குகள். உள்ளே திரை. முன்னால் ஒரு தொங்கு பொம்மை – மூக்கில் நலைந்து பச்சை, மஞ்சள், சிவப்பு நாடாக்கள், நடனமாடுகிற வெள்ளைக்காரச் சிலை – பொங்கல் மாடுபோல், பழைய மோஸ்தர் பணக்காரப் பெண்டுகளைப்போல், இப்படி அணியும் ஆபரணமுமாகச் சுமந்து கொண்டு வந்து நின்ற வாகனத்தைப் பார்த்தார் அனந்தசாமி.

“என்ன சிரிக்கிறீர்கள், ஸ்வாமி?” என்றார் பாகவதர்.

“இல்லையே.”

“உங்களுக்கு எப்பொழுதுமே சிரித்த முகம். அது சிரிக்கிறது புதிதாகப் பார்க்கிறவர்களுக்குத் தெரியாமல் இருக்கலாம். சிரிப்போடு சிரிப்பாக எனக்குக் கூடவா தெரியாது?”

“சிரிக்கவில்லை. கவலைப்பட்டேன்.”

“என்ன?”

“இத்தனை விளக்குகளும் எரிந்தால் தெருவில் போகிற மற்றவர்கள், மற்ற கார்கள் எல்லோருக்கும் சிரமமாக இருக்காதா என்று நினைத்தேன்.”

"எழுத்துக்கு எழுத்து சரி. அது ஒரு சின்னம்."

"எதுக்கு?"

"காசிலிங்கத்தின் புகழைக் கண்டு எல்லோருக்கும் சிரமமாயிருக்கிறது. அவனுக்கு அடிக்கிற யோகம் இந்த எல்லா விளக்குகளும் எரிகிறாற் போல் மற்றவர்களுக்குச் சிரமமாகத்தான் இருக்கிறது. கண்ணைக் கூசுகிறது. கோபம், பொறாமை எல்லாம் படுகிறார்கள். இப்பொழுது அவனுக்குக் கண் தெரியவில்லை. இடத்துக்குத் தகுந்த வெளிச்சம் இருந்தால் பார்க்கும்படியாக இருக்கும். இந்தச் சின்ன அறையில் ஆயிரம் 'வாட்' பல்பைப் போட்டால் நமக்குக் கண் எப்படித் தெரியும்? தகுதிக்கு ஏற்ற புகழ் வேணும் இல்லாவிட்டால் கண்ணை மறைத்து விடுகிறது."

"பாகவதர்வாள்! இப்படிச் சுற்றிச் சுற்றிப் பேசி என் கண்ணை மறைக்கிறீர்களே" என்றார் அனந்தசாமி.

"என்னப்பா, பங்காரு! ஐயாவுக்கு ஒண்ணும் புரியலியாமே" என்று வாசலில் வந்து நின்ற டிரைவரைக் கேட்டார் பாகவதர்.

"அவுகளே பாத்தாகன்னா தெரியுது" என்றான் பங்காரு.

"பார்த்தீர்களா! எஜமான் மேலே விழுகிற வெளிச்சம் இவன் மேலும் விழுகிறது. தவிக்கிறான் ஆசாமி, அந்த உஷ்ணம் தாங்காமல்."

"அதை ஏன் கேட்கிறாய்? நல்லா உறங்கி நாலு வருசங்கள் ஆவப் போவுது" என்று அவர்கள் பின்னால் நடந்தான் அவன்.

கார் புறப்பட்டது.

"இது பூதக் கண்ணாடி யுகம்" என்று தொடர்ந்தார் பாகவதர்.

"எப்படி?"

"துளியூண்டு திறமையிருக்கும். பழைய காலத்தில் பத்துப் பேர் பார்ப்பார்கள். ரயிலும் கிடையாது. தபாலும் கிடையாது. அந்த நல்ல பேரு நாய்க்குட்டி மாதிரி நம்ம காலையே, உள்ளூரையே சுற்றிச் சுற்றி வந்து கொண்டிருக்கும்! இப்பொழுது 'ம்' என்றால் பத்திரிகையில் போட்டு விடுகிறார்கள். தொட்டுத் தொட்டு அது பெருகிக் கொண்டே வருகிறது. கடைசியிலே அந்த ஆசாமி 'அடேடே, நாம் இவ்வளவு பெரியவனா? இத்தனை நாட்களாகத் தெரியாமல் போய்விட்டதே' என்று மார்பைப் பார்த்துக் கொள்கிறான். க்ஷவரக் கடையில் எதிரும் புதிருமாக இரண்டு கண்ணாடிகள் வைத்திருப்பார்கள். நடுவில் உட்கார்ந்திருக்கிறவனுக்கு அவன் தலை ஒன்றன்பின் ஒன்று என்று நூறாகத் தெரியும். அங்கே ஒரு விளக்கை வைத்தால்

நூறு விளக்குகளாகத் தெரியும். இருக்கிறது என்னமோ ஒரு விளக்குத்தான், ஒரு தலைதான்!"

பாகவதர் சொல்வதெல்லாம் சுவாரசியமாகத்தான் இருந்தது. அவர் எப்பொழுதுமே வாயாடி. ஆனால் அர்த்தமில்லாமல் பேச மாட்டார். ஏன் இப்படிப் பேசுகிறார் என்று அனந்தசாமிக்குப் புரியவில்லை.

கார் போய்க் கொண்டிருந்தது.

"விளக்குக் கம்பம், சுவர்கள் – ஒன்றையும் விடாமல் பார்த்துக் கொண்டு வாருங்கள் சுவாமி. என் சிஷ்யப்பிள்ளையாண்டானின் முகத்தை நவரசங்களிலும் பார்க்கலாம். அதோ பார்த்தீர்களா, சோகம்; இதோ இங்கே பாருங்கள் சிருங்காரம்; அதோ, அங்கே அங்கே... ம்... அந்த ஹோட்டல் வாசலில் அந்த டீக்கடை வாசலில் வைத்திருக்கிறதே கலர் படம் அம் – அதுதான் – அது வீரம். அந்த மரக்கிளையில் ரௌத்ரம்... எங்கும் உள்ள பரம் பொருளாகிவிட்டான் என் அன்பன் காசிலிங்கம்!"

"சிஷ்யனுக்கு இவ்வளவு பெருமை வந்தால் குருவுக்குத் தானே பெருமை?"

"சந்தேகமில்லாமல்,"

தூரத்தில் மாடிகள், சார்ப்புகள் மீதெல்லாம் சூட்டலை நெளிந்தது. தார்ச் சாலையில் கானல் நீரில் மனித நிழல்களும் வாகன நிழல்களும் தலைகீழாய்த் தெரிந்து மறைந்து கொண்டிருந்தன.

கடலோரச் சாலையில் திரும்பி மீண்டும் சற்று தூரம் விரைந்து ஒரு பெரிய வீட்டின் தோட்டப் பாதையில் வண்டி திரும்பியது. கேட்டுக்கு வெளியே பரட்டைத் தலையும், நல்ல தலையும், கிழிசல் சட்டையும் நல்ல சட்டையுமாக ஒரு சிறு கும்பல் யாரையோ எதிர்பார்ப்பதுபோல் நின்று கொண்டிருந்தது.

"என் சிஷ்யப்பிள்ளையின் பக்தர் குழாம். ரசிகர் குழாம்!"

கார் நிற்கும் முகப்பிலும் அங்கங்கே சின்னச் சின்னக் குழுவாக யார் யாரோ உட்கார்ந்திருந்தார்கள். வண்டி நின்றது. வாசல் முன் தாழ்வாரத்தில் கூட்டம்.

"வாங்க வாங்க" என்று ஓர் ஆள் அவர்களை வரவேற்று இரண்டு கட்டுத் தாண்டிப் பின்கட்டில் உள்ள ஹாலில் உட்கார வைத்துவிட்டுப் பக்கவாட்டிலுள்ள அறைக்குப் போய்விட்டு வெளி வந்தான். "இதோ வர்ரேன்னாங்க. கொஞ்சம் இருங்க. எதாவது சாப்பிடறீங்கள்! காப்பி, டீ, கூல் டிரிங்க்?–"

“எல்லாம் ஆகி விட்டதப்பா!”

“பரவாயில்லை, கொஞ்சம் ஆரஞ்சு ஜுஸ் மட்டுமாவது சாப்பிடுங்க” என்று உள்ளே போனான்.

அனந்தசாமி சுற்றுமுற்றும் பார்த்தார். ஹால் நாலு சுவரும் கையிடம் இல்லாமல் புகைப்படங்களாக மாட்டியிருந்தன. நாலு சுவர் மத்தியிலும் ஓர் ஆள் உயரத்துக்கு அருண்குமாரின் படங்கள் நாலு. ‘ஆயில் சித்திரங்கள்’ கீழே எல்லாம் புகைப்படங்கள். மாலைகள் போட்ட அருண்குமார்கள். கைகுலுக்குகிற அருண்குமார்கள். விமானங்களில் ஏறுகிற அருண்குமார்கள், சிரிக்கிற அருண்குமார்கள்.

விசிறி சுற்றியது.

“இந்தக் குரல்கூட அவன் குரல்தான்” என்றார் சுப்பராம பாகவதர், அனந்தசாமி கவனித்தார்.

“நீ மாத்திரம் அப்பகூட இருந்திருந்தே அழுதிருப்பே, தம்பி. இந்த மாதிரிதான், இந்த இடத்திலேதான் ப்ரண்ட்ஸுங்களோட உட்கார்ந்து பீர் கீர் சாப்பிட்டுக்கிட்டு ஜாலியாப் பேசிட்டிருக்கிறேன். நாலஞ்சு வெள்ளைக்கார ப்ரண்ட்ஸுங்க வேறகூட இருக்கிறாங்க. திடீர்னு நுழைஞ்சாரு பாரு வேம்பு பிள்ளை – நம்ம மானேஜரு. முதலியாரு மோசம் பண்ணிட்டாருங்க என்று சொல்லிட்டே ஒரு கடுதாசை நீட்டினாரு. இங்கிலீசிலே எழுதியிருந்திச்சு. என்னய்யா, சொல்லேன்னேன். படத்தை ரிலீஸ் பண்ணப் படாதுன்னு கோர்ட்டிலே தடையுத்தரவு போட்டிருக்காங்கன்னாரு. அப்படியே ஷாக்கடிச்சாப்பல ஆயிடுச்சு. முத நாளன்னிக்கே பாராட்டுக் கூட்டம் போட்டு எனக்குக் கேடயம் கொடுக்கறதாக விளம்பரமெல்லாம் பண்ணிட்டாங்க. டிக்கெட்டெல்லாம் வித்துப் போயிடுச்சு. எப்படியிருக்கும்? நீ என்னை அப்ப பாத்திருந்தா அழுதிருப்பே தம்பி. அப்புறம் உழுந்தடிச்சு ஓடிப் பணத்தைக் கொடுத்திட்டு ரிலீஸ் உத்தரவு வாங்கி வந்தேன் தம்பி. அப்படி பண்ணினாரு உங்க சிநேகிதரு லட்ச ரூபாய்க்கு ட்ரஸ்ஸுங்க வாங்கியிருந்தேம்பா அவருகிட்ட இந்தப் படத்துக்கு. படம் வெளி வந்ததுக்கு முன்னாலே பில் பணம் கொடுக்கலியாம். கடாசி நிமிஷத்திலே கழுத்திலே வச்சிட்டாருய்யா உங்க சிநேகிதரு. இந்த லட்சம்லாம் வந்து எனக்குத் தண்ணி சாப்பிடறாப்பல. இப்படிக் கண்ணைக் காட்டினேன்னா நூறு லட்சம் இல்லை, ஆயிரம் லட்சம் வரும், தம்பி. நம்மை அப்படி ஷாக் பண்ணாரே . . . நீ அழுதிருப்பே தம்பி என்னைப் பார்த்திருந்தா . . . இதைப் பாரு. நான் அதை மறந்து போயிடலேன்னு சொல்லு. இந்த

நாட்டிலியே இருக்க முடியாம பண்ணிடுவேன் தம்பி. மறக்க முடியாது என்னாலெ, மறக்க மாட்டேன்னு நீ சொல்லணும். என்ன சொல்லுவியா... சரி... அப்புறம் பார்க்கலாம். என்ன? அதுவா? எல்லாம் நான் பார்த்துக்கறேன், கவலைப்படாதே... அப்ப வர்றியா?

குரல் அருகே வந்தது.

பாகவதரும் அனந்தசாமியும் அறை நிலையைப் பார்த்தார்கள். அனந்தசாமிக்கு முணுக்கென்றது. நிலையிலிருந்து ரங்கன் வெளியே வந்தான். சந்திராவைக் காரில் ஏற்றி ஏற்றி அலைந்த ரங்கன்தான்!

"ஐயாவா, வாங்க, வாங்க... வணக்கம்..." என்று அவர்களுக்கு வரவேற்புக் கூறிவிட்டு, "வா தம்பி, கவலைப் படாதே" என்று ரங்கனுக்கு விடை கொடுத்தான் அருண்குமார். ரங்கன் வாசல்படி தாண்டினான். அவன் போவதைப்பார்த்துக் கொண்டே சற்றுநின்றான் அருண்குமார். அவன் வயிறும் மார்பும் இரண்டு முறை குலுங்கின உதட்டில் ஒரு புன்சிரிப்பு. "அடபைத்தியம்!" என்று சொல்லுகிறார் போலிருந்தது இரண்டும்.

சுளிப்பே அறியாத அனந்தசாமியின் புருவம் சற்றுச் சுளித்தது.

"ரொம்ப நேரம் காக்க வச்சிட்டேனா?" என்று பாகவதரிடம் சொல்லிக் கொண்டே அனந்தசாமியைப் பார்த்தான் அருண்குமார்.

"அதெல்லாம் இல்லை. அஞ்சு நிமிஷம்தான் ஆச்சு வந்து. இவர்களைத்தான் அழைத்து வருவதாகச் சொன்னேன் குழந்தையைப் பார்க்க!"

"ஐயாதானா? ரொம்ப மகிழ்ச்சி. ஐயா ரொம்பச் சொல்லியிருக்காங்க. ஆண்டவன் குறைவு வைக்காமல் நடத்திக்கிட்டு வர்றாரு. ஆனால் இந்தக் குழந்தையை இப்படிப் பண்ணவேண்டாம்."

"இனிமேல் கவலைப்பட வேண்டாம். எப்ப ஸ்வாமி வந்தாச்சோ, குழந்தைக்கு உடம்பு சரியாகிவிட்டது என்று அர்த்தம்."

"நான் ஒண்ணையும் சட்டை பண்ணமாட்டேன். இப்ப பாருங்க. இப்பக்கூடப் பேசிட்டிருந்தேன். ஒருமாசம் முன்னாலே குழியை வெட்டி நம்மை இறக்கணும்னு பார்த்தாரு ஓர் ஆளு. சமாளிச்சுப்பிட்டன். நீங்கள் வரப்ப இந்த ஆளோட அதைத்தான் சொல்லிக்கிட்டிருந்தேன். ஏவ்" என்று ஏப்பம் விட்டான் அருண்குமார்.

அந்த ஏப்பம் கனிந்து புளித்துப்போன வாழைப்பழ நெடியோடு வந்து தாக்கிற்று. அனந்தசாமி மூச்சை அடக்கி அந்தவாடை மூக்குக்குள் போய்விடாமல் ஜாக்கிரதை செய்து கொண்டார். அருண்குமாரின் கண் கோவைப் பழமாகச் சிவந்து கிடந்தது.

“நான்கூட அவரை அடிக்கடி பார்த்திருக்கிறேன்” என்றார் அனந்தசாமி.

“உங்களுக்குத் தெரியுமா?”

“சிநேகிதர்கள் வீட்டில் பார்த்திருக்கிறேன். அதிகப் பழக்க மில்லை.”

“நல்ல வெடையான ஆளு, பிஸினஸெல்லாம் படா ஜாலக்கோட செய்வாரு. புலிப்பால் வேணும்னாலும் கொண்டாருவாரு. ஆனா ஆண்டவன்யாரை விடறான்? எப்போர்ப்பட்ட சூரப்புலியையும் கொஞ்ச நேரம் பைத்தியமா அடிச்சுப் பார்க்காம இருக்க முடியுங்களா அவனாலெ! என்னங்க நான் சொல்றது! ஐயாவுக்கில்ல!”

“ஆமா ஆமா ஆமா” என்றார் சுப்பராம பாகவதர்.

“அவருக்கு நம்ம மாதிரி இருக்கணும் என்று ஆசை. நாம என்னமோ ராத்திரி கிடையாது, பகல் கிடையாதுன்னு அலையறோம். எத்தினியோ ஓர்ரீஸ் – எத்தனையோ பிடுங்கல். கொஞ்சம் நாள் எல்லாத்தையும் மறந்திட்டிருக்கணும்னு ஏதாவது செய்யறோம். ஐயாவுக்கில்ல, நான் ரொம்ப அரிச்சந்திரன், பிரகலாதன் என்றெல்லாம் சொல்லிக்கத் தயாராயில்லே, தப்பாக்கூட ஏதாவது செஞ்சிடறோம். அப்படியாப்பட்ட நிலைமை. அந்த மாதிரி, நீ ஏன் இருக்கணும்னு நினைக்கிறே?”

“ஆமா ஆமா ஆமா.”

அனந்தசாமிக்கு என்ன ஏது என்று கேட்டுவிட வேண்டும் போல் துடித்தது. வாய் வரவில்லை. வந்ததும் வராததுமாக யாரோ மூன்றாம் மனிதனைப் பற்றி இவ்வளவு அக்கறை ஏன் காட்ட வேண்டும்? தானாக அவன் ரங்கனைப் பற்றிச் சொல்லட்டும் என்று கேட்டுக் கொண்டே நின்றார்.

“ஒரு உதாரணத்துக்குச் சொல்றேன் பாருங்க. அவரு ஒரு வேட்டி கட்டிக்கிட்டிருந்தாரே கவனிச்சீங்களா, மயில் கண் வேட்டி – இந்த மாதிரி” என்று தான் கட்டியிருந்த மயில் கண் வேட்டியைக் காட்டிக் கொண்டே மேலும் சொன்னான் அருண்குமார். “என் வேட்டி மாதிரியே கட்டியிருக்கீங்களே

நீங்களும்னாரு. இது வேற தம்பீன்னேன். கரையென்னமோ ஜரிகைதான். ஒரே அகலம்தான். ஆனா இது வேற அந்த ஜாடையாச் சொன்னா சரின்னு கேட்டுக்க மாட்டாரு? அது எப்படி? நானும் சேலத்திலேதானே வாங்கினேங்கிறாரு. அதுக்கப்புறம், இந்த உடை வேற. இது அமெரிக்கன் பருத்தியிலேர்ந்து நூத்த நூலை ஸ்பெஷலா வாங்கி, சேலத்திலே ஒரு தறிகாரர்கிட்ட கொடுத்து, சூரத்திலேர்ந்து வெள்ளி, செம்பு கலப்பில்லாம, அசல் தங்க ஜரிகையே போடச் சொல்லி வாங்கி, அதையும் அந்தத் தறிகாரர்கிட்ட கொடுத்து நெய்யச் சொன்ன வேட்டி. ஒரு வேட்டிக்கு ஜரிகை மட்டும் நாநூறு ரூவா ஆவுதுன்னு சொன்னதுக்கு அப்புறம் தான் அப்படியான்னாரு.

"ஒரு உதாரணத்துக்குச் சொன்னேன். எல்லாத்திலியும் இப்படி இருக்கணும்னு பார்க்கறாரு."

அந்த எல்லாம் என்பது என்னென்ன என்று அனந்தசாமி வாயைத் திறவாமல் அரற்றிக் கொண்டார். 'அந்தச் சந்திராவை நான் பத்து வயது முதல் பார்த்துக் கொண்டிருக்கிறேன். என் குழந்தை மாதிரி அவள். அவளை வாடவாட விட்டு இந்தப் பயல் அலைகிறான். எங்கே அலைகிறான், ஏன் அலைகிறான் என்று எனக்குத் தெரிய வேண்டும்,' என்று கத்த வேண்டும் போலிருந்தது அவருக்கு. 'நாகம்மாள் இது விஷயமாக உதவி செய்ய வேண்டும் என்று வெளிப்டையாக என்னைக் கேட்கவில்லை. ஆனால் நான் உதவி செய்யக் கடமைப்பட்டிருக்கிறேன். இந்த ரங்கன் ஏன் இப்படி முகர்ந்து கொண்டேயிருந்த பூவை வெயிலில் போட்டுவிட்டுப் போனான்? ஏன் போனான் என்று நான் தெரிந்து கொண்டாக வேண்டும்' என்று அவர் மனசு கத்தியது. ஆனால் நாக்கு தான் சுருட்டிக் கொண்டு கிடந்தது.

"ஏன், உங்கள் மாதிரி சினிமாவில் நடிக்க வேண்டும் என்று ஆசைப்படுகிறாரோ?" என்று சாதாரணமாகக் கேட்பது போல சிரித்துக் கொண்டு கேட்டார்.

"அட அதை விடுங்க . . ." என்று சிரித்தான் அருண்குமார். ஸ்டெடியா இருக்கிறவர்களையும் ஆண்டவன் ஆட்டி வைப்பான்கிறதைச் சொல்றதுக்காவல்ல சொன்னேன். உள்ளார வாங்க, குழந்தையைப் பார்க்கலாம்" என்று கூறி அந்த ஹாலின் மத்தியிலிருந்த நிலை வழியாக உள்ளே போய் மாடிப்படியேறினான் அவன்.

ரங்கனைப் பற்றி ஒன்றையும் சொல்ல மாட்டேன் என்கிறான் இந்தப் பையன். 'நான்' 'நான்' 'நான்' என்று 'நானி'லேயே இப்படி மூழ்கிக் கிடக்கிறான். தன் வேட்டியைப் பற்றியே

பத்து முழம் நீளம் பேசி விட்டான். அது மட்டுமில்லை தப்புப் பண்ணுகிறதைக் கூட இவ்வளவு கௌரவமாகச் சொல்லிக் கொள்கிறானே. தான் செய்வதால் அந்தத் தப்புக்கூட நல்ல காரியமாகிவிடும் என்ற மாதிரியல்லவா பேசுகிறான்? என்று வியந்து கொண்டே மாடிப்படியேறினார் அனந்தசாமி. இவன் செய்ய வேண்டும் என்று நினைக்கும் பொழுது அவருக்குத் தலை சுற்றியது. அர்த்தராத்திரியில் குடை பிடிக்கிற குலமா, தடித்தனமா, குழந்தைத் தனமா, என்று புரியாமல் தவித்தார்.

கடைசிப்படி ஏறியதும் சற்று நின்றார் அனந்தசாமி. மீண்டும் அந்தக் காட்சி அவர் கண்ணை உறுத்தியது – ரங்கனுக்கு விடை கொடுக்கும்போது காசிலிங்கத்தின் மார்பு இலேசாகக் குலுங்கி, கபடப் புன்னகையாக வந்த அந்தக் காட்சி. அவர் போக்கைக்கூடச் சற்றுத் தடை செய்தது அது. மனதில் எழுந்த கசப்பை எரித்துவிட முயன்றார் அவர். 'சிவோஹம் சிவோஹம்' என்று நாலு தடவைகள் உள்மனம் முணுமுணுத்தது. 'நானே இறைவன். நானே இறைவன், நானும் காசிலிங்கம் தான். அவன் தான் நான்' என்று தம்மையே காசிலிங்கமாக, தம்மையே பிரபஞ்சமாகப் பாவித்துக் கொண்டார் அவர். எப்பொழுதாவது, யார் மீதாவது கசப்புத் தோன்றினால், இதைச் சொல்லிச் சொல்லி அவர் உலுப்பிக் கொள்கிற வழக்கம். உலையில் மாட்டிக் கொண்ட சக்கரத்தைத் தள்ளி ஏற்றுவதுபோல் தம்மை உயர்த்திக் கொள்ளுகிற வழக்கம்.

"வாங்க!" என்றான் காசிலிங்கம்.

"என்ன நின்று விட்டீர்கள்?" என்றார் சுப்பராம பாகவதரும், மேலே நடந்தார் அனந்தசாமி.

ஒரு நிலையைத் திறந்துகொண்டு உள்ளே நுழைந்தான் காசிலிங்கம். 'ம்ம்' என்று சுருதி கூட்டினாற் போல் ஒரு சத்தம். அந்த ஹால் முழுவதும் குளிர் செய்யப்பட்டிருந்தது. மீண்டும் ஒரு கதவு. அப்புறம் ஒரு கதவு. பிறகு ஒரு ஹால். அங்கேயும் குளிர்.

அவர்களைக் கண்டதும் ஸோபாவில் உட்கார்ந்திருந்த ஒரு பெண் எழுந்து நின்றாள்.

# 9

எழுந்து நின்றவள் அருண்குமாரின் மனைவியாகத்தான் இருக்க வேண்டும் என்று ஊகித்தார் அனந்தசாமி.

"சௌக்கியமா?" என்று விசாரித்தார் சுப்பராம பாகவதர்.

"வாங்க!"

"சிவபாக்கியம்... குழந்தையைப் பார்க்கணும்னு வந்திருக்காங்க."

இன்னொரு நிலையில் நுழைந்தாள் சிவபாக்கியம். ஒரு கட்டில் அதன் மீது குழந்தை உட்கார்ந்திருந்தான். நாலைந்து வயதிருக்கும். தகப்பனை உரித்து வைத்திருந்தது முகஜாடை மட்டுமில்லை. அதே மாதிரி பம்மென்று பக்கவாட்டில் விம்மிய கிராப்பு. அதே மாதிரி வளையம் வளையமாகச் சுருட்டப்பட்ட மயிர் வளையங்கள். அதே மாதிரி பத்து விரலுக்கும் மோதிரங்கள். கழுத்தில் சங்கிலி. சங்கிலிக்குக் கீழே நடனமாடுகிற வெள்ளைக்காரிகள், கப்பல், ரயில், விமானம், டிராக்டர், தென்னை மரம் இவை அச்சிட்ட சட்டை. மணிக்கட்டுகளில் இரண்டு வளையல்கள். ஒவ்வொரு மோதிரத்திலிருந்தும் ஒரு தங்கச் சங்கிலி கிளம்பி அந்த வளையில் இணைந்திருந்தது. காலில் ஓர் அரைக்கால் சட்டை.

"கும்பிடு, தம்பி."

குழந்தை குட்டிக்கரணக் கோமாளியைக் கீழே வைத்துவிட்டு ஒரு கும்பிடு போட்டான்.

தி. ஜானகிராமன்

காசிலிங்கம் குழந்தையைத் தூக்கி நிறுத்தினான். இரண்டு கால்களும், ஒடித்து, நார் அறுகாத வாழைத் தண்டுகளைப் போலத் தொங்கலாடின, அனந்தசாமி கண்ணால் பார்த்தார். தொட்டுப் பார்த்தார்.

“உட்கார வையுங்கள்.”

துணிப் பொம்மையைப் போல் மீண்டும் நீட்டிய காலுடன் குழந்தையை உட்கார வைத்தான் காசிலிங்கம்.

“இடுப்புக்குக் கீழே இம்மி சுரணை கிடையாதுங்க . . . எப்படியிருந்த குளந்தை!” என்று அடித்தொண்டையில் பேசினான் அவன். அனந்தசாமி சட்டென்று நிமிர்ந்தார். அந்தக் குரலில் வந்த தழதழப்பு அவரை ஆட்டி விட்டது. நிமிர்ந்து அவன் முகத்தைப் பார்த்தார். அவன் கண்கள் தெப்பம் கட்டிக் கிடந்தன. அவன் மனைவியைப் பார்த்தார். அந்த முகம் அழ முடியாமல் உறைந்து கிடந்தது; இருந்த கண்ணீரெல்லாம் செலவழிந்து விட்டாற்போல.

“மலையாள வைத்தியம், இங்கிலீஷ் வைத்தியம் – என்ன வெல்லாமோ பண்ணி விட்டார். பதினாயிரக் கணக்கில் பணத்தை இறைத்து விட்டார்” என்று முடிக்காமல் நிறுத்தினார் பாகவதர்.

குழந்தையின் கால்களைத் தொட்டு அமுக்கி இரண்டு நிமிஷங்கள் பரிசோதனை செய்தார் அனந்தசாமி. கிள்ளிப் பார்த்தார். உள்ளங்காலை நகமுனையால் இலேசாகக் கீறிப்பார்த்தார். குழந்தை எந்த உணர்ச்சியையும் காண்பிக்கவில்லை.

“சரி!” என்று வெளியே வந்தார் அவர்.

“அப்பா இன்னிக்கு என்னைக் கடற்கரைக்கு அளச்சிட்டு போகணும்” என்று கட்டிலில் இருந்த படியே, அறையை விட்டு வெளியேறும் தந்தையைப் பார்த்துக் கத்தினான் குழந்தை.

“கட்டாயமா அளச்சிட்டுப் போகச் சொல்றேன்.”

“நீதான் அளச்சிட்டுப் போகணும்.”

“நான் எப்படிடா தம்பி அளச்சிட்டுப் போக முடியும்? நான் ஷூட்டிங்குக்குப் போகணுமே.”

“அப்படின்னா நீ ஷூட் பண்ணிக்க” என்று வெறி பிடித்தாற்போலக் கத்தினான் பையன். பெரிய கத்தல். இதயத்தைத் துளைக்கிற கத்தல்.

காசிலிங்கம் சிரித்துக்கொண்டே மனைவியைப் பார்த்தான். மனைவி குற்றம் சாட்டுவதைப் போல் அவனைப் பார்த்தாள்.

இரண்டையும் அனந்தசாமி பார்த்தார். பாகவதர் காசிலிங்கத்தின் மயில்கண் வேட்டியைப் பார்த்தவாறு கவலையில் ஆழ்ந்து கிடந்தார்.

சிவபாக்கியம் பிள்ளையிடம் "இதோ வரேண்டா, கண்ணு!" என்று சொல்லி விட்டு ஆவலாக மற்ற மூவரையும் பின் தொடர்ந்து 'ஹூம்' என்று குளிர் இயந்திரம் முனகிக் கொண்டிருந்த ஹாலுக்கு வந்தாள்.

"எத்தனை மாசமா இருக்கு இது?" என்றார் அனந்தசாமி.

"கிட்டத்தட்ட இரண்டு வருஷங்கள் ஆகப்போவுது."

"பதினாலு டாக்டருங்க பார்த்தாச்சுங்க" என்றாள் மனைவி.

"ஒவ்வொருத்தரும் நாற்பது அம்பது ஊசிபோட்டுக் குழந்தையைச் சல்லடைக் கண்ணாற் துளைச்சிட்டாங்க. ஆளாக்கு ஆளாக்கா மாத்திரை கொடுத்தாங்க. சாப்பிட்டுது."

"ஒவ்வொருத்தரும் தங்களாலான விஷத்தைக் கொடுத்து விட்டுப் போயிருக்கிறார்கள்" என்று சிவபாக்கியம் கொண்டு காண்பித்த மருந்து பெட்டிகளைப் பார்த்துக் கொண்டே சொன்னாரவர். பின்பு கட்டை விரலாலும் ஆள்காட்டியாலும் புருவ மையத்தை நெருக்கி, கண்மூடியவாறு சிறிதுநேரம் உட்கார்ந்திருந்தார். ஒரு நிமிஷம் கழித்து "குணப்படுத்த முயலுகிறேன்" என்று கூறினார்.

"குணப்படுத்துங்க. எது வேணும்னாலும் செய்யத் தயார். எது வேணும்னாலும் கொடுக்கத்தயார்" என்று காசிலிங்கம் சொன்னதைக் கேட்டுப் புன்சிரிப்புடன் திரும்பிப் பார்த்தார். நிரந்தரமாக ஒரு மங்கல் அவன் கண் வெள்ளையில் படர்ந்து விட்டிருந்தது. நிரந்தர போதையின் நிறமாக அது தரிசனம் தந்தது. குடிபோதை மட்டுமில்லை. பணபோதை, புகழ்போதை இரண்டும் வேறு சேர்ந்து அந்தக் கண்ணை, பார்த்தும் பாராத போதைக் கண்ணாக மாற்றிவிட்டாற் போல் தோன்றியது அவருக்கு.

"அந்தப் பாக்கியம் அப்படிச் சுலபமாகக் கிடைச்சுடாதே உங்களுக்கு" என்றார் பாகவதர். "எது வேணும்னாலும் நீங்க கொடுக்கத் தயாராயிருக்கலாம், ஆனால் ஸ்வாமி சன்யாசியாக ஆயிட்டாரே!"

காசிலிங்கம் போதைக் கண்ணோடு இலேசாகச் சிரித்தான்.

"நான் இரண்டு மூன்று நாள் வட்டம் வந்து மருந்து கொடுக்கிறேன்" என்றார் அனந்தசாமி.

"நீங்க எப்ப வேணுமானாலும் வரலாம், போகலாம். இது உங்க வீடுன்னு நெனச்சுக்குங்க, நான் உங்க பிள்ளைன்னு நெனச்சுக்குங்க."

அனந்தசாமி மலர்ந்த முகத்தில் ஒரு புன்னகை வந்தது. பையிலிருந்து மூட்டையை எடுத்து அவிழ்த்தார். இரண்டு பொட்டணங்களை எடுத்து, "ராத்திரி பையன் தூங்கறதுக்கு முன்னால் ஒரு பொட்டணம் கொடுங்கள். காலையில் எழுந்தவுடன் ஒரு பொட்டணம் கொடுங்கள், நாளைக்கு வந்து பார்க்கிறேன்" என்றார்.

"சரிங்க ஐயா, உங்களைப்பத்தி நிறைய சொல்லியிருக்காங்க. குழந்தைக்கு இனிமே நல்ல காலம் பிறந்திடுச்சு."

"அந்த நம்பிக்கையிருந்தால் போதும்" என்றார் பாகவதர்.

சிவபாக்கியம் கொண்டு வந்த தக்காளிச் சாற்றை மூன்று பேரும் சாப்பிட்டார்கள்.

"அப்ப..?" என்று கூறி எழுந்தார் அனந்தசாமி.

"கிளம்பியாச்சுங்களா?" என்று, அர்த்தத்தோடு பாகவதரைப் பார்த்தான் காசிலிங்கம். பாகவதர், "அதெல்லாம் ஒன்றும் அவசியமில்லை" என்ற பாவனையில் தலையை அசைத்தார். ஆகவே சட்டைப் பையிலிருந்த மணிபர்ஸை நோக்கிப் போகக் கிளம்பிய அவன் கை பழைய நிலைக்கு வந்து தொங்கிற்று.

"உங்களோடு தனியாகப் பேச வேண்டும் ஒரு நிமிஷம்" என்றார் அனந்தசாமி. பாகவதர் உடனே குறிப்பறிந்து, மாடிப் படியில் இறங்கிக் கீழே போனார்.

மீண்டும் சோபாவில் உட்கார்ந்த அனந்தசாமிக்கு எப்படிக் கேட்பது என்று புரியவில்லை. இந்த ரங்கன் உண்மையில் எப்பேர்ப்பட்டவன்? அவனும் குடிக்கிறானா? பெண்களைச் சுற்றி அலைவதுதான் அவன் வேலை, பொழுது போக்கு எல்லாமா? இதையெல்லாம் கேட்கத்தான் அவர் உட்கார்ந்து கொண்டார். ஆனால் நாக்கு மீண்டும் சுருட்டிக் கொண்டது.

அவர் ஒன்றும் பேசாமல் இருப்பதைப் பார்த்த காசிலிங்கம் தன் மனைவியிடம் ஜாடை காட்டவே அவளும் உள்ளே சென்றுவிட்டாள். இப்பொழுது யாருமில்லை. குளிர் இயந்திரம்தான் முனகிக் கொண்டிருந்தது. கடற்கரை சாலையில் ஓடும் ஓரிரண்டு மோட்டார் ஹாரன்களைத் தவிர வேறு ஒன்றும் கேட்கவில்லை. குளிர் அறையின் மூட்டத்தில் அவை கூட இலேசாகத்தான் கேட்டன.

அன்பே ஆரமுதே

“குழந்தை விஷயமாகத்தான் பேசணும்னு நெனச்சீங்களா?” என்று அவர் யோசிப்பதைப் பார்த்து ஆரம்பித்தான் காசிலிங்கம்.

“குழந்தை விஷயம் மட்டுமில்லை. வேறு சில சேதிகளும் கேட்க வேண்டும் என்று நினைத்தேன்.”

“தாராளமாகக் கேளுங்க. தெரிஞ்சதைச் சொல்றேன்.”

“குழந்தை ஏன் அப்படி ஆவேசம் வந்தாற்போலக் கத்தினான். நீ ஷூட் பண்ணிக்கொள் என்று?”

“நான் அடிக்கடி பக்கத்திலே இல்லையேன்னு பயலுக்கு ஆத்தரம் வருது. நான் என்ன செய்ய முடியும்? சொல்லுங்க. நான் எங்கேயாவது வெளியிலே போய், ஒரு கடை வாசல்லெ காரை நிறுத்தினா, அங்கே திமுதிமுன்னு கூட்டம் கூடிடுது. இறங்க விடமாட்டேங்கறாங்க. இப்ப நான் கடற்கரைக்கு அளச்சிட்டிப்போனா நான் கடலலையா பார்க்க முடியும் கிறீங்க? ஜன அலைதான் அதை வந்து மறைச்சுக்கிட்டுத் திமுதிமுன்னு மொச்சுக்குமே. இப்ப பாருங்க நீங்களெல்லாம் கொடுத்து வச்சவங்கன்னுதான் சொல்லுவேன். நீங்க பாட்டுக்கு இஷ்டப்பட்ட இடத்துக்குப் போறீங்க, வறீங்க. யாரு, என்ன என்று கேட்கிறாங்களோ! நமக்கு அந்த மாதிரி இல்லியே. நீங்களும் மக்களுக்கு ஒரு வகையிலே சேவை செய்யறீங்க. நான் ஒரு வகையில் செய்யறேன். ஆனால் இரண்டுக்கும் எவ்வளவு வித்தியாசம்! நான் தலைகாட்ட முடியலே வெளியே. மேலே வந்து உளுவறாங்க. கச்சாத்துப் புத்தகத்தை எடுத்துக் ‘கையெளுத்து கையெளுத்து’ன்னு மேலே உளுந்து புடுங்கறாங்க. சட்டை வேட்டி கூடக்கிளிஞ்சு போயிடுது. நான் எப்படி இவனை இட்டுக் கிட்டுப் போகிறது. கூட்டம் கிடக்கட்டும். நான் இவனை எடுத்திட்டுப் போகிறேன்னு வச்சுக்குங்க, இவன் காலு இருக்கிற நிலை எல்லார் கண்ணிலேயும்படும். அதைப் பார்த்து எத்தினி பேரு சந்தோஷப்படுவாங்க தெரியுமா? நல்லா வேணும் இந்தப் பயலுக்கு என்பான் ஒருத்தன். நல்ல வளியிலே சம்பாரிச்சாத்தானேய்யா காசு ஒட்டும்! இல்லாட்டி இப்படிக் கரைய வேண்டியதுதாம்பான் ஒருத்தன். நான் நல்லாயிருக்கிறது எத்தினி பேருக்குப் புடிச்சிருக்கும்னு நெனக்கிறீங்க, அட, அது போகட்டும். தெரியாமலே எல்லாத்தையும் கேட்டுக்கப் பளகிக்கிறோம்னு வைச்சுக்குங்க, நேரம் எங்கே இருக்கு? வேலை செஞ்சு ஊட்டுக்குள்ளார நுளஞ்சா வாசல்லே தயாரா நூறு பேர் காத்திட்டிருக்கிறாங்க பெரிய மனுசங்க, சின்ன மனுசங்க, சர்க்கார்காரவுங்க, தனியாளுங்க, வெளிநாட்டாருங்க. அனாதைங்க, பசியேப்பக்காரங்க, புளிச்சேப்பக்காரங்க,

எல்லோரும்தான். நாம நம்ம ஆளாயில்லியே இப்ப! மக்களோட ஆளால்ல ஆயிட்டோம்?"

அவன் நிறுத்தமாட்டான் போலிருந்தது. சரியான சமயம் வாய்த்ததென்று குறுக்கிட்டார் அனந்தசாமி.

"மக்களுக்குச் சேவை என்றால், குழந்தைக்குச் செய்கிறதும் மக்கள் சேவைதானே. நேரத்தோட நேரமா அதற்கும் கொஞ்சம் ஒதுக்கிக்கணும்!" என்றார்.

காசிலிங்கம் 'ஹா ஹ்ஹா ஹ்ஹா' என்று அடித் தொண்டையோடு சிரித்தான்.

"சாமி, பாயிண்ட்டிலே புடிச்சீட்டிங்களே என்னை ... நல்லாச் சொன்னீங்க" என்று மேலும் சிரித்தான் காசிலிங்கம்.

"பொது மனிதர்கள் தங்கள் குடும்பமும் தங்களுக்காகத் தியாகம் செய்து கஷ்டப்பட வேண்டும் என்று எதிர்பார்க்கிறார்கள். குடும்பத்தில் பற்றில்லாமல் பொதுச்சேவை செய்கிறவர்கள் அதே பற்றற்ற தன்மையோடு குடும்பத்தையும் நன்றாகக் காப்பாற்றிவிட வேண்டும்" என்றார் அனந்தசாமி.

"நல்லாச் சொல்லுங்க" என்று குரல் கேட்டது. கதவைத் தள்ளிக்கொண்டு வந்தாள் சிவபாக்கியம்.

"ஒட்டுக் கேட்காதே, சிவபாக்கியம்!" என்று புன்னகையுடன் உறுமினான் காசிலிங்கம்.

"இருபது முப்பதாயிரம்னு ஸ்டூடியோவிலே செட்டுப் போட்டு இவங்களுக்காகக் காத்திட்டிருக்கிற போதெல்லாம் வரமுடியாதுன்னு சொல்லியனுப்பிச்சிருக்காங்க இவங்க. இன்னக்கி பாண்டிச்சேரிக்குப் போகணும்னு நப்பாசை வந்திடிச்சி. குழந்தையை ஏமாத்துறாங்க" என்றாள் அவள் அழாக்குறையாக.

"நான் பாண்டிச்சேரி போகப் போறேன்னு நீ கண்டியா?"

"ஊகமாச் சொல்றேன்."

"பிரமாதமா ஊகிச்சிட்டியே ஹெஹ்ஹெஹ்ஹ – பாருங்க. பொம்பிளைங்களுக்கு எப்படிக் குதர்க்கமெல்லாம் தோணுதுன்னு."

"இதோட பன்னண்டு பதிமூணு தடவையாச்சு. நானும் பார்த்துக்கிட்டு வரேன். உங்க ரங்கன் ப்ரதர் வந்து மத்தியானம் பேசிட்டிருந்தாங்கன்னா, இன்னக்கி கடலூருகிட்டே வெளிக்காட்சி சூட்டிங்னு சொல்லிட்டுக் கிளம்பிடறீங்களா இல்லையா ... சொல்லுங்க."

அன்பே ஆரமுதே

அனந்தசாமி, காசிலிங்கம் இருவருக்குமே தூக்கிப் போட்டது போலிருந்தது.

"என்ன, என்ன, என்ன, என்ன?" என்று நாலு 'என்னக்'களை வேகமாக அடுக்கிச் சிரித்தான் அவன். "கற்பனை எப்படி எப்படியெல்லாம் பறக்குது சிவபாக்கியத்தம்மாளுக்கு – ஹைம்?" என்று ஆச்சரியப்படுவது போலப் பேசினான். உடனே "சரி நீ உள்ளே போ" என்று முகத்தைச் சட்டென்று கடுத்துக் கொண்டான்.

"நான் உள்ளே போரேன், ஆனா, நீங்க இன்னக்கி வீட்டிலே தான் இருக்கணும் – குழந்தை கேட்கிறதுக்கெல்லாம் எனக்குப் பதில் சொல்ல முடியாதே" என்று சொல்லிக் கொண்டே நகர்ந்தாள் சிவபாக்கியம். தள்ளு கதவு மூடிக் கொண்டது.

அனந்தசாமிக்கு தர்ம சங்கடமாயிருந்தது. திடீர் என்று குடும்பப் போரின் ஒரு களத்தில் தாம் வந்து நின்று பார்வையாள ராக மாட்டிக் கொண்ட அசந்தர்ப்பத்தை நினைத்து அவர் உடல் முள்மேல் நிற்பதுபோல் குன்றித் தவித்தது. அதே சமயம் ரங்கனைப் பற்றிய இன்னொரு செய்தி கிடைத்த மகிழ்ச்சி வேறு.

எழுந்து கொள்வதா, வேண்டாமா என்று தவித்தார். உள்ளங்கையை விரலால் தடவியவாறு பார்த்துக் கொண்டே யிருந்தான் காசிலிங்கம். ஏதோ சொல்லப் போகிறான்போல் தோன்றியது. பத்து விநாடி ஊர்ந்தது.

"இத பாருங்க – எங்கெங்கேயோ அலையறோம். ராக்கண் முளிக்கிறோம். மாடு மாதிரி உளைக்கிறோம். உடம்பு அப்படியே களண்டு போவுது. 'சித்தை நேரம் நம்மளையே மறந்திட்டு இருக்கலாம்'னு இருக்கறது உண்டுதான். இல்லேன்னு சொல்லலே. அதை இப்ப சொல்லிக் காமிக்குது பாருங்க. புதிசா இருக்கிறவங்களுக்கு எதிரே இதெல்லாம் சொல்லாது. ஆனா சாமியைப் பார்த்தவுடனே, மனசிலே இருக்கிறதைச் சொல்லணும்னு தோணிட்டாப்பல இருக்கு அதுக்கு. எனக்கே சாமியைப் பார்த்தவுடனே ரொம்ப நாள் பளகிட்டாப்பல இருக்கு. அதுக்கு வேற வருத்தம், நான் வீட்டிலேயே இருக்கிறதில்லேன்னு. அதான் திப்புனு வந்து சொல்லிச்சுன்னு நினைக்கிறேன்" என்று அரவணைப்பாகச் சமாதானம் சொன்னான் அவன்.

"என்னை அவ்வளவு நெருங்கினவனாக நினைக்கிறதிலே எனக்குப் பரம சந்தோஷம். நீங்கள் பிறகு போய் உங்கள் மனைவியைக் கோபித்துக் கொள்ளாதீர்கள்" என்றார் அனந்தசாமி.

"சேச்சே ரொம்ப நல்லாயிருக்கே. அது என்ன மனநிலையிலே சொல்லியிருக்கும்னு எனக்குத் தெரியாதா? அதான் சொன்னேனே இப்ப!"

"அது மாதிரியே ஒரு நாள் இருந்து விடுங்களேன். இந்த ரங்கன்களோடு பேசிப் பொழுதைக் கழிக்கிறதைவிட, குழந்தையோடு உட்கார்ந்திருக்கலாமே ஒரு நாள்."

"அதெல்லாம் இல்லீங்க. நான் இன்னிக்கு ரங்கனோட போறதாகவே இல்லை. ஏதோ அதுக்குத் தோணியிருக்கு. சொல்லி யிருக்கு. எனக்கு இன்னக்கி சாயங்காலம் ஷூட்டிங் இருக்குங்க."

"ரங்கன் நன்றாகப் படித்த ஆளில்லை?"

"ரொம்பப் படிச்சிருக்காங்க. நல்ல அறிவாளி. நல்ல முறையிலே பளகுவாரு. நம்மோடு ஜல்சாவா இருக்கணும்னு எப்பவாவது நெனச்சுப்பாரு. வருவாரு அவருக்கு என்னங்க கவலை? இன்னும் கலியாணம் ஆகலை."

"அப்படியா சொல்கிறீர்கள்? அவரைப் பார்த்தால் ரொம்பக் கவலைப்படுகிறாற் போலல்லவா இருந்தது?" என்று ஆர்வத்தைக் காட்டிக் கொள்ளாமல் சாதாரணக் குரலில் கேட்டார் அனந்தசாமி.

"கவலைப்படறாரு. படாமல் இல்லை. இத பாருங்க. எனக்கு இருபத்தஞ்சு வயசுதான் ஆனால் அனுபவம் குறைச்சல்னு சொல்ல முடியாது. ரண்டு இட்லிக்கு இல்லாமல் கஷ்டப்பட்டது உண்டுங்க. இவங்க எதைப் பார்த்திருக்கிறாங்க? பெத்தவங்க நல்ல சோறு போட்டு, நல்ல சட்டையை மாட்டி எஜிகேஷன் பண்ணியிருக்கிறாங்க. இன்னும் பள்ளிக்கூடத்துப் பையன்களாகவேதான் இருக்க முடியுது இவங்களாலே. உலகம் வேறங்க. இந்த மாதிரி எத்தனையோ பேரைப் பார்க்கிறேன்னு வச்சுக்குங்க . . . சாமி காப்பி சாப்பிட்டுட்டுப் போகலாம்ல? சிவபாக்கியம்?"

அனந்தசாமிக்கு மறுபடியும் திகைப்பாக இருந்தது. எந்தப் பேச்சை அவன் தொடர்ந்து பேசவேண்டும் என்று காத்திருந்தாரோ, அதை இரண்டாம் தடவையும் நல்ல இடத்தில் நிறுத்தி விடுகிறான். ரங்கனைப் பற்றி அதற்கு மேல் அவன் பேச விரும்பவில்லை என்று நன்றாகத் தெரிந்தது.

"காப்பி வேண்டாம் இப்ப" என்றார் அவர். அவன் காப்பி சாப்பிட அழைத்ததே, விடை தர அல்லது பேச்சை மாற்றத்தான் என்றுணர முடிந்தது.

"பரவாயில்லீங்க. சாப்பிட்டுப் போகலாம்."

"இல்லை. ரண்டு மூன்று பானம் ஆகிவிட்டது. நான் வருகிறேன். மருந்தை ராத்திரி கொடுங்கள். காலமேயும் கொடுங்கள். நாளைக்கு வருகிறேன்" என்று எழுந்து நின்றார் அவர்.

"கொடுக்கிறேன். காப்பி சாப்பிட்டுப் போகலாம் நீங்க. நிமிஷத்துக்குள்ளார வந்திடும்."

"நாளைக்குச் சாப்பிட்டால் போறது."

"சாமி இஷ்டம். மறுபடியும் சொல்றேன். சாமி எப்ப வேணும்னாலும் வரலாம், போகலாம். நான் இருக்கேனோ இல்லியோ? நாய் மாதிரி அலைஞ்சிட்டிருப்பேன். நான் இல்லையேன்னு யோசிக்கவாணாம், நீங்கபாட்டுக்கு வந்து போகலாம்" என்று அவன் கூடவே வந்தான்.

"உங்கள் சம்சாரத்திடம் சொல்லிவிடுங்கள், நான் வரட்டுமா?"

"இதோ" என்று நன்றாகக் கதவைத் திறந்து இரண்டு வினாடிக்குள் சிவபாக்கியத்துடன் திரும்பினான்.

"நான் வரேம்மா ... நாளைக்கு வரேன்."

"சரிங்க... இவங்களைச் சாயங்காலம் இங்கேயே இருக்கச் சொல்லியிருக்குல்ல..?"

ஒன்றுமே பதில் சொல்லாமல், வெறுமனே, இருவரையும் பார்த்துச் சிரித்துவிட்டுக் கதவைத் திறந்து மாடிப்படி இறங்கினார் அனந்தசாமி.

வாசலுக்கு வந்து காரில் ஏறினதும், "ஸ்வாமிக்கு எங்கே போகணும் ... இறக்கிவிட்டு நான் போறேன். இல்லாட்டா, என்னோடு பழைய மாம்பலம் வந்தாலும் சரி" என்றார் பாகவதர்.

இல்லை. புது மாம்பலத்தில் என்னை இறக்கிவிடுங்கள்."

"சரி. ஐயாவை புது மாம்பலத்திலே இறக்கிவிடப்பா."

ரங்கனைப் பற்றி மேலே ஒன்றும் தெரிந்துகொள்ள முடியவில்லை என்ற ஏமாற்றம் அனந்தசாமியின் மனத்தில் ஓங்கி நின்றது. இவன் எதையோ மறைக்கிறானே என்று தவித்தார். காசிலிங்கம் குருமுட்டில் வழுக்கி ஓடினதை நினைத்துப் பார்க்கும்பொழுது, அவர்களுக்குள்ளே இருந்த தொடர்பில் ஏதோ தலைகால் தெரியாத ஒரு முடிச்சு விழுந்திருப்பதுபோல் ஒரு பைத்தியக்காரக் குழப்பம் நிலவுவதுபோல் தோன்றியது காசிலிங்கம் குலுங்கிச் சிரித்த புன்னகையை நினைத்தபோது, முடிச்சை அவிழ்ப்பது அவன் கையில்தான் இருக்கும் என்று ஒரு சந்தேகம். அனந்தசாமி குழம்பினார். ஓடியாபோய் விடுவார்கள், பொறுத்துப் பார்ப்போம்" என்று நினைத்து எதிர்த்தோடும் சாலைப் பக்கம் கண்ணைத் திருப்பினார். கார் ஆள்வார்பேட்டை நாற்சந்தியைக் கடந்து எல்டாம்ஸ் ரோட்டில் ஓடிக் கொண்டிருந்தது.

"இன்னிக்குப் பெரிய அதிர்ஷ்ட நாள் ஸ்வாமி உங்களுக்கு" என்றார் பாகவதர்.

"என்ன?"

"மாசக் கணக்கிலே பேட்டி கிடைக்காமல் காத்திண்டிருக்கா எத்தனையோ பேர். அந்த அருண்குமார் உங்களோடு இன்னிக்கு அரை மணி நேரத்துக்கு மேலே பேசியிருக்கான். இது தெரிஞ்சுதோ, உங்களை அஞ்சு ரூபாய் டிக்கட் கொடுத்துக்கூட வந்து பார்க்கத் தயாராயிருப்பா எல்லாரும் இனிமே. உங்களுக்கே சினிமா சான்ஸ் கிடைச்சாலும் கிடைக்கும். சாமியார் வேஷம், புத்தர் வேஷம் இப்படி ..."

"செய்தால் போச்சு. புத்தர் மாதிரி ஆக முடியாவிட்டாலும் வேஷமாவது போட்டுப் பார்த்து விடுகிறது" என்று கூறிச் சிரித்தார் அனந்தசாமி.

"ஐயாவுக்கு யாரைத்தான் ஸத்தாய்க்கிறதுன்னு கிடையாது" என்றான் டிரைவர். "என்னாங்க..? சாமி கிட்டே போய்."

பாகவதர் அதற்குப் பதில் சொல்லவில்லை. விஷமப் புன்சிரிப்புடன் அனந்தசாமியைப் பார்த்தார்.

கார் மாம்பலம் எல்லைக்குள் வந்தவுடன், "என்னை இங்கேயே இறக்கி விடப்பா. இப்படியே நடந்து போய் விடுகிறேன்" என்றார் அனந்தசாமி.

வண்டி நின்றது. இறங்கினார் அவர்.

"ஏன் ஸ்வாமி, அங்கேயே கொண்டுவிட்டு விடச் சொல்கிறேன்."

"பரவாயில்லை."

"நான் என்னத்தைச் சொல்கிறது? வெயிலுக்கும் உங்களுக்கும் ராசி. ஒரு இரண்டு விநாடியாவது கால் பொரியணும் உங்களுக்கு. எந்தத் தெய்வத்துக்குப் பிரார்த்தனையோ..!"

கார் நகர்ந்து விரைந்ததும் இடது கைப் பக்கம் திரும்பி நடந்தார் அனந்தசாமி.

அவர் மனம் இன்னும் அருண்குமாரிடம் தான் இருந்தது. ரங்கனைப் பற்றி எதையோ இவன் மறைக்கிறான் என்ற சந்தேகம் இன்னும் தெளியவில்லை.

வெள்ளை வெயிலாக அடித்துக் கொண்டிருந்தது. மணி இரண்டரை மூன்று இருக்குமோ என்னமோ. குடையுடன் அவர் நிழல் ஏறக்குறைய அவர் நீளத்துக்கே கிழக்கே சாய்ந்து விழுந்திருந்தது. மரம் மட்டைகள் ஸ்ம்பித்து விட்ட மாதிரி, ஒரு

நிச்சலான தேக்கம். இலைகள் வெதும்பித் துயில்வது போன்ற தேக்கம். பக்கத்தில் இருந்த ஒரு மாமரத்தைப் பார்த்தார் அவர். முகவாய் நீண்டு, புருவம் தூக்கி, உதடுகள் விரிந்து ஒரு முகம் வேதனையில் வாடுவது போல் தோன்றிற்று அவருக்கு.

மறு கணமே அவர் முகம் மலர்ந்தது. மரத்தின் இலை அடைவுகளுக்குள்ளிருந்து 'கூவ் கூவ்' என்று ஒரு குயில் கூவியது. சட்டென்று நின்று கவனித்தார் அவர். நாலு கூவல் கூவிவிட்டு அதுவும் நின்றுவிட்டது. இந்த உயிரைப் பிழியும் சூட்டுக்கும் தேக்கத்துக்கும் நடுவில் எப்படிக் கூவ வேண்டும் என்று தோன்றிற்று அதற்கு? அழுகையா அக்கூவல்? அல்லது என் விடுதலையை, சந்தோஷத்தை எதுவும் தடுக்க முடியாது என்று கூவும் வீறாப்பா?

சற்று நின்றார் அவர். குயில் கூவுவதாக இல்லை. பட்சியையாவது பார்ப்போம் என்று அண்ணாந்து கிளைகளுக் கிடையே பார்த்தார், தெரியவில்லை.

சைக்கிள் மணியோசை கேட்டது. 'பிரேக்' போட்டு டயர் தேயும் ஓசை. திரும்பிப் பார்த்தார்.

"இப்படி வழியில் நின்று கொண்டிருந்தால் எப்படிப் போகிறது?" என்று கேட்டுக் கொண்டே சைக்கிளை விட்டு இறங்கினாள் சந்திரா.

# 10

"என்ன சந்திரா! . . ." அவ்வளவு அகலச் சாலையில் தன் காலருகில் வந்து நின்ற அவள் குறும்பை நினைத்ததும் அவருக்குத் தைரியமும் நம்பிக்கையும் வந்தன. அப்படி ஒடிந்து போய் விடவில்லை அவள் என்று ஓர் ஆறுதல், குழம்பிக் கொண்டிருந்த அவர் மனசைச் சற்று இலேசாக்கிற்று.

"வெளியே கிளம்பி விட்டாயா?"

"ஆமாம். நீங்கள் வருவீர்கள் என்று காத்திருந்தேன். போதிஸத்வர் அடுத்த அவதாரம் எடுக்கும் வரையில் காத்திருக்க வேண்டுமோ என்று பயமாகப் போய் விட்டது. அதனால் கிளம்பிவிட்டேன் ... என்னை இருக்கச் சொன்னீர்களாம். அம்மா சொன்னாள். இரண்டரை வரையில் பார்த்தேன். வரவில்லை. மாமா இருந்தாலாவது அரட்டையடிக்கலாம். அவரும் சாப்பிட்டு விட்டு உடனே எங்கோ போய் விட்டார்."

"மாமா வந்தாச்சா?"

"காலமே வந்தார். காற்றிலே வந்தார். கல்கத்தாவிலேயிருந்து. இப்போது வெளியில் பறக்கிறார்."

"நீ மட்டும் என்ன செய்கிறாய் இப்போது? நானும் உங்கள் மாமாவும்தான் தெருத்தெருவாக, ஊர் ஊராக அலைகிறோம் என்று நினைத்தேன்! உன் காலிலும் சக்கரத்தைக் கட்டி விட்டான் பகவான். எல்லாம் சரியாகிவிடும், கவலைப் படாதே!"

அதைக் கேட்டதும் அவள் முகம் மாறிவிட்டது. சைக்கிள் கைப்பிடிகளை இரு கைகளும் இறுக்கிப் பிடிப்பது தெரிந்தது. பேசாமல் நின்றாள். உதட்டின் ஓர் ஓரம் மட்டும் வெறுப்பாக ஒரு புன்னகை பூத்தது.

"எனக்கு ஒரு கவலையுமில்லையே! நான் ஏன் கவலைப்பட வேண்டும்?"

"சும்மா வார்த்தைக்காகச் சொல்கிறாயா? இல்லை, நிஜமாகவே அப்படிச் சொல்கிறாயா?"

சந்திராவுக்கு உடனே இதற்குப் பதில் சொல்ல முடிய வில்லை, மௌனமாக நின்றாள். ஆனால் அனந்தசாமி பதிலை எதிர்பார்ப்பது போலிருந்தது.

"இப்ப வரதே இல்லையாமே அவன்?" என்றார் அவர்.

"யாரு?"

"ரங்கன்?"

"அவரா... ஆமாம். வரக் காணோம்."

"ஏன்?"

"ஆண் பிள்ளைகள் ஏமாற்றி விடுவார்கள், நம்பச் செய்து மோசம் செய்து விடுவார்கள் என்று நான் சொல்ல மாட்டேன் மாமா. அப்படியும் பார்க்கப் போனால் பெண்கள் ஆண்களைவிட இதில் கெட்டிக்காரர்கள். மோசம் செய்து கொண்டே இருப்பார்கள், செய்வதாகக் காண்பித்துக் கொள்ளவும் மாட்டார்கள். ஆண் பிள்ளைகள் அந்த விஷயத்தில் எவ்வளவோ தேவலை."

அந்த இரக்கத்துக்கிடையே அனந்தசாமிக்குச் சிரிப்பு வந்தது. அவள் சொல்வதைக் கேட்டு.

"காலேஜில் படித்த ஒரு பெண்ணா இப்படி பேசுகிறாள்? ஆச்சரியமாயிருக்கிறதே!"

"காலேஜிலே படித்ததினால்தான் மாமா இதைச் சொல்கிறேன். வீட்டோடு கிடந்திருந்தால் இதெல்லாம் எங்கே தெரியப் போகிறது!"

அனந்தசாமி இன்னும் வியப்பு அடங்காமல் பார்த்துக் கொண்டிருந்தார்.

"யாரும் துரோகம் செய்ய முடியும் என்று நான் நினைக்க வில்லை. அசட்டுத்தனம், அவ்வளவுதான். அசட்டுத்தனம்தான் இப்படிக் காரியங்களைச் செய்யத் தூண்டுகிறது."

"அப்படியானால் இந்த ரங்கன் வெறும் அசடு என்று தானே சொல்கிறாய்..?"

"இல்லாவிட்டால் எப்படி ஆற்றிக் கொள்ள முடியும்? அவர்கள் சாமர்த்தியமாக நம்மை ஏமாற்றி விட்டதாக நினைக்கலாம். நம் வயிறும் எரியலாம். மனசு, ஆத்மா எல்லாம் கிடந்து பரக்கலாம். ஆனால் இப்படிச் சொல்வது ஒரு சாமர்த்தியத்தில் நேர்த்தியா என்ன? முட்டாள் தனம்" என்றாள் அவள்.

அனந்தசாமி கூர்ந்து கவனித்தார். வார்த்தைகளில் மன்னிப்பு, பெரிய தன்மை இரண்டும் ஆண்டனவே தவிர, குரலில் ஆற்றாமை கரகரத்தது. ஓர் அசாதாரண வெறுப்பு வேறு. 'அப்பாடா' என்று அவர் மனம் ஒரு பெருமூச்செறிந்தது. அந்தக் குலுங்கும் வாலிப்பிலிருந்து. இந்த விரக்திச் சொற்கள் வருவது அவருக்கு என்னமோ போலிருந்தது. நல்ல வேளையாகக் குரல் உண்மையைக் காண்பித்து விட்டது. இது விரக்தி இல்லை. தோல்வியடைந்த பெண்மையின் குரோதம் என்று கண்டதும் அவருக்கு ஆச்சரியமாக இருந்தது.

சமயம் வாய்த்த பொழுது அவள் வாயைக் கிண்டி, உள்ளே, இருப்பதைக் காணத்தானே காத்துக் கொண்டிருக்கிறார் அவர்! இப்பொழுது விட்டால் மறுபடியும் சந்திக்கிறது கடினம்.

"எனக்குக் கொஞ்சம் அவனைப் பற்றித் தெரியும் அவனை முட்டாள் என்றா நினைக்கிறாய்? படித்தவனில்லையா அவன்?" என்று கேட்டார் அனந்தசாமி.

"ஆமாம் மாமா. படித்தவர்தான். நான் படிக்காமல் இருந்திருக்கலாம். கோபம் வராமல் இருக்கும். வந்தாலும் எல்லாவற்றையும் விழுங்கக் கற்றுக் கொண்டு விட முடியும். படிக்காதவர்களுக்கு அந்த கையாலாகாத்தனமாவது கிடைக்கிறது. என்னை இந்த மாமா, அம்மா எல்லாருமாகச் சேர்ந்து படிக்க வைத்துத் தொலைத்து விட்டார்கள். இல்லாவிட்டால் அவர் பண்ணுவது சரி, ஆண்பிள்ளைகளுக்கு அப்படியிருப்பது உரிமை சலுகை; நாம் அதையெல்லாம் தடைசெய்யக்கூடாது என்று வாயைக் கட்டிக் கொண்டு இருந்திருக்கலாம்..." சந்திராவுக்கு மேலே பேச முடியவில்லை. குரல் தழுதழுத்தது. கண்ணில் நீர் ததும்பி நின்றது. அனந்தசாமி திகைத்து நின்றார். பார்த்தால் தைரியம், அழுத்தம் போலெல்லாம் தோன்றியது. அவ்வளவும் அமுக்கி மூடி வைத்திருந்த புகைச்சல் என்று இப்பொழுதுதான் அவருக்குத் தெரிந்தது.

மேலே பேசத் தோன்றவில்லை அவருக்கு, பேசவும் தேவை யில்லை. கண்ட கண்ட பெண்களோடு அவன் சுற்றுவதை

அன்பே ஆரமுதே

அறிந்தும், கண்ணால் கண்டும் அவள் அவனை மறக்க முடியாமல், தூக்கியெறிந்து விடாமல் கிடந்து புகைவது தெரிந்தது.

"இதோ பாரு, அழாதே. நாம் உண்மையாக இருக்கிற வரையில் ஒரு குறையும் வராது நமக்கு."

சந்திரா உதட்டைக் கடித்துத் தலைப்பால் கண்ணைத் துடைத்துக் கொண்டாள்.

"எங்கே கிளம்பினே?" என்று பேச்சை மாற்றினார் அனந்தசாமி.

"எங்கேயும் இல்லை."

"சிநேகிதி வீட்டுக்குப் போகிறாயா?"

"அந்த முகக் கலக்கத்துக்கிடையே சிரித்தாள் அவள். "ஏன் மாமா, நான் நின்று பேசுகிறது கூடப் பிடிக்கவில்லையா? உத்தரவு கொடுத்து விட்டீர்களே!" என்று மூக்கை உறிஞ்சிக் கொண்டே கேட்டாள் சந்திரா.

"ஐயையோ – என்ன இப்படிச் சொல்லுகிறாய் அவசரமாகப் போகிறாயே, நான் பாட்டுக்குப் பேசிக் கொண்டு நிக்கிறேனே என்று கேட்டேன். வேறு ஒன்றுமில்லை."

"எனக்குப் பொழுது போகவில்லை வீட்டில். சுற்றிச் சுற்றிப் படிக்கிற உள், தோட்டம், மாடு, புஸ்தகம் – இதுகளைத்தான் பார்க்க வேண்டியிருக்கு. அம்மாவும் என்னைப் பார்க்கிற போதெல்லாம் "பாவம் பாவம்"ன்னு கரைந்து கொண்டேயிருக்கிறாற் போல் தோன்றுகிறது. எனக்கு என்னமோ எல்லாம் நஷ்டமாகி விட்டாற்போல் அவள் அழாத குறையாகப் பார்க்கிறாளே – அதைத் தாங்கிக் கொண்டு நிற்க முடியவில்லை. அது தான் வெளியே சுற்றுகிறேன். என்னை அடக்குகிறவர்களும் கிடையாதோல்லியோ?"

அனந்தசாமி, "எதுக்காக அடக்கணும் உன்னை? புத்தியில்லாதவர்களாக இருந்தால், சமர்த்து இல்லாதவர்களாக இருந்தால் அடக்க வேண்டும்" என்று சிரித்துக்கொண்டே குறுக்கிட்டார்.

"நீங்கள் சிரிக்காதீர்கள். கொஞ்சம் அதட்டி அடக்குகிறவர்களாக இருந்தால் நானும் பயந்து கொண்டு சும்மாயிருந்திருப்பேன். அவர் இழுத்த இழுப்புக்குக் கடற்கரை, சினிமா ... இப்படி யெல்லாம் சுற்றியிருக்க மாட்டேன்."

"புருஷர்களுக்கு அடக்குகிறவர்கள் வேண்டியிருக்கிறதம்மா. இல்லாவிட்டால் அவன் ஒழுங்காக நடந்து கொண்டிருக்க

தி. ஜானகிராமன்

மாட்டானா?... நீ பழகின வரையில் அவன் குணம் கொஞ்சம் கூடத்தெரியவில்லையா உனக்கு?"

"நல்லவராகத்தான் இருந்தார்!"

"பின்னே ஏன் இப்பொழுது வரவில்லை...?"

"என்னைவிட நல்லவளாக யாராவது கிடைத்திருப்பாள்... கிடைத்திருப்பார்கள்!" மறுபடியும் அவள் உதடு நடுங்கியது. முகவாய் அசங்கியது. சட்டென்று கடிகாரத்தைப் பார்த்தாள். "அட, மூன்றாகி விட்டதே, மூன்று மணிக்கே வரேன் என்று சொன்னேன் – நான் வரேன் மாமா, அப்புறம் பார்க்கிறேன்" என்று சரேலென்று மிதியை மிதித்துப் பறந்து விட்டாள் சந்திரா.

யாரோ பிடித்துத் தள்ளி விட்டாற்போல் பிரமித்து நின்றார் அனந்தசாமி. இரண்டாம் தடவையாக வந்த அழுகையை மறைத்துக் கொள்ளத்தான் ஓடி விட்டாள் என்று இந்தத் திடீர் மறைவு தெளிவாகக் கூறியது.

'அவன் மீது உனக்கு வெறுப்பு இல்லை, கோபம். எல்லாவற்றையும் மன்னித்து மறுபடியும் அவனை உன் காலடியில் கிடத்திக் கொள்ளலாம் என்று பார்க்கிறாய் – கட்டின பெண்டாட்டி மாதிரி' என்று மனதுக்குள்ளேயே அவள் போன திக்கைப் பார்த்துச் சொன்னார் அனந்தசாமி. பிறகு திரும்பி நடந்தார்.

O O O

வாசலைத் தாண்டித் தோட்டத்துக்குள் நுழைந்ததுமே வீட்டு முகப்பில் நாகம்மாள் உட்கார்ந்திருப்பதைப் பார்த்தார் அனந்தசாமி, அவள் வேறு யாரோ பெண்ணுடன் பேசிக் கொண்டிருப்பது தெரிந்தது. அவரைக் கண்டதும் நாகம்மாள் எழுந்து, 'வாருங்கள்' என்று வரவேற்றாள். ருக்குமிணி உள்ளே போய் விட்டாள்.

"உடம்பு எப்படி இருக்கிறது இன்றைக்கு!" என்றார் அனந்தசாமி.

"தேவலை, கொஞ்சம்! இன்னும் பலவீனம் இருக்கு."

"அப்படியா?... எல்லாம் சரியாகி விடும். சந்திராவைப் பார்த்தேன் வழியிலே... அண்ணா வந்து விட்டாராமே!"

"ஆமாம்"

"சொன்னாள் சந்திரா."

அன்பே ஆரமுதே

வேறு யாரோ வந்திருப்பதை நினைத்துக் குரலைத் தாழ்த்திக் கொண்டே சொன்னார் அவர். "சந்திரா ரொம்ப ஆடித்தான் போயிருக்கிறாள்."

"ஏன்? ஏதாவது சொன்னாளா?"

"முன்னால் தைரியமாகத்தான் இருந்தாள். அப்புறம் அழுகை வந்து விட்டது.

"நாகம்மாள் பெருமூச்செறிந்தாள்."

"நான் இன்று அவனைப் பார்த்துவிட்டுத்தான் வருகிறேன்."

"யாரை?"

"ரங்கனைத்தான்."

"எங்கே?"

"ஒரு சினிமாக்காரன் வீட்டிலே!"

"சினிமாக்காரன், நாடகக்காரன் – இல்லாவிட்டால் சினிமாக்காரி, நாடகக்காரி இவர்களோடுதான் சதா சுற்றுகிறானாம் அவன். இன்னிக்கி எந்தச் சினிமாக்காரன் வீட்டிலே பார்த்தீர்கள்?"

"அருண்குமாராமே! பெரிய நடிகனாமே. பெரிய அரண்மனை மாதிரி வீடு கட்டிக் கொண்டிருக்கிறான்."

"அங்கேயா பார்த்தீர்கள்? நிஜமாகவா?"

"ஆமாம்மா."

"அடப்பாவி!"

"ஏன்?"

"அவனோட சிநேகம் வச்சிண்டவன் எங்கே உருப்படப் போகிறான்?"

"என்ன, இப்படிப் புளியடித்தாற்போல் சொல்கிறீர்கள்?"

"நன்றாகத் தெரியும். சொல்கிறேன். இதோ இந்த வாசலிலே வந்து பழி கிடந்தவன்தானே அவன்!"

"யாரு? அருண்குமாரா?"

"அருண்குமாரும் இல்லை, துடைப்பக் கட்டைக் குமாரும் இல்லை. காசி காசின்னு பேரு அந்தப் பையனுக்கு. அவன் அப்பா அன்னப்பட்டிக் கோயிலிலே காரியம் பார்த்துக்கொண்டிருந்தார். நல்ல மனுஷன். ஒரே பிள்ளை. பதினைந்து வயசிலேயே வீட்டை

விட்டு ஓடிப் போய் விட்டது. படிப்பு வரவில்லை. நாடகக் கம்பெனியிலே சேர்ந்தது; அஞ்சாறு வருஷங்கள் முன்னாடி ஒரு நாளைக்கு இதோ இந்தத் திண்ணைகிட்ட வந்து நின்று கொண்டிருந்தான். அண்ணாவுக்கு அவன் அப்பாவைத் தெரியுமாம். எங்கேயோ வீட்டை விசாரித்துக் கொண்டு வந்து விட்டான். 'சினிமாவிலே சேரணும் சேரணும்' என்று அண்ணாவை நச்சு நச்சென்று பிடுங்கி விட்டான். இங்கேயே சோற்றைத் தின்று கொண்டு கிடந்தான். அப்புறம் அண்ணா செட்டியாரிடம் சொல்லி, அவர் இன்னொரு செட்டியாரிடம் சொல்லி ஏதோ படத்திலே சேர்த்தார்கள். சேர்ந்த பிறகு இரண்டே இரண்டு நாட்கள் இங்கே வந்தான். அப்புறம் எட்டிக்கூடப் பார்க்கவில்லை. மூன்றாம் வருஷம், ஏதோ படத்துக்கு வேணும், செட்டியார் கிட்டச் சொல்லி இரண்டு லட்ச ரூபாய் கடனாக வாங்கித் தந்தால் தேவலை, ரண்டுவட்டி மூணு வட்டிகூட கொடுக்கத் தயார் என்று வந்தானாம். போடா போ என்று அனுப்பி விட்டார் அண்ணா. அவருக்கு ஆத்திரம். மனுஷர்களுக்கு உதவுகிறது உண்டு, சகஜம். அதற்காக அவர்கள் தினமும் வந்து சலாம் போட்டுவிட்டுப் போக வேண்டும் என்று நான் சொல்ல வரவில்லை இப்ப. வாசற்படி இல்லாவிட்டால் வீட்டுக்குள் ஏறி வர முடியாதென்று நமக்குத் தெரியும். அதற்காகத் தினமும் 'உன்னாலேதான் வீட்டுக்குள்ளேவர முடிகிறது' என்று அந்த வாசற்படியை விழுந்தா கும்பிடுகிறோம்?

மளமளவென்று பேசிக் கொண்டு போன நாகம்மாளை இடைமறித்தார் அனந்தசாமி. "கும்பிடுகிறோமே. வாசல் படிக்குத்தானே கோலம்போட்டு அலங்காரம் செய்கிறோம்!" என்றார்.

நாகம்மாள் சிரித்தாள். "அது அழகுக்கு, நன்றியில்லை," என்றாள். "எப்படியாவது இருக்கட்டும். ஒரு மரியாதை, ஒரு ஞாபகம் வேண்டாமோ! இப்படியா மறந்து போய் விடும்! அது என்ன மனசா? தண்ணீரா? கல்யாணம் பண்ணிக்கொண்டான். நேரே வந்து கூப்பிடவில்லை. அண்ணா போவாரோ? ஒரு கடுதாசி எழுதிவிட்டுச் சும்மாயிருந்து விட்டார். 'என்னண்ணா இப்படியிருக்கிறானே இவன்?' என்று கேட்டேன். போடி என்று அந்தண்டை போய்விட்டார். இந்த மாதிரி எத்தனையோ பேரிடம் உதவி வாங்கிக் கொண்டிருக்கிறான். ஒவ்வொன்றுக்கும் காலிலேயும் போய் நெடுஞ்சாண் கிடையாக விழுகிறதென்றால் ஒரு ஜன்மம் போதாது அவனுக்கு. 'ஒரு மாசம் சோறு தின்றான். நீ வேண்டுமானால் போய் நாற்பது ரூபாய் வாங்கிக் கொண்டு வந்துவிடு அதற்கு' என்றார் அண்ணா. அவன்தான் இன்னிக்கு

மனுஷ மாணிக்கமாகக் கெட்டி மேளம் கொட்டிக்கொண்டு முழங்குகிறான்."

"முழங்குகிறதா? எவ்வளவு பெரிய வீடு தெரியுமோ? போகப் போகப் போய்க் கொண்டேயிருக்கிறது அரண்மனை மாதிரி."

"ராஜா மந்திரிக்கெல்லாம்தான் அரண்மனை வேணும். உலகத்தைக் காப்பாற்றுகிறார்கள். எப்படிப் பார்த்தாலும் கவலை. பிடுங்கல், பயம், இன்னும் எத்தனையோ பேர் இருக்கிறார்கள். குடியானவன் சோற்றை உண்டாக்குகிறான். வியாபாரி நாலு சாமானை நமக்குக் கிடைக்கும்படியாகப் பண்ணுகிறான் டாக்டர் மருந்து கொடுத்து உடம்பைக் காப்பாற்றுகிறார். எல்லோரும் ஏதோ மனுஷர்கள் உயிரைக் காப்பாற்றி நல்லபடியாக வாழவும் ஏதோ செய்கிறார்கள். இந்தக் காசி என்ன செய்கிறான்? இவன் பண்ணுகிற தொழிலாலே யாருக்கு என்ன லாபம்? ஹிஹி என்று கொஞ்ச நேரம் சிரிக்கிறோம், அழுகிறோம். வாழைப் பழத் தோலில் சறுக்கி விழுகிறானே அதைப் பார்த்தால் கூடத்தான் நமக்குச் சிரிப்பு வருகிறது."

"என்ன அப்படிச் சொல்லிவிட்டீர்கள்? ஏக காலத்திலே ஆயிரக்கணக்கான பேரைச் சந்தோஷப் படுத்துகிறார்களே கவலைகளை மறக்க அடிக்கிறார்களே?"

"கம்பம் கூத்தாடி செய்யவில்லையா அதை? நரிக்குறத்தி செய்யவில்லையா? அவர்களைவிடக் கொஞ்சம் நாகரிகமாகச் செய்கிறான், போகட்டும். அதுக்காக, அரிசி துணி கொடுக்கிறவன், வீடு கட்டுகிற கொல்லன் எல்லாரையும்விட 'ஓசத்தி'யாகப் பேசிக் கொள்ளும் படியாக இவன் என்ன செய்துவிட்டான் என்று கேட்கிறேன். நீங்களே சொல்லுங்கள்."

"கம்யூனிஸ்டுக்காரர்கள் என்று சொல்வார்கள். அவர்கள் தேசத்தில்கூட இந்தமாதிரி கலைகளிலே பெரியவர்களுக்கு ஏராளமாகக் கொடுக்கிறார்கள்."

"யார் கொடுத்தால் என்ன? அதற்குச் சரியாகி விடுமா அது?"

அனந்தசாமி ஒன்றும் சொல்லவில்லை.

"ஒருவேளை சாப்பாட்டை நினைத்துப் பார்க்கிற ஞாபகம் இல்லை. கால் ஊன்ற வைத்த ஒரு ஆசாமியை நினைத்துக் கொள்ளத் திராணி இல்லை. இந்தப் பெரிய பிரபுவுக்கு அரண்மனை அகழி எல்லாம்தான் குறைச்சலாகப் போய் விட்டன... என்னமோ, இவனை நினைத்தால் பட படவென்று

வந்து விட்டது பேசிவிட்டேன். அது சரி, நீங்கள் எங்கே அங்கே போய்ச் சேர்ந்தீர்கள்?"

அனந்தசாமி விவரமாகச் சொன்னார்.

"பாவம், முதல் குழந்தை. நன்றாக இருக்கப்படாதோ?" என்று அங்கலாய்த்தாள் நாகம்மாள். "யாரு எப்படி இருந்தால் என்ன? ஓடியாடித் திரிய வேண்டிய குழந்தை இப்படி ஆணி அடித்தாற்போல உட்கார்ந்து கிடக்கும்படியாக ஆகி ஆகிவிட்டதே – என்ன கண்ணராவி! தேவலையாயிடுமோல்லியோ?"

"அது பகவான் இஷ்டம். மருந்து கொடுத்து ஜாக்கிரதையாகப் பார்க்க வேண்டியது நம் பொறுப்பு குணப்படுத்துகிறது அவன் பொறுப்பு."

ஐந்து விநாடி மௌனம் நிலவியது.

"இவன் ரொம்பச் சிநேகமோ அவனுக்கு" என்று கேட்டாள் நாகம்மாள்.

"ரொம்பவோ கொஞ்சமோ. நான் பார்த்தது ஒரு க்ஷணம். எப்படித் தெரியும் . . . போகப் போகத் தெரிகிறது. நானும் என்னால் ஆனதைச் செய்கிறதாகத்தான் சங்கல்பம் செய்து கொண்டிருக்கிறேன். ஏன் தெரியுமோ? உங்கள் பெண் அப்படி உறுதியாக இருக்கிறாள். அவன் இப்படி என்று தெரிந்தும் அவளுக்கு அவனிடமிருந்து மனசு மாறவில்லை என்றுதான் எனக்குப் படுகிறது."

"அதனால்தானே இவ்வளவு கஷ்டம்! நான் ராத் தூக்கம் வராமல் கஷ்டப்படுகிறது அதனால்தான். இது இந்தக் காலத்துப் பெண்ணாகவும் இல்லை, அந்தக் காலத்துப் பெண்ணாகவும் இல்லை. நான் என்ன செய்வேன்?"

"ஒன்றும் கவலைப் படாதீர்கள் – எல்லாம் சரியாகி விடும்" என்று வழக்கம்போலச் சொன்னார் அவர்.

"நீங்கள் சொல்கிறீர்கள், சரி. சாதாரணமாக நீங்கள் சொல்கிறதைக் கேட்டு நான் தைரியத்தை வரவழைத்துக் கொள்கிறது வழக்கம்தான். ஆனால் இந்தக் காசியோடும் அவன் திரிகிறான் என்றவுடன் எனக்குப் பயமாயிருக்கிறது. இந்தக் காசி கொல்லு கொலைக்கு அஞ்ச மாட்டான். தான் பெரியவனாக இருக்கணும் என்கிறதற்காக எதற்கும் துணிகிற பேர்வழி. இவனோடு சிநேகம் வைத்துக் கொள்கிறவன் எப்படியிருப்பான்?"

"எல்லாவற்றுக்கும் பொறுமை வேண்டும். குப்பை எல்லாம் எருவாகிக் காய்கறியாக மாறிவிடவில்லையா?"

"உபமானம் சரியாகத்தானிருக்கிறது. நமக்கு அது சரியாயிருக்க வேண்டாமா?"

அனந்தசாமி இரக்கத்துடன் பார்த்தார் அவளை. "நான் தான் கவலைப்படாதீர்கள் என்கிறேன். அதோடு விடுங்கள்" என்று கூறிவிட்டு, மூக்குக் கண்ணாடியை எடுத்து மாட்டி மருந்துப் பொட்டலங்களைப் பார்க்கத் தொடங்கினார்.

ஒரு நிமிஷமாயிற்று. அனந்தசாமி பொட்டலங்களை மடித்தார்.

"உள்ளே வந்து உட்காருங்களேன். நான் பாட்டுக்கு வாசல் தாழ்வாரத்திலே உட்கார்த்தி வைத்துவிட்டேனே, இத்தனை நேரமாக! என்ன சமர்த்து!" என்றாள் நாகம்மாள்.

"பரவாயில்லை" என்று உள்பக்கம் பார்த்தவர் சிறிது தயங்கினார்.

"தெரிந்தவர்கள்தான், வாருங்கள்."

பைக்குள் போடாமல் எல்லாவற்றையும் அப்படி அப்படியே எடுத்துக்கொண்டு உள்ளே எழுந்து வந்தார் அனந்தசாமி.

# 11

ஹாலுக்குள் வந்ததும் மருந்துப் பையையும், மூக்குக் கண்ணாடியையும் சோபாவில் வைத்து உட்கார்ந்து கொண்டார் அனந்தசாமி. சுற்று முற்றும் பார்த்தார். யாருமில்லை. நாகம்மாள் எதிரே ஒரு நாற்காலியில் உட்கார்ந்து கொண்டாள். அனந்தசாமி அவள் முகத்தை இருவிநாடிகள் பார்த்தார்.

"கவலைப்படாமல் இருக்க முடியாது யாராலும். கவலைப் படாமல் காரியம் நடக்காது, ஆனால் அந்த விசிறி மையம் மாதிரி கவலைப்படணும். ஓரம் மாதிரி கவலைப்படக் கூடாது" என்றார்.

நாகம்மாள் சுழலும் மின்சார விசிறியைப் பார்த்தாள். அவர் என்ன சொல்கிறார் என்று புரிந்துகொள்ள முயன்று கொண்டிருந்த அந்த முகத்தில் புன்முறுவல் தவழ்ந்தது.

இரண்டு மூன்று விநாடி ஓடிற்று.

"ஓரம் வேகமாகப் பறக்கிறது. அது ஒரு அடி சுற்றினால் மையம் ஓரங்குலம் கூடச் சுற்றியிராது" என்றார் அவர்.

"ஆமாம்!"

"கவலைப்படாமல் இருக்க வேண்டும் என்று நான் சொல்ல வில்லை. ஓட்டம் ஆட்டம் எல்லாம் வேண்டியதுதான். ஆனால் அடிமனசை அதெல்லாம் பாதிக்கக் கூடாது என்று சொல்கிறேன். எத்தனை உளைச்சல் பிடுங்கல் பட்டாலும் அடிமனசுக்கு ஒரு நிதானம், அழுத்தம் எல்லாம் வேண்டும்.

எது வந்தாலும் வரட்டும் என்று கல்லுப்பிள்ளையார் மாதிரி உட்கார்ந்திருக்க வேண்டும்" என்று நிறுத்தினார் அவர்.

நாகம்மாள் விசிறியை விட்டுக் கண்ணை எடுக்கவில்லை.

அனந்தசாமி மேலும் சொன்னார்: "அதுவும் இந்தக் காலத்துக்கு நிதானம் ரொம்ப அவசியம். காலில் சக்கரம் கட்டிப் 'பற பற' என்று பறக்கிறார்கள் எல்லோரும். அதுவும் போதாதென்று பெட்ரோல் வேறு போட்டு முடுக்கிவிடுகிறார்கள். மனசுக்குக்கூடவா பெட்ரோலைப் போட்டு அதிர வைக்கணும்?"

"வாஸ்தவம்தான்" என்று திரும்பினாள் நாகம்மாள்.

"பின்னே ஏன் கவலைப்படுகிறீர்கள்?"

"நான் கவலைப்படவில்லை. ஏதோ இந்தக் காசிப் பயல் பெயர் வந்ததும் படபடவென்று வந்தது. அவ்வளவுதான்; ஆனால் நிஜமாக எனக்குக் கவலை இல்லை. நேற்று உங்கள் கதையைக் கேட்டேனே. அதை நினைத்து நினைத்துப் பார்த்தேன். நான் ஏன் கவலைப்பட வேண்டும் என்று சமாதானம் பண்ணிக்கொண்டேன். இந்த உலகத்தில் நடக்காததெல்லாம் நடக்கிறபோது நான் கவலைப்படுவானேன்? உங்கள் கலியாணம் நடக்காது என்று நீங்கள் அந்த நிமிஷம் வரையில் நினைத்திருப்பீர்களோ? இல்லை, அந்தப் பெண்தான் நினைத்திருக்குமோ?"

அனந்தசாமிக்கு முப்பது வருஷங்களுக்கு முன்னால் நினைவு ஓடியது. அவர் தலையை அசைத்தார்.

"திடீரென்று ஓடினீர்கள். அடுத்த ரயிலைப் பிடித்துக் கொண்டு கண்காணாமல் போனீர்கள். எங்கே போகிறோம், என்ன செய்யப் போகிறோம் என்று திட்டவட்டமாக நினைத்துக் கொண்டு போனீர்களோ?"

அனந்தசாமி யோசித்துப் பார்த்தார்.

"நீங்கள் சொல்கிறது ரொம்ப சரி. நான் பாட்டுக்குத் துரும்புமாதிரி மாறிப்போனேன். ரிஷிகேசத்தில் போய் இறங்கினேன். அங்கேகூட அடுத்து என்ன செய்யப் போகிறோம் என்று யோசிக்கவில்லை. கங்கைக் கரையோடு நடந்தேன். என்ன செய்வதென்று புரியாமல் ஒரு மாசம் சுற்றினேன். அப்புறம்தான் ஒரு சன்யாசியைப் பிடித்துக் கொண்டேன்."

"அந்தச் சமயத்திலெல்லாம் அந்தப் பெண்ணைப் பற்றி நினைக்கவேயில்லையா?"

"ஓரிரண்டு தடவைகள் அவளைப்பற்றி நினைவு வந்தது உண்டு."

"அவளும் சன்யாசியாயிருப்பாளோ?"

"யார் கண்டார்கள்..."

"யார் கண்டார்கள் என்று பெண் கட்டைகளுக்கு இருக்க முடியுமா, இந்தத் தேசத்தில்?"

"வேறுயாருக்காவது கலியாணம் பண்ணிக் கொடுத் திருப்பார்கள்" என்றார் அனந்தசாமி.

"அப்படிச் சொல்லுங்கள். அதுதான் நம்ம தேசத்தில் நடக்கக்கூடிய காரியம்" என்று சொல்லிக்கொண்டே நாகம்மாள் எழுந்து உள்ளே போகும் நிலையண்டை நின்று எட்டிப் பார்த்தாள். சத்தியபாமா, பால்காரன் வந்துவிட்டானோ?" என்று கேட்டாள்.

"பால் கறந்து கொண்டிருக்கிறான்" என்று பதில் வந்தது.

"வேலையாக இருக்கிறாயா?"

"இல்லையே!"

"அப்படியானால் இப்படித்தான் வந்து உட்காரேன்."

ருக்மிணி எழுந்து ஹாலுக்குள் வந்து ஓர் ஓரமாக இருந்த நாற்காலியில் உட்கார்ந்து கொண்டாள். அனந்தசாமி சின்னதாக இரண்டு மருந்துப் பொட்டணங்களை மடித்து, விரலால் தேய்த்துக் கொண்டிருந்தார்.

"இவள் என்னோடு வாசித்தவள்" என்று அறிமுகம் செய்தாள் நாகம்மாள் உண்மை போல.

"அப்படியா?"

"இப்ப டில்லியில் இருக்கிறாள். ஒரு காலேஜிலே ப்ரொபசரா யிருக்கிறாள். எதுக்கு ப்ரொபசர் நீ?"

"சரித்திரத்துக்கு."

"ஆமாம், சரித்திரத்துக்குத்தான். அப்பவே சொன்னாயே. மறந்துவிட்டேன். அப்படியென்றால் எல்லார் சரித்திரமும் உனக்குத் தெரிந்திருக்கும்... நீங்கள் என்னையும் சரித்திரப் புரொபசராக ஆக்கி விடுங்கள்" என்றாள் நாகம்மாள் அனந்தசாமி யின் பக்கம் திரும்பி.

"உங்களையா? நானா?"

"ஆமாம். உங்கள் சரித்திரத்தைத் தெரிந்து கொண்டால் எல்லா மனுஷர்களையும் பற்றித் தெரிந்து கொண்டாற்போல...

அப்புறம் சொல்லுங்கள். ரிஷிகேசம் போனீர்கள். கங்கைக் கரையோடு நடந்தீர்கள். ஒரு மாசம் கழித்துச் சன்யாசி ஒருத்தனை பார்த்தீர்கள், அப்புறம்..?"

"அதைப்பற்றி இப்ப என்னம்மா?" என்று சிறிது சந்தேகத்துடன் ருக்மணியைப் பார்த்தார் அனந்தசாமி.

"பரவாயில்லை, சொல்லுங்கள். அவளுக்குத் தேசங்களுடைய சரித்திரம்தான் தெரிந்திருக்கும். சன்யாசிகளின் சரித்திரமும் தெரியட்டுமே?"

அவர் சிரித்தார். "சன்யாசிகளின் சரித்திரத்தில் என்ன இருக்கப் போகிறது, திடுக்கிடும் படியாக, சுவாரசியமாக?"

"நீங்கள் திடுக்கிடும் படியாகத்தானே ஆரம்பித்தீர்கள்? நீங்கள் சொல்லிக் கொள்ளாமல் மறைந்தது எத்தனை பேரைத் திடுக்கிடப் பண்ணியிருக்கும்!"

"முன்னாலேயே அப்படி ஆகிவிட்டதென்றால் அப்புறம் என்ன இருக்கப் போகிறது? அந்த சன்யாசியோட நாலு வருஷங்கள் சுற்றினேன். கைலாசம், மானசரோவரம், கேதாரநாதம், பத்ரிநாதம், அமரநாதம் இப்படி அவர் போகிற போக்கில் நானும் போகிறது. வைத்தியம் எல்லாம் அவரிடம் சொல்லிக் கொண்டதுதான். வைத்தியம் மட்டுமில்லை. ஒரு வருஷம் ஆனாலும் இந்தண்டை அந்தண்டை அசையாமல் ஒரே இடத்தில் கண்ணை மூடிக்கொண்டு உட்காரக் கற்றுக் கொடுத்ததும் அவர்தான். ஒரு தடவை நவராத்திரியின் பொழுது அப்படி உட்காரச் சொன்னார். உட்கார்ந்தேன். பத்தாம்நாள் கண்ணைத் திறந்து பார்த்தேன். எழுந்திருக்க மனசில்லை. மறுபடியும் கண்ணை மூடிக்கொள்ள வேண்டும் போலிருந்தது. எதிரே கங்கை ஓடிக்கொண்டிருந்தது. நான் உட்கார்ந்திருந்த இடத்துக்கு நேராகக் கங்கையின் மேல்படியில் ஒரு கல்லின்கீழ் கடுதாசி துண்டு ஒன்று சிக்கிக் கொண்டு பறக்க முடியாமல் தவித்தது. என்னமோ தோன்றியது, எழுந்துபோய் எடுத்துப் பார்த்தேன். 'நான் போய் வருகிறேன். நீயும் போகலாம் என்று எழுதியிருந்தது. முதலில் 'பகீர்' என்றது. யாரோ உயிரை எடுத்துக் கொண்டு விட்டாற் போல் ஒரு பயம். ரிஷிகேசத்தில் இருந்த அத்தனை பேரையும் ஓடி ஓடிப் பரபரவென்று விசாரித்தேன். 'நேற்று ராத்திரி நீங்கள் உட்கார்ந்திருந்த படித் துறைக்குப் பக்கத்தில்தால் அவரும் உட்கார்ந்திருந்தார்' என்றார்கள். அதே கவலையோடு ஹரித்துவாரத்துக்கு வந்தேன். ஆள் கிடைக்கவில்லை 'போய் வருகிறேன்' என்று எழுதியிருந்தாரே, எங்கே போனார். வேறு ஊருக்குப் போனாரா? இல்லை, தண்ணீரிலேயே இறங்கிப் போய்விட்டாரே? ஒன்றும் புரியவில்லை. மறுபடியும்

114 தி. ஜானகிராமன்

ரிஷிகேசத்துக்கே வந்தேன். தொண்டையை அடைத்துக் கொண்டு வந்தது. ஏன் இப்படி ஓடினீர்கள் என்று கேட்டுக் கொண்டேயிருந்தேன் ...”

“அப்படித்தானே அந்தப் பெண்கூட அழுதிருக்கும்!” என்று குறுக்கிட்டாள் நாகம்மாள்.

அனந்தசாமி சற்று மௌனமாயிருந்தார். பிறகு பத்து வினாடிகள் கழித்துச் சொன்னார். “உண்மைதான். எனக்கு அப்பொழுது ஞாபகம் வராமலில்லை. அப்பா அம்மாகூட அன்று நான் சொஜ்ஜியைத் தின்றுவிட்டு ஓடிவந்தது ஏமாந்துப் போய் நிற்கிற பெண்ணின் உருவம் எல்லாம் நினைவுக்கு வந்தன.”

“அந்தப் பெண்ணின் ஞாபகம் கூடவா ...?”

“ஆமாம்!”

“அந்தப் பெண்ணின் முகம் எல்லாம் ஞாபகம் வந்ததோ உங்களுக்கு?”

“முகம் ஞாபகம் இல்லைதான். நான் சரியாக எங்கே பார்த்தேன்? பெண் பார்க்கப் போனபோது கூட நன்றாகப் பார்க்கவில்லை. ஏதோ பார்த்தேன். பளிச்சென்று இருந்தது, விளக்கை யாரோ காண்பித்துவிட்டு உள்ளே எடுத்துப் போகிறாற்போல.”

“உடனே நீங்கள் புறப்பட்டு ஊருக்கு வரப்படாதோ?”

“காஷாயத்தோடா?” என்று கேட்டுச் சிரித்தார் அவர்.

“நீங்கள் காஷாயம் வாங்கிக்கொண்டு விட்டீர்களா?”

“வாங்கிக் கொண்டு மூன்று வருஷங்களாகிவிட்டன.”

“சரி சரி ...”

“அப்புறம் இலங்கையிலிருந்து ஒரு புத்த பிட்சு வந்திருந்தார். அவரோடு புத்த கயைக்குப் போனேன். இலங்கைக்கு வாயேன் என்றார். கிளம்பிவிட்டேன். அனுராதபுரத்திலும், பொலன்னருவையிலும் அவரோடு சுற்றிக் கொண்டிருந்தேன். அங்கேயும் வைத்தியம்தான். பட்டணத்து சாயபு ஒருவர், பிள்ளைக்கு உடம்பு சரியில்லை, வந்து பார்த்தால் தேவலை என்று அழைத்துக் கொண்டேயிருந்தார். இலங்கையில் அவருக்குக் கடை கண்ணி எல்லாம் உண்டு. புறப்பட்டு வந்தேன். அம்மாவைப் பார்த்தேன். இங்கேயே தங்கி விட்டேன்.”

“அம்மாவும் போய்விட்டாள் இப்ப” என்றாள் நாகம்மாள்.

“ஆமாம்.”

"அம்மாதான் இல்லையே என்று மறுபடியும் கிளம்பி விடுவீர்களே?"

"யார் கண்டார்கள்?"

நாகம்மாள் பேசாமல் இருந்தாள் சிறிது நேரம். பிறகு சொன்னாள்: "திடுக்கிடும் சம்பவங்கள் இல்லைதான். இருந்தாலும் எனக்கு இதையெல்லாம் கேட்க வேடிக்கையாகத்தான் இருக்கிறது. வருத்தமாகக்கூட இருக்கிறது."

"வருத்தம் என்ன? இது எனக்குச் சந்தோஷமாகத் தான் இருக்கிறது."

"அந்தப் பெண் சந்தோஷப்படுமா? அது எத்தனை நாட்கள் வருத்தப்பட்டிருக்கும்..."

"வாஸ்தவம்."

"கல்யாணமாகியிருந்தால் சரி. பிள்ளை குட்டிகளைப் பெற்றுக் கொண்டு எல்லாவற்றையும் மறந்திருக்கும். இல்லையென்றால்..?"

"அப்படியா நீங்கள் நினைக்கிறீர்கள்?"

"எப்படி?"

"கல்யாணம் ஆகியிராதென்றா?"

"ஒரு சமயம் இருந்தால்? தாலி கட்டின பிறகுதான் பதிவிரதையா என்ன? தாலி கட்டாமல் ஓடிப் போனவரை நினைத்துக் கொண்டிருப்பவளும் பதிவிரதைதானே."

"பதிவிரதை என்ற பேர் பொருத்தமாயிருக்குமோ என்னவோ, ஆனால் நம்ம தேசத்திலே இந்த ஆச்சரியங்கள் எல்லாம் நடக்கிறது உண்டுதான்."

"அது என்ன, பொருத்தமோ என்னமோ என்று சந்தேகப்படுகிறீர்கள்? அவளைப் பற்றியவரை, தாலி கட்டினானோ இல்லையோ, அவன்தான் தன் புருஷன் என்று நினைத்துக் கொண்டிருந்தால்...?"

"உங்கள் சரித்திர ப்ரொபசரையே கேட்டுப் பாருங்களேன். அவர் பேசவே இல்லியே?" என்று அனந்தசாமி அந்தப் பக்கம் திரும்பினார்.

"நீங்கள்தான் கேளுங்களேன். சொல்லேண்டி சத்தியபாமா?"

"நாகம்மாள் சொல்வது சரிதானா? ஏம்மா, உங்கள் அபிப்பிராயம் என்ன?" என்று கேட்டார் அனந்தசாமி.

தி. ஜானகிராமன்

ருக்கு தலையைத் தொங்கவிட்டுக் குனிந்து கொண்டிருந்தாள். விரல் நடுங்கியது. நாற்காலிச் சட்டத்தை நகத்தால் அழுத்திக் கீறி நடுக்கத்தைச் சமாளித்துக் கொண்டிருந்தாள்.

"நாகம்மாள் எத்தனை கோபமாகப் பேசுகிறார், பார்த்தீர்களா ?" என்று கேட்டுத் திரும்பிப் பார்த்தார் அனந்தசாமி. நாகம்மாளை அங்கே காணவில்லை. பாலை வாங்கி உள்ளே வைக்கப் போய்விட்டாளோ என்னவோ ?"

ருக்கு பதில் சொல்லவில்லை.

"பெண்ணுக்குப் பரிந்துதானே பெண்களும் பேசுவார்கள் ? அவருக்குக் கோபம் வருவது சகஜம் தானே."

"வருத்தம் என்றல்லவா நாகம்மாள் ..." என்று வாயைத் திறந்தாள் ருக்கு. அதைக்கூட அவளுக்கு முழுவதும் சொல்ல முடியவில்லை. கடைசி வார்த்தை தளும்பிக்கொண்டு விழாத கண்ணீர் மாதிரி நின்றுவிட்டது. முகம் சிவந்துவிட்டது. உடலுக்குள் சூடு தட்டிவிட்டது. முதுகுத் தண்டு சிலிர்த்தது.

அனந்தசாமி வியப்புடன் இந்த மாறுதலைப் பார்த்தார்.

"வருத்தம்தான் கோபமாக வருகிறது" என்றார் அவர்.

"தன் சிநேகிதிக்கு இந்த மாதிரி ஓர் அதிர்ச்சி வந்துவிட்டால் கோபம்தானே வரும் ?" என்று ருக்குமிணி நடுங்கிக்கொண்டு குனிந்தவாறே சொன்னாள்.

"நாகம்மாளுக்குத் தெரியுமா அந்தப் பெண்ணை ... என்னிடம் சொல்லவே இல்லையே... இந்த வேடிக்கையெல்லாம் நாகம்மாளுக்கு எப்படிப் பிடிக்கும்? தெரியும் என்று ஜாடையாகக் கூடக் காட்டிக்கொள்ள வில்லையே."

"தெரியும் என்றதால்தான் இப்படி ஆர்வமாகப் பேசினாள். இல்லாவிட்டால் இந்த விஷயத்தை இவ்வளவு தூரம் அக்கறையாகப் பேசுவானேன் அவள் ?"

"அந்தப் பெண் என்ன ஆயிற்றாம் அப்புறம் ?"

"அது அப்புறம் கலியாணமே பண்ணிக்கொள்ளவில்லை. பண்ணவேண்டும் என்று தாயார் தகப்பனார் தலை கீழாக நின்றார்களாம். அது கேட்கவில்லை. பெரியப்பாவோடு டில்லிக்குப் போய்விட்டது. காலேஜில் படித்து எம்.ஏ. பட்டம் பாஸ் பண்ணிற்று. அந்தக் காலேஜிலேயே வாத்தியாராயிட்டுது. இப்பொழுது சரித்திரப் புரொபசராக உயர்ந்துவிட்டது என்று சொல்லிக் கொள்ளுகிறார்கள்" என்றாள் ருக்மிணி.

அன்பே ஆரமுதே

அனந்தசாமி குழம்பிப்போய் அவளைப் பார்த்தார்.

"அவள் பெயர் ருக்மிணி. சத்யபாமா என்று மாற்றினேன். ருக்மிணியைக் கலியாணம் பண்ணிக் கொள்ளக் கிருஷ்ணன் ரதத்தை ஓட்டிக்கொண்டு வந்தார். யாருக்கும் சொல்லிக் கொள்ளாமல் அவளை ஏற்றிக்கொண்டு போய்விட்டார். இந்த ருக்மிணியையோ அகமுடையானாக இருந்திருக்க வேண்டியவர் விட்டுவிட்டு, தனியாக யாருக்கும் சொல்லிக்கொள்ளாமல் போய்விட்டாரே. பெயரை மாற்றாமல் என்ன செய்ய?" என்று நிலையில் வந்து நின்றுகொண்டே சிரித்தாள் நாகம்மாள்.

திரும்பிப் பார்த்தார் அனந்தசாமி. யாரோ தேவதை சிரிப்பது போலிருந்தது. கேதாரநாத்துக்கும் கைலாசத்துக்கும் அவரை இழுத்துச் சென்று நிமாய்ஜி ஸ்வாமி சிரிப்பது போலிருந்தது. கங்கோத்ரியிலும் இமயத்தின் கிடுகிடு பள்ளத்தாக்கிலும் ஓடும் புண்ணிய நதிகள் சிரிப்பது போலிருந்தது. நிமாய்ஜி 'அன்னை அன்னை' என்று வர்ணிக்கிற ஏகம் பரம்பொருள் பெண்வடிவம் கொண்டு சிரிப்பது போலிருந்தது.

நெட்டுக் குத்தலாகப் பார்த்துக்கொண்டேயிருந்தார் அவர். முகத்தில் மட்டும் மரியாதை, அந்தப் புன்னகை அப்படியே இருந்தது. வியப்புப் புன்னகையாக விரிந்த கண்களின் கீழ் ஸ்தம்பித்து நின்றது.

நாகம்மாளின் சிரிப்பொலி நின்றுவிட்டது. அதன் பார்வை மட்டும் தேயவில்லை. இமயத்தின் மலைவெளியில் பட்டுப் பட்டு எதிர்த்து வந்து கொண்டிருந்தது. அருகிலும் தொலைவிலும் மோதி மோதி ஒலித்தது.

அந்தக் கார்வை மெதுவாகத் தேய்ந்து அடங்கின. பிறகுதான் மாம்பலத்தில் ஒருவீட்டு ஹாலில் உட்கார்ந்திருக்கிற உணர்வு வந்தது. இடையில் கடந்த அந்தக் கணங்களில் அவர் மனமும் ஆத்மாவும் எங்கெங்கோ சென்றுவிட்டன.

"என்ன இது!" என்றார் அவர்.

அந்த விழியின் ஆச்சரியம் இன்னும் சுருங்கவில்லை.

"நீங்களா, அது?" என்று அதே வியப்புடன் ருக்மிணியைப் பார்த்தார்.

"அவளேதான் ... நீங்கள்தான் அப்பொழுதே நன்றாகப் பார்க்கவில்லை என்கிறீர்களே?" என்றாள் நாகம்மாள்.

அனந்தசாமி நன்றாகத்தான் அவளைப் பார்த்துக் கொண்டிருந்தார். முகத்தைப் பார்த்தார்; கண்களைப் பார்த்தார்;

தி. ஜானகிராமன்

நறுக்கி வழித்தாற் போன்ற நாசியைப் பார்த்தார்; உறுதியாக அமைந்த முகவாயைப் பார்த்தார்; வெட வெடவென்று உயர்ந்திருந்த உடலைப் பார்த்தார். தலை முதல் கால் விரல் வரை விரவி நின்ற அமைதியைப் பார்த்தார்; கட்டிக் கட்டி அடக்கப்பட்டுக் கிடந்த உள்ளத்தின் பொலிவு உடலில் வடிந்தமைந்ததைப் பார்த்தார்.

"மல்லி, மல்லீப்" என்று ஒரு குரல் வாசலை ஓங்கி அறைந்தது.

நாகம்மாள் எழுந்து ஓடினாள். "ருக்கு, கொஞ்சம் காப்பியைக் கலவேன்" என்று சொல்லிக்கொண்டே போனாள்.

ருக்குவின் முழு உயரமும் உள்ளே எழுந்து சென்றது.

அனந்தசாமி மருந்துப் பொட்டலங்களை எடுத்துப் பையில் போட்டு மூடினார். குடையை எடுத்துக் கொண்டார். செருப்பை மாட்டிக்கொண்டு அவர் வெளியே வந்தார்.

வாசலில் நாகம்மாள் பூக்காரன் சரம் நறுக்குவதைப் பார்த்துக் கொண்டு நின்றாள்.

"நான் வரேம்மா."

"என்னது! காப்பி கலக்கச் சொல்லியிருக்கேனே!"

"இப்ப வேண்டாம்."

"அதெல்லாம் சொல்லப்படாது. சாப்பிட்டுவிட்டுத்தான் போகணும்!"

"இரண்டு இடங்களில் சர்பத் சாப்பிட்டாகி விட்டது."

"இதோ ஆகி விட்டதே."

"நான் காரணமாகத்தான் சொல்கிறேன் . . . வருகிறேன்" என்றார் அவர். ஹுஹாவென்று நடையைக் கட்டினார். திரும்பிப் பாராமல் நடந்தார். பெரிய சாலையில் ஏறித் தேனாம்பேட்டைச் சதுக்கத்தைக் கடந்தார். எல்டாம்ஸ் சாலைக்குள் பத்து அடி நடந்ததும், ஒரு டாக்ஸி அவரை உராய்வது போலக் கடந்தது. கையைத் தட்டி நிறுத்தி ஏறிக்கொண்டார்.

"ராயப்பேட்டைக்கு விடு."

டாக்ஸி வீட்டு வாசலில் வந்து நின்றதும், உள்ளேயிருந்து கட்டணத்தைக் கொண்டுவந்து கொடுத்துவிட்டு, வந்து தம் அறையில் துண்டை உதறி விரித்தார்; படுத்தார். உத்தரத்தைப் பார்த்துக்கொண்டேயிருந்தார். தூக்கத்தில் அப்படியே நழுவி விழுந்தார்.

நிச்சிந்தையாக உறங்கினார் அவர். கனவில்லாத உறக்கம். முனகல் இல்லாத உறக்கம். புரளல் இல்லாத உறக்கம். நுழைந்தவுடனே அப்படியே மல்லாந்து படுத்தவர் அதே நிலையில், அசைவும் சலசலப்புமின்றி ஆழ்ந்த துயிலில் ஒடுங்கிக்கிடந்தார்.

காலமும் நேரமும் அற்ற அந்தத் துயில் வெளியில் திடீரென்று வர்ணம் தோன்றியது. தீயின் பொன்னிறம் வளையம் வளையமாக வந்தது. சிறுசிறு வட்டமாகக் கிளம்பி பெரும் பெரும் வட்டமாக விரிந்து வந்தது. உற்றுக் கவனித்தபொழுது அது வர்ணமாக இல்லை. ஒலியே பொன்னிறம் கொண்டு வடிவம் கொண்டு அலைந்து வருவது போலிருந்தது.

தூக்கத்திலிருந்து புலன்கள் கழன்ற பொழுது கண்ணைத் திறவாமலே அந்த ஒலியைக் கேட்டார். விண்வெளியில் கார்வை கொடுத்த அந்த ஒலி பழக்கமாகக் கேட்கிற ஒலி போலிருந்தது. எங்கோ பறந்து மறைந்த புலன்கள் கொஞ்சம் கொஞ்சமாக வந்து தலை தட்டியது போலிருந்தது. அசைந்து கொடுத்தார். புலன்கள் உடலில் அந்தந்த உறுப்புகளில் வந்து அமைந்து விட்டன. ஒன்றுமில்லை. வழக்கமாகக் கேட்கிற கோவில் மணி. அடுத்த தெருவில் உள்ள கோவில் மணி.

கண்ணை நன்றாகத் திறந்தபொழுது அறை இருள் அடர்ந்திருந்தது.

"ஆயாக்கு ஓரணா கனகாம்பரம்" என்று வாசலில் கூவல் கேட்டது. அதைக் கேட்டதும்தான் அது பிரியும் காலை இருளில்லை, வந்து கவியும் மாலையிருள் என்று தெரிந்தது. வாரிச் சுருட்டிக் கொண்டு எழுந்தார். கசகசவென்று உடல் வேர்த்துக் கசிந்தது. துடைத்துக் கொண்டே அறையை விட்டு வெளியே வந்து முற்றத்துக் குழாயில் முகத்தைக் கழுவிக் கொண்டார்.

"என்ன ஸ்வாமி. அதிசயமாயிருக்கு!" என்று முற்றத்தில் கால்தொங்கத் தாழ்வாரத்தில் உட்கார்ந்து ருத்திராட்ச மாலையை உருட்டிக்கொண்டிருந்த மங்களப் பாட்டி கேட்டாள்.

"தூங்கிப் போயிட்டேன், பாட்டி!" என்றார் அனந்தசாமி.

"அதான் அதிசயமாயிருக்கேன்னேன். ராத்திரி ஏழரை எட்டு, ஒன்பது என்று வருகிற வழக்கமாச்சே உங்களுக்கு! சாயங்காலம் உங்க சமையல் உள் திறந்திருந்தது, என்னடாப்பா என்று வந்து பார்த்தேன். ஒரே தூக்கம். ரொம்ப அலைச்சலாக்கும்?"

"ஆமாம் – கடுமையான வெய்யில். அந்த வெய்யிலில் அலுப்புக்குக் கேட்பானேன். இன்றைக்கு வெய்யில் முழுதும் நம்ம தலையிலேதான்!" என்றார் அனந்தசாமி சிரித்துக்கொண்டே,

"ஒரு நாழி முன்னால் வந்தேன். சந்தியா காலமாயிடுத்தே, இன்னும் தூங்குகிறாரே, எழுப்பலாமா என்று பார்த்தேன். நான் தான் 'தூக்கம் தூக்கம்' என்று தவங்கிடக்கிறேன். வரமாட்டேன் என்கிறது. எதுக்கு இந்தப் பாவம் என்று போய்விட்டேன்."

"ரொம்ப அசதி" என்று முகத்தைத் துடைத்துக் கொண்டார் அனந்தசாமி.

"தெரிகிறது. இல்லாவிட்டால் சமையல் உள்ளிலேயே நீங்கள் படுத்துத் தூங்கியிருப்பேளா ?"

கிழவி சொன்ன பிறகுதான் சமையல் உள்ளில் படுத்த புதுமைகூட அவர் மனதில் உறைத்தது. அவருடைய இன்னொரு அறை மாடியில் இருந்தது. மருந்து சீசாக்கள், புத்தகங்கள் எல்லாம் வைத்துள்ள அறை. அறைக்குப் பின்னால் மொட்டைமாடி. படியேறி, மாடி அறையின் மூலையிலிருந்த பானையிலிருந்து குளிர்ந்த தண்ணீர் இரண்டு மிடறு குடித்துவிட்டு, மொட்டை மாடியில் சாய்வு நாற்காலியைப் பிரித்துச் சாய்ந்து கொண்டார் அவர். நட்சத்திரங்கள் முளைத்து விட்டன. நரை முற்றிலும் மறையாத கருமையில் அப்பொழுதுதான் ஏற்றிய திரிகள் போல் மங்கலாக அந்த ஒலிக் கூட்டம் தெரிந்தது. இன்னும் சற்றுப் போனால் ஒளி ஓங்கிச் சுடரும். எதிரே தென்னந் தோப்புக்குள் காற்றுப் புகுந்து யாரோ வருவதை எதிர்பார்ப்பது போல் ரகசியச் சலசலப்பாகப் பேசிக் கொண்டிருந்தது. மணி ஓய்ந்து விட்டது. பழந்தின்னும் வௌவால் நாலைந்து தெற்கு நோக்கிப் பறந்தன. மொட்டை மாடிமீது கிளையை வளைத்து வளர்ந்திருந்த மலைவேம்பு மரத்து இலைகளுக்குள் சில் வண்டு 'ஙீ...' என்ற ஒத்து ஊதியது.

தண்ணீர் போட்டுக் கழுவிய அவர் உடலில் காற்று வந்து இதமாகத் தடவிக் கொடுத்தது.

நட்சத்திரங்களைப் பார்த்துச் சிரித்தார் அனந்தசாமி. ஆகாசம் இப்படிக் கண்ணைச் சிமிட்டுவது போல் தோன்றியது அவருக்கு. 'தானிருக்கிற அழகுக்கு தடவிக் கொண்டானாம் வேப்பெண்ணெயை' என்று மங்களப் பாட்டியைப் போல் சொல்லிக் கொண்டார் அவர். தம்மைப் பார்த்தே உரக்கச் சிரிக்க வேண்டும் போலிருந்தது. 'நீ எங்குதான் போ, முப்பது வருஷங்கள்தான் போ, மூவாயிரம் வருஷங்கள்தான் போ, நான் உன்னைத் துரத்தித் துரத்தி வருவேன்' என்று ஒன்று உருவமில்லாத ஓர் எண்ணம் அவர் இதயத்தண்டை சொல்வது போலிருந்தது.

# 12

மொட்டை மாடியில் வந்து உட்காரும் பொழுதெல்லாம் அனந்தசாமிக்கு ஓர் அனுபவம் ஏற்படுகிற வழக்கம். எண்ணம் ஒன்றுமில்லாமல் எந்த நினைவும் யார் நினைவும் இல்லாமல் எந்தக் காட்சியுமில்லாமல் வெறும் சூன்யமாக இருக்கும். கண்ணை மூடிக் கொண்டிருப்பார். தென்னையின் சலசலப்பைத் தவிர, அந்த மனவெளியில் ஒன்றுமே இராது. அந்தச் சலசலப்புக் கூடத் திடீரென்று காதில் விழாமல் போய்விடும். வெகுகாலப் பழக்கமாக இதைச் செய்து கொண்டிருக்கிறார். அவருடைய உடம்பிலிருந்து ஏதோ ஒன்று கிளம்பி அந்தச் சூன்ய வெளியில் உந்தி உந்தி மேலே போய்க் கொண்டிருப்பது போலிருக்கும். கடைசியில் திடீரென்று அந்த மேல் பாய்ச்சலும் நின்று எல்லாம் அப்படியே ஸ்தம்பித்து நின்றிருக்கும், என்ன, எங்கே, எப்பொழுது–ஏதுவுமில்லாத மிதப்பு தான் மிஞ்சி நிற்கும், தலையையோ, கையையோ அரித்து, சொறிந்து கொண்டாற்கூட எறும்பு கொசு கடித்துக் கை அதைத் தேய்த்தால் கூட அந்த மிதப்பு அப்படியே தான் நிற்கும். கலைத்தாலும் பாசி போல் மறுகணமே கூடிவிடும். 'ராமராமா' என்று சொல்லக்கூட அவருக்கு மனசு வருவதில்லை. அப்பொழுது நானே சிவம் என்று சொல்லக்கூட விருப்பமில்லாத மிதப்பாயிருக்கும் அது.

இன்று அதையெல்லாம் காணவில்லை. ஏதோ துரத்திக் கொண்டு வந்து கடைசியில் அவரைப் பிடித்து விட்டாற் போன்ற ஓர் உணர்ச்சியில்தான் அவர் மௌனமாகச் சிரித்துக் கொண்டிருந்தார்.

நாற்காலியில் சாய்ந்திருந்தவர் சட்டென்று நிமிர்ந்து உட்கார்ந்து பின்னால் திரும்பிக்கூட ஒருதடவை பார்த்துவிட்டார். அங்கு ஒன்றுமில்லை.

"மாமா!" என்று குரல் கேட்டது.

"மாமா!" – மறுபடியும் அந்தச் சிறு குரல் கேட்டது. குடியிருக்கிற நெய்க்கடை குமாஸ்தாவின் பிள்ளையின் குரல்தான் அது.

அனந்தசாமி திரும்பி "யாரு?" என்று கேட்டார்.

"கீழே யாரோ தேடிண்டு வந்திருக்கா."

"யாரு?"

"யாரோ உங்களைப் பார்க்கணுமாம்."

"சரி, வரச்சொல்லு" என்று சொல்லி மறுபடியும் சாய்ந்து கொண்டார். பத்து விநாடி கழித்து, "சாமி எங்கே இருக்கிறாங்க?" என்ற குரல் கேட்டது.

"யாரு?" என்று வினவினார்.

"தெரியலீங்களா – நான் தாங்க குருசாமி."

"அடே வாப்பா."

குரலைப் பிடித்துக் கொண்டே அவன் அறையைக் கடந்து மொட்டை மாடிக்கு வந்து விட்டான்.

"எங்கே இப்படி இருட்டிலே..?" என்று சொல்லிக் கொண்டே வந்தான். அவன் வரும்பொழுதே அறையிலிருந்த ஒரு பிரம்பு நாற்காலியையும் தூக்கி வந்து அவர் எதிரே சற்றுத் தள்ளினாற் போல் போட்டான்.

"என்ன குருசாமி?"

"அம்மா வந்திருக்காங்க . . . வாங்கம்மா" என்று கூப்பிட்டான் அவன்.

"அடேடே!" என்று சட்டென்று எழுந்திருந்தார் அவர்.

"பெரியம்மா இல்லீங்க. ஊர்லேர்ந்து வந்திருக்காங்களே அந்த அம்மா... வாங்கம்மா உட்காருங்க" என்று நாற்காலியைக் காட்டிவிட்டு, திரும்பினான் குருசாமி. உள்ளே போய்த் தட்டித்தடவி விளக்கைப் போட்டான்.

"நான் கீழேயிருக்கேங்க. வண்டியை நடு வாசல்லே நிறுத்தியிருக்கிறேன். ஓரமா நிறுத்தறேன்" என்று சொல்லிக்கொண்டே கீழே இறங்கி விட்டான்.

அன்பே ஆரமுதே

"நீங்களா ! நாகம்மான்னு நினைச்சேன். உட்காருங்கள்" என்றார்.

ருக்மிணி வெள்ளை வெளேரென்று புடவை உடுத்தியிருந்தது அந்த இருளிலும் தெரிந்தது. பளபளவென்று அவள் முகமும் கையும் வெள்ளையாக இருளில் அசைந்தன.

"உட்காருங்கள்."

ருக்மிணி சுற்றிலும் பார்த்தாள். வேப்பமர இலைகளைக் கையால் தடவினாள். நற்காலியில் உட்கார்ந்து கொண்டாள்.

அனந்தசாமிக்கு ஒன்றும் புரியவில்லை. என்ன பேசுவது என்றும் புரியவில்லை.

"காப்பியைக் கலந்து கொண்டு வந்தேன். உங்களைக் காணவில்லை" என்றாள் ருக்மிணி.

"சாப்பிடுகிறாற்போல் இல்லை. மூன்று சர்பத் சாப்பிட்டாகி விட்டது அதுக்கு முன்னால்..."

"விவேகானந்தர் அந்த மூன்று சர்பத்திலேயே தரிசனம் தந்து காப்பியைச் சாப்பிடாதே என்று தடை உத்தரவு போட்டு விட்டார் போலும்!"

அதைக் கேட்டு, புன்சிரிப்புடன் அனந்தசாமி கண்ணை மூடிக் கொண்டார். பதில் ஒன்றும் சொல்லவில்லை; முடியவுமில்லை. அந்தக் குறும்பை ரஸித்துக் கொண்டே கண்ணைத் திறவாமல் மௌனம் சாதித்தார்.

"இல்லாவிட்டால் இரண்டாம் தடவையும் ஓடிப் போக வேண்டும் என்று உங்களுக்கு எப்படித் தோன்றும்?" என்றாள் ருக்மிணி.

அதற்கும் அவர் பதில் சொல்லவில்லை.

"நாகம்மாளைக் கேட்டேன், ஏன் என்று. ஓடுகிறவர்கள் ஓடிக் கொண்டே தான் இருப்பார்கள். நிற்கிறவர்கள்தான் நிற்க வேண்டும் என்று சொன்னாள் அவள். நான் உடனே நின்று விடுவதாகத் தீர்மானம் செய்து விட்டேன்."

அனந்தசாமி சட்டென்று தலைநிமிர்ந்தார். வேப்ப மர இலைகளின் பின்னணியில் அவள் முகத்தின் வெண்மைதான் தெரிந்தது. சொல் விளங்கவில்லை.

"நின்று விடுவதாக என்றால்..?"

தி. ஜானகிராமன்

“ஆமாம். நானும் பட்டணத்திலேயே இருந்து விடுவதாகத் தீர்மானித்து விட்டேன்” என்றாள் ருக்மிணி.

“அப்படியா ?”

“ஆமாம். எனக்கு வேடிக்கையாக ஒரு எண்ணம் தோன்றுகிறது சொல்லலாமா ?” என்று கேட்டாள்.

“சொல்லுங்கள்.”

“சில சமயம் தபாலாபீஸ் தன்னையறியாமல் செய்து விடுகிற குறும்புகள் பற்றி நாம் கேள்விப்பட்டிருக்கிறோம்.”

“என்ன ?”

“யாருக்கோ போட்ட ஒரு கடிதம் தபால் பெட்டியிலோ ஆபீஸ் பெட்டியின் இடுக்கிலோ மாட்டிக் கொண்டுவிடுகிறது. இருபது வருஷங்கள் கழித்து அது எப்படியோ ஒரு சிப்பந்தியின் கையில் தட்டுகிறது. அவர் அதை ஆச்சரியமாக எல்லோரிடமும் காட்டி விட்டு விலாசதாரரிடம் சேர்த்து விடுகிறார். விலாசதாரரும் ஆச்சரியப்படுகிறார். பத்திரிகையில் இந்த விநோதச் செய்தியை அறிவிக்கிறார். இந்த ஆச்சரியம் ஒன்றுதான் அந்தக் கடுதாசியின் பிரயோசனம். அதில் உள்ள விஷயத்துக்கு இப்பொழுது எவ்வித அர்த்தமும் கிடையாது. அந்தக் கடுதாசி மாதிரி நான் ஆகிவிட்டேன் என்று தோன்றுகிறது.”

அனந்தசாமி மறுபடியும் கண்ணை மூடிக் கொண்டார். வந்து சேர்ந்த கடிதத்தை மனத்தாலேயே பார்த்தார். அதில் விழுந்த மறதியின் முத்திரைகளைப் பார்த்தார்.

“மற்றக் கடுதாசிகளைக் கிழித்தெறியலாம். கம்பியில் குத்தி வைத்துக் கொஞ்ச நாட்களில் கிழித்தெறியலாம். ஆனால் இந்த விநோதமான கடுதாசியை யாரும் கிழிக்க மாட்டார்கள். பத்திரமாக வைத்திருப்பார்கள். அர்த்தம் இழந்த இந்த கடுதாசி அப்படித்தான் நினைக்கிறது.”

‘என்ன, சொல்லுங்கள்’ என்று ஓரிரண்டு வார்த்தைகள் பேசின அனந்தசாமிக்கு இப்பொழுது அந்த வார்த்தைகள் கூட வரவில்லை.

“நான் டில்லி வேலையை ராஜினாமா செய்துவிட்டு இங்கேயே வேலை பார்த்துக் கொண்டு தங்கிவிடப் போகிறேன். துறவியாக அலைகிற உங்களைத் தூர இருந்து பார்த்துக்கொண்டிருப்பேன். இல்லறத் துறவு எவ்வளவு புனிதமானதோ, அவ்வளவு புனிதமாக இருக்கும் துறவில்லறமும் . . . நான் வருகிறேன்” என்று கூறி எழுந்தாள் ருக்மிணி.

“கொஞ்சம் உட்காருங்கள்” கையால் அமர்த்தினாற் போல் மீண்டும் உட்கார்ந்தாள் அவள்.

“தீர்மானம் செய்து விட்டீர்களா, இங்கேயே தங்குவதாக?”

“தீர்மானம் செய்து விட்டதாகச் சொன்னேனே!”

“நாகம்மாளுடன்தான் நீங்கள் தங்குவீர்களா?”

“ஆமாம். வீடு கிடைக்கிற வரையில். ஏன்?” என்று வினவினாள் ருக்மிணி.

“கேட்டேன்... இந்த ஊர் பிடிக்கிறதா உங்களுக்கு?”

“பட்டணமா?”

“வேறு எது? நீங்கள் இங்கேதானே தங்கப் போகிறீர்கள்?”

“பட்டணம் எனக்குப் பிடிக்கத்தான் இல்லை. பசபசவென்று வேர்க்கிறது. அதுவும் பழைய பட்டணமாக இல்லை. நான் நாலைந்து தடவை இங்கே மூன்று நாலு நாட்கள் என்று தங்கினது உண்டு. சுற்றிச் சுற்றிப் பார்ப்பது உண்டு. அப்போது மாதிரி இல்லை, காடெல்லாம் வீடாகிவிட்டது. மரங்கள் மனிதர்களாகி விட்டன. சாலையில் விழும் நிழல் கறுப்பு தார்க் கறுப்பாகி விட்டது. புது தில்லியின் அழகில் பத்தில் ஒரு பங்கு கூட இங்கே இல்லை. அங்கே பாடுகிற பட்சிகளில் ஒன்றுகூட இங்கே இல்லை. மாட்டுக் கொட்டிலில்கூட அறை கட்டி வாடகைக்கு விட்டு மாட்டை வெளியிலே கட்டி வெளியிலையே தின்னச் சொல்லி விடுகிறார்கள்! எனக்குப் பட்டணம் பிடிக்கிறதில்லை. ஆனால் இத்தனை கஷ்டங்களும் சுகமாகத் தோன்றுவதற்குக் காரணம் இருக்கிற பொழுது நான் ஏன் தங்கக் கூடாது? சுப்புசாமி இன்று காலையில் விளையாட்டாகச் சொன்னார், நீ இங்கேயே தங்கிவிடேன் என்று, நாகம்மாள் கூடச் சொன்னாள். அது இவ்வளவு வினையாகும் என்று அப்பொழுது நான் நினைக்க வில்லை” என்று கூறி விட்டு வானத்தைப் பார்த்தாள் ருக்மிணி.

“உங்களைப் புரிந்து கொள்வதே எனக்குக் கஷ்டமாக இருக்கிறது” என்றார் அனந்தசாமி.

“நான் அந்தச் சிரமங்களெல்லாம் உங்களுக்குக் கொடுக்க மாட்டேன். நான் பாட்டுக்கு எங்கோ ஒரு வீட்டில் குடியிருப்பேன். நீங்கள் விருப்பமிருந்தால் வரலாம். ஆனால் கட்டாயமாக இல்லை. நாகம்மாள் வீட்டுக்கு அடிக்கடி வருவேன். அப்பொழுது பார்த்துக் கொள்வேன்...”

சற்று நிறுத்தி யோசித்துவிட்டு மீண்டும் சொன்னாள் ருக்மிணி. “அப்படியெல்லாம் சிரமம்கூட நினைக்காதவள்

இங்கு ஏன் மெனக்கெட்டு வர வேண்டும், சொல்ல வேண்டும் என்று நீங்கள் நினைக்கலாம். ஆனால் முப்பது வருஷங்கள் தினம் பத்து தடவையாவது நினைக்கிற ஒருவரிடம் எப்படிச் சொல்லாமலிருப்பது என்று புரியவில்லை. இல்லாவிட்டால் பெண்மனசு ஆறாது, நான் வருகிறேன்" என்று மீண்டும் எழுந்தாள் அவள்.

அனந்தசாமியும் எழுந்து நின்றார்.

அவள் முன்னால் நடந்து அறையை இரண்டு மூன்று விநாடி நின்று பார்த்தாள், நகர்ந்தாள், அனந்தசாமி தலை நிமிரவில்லை. பயமாயிருந்தது. அந்த மெல்லிய உயர்ந்த வடிவத்தில் ஒரு பெரிய மனிதத் தன்மை, சாதாரணப் பெண்களைவிட ஒரு கம்பீர அமைதி உயர்ந்து நின்றது.

“நான் வருகிறேன்” என்று அவள் கடைசி முறையாகச் சொல்லிக் கொண்டபோது, எஜமானியம்மாளிடம் சொல்பவர் மாதிரி “சரி” என்று தலையைக் குனிந்துகொண்டே விடை கொடுத்தார். விறுவிறுவென்று முன்னால் நடந்து மாடிப்படி விளக்கைப் போட்டார். கூடவே கீழே இறங்கினார். கார்வரையில் கொண்டு விட்டார்.

திரும்பினார். மங்களப்பாட்டி யார், என்ன என்று கேட்கவில்லை. அவரைப் பார்க்க வருபவர்கள், நோயாளிகள். இவர்களைப் பற்றி அவள் எதுவுமே கேட்பதில்லை.

அனந்தசாமி படி விளக்கையும், அறை விளக்கையும் அணைத்துவிட்டு, மீண்டும் மொட்டை மாடிக்கு வந்து நாற்காலியில் சாய்ந்தார்.

அவருக்கு இருப்புக் கொள்ளவில்லை. எழுந்து வேப்ப மரத்து ஓரமாக நின்றார். சிறிது நடந்து வானத்தைப் பார்த்துக் கொண்டு நின்றார். மீண்டும் நடப்பார், நிற்பார். இடுப்பில் இரு கைகளையும் அழுந்த வைத்து நின்றார்.

பெரிய குற்றம் செய்துவிட்டது போல் மனசு ஒரு நிலை கொள்ளாமல் பரந்தது. வயிறு கலங்கியது. ஏதோ அற்பத்தனமான காரியத்தைச் செய்து விட்டாற் போன்ற ஒரு பயம் அடிவயிற்றைக் கனமாக அடித்திருந்தது. நேர்மையானவன் கண்யமானவன், சுத்தமானவன் என்று உலகம் அறிந்த ஒருவன், உலகத்திடம் நடந்து கொண்டிருக்கிற ஒருவன் ரகசியத்தில் செய்த குற்றம்போல் அவர் மனசை ஏதோ ஒன்று நடுங்கச் செய்தது. நீசத்தனமான, கையாலாகாத, யாரும் இகழ்வது போன்ற ஓர் உணர்ச்சியில் கிடந்து நடித்தது உள்ளம். உள்ளம் மட்டுமில்லை. அந்த

வேதனையில் முகம்கூடச் சுளித்துக் கொண்டது. 'ம்' என்று ஒரு தடவை வாய்விட்டுக்கூட அவர் முனகி விட்டார்.

மொட்டைமாடி கசந்தது. ராமநாமம்கூடச் சொல்லாமல் வெறும் சூன்யத்தை ஆழந்து அனுபவித்துப் பழக்கமான மொட்டைமாடி இப்பொழுது நிற்கக்கூடாத பகை வீடு போலாகிவிட்டது. விறுவிறுவென்று கீழே இறங்கிச் சமையல் அறையைப் பூட்டிக் கொண்டு வெளியே வந்தார். சந்தில் நடந்து மௌப்ரேஸ் சாலையைக் கடந்து, ராயப்பேட்டை ஆஸ்பத்திரியில் திரும்பி, நேராகக் கிழக்கே பார்க்க நடந்தார்.

ருக்குவின் வடிவில் விரவிய கம்பீர அமைதி இந்தப் புழு உணர்வை இன்னும் அதிகப்படுத்தத்தான் செய்தது. முப்பது வருஷங்களாக ஒருவரை ஏமாற்றியா வந்திருக்கிறோம் என்று திருப்பித் திருப்பி வந்த குரலைக் கேட்பதே வேதனையாயிருந்தது. கண்ணை இடுக்கி அந்தக் குரலைத் தவிர்க்கப் பார்த்தார். சைக்கிள் ரிக்ஷா, பஸ், கார்கள், மீர்சாப்பேட்டை சந்தடி, வெளிச்சம் – இத்தனைக்கும் நடுவில் அந்தக் குரல்தான் கேட்டுக் கொண்டிருந்தது.

இந்த உளைச்சலுக்கு மருந்து எங்கே இருக்கிறது? அவர் கையில் கர்ண கவசமாக ஒட்டிக் கொண்டிருக்கிற மருந்துப் பைகூட இப்பொழுது இல்லை.

'ராம ராம ராம' என்று சொல்லிக் கொண்டே போனார். அதைக்கூடப் பத்துப் பதினைந்துக்கு மேல் சொல்ல முடியவில்லை. உப்புக் கண்டம்போல், அதைத் திருத்திக்கொள்ள முடியாமல் தமக்கு வெளியே கக்கி விட்டது.

ரிஷிகேசத்து கங்கைக்கரை, அனுராதபுரம், அமரநாதத்துப் பனிலிங்கம் – எல்லாவற்றையும் நினைத்தார். 'எத்தனை வருஷங்களாக இப்படி வதை செய்யவேண்டும்' என்று தீர்மானித்திருந்தீர்கள் என்று கேட்டார். தாமே பதில் சொல்லிக் கொண்டார்: நீங்கள் இல்லை, நான்தான் அதற்குக் காரணம் என்று.

கடற்கரைச் சாலை தெரிந்தது. பக்கிங்ஹாம் கால்வாயின் குடலைப் பிடுங்கும் நாற்றம்கூட அவர் மூக்கைப் பாதிக்கவில்லை. எந்தப் புலனும் வேலை செய்யவில்லை அவருக்கு. எல்லாம் மனம் கீழே விழுந்து பட்டுக்கொண்டிருக்கிற அடிகளைத்தான் நோக்கி நின்றன. பெசண்ட் சிலையை வலம் வந்து கொண்டு கடற்கரைச் சாலையில் ஏறினார். சிறிது தூரம் நடந்து தெற்கே பார்த்துப் போட்டிருந்த ஒரு சிமிண்டு பெஞ்சின் மீது உட்கார்ந்து கொண்டார்.

“வேர்க்கடலை சாமி” என்று பையன் ஒருவன் கூடையுடன் வந்து நின்றான்.

“சாமி!”

“.........”

“ஓரணாவுக்கு வாங்கிப் போடு சாமி. விக்கிவே இல்லை சாமி.”

“போடு!”

அவன் அளந்து கொட்டினான். மேலே போர்த்தியிருந்த உத்தரீயத்திலேயே வாங்கிக் கொண்டார்.

தின்னவில்லை. அப்படியே தலையைப் பெஞ்சின் முதுகின் மீது சாய்த்து அண்ணாந்தார். வான்வெளியில் நீலமாக ஓர் எரி கொள்ளி எரிந்து கொண்டே பாய்ந்து மறைந்தது. மொட்டை மாடியில் தெரியாத நட்சத்திரங்களெல்லாம் தெரிந்தன. தெற்குச் சாய்வில் சர்ப்பம் படம் எடுக்கிறார்போல் ஒரு நட்சத்திரக் கூட்டம் வளைந்து நின்றது.

‘திக் திக்’கென்று மார்பு அடித்துக் கொள்வதுகூட அவருக்குக் கேட்டது.

ஆணும் பெண்ணுமாக யார் யாரோ போனார்கள். அப்படி இரண்டு இரண்டு பேராக ஏழெட்டு அவர் கண்ணில் விழுந்து விட்டார்கள், வந்து உட்கார்ந்ததிலிருந்து. நான் அன்று ஓடாமல் இருந்திருந்தால் ...? அந்த எண்ணத்தைச் சற்றுத் தொடர்ந்து பார்த்தபொழுது சிரிப்பு வந்தது. இலேசாக வாய்விட்டுக்கூட சிரித்துவிட்டார். நிமாய்ஜி, கங்கை, புத்த ஸ்வாமி – எல்லா ஞாபகங்களும் அவருக்கு வந்தன.

அந்த ஒரு சிரிப்பில் வாயிலிருந்து தெறித்து விழுகிறாற்போல் உள்ளேயிருந்த வேதனையில் சிறிது தெறித்து வெளியே விழுந்தது. அந்தச் சிரிப்பு மனத்துக்குச் சற்று அமைதியைக் கொடுத்தது. இன்னும் நாலு தடவை சிரித்தால் கொஞ்சம் கொஞ்சமாக அந்த வேதனைகள் வெளியே தெறித்து முழுவதும் வெளிப்பட்டு விடுமோ என்னவோ?”

## 13

வாசல் தாழ்வாரத்தில் உட்கார்ந்து துப்பறியும் நாவல் படித்துக் கொண்டிருந்த சுப்புசாமி கார் ஹாரனைக் கேட்டு நிமிர்ந்தார்.

"சந்திரா! சந்திரா!" என்று உள்ளே பார்த்துக் கத்தினார்.

"ஏன் மாமா?"

"ருக்கு வந்து விட்டாற் போலிருக்கு . . . இலையைப் போடு."

"சரி, மாமா!"

நாகம்மாள் உடனே வெளியே வந்தாள். "ருக்கு வந்துவிட்டாளா?"

"நம் கார் மாதிரிதான் சத்தம் கேட்கிறது."

"அவளை ஏதாவது கேட்டு வைக்காதீர்கள், அண்ணா நான் சொன்னதாக ஒன்றும் காண்பித்துக் கொள்ள வேண்டாம்."

"பின்னே எதற்காக எங்கிட்டே சொன்னே? நான் தெரிந்து கொண்டேன் என்று தெரிஞ்சா, என்ன ஆகிவிடும் என்கிறாய்?"

"என்னமோ, இதெல்லாம் என்ன கேள்வி! பொம்மனாட்டி மனசு!"

"மனசு நபும்சகலிங்கம்... ராமனுடைய மனசு வருத்தினான். சீதையோட மனசு துக்கப்பட்டாள் என்று யாரும் சொல்லமாட்டார்கள்."

"உங்களோட பேசவே முடியாது அண்ணா!" என்று அவள் மேலே பேசுவதற்குள் 'சர்ர்' என்று இரண்டு கண் விளக்குகளும் தாழ்வாரத்தில் பாய, கார் காம்பவுண்டுக்குள் திரும்பி வளைந்து முகப்பில் வந்து நின்றது.

"ருக்கு நாலைந்து புத்தகங்களோடு இறங்கி வந்தாள். "இந்தாங்க, மாமா!" என்று அவர் முன்னால் புத்தகங்களை வைத்தாள்."

"என்ன இது?" என்றார் சுப்புசாமி.

"உங்களுடைய தேவாரம், திருவாசகம், சுந்தர காண்டம் எல்லாம்தான்."

"வை, வை" என்று துப்பறியும் தலைப்புக்களைப் பார்த்துக் கொண்டே உற்சாகமாகச் சொன்னார் சுப்புசாமி. சொல்லிவிட்டு உள்ளேபோய் மணிபர்சை எடுத்து வந்தார். காரை நிறுத்தி விட்டு முகப்புக்கு அப்பால் ஒதுங்கி நின்று கொண்டிருந்த குருசாமியிடம் சென்று பணத்தைக் கொடுத்து என்னமோ சொல்லிவிட்டு வந்தார். உடனே காரை எடுத்துக்கொண்டு வெளியே கிளம்பிவிட்டான் அவன்.

புத்தகங்களை எடுத்துக் கொண்டு உள்ளே வந்தார் அவர்.

"இலை போட்டாச்சு, அண்ணா!"

"இதோ."

இலை முன் உட்கார்ந்தவர் பக்கத்திலேயே புத்தகங்களை வைத்துக் கொண்டார். ஒவ்வொன்றாகப் புரட்டினார்.

"மாமா! இன்னும் நாலு நாட்கள் விச்ராந்தியாகப் பாராயணம் பண்ணலாம்!" என்றாள் சந்திரா.

"ஆமாம்" என்று பிஸ்கட்டைக் கண்ட குழந்தை போல் அந்தத் துப்பறியும் நாவல்களைப் புரட்டிப் புரட்டி தடவித் தடவிப் பூரித்தார் சுப்புசாமி. நீயானா டால்ஸ்டாய், பர்னாட்ஷா, தாமஸ்மான் இப்படிக் குப்பை எல்லாம் வாங்கி வந்து என் தலை மேலே உதிர்த்துக் கொட்டுவே" என்று சந்திராவைப் பார்த்து முகத்தைச் சுளித்தார். "மாமாவுக்கு கம்பன், காளிதாசன், ஷேக்ஸ்பியர்கூடக் குப்பைதான். நீங்கள் இன்னும் இரண்டு மணு துப்பறியும் நாவலே வாங்கி வாருங்கள். மாமாவுக்குக் கனகாபிஷேகம் பண்ணினாற்போல ஜன்ம சாபல்யம் வந்துவிடும்" என்றாள் சந்திரா, ருக்குவைப் பார்த்துச் சிரித்துக்கொண்டே.

"ஆமாம். வாழ்க்கையைத் தோண்டி எடுத்துக் கண் முன்னாலே காட்டுறாங்களாம். இந்தச் சோத்துக்கு

அன்பே ஆரமுதே

லாட்ரியையும் ஏமாத்தையும்தான் கண்ணாலே பார்த்து, பட்டு அனுபவிச்சிண்டிருக்கோமே. அப்புறம் இவங்க வேற என்னத்துக்குச் சொல்லணும்? வேலை மெனக்கெட்ட தடிப் பயலுங்க."

ருக்குவுக்குச் சிரிப்பாக வந்தது. "ஏன் மாமா, நீங்கள் இது வரையில் எத்தனை துப்பறியும் நாவல்கள் வாசித்திருப்பீர்கள்?" என்றாள்.

"இவ்வளவு" என்று இலை ஓரமாக நாகம்மாள் வைத்த பருப்புப் பொடியைச் சுட்டிக் காட்டினார் அவர். "இந்த ஒரு ஸ்பூன் பருப்புப் பொடியிலே எத்தனை பொடி இருக்குன்னு எண்ணிச் சொல். அதுக்கும் மேலே பத்து புத்தகம் அதிகம் வாசித்திருப்பேன்."

"ஐயோ ... என்ன தபசு! என்ன புண்ணியம்! த்ஸொ த்ஸொ!" என்று சந்திரா ச்சுக் கொட்டினாள்.

"நீ ஆயிரம் தடவை ச்சுக் கொட்டினாலும் தகுமடி, பெண்ணே! ..."

"இத்தனை வாசித்தும் அலுக்கவில்லையா, மாமா?" என்று குறுக்கிட்டாள் ருக்மிணி.

"ஏன் அலுக்க வேண்டும்?" என்றார் சுப்புசாமி சாவதானமாக.

"ஏதாவது பிரயோசனம் உண்டோ, இவ்வளவு வாசித்து?"

"நானே துப்பறிகிற மேதாவியாகி விட்டேனே."

"அப்படியா?"

"ஆமாம். இப்ப நீ எங்கே போய்விட்டு வந்தாயென்று சொல்லட்டுமா? நீ சொன்னது கடைக்குப் போகிறேன் என்று... ஆனால் போனது அனந்தசாமியின் வீட்டுக்கு."

ருக்குவுக்கு இதைக் கேட்டதும் சட்டென்று யாரோ தள்ளிவிட்டாற் போலிருந்தது. ஆனால் மனத்தளவில் அந்தத் திகைப்பை அடக்கி, கண்ணில் தெரியாமல் சமாளித்துக் கொண்டு சிரித்தாள்.

"குருசாமி சொல்லியிருப்பான்."

"குருசாமியோடு நான் பேசினேனா? அதை நீதானே பார்த்துக் கொண்டிருந்தாய்."

"புஸ்தகத்தைக்கூடப் பிரிக்காமல் அவனிடம் என்னமோ வாசலில் போய் பேசினீர்களே."

"அதுவா? சினிமாவுக்கு நாலு டிக்கெட்டு 'புக்' பண்ணிக் கொண்டு வாடா என்று சொல்லப் போனேன்."

"சினிமாவுக்கா?"

"ஆமாம்."

"என்றைக்கு?"

"இதோ சாப்பிட்டவுடன்."

"இப்ப எதுக்கு சினிமா?"

"முப்பது வருஷங்களாக ஏமாற்றினவனைப் பார்த்திருக்கிறாய். அந்த அதிர்ச்சி தணிய வேண்டாமோ?"

உடனே ருக்மிணி நாகம்மாளை நிமிர்ந்து பார்த்தாள். நாகம்மாள் அண்ணனைப் பார்த்தாள். அண்ணன் புஸ்தகத்தை இடது கையால் பிரித்துக் கொண்டிருந்தார். சந்திரா தலை நிமிரவில்லை.

இரண்டு விநாடிகள் கழித்துப் புத்தகத்தைக் கீழே வைத்து நிமிர்ந்து ருக்குவைப் பார்த்தார் சுப்புசாமி.

"நீ என் தங்கையை அப்படிப் பார்க்கிறது எனக்குப் பிடிக்க வில்லை" என்றார்.

ருக்குவின் தலைகுனிந்து விட்டது.

"எனக்குத் தெரியாமல் எந்த ரகசியத்தைக் காப்பாற்றப் போகிறாய் நீ? நான் என்ன மனுஷன் இல்லையா? உன் சிநேகிதிக்கு அண்ணா இல்லையா? எனக்கு அப்புறம் தானே இந்தச் சிநேகிதியே உனக்குச் சிநேகிதமானாள்! சரி. அப்படியும் பெரிய ரகசியமாக ஒன்றும் சொல்லிவிடல்லையே அவள்! கலியாணம் பண்ணிக்க வேண்டியவன் ஓடிப்போனான். அந்தப் பெண்ணும் கலியாணம் பண்ணிக்காமலேயே நாளை ஓட்டி விட்டது. கடைசியில் ஒருநாள் சிநேகிதர்கள் வீட்டிலேயே அவனைப் பார்த்தது. என் தங்கைக்குத் தெரிந்து நான் தெரிந்து கொள்ளக்கூடாத ரகசியம் என்ன இருக்கிறது இதிலே?"

பொய்க் கோபமும் சிரிப்புமாக வந்த அந்தக் குரலில் ஒரு தனிப் பரிவு ஆழ்ந்து தொனித்தது. உடல், மனம் எல்லாவற்றையும் நனைக்கிறாற்போன்ற ஓர் ஒட்டுறவு. ருக்குவை அந்தப் பாசம் ஒரு கணம் சிலிர்க்க அடித்தது.

"நீங்கள் ஆனாலும் முரடு மாமா" என்றாள் சந்திரா.

"பார்த்தால் தெரியவில்லையோ! நீ வேறு அதைச் சொல்லணுமா?" என்றார் சுப்புசாமி.

அப்புறம் அந்தப் பேச்சு தொடரவில்லை. தொடரக் கூடாது என்று வேண்டுமென்றே எல்லோரும் முடிவு கட்டினாற்போல் அந்தரத்தில் நின்றுவிட்டது.

ருக்குவுக்கு மனசு திடீரென்று இலேசாகி விட்டது. எதிர்பாராமல் காலில் இடித்து உயிரைத் துடிக்கச் செய்யும் வலிமறைந்து விட்டாற்போல் மனம் விடுதலைப் பெருமூச்சு விட்டது. சுப்புசாமியும் அந்த ரகசியத்தை அறிந்து கொண்டது, திடீரென்று யாரோ கத்தியால் அறுத்துச் சிகிச்சை செய்து பளுவை நீக்கி விட்டாற்போல் தோன்றியது. தன்னறியாமல் "நாகம்மா கை கைதான்" என்று முகம்மலர்ந்து சொன்னாள் ருக்கு.

"என்னடி வந்தது என் கைக்கு?"

"இந்த மாதிரி வற்றல் குழம்பு வைக்கத் தெரிந்த கைதான் கை."

"ஏன், உனக்கு வைக்கத் தெரியாதா?" என்றார் சுப்புசாமி.

"எனக்கு வற்றல் குழம்பின் சரித்திரம்தான் சொல்லத் தெரியும்."

"என்ன சரித்திரம், சொல்லு?"

"கறிகாய் கிடைக்காத பாலை நிலத்தில் பிறந்த முறை இந்தக் குழம்பு."

"அது பூகோளமல்லவா? சரித்திரம் இல்லையே! இதைவிட நன்றாகச் சரித்திரம் சொல்லுவேனே நான். ஓர் அளவுக்கு வருங்காலத்தின் சரித்திரம்கூடச் சொல்வேன்."

"வருங்காலச் சரித்திரம் கூடவா?"

"ஆமாம். உதாரணமாக, இந்த ஜுலை மாசத்திலிருந்து, நீ இந்தப் பட்டணத்துக் காலேஜிலேயே வேலை பார்க்கப் போகிறாய்?"

"என்ன மாமா இது?"

"காலமே வேடிக்கையாகச் சொன்னேன். இப்போது வினையாகச் சொல்கிறேன்" என்றார் சுப்புசாமி.

"எந்தக் காலேஜ் மாமா?" என்று கேட்டாள் சந்திரா.

"ஏதோ ஒரு காலேஜ்."

"நான் எதுக்கு இங்கே வரணும், டில்லியிலிருந்து?"

"எதுக்கு என்றால்? இருபத்தைந்து வருஷங்கள் டில்லியில் இருந்தாயிற்று. இனிமேல் நம்ம மனிதர்கள் இருக்கிற இடத்தில் இருக்கிறது."

"மாமா சொல்கிறதும் வாஸ்தவம்தான்" என்றாள் சந்திரா. "கோடி ரூபாய் சம்பாதித்தாலும் கோடி வசதிகள் இருந்தாலும் வேற்று மண்ணில் போய் எப்படிச் சுகமாக வாழ முடியும்? வேடிக்கைக்காக வேண்டுமானால் கொஞ்ச நாட்கள் இருக்கலாம்."

ருக்குவுக்குக் கொஞ்சம் குழப்பமாக இருந்தது. இவள் எங்கே இருந்திருக்கிறாள். எந்தத் தேசத்தில் எத்தனை வருஷங்கள் வளர்ந்திருக்கிறாள், இப்படியெல்லாம் பேச?

"என்ன பார்க்கிறீர்கள்? நான் சொல்லுகிறது சரியில்லையா?" என்றாள் சந்திரா.

"நீ சொல்கிறதனால்தான் சந்தேகமாயிருக்கிறது. அப்படி அலுத்துப் போகும்படியாக நீ எவ்வளவு காலம் வேறு இடத்தில் இருந்தாயோ?"

"இரண்டு நாட்கள், இரண்டு வாரம் உல்லாசப் பயணம் என்று வெளியில் சுற்றும்போது எனக்கு 'வீட்டுக்கு எப்பொழுதடா போய்ச் சேருவோம்' என்றிருக்கும். மூன்றாம் வருஷம் திருக்குற்றாலம் போய் ஒரு பதினைந்து நாள் தங்கினது கூட எனக்குத் தாங்கவில்லை."

"இந்த மெட்ராஸ் புழுக்கம், குழாய்த் தண்ணீர் எல்லா வற்றுக்கும் ஏங்கிப் போய் விட்டாயாக்கும்!" என்றார் சுப்பு.

ருக்கு யோசித்தாள். சந்திரா சொன்னது பெரும்பாலும் உண்மை என்று தான் தோன்றியது.

இருபத்தைந்து வருஷங்கள் டில்லியில் வாழ்ந்தது அவளுக்கு நினைவுக்கு வந்தது. புதுடில்லியின் மலர்கள் நினைவுக்கு வந்தன. வேப்பஞ்சாலைகளும், நாவல் சாலைகளும், வாதரட்சை சாலைகளும் நினைவுக்கு வந்தன. தன் வீட்டு வாசலில் ஊசி ஊசியாக இலைகளைத் தொங்கவிட்டு அசையும் பைன் மரம், தோரண வில்லோ, ஜகராண்டா, வேப்ப மரங்கள் நினைவுக்கு வந்தன. பழைய டில்லி, புதுடில்லியின் மூலை முடுக்கெல்லாம் அற்றுபடியாகிவிட்டது அவளுக்கு. புதிதாக வருபவர்களிடம், தான் டில்லியிலேயே பிறந்து வளர்ந்தது போல் பல சமயங்களில் பேசின நினைவுகூட வந்தது அவளுக்கு. அவ்வளவு சொந்தமாகப் பழகிவிட்டது அந்த மண். ஆனால் திடீர் திடீர் என்று இந்தச் சொந்தம் எல்லாம் மறைந்துவிடும். கட்டை வண்டியில் முட்டைக்கோஸையும் கத்தரிக்காயையும் மலைமலையாகச்

சுமத்தி ஓட்டி வரும் காய்கறி வாலாவைப் பார்க்கும்போது, அவனுடைய கச்சம், சட்டை, முன்னால் மேல்நோக்கிக் கூர்ந்து வளைந்த செருப்பு, சட்டைமேல் போட்டிருக்கிற கையில்லாத கம்பளி மார்புச் சட்டை, நெற்றிச் சுருக்கம் – இவைகளைப் பார்க்கும்போது, தான் ஏதோ சத்திரத்தில் வந்து தங்கியிருக்கிற நாடோடி மாதிரி ஓர் உணர்ச்சி அவளைத் தனியாக நிற்க வைத்து விடுகிறதுண்டு. வெளுத்த துணிகளை இஸ்திரி போட்டுத் தருவதற்காக மத்தியானம் தள்ளுவண்டியைத் தள்ளி வரும் பையனைப் பார்க்கும்போதும் இந்தத் தனிமை வந்துவிடும். அவன் குல்லாய், அழுக்கு நிஜார், காதில் வளையம் – எல்லாம் இந்த உணர்ச்சியைப் பெருக்கிக்கொண்டேயிருந்த நினைவு வந்தது. அவர்களுடைய நடை, பார்வை, சாலை ஓரமாக முழங்காலைக் கட்டி உட்கார்ந்திருக்கிற இளைப்பாறல் – எதைப் பார்த்தாலும் இந்த "எங்கள் ஊர் இது" தெரியாமல் இராது. 'உங்கள் புத்தி, உழைப்பு எல்லாவற்றையும் நாங்கள் வாடகைக்கு எடுத்திருக்கிறோம். இருக்கிற வரையில் சௌகரியமாக இருந்துவிட்டு ஊரைப் பார்க்கப் போய்ச் சேருங்கள் என்று சொல்வது போலிருக்கும். மரத்தடியில் ஐஸ்கட்டிமீது கரும்புத் துண்டங்களை நறுக்கி வைத்து விற்கும் கரும்புக்காரனின் தூக்கத்தைப் பார்க்கும்போது, தான் பிழைக்க வந்தவள். அந்த மண்ணில் ஒட்ட முடியாதவள் என்ற தனிமைதான் ஓங்கி நிற்கும்.

சந்திரா அனுபவித்துச் சொன்னாளோ என்னவோ, சொன்னது நிஜம்தான்.

"என்ன யோசிக்கிறீர்கள்?" என்று கேட்டாள் சந்திரா.

"நீ சொல்வது சரிதான். ஆனால் இந்த உணர்ச்சியை அழித்து விடத்தானே இன்றைய உலகம் கச்சை கட்டிக் கொண்டிருக்கிறது. நாடுகள், எல்லைகள், பாஷைகள் எல்லாவற்றையும் இடித்துவிட்டு மனித குலம், உலகம் எல்லாம் ஒன்று என்று சொல்லிக்கொண்டு" என்றாள் ருக்மிணி.

"அப்படியானால் அந்த எஸ்கிமோ அவ்வளவு கஷ்டபடுவானேன்? பேசாமல் கங்கைக் கரையிலேயோ, காவேரிக் கரையிலேயோ வந்து வேண்டும் என்பதைத் தின்றுகொண்டு சௌகரியகமாகக் காலந்தள்ளக் கூடாதோ? ஏன் அந்தப் பனிப் பொட்டலில் உயிரை வைத்து இழுக்க வேண்டும்?"

"அப்படிச் சொல்லாதே. டில்லியில் முருங்கைக்காய் என்ற பேர்கூட அந்தக் காலத்தில் கிடையாது. இங்கிருந்து இரண்டு மூன்று பேர்கள் போத்தைக் கொண்டுபோய் நட்டார்கள். இப்பொழுது டில்லி முருங்கைக்காயின் ருசி இந்த ஊரிலோ, காவேரிக் கரையிலோ கிடைக்காது."

"அந்த முருங்கைக்காய் ஹிந்துஸ்தானி பேசுகிறதோ?"

"போதும். இந்தச் சண்டைக்கு முடிவே கிடையாது. வர்ணம், பாஷை, பருமன் – ஒரு வித்தியாசமுமில்லாத மனிதன் பிறக்கட்டும். நானோ, நீயோ அந்தக் கிருத யுகத்தை பார்க்கப் போகிறதில்லை. இப்பொழுது நடக்க வேண்டியதைச் சொல்லு. நீ இந்த ஊரில் இருக்கப் போகிறாயா, இல்லையா? உங்கள் சித்தப்பாவும் இல்லை. சித்தியை வைத்துக் கொண்டு, டில்லியில் என்ன கொட்டிக் கிடக்கிறது? இங்கேதான் வந்து இரேன்" என்றார் சுப்புசாமி.

அனந்தசாமியிடம் தன் தீர்மானத்தைச் சொல்லி விட்ட அதே ருக்குவுக்கு, இவ்விடம் "சரி"யென்று சட்டென்று வாய்விட்டுச் சொல்ல நா வரவில்லை.

"அதற்கென்ன வந்து விட்டால் போகிறது!" என்று இழுத்தாள்.

"பின்னே பேசாமல் இரு."

சுப்புசாமி ஏன் இப்படி வற்புறுத்தாமல் வற்புறுத்துகிறார் என்று அவளுக்குப் புரியவில்லை. ஆனால் உள்ளுக்குள்ளே ஆழ்ந்து ஒலித்த அன்பின் தொனிப்பு அவளைச் சற்றைக்கொரு தரம் பாதுகாப்பாக அணைப்பது போலிருந்தது. அப்பா, சித்தப்பா இரண்டு பேரும் மறைந்துவிட்டு, மீண்டும் ஒரு வடிவாகக் கூடி வந்து நிற்பது போலிருந்தது.

# 14

சாப்பிட்டு முடிந்ததும் வெற்றிலை போட்டுக் கொள்ளத் தொடங்கினார் சுப்புசாமி. அதைப் பார்க்கப் பார்க்க வேடிக்கையாக இருந்தது ருக்குவுக்கு. அவர் வெற்றிலை போடுவதிலும் ஒரு தனி ரகம். கால் கவுளி வெற்றிலையை அப்படியே அடுக்கி, ஒவ்வொரு வெற்றிலையைத் தூக்கித் தூக்கிச் சுண்ணாம்பு இடுவார் – தபால் ஆபீசில் முத்திரை இடுகிறது போல. பிறகு சின்ன கத்தரிக்கோலால் காம்புகளைக் கீழே தொடங்கிக் கத்தரிப்பார். அப்படியே கால் கவுளியையும் சுருட்டுவார். உருளை யாக உருட்டி, சீவலை ஒரு பெரிய கையளவு வாயில் போட்டு, வலது கையால் வெற்றிலை உருளையை வாயில் திணித்துக் கொள்வார். அது வாய் கொண்டு அரைபட இரண்டு மூன்று நிமிஷங்களாகும். ஜன்னல் ஓரமாக உட்கார்ந்து தோட்டத்தைப் பார்த்துக்கொண்டே இந்தக் காரியம் நடக்கும். கண் அப்பொழுது ஆழ்ந்த சிந்தனையிலிருக்கும் – திறந்தோ மூடியோ, பிறகு இரண்டு ஏலக்காயை உரிக்காமல் தோலோடு போட்டுக் கொள்வார். பிறகு ஒரு கிராம்பு. இந்தக் கலவையில் பாதியை விழுங்கிவிட்டு புகையிலை டப்பாவை எடுத்து ஒரு சின்னத் தட்டில் ஒரு குத்துப் புகையிலை எடுத்து பெட்டியிலேயே கிடக்கிற ஸ்வாக் அத்தரை இரண்டு மூன்று துளிகள் விட்டு நசுக்கிப் பிசைந்து வாயில் அதக்கிக் கொள்வார்.

இந்தக் காட்சியைச் சந்திராவும் ருக்குவும் கண்ணைச் சிமிட்டிப் புன்னகையுடன் பார்த்துக் கொண்டிருந்தார்கள்.

மீண்டும் கார் சத்தம்.

குருசாமி நாலு டிக்கட்டுகளையும் மீதிச் சில்லறைகளையும் கொண்டுவந்து அவர் முன்னால் வைத்தான்.

"க்குக்கும்." என்று வாயில் கையை வைத்துத் திரும்பினார் சுப்புசாமி.

"சாப்பிட்டாச்சுங்க."

"க்கும்?"

"ஹோட்டலில்."

"க்குக்கும்... ம்... ம்க்கும்" என்று சந்திராவைப் பார்த்தார் சுப்புசாமி.

"அம்மா சாப்பிடுகிறாள்."

"க்குக்கும்" என்று கைக்கடிகாரத்தை நீட்டினார் அவர்.

"ஒன்பது அஞ்சுதானே ஆகிறது."

"க்கும்... க்கும்"

"எல்லாம் இந்தப் புடவை போதும். ருக்மிணி மாமி வேண்டுமானாலும் வேறு மாற்றிக் கொள்ளட்டும்."

"ம்க்குக்கும்" என்று ஜாடை காட்டினதும் சந்திரா வேறு ஒரு வெளுத்த வெள்ளைச் சட்டையையும் அங்கவஸ்திரத்தையும் எடுத்துக்கொண்டு வந்தாள். ருக்மிணி அவரையே பார்த்துக் கொண்டு உட்கார்ந்திருந்தாள். ஆறடி உடம்பு. அத்தனை பருமன். முலாம்பழ நிறம். பரம்பரையாகப் பெரிய மனிதனாக வாழ்கிற முகக்களை. சின்ன விஷயங்களையே மனத்தில் போட்டுக்கொள்ளாத பெரும்போக்கு. யாருக்காக வாழ்கிறோம் என்று சொல்லமுடியாத வாழ்க்கை. பற்றில்லாத வாழ்க்கை. இவருடைய பிள்ளைக்கு எப்படி இவரை விட்டுவிட்டு, யாரோ ஒரு வெள்ளைக்காரியைக் கலியாணம் செய்துகொண்டு, இங்கிலாந்திலேயே வீடு வாங்கிக் கொண்டு, அந்தத் தேசத்துப் பிரஜையாகவே ஆகிவிட மனசு வந்தது!

அதை நினைத்ததும் சட்டென்று சாப்பாட்டின்பொழுது பேசியதெல்லாம் அவளுக்கு ஞாபகம் வந்தது. அவருக்கு அப்படி ஒரு பிள்ளை இருக்கிறான் என்பதையே நினைக்காமல் அவள் பேசிவிட்டாள். 'நாம் பேசினோமா! சந்திராவல்லவா பேசினாள்! நாம் எதிர்க் கட்சியல்லவா பேசிக் கொண்டிருந்தோம். பையனை நினைத்துத்தான் இப்படி யோசனையில் ஆழ்ந்து கிடக்கிறாரோ?

ஏதாவது பேசிவிடப் போகிறோம் என்று புகையிலையைப் போட்டு அமுக்கிக் கொண்டிருக்கிறாரோ!..."

நாகம்மாள் சாப்பிட்டுவிட்டு வெளியே வந்தாள்.

"க்க்கும்" என்றார் அவர்.

"சமையல் உள்ளெல்லாம் வந்துதான் அலம்பணும்."

"க்குக்கும்" என்று வேறு சட்டையை எடுத்து மாட்டிக் கொண்டார்.

தலைக்கலைவை ஒரு வாரல் வாரி சரிப்படுத்திக்கொண்டாள் ருக்குமிணி. ஐந்து நிமிஷங்களில் பூட்டை எடுத்து வாசலைப் பூட்டினாள். காரில் ஏறும்பொழுது, ஏதோ சொப்பனம் காணுவது போலிருந்தது ருக்குவுக்கு. சந்திராவின் தலையிலிருந்து வந்த மல்லிகையின் மணம் அந்தக் கனவை மண்ணின் கனவாக மாற்றிப் போதை ஊட்டியது.

வண்டி புறப்பட்டதும், "இத்தனை நாழிகையாச்சு. இன்னும் மழை வரக் காணோமே?" என்று வெளியே பார்த்தாள் சந்திரா.

"மழையா? ஒரு பொட்டு மேகத்தைக் காணோம்."

"மேகங்கள் வந்து கூட வேண்டாமோ? செட்டியார் பணத்தைப் பாரத தேசத்துக்குக் கொண்டுவரும் நினைவை மறந்து, கொஞ்ச நேரம் தங்கை, மருமாளோடெல்லாம் சந்தோஷமாயிருக்க நாழி கிடைச்சுதே மாமாவுக்கு."

சுப்புசாமி பதில் பேசவில்லை.

"ஏன் மாமா?"

"மாமா நிஷ்டையிலே இருக்கார் இப்ப. பேசமாட்டார்" என்றாள் ருக்கு.

"என்ன நிஷ்டை?"

"ஐம்புலன்களையும் அழித்து, மனசையும் அதோடு சேர்த்து அழித்து 'ஓம் பிரம்மாஸ்மி' என்பதற்குப் பதிலாக 'பிரம்மபத்ரைவாகமஸ்மி' என்று தியானித்துக் கொண்டிருக்கிறார். பரம்பொருளோடு ஐக்கியமாகிற பிரம்மானந்தத்துக்குச் சமம் பிரம்ம பத்ரம் என்ற புகையிலையோடு ஐக்கியமாகிறது" என்றாள் ருக்மிணி.

"புபுப் என்று சத்தம் கேட்டது முன் சீட்டில். எல்லோரும் முன்னே பார்த்தார்கள். சுப்புசாமியின் வாயில் தேங்கிக் கிடந்த பிரம்மானந்தம் அத்தனையும் காரின் முன் கண்ணாடிமேல்

தி. ஜானகிராமன்

வீசித் தெளித்து விட்டது. நாலைந்து துளிகள் அங்கிருந்து பிரதிபலித்துக் குருசாமியின் வேட்டி, சட்டை மற்றும் நெற்றியின் மீதும் தெளித்தது.

"என்ன மாமா இது...?"

குருசாமி வண்டியை நிறுத்தி விட்டான்.

சுப்புசாமி சிரித்துக் கொண்டிருந்தார்.

"என்ன மாமா இது!"

"எந்தச் சமயத்திலே கிச்சு கிச்சு மூட்டுகிறது என்று கிடையாதா உங்களுக்கு?"

"நான் ஒன்றும் சொல்லவில்லை. ப்ரொபஸர் ருக்மிணிதான்."

"லைட்டைப் போடு, குருசாமி!"

உச்சி விளக்கு எரிந்தது.

வண்டி திரும்பியது. கேட்டுக்கு வெளியே நின்றது. நாகம்மாள் வேறு சட்டை வேட்டி எடுப்பதற்காக உள்ளே விரைந்தாள். சுப்புசாமி சட்டையைக் கழற்றிப் போடப் புறக்கடைப் பக்கம் போனார். குருசாமியும் சென்றான்.

"இன்று உங்களுக்காகத்தான் மழைபெய்யணும்" என்றாள் சந்திரா. "வேலை வேலை என்று பறக்கிற மாமா இன்று சினிமாவுக்குக் கிளம்பிவிட்டார். உடன் பிறந்தவளைச் சந்தோஷப்படுத்த வேண்டும் என்று கிளம்பி விட்டார். எல்லாம் உங்களால்தான்..."

ருக்மிணி சிரித்தாள். வேடிக்கையாகச் சொன்ன வார்த்தைதான் அது என்று நன்றாகத் தெரியும் அவளுக்கு. ஆனால் வழக்கம்போல் அடிமனம் வார்த்தைக்கு வார்த்தை உள்ளர்த்தம் கண்டு பிடிக்க அலைந்தது. ஆனால் அதுவும் சந்திராவின் முகத்தைப் பார்த்ததும் மறைந்து போய்விட்டது.

"மாமி! நீங்கள் இந்த ஊருக்கே வந்து விடுங்கள். இந்த வீட்டிலேயே இருங்கள்" என்று அவள் கையை அழுத்தினாள் சந்திரா மேலும்.

திரும்பி அவளைப் பார்த்தாள் ருக்மிணி.

"ஆமாம் மாமி. நீங்கள் என்னோடேயே இருங்கள்" என்று முழுதும் சொல்ல முடியாமல் தடுமாறினாள் சந்திரா. கண்ணில் நீர் தளும்பி நின்றது.

அன்பே ஆரமுதே

"கவலைப்படாதே. நான் இங்கேயே இருக்கிறேன்" என்று அவளை இழுத்து அணைத்துக் கொண்டாள் ருக்கு.

ஐந்து நிமிஷங்கள் கழித்து உள்ளே போன மூவரும் திரும்பி வந்து காரில் ஏறிக்கொண்டார்கள். சட்டை மாற்றிக்கொண்டு வந்த சுப்புசாமி, "ம், இனிமேல் என்ன வேணும்னாலும் பேசுங்கோ. பயமில்லாமல் சிரிக்கிறேன்" என்று சொல்லிக் கொண்டே கதவைத் திறந்து உட்கார்ந்தார்.

மறுபடியும் சிரிப்பு மூட்டும் நிலையில் இல்லை ருக்மிணி. சந்திராவின் நெகிழ்ச்சி அவளை எங்கோ கொண்டு சென்று விட்டது. குழம்பினாள் அவள். நம்மிடம் இப்படி ஒட்டும்படியாக என்னத்தைக் கண்டாள் இவள்! ஏன் திடீரென்று இப்படி ஆடிப் போனாள்! கிடைத்த தனிமையைப் பற்றிக்கொண்டு இப்படி மனத்தைக் கொட்டும்படியாக அப்படி என்ன இருக்கிறது நம்மிடம்?

இந்தக் கேள்விகளை அவள் இங்குமட்டுமல்ல இப்பொழுது மட்டுமல்ல. டில்லியில் ஆயிரம் தடவை கேட்டதுண்டு. மற்ற எல்லா ஆசிரியைகளையும் தன்னையும் அவள் தராசில் வைத்துப் பார்த்துக் கொள்கிற வழக்கம். சதா ஒரு பத்து மாணவிகளாவது அவளைச் சுற்றிக் கொண்டேயிருப்பார்கள். இத்தனைக்கும் கலகலவென்று இழுத்து வைத்துப் பழகும் சுபாவமும் இல்லை அவளுக்கு. நறுக்காக, சுருக்கமாகத்தான் பேசுவாள். 'சுருக்சுருக்'கென்று தைக்கும்படியாகக்கூட இருக்கும் அவளுடைய ஹாஸ்யமும். இத்தனையையும் பாராட்டாமல் எப்படி வந்து சுற்றிக் கொள்கிறார்கள்? "நீ ரொம்ப இடம் கொடுக்கிறே இந்தக் குட்டிகளுக்கெல்லாம்" என்று கங்கூலி அவளை அப்படி அடிக்கடி எச்சரிப்பதுண்டு. "வாத்தியார் என்றால் உம்மணா மூஞ்சியாக இருக்க வேண்டும் என்று நான் சொல்லவில்லை. அதற்காக இப்படிச் சமயம் போது தெரியாமல் அதுகளைக் கட்டி வைத்துக் கொண்டு அரட்டை அடித்தால், ஒரு அத்து, பயம் எல்லாம் எப்படியிருக்கும்?" என்பாள் கங்கூலி.

"எதற்காகப் பயப்படணும் என்னைப் பார்த்து? வாத்தி யார்களைக் கண்டு பயப்படவா அவர்கள் சம்பளம் கட்டுகிறார்கள் கல்லூரிக்கு? பயப்படுகிறவர்களுக்கு நம்மிடம் இருந்து எதை எடுத்துக் கொள்ள முடியும்?"

"வாஸ்தவம். அதனால்தான் உன் பவுடர் சோப்பு இவற்றைக் கூட உன் அறையில் வந்து தாராளமாக உபயோகிக்கிறார்கள் போலிருக்கிறது."

"ஆமாம், உபயோகிக்கிறார்கள். நான் என்ன செய்ய?"

“இப்படித் திறந்த வீட்டுக்குள் நுழைகிறாற்போல் என் அறைக்குள் யாரையாவது வந்துவிடச் சொல்லு.”

“. . . . . .”

“அப்படி வரவேண்டும் என்ற எண்ணம்கூட வராது அவர்களுக்கு.”

“என்னமோ என் அறையைக் கண்டால் இஷ்டப்படி வரலாம் போகலாம் என்று தோன்றுகிறது அவர்களுக்கு.”

“அதற்குத்தான் ஏன் இடம் கொடுக்கிறாய் என்று கேட்கிறேன்.”

“நீங்கள் சொல்வது எனக்குப் புரியவில்லையே?”

“நம்முடைய சாமான் சஜ்ஜாவெல்லாம் எப்படி இரண்டாம் மனுஷர்கள் தாராளமாக எடுத்துப் புழங்க முடியும்? அதற்கு அனுமதிக்கலாமோ? அது நல்ல பழக்கம் இல்லையே. மரியாதையும் இல்லையே.”

“எனக்கு அது தப்பாகப் படவில்லை. என் புஸ்தகத்தையோ, மணிபர்சையோ யாராவது வித்தியாசமில்லாமல் தாராளமாக எடுத்துப் புழங்கினால், எனக்குப் பெருமையாக இருக்கிறது. உடம்பெல்லாம் பூரித்து விடுகிறது. ஒரு சுற்றுப் பருத்து விட்டாற்போல் கூட ஆகிவிடுகிறது.”

“ஓ, அப்படியா! உடம்பில் சதை வைக்க வேறு டானிக்கே தேவையில்லை அப்படியானால்” என்று வறட்டுச் சிரிப்புச் சிரித்துக் கொண்டே அப்பால் போய் விட்டாள் கங்கூலி.

நொடிப் பொழுதில் இந்தச் சம்பாஷணை அவள் மனத்தில் ஓடியது.

கல்லூரியில் அவளுக்காகக் கொடுக்கப்பட்டிருந்த அறை அப்படித்தானிருக்கும், திறந்த வீடாக. சொந்த வீட்டுக்குள் நுழைகிறாற்போல் மாணவிகள் வருவார்கள் போவார்கள். பீரோவைத் திறப்பார்கள். புத்தகங்களை எடுப்பார்கள். புரட்டுவார்கள். தர்மாஸ்ப்ளாஸ்கைத் திறப்பார்கள். “காப்பி கொஞ்சம் பாக்கியிருக்கே!” என்பார்கள். ‘எனக்கு எனக்கு’ என்று சண்டை போட்டுக் கொண்டு சாப்பிட்டும் விடுவார்கள். அதற்காகக் கொஞ்சம் பெரிய ப்ளாஸ்காகவே வாங்கி வைத்துக் கொண்டாள் அவள். மூன்று நான்கு பேர்கள் சாப்பிடக் கூடிய அளவுக்குக் காப்பியைப் போட்டுக்கொண்டு வருவாள்.

மாணவிகள் அதோடு நிற்பதில்லை. அப்பா அம்மாவிடம் சொல்லாத ரகசியம் எல்லாவற்றையும் இங்கே வந்து தனியாகச் சொல்லிக் கொள்வார்கள். ஒன்று சிரிக்கும், ஒன்று தழுதழுக்கும்,

ஒன்று அழும், ஒன்று கத்தும், ஒன்று புகையும், இரண்டாம் தாரச் சித்தியின் சண்டை, அண்ணி வந்த பிறகு அண்ணா ஒரு தினுசாக மாறிவிட்ட கோபம், வாசலிலேயே காத்துக் கொண்டு, தான் தெருவில் வரும்போது, படியிறங்கி கல்லூரிக்குப் புறப்படுகிற பையனைப்பற்றிச் சொல்லுகிற பெண்ணின் குறும்பு, அம்மா எட்டாம் தடவையாகக் குளிக்காமல் இருக்கிற 'சோதனை' – இப்படி உள் வீட்டுச் செய்திகளெல்லாம் இவளிடம் வந்து பதிவித்துக்கொண்டிருப்பார்கள். வேறு ஆசிரியைகள் தலைகீழாகக் கட்டிவைத்து அடித்தால்கூட சொல்லமாட்டார்கள். இங்கு மட்டும் பாதிரியிடம் பாவமன்னிப்புக்கு அறிவித்துக் கொள்கிறமாதிரி ஒரு சேதி பாக்கியில்லாமல் காதில் விழுந்துகொண்டேயிருக்கும்.

டில்லியில்தான் இப்படியென்றால், இங்குவந்தும் விடவில்லை. இந்தப் பெண் ஏன் இப்படி ஒட்டுகிறது? ருக்மிணி குழம்பினாள். எல்லாவற்றையும் அவள் காலடியில் வைத்து ஒப்படைத்து விட்டாற்போல் சந்திரா நெகிழ்ந்ததை நினைத்த பொழுது இப்போது அவள் இதயம் விம்மியது.

"என்ன, திடீர்னு பேச்சை நிறுத்தி விட்டீர்கள்?" என்றார் சுப்புசாமி.

"மழைதான் பெய்துவிட்டதே, மாமா! கோடை மழை மாதிரிதான் நீங்கள் பொழிந்துவிட்டீர்களே!" என்றார் சந்திரா.

"அண்ணா இப்படிச் சிரிச்சு நான் பார்த்ததேயில்லை ருக்மிணி!" என்றாள் நாகம்மாள்.

"அதுதான் சிரிப்பாய்ச் சிரிக்க அடித்து விட்டாளே உன் சினேகிதி" என்றார் சுப்புசாமி.

"மாமி நீங்கள் இந்த ஊருக்கே வந்து விடுங்கள். மாமா வந்து இருக்கிறது இரண்டு நாட்கள். அதை அக்காளோடும் மருமாளோடும் சிரித்துப் பேசி எங்காவது வீணாக அடித்து விடப் போகிறோமே என்று நான்கு வீசை துப்பறியும் நாவல்களைக் கையோடு கொண்டு வந்து விடுகிறார். துப்பாக்கி, கொலை, மர்மம், துப்பறிகிறது, உயிரைக் கையிலே பிடித்துக் கொண்டு கடைசிப் பக்கம் வரைக்கும் நிற்காமல் ஓடுகிறது – இந்தப் பயங்கரங்களாவது இல்லாமல் இருக்கும்."

"ம்ஹ்ம்" என்று சிரித்தாள் ருக்மிணி. "அதற்கென்ன? வந்தால் போச்சு!"

"வந்து விடுகிறேன் என்று ஒருவார்த்தை சொல்லச் சொல்லு, பார்ப்போம். நீ சொல்லுகிறதை. அவள் ஸீரியஸ்ஸா எடுத்துக் கொள்ளவில்லை, பெண்ணே!" என்றார் சுப்புசாமி.

"வந்து விடுகிறேன் மாமா, வந்துவிடுகிறேன்" என்றாள் ருக்மிணி. குரலில் துளி காரம் கூடத் தட்டிற்று. 'இத்தனை புத்திசாலிகளாக இருக்கிறீர்கள். நான்தான் வருவதாக முடிவு கட்டிவிட்டேனே. என் கண்ணைப் பார்த்தால் புரியவில்லையா? என் உற்சாகத்தைப் பார்த்தால் புரியவில்லையா? வாயைத் திறந்து சொன்னால்தானா? எழுதிக்கூட வாங்கி விடுவீர்கள் போலிருக்கிறதே! கொஞ்சம் இங்கிதமாக நான் இருந்து தொலைக்கக் கூட விடமாட்டீர்களா?" என்று மனதுக்குள்ளே அவர்களைப் பார்த்து அரற்றினாள்.

நாணத்தினாலோ கூச்சத்தினாலோ, தன் முடிவை அப்படி வெளிப்படையாகச் சொல்ல மனம் இடங்கொடுக்க வில்லை அவளுக்கு. பேசாமல் கொள்ளாமல் அவர்கள் மௌனமாக அதை ஏற்றுக்கொள்ள வேண்டும் என்று பட்டுப் போன்ற அந்த உள்ளத்தின் மென்மை விரும்பியது.

தியேட்டர் வாசலை அடைந்தபோது, படம் ஆரம்பித்துப் பத்து நிமிஷங்கள் ஆகிவிட்டன. தட்டித் தடவிக் கொண்டு எல்லோரும் உள்ளே போய் உட்கார்ந்து கொண்டார்கள்.

படம் இன்னும் தொடங்கவில்லை. சில்லறை, உதிரிகள் எல்லாம் வந்துகொண்டிருந்தன. படம் தொடங்கவே, நாகம்மாள் முணுமுணுக்கத் தொடங்கிவிட்டாள். அருண்குமாரின் பெயரைப் பார்த்ததும், பத்து விநாடி முணுமுணுத்தாள். "காசு, பேரு மட்டுமில்லை. இவ்வளவு சதையும் சம்பாதிச்சிண்டிருக்கானே எங்கிருந்து வந்தது? வந்த புதிசிலே கழுத்து எலும்புக்குப் பின்னாலே இந்தப்பக்கம் ரெண்டு, அந்தப் பக்கம் இரண்டாக நாலு எலுமிச்சம் பழத்தைப் பத்திரமா வைக்கலாம். எப்படி ஊதிப் போயிட்டான் பாரேன்" தானாக அந்த முணுமுணுப்பெல்லாம் ஓய்ந்துவிட்டது.

சற்றுக் கழித்து "நாசமாய்ப் போக, நன்னாத்தாண்டி ஆக்ட் பண்ணறான். ஒண்ணுமில்லாமலா இப்படிப் பைத்தியம் பிடிச்சு அலையறதுகள் எல்லாம்!" என்றாள் நாகம்மாள்.

"மத்தியானம் உங்கள் வைத்தியர் கிட்டே அப்படி பொரிஞ்சியே!" என்றாள் ருக்மிணி.

"பொரிஞ்சேன்; குணம் இப்படியிருக்கேன்னு. சாமர்த்தி யத்தைக் குறைச்சுட முடியறதா அதுக்காக?"

"சரி, படத்தக் கவனி."

அப்புறம் நாகம்மாள் பேசவில்லை. ருக்மிணிக்கு நடுநடுவே மனம் அலைந்தது. சுப்புசாமியிடம் எல்லாவற்றையும் சொன்ன

இந்த நாகம்மாள், ரங்கனைப் பற்றி ஒரு சமாசாரத்தையும் சொல்லவில்லை போலிருக்கிறது. மத்தியானம் அனந்தசாமியும் அவளும் பேசியது முழுவதையும் கேட்டுக் கொண்டிருந்தாள் அவள், ஹாலிலிருந்தபடியே. இப்போது அருண்குமாரைப் பார்க்கும்போது நடுநடுவே அவளுக்குச் சந்திராவைக் கைவிட்டு எங்கோ அலைகிற அந்த ரங்கனின் நினைவு வந்தது. வேண்டும் என்றோ பயந்தோ, நாகம்மாள் அந்தப் பேச்சையே எடுக்கவில்லை. அதைப் பற்றி நினைக்கவே அவளுக்குக் கசப்பாக இருக்க வேண்டும். இல்லாவிட்டால் அருண்குமாரின் குணங்கள் ஞாபகத்துக்கு வரும்பொழுது, அவன் நண்பனின், அதுவும் இத்தகைய நண்பனின் நினைவு எப்படி வராமலிருக்கும்?

படம் முடிந்து வெளியே வந்ததும் கூட்டம் கலையட்டும் என்று சற்று ஒதுங்கி நின்று கொண்டார்கள்.

“சரிதான் போ” என்றார் சுப்புசாமி.

“என்ன மாமா?” என்று ருக்மிணி கேட்டாள். “ஏதாவது மறந்து வைத்து வந்து விட்டீர்களா?”

“அதெல்லாம் இல்லை.”

“பின்னே?”

“சினிமாவுக்கு வந்த பலன், நோக்கம் எல்லாம் சைபர். நாம் ஒண்ணு நினைச்சா, பகவான் ஒண்ணு நினைக்கிறான்” என்று எங்கோ பார்த்துக் கொண்டு சொன்னார் சுப்புசாமி. “அதோ பாரு வருகிறதை” என்றார்.

“என்ன?” என்று சிரித்த முகத்துடன் முன்னே வந்தார் அனந்தசாமி.

ருக்மிணிக்குக் குப்பென உடலெல்லாம் சுட்டது. வந்த பூரிப்பையும் அவளால் அடக்கிக் கொள்ள முடியவில்லை. கண்ணில் வந்து நின்றது அது.

# 15

சினிமாக் கொட்டகை வாசலில் வந்து நின்ற அனந்தசாமியைப் பார்த்ததும் சுப்புசாமிதான் முதலில் பேசினார்.

"உங்களுக்கும் இந்தப் பைத்தியம் உண்டா?" என்றார்.

"மத்தியானம் என் சிநேகிதர் ஒருத்தர், பாகவதர் 'வாங்கு வாங்கு' என்று என்னை வாங்கிவிட்டார். அவர் சிஷ்யன் நடிக்கிற படமாம். 'என்னையா சினிமாவே பார்க்கிறதில்லை என்கிறீர்? இவன் படத்தைப் பார்க்காவிட்டால் உம்மைக் காட்டுமிராண்டி, நாகரிகமில்லாதவர் என்று லோகம் எல்லாம் பழிக்கும்' என்றார். அவன் குழந்தைக்கு வேறு வைத்தியம் பண்ண ஆரம்பித்திருக்கிறேனா! இந்த அபவாதம் எதற்கு என்று படம் பார்த்து விட்டுப் போய் விடலாம் என்று வந்தேன்" என்று குறும்பாகச் சிரித்தார் அனந்தசாமி.

"அவன் பிள்ளைக்கு வைத்தியமா?"

"ஆமாம். இடுப்புக்குக் கீழே சுரணை இல்லை. நடமாட்டம் கிடையாது. உட்கார்த்தியே வைத்திருக்கிறது."

"அட, பாவமே..."

"விஷமாக ஏற்றியிருக்கிறார்கள், உடம்பிலே ஊசி ஊசி என்று. அதையெல்லாம் வேறு எடுத்தாக வேண்டும்."

"அதைவிட இது பெரிய விஷமாச்சே" என்றார் சுப்புசாமி. சினிமாக் கொட்டகையைக் கண்ணாலே காட்டி "எப்படி இருக்கு?"

"நான் சின்னக் குழந்தையாயிருக்கிறபோது பேசாத படம் பார்த்திருக்கிறேன். கல்லூரியிலே படிக்கிறபோது ஒன்று பார்த்தேன். இது மூன்றாவது."

"ஏது அப்பா! எப்படியிருக்கு?"

"அது தனி லோகம். எனக்கு ஒன்றும் புரியவில்லை."

"என்ன புரியவில்லை! கதையா?"

"கதையெல்லாம் புரிகிறது. சில இடங்களில் இலக்கணமாகப் பேசுகிறார்கள். ஏன் என்று புரியவில்லை."

நாகம்மாள், சுப்புசாமி, ருக்கு, சந்திரா நாலுபேரும் ஒரு புன்சிரிப்புடன் யாரோ குழந்தை பேசுவதைக் கேட்பது போல் கேட்டுக் கொண்டிருந்தார்கள்.

"ம். அப்புறம்?"

"அப்புறம் வந்து இந்தக் காசி, யாரோ ஒரு பெண்ணோடு ஒரு மரத்தடியில் உட்கார்ந்து பாடுகிறான். அவளும் பாடுகிறாள். கூடக்கூட நாலைந்து வாத்தியங்கள் கேட்கின்றன. அங்கே ஏது வாத்தியம்? சுற்றி எங்கே பார்த்தாலும் வயல்வெளி. வாத்தியம் வாசிக்கிறவர்கள் யாரென்று தெரியவில்லை. எங்கிருந்து வாசிக்கிறார்கள் அதெல்லாம்?"

சுப்புசாமி மற்ற மூவரையும் பார்த்தார். ஒரு புன்சிரிப்புடன், "அதெல்லாம் இங்கே நின்றுகொண்டு சொல்லமுடியாது. அது பெரிய விஷயம். சரி, வீட்டுக்குத்தானே போகிறீர்கள்? உங்களைக் கொண்டு விட்டுப் போகிறேன் வாருங்கள்" என்றார்.

"பரவாயில்லை. நான் நடந்து போய்விடுவேன். அரைமைல் கூட இல்லையே."

"அட வாருங்களென்றால் ரொம்ப ரொம்ப வெட்கப் படுகிறீர்களே!"

"இடம்..."

"இடமா? ஒரு அனந்தசாமிக்கு மட்டும் இடம் இருக்கிறது. வாருங்கள், ஸ்வாமி" என்று நகர்ந்தார் சுப்பு.

ஒன்றும் பேச முடியாமல், நாகம்மாளின் முகத்தைப் பார்த்துவிட்டுப் பின் தொடர்ந்தார் அனந்தசாமி. முன் பக்கம் கதவைத் திறந்து, "ஏறுங்கள்" என்றார் சுப்பு.

தி. ஜானகிராமன்

"அப்புறமா..?" என்று இழுத்துக் கொண்டே பதில் வந்தது. "அப்புறம்... ம்... ஆமாம். இந்தக் கதை நம்ம பக்கத்தில்தான் நடக்கிறது. தமிழ் பேசுகிற ஊரில்தான் நடக்கிறது. எல்லோரும் தமிழ் தானே பேசுகிறார்கள்? ஆனால் இந்தக் காசி எப்போது பார்த்தாலும் கால் சட்டையும் கைச்சட்டையும் போட்டுக் கொண்டேயிருக்கிறான். வீட்டில் இருக்கும்போது ஒரு கோட்டு போட்டுக் கொண்டேயிருக்கிறான். அதைக் கழற்றவே இல்லை. வீட்டிலே இருக்கிறபோது சட்டை, பனியன் ஏதாவதுதான் போட்டுக் கொள்கிற வழக்கம். ரொம்பப் பேர் அதைக்கூடப் போட்டுக்கொள்கிறதில்லை. இவன் இந்தக் கோட்டை விடவேயில்லை. கால் சட்டையையும் விடவே இல்லை. அப்படி மெட்ராஸில் நடக்கிற கதையாக இருந்தாலாவது சரியென்கலாம். இந்தக் கதை திருநெல்வேலி திருச்சிராப்பள்ளி, மதுரை, ஈரோடு இந்த மாதிரி ஊராக இருக்கிறது. அந்த ஊரெல்லாம் மெட்ராஸ் மாதிரி அவ்வளவு 'இதுவாக' இராதே. அங்கெல்லாம் இப்படிக் கால் சட்டையோடு சாப்பிட மாட்டார்களே. ஒருத்தர் இரண்டு பேர் யாராவது அப்படி இருக்கலாம். இல்லை என்று சொல்லவில்லை. அப்புறம் வீட்டிலே இருக்கிறபோதே சினிமாப் பெண்கள் காஞ்சீபுரம், ஆரணி பட்டுப்புடவை உடுத்திக் கொண்டிருக்கிறார்கள். சாதாரணக் குடும்பம்தான் அப்படித் தெம்புள்ள குடும்பமும் இல்லை. ஒரு கலியாணம், கிலியாணம், கோயில், கீயில் இப்படிப் போகிறபோது பட்டுப் புடவை கட்டிக் கொள்வார்கள் பெண்மணிகள். இவர்கள் எப்பப் பார்த்தாலும், சமைக்கிறபோது, தூங்குகிறபோதுகூட அசல் பட்டுப் புடவையாகக் கட்டிக் கொண்டு நடமாடுகிறார்கள்."

"சினிமாக்காரர்கள் இருக்கிறதைத் தானே கட்டிக் கொள்வார்கள். நூல் புடவைக்கு அவர்கள் எங்கே போவார்கள்? ராவணன் கிட்டப்போய் 'உங்கள் ஊரிலே அபூர்வமாய் இருக்கிற பொருளை எடுத்துக் கொடுங்கள்' என்று கேட்டானாம் ஒருத்தன். அவன் இரும்பு ஆணியை எடுத்துக் கொடுத்தானாம். அந்த மாதிரி சேதியாயல்லவா இருக்கிறது நீங்கள் சொல்கிறது."

"அப்படியா! அவ்வளவு, பணக்காரர்களா அவர்கள்?"

"பின்னே!"

"அப்படியானால் வேறு யாரையாவது கூப்பிட்டுத்தான் வேஷம் போட்டுக் கொள்ளச் சொல்ல வேண்டும்."

"ஏன்?"

"கதைக்குச் சரியாக வரமாட்டேன் என்கிறதே இந்தப் புடவையெல்லாம்."

அன்பே ஆரமுதே

"அனந்தசாமி மாமா – நீங்கள் என்ன புதிசு புதிசாக எல்லாம் பேசுகிறீர்கள்?"

"புதுசாக ஒன்றும் சொல்லவில்லையே?"

ருக்கு சிரித்துக்கொண்டே, "நமக்குப் பார்த்துப் பார்த்து எல்லாம் பழசாகிவிட்டது. எது வந்தாலும் சரி – அது கோணலோ மாணலோ பழகி எல்லாம் சரியாகப் பட்டுவிடுகிறது" என்றாள்.

அதற்குள் ராயப்பேட்டை சந்துக்குள் வண்டி திரும்பிச் சிறிது தூரம் சென்று வளைந்து அனந்தசாமியின் வீட்டு வாசல் முன்னால் நின்றது.

"ரொம்ப நேரமாகிவிட்டதே – தூங்குகிறவர்களையெல்லாம் எழுப்ப வேண்டுமே?" என்றார் சுப்புசாமி.

அதற்குள் அனந்தசாமி கீழே இறங்கி வாசலைத் தட்டிவிட்டார். "வரேன்" என்று மங்களப் பாட்டியின் பதில் குரல் வந்தது.

"நல்ல வேளை" என்று மறுபடி வண்டியருகில் வந்தார் அனந்தசாமி. "ரொம்ப நன்றி, கொண்டு விட்டதற்கு!"

"பேஷ், பேஷ்!" உள்ளேயிருந்த நாகம்மாளின் குரல்.

"என்ன?"

"நன்றி என்றவுடன் காசிலிங்கம் ஞாபகம் வந்தது."

"அதைச் சொல்கிறீர்களா? உங்களுக்கெல்லாம் ரொம்ப வேண்டியவனாமே அவன். மத்தியானம்தான் உங்கள் தங்கை சொன்னார்" என்று சுப்புசாமியிடம் கூறினார் அவர். "உங்கள் தங்கைக்கு அவளை நினைத்தவுடனேயே படபடவென்று வந்து விட்டது. ஆனால், அம்மா, நான் அப்புறம் யோசித்துப் பார்த்தேன். அவன் அவ்வளவு கெடுதலான பையனாகத் தெரியவில்லையே."

"தேவலையே. படம் பார்க்கிறதற்கு முன்னாலேயா, பின்னாலேயா? எப்பொழுது இந்த அபிப்பிராயம் வந்தது?" என்றாள் நாகம்மாள்.

"முன்னால் தான்."

"அப்படியா? சரி. போகப் போகத் தெரிகிறது."

"போகப் போகத் தெரியும். பேசாமல் இரேன்" என்று எரிந்து விழுந்தார் சுப்புசாமி.

இந்தப் பேச்சு பாதி நடக்கும்போதே மங்களப் பாட்டி, வாசல் கதவைத் திறந்து, விளக்கைப் போட்டு விட்டு வாசற் படியில் வந்து நின்றாள்.

தி. ஜானகிராமன்

"யாரு ஸ்வாமியா?"

"ஆமாம் பாட்டி, நான்தான்!"

"எங்கே போயிருந்தீர்கள்? நீங்கள் அந்தண்டை போனீர்கள். இந்தண்டை தேடிக் கொண்டு வந்து விட்டார்கள் காரைப் போட்டுக் கொண்டு."

"யாரு?" என்று கேட்டார் அனந்தசாமி.

"யாரு என்று கேட்டேன். 'மாம்பலத்திலேயிருந்து பாகவதர் வந்தார் என்று சொல்லுங்கள், சிஷ்யப் பிள்ளையோடு' என்று சொன்னார்."

ஒரு நிமிஷம் அனந்தசாமி யார், எதற்காக வந்திருப்பார்கள் என்று யோசனை செய்தார்.

"சிஷ்யப் பிள்ளையோடா? காரிலேயா?"

"ஆமாம். இத்தனைக்கத்தனை நீளம் காரு."

"யாரு சார்?"

"காசிலிங்கம் தான் போலிருக்கிறது. பாகவதர்தான் இன்றைக்கு மத்தியானம் அங்கே அழைத்துப் போனார். சிஷ்யப் பிள்ளை என்றால் அவனாகத்தான் இருக்க வேண்டும். நான் தான் காலமே வருகிறேன் என்று சொல்லியிருந்தேனே, மருந்தைக் கொடுத்து விட்டு."

"என்னமோ?"

"ரொம்ப நெருங்குகிறாற் போலிருக்கிறது" என்றாள் நாகம்மாள். அவள் குரல் உஷ்ணமாக வெடுவெடுத்தது.

"வேறு ஒன்றும் சொல்லவில்லையா?"

"என்னமோ யோசித்துக் கொண்டிருந்தார்கள். அப்புறம், 'சரி காலையில் பார்த்துக் கொண்டால் போச்சு' என்றார் பெரியவர். உடனே போய் விட்டார்கள்" என்றாள் பாட்டி.

"ஏன் ஸ்வாமி வாருங்களேன், மாம்பலத்தில் கொண்டு விடுகிறேன். என்ன என்று விசாரித்து விட்டால் போகிறது."

"இத்தனை நேரத்துக்கு மேலா! மணி இரண்டாகப் போகிறது. அவர்களேதான் சொல்லிவிட்டுப் போய்விட்டார்களே, காலையிலேயே போய்ப் பார்த்துக் கொள்ளலாம் என்று."

"சரி, அப்படியே செய்யுங்கள் – அப்ப, எங்களுக்கு உத்தரவு கொடுக்கிறீர்களா?"

"இப்பொழுது வெளியூர் பிரயாணம் ஒன்றுமில்லையே... உங்களைத்தான் பார்க்கவே முடிகிறதில்லை."

"இன்னும் ஒரு வாரத்துக்கு இல்லை... வாருங்களேன் நாளைக்கு."

"அவரும் தான் இங்கே இருந்து கொண்டு என்ன செய்யப் போகிறார்? அம்மாகூட இல்லை" என்றாள் நாகம்மாள்.

சுப்புசாமிக்கு அப்பொழுதுதான் ஞாபகம் வந்தது. இத்தனை நேரம் விசாரிக்கத் தவறிவிட்டதை நினைத்து நாக்கைக் கடித்துக் கொண்டார். "மன்னிக்கணும் ஸ்வாமி! எனக்கு முக்கால்வாசி சமயம் எது பேசுகிறது, என்ன பேசுகிறது என்றே புரியாது. அவ்வளவு புத்தி தீக்ஷண்யம். அம்மா காரியம் முடிந்து விட்டதைச் சொன்னாள் சாயங்காலம்."

"ஆமாம். எத்தனை காலம் தான் இருக்க முடியும்? ஜீவன்கள் மேலே பிறந்து கொண்டேயிருக்கின்றன. அதுகளுக்கு இடம் கொடுக்க வேண்டாமோ?"

யாருமே ஒரு நிமிஷம் பேசவில்லை. சுப்புசாமிக்கு இந்த மரியாதையெல்லாம் பழக்கம் இல்லை. கண்ணாடி வழியாக எதிரே தெரிந்த தெருவைப் பார்த்துக் கொண்டே சும்மாயிருந்தார்.

ஒரு நிமிஷம் கழித்து, "சரி, புறப்படுங்கள்" என்றார் அனந்தசாமியே.

"விடப்பா" என்றார் சுப்புசாமி.

வண்டி கிளம்பி விட்டது.

நாகம்மாள் அவர் அம்மாவுக்குச் செய்து போட்டதையெல்லாம் சொல்லிக் கொண்டே வந்தாள் ஒன்றுவிடாமல். முதல் நாள் கேட்டதையெல்லாம் தன் விமரிசனத்தையும் சேர்த்துச் சேர்த்துச் சொல்லிக் கொண்டு வந்தாள்.

○ ○ ○

காற்றுக்காகச் சுப்புசாமி வாசல் தாழ்வாரத்தில் படுத்துவிட்டார். அவருக்கும் இன்னும் தூக்கம் வரும் நேரம் வரவில்லையோ என்னவோ, படுத்தவர் எழுந்து தலைமாட்டிலிருந்த பித்தளைப் பெட்டியிலிருந்து வெற்றிலைப் பெட்டியை எடுத்துத் தபால் ஆபீஸ் பாணியில் சுண்ணாம்பு தடவத் தொடங்கினார். வெளிச்சம் சரியாக இல்லாததைக் கண்டு எழுந்து விளக்கையும் போட்டு விட்டு, மீண்டும் பாயில் உட்கார்ந்து கொண்டார். சீவலைப்

போட்டு அரைத்த வெற்றிலையையும் மென்று புகையிலையையும் அதக்கி விளக்கை மீண்டும் அணைத்துவிட்டு வந்து அமர்ந்தார்.

தோட்டம் சலசலத்துக் கொண்டிருந்தது. சுவர்க்கோழி ஒன்றிரண்டு 'எங்களுக்குப் பகலும் கிடையாது. இரவும் கிடையாது' என்று சுருதி சேர்த்துக் கொண்டிருந்தன. இரண்டு கல் தொலைவில் இருந்த கடல் அலையின் உறுமல்கூட இலேசாக அவ்வப்பொழுது கேட்டது, உள்ளே எல்லாரும் உறங்கிவிட்டார்கள். 'கடல், சுவர்க்கோழி, நட்சத்திரங்கள் நாம் – இந்த நாலு பேரும்தான் விழித்துக் கொண்டிருக்கிறோம்.' வாயை மூடின வண்ணம் புகையிலைக் கலவையைக் கடித்து அடித்து அசை போட்டுக் கொண்டே தமக்குள் சொல்லிக் கொண்டார்.

சட்டென்று திடுக்கிட்டது அவருக்கு. யாரோ வருவது போலிருந்தது.

அன்பே ஆரமுதே

# 16

வந்து நின்றவள் ருக்மிணிதான் என்பது உற்றுப் பார்த்தபிறகு தெளிந்தது.

"படுத்துக் கொள்ளவில்லையா மாமா?" ருக்மிணியின் குரல்தான்.

"ம்ஹ்ம் உனக்கு தூக்கம் வல்லையா?" என்று முகத்தைத் தூக்கிப் புகையிலை கீழே விழுந்து விடாமல் ஜாக்கிரதையாகக் கேட்டார் அவர்.

ருக்மிணி தாழ்வாரத்தின் ஓரமாயிருந்த தட்டைச் சுவர் மீது உட்கார்ந்து கொண்டாள். கேள்விக்குறியும் சர்ப்பம் மாதிரியும் தெற்கே வியாபித்திருந்த நட்சத்திரக் கூட்டம் தலைகீழாகப் புரண்டு மேற்குப் பக்கம் சாய்ந்து கிடந்தது.

"ம்க்கும்" என்று 'இங்கு வந்து உட்காரேன்' என்ற பாவனையில் உள்ளங்கையால் தம் முன்னால் தரையைத் தட்டினார் சுப்பு. ருக்மிணி வந்து உட்கார்ந்ததும் எழுந்து புகையிலையைத் துப்பி விட்டு வந்து உட்கார்ந்தார்.

"டில்லி இப்பொழுது இவ்வளவு குளுமையாக இருக்குமோ? என்னால் அங்கு இருக்கவே முடிய வில்லை?"

"இராது... படுக்கை, தரையெல்லாம் நன்றாகச் சுடும்."

"ஆயிரம் சொல்லு, நம் ஊர் மாதிரி ஆகுமா? எல்லாவற்றையும் விட்டுவிட்டு ஏன்தான் டில்லியிலேயும் லண்டனிலேயும் போய் உட்கார்ந்திருக்கிறார்களோ?"

"உங்கள் பிள்ளையைப் பற்றித்தான் யோசித்துக் கொண்டிருக் கிறீர்களா?"

"ஆமாம்" என்று சலித்துக் கொண்டார் சுப்பு. "பிள்ளை! பிள்ளை, அப்பா, அம்மா, அண்ணன், தம்பி – இந்த வார்த்தைகளுக் கெல்லாம் என்ன அர்த்தம்? அப்பாவும் பிள்ளையும் சேர்ந்திருந்தால் பிள்ளை – அப்பா. தனித் தனியா ஐயாயிரம் மைல் சமுத்திரத்துக்கு அந்தண்டை ஒருத்தன் – இந்தண்டை ஒருத்தன் – இது என்ன அப்பா... பிள்ளை? அவன் ஒரு மனுஷன்... இவன் ஒரு மனுஷன்... அதற்கு மேல் என்ன இருக்கிறது?... என்ன நான் சொல்கிறது சரியாயில்லையா?"

"ம்" என்று இழுத்தாள் ருக்மிணி.

"நீயே யோசித்துச் சொல்லேன். என்ன இருக்கிறது."

"உங்கள் வார்த்தைகளில் இருக்கிற விரக்தியும் அலுப்பும் உங்கள் குரலில் இல்லையே, மாமா!" என்று சொல்ல வேண்டும் போலிருந்தது அவளுக்கு, சொல்லவில்லை. உண்மையாக அதில் அலுப்போ, சலிப்போ இல்லை. ஆற்றாமையும் பாசமும் கரகரத்துக் கொண்டிருந்தன.

"கடவுளே!" என்று மனதுக்குள் அரற்றிக் கொண்டாள் ருக்கு. 'உன்னால் இவ்வளவுதானா முடியும்? உன் சர்வ வல்லமைக்கும் ராட்சச பலத்துக்கும் இந்த மனுஷப் பூச்சிகள்தானா அகப்பட்டன!' என்று அவள் மனம் புலம்பியது.

"என்ன ருக்கு?"

"ம்?"

"சொல்லேன்?"

"என்னத்தை மாமா சொல்கிறது? கடவுளுக்குக் கூடத் தரம் குறைந்துவிட்டது போலிருக்கிறது. முன்பெல்லாம் ராவணன், இரண்யகசிபு, மகாபலி என்று பெரிய பெரிய ராட்சசர்களையெல்லாம் அடக்கிக் கொண்டிருந்தார். இப்போது, குழந்தைகள் குச்சியால் புழுவைக் குத்திக் கிளறுவது போல், கேவலம் மனிதர்களை இம்சிப்பதோடு அவர் பலம் நின்று விட்டது."

"உனக்கு எப்பொழுது பார்த்தாலும் சரித்திரம்தான்."

"இது மதம் மாமா."

"சரிதான் போ."

ருக்கு அந்தப் பேச்சை விட்டு விடவில்லை. பிள்ளையைப் பற்றிப் பேசிப் பேசி ஆற்றிக் கொள்ளலாம் என்று அந்த மனசு ஏங்குவது போல் பட்டது அவளுக்கு. அவன் குழந்தையாயிருந்தது, படித்தது, குணம், சீமைக்குப் போனது, அங்கேயே அவன் கலியாணம் செய்து கொண்டது எல்லாவற்றையும் கிளறிக் கிளறி விசாரித்தாள்.

"ஆள் ஜோராயிருப்பான். என்னைவிடச் சிவப்பு. என்னைவிட உயரம். கண்ணு வேறு அம்மா மாதிரி பூனைக் கண். அந்த ஊருக்குப் போன பிற்பாடு, இதுதான் நம்ம ஊரு – இங்கே பிறந்திருக்க வேண்டியது, ஏதோ தவறிப் போய் எங்கேயோ பிறந்துவிட்டோம் என்று எண்ணி அங்கேயே தங்கியிருப்பான். அடியிலிருந்து, எல்லா பரீட்சையிலேயும் முதலாவதாகத்தான் தேறுவான். அடக்கம் அதிகம். அகட விகடம், கபடு, சூதெல்லாம் தெரியாது. 'சாமர்த்தியம்' என்கிறார்களே, அதெல்லாம் தெரியாது. திரிசமன், குறும்பு – இதெல்லாம் என்னவென்று கூடத் தெரியாது. பேச்செல்லாம் அப்படி அப்பட்டமாக, நேராக இருக்கும். மனசில் எது படுகிறதோ அதைச் சொல்லி விடுவான். பிறத்தியார் ஏதாவது நினைத்துக் கொள்வார்களோ என்று சந்தேகம் தோன்றினால்தானே பூசி மெழுக! அந்தச் சந்தேகம்தான் கிடையாதே!"

"அதனால்தான் மனசில் பட்டதைச் செய்து விட்டான்."

"நான் வேண்டாம் என்று சொல்லவில்லை, ருக்கு. அவன் செய்தது ரொம்பச் சரி..."

"பின்னே?"

"இங்கே ஒரு தடவை வந்துவிட்டுப் போகலாம், மூன்று தடவை கிளம்பியிருக்கிறான். ஒவ்வொரு தடவையும் ஏதோ அசந்தர்ப்பமாகி விட்டாற் போலிருக்கிறது. கடைசியிலே 'நீ தான் ஒரு தடவை வந்துவிட்டுப் போயேன், நானும் உன்னோடு வருகிறேன்' என்று எழுதியிருக்கிறான்."

"போய் வருகிறதுதானே?"

"போகலாம் என்றுதான் இருக்கிறேன். நான் எங்கே போனால் என்ன? வந்தால் என்ன?"

"ஏன் இப்படித் திடீர் திடீரென்று ஏதாவது சொல்லுகிறீர்கள், மாமா?"

"ப்ஸ ... என்னமோ போயேன்."

"என்ன வேதனை உங்களுக்கு? சொல்லுங்களேன்."

"ஒரு வேதனையுமில்லை. நம்ம கை 'நெரக்க' மாட்டேன் என்கிறது. எத்தனையோ பேருக்குச் செய்தாயிற்று. யார் நினைக்கிறார்கள்? இப்படியெல்லாம் பிரியத்தை வாங்க முடியாதென்று ஒரு பயல் விடாமல் எனக்குப் புத்திமதி சொல்லிக் கொடுக்கிறார்கள்."

"அது வாஸ்தவம்தானே?"

"வாஸ்தவம்தான். விலை கொடுத்து வாங்கத்தான் முடியாது பிரியத்தை."

"காசிலிங்கத்துக்குக்கூட நீங்கள் நிறைய செய்திருக்கிறீர்களாம்."

"ப்ஸ, காசிலிங்கம் மாதிரி ஆயிரம் பேர். பிள்ளையே வந்து பார்க்க முடியவில்லை. இதெல்லாம் என்ன?"

"மாமா! உங்கள்மேல் யார் பிரியமாயிருக்க வேண்டுமோ அவர்கள் எல்லாம் உயிராக இருக்கிறார்கள். உங்கள் தங்கை, மருமகள் – எல்லாரும் உங்களிடம் உயிரை வைத்திருக்கிறார்கள்."

"ம்ம்" என்று ஆமோதித்தார் அவர். "அதிருக்கட்டும்" என்று பேச்சை மாற்றுவது போல் தொடர்ந்தார். "நீ என்ன செய்யப் போகிறாய்."

"அப்படியென்றால் ........?"

"இப்பொழுது சொன்னாயே யார் பிரியமாக இருக்கணுமோ, அவர்கள் எல்லாம் உயிராக இருக்கிறார்கள் என்று. கலியாணமாகிச் சந்திரா போய் விடுவாள், இல்லையா?"

"ஆமாம்!"

"அப்புறம் எனக்கு இங்கே வரக்கூடப் பிடிக்காது."

"என்ன மாமா இது?"

"என்ன மாமா இது என்ன மாமா இது என்று அதட்டுகிறாயே தவிர, நானும் இங்கேயே இருக்கிறேன் என்று சொல்ல மாட்டேன் என்கிறாயே!"

ருக்மிணி அதற்கு ஒன்றும் பதில் பேசவில்லை.

"எனக்கு நீ இங்கேயே இருந்தால் தேவலை போலிருக்கிறது. தங்கையில்லாத தங்கை ஒருத்தி எனக்கு இருக்க வேண்டும் போலிருக்கிறது. கூடப் பிறந்த தங்கையிடம் நான்

அன்பே ஆரமுதே

என்னென்னெல்லாம் சொல்ல முடியும்? அதற்கெல்லாம் ஒரு அளவு இருக்கிறதே."

மேலே என்ன சொல்லப் போகிறார் என்று எதிர்நோக்கியவாறு பதில் பேசாமலிருந்தாள் ருக்மிணி இன்னும்.

"மனசிலே இருக்கிற பாசம் சொல்கிறது. தங்கையில்லாத தங்கையாக இருந்தால் ..."

ருக்கு அப்பொழுதும் ஒன்றும் சொல்லவில்லை. இந்தக் கிழவரை, தவித்துத் தத்தளிக்கும் இந்தக் கிழவரை எது இப்படிப் போட்டு வருத்துகிறது என்று அவருக்குப் புரியவில்லையா? தனிமையா? வாய்விட்டோ, சைகையாலோ, போதிய அளவுக்குக் கிடைக்காத அன்பா?

சுப்புசாமி மேலும் சொன்னார்: "ஆனால் நான் ஏதோ அழைத்துக் கொண்டு என் மனசிலுள்ளதையெல்லாம் அழுகிறதற்காக ஒரு ஆத்மாவைத் தேடுகிறேன் என்று நினைத்து விடாதே. எனக்கு என்னமோ நீ இங்கு வந்து விட்டால் தேவலை போலிருக்கிறது. அவ்வளவு தான். அதற்கு மேல் தெளிவாகச் சொல்ல முடியவில்லை என்னால். மனித ஜாதி முழுதும் சுயநலத்தைக் கைப்பிடியாக வைத்துக் கொண்டுதான் நடக்கிறது. யாக்ஞ வல்கியர் சொன்னாற்போல் இந்த உலகத்தில் அன்பு செலுத்துகிறவர்கள் யாரும் பிறருக்காக அன்பு செலுத்தவில்லை. தனக்கு ஏதோ அதில் ஆனந்தம் கிடைக்கிறது. பிறருக்காக உயிரைத் தியாகம் பண்ணுகிறவன்கூட அந்தத் தியாகத்தினால் தனக்கு நிம்மதி கிடைக்கும் என்றுதான் செய்கிறான். அந்தமாதிரி பெரிய வேதாந்தத்துக்குப் போக நான் தயாராயில்லை..." என்று சற்றுத் தயங்கினார். பிறகு சொன்னார்; "ஏன், நான்மட்டும் என்ன? சுயநலம் என்றுதான் வைத்துக் கொள்ளேன். நீ வந்து இருந்தால் எனக்கு ஏதோ அமைதியாக இருக்கும் போலிருக்கிறது ..."

ருக்குவுக்கு ஒன்றும் புரியவில்லை. நாலைந்து மாதங்கள் முன்னால் கண்ணை மூடின சித்தப்பா, எப்பொழுதோ போய்விட்ட அப்பா, அம்மா எல்லாருடைய ஞாபகங்களும் ஒரு கணம் வருவது போலிருந்தது. மறு கணம் அலைந்து அலைந்து பரந்து கொண்டிருக்கிற சுப்புசாமியின் ஏக்கம் தான் ஓங்கி நின்றது. இது சபலமோ, நப்பாசையோ என்று கேட்டுக் கொண்டாள். ஆனால் அவள் மனசே ஒரு சிரிப்புச் சிரித்து, 'என்ன, சிறு பிள்ளைத்தனமான எண்ணம்' என்று அதைப் போட்டு மிதித்து விட்டது. இல்லை என்மேலுள்ள பரிவா? இந்தத் 'தனிமை'யைக் கண்டு இரக்கமோ?

உடனே பதில் சொல்லவில்லை அவள். இப்பொழுது கடல் அலை சற்று உரக்கவே கேட்டது. சுவர்க் கோழியும் சோர்ந்து போன இயந்திரம்போல் சுருதி இறங்கியும் ஏறியும் முனகிக் கொண்டிருந்தது. அவள் இதற்கு முன்னால் வரவே வராத இந்த வீடு ஜன்ம ஜன்மாந்திரங்களாக அவளுடையது போல் ஒரு விசித்திரமான பாவம் அவளை ஆட்கொண்டது. சுப்புசாமியின் பிள்ளையே பெண் வடிவில் தானாக இருப்பதாக வேடிக்கையான ஓர் உணர்வு அவள் மனதில், கரையில் சலக் சலக்கென்று தழுவும் சிற்றலைபோல வந்து தவழ்ந்தது.

"பித்துமாதிரி என்னென்னமோ உளறுகிறானே என்று யோசிக்கிறாயா ருக்கு?" என்று கேட்டார் சுப்புசாமி.

"என்ன மாமா இது! நான் இங்கே தானே இருக்கப் போகிறேன்."

"இங்கேயா?"

"ஆமாம் மாமா!"

"இன்னொருதடவை சொல்லு!"

"இங்கேதான் இருக்கப் போகிறேன்."

"அப்பாடா! எனக்கு... எனக்கு..." அவர் மேலே பேசவில்லை. முடியவில்லையோ? முகவிவரங்களை மறைத்த அந்த இருளில் குரலின் நடுக்கம்தான் கேட்டது.

சற்றுக் கழித்து இரண்டு கைகளையும் தலைக்குப் பின்னால் கோத்துக் கொண்டு, "ஈசுவரி, தாயே!" என்று பெரிய விடுதலை கிடைத்து விட்டதுபோல் பெருமூச்சு விட்டார் சுப்புசாமி.

மறுபடியும் வெற்றிலை போட்டுக் கொள்ளத் தொடங்கி விட்டார்.

"மறுபடியுமா வெற்றிலை?"

"ஆமாம்."

"புகையிலையைப் போட்டுக் கொண்டால் உங்களோடு பேசக் கூட முடியவில்லையே."

"எனக்கு ரொம்பத் தாங்க முடியாத சந்தோஷம் வந்தாலும் சரி! சிரமம் வந்தாலும் சரி, புகையிலை போட்டுத்தான் ஆகணும். அப்பத்தான் அந்த ஆனந்தம் பூர்த்தியாகும். வருத்தமாயிருந்தால் அதை மென்று தின்னுகிறாற் போலிருக்கும். இரு, ஒரு ஆவர்த்தம் மென்று துப்பி விடுகிறேன். அப்புறம் பேசலாம்... வேண்டாம்.

நீ போய்ப்படுத்துக்கொள். மணி மூன்றுக்குமேல் இருக்கும் போலிருக்கிறது. சினிமாக்காரி வீட்டுக் கோழி இரண்டு மூன்று கத்தல் கத்திவிட்டது..."

"பரவாயில்லை" என்று சொல்லவில்லை ருக்கு. அவளுக்குக் கூட முழுத் தனிமை வேண்டியிருந்தது. பதில் பேசாமல் மெதுவாக எழுந்து அறையின் ஜன்னலோரமாக இருந்த கட்டிலில் படுத்துக் கொண்டாள்.

திறந்திருந்த ஜன்னலோரமாகக் கட்டிலில் படுத்தவாறு வெளியே பார்த்தாள் ருக்மிணி. தெற்கு வானில் இலேசாக வெண்மை படர, பனி பூத்தாற்போல் ஆகாய கங்கை பாதை போட்டிருந்தது. நாலைந்து அன்புகள் சேர்ந்து நிரம்பி வழிந்தது நெஞ்சு. சுப்புசாமி இருக்கச் சொல்கிறார். சந்திரா இருக்கச் சொல்கிறாள். நாகம்மாள் இருக்குமாறு சொல்லாமல் சொல்லுகிறாள். 'இரு இரு' என்று இன்னொரு முகம் சொல்வதுபோல் தோன்றுகிறது, சொல்லவில்லை. 'என்னை இருக்கச் சொல்லு சொல்லு' என்று இவள் நெஞ்சுதான் மருந்துப் பையை தூக்கித் தூக்கி அலைகிற அந்த முகத்திடம் புலம்பியது. மாறாக ஏதாவது பதில் வந்துவிடுமோ என்று அஞ்சித்தான் தன் தீர்மானத்தைத் தொப்பென்று அவரிடம் சொல்லிவிட்டு, விடையை எதிர்பாராமல் ஓடி வந்து விட்டாள் அவள் அன்று மாலை.

தோட்டம் சலசலத்துக் கொண்டிருந்தது. மர மல்லிகையின் மணம் சற்றைக் கொருமுறை சாமரம் வீசியது. 'இதுவா, அதுவா' என்று இனம் புரியாத அந்த முக்கால் இருளின் ஊடே அவளுக்குப் பழைய நாட்களும் பூசினாற்போல் நினைவில் வந்தன. ஒரு சமயம் இங்கே எதற்காக வந்தோம், எப்படி வந்தோம், எது நம்மைக் கொண்டு சேர்த்தது என்று துருவியது. வந்து பத்து நாட்களுக்கு மேலாகிறது. ஆனால் திடீர் என்று நேற்றுக் காலையிலிருந்து ஒரு தலைகீழ் மாறுதல். தங்கியிருக்கிற இடம் என்ற வேற்றுமை கரைந்து, இந்த வீடு தன்னுடையதைப் போல, தனக்கும் இந்த வீட்டுக்கும் நெடுங்கால உறவுள்ளது போன்ற ஓர் உரிமை முளைத்து வேரூன்றிக் கிடக்கிறது. விடுமுறைக்குத் தங்கியிருக்கிற விருந்தினள் என்ற தொலைவு அழிந்து இங்குள்ள யாவரும் உடன் பிறந்தோர்கள் போன்ற ஓர் ஒட்டு – இவை எங்கிருந்து எப்படி வந்து சேர்ந்தன?

தனியே நின்று நின்று இந்த ஒட்டுதலைப் பெயர்த்து எறிய முயன்றாள் அவள். எங்கேயோ குக்கிராமத்தில் பிறந்து, கலியாணத்தையே மற்ற எல்லாப் பெண்களையும் போல் லட்சியமாகக் கொண்டு மனத்தைத் தயார் செய்துகொண்டு, அதே

லட்சியத்துக்காகவே கொஞ்சம் படித்து, பாட்டு கற்றுக்கொண்டு, அதே லட்சியத்துக்காகவே உடலை வளர்த்து, கடையில் அந்த லட்சியம் யாரோ தண்ணீர் குடிக்க இறங்யவனை விட்டுவிட்டுப் போகும் ரயிலைப்போல் அவளை விட்டுவிட்டு ஓடி விட்டதும், கடையில் டில்லிக்குப் போய்ப் படித்துப்படித்து, விட்டுவிட்டு ஓடிப்போன அந்த லட்சியத்தைப் பார்த்துச் சிரிப்பதற்காகப் படித்த அந்தப் படிப்பு – எல்லாம் அவள் நினைவில் வந்தன. எல்லாப் பெண்களையும் ஏற்றிக் கொண்டு போகிற அந்தக் கல்யாண லட்சியம் அவளை விட்டு விட்டுப் போனது அவளுக்கு எரிச்சலாகத்தானிருந்தது. 'உன்னைவிடப் பெரிய கொம்பாகப் பிடித்துவிட்டேன்' என்று வஞ்சம் தீர்த்துச் சிரிக்கத்தான் அவள் படித்தாள். மேலே மேலே படித்தாள். தன்னைப் பார்த்துச் சோர்ந்த அனில் ஜோஷி, வால்டர் எல்லோரையும் முட்டாள்கள், பாமரர்கள், பூச்சிகள் என்று சிரித்துவிட்டுக் கதவைச் சாத்திக் கொண்டாள். நான் பாலையாகவே இருக்கிறேன். மணலாகவே, வெறும் பாறையாகவே இருக்கிறேன். ஒன்றும் முளைக்காமல் காதங் காதங் காதங் காதமாக நீண்டு கிடக்கிற பாலைக்கு கூட அழகு உண்டு. ஒரு பயங்கர அழகு. யாரும் அண்ட முடியாத அழகு. அடியெடுத்து வைக்கவே அஞ்சுகிற அழகு – புகுந்துவிட்டால் தாகத்தாலும் தனிமையாலும் உயிரையே சாடி விடுகிற பயங்கர அழகு. யாரும் கவனிக்காத பாலைக்கு, கடவுள் இரக்கம் காட்டாத அந்தப் பாலைக்கு, வழிதவறி வரும் கடவுளின் பிள்ளைகளை அப்படிக் கொன்று விடுகிற ஆற்றல் உண்டு என்று கூறுவது போல் தன்னைக் கொடும்பாலையாக ஆக்கிக் கொண்டாள் அவள்.

நினைவில் தன்னையே இழந்துவிட்ட ருக்கு இந்த வறட்சியைக் கண்டு தானே பயந்து ஒரு தடவை சிலிர்த்து உலுக்கிக்கொண்டாள். அப்படி ஒரு பேய்ப்பாலையாகவா இருந்துவிட்டோம்? இல்லை. இந்த வறட்சிகளுக்கு இடையில் அனந்தசாமியைப் பற்றி அவள் நினைக்காத நாளில்லை. கரண்டியைத் தீயில் இட்டுச் சூடிழுத்தாற் போல் அந்தச் சம்பவம் அவளை நன்றாக சுட்டுவிட்டது. அந்தச் சூடுதான் இவ்வளவு பெரிய பாலையாகத் தன்னை மாற்றிவிட்டது என்று தோன்றியது அவளுக்கு.

இப்பொழுது மீண்டும் அந்தப் பாலைக்கு மேலே கருமேகங்கள் குவிந்துதிரண்டு வந்து நிற்பதுபோல் ஒரு பிரமை. பிரமை இல்லை. என் கண்ணால் நானே அவரைப் பார்த்தேன். பேசுவதைப் பார்த்தேன். நானே பேசினேன். அவர் வீட்டுக்குக் கூடப்போய் என் முடிவைச் சொல்லிவிட்டு வந்தேன்.

அன்பே ஆரமுதே

ஆனால் சுப்புசாமி, சந்திரா, நாகம்மாள் இவர்கள் ஏன் என்னை இங்கே இருத்துகிறார்கள்? இரக்கம்தானே! "ஐயோ பாவம்"தானே! இல்லை, காரணம் இல்லாத, அவியாஜமான அன்பா! அப்படி அவியாஜமான அன்பு செலுத்த என்னிடம் என்ன இருக்கிறது? புற அழகா? இல்லை, இதயங்களிலுள்ள அன்பை மீட்டு ஒலிக்கச் செய்யும் அன்பு என்னுள்ளே இருக்கிறதா? இவ்வளவு சுவாதீனமான உணர்வு இந்த வீட்டுக்குள் எனக்கு வருவானேன்?

கேள்வியும் மாற்றுக் கேள்வியுமாக நெஞ்சு வலை போட்டுக் கொண்டிருந்தது. இத்தனை பேரின் அன்பையும் சுண்டி ஒலிக்கச் செய்தது, அது அன்போ, இரக்கமோ, எதுவாயிருந்தாலும் – அந்த உருவம்தான், மருந்துப் பையைச் சுமந்து அலையும் அந்த உருவம்தான் என்று தோன்றியது.

சரி. இங்கேயே தங்கி, இங்கேயே வேலை தேடி அமர்ந்து... பிறகு என்ன செய்யப் போகிறோம்!

இந்தக் கடைசி கேள்வி திடீரென்று அவளைப் பயமுறுத்தியது. அதற்குப் பதிலே வரவில்லை. திடீரென்று ஏதோ வெட்ட வெளியில் வந்து நின்று விட்டதுபோல் சூன்யம்தான் கண்ணில் தட்டியது.

# 17

கிர்ர்ர் கீவ் – கிர்ர்ர் கீவ்...

வலியன் குருவி கத்தியது. ஒவ்வொரு கத்தலும் கரகரத்துத் தொடங்கி, இனிய குழைவாக நீண்டது. திருப்பித் திருப்பி இந்தக் குழைவு ஒலித்தது. மடாச் சேவல் ஒன்று நாலைந்து வீடுகள் தள்ளிக் கத்தியது.

தூக்கம் வரவில்லை. தூங்கவும் மனமில்லை. ஆனால் மறுநாள் பகல் பொழுதில் உடல் தூங்கி வழியப் போகிறதே என்ற பயத்தில் சிறிதாவது தூங்கலாம் என்று கண்ணை மூடிக்கொண்டாள் ருக்மிணி. கொஞ்சம் கொஞ்சமாக நினைவுகளை மடக்கி மடக்கி உறக்கம் ஓங்கிக்கொண்டே வந்தது. சுப்புசாமி எழுந்து பாய்லரில் சுள்ளிகளைப் போட்டு எரித்து வெந்நீர் போடத் தொடங்கிய பொழுது அவள் நன்றாக உறங்கி விட்டாள். அடுத்த அறையில் சந்திராவும் ஹாலில் நாகம்மாளும் உறக்கத்தில் ஆழ்ந்து கிடந்தார்கள்.

கிழக்கில் வெளுப்பு காண்பதற்குள் சுப்புசாமி வெந்நீர் போட்டுக் குளித்தும் விட்டார். இன்னும் நாகம்மாள் எழுந்திருக்காததைக் கண்டு தாமே கும்மட்டியை மூட்டிக் காப்பியைப் போட்டார். வெந்நீர் கொதித்து பில்டரில் விடுவதற்கும் மாடு கறக்கிறவன் வருவதற்கும் சரியாயிருந்தது. அவசரம் அவசரமாக ஓர் ஆழாக்குப் பாலைக் கறந்து தரச் சொல்லி, காய்ச்சிக் கலந்து குடித்து விட்டு, சட்டையை மாட்டிக்கொண்டார்.

அன்பே ஆரமுதே

“நாகம்மா! நாகம்மா!” என்று கத்தினார் சுப்புசாமி.

“ம்” என்று நாகம்மாள் வெளிச்சத்தைக் கண்டு மிரண்டு எழுந்தாள்.

“நான் காப்பி சாப்பிட்டாச்சு. டிக்காஷன் போட்டு வச்சிருக்கேன். வெளியே போய்விட்டு வருகிறேன்.” அவள் பதிலுக்குக்கூடக் காத்திராமல் அவர் வெளியே நடந்தார்.

“வெளியிலே புறப்பட்டாச்சா, அண்ணா!”

“ஆமாம்.”

“ராத்திரியே சொல்லியிருந்தால் சற்று முன்னால் எழுந்து தோசை, இட்டிலி ஏதாவது வார்த்திருப்பேனே.”

“வார்த்து வையேன். கல்லூரியெல்லாம் திறக்கிறதுக்கு ஆச்சே. ருக்மிணிக்கு எங்காவது இடமிருக்குமான்னு பார்த்து வரலாம்னு கிளம்பினேன்” என்று சொல்லிக் கொண்டே தாமே காரை எடுத்துக் கொண்டு கிளம்பி விட்டார்.

தெருவில் காரை ஓட்டிச் செல்லும்போது, ருக்மிணி, அவளுடைய காலஞ் சென்ற சிறிய தகப்பனார், தாயார், அந்தப் பேராசிரியர் பதவி, அனந்தசாமி என்று என்னென்னமோ அவர் நினைவில் வந்து கொண்டிருந்தன.

அனந்தசாமி அப்பொழுது நடந்து கொண்டு தானிருந்தார். ராயப்பேட்டை சந்துகளில் நாலைந்தைக் கடந்து லாய்ட்ஸ் ரோட்டில் ஏறி நடந்து கொண்டிருந்தார் அவர். பஸ்ஸுக்காகக் காத்துக்கொண்டு ஓர் இடத்தில் நிற்பது அவருக்கு முடியாத காரியம். ஆகவே முதல் பதின்மூன்றாம் நம்பர் பஸ் அவரைக் கடந்துசென்ற பொழுது அது நிற்கிற இடம் கூப்பிடு தொலைவில் இருந்தது. பேசாமல் நடந்தார் அவர். அப்படியே நடந்து நடந்தே பழைய மாம்பலம் பாகவதர் வீட்டுப் படியும் ஏறிவிட்டார்.

உள்ளே பாட்டுப்பாடுகிறது கேட்டது. பாகவதர் யாரோ பெண்ணுக்கு சிட்சை சொல்லிக் கொடுத்துக் கொண்டிருந்த சமயம். நடுவில் கரடிவிட மனமில்லாமல் வாசலிலேயே உட்கார்ந்துவிட்டார் அனந்தசாமி. காம்பவுண்டில் இருந்த செடிகளின்மீது வெய்யில் விழுந்திருந்தது. நடந்து வரும்போது தியாகராயநகர் சாலையில் குளுகுளுவென்று வீசிய காலைக் காற்று இப்பொழுது ஒரு தேக்கம் கண்டு விட்டது. இறுக்கம் இல்லாவிட்டாலும், நடந்து வந்தவருக்கு உடல் சூடேறித் திணறியது. துடைத்துக் கொண்டார்.

சுவரோரமாக, செம்பருத்திச் செடியில் ரத்தச் சிவப்பாக மலர்கள் நாக்கைத் தொங்கவிட்டு மலர்ந்திருந்தன. ஒன்று, இரண்டு, மூன்று ... முப்பது பூக்களுக்கு மேல் எண்ணினார் அவர். அடுத்து பன்னீர் மரம் இலேசாக மணம் வீசிற்று, நடையின் இருமருங்கிலும் நீலமும், இளம் சிவப்பும், வெள்ளைப் பொட்டுக்களுமாக பூத்திருந்த காசித் தும்பைச் செடிகள், விபூதிப் பச்சை, இந்த மணங்கள், செம்பருத்தியின் சிவப்பு, பாட்டு – மூன்றிலும் தோய்ந்துவிட்ட அனந்தசாமிக்கு ஒரு நிமிஷம் எதற்காக வந்திருக்கிறோம் என்ற ஞாபகமே அற்று விட்டது.

பாட்டு நின்றதுகூட அவர் காதில் விழவில்லை. செம்பருத்தி நிறத்தைப் பார்த்துத் திளைத்துக் கொண்டிருந்தார் அவர். எழுந்து செடியின் அருகே நின்று பார்த்தார். ‘ஐயோ, ஐயோ’ என்று நெஞ்சு தோய்ந்தது. ‘எப்படியடா செய்தாய்?’ என்று அவருக்குள்ளேயே ஒரு குரல் கேட்டது. வானில் நெடும்பரப்பில் முகில்களுக்குச் செந்நிறம் ஏற்றிய அவனே இப்படிப் பூப்பூவாகப் பூத்திருப்பது போலிருந்தது அவருக்கு. இவ்வளவு அழகாக இருக்கிறானே என்று இதயம் பூரித்தது. ஒரு பூவைத் தொட்டு தடவிக் கொடுத்தார். உடல் ஒரு தடவை சிலிர்த்தது.

“என்ன ஸ்வாமி இது! உள்ளே வரப்படாதா? வாசலிலேயே நின்று கொண்டு ... என்ன இது? எப்பொழுது வந்தீர்கள்?”

“இப்பொழுதுதான் வந்தேன்.”

“பாட்டு நடந்தால் என்ன, நீங்கள் பாட்டுக்கு உள்ளே வரப்படாதா?”

“பரவாயில்லை” என்று கூறிக்கொண்டே அருகில் வந்தார் அனந்தசாமி. “ஆமாம் இந்தச் செம்பரத்தையை வைத்துப் பயிராக்க வேண்டும் என்று எப்படித் தோன்றிற்று உங்களுக்கு?” – வியப்புடன் கேட்டார் அனந்தசாமி.

“ஏன்?” என்றார் பாகவதர்.

“அதைப் பாருங்களேன்... அது என்ன இப்படியிருக்கிறது!” என்று அதையே சிறிது நேரம் பார்த்துக் கொண்டு நின்றார் அனந்தசாமி.

பாகவதரும் சிறிது நேரம் பேசாமல் பார்த்துக்கொண்டு நின்றார். “ஆகா!” என்று சொல்வதுபோல் தலையசைத்தார். உடனே வாசலுக்குப் போய்ப் புகையிலையைத் துப்பிவிட்டு வந்தார். அதற்குள் வாசலுக்கே காப்பி வந்து விட்டது.

“சாப்பிடுங்கள் ... பார்த்தியா?”

ஏதோ சொல்வதுபோல் "என்னம்மா!" என்று பாகவதரின் மனைவியைப் பார்த்தார் அனந்தசாமி.

"காப்பி சாப்பிடுங்கள்" என்றாள் அந்த அம்மாள்.

"அது இருக்கட்டும். ஏம்மா நான் ஒன்று சொல்கிறேன் ஒன்றும் நினைத்துக் கொள்ள மாட்டீர்களே."

"என்ன?"

"நல்ல அழகான பூ, ரொம்ப வாசனையான பூ... இதையெல்லாம் மனுஷர்கள் தலையில் வைத்துக் கொள்ளலாமோ? . . . அதெல்லாம் சுவாமிக்குத்தானே சொந்தம். இல்லையா? எனக்கு என்னமோ யாராவது இந்த மாதிரி அழகான பூக்களைத் தலையிலே வைத்துக் கொண்டால், எனக்கு வருத்தமாயிருக்கிறது. அவர்கள் சுவாமியை மறந்து விட்டாற்போல் தோன்றுகிறது. யாருக்கோ சேரவேண்டியதையெல்லாம் வழிமறித்துப் பிடுங்கி, தன் தலையில் வைத்துக் கொண்டாற் போலிருக்கிறது."

"அப்படியானால் இந்த லோகத்தில் ஒன்றையும் நாம் ஆண்டு அனுபவிக்க முடியாது."

"அப்படியா?" என்று சற்றுத் தயங்கினார் அனந்தசாமி.

"இந்த உலகத்திலே எல்லாமே அழகான வஸ்து என்று சொல்கிறீர்கள்!... ஆமாம். அதுவும் வாஸ்தவம்தான்."

"அதுக்குத்தான், எல்லாம் உனக்குத்தான் என்று சொல்லி விட்டு நாம் ஆள வேண்டியிருக்கிறது. நாம் ஆண்டு அனுபவித்தால் தானே அதுகளோட பெருமையும் தெரியும் நமக்கு."

"ஸ்வாமி! பொம்மனாட்டிகளிடம் போய்ப் பேச்சைக் கொடுத்து ஜயிக்க முடியும் என்று நினைக்கிறீர்களா!"

"ஜயிக்கிறது, தோற்கிறது என்றில்லை. அம்மா சொல்வதும் சரியாகத்தானிருக்கிறது' என்றார் அனந்தசாமி.

"அம்மா, தனக்கு எனக்கு குடும்பம் நடத்துகிற கோடானுகோடி ஜனங்கள் – எல்லோருக்குமாகச் சேர்த்து நியாயம் பேசுகிறாள், நீங்கள் பேசுகிறது உங்களுக்குச் சரி, ஆண்டிக்கு . . . அதிருக்கட்டும், எங்கே ஒருநாளும் இல்லாத திருநாளாக இப்படிக் காலையில் புறப்பட்டு வந்தீர்கள்?" என்று கேட்டார் பாகவதர்.

"நேற்று ராத்திரி வந்தீர்களாமே, இன்னும் யாரையோ அழைத்துக் கொண்டு?... சீடப்பிள்ளையை அழைத்துக்கொண்டு வந்தீர்களாம்."

"அப்படிச் சொன்னேன். அந்த அம்மாளிடம், சீடப் பிள்ளையின் சம்சாரம் திடீரென்று வந்து உங்களைப் பார்க்க வேண்டும் என்றாள். அழைத்து வந்தேன்."

"என்ன சமாசாரம்?"

"இப்போது இதைக் கேட்கவா நடந்து வந்தீர்கள். ராயப்பேட்டையிலிருந்து?"

"என்ன அவசரமோ என்று வந்தேன்."

"நல்ல சன்யாசி ஐயா நீங்கள்!... நாங்கள் வந்தால்தான் என்ன, இப்படியா 'வேகு வேகு' என்று நீங்கள் நடந்துவர வேண்டும்?"

"குழந்தைக்கு ஏதாவது உடம்பு சரியில்லையோ என்னமோ என்று நினைத்தேன். பிறகு காலையில் பார்த்துக் கொள்ளலாம் என்று சொன்னதாகச் சொன்னாள் அந்தப் பாட்டி."

"குழந்தைக்கு ஒன்றுமில்லை, உள்ளே வாருங்கள்."

வந்திருந்த சீடப் பெண்ணுக்கு விடை கொடுத்துவிட்டுச் சுப்பராம பாகவதர் சொல்ல ஆரம்பித்தார்.

"ஸ்வாமி, எனக்குக் கல்யாணமாகி என் சம்சாரம் வீட்டுக்கு வந்து நாற்பது வருஷங்கள் ஆகின்றன; எனக்கு ரொம்பக் குறைதான்."

"என்ன?"

"ஒரு நாலுநாள் எங்கேயாவது பிறந்த வீடு என்று போய் இருந்துவிட்டு வரக்கூடாதோ? கிடையாது. சுவாமி! இத்தனைக்கும் கலியாணமாகிப் பத்து வருஷங்களுக்குப் பிறகுதான் என் மாமனார் மாமியார் காலமானார்கள். அப்பொழுதும் நானும் சேர்ந்து போனேன்."

"பாகவதர் வழக்கம்போல் சுற்றி வளைக்க ஆரம்பித்து விட்டார். நேற்று காசிலிங்கத்தின் மனைவியோடு இவர் தம் வீடு தேடி வந்ததற்கும் இவர் சுய சரித்திரத்துக்கும் என்ன சம்பந்தம் என்று அலமலங்கினார் அனந்தசாமி. கடைசியில் நமக்குத்தான் என்ன அவசரம்? பொறுத்துக் கேட்டு விடுவோம்" என்று அமர்ந்து விட்டார்.

"எதற்குச் சொல்கிறேன் என்று சொன்னால் கவிகள் சொல்கிறாற்போல் பிரிவு என்பது கணவன் மனைவிகளுக்குள் இருக்க வேண்டியதுதான். இயந்திரத்தில் எத்தனையோ பகுதிகள் இருக்கின்றன. சேர்ந்து ஒட்டிக் கொண்டிருக்கின்றன. ஒரு வருஷத்துக்கு ஒரு தடவையாவது எல்லாவற்றையும் பிரித்துப்

போட்டுத் துடைத்து மறுபடியும் சேர்க்கவேண்டும். இயந்திரமே இப்படியிருக்கிறபோது, மனிதர்களுக்கு இது அவசியம். ஆனால் தினந்தோறும் கழற்றிப் போட்டுக்கொண்டேயிருந்தால் அது ஓடுமோ? அப்படியிருக்கிறது நம்ம சிஷ்யப் பிள்ளையின் நிலைமை ... நேற்று உங்களிடம் சொன்னாளாமே, அவரை இன்று வீட்டிலேயே இருக்கச் சொல்லுங்கள் என்று."

"ஆமாம் ... நான்கூட இது ஏதடா, கணவன் மனைவி தகராறில் வந்து மாட்டிக் கொண்டு விட்டோமே என்று விழித்தேன்."

"நேற்று அவன் நல்ல நிலைமையில் இல்லை. அதை நீங்களும் புரிந்து கொள்ளவில்லை. அவனும் புரிந்து கொள்ளவில்லை. நீங்கள் ஒன்றும் சொல்லாமல் போய் விட்டீர்களாம். அவன் சாயங்காலம் ஐந்து மணிக்கு வெளியே கிளம்பிப்போய் விட்டானாம். குழந்தை 'அப்பா அப்பா' என்று அரற்றியிருக்கிறது. பிரமை பிடித்தாற்போல உட்கார்ந்திருக்கிறாள் ... ஏழுமணியானதும் குழந்தையையும் வண்டியில் போட்டுக்கொண்டு அவனுக்குத் தெரிந்த நாலைந்து வீடுகளில் போய் விசாரித்திருக்கிறாள். எங்கேயும் இல்லை. கடைசியில் நேற்று மதியானம் ஒரு பையன் வந்து பேசிக்கொண்டிருந்தானே – அவன் பெயர் ரங்கனாம். அவன் வீட்டில் போய் விசாரித்திருக்கிறாள். அவன் வீட்டில் இருந்தானாம். அவளுக்குச் சற்று திகைப்பாக இருந்திருக்கிறது. அவனோடு தானே அவன் அதிகமாகச் சுற்றுகிறான்? அவனும் வீட்டில் இருக்கவே ஒன்றும் புரியவில்லை அவளுக்கு. கடைசியில் டிரைவரை விசாரிக்கச்சொல்லி மயிலாப்பூரில் யார் வீட்டுக்கோ போய்த் தேடியிருக்கிறாள். பாடுவாளாம், அங்கே ஒரு பெண். 'ஷூட்டிங்' என்று சொல்லி அழைத்துக் கொண்டு போனானாம். படம் பிடிக்கிற இடங்களில் எல்லாம் போய்ப் பார்த்திருக்கிறாள். ஆளைக் காணவில்லை. கடைசியில் இங்கே வந்தாள். எல்லாவற்றையும் சொன்னாள். 'சரி, அங்கேயே போய் மறுபடியும் விசாரிப்போமே' என்றேன். மயிலாப்பூருக்கு மறுபடியும் போனோம். அங்கே போனால், இந்த ரங்கன் யாரோ கிழவரோடு உட்கார்ந்து பேசிக் கொண்டிருக்கிறான். அவர்தான் அந்தப் பெண்ணின் தகப்பனாராம். ரங்கனை அங்கே பார்த்ததும் அவளுக்கு ஆத்திரம் வந்து விட்டது. 'பணமும் பேருமா இருந்தா இப்படிப்பாழா அடிக்கப் பதினாயிரம் பேர்கள் சேர்ந்துக்கிறீங்களே, குடியைக் கெடுக்கிற மக்களா வந்து இப்படி வந்தா, சாமி இப்படியே உங்களை விட்டு வைப்பார்னு நெனச்சீங்களா?' என்று ஏகதேசமாக இரையத் தொடங்கி விட்டாள். 'என்மேல் எதற்காக எரிந்து விழுகிறீர்கள்?"

என்று கேட்டான் அந்த ரங்கன். அவனுக்கும் ஒன்றும் சொல்ல முடியவில்லை. அவளைச் சமாதானப்படுத்தி அழைத்து வந்தேன். 'சாமியார் வீட்டுக்குவிடுங்க. எனக்கு அவரைப் பார்க்கணும் போலிருக்கு' என்றாள். அப்புறம் தான் உங்களைப் பார்க்க வந்தோம். நீங்கள் இல்லை" என்று முடித்தார் பாகவதர்.

"நானும் அவள் புருஷனைப் பார்க்கத்தான் போயிருந்தேன்" என்று சிரித்தார் அனந்தசாமி.

"காசியையா! நீங்களா? எங்கே?"

சினிமாவுக்குப் போன விவரத்தைச் சொன்னார் அனந்தசாமி.

"உங்களிடம் எதையாவது சொல்லி அழவேண்டும் என்று தான் வந்தாள். அவரைப் பார்த்தால் நிம்மதியாயிருக்கும் என்று என்னிடம் சொல்லிக் கொண்டேயிருந்தாள். நீங்கள் இல்லையா! சரி என்று அவளை வீட்டில் கொண்டு விட்டு, வெகுநேரம் வரை பேசி ஆறுதல் சொல்லி விட்டு, அவள் ஒரு தினுசாகத் தணிந்த பிறகு தான் வீடு வந்தேன் ஸ்வாமி. வருகிறபொழுது ராத்திரி மூன்று மணி இருக்கும்."

அனந்தசாமியின் ஆவல் கொள்ளி போட்ட கணப்பு மாதிரி கொழுந்து விட்டு எரிந்தது.

"இந்த ரங்கனுக்குத் தெரிந்தவர்களா அந்தப் பெண். அவளுடைய தகப்பனார் எல்லாரும்?" என்று தம் ஆவலை அடக்க முடியாமல் கேட்டார் அவர்.

"அது என்னமோ யார் நின்று விசாரித்தார்கள்? இவள் தான் அவனைப் பார்த்ததுமே பொரிய ஆரம்பித்து விட்டாளே. அவளைச் சமாதானப்படுத்தி அழைத்துப் போகத்தானே எனக்குப் பொழுதிருந்தது" என்றார் பாகவதர்.

"அது சரி, இப்பொழுது யார் யாரைக் கெடுக்கிறார்கள்? ரங்கன் காசியைக் கெடுக்கிறானா? அல்லது காசி ரங்கனைக் கெடுக்கிறானா?" என்று கேட்டார் அனந்தசாமி.

"பகவான்தான் எல்லாரையும் கெடுக்கிறான். எனக்கு என்ன சாமி தெரியும்? யார் யாரைக் கெடுக்க முடியும்? அது கெடுக்கிறவனையல்லவா பொறுத்திருக்கிறது? கெடுகிற போக்குள்ளவனை யார்தான் கெடுக்க முடியாது? கெட்டியாக இருப்பவனை யார் கெடுக்க முடியும்?"

பாகவதர் இப்படியேதான் பேசிக்கொண்டிருப்பார், அவரிடம் எதையும் தெளிவாகத் தெரிந்து கொள்ள முடியாது என்று உணர்ந்து மேலே பேசாமல் இருந்து விட்டார் அனந்தசாமி.

அன்பே ஆறமுதே

“அது கிடக்கட்டும். அது பொறுத்து ஆலோசிக்க வேண்டிய விஷயம். அதற்கு முன்னால் செய்யவேண்டியது சிவபாக்கியத்தைப் பார்க்க வேண்டிய காரியம். உங்களைப் பார்த்தால்தான் அவள் மனசு ஆசுவாசப்படும் என்கிறாள்” என்றார் பாகவதர்.

“பார்ப்போமே!”

ஐந்து நிமிஷங்கள் கழித்து இருவரும் புது மாம்பலத்துக்கு வந்து பஸ்ஸில் ஏறிக் கொண்டார்கள். இருபது நிமிஷப் பிரயாணத்துக்குப் பிறகு இறங்கினார்கள். கடற்கரைச் சாலையில் நடந்து காசிலிங்கத்தின் வீட்டை அடைந்தார்கள். மாடிக்குப் போனார்கள். மாடிக்கு அவர்களை அழைத்துப் போன காரியஸ்தர் ஹாலில் அவர்களை இருத்திவிட்டு உள்ளே சொல்லி விட்டு வந்தார். “உள்ளே போங்கள்” என்று சொல்லிவிட்டுக் கீழே போய்விட்டார்.

கட்டிலில் உட்கார்ந்திருந்த பையனுக்கு இட்டிலியை விண்டு வாயில் ஊட்டிக்கொண்டிருந்தாள் சிவபாக்கியம்.

“வாங்க.”

“ராத்திரி பாகவதரோடு வந்திருந்தீர்களாமே... நான் உங்கள் வீட்டுக்காரரைத்தான் பார்க்கப் போயிருந்தேன்” என்றார் அனந்தசாமி.

சிவபாக்கியம் திகைத்துப் போய்த் திரும்பினாள். “எங்கே?”

அனந்தசாமி சிரித்துக்கொண்டே தாம் சினிமா பார்த்து விட்டு வந்த கதையையும், அதற்கும் பாகவதர்தான் காரணம் என்பதையும் கூறி, “ரொம்பப் பிரமாதமாகத்தான் நடிக்கிறார் உங்கள் வீட்டுக்காரர்” என்று நாலைந்து இடங்களை மேற்கோள் காட்டி முடித்தார். “நான் பழைய காலத்தில் நாடகம் பார்த்திருக்கிறேன். சின்னப் பையனாக இருந்தபோது – கலியாண ராமையர் நடிப்பைப் பார்த்ததில்லை. அப்புறம் வந்தவர்களைப் பார்த்திருக்கிறேன். ஆனால் அதெல்லாம் இவருக்கு உறை போடக் காணாது” என்றார்.

“பிரமாதமாக வாழ்கிறார் என்று யாருமே சொல்ல மாட்டேங்கறாங்களே?” என்றாள் சிவபாக்கியம். சொல்லும் பொழுது அவளுக்கு நெஞ்சைக் கட்டிக் கொண்டு தடுமாறிற்று. அவள் வெறுமனே இதைச் சொல்லவில்லை. கணவனுக்குத் தந்த அவ்வளவு புகழ்ச்சியையும் தனக்குத் தந்தது போலப் பூரித்துக் கொண்டேயிருந்தாள். அதுவும் ஒரு ‘சன்னாசி’யிடமிருந்து அந்தப் புகழ்ச்சி வந்ததை இன்னும் பெருமையாக நினைப்பது போல் நெஞ்சு நிரம்பக் கேட்டு விம்மினாள். அந்தப் பூரிப்புக்குக்

170 தி. ஜானகிராமன்

கடைசியில் இப்படி ஒரு முத்தாய்ப்பாக வந்தது இந்தக் கம்பலை. தளதளவென்று, முருமுருவென்று பூக்கிற பூக்கள் கடைசியில் பிஞ்சு கட்டுகிற சமயத்தில் கருகி உதிர்வது போலிருந்தது அது.

"கவலைப்படாதேம்மா. அவர் இப்போது பிரமாதமாகத்தானே வாழ்கிறார். நேற்று பாகவதர் விஸ்தாரமாக எல்லாவற்றையும் சொன்னார். ஒரு குறைச்சலுமில்லை. இன்னும் பத்துத் தலைமுறைக்கு ராஜபோகமாக வாழ்வதற்கு அவருக்குப் பகவான் கொடுத்துவிட்டான். ஏன் இப்படிக் குறைப்பட்டுக் கொள்கிறீர்கள் !"

"நீங்க புரிஞ்சிக்கிட்டுப் பேசறீங்களா, புரியாத பேசறீங் களான்னு தெரியலியே ?"

"புரியாமல் இல்லை அம்மா. எதையும் பொறுத்துக் கொள்ளப் பழக்கிக்கொள்ள வேண்டும் என்பதற்காகச் சொல்கிறேன்."

"பொறுத்துக்கிட்டுத்தான் இருக்கேன், ஆனால் வீட்டு நினைவேயில்லாமல் இருக்கிறவங்களை வாழறாங்கன்னு எப்படிச் சொல்ல முடியும்? நீங்களே யோசிச்சுச் சொல்லுங்க. நான் படிச்ச பெண்ணு இல்லே."

"அவர் சந்தோஷமாகத்தானேயம்மா இருக்கிறார். ஓயாமல் வேலை செய்கிறதிலே அவருக்குச் சந்தோஷம். கை கொள்ளாமல் சம்பாதிக்கிறதிலே சந்தோஷம். பெரிய மனிதன், சின்ன மனிதன் என்று பலதரப்பட்ட மனிதர்களோடு பழகுவதிலே ஒரு சந்தோஷம்..."

"சந்தோஷம் வேண்டாம்னு சொல்லலே நான். அது மமதையாக வளந்திரிச்சின்னா எத்தனை பேருக்கு வருத்தமாயிருக்கும்? நாம் ஒரு நொடிகூட ஓச்சலில்லாம வேலை செய்யறோம்னு நெனச்சுகிறது நல்ல நினைப்பு. ஒரு நொடிகூட ஓய்ச்சலில்லாத பெரிய மனுஷனாய்ட்டோம்னு நினைக்கிறது பொருத்தமாயிருக்குமா? பழசெல்லாம் நினைச்சுப் பார்க்கணுமில்ல?... என்ன சிரிக்கிறீங்க? வீட்டுக்காரரைப் பற்றியே இப்படி ஒருத்தி பேசறாளேன்னு சிரிக்கிறீர்களா? நீங்க இங்கே உக்காந்திருக்கற மாதிரி ஒரு நிமிசம் அவங்க இருந்தாங்கன்னா எனக்குத் தலையிலே கிரீடத்தைத் தூக்கி வச்சாப் பல இருக்கும். இந்தப் புள்ளையோட ஒரு அஞ்சு நிமிசம் உட்கார்ந்திருந்தாங்கன்னா, என் வாய் இப்படி வளர்ந்திருக்காது... ஏண்டா தம்பி, போதுமா?" என்று குழந்தையைப் பார்த்துக் கேட்டாள் சிவபாக்யம்?

"சிவபாக்கியத்தம்மாளோட வாதம் பண்ணறது கஷ்டம்" என்றார் பாகவதர்.

“நான் வேறு யார்கிட்ட சொல்லப் போறேன்? வீட்டுக்காரரைப் பத்தி ஆண்டவன் கிட்டத்தான் முறையிட்டுக்கலாம். நீங்க ஆண்டவன் மாதிரி வந்திருக்கீங்க. சொல்றேன். ஐயாவை அப்படித்தான் நினைச்சுக்கிட்டிருந்தேன். ஐயா ஒண்ணும் சொல்ற வழியாயில்லை.”

“அதனாலே என்னை ஆண்டவன் பதவியிலேருந்து எடுத்து விட்டீர்கள்” என்று சிரித்தார் பாகவதர்.

# 18

காசிலிங்கத்தின் பையன் பாகவதர் கூறியதைக் கேட்டு ஏதோ புரிந்துவிட்டாற்போல் இடி இடியென்று சிரித்தான். குழந்தையின் சிரிப்பு சிவபாக்கியத்தையும் தொற்றிக் கொண்டது. பாகவதரின் முக சேஷ்டையைப் பார்த்துத்தான் அவன் அப்படிச் சிரித்திருக்க வேண்டும். எப்படியோ, விடாமல் ஒரு நிமிஷம் சிரித்தான். நினைத்து நினைத்துச் சிரித்தான். அதைப் பார்த்துச் சிவபாக்கியமும் சிரித்தாள். அந்தச் சிரிப்பு சுமையைக் கொஞ்சம் இறக்கி அவன் மனசை இலேசாக்கிற்று. மூட்டம் போட்டுப் புழுங்கிக் கொண்டிருந்த வேளையில் குளிர் காற்று ஒன்று சில்லென்று தவழ்ந்தாற்போல், சோர்வும் வறட்சியும் நிலவிய அந்தச் சூழலில் கலகலப்பை ஊட்டிற்று.

"சிரி, சிரி, நல்லாச் சிரிடா" என்றார் பாகவதர்.

"ராத்திரி மருந்து சாப்பிட்டியாடா, குழந்தை" என்று கேட்டார் அனந்தசாமி.

"ம். அம்மாதான் கொடுத்திச்சு."

"தூங்கினியா?"

"நல்லாத் தூங்கினேனே... ம்... அப்புறம் ராத்திரி முழிச்சிட்டு அம்மாவைக் கூப்பிட்டேன். அம்மா பிஸ்கத் வாங்கப் போயிருக்காங்கன்னு சொல்லிச்சு ராணி. அப்புறம் ஒரு கதையும் சொல்லிச்சு" என்றான்.

அன்பே ஆரமுதே

"இன்னும் நல்ல மருந்தாகக் கொடுக்கப் போகிறேன். அப்புறம் கட்டிலைவிட்டு இறங்கி நீ ஓடி என்னோடவே விளையாட ஆரமிச்சிருவே."

"அப்ப, அப்பா கூப்பிட்டாக்கூட வரமாட்டேன். ஓடியே போயிருவேன்,"

"சரி – இதைச் சாப்பிடு" என்று மடியிலிருந்த ஒரு சிறு சீசாவிலிருந்து வெறும் சர்க்கரை மாத்திரை ஒன்றைக் கொடுத்தார் அனந்தசாமி.

வாங்கிச் சாப்பிட்டான். "நீங்க தர மருந்தெல்லாம் தித்திக்குதே. உங்ககிட்ட சப்பு, புளிப்பு மாத்திரையே கிடையாதா?"

"கிடையாதுடா. எங்கிட்ட இருக்கிறதெல்லாம் தித்திப்பு மாத்திரைதான்" என்று அவன் காலைத் தொட்டுப் பார்த்து, நாக்கு, கண்ணையெல்லாம் பார்த்துவிட்டு, "சரி, நான் வரட்டுமா?" என்று எழுந்தார் அவர்.

"சாயங்காலம் வருவீங்களா?"

"ஏன், வரணுமா?"

"முடிஞ்சா வாங்க."

குழந்தையின் இங்கிதத்தைப் பார்த்து, அனந்தசாமிக்கு உள்ளுக்குள் வேதனை செய்தது. "பகவானே? உன்னை நல்லவன் என்று நினைத்துக் கொண்டிருக்கிறேனே" என்று நெஞ்சில் கசிந்து கொண்டே "முடிஞ்சா வாரேன்" என்று சிரித்துவிட்டு வெளியே வந்தார்.

"இரு, தம்பி! ஐயாவை விட்டுட்டு வந்திடறேன்" என்று சிவபாக்கியம் அவர்களைப் பின் தொடர்ந்தாள், முதல் ஹால் வரையில். அங்கே போட்டிருந்த நாற்காலியில் அமர்ந்தார் அனந்தசாமி.

"குழந்தை நல்ல புத்திசாலியம்மா" என்றார். "இதைப்பார். கவலைப்படாமலிரு எல்லாம் சரியாகிவிடும்."

"எப்படிச் சரியாகும்? நீங்க ஏதாவது செய்தாத்தானே சரியாகும்?"

"நான் என்ன செய்யணும்?"

"அவங்களை வீட்டிலே கொஞ்ச நேரம் கால் தரிக்கச் செய்தாப் போதும். வீட்டிலேன்னா, கீழே ஆபிசிலே இல்லே. இங்கேதான் ...!"

தி. ஜானகிராமன்

"பார்க்கலாம்."

"உட்கார்ந்து பேச உங்களைப்போல் பெரியவங்க இல்லியா? உதவாக்கரைங்களோடவா சுத்தணும்?"

"அப்படி அவர் சுற்றுகிறதாகவும் தெரியவில்லையே. நேற்று நீ போனபோது அந்த ரங்கன் தனியாகத்தானே அங்கே இருந்தான்? அவனோடு போகவில்லையே அவர்."

"நேத்திக்கு. மத்த நாளெல்லாம்?"

"மற்ற நாட்களிலே என்ன? அவர்தான் ரொம்பச் சிநேகிதமா அவருக்கு?"

"அவரும் ... இன்னும் இரண்டு மூன்று பொறுப்பில்லாத, போக்கத்த ஜன்மங்களும்தான்."

"ரங்கன் எப்படிப் பொறுப்பில்லாதவன் என்கிறாய்?"

"நேத்து அவர் அழைச்சிட்டுப் போயிருக்கிறாரே, அந்தப் பொண்ணு ரங்கனுக்குத் தெரிஞ்ச பொண்ணாத்தானே இருக்கணும்... அந்த வீட்டிலேதானே ரங்கன் இருந்தாரு, நான் போய்ப் பார்க்கறப்ப!"

"அப்படியா நினைக்கிறே நீ?"

"ஆமாம். இந்த மாதிரி ஆளுங்க இப்படி சிநேகம் எல்லாம் பண்ணி வைக்கிறாங்க. ஒரு பெண் பிள்ளைன்னா அதை மதிப்பில்லாத ஜன்மமா நினைக்கிறவங்க தானே இவங்க. இந்தப் பட்டணத்திலேயும் இப்படி சீரழியறதுக்குத் தயாரா எத்தனை ஜன்மங்க இருக்கு, இவங்க தானே அப்படி ஆக்குறாங்க."

வேறு தினுசா யோசிச்சுப் பார்க்கப்படாதா? ஒரு விஷயத்தைப் பல வகையிலே யோசிச்சுப் பார்க்கிறது நல்லதில்லையா?"

"எப்படி?"

"இந்த ரங்கனுக்குத் தெரியாமலே அவர் போயிருந்தால்...?"

"எப்படி? எப்படி?" என்று சரியாக வாங்கிக் கொள்ளாததுபோல் கேட்டாள் சிவபாக்கியம்.

அனந்தசாமி மீண்டும் சொன்னதையே சொன்னார்.

சிறிது யோசித்தாள் சிவபாக்கியம். அதை ஒப்புக் கொள்ளுகிற சுவடே முகத்தில் தெரியவில்லை.

"என்னமோ...?" என்று நம்பாமல் இழுத்தாள் அவள்.

அன்பே ஆரமுதே

"எப்படியிருந்தால் என்னம்மா. நீ கொஞ்சம் பொறுத்துக் கொள், என்னால் ஆனதைச் செய்கிறேன்."

"குழந்தைக்கு மருந்து கொடுக்க மாத்திரம் வரதாக நீங்க நினைச்சுக்காம, அவங்களுக்கும் வைத்தியம் பண்றதாக நினைச்சுக்கிட்டாத்தான் தேவலாம்" என்று முடித்தாள் சிவபாக்கியம்.

"சரி, அப்படியே நினைத்துக்கொள்கிறேன்" என்று நாற்காலியின் முதுகில் தலையைச் சாய்த்தவாறு கண்ணை மூடிக்கொண்டார் அனந்தசாமி, தியானத்தில் ஆழ்கிறாற்போல.

சிவபாக்கியம் உள்ளே போனாள். ஒரு நிமிஷம் கழித்துக் கண்ணைத் திறந்தார் அனந்தசாமி.

"உங்களால் ஒரு காரியம் ஆகவேண்டும் எனக்கு" என்றார் பாகவதரைப் பார்த்து.

"கேட்க வேண்டுமா? சொன்னால் செய்துவிடுகிறேன்."

வெளியே வந்து சொல்கிறேன். நான் நடந்துதான் போக வேண்டும். இவள் கார் கொடுப்பாள் இல்லையா, நம்மைக் கொண்டுவிட?" என்றார் அனந்தசாமி.

"கட்டாயம் கொடுக்கத்தான் போகிறாள்" என்றார் பாகவதர்.

"வேண்டாம் என்று சொல்லிவிட்டு நடந்து போக வேண்டும்."

"இவ்வளவுதானே. என்னமோ பெரிதாகச் சொல்லப் போகிறீர்களோ என்று பார்த்தேன்."

கதவு திறப்பதைக் கேட்டுப் பாகவதர் பேச்சை நிறுத்தினார். காப்பியைக் கொண்டு வந்தாள் சிவபாக்கியம்.

வாங்கிச் சாப்பிட்டுவிட்டு, மூட்டையை அவிழ்த்து இரண்டு மருந்துப் பொட்டலங்களைக் கொடுத்தார் அனந்தசாமி, அவளிடம். "அம்மா! இந்த மருந்தை இன்னும் சிறிது நேரம் கழித்துக்கொடு. ஏதாவது வலியோ, உபாதையோ இருந்தால், மருந்து வேலை செய்யத் தொடங்கிவிட்டது என்று அர்த்தம். கொஞ்சம் உபாதை அதிகமானாலும் கவலைப்பட வேண்டாம். வைத்தியத்தை மாற்றி விடாதே அதிகமாகி விட்டதென்று. ம்!"

"இல்லை."

"அப்படி யாராவது போதனையும் செய்வார்கள்... அவர்கள் விஷயம் தெரியாதவர்கள்."

"எந்தக் கஷ்டமும் படத் தயார். இத்தனை நாட்களா குத்தின ஊசிங்களைவிட இது குத்திப்பிடாதே."

தி. ஜானகிராமன்

"அப்படியிராது. நான் வரட்டுமா?"

"சரி... பிள்ளை சாயங்காலம் வறீங்களான்னு கேட்டுதே."

"நானே பதில் சொன்னேனே அதுக்கு."

"சரீங்க."

விடை பெற்றுக்கொண்டு கீழே இறங்கும்பொழுது, "சித்த இருங்க" என்று பித்தானை அமுக்கப் போனாள் சிவபாக்கியம்.

"கார் வேண்டாம்மா, எங்களுக்கு வேறு வேலையிருக்கு நடந்துதான் போகப் போறோம்" என்றார் பாகவதர்.

"எத்தனை வேலையிருந்தாலும் கார் அழைச்சிட்டுப் போகும்."

"இல்லேம்மா... நான் ஒரு காரியமாகத்தான் சொல்கிறேன். பேசாமல் இருங்கள்" என்று என்னமோ சொல்லி அவளைக் குழப்பிவிட்டு, "வாருங்கள், ஸ்வாமி!" என்று இறங்கிவிட்டார் சுப்பராம பாகவதர்.

கீழே இறங்கி ஹால் பக்கம் வரும்பொழுது வலது பக்கத்து அறையில் காசிலிங்கத்தின் குரல் கேட்டது.

வியப்புடன் அனந்தசாமியின் பக்கம் திரும்பிப் பார்த்து விட்டுப் பாகவதர் உள்ளே போனார்.

"எப்ப வந்தாப்போல?" என்றார்.

"அடடே வாங்க – இப்பத்தான் அஞ்சு நிமிஷம் ஆச்சு. நீங்க வந்திருக்கிறதாகச் சொன்னாங்க. இவங்களோட பேசிட்டு வரலாம்னு இருந்தேன். சித்தை இருக்கலாம்ல?"

"கிளம்பியாச்சு."

"அடே!" என்று கூறிக் கொண்டே வெளியே வந்தான் காசிலிங்கம். "வாங்க... குழந்தையைப் பார்த்தீங்களா...?"

"பார்த்தாயிற்று. மருந்தும் கொடுத்தாயிற்று."

"வாங்க" என்று பின்னால் உள்ள மற்றொரு ஹாலில் நகர்ந்தான் அவன்.

"உட்காருங்க... எப்படி இருக்கு குழந்தைக்கு?"

"இப்பத்தானே வைத்தியம் ஆரம்பித்திருக்கிறது."

"ஏதோ நீங்கதான் எல்லாம் இனிமே. மறுபடியும் போய்ப் பார்க்கலாம்னா..."

அன்பே ஆரமுதே

"இல்லை – பார்த்தாகிவிட்டது."

"சரி... சாமிக்கு எப்படிப்படுது? குணமாகும்னு..." என்று இழுத்து நிறுத்தினான் காசிலிங்கம்.

அனந்தசாமி அவனுடைய கண்களையே அசையாமல் பார்த்தார்; சிரித்தார்; சொன்னார். "நாம் பிறருக்கு இம்சை நினைக்காமல், இம்சை செய்யாமல் இருந்தால் நமக்கும் இம்சை யில்லாமல் பார்த்துக் கொள்வான்" என்றார்.

"என்னங்க இது?" என்று குலுங்கக் குலுங்கச் சிரித்தான் காசி. மறுகணம் குலுங்கலும் சிரிப்பும் கடைந்து அடங்கி முகம் இலேசாகச் சுருங்கியது.

"சாமி என்ன சொல்றீங்க?"

"ஒன்றும் சொல்லவில்லை. பிறருக்கு இம்சையில்லாமல் நாம் நடக்க வேண்டும்" என்றார் அனந்தசாமி.

"ஐயாவுக்கு நான் அப்படி ஏதாவது நடக்கிறதாகத் தோணுதா?"

"இல்லை. பொதுவாகச் சொல்கிறேன். நம்முடைய பந்து ஜனங்களோ, அன்னியோ அசலோ யாருக்கும் நம்மால் இம்சை வரக்கூடாது. நான் இதை யாருக்குமே சொல்கிற வழக்கம். நீங்கள் இதை நினைவில் வைத்துக் கொண்டால் போதும். நீங்கள் என்னமோ செய்து விட்டதாக மனசை போட்டு குழப்பிக் கொள்ள வேண்டாம்..."

"சரிங்க. மனசிலே நீங்க சொன்னதைப் போட்டுக்கிட்டேன். ஒரு காரணமிருந்தாத்தானே காரியம் வருது. விதைக்கிறோம். அறுக்கிறோம். சாமி சொல்கிறது சரிதானே."

"அதுதான். எங்கே வெளியூர் போயிருந்தாற் போலிருக்கிறது" என்றார் அனந்தசாமி.

"வாங்க, இப்பத்தான் வர்றேன். காப்பிக் கீப்பி கொடுத்திச்சா உள்ளார?"

"எல்லாம் சாப்பிட்டோம்."

"எல்லாம்னா?"

"காப்பியிலே சகலமும் அடக்கமில்லையா?" என்றார் பாகவதர்.

"அது சரி சரி சரி சரி" என்று பணிவோடு சிரித்தான்.

இருவரும் மீண்டும் கார் உபசாரத்தை விலக்கி, விடைபெற்றுக் கொண்டு வெளியே வந்தார்கள்!

கடற்கரைச் சாலையில் காலை அமைதி நிலவியது. ஏறிக்கொண்டிருந்த வெயில் பட்டுத் துள்ளித் துள்ளி விழும் வெள்ளலைகள் பொடித்த பளிங்காக மின்னி மின்னி விழுந்தன. அந்த அமைதியைக் கெடுத்து விடாமல் கடலலையின் இரைச்சல் 'சல்சல்'லென்று ஒலித்துக் கொண்டிருந்தது. கரையோரமாகக் காக்கைகள் அலைக்குப் பயந்து பயந்து, பறந்து பறந்து உட்கார்ந்து கொண்டிருந்தன. மீனவர்கள் வலையை உலர்த்தப் பரப்பிக் கொண்டிருந்தார்கள்.

"ஏன் சுவாமி; அவனைக் குழப்புகிறதையும் குழப்பிவிட்டு; மனசைப் போட்டுக் குழப்பிக்கொள்ள வேண்டாம் என்று வேறு சொல்லிவிட்டு வந்தீர்களே" என்றார் பாகவதர்.

"பொதுவாகச் சொன்னேன். அவன் குழம்பினால் ஏதோ இருக்கிறது என்றுதானே அர்த்தம். ஒரு மனசை எப்படித் தான் தயார் செய்கிறது சொல்லுங்கள், ஏதாவது ஓர் இடத்தில் ஆரம்பித்துத்தானே ஆக வேண்டும்."

"அதற்காக அவனைப் பார்த்ததும் பார்க்காததுமாக, வெடுக்கென்று எதையோ சொல்லி–"

"ஏதாயிருந்தால் என்ன? அவன் மனசில் கல்மஷம் இல்லாதவரையில் அவனுக்கு ஒன்றும் நேரிடாது ... எத்தனை புத்திசாலிகள்!" என்றார் அனந்தசாமி.

"யாரு?"

"இந்தக் கடற்கரை இவ்வளவு விசாலமாக, இவ்வளவு அழகாக இருக்கிறதே ... எத்தனை நீளம்! என்ன காட்சி உலகத்தில் கிடைக்காதகாட்சி. நிற்கத் துளி நிழலில்லாமல் ஒருமரம் இல்லாமல் வைத்திருக்கிறார்களே ... அவர்களைச் சொன்னேன்."

"இங்கே ஒன்றும் வளராது, சுவாமி."

"அதெல்லாம் இல்லை. சோம்பேறித்தனம் ... சோம்பேறித்தனம் என்றதும் ஞாபகம் வருகிறது. நான் வெளியே வந்ததும் ஒரு காரியம் உங்களால் ஆகவேண்டும் என்று சொன்னேனே. சொல்லட்டுமா?"

"ம்!"

"நேற்று அந்த ரங்கன் யார் வீட்டிலோ உட்கார்ந்திருந்தான் என்று சொன்னீர்களே. இந்தக் காசி அந்த வீட்டுப் பெண்ணைத்தானே அழைத்துக் கொண்டு போனான்?"

"அப்படிக் கேள்விப் பட்டதாகச் சிவபாக்கியம் சொன்னாள்."

"நாம் அங்கே போகவேண்டும் இப்பொழுது."

"என்ன சுவாமி இது!"

"போக வேண்டும். அவர்கள் யார் என்று தெரிந்து கொள்ள வேண்டும்."

"யார் என்ன என்று எப்படி விசாரிக்கிறது?"

"நீங்கள் வீட்டைக் காட்டினால் போதும். இல்லை விலாசம் சொன்னால் போதும். நான் போய்க் கொள்கிறேன்."

"எதற்காக அவதி. ஏதோ சந்து பேர்கூடச் சரியாக ஞாபகம் இல்லை. நானே கொண்டு காண்பித்து விட்டுப் போய் விடுகிறேன்" என்று திரும்பிப் பார்த்தார் பாகவதர். அவசரம் அவசரமாக நடந்தார்.

"ஏன் பாகவதர் வாள் திடீரென்று இப்படி?" என்றார் அனந்தசாமி.

"அதோ ... பாருங்கள் பஸ் வருகிறது. அது வருவதற்குள் நிற்கிற இடத்துக்குப் போகவேண்டும். என்னால் நடக்க முடியாது."

"அது அடையாறு போகிற பஸ் அல்லவா?"

"ஆமாம். மந்தைவெளியில் இறங்கித்தான் போக வேண்டும்."

அனந்தசாமியும் காலை எட்டிப் போட்டார். பஸ் வந்ததும் ஏறினார்கள். வெளியில் இறங்கி நாலைந்து சந்து பொந்துகளில் நுழைந்தார்கள். ஒரு சின்ன சந்து. கோடியில் நின்று "அதோ பார்த்தீர்களா? கறிகாய் வாங்குகிறாரே ஒரு கிழவர் – அந்த வீடுதான்" என்று சொல்லிவிட்டு நகர்ந்தார் பாகவதர்.

அனந்தசாமியும் நடந்தார். ஓர் ஆள்கூடப் புரண்டுபடுக்க முடியாத திண்ணை. அங்கே கடை வைத்து நின்ற அங்காடிக்காரி யின் திராசில் கத்திரிக்காயைப் போட்டு முள்ளைப் பார்த்துக் கொண்டிருந்தார் கிழவர்.

யார் இவர்? எங்கோ பார்த்தாற்போலிருக்கிறதே என்று யோசித்தார். நின்று அவரைப் பார்த்தார். முள்ளைப் பார்த்த கிழவர் கத்தரிக்காயைப் பிரம்புக் கூடையில் வாங்கிக்கொண்டு தன்னைப் பார்க்கிற யாரோ ஒரு சாமியைச் சற்று நோக்கினார்.

இருவரும் அப்படி நாலைந்து விநாடிகள் பார்த்துக் கொண்டார்கள்.

"என்ன" என்றார் அனந்தசாமி.

"யாரு, தெரியலையே!" என்று பொக்கைவாயுடன் புன் சிரிப்பு சிரித்தார் கிழவர். அப்படித் தொண்டு கிழவராகவும் இல்லை. வயது ஐம்பத்தைந்து, அறுபது இருக்கும். பல்லெல்லாம் விழுந்து விட்டது.

"உங்களை எங்கேயோ பார்த்தாற்போலிருக்கே" என்றார் அனந்தசாமி. "எந்த ஊர்?"

"எனக்குத் தெற்கே..."

"திருச்சிராப்பள்ளியில் இருந்திருக்கிறீர்களோ?"

"இருந்திருக்கிறேன்."

"ஆனைகட்டி மைதானத்துக்கிட்ட."

"ஆமாம்."

"திண்ணை யொட்டினாற்போல் கிணறு கூட இருக்கும் நீங்க இருந்த வீட்டிலே."

"கரெட்டாகச் சொல்கிறீர்களே?" என்று சிரித்தார் கிழவர். "முப்பத்தஞ்சு வருஷமாச்சே நான் அங்கே இருந்து... நீங்க..."

"என்னைத் தெரிகிறதோ?" என்றார் அனந்தசாமி?

"சட்டென்று தெரியவில்லையே?"

"நீங்கள் இருந்த வீட்டுக்குப் பக்கத்து வீட்டிலே அனந்து என்ற ஒரு பையன் ரூம் வைத்துக்கொண்டு வாசித்துக் கொண்டிருந்தானே."

கிழவர் யோசித்தார். மறுபடியும் மந்தஹாசம். "எங்கே எத்தனையோ வருஷமாச்சு... உள்ளே வாங்களேன்."

அனந்தசாமிக்கு அந்தப் பழையமுகம் ஞாபகம் வந்தது. இளமையின் முறுக்கு, காதில் ஒற்றைக்கல் வெள்ளைக் கடுக்கன். இளமையில் இலேசாகச் சொட்டை விழுந்து விட்டதலை, சில்க் சட்டை, கையில் குடை, வாயில் வெற்றிலை, கீழே ஜரிகை வேட்டி, காலையில் பத்து மணிக்கு இந்த உருவம் தினமும் இறங்கிப் போகும். ஆனால் பேசிப் பழக்கம் இல்லை. அவர் எந்த ஆபீசில் வேலை பார்த்தார் என்றும் அவருக்கு ஞாபகம் இல்லை இப்போது.

மனத்தைத் துருவிக் கொண்டே உள்ளே போனார் அனந்தசாமி. மிகவும் சிறிய வீடு. வெள்ளையடிக்காத சுவர்கள், குழந்தைகள் பென்சிலால் எண்ணற்ற கணக்குகள் போட்டிருந்த சுவர்கள். எண்ணெய்ப்பிசுக்கு வேறு. 'சங்கரன் வீடு' என்று

பெரிதாக எழுதியிருந்தது. "இல்லை பெரமிலாவின் வீடு" என்று கீழே மாற்று உரிமை வரைந்திருந்தது. சங்கர் ரப்பர் திருடினான் என்று அதற்கும் கீழே ஒருவாசகம். அனந்தசாமி எல்லாவற்றையும் வாசித்துக்கொண்டே உட்கார்ந்தார், கிழவர் காட்டிய கிழிசல் கயிற்றுக் கட்டிலில்.

கறிகாயை உள்ளே தள்ளிவிட்டு வந்தார் கிழவர், அவரோடு சூணா வயிறும் இடுப்பில் பல முடிகள் போட்ட கறுப்பு கயிருமாக ஒரு பிள்ளைக் குழந்தை சூம்பல் கைகாலுடன் வாயில் விரலைப் போட்டுக் கொண்டு, கட்டிலில் வந்து உட்கார்ந்த கிழவரின் துடைமீது தலை சாய்த்துக் கொண்டு நின்றது. மூச்சு வாங்கிற்று அதற்கு. அவ்வளவு பலஹீனம். பச்சை நரம்பு ஓடும் அழுக்கு உடம்பு. தலையைச் சாய்த்துக் கொண்டே அனந்தசாமியைப் பார்த்தது. அதே சமயம் பளிச்சென்று சம்பங்கிப் பூமாதிரி ஒரு பெண் சிவப்புப்பட்டுப் பாவாடையும் தாவணியுமாக வந்து நிலையில் நின்று எட்டிப் பார்த்ததை அனந்தசாமி கவனிக்கவில்லை. அவர் குழந்தையைப் பார்த்துக் கொண்டிருந்தார்.

# 19

“குழந்தைக்கு என்ன உடம்பு?” என்று கேட்டார் அனந்தசாமி அந்தக் கிழவரிடம்.

“என்னமோ பாலாதோஷம் என்கிறார்கள்” என்றார் கிழவர்.

“நீங்களே ரொம்ப மாறிப் போய் விட்டீர்களே. அப்ப ஜோரா கடுக்கனெல்லாம் போட்டுக்கொண்டு, சில்க் சட்டை, குடை, இப்படிப் போவீர்களே!”

“கரெக்டாகச் சொல்கிறீர்களே . . . எனக்கு ஞாபகமே இல்லையே!”

“நான் சொல்கிறது சரியாயிருக்கிறதல்லவா?”

“ம்ம்ம் கடுக்கனாவது மண்ணாவது இப்ப! வயது என்ன ஆச்சு? இன்னும் ஒரு வருஷம்தான் இருக்கு ரிடையராக” என்றார் கிழவர்.

அனந்தசாமிக்குச் சற்றுத் திகைப்பாகத்தான் இருந்தது. வயது ஐம்பத்து நாலுதானா? மூப்பு அவருக்குச் சற்று அவசரப்பட்டே வந்து விட்டதுபோல் தோன்றிற்று.

“எங்கே உத்தியோகம்?”

இடது காதை விரலை வைத்து முன்னுக்கு வளைத்து, “ஆம்!” என்றார் கிழவர். காதும் மந்தம்.

“உத்தியோகம்!”

“சப் ரிஜிஸ்டரராராக இருக்கிறேன், திருச்சிராப்பள்ளி ஜில்லாவிலே நீங்க பார்த்த பொழுது கலெக்டர் ஆபீஸ் குமாஸ்தா – அப்புறம்

அதை விட்டு விட்டுப் பதிவு இலாக்காவிலே சேர்ந்து பதினைஞ்சு வருஷமா சப்–ரிஜிஸ்டராராக இருக்கிறேன். இங்கே ஜாகை வைத்து ஒரு மாசம் ஆகிறது. இன்னும் ஒரு வாரம் இருக்கு லீவு. போகணும் அப்புறம்" என்று கூறிக் கையைப் பிசைந்து கொண்டே மந்தஹாசம் செய்தார் அந்தக் கிழவர்.

இத்தனையும் நிமிர்ந்து அனந்தசாமியைப் பார்த்துப் பேசவில்லை. தரையையோ, சுவரையோ, மடியில் சாய்ந்திருக்கிற குழந்தையையோ பார்த்துக்கொண்டுதான் பேசினார்.

வீடு மிக மிகச் சிறுவீடு. பக்கத்தில் ஓர் அறை இந்தண்டைப் பக்கம் சமையலறை. நடுவில் அவர்கள் உட்கார்ந்திருந்த இடம். அதுவே மூன்று பேர்கள் கூடத் தாராளமாகப் படுக்க முடியாத கீகடம். 'நீ காலைச் சற்று மடக்கிக் கொள். நான் சற்று காலை நீட்டிக் கொள்கிறேன்' என்று உபசாரம் செய்து கொண்டுதான் படுக்க வேண்டும், அதில் பாதியைக் கயிற்றுக் கட்டில் அடைத்துக் கொண்டிருந்தது.

"சார்! என்ன பண்ணிண்டிருக்கிறதாக ..."

"வைத்தியம்" என்று கத்தினார் அனந்தசாமி. வரவர அந்த மனிதர் காது படுசெவிடு என்று ஓர் உணர்ச்சி மேலிட்டுக் கொண்டிருந்தது அவருக்கு.

"பேஷ்! பேஷ்! ரொம்ப நல்லதாப் போச்சு. உள்ளே என் சம்சாரத்துக்கு டைபாயிட். இப்பத்தான் கொஞ்சம் தேவலை. டொக்கீ, டொக்கீ" என்று கத்தினார் கிழவர்.

"வரேம்ப்பா" என்று ஒரு குரலோடு டொக்கி வந்தாள்.

"ஏம்ப்பா!" என்று நிலைநடுவில் வந்து, நிலையின் இரண்டு பக்கங்களிலும் கை வைத்து நின்றாள். அனந்தசாமி சற்று பிரமித்தே விட்டார். இந்த அழுக்கு, வியாதி, மூப்பு, பொக்கைவாய், செவிடு – இவ்வளவுக்கும் நடுவில் நம்பிக்கை உடல் கொண்டு வந்தாற்போல அந்தப் பெண் வந்து நின்றாள். தகதகவென்று நிறம். இளமை, வரிசையாகப் பல். முகத்தில் அசாதாரணமான குளிர்ச்சி. குளித்துவிட்டு வெள்ளைத் துணியால் வேடு கட்டின தலை. அந்தத் தலையில் கூந்தல் பிலுபிலுவென்று சிற்றலையாகப் பூத்துக் கிடந்தது. இடையில் அரக்குப் பட்டுப் பாவாடை, சாண் அகலத்துக்கு ஜரிகை. மேலே தாவணி. கைக்கு ஒரு நிறமும் உடலுக்கு ஒரு நிறமுமாக ஒரு ரவிக்கை. மெல்லிய சிறு கால்கள். இளஇளவென்று ஒரு மென்மை அந்தப் பாதத்தில்.

"ஏம்பா? ..."

"சார், கிருஷ்னாப்பள்ளியிலே அப்ப படிச்சாராம். நீ அப்ப பிறந்திருக்க மாட்டே, டாக்டராம். வாசல்லெ கறிகாய் வாங்குகிற போது என்னையே பார்த்தார். என்னைத் தெரிந்து கொண்டு அவர் வந்து விட்டார்."

"வணக்கம், மாமா!" கையிரண்டையும் எடுத்துக் கும்பிட்டாள் அந்தப் பெண். அனந்தசாமிக்கு அந்த வணக்கம் செய்தபாணியைப் பார்த்ததும் கொஞ்சம் சிரிப்புக்கூட வந்துவிட்டது.

"மாமாவுக்குக் காப்பி கொண்டு வந்து கொடு."

"பரவாயில்லை. எல்லாம் ஆகிவிட்டது" என்று குறுக்கே விழுந்தார் அனந்தசாமி.

"கொஞ்சம்!"

"ம்ஹ்ம்... வேண்டாம். குழந்தை!... படிக்கிறாளா குழந்தை?"

"படித்து முடித்து விட்டாள். பாடுவாள். நாட்டியம் சொல்லிக் கொள்கிறாள். அதற்காகத்தான் ஜாகை போட்டிருக்கிறது பாருங்கள், வந்ததும் வராததுமாக அவள் படுத்துக்கொண்டு விட்டாள். வாருங்களேன்" என்றெழுந்தார் கிழவர்.

அனந்தசாமிக்கு இலேசாகச் சிரிப்புவந்தது, தன் அதிர்ஷ்டத்தை நினைத்து. போகுமிடமெல்லாம் தனக்கு முன்னால் முதல் வண்டியிலேயே ஏறி வியாதி போய் நின்று காத்திருக்கிற அதிசயத்தை நினைத்துக் கொண்டே உள்ளே போனார். ஒரு பழைய பாய். அதற்குமேல் கால் தூசிகள் சுவடு போட்ட ஒரு புதுஜமக்காளம். அதன் மேல் ஒரு துணி. அதற்கும் மேல் ஒரு மனுஷப் பிராணி தோலாகப் படுத்துக் கிடந்தது. அவரைக் கண்டதும் எழுந்துகொள்ள முயன்றது.

"இப்ப ஜுரம் விட்டு விட்டது. பலஹீனம்தான். ஆரஞ்சு ஜூஷ்தான் ஆகாரம்" என்று சொல்லிவிட்டுக்கிழவர் மனைவியிடம் பழையபடி அனந்தசாமி ஆனை கட்டி மைதானத்தில் படித்ததி லிருந்து தொடங்கி, கறிகாய்க் கூடைக்குத் தாவிச் சுருக்கமாகச் சொல்லி முடித்தார்.

கிழவருக்கு ஏற்ற வயசில்லை. முப்பத்தைந்து வயதுக் குள்ளேதான் சொல்லலாம் அந்த அம்மாளுக்கு. நாடி, கண்களைப் பார்த்து, கேள்விகள் கேட்டுவிட்டு, "பலவிருத்திக்கு மருந்து கொடுத்தால் போதும்" என்றார் அனந்தசாமி.

"தம்பு, உட்கார ஏதாவது கொண்டு வாடா" என்று கத்தினார் கிழவர். ஒன்றுமே நடக்காததுபோல் அந்தச் சின்ன அறையின் மூலையில் வாரப் பத்திரிகை வாசித்துக் கொண்டிருந்த

பன்னிரண்டு வயதுப் பையன் ஒருவன் கிழவரை மூன்று விநாடிகள் பார்த்துவிட்டு, வெளியே ஓடி ஒரு ஸ்டூலைக் கொண்டு வந்து நோயாளியின் காலை மொத்தி விடுவதுபோல் வைத்தான்.

"இவன் தான் முதல் பையன். இங்கேதான் பள்ளிக்கூடத்திலே சேர்த்திருக்கேன்" என்றார் கிழவர்.

மருந்து மடிக்கும் பொழுது, "வந்ததும் வராததுமாகச் சோதனை பாருங்கள். குழந்தைதான் ஒன்றியாக நிர்வாகம் பண்ணுகிறாள். அவளுக்கு அவள் ஜோலியையும் பார்த்துக் கொள்ள வேண்டியிருக்கிறது. இங்கே வந்து சமையல், கஞ்சி, காப்பி பாருங்கள் தவித்துப் போகிறாள். நேற்று ராத்திரி முழுக்க டான்ஸ் ஒத்திகையாம். அருண்குமார் வந்து அழைத்துக்கொண்டு போய்விட்டார். ராத்திரி முழுக்கத் தூக்கமே இல்லையாம். சூரியன் மாதிரி நூறு விளக்கு, சூடு தாங்காது அதுகளுக்கு நடுவிலே நின்று டான்ஸ் ஆடியிருக்கிறாள். சினிமாக்காரர்களோ இல்லையோ, திருப்பித் திருப்பி 'ஆடு ஆடு' என்று நெறி நெட்டி வாங்குகிறார்களாம். களைத்துப் போய் வந்தாள். அரைமணி நேரம்கூட ஆகவில்லை. உடனே குளித்து விட்டுக் கஞ்சிக்க அடுப்பை மூட்டி விட்டாள்" என்றார் கிழவர்.

அனந்தசாமி அதைக் கேட்டு, சற்று மௌனமாக இருந்தார். திரும்பி அந்தப் பெண்ணைப் பார்த்தார். நூறு சூரியன்களுக்குக் கீழே அவள் நடனமாடுவதை மனக்கண்ணால் ஒரு தடவை பார்த்தார்.

வாசலில் கேட்கிற, 'கொத்திமீலி கருப்பிலியோ...' என்று நாலுமாத்திரை நீட்டுகிற கூவலுக்கு நடுவில், ஸ்கூட்டர் ஓசைக்கு நடுவில், எங்கேயோ குழையும் குயிலின் கூவலும் கேட்டது. பட்டணத்தை நினைக்க நினைக்க அவருக்குச் சிரிப்பு வந்தது.

பூட்ஸ் ஓசை கேட்டது.

சரேலென்று டொக்கி அந்த இடத்தை விட்டு அகன்றாள். "வாங்கோ" என்று வாசலில் அவள் வரவேற்கும் ஓசை கேட்டது. காது கேட்காத கிழவர் அனந்தசாமியைப் பார்த்துக் கொண்டிருந்தார்.

"எங்கே சவாரி போயிட்டே ராத்திரி?" என்று கேட்ட புதுக்குரல் சட்டென்று நின்று விட்டது.

அனந்தசாமி வெளியே வந்தார், கூலிங் கண்ணாடியைக் கையில் வைத்தவாறே உள்ளே வந்தான் ரங்கன்.

"குட்மார்னிங். ஸார்தான் வைத்தியம் பார்க்கிறார் போலவா?" என்றான்.

தி. ஜானகிராமன்

"ஆமாம்."

"பார்த்திருக்கிறேன்" என்றார் அனந்தசாமி.

"ம்ஹ்ஹும்" என்று சிரித்து விட்டு "உடம்பு எப்படியிருக்கிறது?" என்று கேட்டான் ரங்கன்.

"தேவலை."

"அதுதான் விசாரித்து விட்டுப் போகலாம் என்று வந்தேன். அப்ப நான் போய் விட்டுச் சாயங்காலம் வருகிறேன்" என்று கிளம்பி விட்டான்.

"என்ன! வந்ததும் வராததுமா! நுழையக்கூட இல்லை–"

"அவசரமாகப் போக வேண்டியிருக்கு. உடம்பு எப்படியிருக்கு என்று போகிறபோது விசாரிக்கலாம் என்று நுழைந்தேன். சாயங்காலம் வந்தால் போச்சு" என்று கிளம்பி விட்டான் அவன்.

ஸ்கூட்டர் சத்தம் ஓங்கி நகர்ந்தது.

பெண் அப்பாவைப் பார்த்தாள். அப்பா பெண்ணைப் பார்த்து விட்டுத் தரையைப் பார்த்துச் சிரித்தார். "அவர் எப்பவுமே இப்படித்தான். பச்சைக் குழந்தை" என்றார்.

"உறவோ" என்றார் அனந்தசாமி.

"உறவு இல்லை. தெரிந்தவர்தான். டான்ஸ் சொல்லிக் கொள்கிறாளோ இல்லையோ? அங்கே வருவார். ரொம்பசாது நல்ல மனுஷன். செலாவணி உள்ளவர். உங்களுக்குத்தான் தெரியும் போல் இருக்கிறதே. ஏதோ குழந்தைகிட்டே ஒரு இன்ட்டரஸ்ட். இப்படி வந்து போய்க் கொண்டிருப்பார் . . . உட்காருங்கள்."

அனந்தசாமி உட்கார்ந்ததும், அவரும் உட்கார்ந்து கொண்டார். "அவருக்குக் குழந்தையை எப்படியாவது சினிமாவிலே நடிக்கப் பண்ணிப் பெரிய நடிகையாக ஆக்கிவிடணும்னு ஆசை. நான் பண்ணிக் காட்டுகிறேனா இல்லையா பாருங்களேன் என்றார்" என்று மீண்டும் மந்தஹாசம் செய்தார் கிழவர். "அவர் இருக்கிறது பெரிய பலமாயிருக்கிறது. சினிமா என்றால் அது இது என்று என்னென்னமோ பயமுறுத்துகிறார்கள். இந்த மாதிரி நல்லது பொல்லாதது தெரிந்தவர்களாக இருக்கிறது எப்படியிருக்கிறது தெரியுமோ?" என்று மேலும் சொன்னார் அவர்.

"அது சரி."

"உங்களுக்கு ரொம்ப நாட்களாகப் பழக்கமோ?" என்று அனந்தசாமியைக் கேட்டார் கிழவர்.

அன்பே ஆரமுதே

"எனக்கு அதிகப் பழக்கமில்லை. ஏதோ பார்த்தால் சிரிக்கிறது" என்று கூறிய அனந்தசாமி கிழவரிடமிருந்து நிறையத் தெரிந்து கொண்டுவிட வேண்டும் என்று உட்கார்ந்தார். கிழவரும் அவரை இலேசில் விட்டு விடுவதாக இல்லை. தம் குலம் கோத்திரங்களையெல்லாம் அடியைப் பிடித்துச் சொல்லிக் கொண்டிருந்தார் அவர். காவேரிப் பாசனத்தில் நல்ல நிலமாக இரண்டு வேலி இருக்கிறதாம் அவருக்கு. ஸப்ரிஜிஸ்திரார் உத்தியோகத்தில் வேறு சம்பாத்தியம். பெரியவர்களாக இரண்டு பிள்ளைகள் சம்பாதித்துக் கொண்டு தகப்பனார் கையை எதிர்பார்க்காமல் சௌக்கியமாகவே இருக்கிறார்களாம். அனந்தசாமிக்குச் சற்றுக் குழம்பியது.

"தாயாரைப் பார்க்க வரவில்லையோ அவர்கள்? இப்படிச் சீக்காகக் கிடந்து பிழைத்திருக்கிறாளே!" என்றார்.

"பார்க்கலாம். அது நாமெல்லாம் பால்யமாக இருந்த காலத்திலே நடந்திருக்கும். காலம்தான் இப்ப மாறிக் கிடக்கிறதே. வயிற்றிலே பிறந்த பிள்ளைகளே தாயாரைத் திரும்பிப் பார்க்க மாட்டேன் என்கிறார்கள்... என்று சொல்லிக் கொண்டே வந்தவர் அனந்தசாமி விழிப்பதைப் பார்த்து, "இவள் இரண்டாவது சம்சாரம். முதல் பிள்ளைகள் இரண்டும் மூத்தவளுடைய குழந்தைகள். இவளுக்கும் அவர்களுக்கும் ஒத்துக் கொள்ளவில்லை. ஒரு வேலியை ஆளுக்குப் பத்து மாவாகப் பிரித்து நீங்கள் இஷ்டப்படி இருங்கள் என்று சொல்லி விட்டேன். போய் விட்டார்கள். 'அப்பா! இருக்கியா, சித்தி! இருக்கியா?' என்று ஒரு பேச்சுக் கிடையாது" என்று முடித்தார்.

அனந்தசாமியின் பரிவைக் கண்டோ என்னவோ, கிழவர் மேலும் மேலும் பேசிக்கொண்டேயிருந்தார். ஆனைக்கட்டி மைதானத்தில் வாழ்ந்த காலத்தில் தமக்கிருந்த நண்பர்களை, அனந்தசாமிக்கும் நண்பர்கள் என்று தெரிந்தவர்களைப் பற்றியும் பேசினார். தம் உத்தியோகத்தைப் பற்றியும் பேசினார். தம் கிராமம், உறவுக்காரர்கள் எல்லாவற்றையும் பற்றிப் பேசினார். பெண் டொக்கியின் திறமைகளைப் பற்றிப் பேசினார்.

"பள்ளிக்கூடம் முடிந்து இரண்டு வருஷங்கள் ஆகிவிட்டன. நல்ல மார்க்கோடு பாஸ் பண்ணினாள். கலியாணத்தைப் பண்ணிவிடலாம் என்று நினைத்தேன். 'மேலே படிக்கட்டும்' என்றாள் சம்சாரம். இரண்டும் முடியாதென்று விட்டாள், குழந்தை. சிறுசிலிருந்தே அவளுக்குப் பாட்டு, நடனம் என்றால் உசிரு. பள்ளிக்கூடத்திலே நாடகம் போட்டால் இவள்தான் முன்னாலே நிற்பாள். 'இத்தனூண்டு' குட்டியாயிருக்கிறபோதே சுமக்க முடியாமல் பரிசெல்லாம் தூக்கிக் கொண்டு வருவாள்.

வருஷா வருஷம் இப்படித்தான். அவளுக்கு இவ்வளவு அவ்வளவு என்று இல்லை ஆசை – எப்படியாவது சினிமாவிலே சேர்ந்து பெரியநட்சத்திரமாகிவிடணும் என்று ஆசை இருக்கிறது; யோக்கியதையும் இருக்கிறது. எப்படிவேண்டாம் என்று சொல்லுகிறது?”

கிழவரின் முகம் இயற்கையாகவே புன்சிரிப்புத் தவழும் முகம். சாதாரணமாக இருக்கும் பொழுதுகூட மந்தஹாசம் செய்வதுபோன்ற ஒருகளை பரந்திருந்த முகம். சிரிக்கும்போது கன்னங்களில் குழி விழுந்தது. சிறுவயதில் அந்த முகத்தில் தடுத்து நிறுத்தும் ஒரு கவர்ச்சி இருப்பதை அடிக்கடி பார்த்திருக்கிற ஞாபகம் வந்தது அனந்தசாமிக்கு. அது இன்னும் அப்படியே தானிருந்தது – வாடின மருத்தளிரின் மணம்போல. அந்தப் புன்சிரிப்பிலும் பேச்சின் மென்மையிலும் பெண்மை நீரோட்டமாக ஒளிந்து கிடந்தது. யார் என்ன சொன்னாலும் தட்டமுடியாத, மனமில்லாத ஒரு மென்மை நிறைந்த முகம்.

“அதுவும் ஒரு வருஷமாக என்னை அரித்து எடுத்து விட்டாள் குழந்தை. அப்பா! மெட்ராஸுக்குப் போனால் தான் ஆச்சு, போனால்தான் ஆச்சு’ என்று ஒற்றைக் காலால் நின்றாள். கடைசியிலே பார்த்தேன். நம்ம சுகத்தையே எத்தனை காலம்தான் பாராட்டிக் கொண்டிருக்கிறது! அவளுக்கும் ஏதாவது வழி காட்டித்தானே ஆகணும் என்று கிளம்பி வந்துவிட்டேன். இன்னும் ஒன்றரை வருஷம் இருக்கிறது ரிடையர் ஆவதற்கு. ஹோட்டலில் சாப்பிட்டுக் கொண்டு எப்படியாவது தள்ளி விட்டுப் போகிறேன். ரிடையரான பிறகு வந்து சேர்ந்து கொள்கிறது. அதுவரைக்கும் சும்மா இருக்க வேண்டாம், டான்சோ, பாட்டோ எதையாவது கற்றுக் கொள்ளட்டுமென்று ஜாகையைப் போட்டுவிட்டேன். ஆச்சு லீவு முடியப்போகிறது. இன்னும் நாலுநாட்கள்தான் பாக்கி. என்னமோ, விட்டுவிட்டுப் போகிறேன். உங்கள் மாதிரி சிநேகிதர்கள்தான் அவர்களைப் பார்த்துக் கொள்ள வேண்டும்.”

நெருக்கம், நட்பு என்றுகூட அவர் பார்க்கவில்லை போலிருக்கிறது. புன்சிரிப்போடு நிற்கிற பரிச்சயங்களைக்கூட இழுத்துப் பிடித்து நெருக்கிக்கொள்ளத் துடிப்பது போலிருந்தது. குழந்தையை முன்னுக்குக் கொண்டு வருவதில் அவ்வளவு துடி அவருக்கு.

மீண்டும் அவரே ரங்கனைப் பற்றிச் சொன்னார். “முன்னே பின்னே பார்த்ததில்லை. டான்சு சொல்லிக் கொள்கிறாளே, அங்கே பழக்கமானார். ஆனால் மனுஷன், உசிரை வைக்கிறது என்பார்களே அப்படிப் பிரியமாயிருக்கிறார். குழந்தை ஒன்று சொல்லிவிட்டால் போதும், உடனே அதைச் செய்து முடித்து

விடணும். அன்றைக்குப் பாருங்கள். 'மகாபலிபுரம் ரொம்ப அழகாயிருக்குமாமே, மாமா!' என்றாள். அவ்வளவுதான்; உடனே எங்கேயோ போனார். ஒரு காரைக் கொண்டுவந்தார். வாடா பயலே என்று பையனையும் அழைத்துக் கொண்டார். போய்விட்டு வந்து விட்டார். டான்ஸ் வாத்தியார் வீட்டில் போன வாரம் ஏதோ திருபுவனம் தாராசுரம் கோவில்களிலே யெல்லாம் டான்ஸ் போஸுகள்! முத்திரைகள் ரொம்ப நன்றாகச் செதுக்கி வைத்திருக்கிறான் என்று யாரோ வந்து பேசிக் கொண்டிருந்தார்களாம். அன்றைக்குச் சாயங்காலம் ரங்கன் வந்தார். அவரிடம் ஏதோ பேச்சுவாக்கில் சொல்லி வைத்தாள் குழந்தை. போகணும் என்றுகூடச் சொல்லவில்லை. பாருங்கோ, அஸ்தமித்தவுடன் காரைப் போட்டுக் கொண்டு வந்துவிட்டார். ராத்திரியே புறப்பட்டு, கும்பகோணம் போய்த் திருபுவனத்திலே ஒரு நாள், தாராசுரத்திலே ஒரு நாள் இருந்து நன்றாக எல்லாவற்றையும் பார்க்கச் சொல்லி அழைத்து வந்து விட்டார். அப்படி ஒரு பிரியம் குழந்தையிடம். இவளும் வந்தாள். அப்படியே அங்கே இருக்கிறது. ஒவ்வொன்றையும் 'ஜாடா' – ஒரு போஸு ஒரு முத்திரை விடாமல் அப்படியே செய்து காண்பித்தாளே, பாருங்கள். அதைப் பார்த்தவுடனே அவருக்குப் பிரமாத உற்சாகம் வந்து விட்டது. 'மாமா நீங்கள் பார்த்துக் கொண்டேயிருங்கள். டொக்கி காலிலே உலகமே வந்துவிழப் போகிறது. ஒரு நாளைக்கு' என்று சந்தோஷம் தாங்காமல், கூத்தாட ஆரம்பித்து விட்டார்.

இவ்வளவையும் சாமதானமாக, பொதுவாக கடும் செவிடர்களுக்குச் சொந்தமான தணிந்த குரலில் புன்சிரிப்பும் பொக்கை வாயுமாகச் சொல்லி முடித்தார் கிழவர்.

அனந்தசாமியும் கொஞ்சம் கொஞ்சம் உலக அறிவு சம்பாதித்துக் கொண்டவர்தான். கிழவர் இவ்வளவு சாதுவாக இருப்பதைக் காண அவருக்கே வியப்பாக இருந்தது. வேறொரு சப்–ரிஜிஸ்டிராரின் நினைவு வந்தது அவருக்கு.

தி. ஜானகிராமன்

## 20

அவரையும் இவரையும் தராசில் போட்டுப் பார்த்தார் அனந்தசாமி. இன்னொரு ஸப் ரிஜிஸ்டிரார் பரம வைஷ்ணவர். வைஷ்ணவரல்லாத பிராம்மணர்களோடோ, பிராம்மணரல்லாதவர்களோடோ பேசும் பொழுது பூநூலைக் காதில் மாட்டிக் கொண்டு விடுவார். ஆபீசுக்கு வரும்போது பூநூலைக் குறுக்கே போடாமல் மாலையாகப் போட்டு, அதாவது பிராம்மண்யத்தின் மீது வெளிஉலகத் தீட்டுகள் படாமல் காப்பாற்றிக் கொண்டிருப்பார். இது பலருக்குத் தெரியாது. சட்டைப் பித்தானைக் கழற்றிப் பார்த்தால் தெரியும். அப்படிக் கழன்ற சட்டை வழியாக அனந்தசாமி ஒரு தடவை இதைப் பார்த்திருக்கிறார். அந்த வைஷ்ணவர் சப்ரிஜிஸ்டிரார் ஆட்சி செய்த ஊர் சற்றுப் பணம் பெருத்த ஊர். கடை கண்ணிகள், மொத்த வியாபாரம், விவசாயத்தை முண்டி முண்டிச் செய்கிறவர்கள் – எல்லாம் கை ஓங்கின இடம். வேறு சப்ரிஜிஸ்டிரார் நிலையம் சுற்றிலும் வெகு தூரத்துக்கு இல்லாததால் எப்பொதுமே கூட்டம் அதிகமாயிருக்கிற வழக்கம். வாசல் வராந்தாவும் போதாமல் வாதா மரத்தடியிலும் தூங்குமூஞ்சி மரத்தடியிலும் கிராமத்தார்களும் ஊர்க்காரர்களும் காத்திருப்பார்கள். உள்ளே சப் ரிஜிஸ்டிராரின் மேஜைக்கு மேல் பதிவுக்கு வந்த சாசனங்கள் இரண்டு அடுக்குகளாக அடுக்கி வைத்திருக்கும். ஓர் அடுக்கின்மீது சிவப்பாக ஒரு கண்ணாடிக் குண்டுபாரம். இன்னொரு அடுக்கின் மீது பிளாட்டிங் பேப்பர் விலகிப்போன ஒரு

வெறும் கட்டை உட்கார்ந்திருக்கும். சிவப்புக் கண்ணாடிக் குண்டு அடுக்கிலிருந்த ஒவ்வொரு சாசனமாக எடுத்து, எடுத்து உரியவர்களைக் கூப்பிட்டுப் பதிவு செய்து கொண்டிருப்பார். ஸப் ரிஜிட்டிரார் வெளியே போய்ப் போய் வந்து கொண்டிருப்பான் மீசைக்கார டபேதார். திடீரென்று உள்ளே வருவான் மரக்கட்டைச் சாசன அடுக்கை என்னமோ ஆராய்வது போல் பார்ப்பான். நடுவிலிருந்த ஒரு சாசனத்தை உருவிக் கண்ணாடி அடுக்குக்கு மாற்றுவான். அனந்தசாமி ஒரு நண்பருக்குச் சாட்சி போடப் போய் இந்த மாயத்தைப் பார்த்துக் கொண்டிருந்தார். வெகு நேரமாக அவர்களை யாரும் அழைப்பதாக இல்லை. திடீரென்று மீசைக்கார டபேதார் நண்பரிடம் வந்து என்னமோ சொன்னான். இடது கைக்குத் தெரியாமல் வலது கையால் ஐந்து ரூபாயை வாங்கிக் காக்கிக் கோட்டில் திணித்துக் கொண்டான். உள்ளே போனான். அவர்களுடைய சாசனம் மரக்கட்டை அடுக்கிலிருந்து கண்ணாடி அடுக்குக்கு மாறியது சப் ரிஜிஸ்டிரார் கூப்பிட்டார். மகாவிஷ்ணுவே சிரிக்கிறாற்போல் மலர்ந்த முகத்தோடு வரவேற்றார். ஐந்து நிமிஷங்களில் பதிவு செய்து விடை கொடுத்து அனுப்பிவிட்டார்.

அவருக்கும் இவருக்கும் எவ்வளவு தூரம் என்று கணக்குப் போட்டுக் கொண்டார் அனந்தசாமி. இந்த சப் ரிஜிஸ்டிரார் இவ்வளவு அப்பாவியாக இருக்கிறாரே. ரங்கனை நம்பி இந்த அழகான பெண்ணை விட்டு...? அனந்தசாமியின் மனத்தில் எழுந்த கேள்வி பட்டென்று அறுந்துவிட்டது. சேச்சே... ரங்கனைக்கூட நமக்கு முழுதும் தெரியாதே... நேரே அவனை எங்கே பார்த்துப் பத்து நிமிஷமாவது பேசியிருக்கிறோம்! இந்த நிலையில் அவனைத்தான் எப்படிப் போக்கிரி என்று முடிவு கட்டுவது? இதுவரையில் அவருக்கு ஏற்பட்ட அபிப்பிராயங்களெல்லாம் கூட நேரடியாக ஏற்படுத்திக் கொண்டவை அல்ல. இரண்டாவது, மூன்றாவது மனிதர்கள் மூலம் கிடைத்தவை. ஆகவே அந்தக் கேள்வியை முடிக்காமல் பதில் சொன்னார்.

“என்னமோ நல்லவர்களாக இருந்தால் சரி, பட்டணத்தில் எல்லாம் பத்துத் தினுசுகள் இருக்கும். எல்லாம் நம் ஜாக்கிரதையில் தானே இருக்கிறது” என்று மையமாக சொல்லி வைத்தார்.

“அதனால் தானே சிநேகிதர்கள் சிநேகிதர்கள் என்று அப்போதே பிடித்துச் சொல்லுகிறேன். சிநேகிதர்கள் மனசு வைத்தால்தான் எதுவும் நம்ம மனசுக்கு சங்கடமில்லாமல் நடக்கும். எனக்கு உறவுக்காரர்கள் இல்லையா? இந்த மெட்ராசிலேயே நூறு பேர்கள் இருக்கிறார்கள், அங்கெல்லாம் போகலாமோ?”

இருவரும் பேசும்பொழுது, டொக்கி நடு நடுவே வந்து சமையலறைக்கும் அம்மா படுத்துக் கொண்டிருக்கிற அறைக்கு மாகப் போய்க் கொண்டிருந்தாள். சமையல் வேலை அவளுக்கு.

"குழந்தை பாவம், ராத்திரி வேறு கண் விழித்துவிட்டு, சமையல் வேறு செய்ய வேண்டியிருக்கிறது" என்றார் அனந்தசாமி.

"இது என்ன மாமா பெரிய கஷ்டம்!" என்று சொல்லிவிட்டு "நீங்கள் சும்மாயிருக்கிறீர்களே? ஏதாவது சாப்பிடுகிறீர்களா! கொஞ்சம் காப்பி சாப்பிடுங்களேன்" என்றாள்.

"வேண்டாம்."

"டீ?"

"வேண்டாம்."

"ராகிமால்ட்?"

"ம்ஹும்."

"ஆரஞ்சு கிரஷாவது சாப்பிடுவீர்களா ...?"

"ஒன்றுமே வேண்டாம்."

"அதெல்லாம் முடியாது, மாமா! அதென்ன, நான் இவ்வளவு சொல்கிறேன். மாட்டேன் மாட்டேன் என்கிறீர்களே" என்று ஒரு நிமிஷத்துக்கெல்லாம் ஆரஞ்சு ரசம் கொண்டு வந்து, "இப்பொழுது என்ன பண்ணுவீர்கள்?" என்று சிரித்துக் கொண்டே நின்றாள் டொக்கி.

அனந்தசாமியின் மனம் நடுங்கிற்று.

"இவ்வளவு சமர்த்துப் பெண்ணாயிருக்கிறதே. இதைப் போய், இந்த ரங்கன் பயல் ..." என்று மனத்துக்குள்ளேயே முடிக்காத புலம்பலாகப் புலம்பிக் கொண்டார்.

அவர் விடைபெற்றுக் கொண்டு கிளம்பும்பொழுது கிழவர் சாப்பாட்டு உபசாரத்தைத் தட்ட வேண்டியிருந்தது. "இந்த முக்கோட்டையைவிட்டு நல்ல வீடாகப் பார்த்துக்கொண் டிருக்கிறேன், அப்பொழுது நீங்கள் வந்து சாப்பிடலாம்" என்றார்.

"அதை முதலில் செய்யுங்கள். இந்த இடமே நன்றாக இல்லை. அதனாலேயே சீக்குப் படுத்துகிறதோ, என்னவோ?"

"என்ன செய்கிறது? வந்தவுடனே இதுதான் கிடைத்தது. வந்து புகுந்து விட்டால், பிறகு ஏதாவது பார்த்துக் கொள்ளலாம் என்று வந்தாயிற்று. நல்ல வீடாகக் கிடைக்கும். ரங்கன் கூடப்

பார்த்துக் கொண்டிருக்கிறார். நீங்களும் நல்லதாக உங்கள் கண்ணில் தென்பட்டால் சொல்லுங்கள்."

அனந்தசாமி உள்ளே சீக்காய்க் கிடக்கிற அம்மாளிடமும் போய் விடை பெற்றுக் கொண்டார்.

"இவர்களிடத்திலும் எல்லாம் சொல்லியிருக்கிறேன்" என்றார் கிழவர் அவளிடம்.

"சொல்லியிருக்கிறீர்களா? நானே சொல்லவேண்டும் என்று நினைத்தேன். அவரும் ஊருக்குப் போய்விடுவார். நீங்கள் தான் வந்து பார்த்துக் கொள்ளவேண்டும். குழந்தைக்கு நல்ல வழியாகக் காண்பிக்க வேண்டும்" என்றாள்.

"எது நல்லவழி?" என்று மனத்துக்குள்ளே கேட்டுக்கொண்டே வெளியே வந்தார் அனந்தசாமி.

தாம் காண்பிக்கிற நல்ல வழி எதாக இருக்க முடியும் என்று யோசித்துக் கொண்டே வந்தார்.

மந்தவெளி பஸ் ஸ்டாண்டுக்கருகே வந்தார். வழக்கத்துக்கு விரோதமாக விடியற்காலையிலேயே வீட்டை விட்டுக் கிளம்பி விட்டதால், குளித்துச் சாப்பிட வேண்டும் என்று வயிறு குமையவே, வீட்டுக்குப் போய்விடும் நோக்கத்துடன் மந்தைவெளி வழியாக ராயப்பேட்டை போகிற பஸ் நிற்குமிடத்தில் வந்து நின்றார். ஆபீசுக்குப் போகிற கூட்டத்தைக்கூடக் காணவில்லை. பத்து மணிக்கு மேலாகிவிட்டது. நிற்க முடியாமல் பக்கத்திலிருந்த வெற்றிலைப்பாக்குக் கடையின் சார்ப்பு நிழலில் ஒதுங்கினார்.

"இப்பொழுதுதான் வருகிறீர்களா?" என்று இரண்டு நிமிஷங்கள் கழித்துக் குரல் கேட்டது மேற்கே.

திரும்பி வந்தார் அவர்.

கூலிங்கிளாசும், நறுக்கு மீசையும், உடம்பு தெரிகிற சட்டையும், சாணி நிறக் கால் சட்டையுமாக, ஸ்கூட்டரை நிறுத்திக் காலைத் தரையில் உந்திக்கொண்டு நின்றான் ரங்கன். அகன்ற தோள்பட்டை, மார்பு, இரும்புப்பிடி போன்ற கைகள்.

"உங்களைத்தான் சார்...!"

"அடேடே! ஆமாம் சார், இப்பொழுதுதான் வந்தேன்!"

ரங்கன் ஸ்கூட்டரைப் பின்னுக்கு இழுத்து நிறுத்திவிட்டு இறங்கியே வந்து விட்டான்.

சற்றுத் தள்ளினாற்போல நின்று, "அப்புறம்?" என்றான். அனந்தசாமி நிழலை விட்டு அவனிடம் போக வேண்டியிருந்தது.

அவன் ஒதுக்குப்புறமாக நின்று பேச ஏதோ நினைத்தது போல் தோன்றியது.

"அம்மாளுக்கு உடம்பு எப்படியிருக்கிறது?" என்று கேட்டான்.

"நன்றாக இருக்கிறது. பலஹீனம், அவ்வளவுதான். அது சரியாகிவிடும்."

"கவலை இல்லையே?"

"எதுக்குக் கவலை? ஜுரம்கூட நின்றுவிட்டது."

"அப்படியானால் சரி. கேட்கலாம் என்றுதான் நினைத்தேன்."

"உங்களைப் பற்றிக்கூடச் சொன்னார் அவர். நீங்கள் ரொம்பப் பிரியமாகப் பழகுகிறீர்கள். ரொம்ப நல்ல சுபாவம் என்று உங்களைப் பற்றித்தான் வெகுநேரம் சொல்லிக்கொண்டிருந்தார் அவர். உசிரை வைப்பார்கள் என்று சொல்வார்களே, அந்த மாதிரி பிரியமாயிருப்பதாகச் சொன்னார்."

ரங்கன் என்ன பதில் சொல்வதென்று தெரியாமல் அதை ஏற்றுக் கொண்டு முகம் மலர்ந்து நின்றான்.

"உங்கள் மேல் இவ்வளவு பிரியமாக இருக்கிறாரே அவரும்?"

"நான் சரியான சமயத்தில் வந்து காப்பாற்றினேன். அதுதான் காரணமாக இருக்க வேண்டும்" என்றான் ரங்கன் அனந்தசாமியிடம்.

எதிலிருந்து காப்பாற்றினாய் என்று கேட்கவில்லை அனந்தசாமி. அவருக்குக் கேட்க சங்கோசம். அவனே சொல்லத் தொடங்கினான்: "அந்த மாமா ரொம்ப நல்லவர். அதைவிட அந்த அம்மாள் நல்லவள். அதைவிட அந்தப் பெண் நல்ல பெண். இப்பேர்ப்பட்ட ஆட்களை ஏமாற்ற எத்தனை பேர்கள் காத்துக் கொண்டிருப்பார்கள் இந்த மெட்ராஸில். அப்படித்தான் மோசம் போகத் தெரிந்தாள் அந்தப் பெண். சமயத்தில் நான் காப்பாற்றினேன்? ... அதை இந்த வெயிலில் உங்களை நிறுத்தி வைத்துக் கொண்டு சொல்ல வேண்டாம். சாவகாசமாக, நிதானமாகச் சொல்கிறேன். நீங்கள் எங்கே இருக்கிறீர்கள்?"

அனந்தசாமி தம் விலாசத்தைச் சொன்னார்.

"நான் வந்து பார்க்கிறேன். நீங்கள் எப்பொழுது இருப்பீர்கள்?"

"என்னைப் பற்றி ஒன்றும் சொல்ல முடியாது. இப்பொழுது வீட்டுக்குத்தான் போகிறேன்."

"சரி, நான் மத்தியானம் வந்துபார்க்கிறேன். மூன்று மணிவரையில் வீட்டில்தானே இருப்பீர்கள்?"

அன்பே ஆரமுதே

"ஆமாம்."

"நானே வருகிறேன்... வெயிலில் நிற்கிறீர்களே, ஒரு டாக்ஸி வேண்டுமானால் வைத்து அனுப்பி விடுகிறேனே."

"பரவாயில்லை, வேண்டாம்."

"சரி, அப்பொழுது மத்தியானம் வந்து பார்க்கிறேன்" என்று கூறிக் கிளம்பி விட்டான் ரங்கன். புதிதாக மாணவர்கள் அணியும் மோஸ்தரில் காட்சியளித்தது ரங்கனின் தோற்றம். நறுக்குமீசை, மார்பையும் தோளையும் அகலமாகக் காட்டுவது போல உடம்பு தெரிகிற சட்டை, கீழே சாணி நிறக் கால்சட்டை, அதைப் பிடித்துக் கொள்ள ஒரு 'பெல்ட்டு' கால் சட்டையின் பின்னால் ஒரு பாக்கெட்டு. இந்த வேஷத்துடன் போகும் யாரைப் பார்த்ததாலும் சிரிப்பு வந்து விடும் அனந்தசாமிக்கு. ரங்கனைப் பார்த்தபோதுகூட அப்படித்தானிருந்தது. ஆனால் அது இப்போது உள்ளுக்குள் அடங்கிவிட்டது. அவனுக்கு எந்த உடை போட்டாலும் தகும் என்று தோன்றியது. அவன் சிரிக்கிற போதெல்லாம் வெகுநாட்கள் பழகிவிட்ட ஒரு சுவாதீனம் – ஓர் அண்மை – இதுதான் அவருக்கு ஆச்சரியமாயிருந்தது. சரேலென்று எப்படி ஒட்டிக் கொள்ள முடிகிறது இவனால்? இம்மாதிரி வியந்து கொண்டே போனார் அவர், பஸ்ஸில் போகும் பொழுது.

வீட்டுக்குப் போனவர் குளித்துவிட்டு உலை நீரை வைத்தார். குழம்புக்குப் புளியை ஊறவைத்துவிட்டுப் பருப்பை வேகவைத்தார்.

குடியிருக்கிறவர்களின் கூடத்துக் கடிகாரமும் பன்னிரண்டு மணி அடித்தது.

மூன்று மணியை நினைத்துக்கொண்டிருந்தது அடி மனசு. ஆச்சரியமாயிருந்தது அவருக்கு எப்படி அவனை இவ்வளவு எதிர் பார்க்கத் தொடங்கி விட்டோமென்று.

சமையல் முடிந்ததும், இடையில் ஒரு துண்டை மட்டும் உடுத்திக் கண்ணை மூடிக் கொண்டு உட்கார்ந்தார் விழியை மூடி, மனத்தை மூடி, எண்ணம் செத்த சூன்யத்தில் லயித்துக் கொண்டார்.

கண்ணைத் திறந்து எழுந்து, இலையைப் போட்டுச் சாதத்தை எடுத்து வைத்துக் கொண்டதும் மங்களப் பாட்டியின் குரல் கேட்டது.

"என்ன சுவாமி, ஜபம் – எல்லாம் ஆயிடுத்தா?"

"ஆய்விட்டது பாட்டி."

"சாப்பாட்டுக்கு உட்கார்ந்தாயிற்றா?"

"இப்பொழுதுதான் உட்கார்ந்தேன்."

"சாப்பிடுங்கள்."

"ஏன், என்ன விசேஷம்?"

"ஒன்றுமில்லை."

பாதி சாப்பிடும் பொழுது வந்தாள் பாட்டி. "ஒன்றுமில்லை. நீங்கள் நிஷ்டையிலே இருந்தீர்கள். உங்களைத் தேடிக் கொண்டு ஒரு பிள்ளை வந்தான். இப்படி வந்துநின்றான். எழுப்பாதீர்கள் என்று எனக்கு ஜாடைகாட்டினான். வாசலில் போய் நின்றான். 'அவசியமாகப் பார்க்க வேண்டும் என்றால் மாடிக்குப் போய் உட்காருங்கள்' என்று சொல்லி அனுப்பினேன். மாடியில்தான் உட்கார்ந்திருக்கிறான்."

"அப்படியா? எப்பொழுது வந்தார்?"

"வந்து ஒரு மணி நேரமாச்சு சுவாமி."

"ஒரு மணி நேரமாகவா காத்துக் கொண்டிருக்கிறார்."

"ஆமாம், சுவாமி."

"எழுப்பக் கூடாதோ?"

"அவருக்கே இஷ்டமில்லை. ஏன், எனக்குக் கூடத்தான் இஷ்டமில்லை... மனக் குரங்கைக் கட்டிப் போட்டு ஆனந்தமாயிருப்பவர்களை யாராவது எழுப்புவார்களோ..."

"அது சரி... மனுஷர்களைவிட அதுவா பெரிது?"

"அது என்ன சுவாமி அப்படிச் சொல்லி விட்டீர்கள்?... புதிதாக என்னமோ சொல்கிறீர்களே?" என்றார் மங்களப் பாட்டி.

"வெகு நேரமாகக் காக்க வைத்து விட்டேனே என்று சொன்னேன். வேறு ஒன்றுமில்லை."

"அவருக்கு ஒன்றும் அவசரமில்லை. நீங்கள் இருந்து சாப்பிட்டுவிட்டுப் போங்கள் என்றாள் பாட்டி.

கை கழுவிவிட்டு மாடிக்குப் போன பொழுது ரங்கன் அலமாரியிலிருந்து ஒரு பெரிய புத்தகத்தை எடுத்து அதில் முழுகிக் கிடந்தான்.

# 21

அனந்தசாமி நினைத்ததை நிரூபித்துக் காட்டுவது போல் ரங்கன் உடைமாற்றிக் கொண்டு வந்திருந்தான் இப்பொழுது. கால் சட்டைக்குப் பதிலாகச் சன்ன ஜரிகை பார்டர்போட்ட துல்லிய வெள்ளையில் ஓர் எட்டு முழம். மேலே மடியாமல் துவண்டு விழுகிற ஒருவித வெண்பட்டில் தைத்த ஜிப்பா. காலையில் அவர் பார்த்த சிறுபிள்ளைத்தனம் எல்லாவற்றையும் அவன் கழற்றி வைத்துவிட்டு வந்தாற் போலிருந்தது. ஆளே அப்படி மாறித் தோற்றமளித்தான். பத்து வயது அதிகமானாற் போல், பொறுப்பும் அடக்கமும் கூடுதலாக வந்து விட்டது போன்ற ஒரு தோற்றம்.

"வாருங்கள், ரொம்ப நேரம் ஆகிவிட்டதாமே நீங்கள் வந்து" என்றார் அனந்தசாமி.

"நான் மூன்று மணிக்குத்தானே வருவதாகச் சொன்னேன். முன்னால் வந்தது என் தப்புதானே?" என்று மரியாதையாக எழுந்து கொண்டான் ரங்கன்.

"உட்காருங்கள்" என்றார் அனந்தசாமி. உட்கார்ந்தான் அவன்.

"சாப்பாடாயிற்றா?" என்று விசாரித்தான் ரங்கன்.

"இப்பொழுதுதான் சாப்பிட்டு முடித்தேன். அதென்ன, எனக்கு முன்னால் நீங்கள் கேட்டு விட்டீர்கள்?"

"எனக்கு இதோடு மூன்று வேளை ஆகிட்டது. நல்ல வேளையாக முன்னால் வந்தேன். இந்தப் புத்தகத்தில் ஐம்பது பக்கம் வாசித்து விட்டேன். ரொம்ப அரிய அபூர்வமான புத்தகங்களெல்லாம் வைத்திருக்கிறீர்களே! இவையெல்லாம் இங்கே கிடைக்கிற புஸ்தகங்களாகவே தெரியவில்லையே?"

"பாதி இலங்கையில் வாங்கினவை. பாதி பர்மாவிலிருந்தும், ஜப்பானிலிருந்தும் என் சிநேகிதர் இரண்டு பேர்கள் அனுப்பியவை."

"அங்கெல்லாம் கூட உங்களுக்குச் சிநேகிதர்கள் உண்டா?"

"ஆண்டிக்கு என்ன பஞ்சம் சிநேகிதத்துக்கு..."

சிரித்துக் கொண்டே அவன் மீண்டும் எழுந்து புஸ்தக அலமாரி முன் நின்று நோட்டம் விட்டான். கம்பீரமான, அழகான அந்தத் தோற்றத்தைப் பார்த்துக் கொண்டேயிருந்த அனந்தசாமி, "நீங்கள் இஷ்டப்பட்டதை எடுத்துக் கொண்டுபோய் வாசிக்கலாம். நான் கொடுத்தால் கூட வாங்கிக் கொள்ள இங்கே ஆட்களில்லை" என்றார்.

"நன்றி. எடுத்துப் போகிறேன். தாமதமாகும் திருப்பித்தர."

"திருப்பித் தர வேண்டும் என்ற அவசியமே இல்லை."

"நன்றாயிருக்கிறதே" என்று மீண்டும் நாற்காலியில் உட்கார்ந்து கொண்டான் ரங்கன். சிறிது நேரம் மௌனம் நிலவியது.

"என்னை விட்டு விட்டு நேரே வீட்டுக்குப் போய் விட்டீர்களா?" என்று ஆரம்பித்தார் அனந்தசாமி.

"இல்லையே. அவர்கள் வீட்டுக்குப் போயிருந்தேன்."

"யார் வீட்டுக்கு?"

"ராஜாங்கமய்யர் வீட்டுக்குத்தான். இன்னும் நாலைந்து நாட்களில் லீவு முடிகிறது அவருக்கு. நல்ல புத்திமதி, எச்சரிக்கை யெல்லாம் சொல்லி விட்டு வந்தேன்."

"அவருக்கா?"

"எல்லாருக்கும்தான்."

"எதுக்கு?"

"எதுக்காக? ஒழுங்காக இருக்கச் சொல்லித்தான்."

"எனக்குப் புரியவில்லையே?"

"உங்களுக்கு அவர்களை எத்தனை நாட்களாகத் தெரியும்?"

“இந்த ராஜாங்கமய்யரை முப்பத்தைந்து வருஷங்களாகத் தெரியும்” என்று பெயரை மீண்டும் சொல்லி மனத்தில் பதிவு செய்துகொண்டார் அனந்தசாமி.

“அப்படியா ?”

“ஏன் ?”

“முப்பத்தைந்து வருஷங்களாகத் தெரிந்தா இதை யெல்லாம் நீங்கள் அனுமதித்திருக்கிறீர்கள் ?”

“விளக்கமாகச் சொல்லுங்கள்.”

“டொக்கி நேற்று ராத்திரி எங்கே போய்விட்டு வந்தாளாம்?”

“படம் பிடிக்கிறார்களாம்! டான்ஸ் ஒத்திகையாம்.”

“அதற்குள் அம்பலத்துக்கு வந்தாடறா? இப்பொழுது தானே சொல்லிக் கொள்கிறாள் டான்ஸே அவள்? நீங்கள் அதை நம்புகிறீரா ?”

“எனக்கென்ன தெரியும்? நம்பாமலிருக்க இதில் என்ன இருக்கிறது ?”

“வாஸ்தவம். இந்தக் காலத்தில் தெற்கு வீதியில் ஜண்டை வரிசை கற்றுக் கொள்ளுகிறவர்கள் வடக்கு வீதியில் ஒரு ‘ட்யூஷன்’ வைத்துக்கொண்டு சரளி வரிசை சொல்லிக் கொடுக்க ஆரம்பித்து விடுகிறார்கள் ...”

“வாத்தியாரா யிருப்பது ரொம்பச் சுலபம் எப்போதுமே.”

“டொக்கி அந்த மாதிரி செய்திருந்தாலும் பரவாயில்லையே.”

“நீங்கள் விஷயத்தைச் சொல்லவே இவ்வளவு சிரமப் படுகிறீர்களே.”

“சொல்லவே எனக்குச் சங்கோசமாக இருக்கிறது.”

“ரகசியமாக இருந்தால் நான் கேட்க ஆசைப்பட வில்லை.”

“இது ரகசியமாகவே இருந்து புதைந்து விட வேண்டும் என்றுதான் உங்களிடம் ஓடி வந்தேன். நேற்று அவள் ஸ்டுடியோவுக்கும் போகவில்லை, ஒத்திகையும் பார்க்கவில்லை. பாண்டிச்சேரிக்குப் போயிருக்கிறாள், அருண்குமாரோடு. அவனைக்கூட உங்களுக்குத் தெரியும் போலிருக்கிறதே. நேற்று பார்த்தேனே உங்களை, அவன் வீட்டில்.”

“அவன் குழந்தைக்கு வைத்தியம் செய்கிறேன்.”

"முதலில் அவனுக்கு வைத்தியம் செய்யுங்கள். இந்த மாதிரி தனியாக ஒரு பெண்ணை எதற்காக அவ்வளவு தூரம் அழைத்துப்போக வேண்டும்?"

இதைக் கேட்டதும் அனந்தசாமிக்கு இலேசாகச் சிரிப்பு வந்தது. சந்திராவின் நினைவு வந்தது. 'ரங்கன் பிரதர்' 'ரங்கன் பிரதர்' என்று காசியிடம் இடித்துப் பொருமிய சிவபாக்கியத்தின் நினைவு வந்தது. அவருக்கு உள்ளமெல்லாம் தத்தளித்தது. இந்த உலகத்தில் யார் நல்லவர்கள்? யார் கெட்டவர்கள்? கேட்டுக்கொண்டே பிரமித்தார் அவர். இந்த உலகத்தின் நகரங்களிலும், கிராமங்களிலும், மூலை முடுக்குகளிலும், நீதி மன்றங்களிலும், கூட்டங்களிலும் உட்கார்ந்து நீதி வழங்குகிற மகான்களையெல்லாம் நினைத்துப் பார்த்தார். "எப்படி இந்த நீதிபதிகளுக்கு உண்மை புலப்படுகிறது?" என்று திகைத்தார். பகவான் ஏதாவது கண்ஜாடை காட்டி அதோ இருக்கிறது பார், அதுதான் உண்மை என்று காட்டி விடுகிறாரா? எனக்குமட்டும் ஒன்றுமே புரியவில்லையே! இவன் இவ்வளவு கம்பீரமாக, இருதயத்தை எடுத்து முகத்தில் வைத்துக் கொண்டதுபோல் இருக்கிறானே என்று மயங்கினார். ஒரு கணம் கழித்து அவன் முகத்தில் தோன்றிய ஒட்டடையை விலக்குவது போல் மயக்கத்தை ஒதுக்கிவிட்டு, "நீங்கள் என்ன எச்சரிக்கை செய்தீர்கள் ராஜாங்கம் அய்யர் வீட்டில்?" என்று சாதாரணமாகக் கேட்டார்.

"ஜாக்கிரதையாக இருங்கள். இத்தோடு இரண்டாவது தடவை ஆகிவிட்டது. இனிமேல் இப்படி அசட்டுத்தனம் போகாதீர்கள்" என்று சொன்னேன்.

"இரண்டாவது தடவை என்றால்?"

"பாண்டிச்சேரிக்கு இவளை அவன் அழைத்துச் சென்றது இரண்டாவது தடவை இது."

"ஓகோ."

"நீங்களும் அவர்களிடம் சொல்லி வையுங்கள். ஒருத்தருக்கு இரண்டு பேராகச் சொன்னால்தான் படும் – எனக்காகத் தயவு செய்து சொல்லுங்கள்" என்று கெஞ்சினான் ரங்கன். அந்தக் குரலில் ஆழ்ந்த அன்பும் கோபமும் இரக்கமும் நடுங்குவதைக் கண்டு அவருக்கு ஏதோ தாக்கினாற் போலிருந்தது.

"நீங்கள்கூட அந்தப் பெண்ணை மகாபலிபுரம், தாராசுரத்துக்கெல்லாம் அழைத்துப் போனீர்கள் இல்லையா?" என்று அதே சூட்டில் கேட்டு விட்டார்.

அவன் அதற்காகக் கலங்கிவிடவில்லை.

"நான் அழைத்துப் போகிறதும், அவன் அழைத்துப் போகிறதும் ஒன்றாகிவிடுமா?"

"வெவ்வேறு என்று நம்ப உங்களோடு நான் எத்தனை நாட்கள் பழகி விட்டேன், அப்படி! அவன் நேற்றிலிருந்து பழக்கம். நீங்கள் இன்றிலிருந்து பழக்கம்."

அனந்தசாமி இதை முக விகாரமில்லாமல் கோபமில்லாமல் தான் சொன்னார். அவன் மனம் சூடிமுத்தாற் போல் துடித்தது. முகத்தில் தெரிந்தது. அவனைச் சமாதானப்படுத்த வேண்டும் என்று அவர் நெஞ்சு உடனே பரக்கத் தொடங்கியது. "நீங்கள் ஒன்றும் வித்தியாசமாக நினைக்காதீர்கள். இப்படிப் பட்டவர்த்தனமாகப் பேசுகிறேனே என்று. நீங்கள் நன்றாகப் படித்தவர் என்று தெரிகிறது. முக்காலே மூன்று வீசம் பேரிடத்தில் படிப்பின் பயன் அகம்பாவம்தான். உங்களை விட நான் அறிவாளியாக இருந்தால், உங்களைவிட நான் உயர்ந்தவன் என்றுகூட நினைத்துக்கொண்டு விடுகிறேன். இதுதான் சகஜமாகப் பார்க்கக்கூடிய சேதி. இருந்தாலும் படிப்புக்கு ஒரு பலன் உண்டு, மனுஷனாக ஒருவனை வைத்திருக்கிற பலன் உண்டு என்று நம்பிக்கொண்டு உங்களை நம்புகிறேன். உங்களுக்கும் அவனுக்கும் வித்தியாசம் உண்டு என்று நம்புகிறேன் – தற்காலிகமாக."

"பார்த்தீர்களா?" என்று தீனமாகக் குறுக்கிட்டான் ரங்கன்.

"பரவாயில்லை. தற்காலிகமாக இருப்பதை நீங்கள் நிரந்தரமாக ஆக்கி விடுங்களேன்" என்று மேற்கரித்தார் அனந்தசாமி.

சந்திராவைப் பற்றிப் பேச வேண்டும்போல்தான் இருந்தது அவருக்கு. ஆனால் இன்று வேண்டாம் என்று அடக்கிக் கொண்டுவிட்டார்.

"டொக்கி சாதாரணப் பெண் இல்லை. அழகோடு கூர்ந்த புத்தி இருக்கிறது. கலைகளில் அசாத்திய ருசி, திறமை இரண்டுமிருக்கின்றன. வீட்டுக் காரியத்திலும் தேர்ந்த பெண். கிராமத்தில் வாழ்ந்த பெண். வீட்டு வேலைகளிலும் துப்புரவாகப் பழக்கியிருக்கிறாள் தாயார். காப்பி, சமையல், வீடு பெருக்குவது எது செய்தாலும் நல்ல திறமையான கை செய்த மெருகும் மணமும் இருக்கும். இவளை ஓநாய்கள் பிடுங்கித் தின்பதை நான் எப்படிப் பார்த்துக் கொண்டிருக்க முடியும்? பகவானாகப் பார்த்து அவர்களுக்கு என்னைப் பழக்கம் பண்ணி வைத்தார் என்றுதான் சொல்லவேண்டும்."

"இல்லாவிட்டால்..." என்று மேலும் தொடராமல் முடித்து விட்டான் அவன்.

"அந்த உணர்வு இருந்தால் போதும்" என்றார் அனந்தசாமி. சற்றுக் கழித்து, "உங்கள் சிநேகிதன் எப்படி?" என்று கேட்டார்.

"யார், அருண்குமாரா?"

"ம்."

"அவனை நன்றாக உள்ளும் புறமும் தெரிந்து கொண்டிருப்பதனால்தான் ஜாக்கிரதையாக இருக்கச் சொல்கிறேன். இந்த உலகத்தில் சற்றுப் பார்க்கும்படியான பொருட்களெல்லாம்தான் அனுபவிப்பதற்காகப் படைக்கப்பட்டிருப்பதாக அவன் மயங்கிக் கொண்டிருக்கிறான். படிப்பு கிடையாது. புகழ், பணம் இரண்டும் எக்கச்சக்கமாகப் பெருகிக் கொண்டே இருக்கின்றன. சிறு வயசிலேயே நல்ல வாசனைகள் ஏறாத ஒருவன் வேறு எப்படி நினைக்க முடியும்?"

"... ம்" என்று பெருமூச்சு விட்டுக் கொண்டே மொட்டை மாடிக்கப்பால் தெரிந்த சீமை வேப்ப மரத்தை பார்த்தார் அனந்தசாமி.

அப்படியே சிறிதுநேரம் பார்த்துக் கொண்டேயிருந்தார். ஐந்து நிமிஷங்களாயிற்று. பத்து நிமிஷங்கள் ஆயிற்று. நேற்று சாயங்காலம் அந்த வேப்பங்கிளைகள், இலைகளுக்கு முன்னால் உட்கார்ந்துதான் அவள் பேசிக்கொண்டிருந்தாள். ருக்மிணி... ருக்மிணி...

ருக்மிணி, சந்திரா, டொக்கி – எத்தனை தினுசுப் பெண்கள். ஆனால் ஒருவர்கூடப் பழையநாள் பெண்களைப்போல் இல்லை! தானாகத் தங்களை ஆண்டு கொண்டு பிறர்மீது ஆட்சி செய்ய நினைத்துக் கொண்டு ... அப்படியா? அப்படி நினைப்பதும் சரியில்லை. ஆனால் இவர்கள் வேறுபட்டவர்கள் – பழைய காலத்துப் பெண்கள் இல்லை.

பழையது, புதியது என்ன? பெண்மை – அவ்வளவு தான். நான் அங்கேயே இருப்பதாகத் தீர்மானித்து விட்டதாகச் சொன்னாளே, ருக்மிணி – ஏதோ வேதகாலத்துப் பெண் மாதிரி இல்லை, காலக்கணக்கே இதில் ஏதுமில்லை...

"நான் வரட்டுமா?" என்று எழுந்தான் ரங்கன். திடீரென்று அவர் பேச்சை நிறுத்திவிட்டு, யோசனையில் ஆழ்ந்ததும் முதலில் அவனுக்கு வியப்பாக இருந்தது. பிறகு அவருடைய இயல்பு அது என்று சமாதானப் படுத்திக் கொண்டான்.

"சரி, அடிக்கடி வந்து போய்க்கொண்டிருங்கள் என்றார் அனந்தசாமி. மாடிப்படி வரையில் கொண்டு விடுவதற்காகக் கூடவே சென்றார்.

அதே சமயம் 'சுவாமி', 'சுவாமி' என்று யாரோ கூப்பிட்டார்கள்.

"யாரோ கூப்பிடுகிறார்கள்" என்றான் ரங்கன்.

"நான் தான், சுவாமி" என்றாள் மங்களப் பாட்டி.

"இருக்கிறீர்களா? யாரோ வந்திருக்கிறார்கள்."

"வரச் சொல்லுங்கள்."

ரங்கன் வருபவர் மேலே வரட்டும் என்று, படியிறங்காமல் சற்று நின்றான் அங்கேயே.

"வாருங்கள். வாருங்கள்!" என்று ருக்மிணியை வரவேற்றார் அனந்தசாமி, "எங்கே இந்த வெய்யிலில்?" என்றார்.

"இப்பொழுது அவ்வளவு வெயிலாக இல்லையே. இறுக்கம் கூட அவ்வளவாக இல்லையே."

ரங்கன் அவளைப் பார்த்துக்கொண்டே நின்றான். அவளுடைய நிறத்தையும், உயரத்தையும், களையையும், உடையிலும் பேச்சிலும் மெருகாய்ப் படர்ந்திருந்த படிப்பையும் பண்பையும் பார்த்துக் கொண்டே நின்றான்.

"அப்ப நான் வரட்டுமா?" என்றான் ரங்கன்.

"இவர் என் நண்பர் ரங்கசாமி" என்றார் அனந்தசாமி.

"நமஸ்காரம்."

"இவர் ருக்மிணி. தில்லியில் கல்லூரியில் பேராசிரியையாக இருக்கிறார்."

"ஓகோ, நமஸ்காரம்."

"இப்பொழுது இவர் லீவுக்கு வந்திருக்கிறார்."

"அப்படியா? எந்தக் கல்லூரியில்?"

ருக்மிணி கல்லூரியின் பெயரைச் சொன்னாள்.

"அப்படியா?" என்று விடைபெற்றுக் கொண்டான் ரங்கன்.

அனந்தசாமி ருக்மிணியிடம், "உட்காருங்கள்" என்றார் உள்ளே வந்து நாற்காலியைக் காட்டி.

"என்னைத் தில்லிக்குத்தான் அனுப்புவீர்கள் போலிருக்கிறது" என்றாள் ருக்மிணி.

"_"

"நான் இங்கே வந்துவிடப் போவதாக நேற்று சொன்னேனே."

தி. ஜானகிராமன்

"அதனால் என்ன இப்ப? இங்கு வரும் வரையில் தில்லிக் கல்லூரி பேராசிரியைதானே."

"நான் இங்கு வந்து விட்டேன் என்றே சொல்லலாம். சுப்புசாமி மாமா யார் யாரையோ பார்த்துவிட்டு வந்தாராம். மூன்று கல்லூரிகளில் இடமிருக்கிறதாம். இரண்டு நிச்சயமாகக் கிடைத்துவிடும்."

"பேஷ். சுப்புசாமி நினைத்தால் ஆகாததா? புகை புகாத இடங்களில் புகுந்து சாதிக்கிறவர் ஆயிற்றே! சிரத்தை விழ வேண்டும் அவருக்கு. விழுந்து விட்டால் அந்தக் காரியம் கைகூடி விட்டாற் போலத்தான்.

"வாஸ்தவம்தான். சில காரியங்களை அவர் மனத்தில் போட்டுக் கொள்ளத்தான் இல்லை. இல்லாவிட்டால் சந்திரா இன்னும் சந்தோஷமாயிருந்திருப்பாள்."

"எனக்குக்கூட அதைப்பற்றிக் கொஞ்சம் தெரியும்."

"கொஞ்சம் என்ன, நேற்று: நாகம்மாதான் உங்களிடம் எல்லாவற்றையும் சொல்லிக் கொண்டிருந்தாளே."

"ஆமாம். எனக்குக்கூட வருத்தம் தான். ஆனால் இன்று தானே ரங்கனோடு பேச்சுப் பழக்கம் ஏற்பட்டது எனக்கு. நீங்கள்தான் பார்த்தீர்களே, இப்பொழுது."

"யார். இவரா அவர்?"

"ஆமாம்."

"இப்பொழுது போனாரே, நீங்கள் அறிமுகப்படுத்தினீர்களே."

"அவனேதான்."

"ரங்கனா?"

"என்ன இவ்வளவு ஆச்சரியம்!"

"இவனைப் பற்றியா இவ்வளவு தப்பாகப் பேசினாள் நாகம்மாள்!"

நாகம்மாள் சொன்னதெல்லாம் இப்பொழுது அவளுக்கு அதிர்ச்சியைத் தருவது போலிருந்தது.

"என்ன தப்பாகப் பேசினாள் நாகம்மாள்!" என்றார் அனந்தசாமி.

"முறை தப்பி, கன்னாபின்னாவென்று யார் யாரோடோ சுற்றுகிறான், அப்படி இப்படி என்றாளே! இவரா அது?"

அனந்தசாமி நிமிர்ந்தார்.

"தோற்றத்தைப் பார்த்துவிட்டு எதைச் சொல்ல முடியும்?" என்றார் அனந்தசாமி.

"எந்தத் தோற்றத்தைப் பார்த்து?"

"நீங்கள் இப்பொழுது பார்த்தது. நாகம்மாள் பார்த்தது. நான் காலையில் அவனைப் பார்த்தது..."

"நீங்கள் எப்படிப் பார்த்தீர்கள், காலையில்...?"

விவரமாகச் சொல்ல ஆரம்பித்தார் அனந்தசாமி.

# 22

"நாகம்மாள் உங்களிடம் நிறைய சொல்லி யிருக்கிறாள் என்று தெரிகிறது. சந்திரா எப்படி யிருக்கிறாள்?" என்று கேட்டார் அனந்தசாமி ருக்மிணியிடம்.

"சந்திராவிடம் நான் விபரமாக எல்லாவற்றையும் கேட்டேன்: ரங்கனைப் பற்றி அவள் தப்பாக ஒன்றுமே நினைக்க மாட்டாள் போலிருக்கிறது... அவன் தப்பாகவே இருப்பதாகத் தெரிந்தால்கூட அவள் அதை ஏற்றுக்கொள்ள மாட்டாள்..."

"பொறுத்துக் கொள்வாள் என்கிறீர்களா?"

"ஆமாம்."

"எனக்கும் அந்த அபிப்பிராயம்தான் உண்டாயிற்று. ஹூம் எத்தனை படித்தாலும், எத்தனை சுதந்திரம்தான் கொடுப்பதாகப் படிப்பும் நாகரிக தேவதையும் புலம்பினாலும் பெண் பெண்ணாகத்தான் இருக்கிறாள்."

"சுதந்திரத்தை அனுபவிக்கப் பயப்படுகிறார்கள் பெண்கள் என்று சொல்கிறீர்களா?" என்று கேட்டாள் ருக்மணி.

"அப்படி முழுதும் சொல்லவில்லை. சுதந்திரம் ரொம்பச் சுமையாயிருக்கிறது பெண்களுக்கு. சுதந்திரம் என்றால் பொறுப்பும் கவலையும் சேர்ந்துதானே வரும்... என்னைக் கேட்டால், எந்தக் காலத்திலும் ஆண் பிள்ளைகள் பெண்களுக்கு எந்தச் சுதந்திரத்தையும் மறுத்ததில்லை. அவர்களாகவே வேண்டும் என்றுதான் அடிமை வாழ்வு வாழ்ந்து கொண்டிருக்கிறார்கள்."

அனந்தசாமி சொல்வதைக் கேட்டு ருக்மிணி சிரித்தாள். சற்று யோசித்தாள். "வாஸ்தவம்" என்றாள்.

"நீங்களும் தர்க்கம் பண்ணாமல் ஒப்புக்கொண்டு விட்டீர்களே?" என்று கேட்டார் அவர்.

"அது பகவானாக இருக்கட்டும். இயற்கையாக இருக்கட்டும். படைப்புத் தொழிலை அழியாமல் காக்க வேண்டும், வம்ச விருத்தி செய்ய வேண்டும் என்று அந்தச் சக்தி கங்கணம் கட்டிக் கொண்டிருக்கிற வரையில், இந்தக் காமம், கலியாணம், காதல் எல்லாம் இருந்து தான் தீரும். அவை இருக்கிறவரையில் நாங்களும் இந்தத் தங்க விலங்கைப் போட்டுக் கொண்டுதானிருப்போம்" என்றாள் ருக்மிணி.

"அப்பொழுது ஏன் இப்படி ஏதோ பெரிய சண்டை இருப்பதாகக் கூச்சல் போடுகிறீர்கள்?"

"யார் போடுகிறார்கள்?"

"படித்த பெண்கள், சமூக சேவகிகள் எல்லாரும்…"

"நாங்கள் அடிமைகள் இல்லை என்று 'உளதாக் கட்டிக் காவது சொல்லிக் கொண்டிருக்க வேண்டாமா? பயப்படுகிறவர்கள்தான் ரொம்பத் தைரியமாயிருப்பதாக விறைத்துக் கொண்டு நடப்பார்கள். அதுவும் இப்படிச் சண்டை போடுகிறவர்கள் பெரும்பாலும் இந்த அடிமைத்தனத்துக்காக ஏங்கி ஏங்கிக் கிடக்காமல் ஏதோ ஒருதினுசில் ஏமாந்து போனவர்களாகத்தான் இருக்கிறார்கள்…"

"நிஜமாகவா?"

"ஆமாம்."

"வீட்டில் வேலை குறைச்சல், பணவசதி, படிப்பு வசதி, வாகன வசதி, பேச்சு வசதி; – இவை இருப்பதனால்தான் என்றல்லவா நான் நினைத்தேன்?"

"அது இருக்கலாம். ஆனால் அதெல்லாம்கூட இந்த ஏமாற்றத்துக்குப் பிறகு சம்பாதித்துக்கொண்ட வீறாப்புகளாக இருக்கக்கூடாதா?"

அனந்தசாமி சிரித்தார். ருக்மிணி அந்தச் சிரிப்பைத் தாங்க முடியாமல் குனிந்துகொண்டாள். வேறு பக்கம் திரும்பிக் கொண்டே, "நான் இன்று இரவு விமானத்தில் டில்லிக்குப் போகிறேன்" என்றாள்.

"டில்லிக்கா?"

மறுகணமே தம் அதிர்ச்சியை மறைத்துக்கொள்ள முயன்றார் அனந்தசாமி. "இன்றைக்கா போகிறீர்கள்?" என்று சாதாரணமாகக் கேட்டார்.

"ஆமாம். வேலையை ராஜினாமா செய்துவிட்டு, சித்தியை அழைத்துக் கொண்டு வரப்போகிறேன்."

"திடீரென்று ராஜினாமா கொடுத்தால் ஏற்பார்களா?" என்று கேட்டார் அனந்தசாமி.

"திடீரென்று என்னவென்ன வெல்லாமோ நடக்கிறது. ராஜினாமா ரொம்பச் சின்ன விஷயம் இல்லையா?"

"ஏற்றுக்கொள்ளா விட்டால்?"

"மூன்று மாசச் சம்பளத்தைக் கொடுத்துவிட்டு வருகிறது" என்றாள் ருக்மிணி.

"அவ்வளவு ..."

"நான் வருகிறேன் ..." என்று எழுந்தாள் ருக்மிணி.

"கிளம்பிவிட்டீர்களா அற்குள்?"

இதைச் சொல்லத்தான் வந்தேன். நான் வரும்வரையில் சந்திராவை ஜாக்கிரதையாகப் பார்த்துக்கொள்ள வேண்டும்... அதாவது ரங்கனை ஜாக்கிரதையாகப் பார்த்துக் கொள்ள வேண்டும்."

"அப்படியென்றால்"

"எனக்கு ரங்கனைப் பார்த்தது முதல் ஒன்றும் புரியவில்லை. நாகம்மாள் சொன்னதெல்லாம் கேட்டு யாரோ ஓர் ஆளைக் கற்பனை செய்து கொண்டிருந்தேன். ஆனால் இப்பொழுது பார்த்த ரங்கன் அதையெல்லாம் அழித்துவிட்டான். அவ்வளவு கௌரவமான மனிதனாகத் தோன்றுகிறான். இதுவும் நிரந்தரமான தோற்றமா என்று சந்தேகமாக இருக்கிறது. அதனால்தான் அவனை ஜாக்கிரதையாகப் பார்த்துக்கொள்ள வேண்டும் என்று சொன்னேன்."

"ஜாக்கிரதையாக என்றால்?"

"எனக்கு அதற்குமேல் சொல்லத் தெரியவில்லை. ஏதோ தோன்றிற்று, சொன்னேன் ... நான் வருகிறேன்" என்று எழுந்து நடந்தாள் ருக்மிணி.

கூடவே நடந்த அனந்தசாமி "ஆமாம்..." என்று மறுபடியும் ஆரம்பித்ததைக் கேட்டுச் சற்று நின்றாள் ருக்மிணி.

அன்பே ஆரமுதே 209

"என்ன ?"

"ஒன்றுமில்லை. டிக்கெட்டெல்லாம் வாங்கியாகி விட்டதா ?"

"சீட் ரிஸர்வ் பண்ணிவிட்டார் சுப்புசாமி மாமா."

"ஒன்றைப் பிடித்துக்கொண்டு தானே ஒன்றை விட வேண்டும். இந்த வேலையை நிச்சயம் செய்துகொண்டு விட்டு..."

"ஒன்றைப் பிடிக்க, ஒன்றை விடலாமே?" என்று சிரித்துக் கொண்டே சொல்லிவிட்டு மெதுவாக மாடிப்படி இறங்கினாள் ருக்மிணி.

வாசலில் காரைக் காணோம்.

"காரில் வரவில்லையா ?"

"என் கார் இல்லையே அது" என்று சொல்லிக் கொண்டே ருக்மிணி வாசலில் இறங்கிவிட்டாள்.

நாலைந்து விநாடிகள் அவள் போவதைப் பார்த்துக் கொண்டே நின்றார் அனந்தசாமி. "முப்பது வருஷங்கள் கழித்து... என்ன இது!..." அதற்குமேல் ஒன்றும் அவர் மனத்துக்குச் சொல்லத் தோன்றவில்லை. அதற்குள் நடையில் இரண்டு நோயாளிகள் காத்திருந்தார்கள். திரும்பி வந்தார். அவர்களை விசாரித்தார். மருந்துப் பொட்டலங்களை மடித்துக் கொடுத்தார். மாடிக்குப் போய்விட்டார்.

"அவள் இங்கேயே வந்து... இங்கேயே வேலை பார்த்துக் கொண்டு... பிறகு?"

அப்பொழுது ஒன்றும் அவருக்குத் தோன்றவில்லை.

ஆனால் அவள் இட்ட கட்டளை மட்டும் இப்பொழுது காதில் ஒலித்தது. "ரங்கனை ஜாக்கிரதையாகப் பார்த்துக் கொள்ளுங்கள்..."

இதற்கு என்ன அர்த்தம்?

சற்றுக் கழித்து எல்லாவற்றிலிருந்தும் சற்று விலகி நின்றார் அவர். யார் எப்படிப் போனால் நமக்கென்ன? பேசாமல் மருந்தைக் கொடுத்துக்கொண்டு, நோயாளிகளைக் கவனித்துக் கொண்டு, வினை தரும் தண்டனைகளைப் பொறுத்துக் கொள்ளுமாறு மனிதர்களுக்கு உதவிக் கொண்டிருப்பது தானே நம் தொழில்! யார்யாரோடு போனால் நமக்கென்ன? யார் யாரைக் கைவிட்டால், விடாவிட்டால் நமக்கென்ன? எவருடைய சந்தோஷத்தையோ, அது அநியாயமான சந்தோஷமாயிருந்தாலும், தடுக்க நமக்கென்ன

தி. ஜானகிராமன்

உரிமை? அவர்கள் படப்போகிற துன்பத்தைத்தான் தடுக்கவோ, எச்சரிக்கவோ, நாம் யார்?...

வேப்ப மரத்தைப் பார்த்து நின்றவர் அப்படியே அறையிலிருந்த நாற்காலியில் அமர்ந்தார். காலைத் தூக்கிச் சப்பணம் கட்டிக்கொண்டு வலது நாசியை விரலால் அமுக்கி மூச்சை உள்ளுக்கு இழுத்தார். இரண்டு விரல்களாலும் கட்டினார். மனத்தைச் சுருக்கிக் கோலி மாதிரி எங்கேயோ இடுக்கில் ஒட்டிவிட்டுச் சூன்யத்தில் திளைத்தார்.

அரை மணி ஆயிற்று. ஒரு மணி ஆயிற்று. அவர் மறுபடியும் உலகத்துக்கு வந்தபொழுது சீமை வேம்பில் ஏழெட்டுத் தினைக்குருவிகள் 'நீச் நீச்' சென்று கத்துவது கேட்டது. சுவரில் மாட்டியிருந்த முகம் பார்க்கும் கண்ணாடிக்கு முன் தொற்றியவாறு உள்ளே தெரியும் நிழல் குருவியைக் கொத்திக் கொண்டிருந்தது குருவி. என்ன கொத்தலோ – கொஞ்சலோ, பகையோ? மேலே சுவரோரமாகத் தழைந்த சட்டத்துக்குப் பின்னால் குடும்பம் நடத்திய அணிலின் இரண்டு குஞ்சுகளும் அவர் அசைவதைக் கண்டு உள்ளே பதுங்கி அவரையே கீழ் நோக்கிப் பார்த்துக் கொண்டிருந்தன. மூன்றாவது குஞ்சைத் தாய் அணில் பந்தாகச் சுருட்டி வாயில் கவ்வியவாறு எங்கிருந்தோ கொண்டு வந்து சேர்த்தது. கீழே இறங்கிய குஞ்சை மற்ற இரண்டு குஞ்சுகளும் ஏதோ கேட்பது போல் வாயை நெருங்கி ஏதோ கூறின. மறுகணம் எல்லாம் சார்ப்புக்குள் மறைந்துவிட்டன.

"நான் தில்லியிலிருந்து வரும் வரையில் சந்திராவை ஜாக்கிரதையாகப் பார்த்துக் கொள்ளுங்கள். அதாவது ரங்கனை ஜாக்கிரதையாகப் பார்த்துக் கொள்ளுங்கள்."

"அந்தக் கட்டளைதான் இப்பொழுது அவர் மனத்தில் தலை தூக்கி நின்றது."

மருந்துப் பையை எடுத்துக்கொண்டு வெளியே கிளம்பி மந்தைவெளியைப் பார்க்க நடந்தார்.

ராஜாங்கம் அய்யர் வீட்டுக்குள் நுழைந்தபொழுது முன் கூடத்தில் யாருமில்லை. ஓர் எட்டு வைத்தால் இடது கைப் பக்கம் நோயாளி படுத்திருந்த அறை. அங்கே நகர்ந்து எட்டிப்பார்த்தார்.

என்னமோ ஏதோ தெரியவில்லை. ஆனால் அந்தக் காட்சி மட்டும் அவருக்கு மனத்தைக் கலவரப்படுத்தியது. டொக்கி அழுது கொண்டிருந்தாள். அவள் முகத்தைப் பார்த்துக் கொண்டிருந்தது நோஞ்சான் குழந்தை. வழுக்கைத் தலையில் கைவைத்து அதிர்ந்தாற்போல் உட்கார்ந்திருந்தார் சப் ரஜிஸ்திரார்

ராஜாங்கமய்யர். அந்த நோயாளி அம்மாள் எழுந்து உட்கார்ந்து கசங்கிக் கிடந்த நாலைந்து நூறு ரூபாய் நோட்டுகளின் கசங்கலைப் பிரித்துச் சரிபண்ணிக் கொண்டிருந்தாள். அவள் கண்ணும் ரூபாய் நோட்டுக்கள் மீது இல்லை. சூன்யத்தைப் பார்த்துக் கொண்டிருந்தன. கைகள் மட்டும் இயந்திரம் மாதிரி கசங்கலைப் பிரித்துக் கொண்டிருந்தன. பையனைக் காணவில்லை.

எல்லாம் ஒரு கணத்தில் அவர் கண்ணைத் தாக்கி, நெஞ்சையும் குழப்பி விட்டு விட்டன.

அவர் வந்து நின்றதைப் பார்த்து, "வாங்கோ!" என்றார் அந்த நோயாளி அம்மாள்.

"வாங்கோ" என்றார் சப் ரிஜிஸ்திரார். குழி விழும் புன்னகை இப்போது அவர் முகத்தில் வரவில்லை. ஒரு கண நேரம் கழித்து யாரோ பிடித்து இழுக்கிறாற்போல் சிரமப்பட்டு வந்தது. மீண்டும் மறைந்து விட்டது. டொக்கி கண்ணைத் துடைத்துக்கொண்டாள். "வாங்கோ" என்று புன்னகையுடன் வரவேற்றாள். முகத்தில் பன்னீரைத் தெளிக்கும் போது உண்டாவது போல் தொல்லையும், சுகமுமாகத் தவித்தது அந்த முகம்.

"என்னம்மா, கண்ணெல்லாம் கலங்கியிருக்கு? அழுதியா என்ன?"

"அதெல்லாம் இல்லை மாமா!"

"இல்லை. பொய் சொல்லாதே!"

"இல்லை, மாமா! அம்மா உடம்பு இப்படி யிருக்கேன்னுதான்."

"அம்மாவுக்கு ஒரு உடம்பும் இல்லையே. அதுதான் தேறிண்டிருக்கே."

"இவ்வளவு பலவீனமாக இருக்காளே, மாமா!"

"பலவீனம் இருந்தால்தான் புது பலம் வர இடம் இருக்கும்."

"உட்காருங்கள்" என்று எழுந்து கூடத்துக்கு வந்தாள் டொக்கி.

அனந்தசாமி உட்கார்ந்ததும், தகப்பனாரின் காதில் ஏதோ சொல்லி, கையில் சில்லறையைக் கொடுத்தாள். "இதோ வந்து விட்டேன்" என்று சொல்லிக்கொண்டே அவர் வெளியே போனார்.

"எங்கேம்மா போகிறார் அவர்?"

"ஒன்றுமில்லை, இதோ வந்து விடுவார் அவர்?"

"காப்பி கீப்பி வாங்கப் போகிறாரா?"

"இல்லை சர்க்கரை வாங்க. நீங்க இப்பொழுதாவது ஏதாவது சாப்பிட வேண்டாமா? காப்பி போட்டாச்சு, சர்க்கரை இல்லை."

"ஏன், என்னமோ போல் இருக்கே?"

"ஒன்றுமில்லை" என்று சொல்லிக்கொண்டே கண்ணால் கர கரவென்று கண்ணீர் வடித்தாள் டொக்கி.

"என்ன சொல்லேன்?"

"மீண்டும் தலையை அசைத்து, கண்ணீரை துடைத்து அடக்கி, சமையல் அறையின் நிலையில் போய் நின்றுகொண்டாள் டொக்கி.

அனந்தசாமி எழுந்து அவள் அருகில் போனார்.

"என்னம்மா சொல்லேன்."

"ஒண்ணுமில்லை. எனக்குச் செத்துப் போகணும் போலிருக்கு?"

தரையைப் பார்த்துக்கொண்டு நின்றாள் அவள்.

அரையில் பட்டுப் பாவாடை, மேலே தாவணி, யௌவனத்தின் இடைகழி வழியே: நடக்கும் பருவம் – அந்த இடைப்பருவத்தின் சொல்லுக்கெட்டாத, நீரோட்டம் போன்ற மென்மையும் கவர்ச்சியும் – இத்தனையும் சேர்ந்து செத்துப் போக வேண்டும் போலிருக்கிறது என்று சொன்னதைக் கேட்டதும் அனந்தசாமிக்கு ஆத்திரம் வந்தது. கறியும் காயும் தின்னும் மனிதன்தான் பிஞ்சும் இளசுமாகப் பொறுக்குகிறான். சாவுக்குக்கூடவா இந்த ஆசை என்று அவருக்குக் குமைந்தது.

"என்ன நடந்ததும்மா?"

"திடீரென்று ஏமாற்றுகிறவர்கள் இந்த ஊரிலும் இருக்கிறார்களா, மாமா?"

பளீரென்று ரங்கன் நினைவுதான் வந்தது அவருக்கு.

"யார் உன்னை ஏமாற்றினார்கள் சொல்லு. என்னிடம் சொல்லு. பரவாயில்லை."

அவர் நாலைந்து தடவைகள் கேட்டும் பயனில்லை.

"சொல்ல முடியாத விஷயம் என்றால் நான் கட்டாயப்படுத்த வில்லை. ஆனால் ஏமாறாமல் இருக்கிறதுதான் பெண்களுக்கு அழகு. பெண்ணுக்கு அதுதான் ஆண்மை" என்றார் அவர்.

சிறிதுநேரம் பேசாமல் நின்றாள் டொக்கி.

"பெண்ணுக்கு ஆண்மை ஏது மாமா? ஆண் பிள்ளைகள் பெண்களாக இருந்தால்தான் பெண் ஆண்மையோடு இருக்க முடியும்."

"டொக்கி" என்று உள்ளேயிருந்து குரல் வந்தது.

"ஏம்மா!"

"இப்படிக் கொஞ்சம் வந்துவிட்டுப் போயேன்."

முகத்தைச் சிணுங்கிக் கொண்டே டொக்கி உள்ளே போனாள். ஏதோ கிசுகிசு வென்று பேசும் சத்தம். சற்றுக் கழித்து. "ம்ம்" என்று கடுகடுத்த வண்ணம் வெளியே வந்தாள் டொக்கி. வாசல், நிலையில் நின்று எட்டிப் பார்த்துவிட்டுச் சமையலறைக்குப் போய்ப் பாலை அடுப்புமீது வைத்துவிட்டு விசிறத் தொடங்கினாள்.

"ஏதுக்கம்மா, இப்படிச் சிரமப்படறே? அவரை வேறு கடைக்கு அனுப்பி – என்ன இது?" என்று வியந்தார் அனந்தசாமி.

"நடு நடுவிலே நல்ல காரியமும் ஒண்ணு ரண்டு செஞ்சாத் தேவலைபோல் இருக்கு. அதையும் பண்ணாதேன்னு சொல்லணுமா நீங்க."

அனந்தசாமிக்குத் திகைப்பாக இருந்தது. எவ்வளவு அழகாக சாதுர்யமாகப் பேசுகிறாள்!

"என்னம்மா என்னென்னமோ எல்லாம் பேசுகிறாய்? எல்லாருமே எப்பவுமே நல்லதையே செய்து கொண்டிருக்க முடியுமா? இல்லை, கெட்டதையே செய்து கொண்டிருக்கத்தான் முடியுமா? கெட்டதையே செய்து கொண்டிருக்க முடியாதே யாராலேயும் எப்பவும்."

"நிஜமாகவா?"

"நீயே யோசித்துப் பாரேன்."

"ஆனால் ஒரு கெட்டது செய்தால், ஒரு தடவை கெட்டது செய்தால், அதையேதான் எல்லாரும் சொல்லிக் கொண்டிருப்பார்கள்."

"எல்லோரும் சொல்றதைக் கேட்பதற்காகவா நாம் இருக்கிறோம்? நம் மனசு ஆத்மாவெல்லாம் எங்கே போச்சு?" என்றார் அனந்தசாமி.

"ஆமாம். மாமா!" என்று மறுபடியும் யோசிக்கத் தொடங்கி விட்டாள் டொக்கி. கை மட்டும் குமுட்டியை விசிறிக் கொண்டிருந்தது.

"நம் மனசுதான் நமக்கு முக்கியம். கெட்டதைப் பற்றி எத்தனையோ பேர் சொல்வார்கள். அதையெல்லாம் காதில் போட்டுக் கொள்ளக் கூடாது."

"எங்கப்பா அந்த விஷயத்திலே ரொம்ப அதிர்ஷ்டசாலி. அவர் டமாரச் செவிடு. நல்லதைக் காதில் போட்டுக்கொள்ள முடியாவிட்டாலும், கெட்டதும் காதில் விழாது. அது ஒரு பெரிய அதிர்ஷ்டம். இப்போ கண்ணும் பொட்டையாய்ப் போயிருக்கப்படாதா என்று அவர் சாமியை வேண்டிக் கொண்டிருப்பார்."

"ஏனம்மா, அப்படிச் சொல்கிறாய்?"

"நான் சிரிக்கிறதைப் பார்க்காமல் இருக்கலாமோல்லியோ!"

டொக்கி பேசுவதெல்லாம் எதிர் அறை வரையில் எட்டாதவாறு முணுமுணுவென்று அனந்தசாமியின் காதுகளுக்கே எட்டினதும் எட்டாததுமாக வந்தது. அவரே அதைக் கூர்ந்து கேட்கவேண்டியிருந்தது.

"இப்படி மனசைப் போட்டுக் குதறிக் கொள்ளக் கூடாதும்மா... சொல்லவும் மாட்டேன் என்கிறாய். புரியாமல் இப்படி என்னென்னவோ சொல்லிக் கொண்டிருக்கிறாய்" என்றார் அவர்.

"பெரிய வீடாக இருந்து, அடுத்த அறைக்குக் காதில் விழாமல் இருந்தால், எல்லாம் சொல்லி அழுவேன். உங்கள் விலாசத்தைக் கொடுங்கள், மாமா! அங்கேயாவது வந்து அழுகிறேன். இல்லாவிட்டால் ரங்கன் காதிலே விழும். அவர் வந்து உங்களிடம் சொல்வார். ஆனால் அவருக்குத் தெரிந்தால், இங்கே வராமலே நின்றாலும் நின்று விடுவார்... அப்பா வந்து விட்டாரே" என்று கூறி நிறுத்தினாள் டொக்கி;

## 23

தகப்பனார் வராவிட்டால் அவள் மேலும் சொல்லிக் கொண்டிருப்பாள் போலிருந்தது. செவிடர்களுக்கே உள்ள சந்தேகப் பார்வையோடு அவர் நாலு பக்கமும் பார்த்துவிட்டு டொக்கியிடம் சர்க்கரையைக் கொடுத்தார். "ஸ்டோரிலே கூட்டமாயிருந்தது. நாழிகையாகி விட்டது" என்றார் அனந்தசாமியைப் பார்த்து.

காபியைக் கலந்ததும் அனந்தசாமியை சமையலறைக்குள் கூப்பிட்டாள் டொக்கி. போய் உட்கார்ந்து கொண்டார் அவர். காப்பியைச் சுடச்சுட அவர் முன் வைத்து "நான் ஆற்றித் தருகிறேன்... அப்பா அம்மாவுக்கும் குழந்தைக்கும் இதைக் கொடுத்துவிட்டு வாருங்கள்" என்று ஒரு டபராவையும் டம்ளரையும் வைத்தாள். தகப்பனார் இரண்டையும் எடுத்துக்கொண்டு கூடத்தைக் கடந்து எதிர் அறைக்குள் சென்றார்.

அவர் போனதும், "அருண்குமாரைத் தெரியுமாமே, உங்களுக்கு?" என்று கேட்டாள் டொக்கி

"யார் சொன்னார்கள்?"

"ரங்கன்."

"டான்ஸ் ஒத்திகைக்கு உன்னை நேத்திக்கு அழைச்சிண்டு போனாராமே அருண்குமார்."

பதில் பேசவில்லை டொக்கி. காப்பி நுரையைப் பார்த்துக்கொண்டே எங்கோ நினைவாக

தி. ஜானகிராமன்

உட்கார்ந்திருந்தாள். உதட்டைக் கடித்து. கறுவுகிறாற்போல் பெருமூச்செறிந்தாள், கண்ணில் நீர் ததும்பி வழிந்தது.

"என்னம்மா?"

வாயைத் திறக்காமல் தலையசைத்தாள் டொக்கி. நாலைந்து விநாடி கழித்து "இவன் எல்லாம் ஒரு மனுஷனாக நடமாடுகிறானே" என்று வெம்மினாள். பிறகு, மாமா! இப்ப ஒண்ணும் கேட்காதீர்கள்" என்றாள்.

அனந்தசாமிக்கு காப்பியைச் சாப்பிடுவது போலவே இல்லை. உங்கள் வீடு ரங்கன் மாமாவுக்குத் தெரியுமோ?" என்று கேட்டாள்.

"தெரியும்."

"நான் வரலாமோ அங்கே?"

"என்னம்மா இப்படிக் கேட்கிறாய்?"

"இல்லை மாமா, நான் உறவுக்காரர்கள் வீட்டுக்குப் போவதில்லை. ஒரு தினுசாகப் பார்க்கிறார்கள், எல்லோரும்."

"நான் உனக்கு உறவுக்காரன் இல்லையே. நீ தாராளமாக வரலாம்."

"ரங்கன் சாரோடு வந்து நான் எல்லாவற்றையும் சொல்லி ஆற்றிக் கொள்ளவேண்டும்."

இவ்வளவு சிறிது இருதயத்தில் இவ்வளவு கசப்பு எப்படி வந்தது என்று பொருமினார் அனந்தசாமி. பேச்சை மாற்றியாவது அவள் மனத்தைத் திருப்ப வேண்டும் போலிருந்தது அவருக்கு.

"நீ சாப்பிடலை, காப்பி?" என்றார்.

"இதோ" என்று கூறிவிட்டு டொக்கி பால் கெட்டிலில் இருப்பதை ஒரு சின்ன டம்ளரில் கவிழ்த்துச் சாப்பிடத் தொடங்கினாள்.

"பாதி டம்ளர் கூட இல்லையேம்மா, இந்தா, எனக்கு இவ்வளவும் வேண்டாம். கொஞ்சம் எடுத்துக் கொள்!"

"வேண்டாம், மாமா! என்று டம்ளரைப் பின்னுக்கு இழுத்துக் கொண்டாள். சாப்பிடவும் இல்லை. டம்ளரைக் கையால் மூடியவாறு எங்கேயோ நினைவிழந்திருந்தாள். அவள் முகம் சிணுங்கிற்று.

"என்னம்மா?"

"நினைக்க நினைக்க உடம்பெல்லாம் கூசுகிறது, மாமா! வெளியிலே தலைகாட்ட முடியாது போலிருக்கிறது; நினைத்தாலே 'திக் திக்' என்கிறது. உயிரை விட்டுவிட்டால் தேவலை போலிருக்கு..."

"எதை நினைத்தால்?"

"நேற்று ராத்திரி நான் ஒத்திகைக்குப் போகவில்லை, மாமா!" என்றாள் தொக்கி அழாக் குறையாக.

"பின்னே?"

"அப்படிச் சொல்லித்தான் அழைத்துப் போனான். கார்போய்க் கொண்டேயிருந்தது. ஸ்டுடியோவும் எதுவும் வரவில்லை. தாம்பரம் தாண்டிப் போயிற்று கார். மேலெல்லாம் நட்சத்திரம்; இரண்டு பக்கம் மரம் – பொட்டல்வெளி. 'எங்கே போகிறோம்' என்று கேட்டேன். எனக்குப் பயமாயிருந்தது. அருண்குமார் சிரித்தான். சொல்லுகிறேன் என்றான். சிரித்துச் சிரித்துப் பேசினான். வேடிக்கை பண்ணினான். எனக்குப் பயம் தெளிந்து விட்டது. கடைசியில் வண்டி பாண்டிச்சேரிக்குப் போய்விட்டது. ஒரு ஹோட்டல் வாசலில் போய் நின்றது."

அவள் முகம் மீண்டும் சிணுங்கிற்று.

"மாமா! என்னை ஒன்றும் கேட்காதீர்கள், மாமா!" என்றாள்.

"இல்லை" என்றார் அவர். அவளுடைய சமாதானத்துக்காகத் தான் இல்லையென்றார். அவர் ஒன்றுமே கேட்கவில்லை. அவளாகத்தான் எல்லாவற்றையும் சொல்லிக் கொண்டிருந்தாள்.

அவளுக்கு மேலும் தைரியம் ஊட்டுவதற்காக "எனக்கும் எல்லாம் தெரியுமம்மா. ரங்கன் சொன்னார் எல்லாவற்றையும்" என்றார்.

"தெரிந்து கொண்டா இங்கே மறுபடியும் வந்தீர்கள்?" என்று நன்றி கலந்த குழப்பத்தில் கேட்டாள் அவள்.

"நான் உனக்கு உறவுக்காரன் இல்லையே?" என்றார்.

"ரங்கன் எல்லாம் சொன்னாரா?"

"ஆமாம், நீ முதலிலேயே ஒரு தடவை போனாயாமே பாண்டிச்சேரிக்கு?" என்று கேட்டார் அவர் காயத்தை அறுப்பது போல.

"ஆமாம், மாமா அப்பொழுது பகல். நிஜமாகவே அப்பொழுது எங்கேயோ ஷூட்டிங் நடந்தது. நான் அவன்கூட இருந்து பார்த்தேன். பாண்டிச்சேரியில் அரைமணி கூடத் தங்கவில்லை,

அவன். அது பகல் காலம் மாமா. சூரியன் காப்பாற்றினார். நேற்று அவர் இல்லை; கைவிட்டு விட்டார்.

தலையைக் குனிந்து கொண்டாள் டொக்கி.

"ரங்கன் வந்து மத்தியானம் கத்தினார். நான் என்ன செய்வேன்?" என்றாள் அவள்.

வயதுக்கு மீறிய புத்தி அவளுக்கு. குடும்பத்தில் அடிபட்டு, அடிபட்டு, பேச்சு முதிர்வு, நினைத்து நினைத்து மறுகுகிற இளக்கம் எல்லாம் அவளிடம் அளவு மீறியிருந்தது. எல்லாம் இருந்து ஏமாந்துவிட்டாளே என்று நினைத்தார்.

"காப்பி சாப்பிட்டீர்களா?" என்று விசாரித்துக் கொண்டே வந்தார் ராஜாங்கமய்யர்.

"ஆயிற்று."

அவரும் கலகலப்பாகப் பேசவில்லை.

'முக்கியமில்லாத காரியம் ஞாபகம் வந்ததுபோல' "மாமா! உங்கள் மருந்து ஒரு வேளை சாப்பிட்டதே பலம் வந்திருக்கிறாற் போலிருக்கிறதாம், அம்மாவுக்கு" என்றாள் டொக்கி.

கிழவரும் வெகு நேரம் பேசவில்லை. ஆனால் ஏதோ சந்தேகமாகப் பார்த்துக் கொண்டேயிருந்தார். அனந்தசாமி விடை பெற்றுக்கொள்ளும்போது அவரும் கூடவே அவரோடு நடந்தார்.

"நீங்கள் நின்று கொள்ளுங்கள்" என்றார் அனந்தசாமி.

"பரவாயில்லை" என்று கூடவே வந்தார் அவர். அவர் ஏதோ தம்மிடம் சொல்ல நினைப்பதுபோல் தோன்றியது அனந்தசாமிக்கு.

கிழவர் ஏதோ சொல்ல நினைத்தார். ஆனால் இன்னும் சொல்லவில்லை. அனந்தசாமி அவரைத் திரும்பித் திரும்பிப் பார்த்துக்கொண்டே வந்தார். தெருவிளக்கின் வெளிச்சத்தில் கிழவரின் முகம் நன்றாகத் தெரிந்தது. ஒரு கணப்பொழுது தெரிந்த அந்தக் கண்ணில் உதட்டின் கொய்வில், புருவத்தின் தூக்கலில் அனந்தசாமியின் மனம் செருகிக்கொண்டு நின்றது. சொல்ல முடியாத துக்கத்தை நெஞ்சில் நிறுத்தி வெளியேயும் விடாமல், உள்ளேயும் தள்ளாமல் கிழவர் பரப்பது போலிருந்தது. அனந்தசாமிக்கு இரக்கம் சுரந்தது. அதற்குக் காரணம் தெரிய வில்லை. காரணம் மட்டும் இருக்க வேண்டும். டொக்கி சொன்னது ஏதாவது இந்தச் செவிட்டுக் காதில் விழுந்து விட்டதா? இல்லை,

காதின் உதவியில்லாமல், இவருடைய மனமே நேராக அவள் மனத்தினின்றே கேட்டுவிட்டதா?

மந்தைவெளியிலிருந்து சந்து பொந்தெல்லாம் நுழைந்து வளைந்து கபாலி கோயில் தெற்கு மாடவீதி வந்து ஏறினார்கள் இருவரும். கிழவர் இன்னும் ஒன்றும் சொல்லவில்லை. தனக்கு ஏதும் அறிய ஆவல் இல்லை என்று காண்பிப்பதற்காக "நான் வருகிறேன். நீங்கள் நின்று கொள்ளுங்கள்" என்று ஜாடையும் பேச்சுமாகச் சொல்லி நின்றார் அனந்தசாமி.

"இல்லை, பஸ் ஸ்டாண்ட் மட்டும் உங்களுடன் வருகிறேன்."

"நான் நடந்துதான் போகப் போகிறேன்..." என்றார் அனந்தசாமி.

"வீடு வரையிலா?"

"ஆமாம்."

"ராயப்பேட்டை வரைக்கும் ரொம்பத் தூரமாச்சே."

"பழக்கம் அப்படி."

அவருடைய விலாசத்தைக் கேட்டுத் தெரிந்துகொண்டார். மறுபடியும் மென்று மென்று விழுங்கினார்.

"என்ன?"

"மனிதர்கள் இல்லாத இடமாகப் பார்த்து ஒரு பத்து நிமிஷம், கால்மணி எனக்குக் கிடைத்தால் போதும். உங்களிடம் வேகமாகச் சொல்லிவிடுவேன்" என்று இடுப்பில் இருகைகளையும் வைத்துத் தரையைப் பார்த்தார் கிழவர். அவர் செவிடானதால், உலகம் முழுவதற்கும் காது ரொம்பக் கூர்மை என்று நினைத்துவிட்டாற் போலிருக்கிறது.

கூட நடந்துகொண்டே வந்தவர், "வாருங்களேன்... இப்படித்தான் போவோம்" என்று மறுபடியும் கிழக்கே கையைக் காண்பித்தார். "உங்களுக்கு அவசரமாகப் போக வேண்டுமோ?"

"இல்லை."

"காற்றாட பீச்சுக்குப் போய் உட்கார்ந்துவிட்டு வரலாமே."

"ம்..."

கச்சேரி ரோட்டில் ஏறி நடந்து இருவரும் சாந்தோம் கடற்கரையின் படிக்கட்டுகளில் இறங்கி, மணலை அளைந்து கொண்டே, அலைக்கருகில் உட்கார்ந்து கொண்டார்கள். பீச்சில் கூடியிருந்த மாலைக் கூட்டம் சிறிது சிறிதாகக் கரைந்து

கொண்டிருந்தது. இங்குமங்குமாக ஏதேதோ மனித உருவங்கள் தெரிந்தன. வீடில்லாதவர்கள், வீடிருந்தும் இல்லாதவர்கள், அலையின் இரைச்சலில் தங்கள் அழுகையை அமுக்க அடிக்க வந்தவர்கள், தீவிரமாகக் கவலைப்படுகிறவர்கள், தீவிரமாகச் சிந்திக்கிறவர்கள், சிந்தனை செய்தே பழக்கமில்லாமல் மனமே சோம்பேறியாகப்பிறந்து சாதுக்கள் – அனந்தசாமி எல்லாவற்றையும் பார்த்தார்.

தொப்பென்று ஓர் அலை ஓங்கியடித்து விழுந்து மீண்டும் விடாமல் உறுமிய ஹோஹாகாரத்தில் கலந்து கொண்டது.

"குழந்தை ஏதாவது சொன்னாளோ உங்களிடம்?" என்று கேட்டார் கிழவர்.

"அவள் ஏதோ ஜாடை மாடையாகச் சொன்னாள்.

"இனிமேல் உங்களைப் போன்ற சிநேகிதர்கள்தான் அவளை ஜாக்கிரதையாகப் பார்த்துக் கொள்ள வேண்டும் . . ! நான் மத்தியானமும் இதையே சொல்லியிருப்பேன், மரியாதைக்காக. ஆனால் இப்பொழுது மனப்பூர்வமாக, ரொம்பத் தாங்கமுடியாமல் சொல்கிறேன்."

அவர் மேலே என்ன சொல்லப் போகிறார் என்று பார்த்தார் அனந்தசாமி. சற்று நின்றுவிட்டு மேலே தொடர்ந்தார் கிழவர். "ஏன் அப்படிச் சொல்கிறேன் என்றால். இனிமேல் அவள் திரும்பி வர முடியாது." கிழவரின் குரல் நடுங்குவது போல் தோன்றிற்று.

புரியாமல் அவரைப் பார்த்தார் அனந்தசாமி.

"ஏதோ வந்தோம். அவள் மனோரதம் நிறைவேறினால் சரி; இல்லாவிட்டால் திரும்பி ஊருக்கே போய் ஒரு கல்யாணத்தைப் பண்ணி வைத்து விடலாம் என்ற யோசனையோடுதான் வந்தேன். இப்பொழுது அந்த மாற்று யோசனை மிதிபட்டுச் செத்துப் போய்விட்டது." இவ்வளவு அழுத்தமான சொற்பிரயோகத்தை, அவரிடமிருந்து கேட்டதும் அனந்தசாமிக்குச் சுருக்கென்றது. சற்று முன்பு பட்ட இரக்கத்துக் காரணம் எங்கேயோ அடிவானத்தில் உதயமாவது போலிருந்தது.

"காலையில் நீங்கள் வந்தீர்களே, அப்பொழுதெல்லாம் எனக்கு ஒன்றும் தெரியாது. ஒத்திகைக்குப் போயிருந்தாள் என்றுதான் நினைத்திருந்தேன். அப்புறம் ரங்கன்கூட வந்து கேட்டான்: 'எங்கே போயிருந்தாய்?' என்று. 'ஒத்திகைக்கு' என்றுதான் டொக்கி சொன்னாள். அவர் துருவித் துருவிக் கேட்டார். எனக்குக் கூட இப்படிக் கேட்கிறாரே என்றிருந்தது.

அன்பே ஆரமுதே

இவ்வளவு சுவாதீனமாகக் கேட்கிறபோது கோபம்கூட வந்தது. அப்புறம் சாயங்காலம் ஐந்தரை மணி ஆறு மணி இருக்கும் – நீங்கள் வருவதற்கு அரைமணி முன்னால்தான். ஒரு ஆள் வந்தான். அருண்குமார் கொடுத்துவிட்டு வரச் சொன்னார் என்று ஒரு கவரைக் கொடுத்துவிட்டு" போனான் குழந்தைகிட்டே. குழந்தை அதை வாங்கிப் பிரித்தாள். நூறு ரூபாய் நோட்டாக ஆறு இருந்தது. வேறு கடுதாசாகிடுதாசா ஒன்றும் இல்லை. அப்படியே அம்மாவிடம் கொண்டு கொடுத்தாள். என்னை நிமிர்ந்து கூடப் பார்க்கவில்லை. அப்படியே சுவரில் சாய்ந்து காலை மடக்கி உட்கார்ந்து விட்டாள். பிரமை பிடித்தாற்போல் உட்கார்ந்திருந்தாளாம். தானே சிரித்துக் கொண்டாளாம். நிஜச் சிரிப்பு இல்லை. கோபமும் வெறுப்புமாகச் சிரித்தது மாதிரி இருந்ததாம். 'என்னடி?' என்று அம்மா கேட்டதற்குப் பதில் சொல்லவில்லை. சற்றுக் கழித்துக் கண்ணால் தாரை தாரையாக ஜலம் கொட்டியிருக்கிறது. அம்மா ஒன்றும் புரியாமல் அவள் மனசைத் திருப்புவதற்காக ரூபாய் நோட்டுகளை அவள் கையில் கொடுத்து, 'சரி, இதை எடுத்து உள்ளே பத்திரமாக வை' என்று சொன்னாளாம். அவ்வளவுதான்; டொக்கி அந்த நோட்டுக்களைக் கசக்கி மூலையில் எறிந்தாளாம். உடனே இந்த ராக்ஷசிக்குப் பதறிப் போய்விட்டது. சீக்காகக் கிடக்கிறவளுக்கு எங்கிருந்தோ பலம் வந்து விட்டது. உயிரைக் கையில் பிடித்துக்கொண்டு எழுந்து மூலையில் எறிந்த நோட்டுக்களை எடுத்துப் பத்திரப்படுத்தியிருக்கிறாள்."

முதன் முதலாகத் தம் மனைவியைப் பற்றி இப்படிப் பேசினார் கிழவர். வீட்டில் பார்த்த கிழவருக்கும் இங்கே பேசுகிற கிழவருக்கும் எத்தனை வித்தியாசம்!

"அப்பொழுது நான் அகஸ்மாத்தாக உள்ளே போனேன்" என்று மேலும் தொடர்ந்தார்.

டொக்கி அவர் உள்ளே வந்ததும் இன்னும் அதிகமாகக் கண்ணீர் விட்டிருக்கிறாள். அவரோடு பேசுவதென்றால் இரைந்து கத்தவேண்டும். ஒரு காகிதத்தையும் பென்சிலையும் எடுத்துக்கொண்டு வெளியே போனாள். கிழவர் கூடவே ஓடியிருக்கிறார். நல்ல வேளையாக அவள் வாசலுக்கு ஓடவில்லை, சமையலறைக்குள்தான் போனாள். அவர் பார்க்கும் படியாக, பயந்து போகாமலிருக்க, அவள் எதிரேயே உட்கார்ந்து என்னமோ விறு விறு என்று எழுதினாள். மனைவியைப் பார்த்து, "என்ன? என்ன?" என்று கேட்டார் அவர். அவள் உதட்டைத்தான் பிதுக்கினாள். ஐந்து நிமிஷங்களில் டொக்கி உள்ளே வந்து, அவரிடம் கடுதாசைக் கொடுத்து விட்டு எதிரேயே உட்கார்ந்து விட்டாள்.

"அப்பா, எனக்கு இனிமேல் உங்கள் முகத்தில் விழிக்க யோக்கியதை இல்லை. நேற்று ராத்திரியிலிருந்து அப்படி 'ஆகிவிட்டேன். இதுவரைக்கும் அதை மறைத்து மூடினதற்காக என்னை மன்னித்துவிட வேண்டும். இல்லாவிட்டால் நீங்கள் என்ன தண்டனை கொடுத்தாலும் ஏற்கத் தயாராயிருக்கிறேன். உங்களை ஏமாற்றிய இந்தக் கிராதகிக்குத் தகும். நேற்றிரவு புதுச்சேரிக்குப் போய்ச் சேர்ந்ததும் எனக்கு எல்லாம் போய்விட்டது. எல்லாம் இழந்த பிறகு இப்பொழுது எனக்குப் பயமாயிருக்கிறது. வெளிச்சத்தைப் பார்ப்பதற்கே கூசுகிறது. தெருவைப் பார்க்கவே முடியவில்லை. மெட்ராசுக்குப் போக வேண்டும் என்று நான்தான் அடம் பண்ணினேன். வஞ்சனையில்லாமல் நீங்கள் அழைத்து வந்தீர்கள். அதற்குக் கைமேல் பலன் கிடைத்து விட்டது. நீங்கள் யாருக்கும் கெடுதல் செய்யவில்லை. மாமா உங்கள் பணத்தைச் சாப்பிட்டு ஏமாற்றின போதுகூட நீங்கள் கோபமாக ஒரு வார்த்தை சொல்லவில்லை. உங்கள் நல்ல சுபாவம் இந்த பாவிக்கு நல்ல புத்தி கொடுப்பதற்குப் பதிலாக அசாத்திய அசட்டுத் தைரியத்தைக் கொடுத்துவிட்டது. கிணற்றில், குளத்தில் விழுந்து உயிரைப் போக்கிக் கொள்ள வேண்டும் போலிருக்கிறது. ஆனால் அது உங்களுக்கு நேர்ந்த அவமானத்தை இன்னும் அம்பலப்படுத்தி உங்களைத் துடிக்கவைத்து விடுமே என்று அந்தத் தைரியமும் இல்லாமல் தவிக்கிறேன். மறுபடியும் நிஜத்தைச் சொல்கிறேன். அருண்குமார் எனக்கு ஏதாவது வழி காட்டி விடுவான் என்று நம்பிக்கொண்டுதான் எல்லாவற்றையும் மறந்து விட்டேன் இன்று காலை. ஆனால் இந்த ரூபாயைக் கொடுத்தனுப்பியிருக்கிறான் அவன். எந்த விதத்திலும் கட்டுப்பட்டவன் இல்லை என்று காண்பிக்கத்தான் இப்படிச் செய்திருக்கிறான். இவன் மனுஷன் இல்லை. மிருகம்.

உலகமே சுற்றிக்கொண்டிருக்கிறது; மூளை மனசு எல்லாம் கலங்கிக் கிடக்கின்றன. என்ன செய்கிறோம் என்று ஒன்றும் தெளிவாகத் தெரியவில்லை.

உண்மையைச் சொல்லிவிட்டேன். நீங்கள் என்ன தண்டனை வேண்டுமானாலும் கொடுங்கள். அடுத்த வீடு அண்டை வீட்டுக்குத் தெரியாமல், கத்தாமல், இரையாமல், பெற்று அனுபவிக்கிறேன்."

வாசித்துவிட்டு நிமிர்ந்திருக்கிறார் கிழவர். டொக்கி விசித்துவிசித்து அழுதுகொண்டிருந்தாள். முகத்தில் விழிக்கக்

கூசினவள்தான். ஆனால், அவருக்கு எதிரேயே குறுத்துப் போன்ற அந்த மனம் படுகிற பாட்டைப் பட்டுக் கொண்டிருந்தது. மறைவில் போய் அழ அவளுக்கு முடியவில்லை போலிருக்கிறது. போகமுடியாமல் ஏதோ அவளைக் கட்டிப்போட்டு அங்கேயே கிடத்தியிருந்தது.

பேசிக்கொண்டே கிழவர் நிறுத்தினார். கண்ணைத் துடைத்துக்கொண்டு, "ஸ்வாமி, எனக்குக்கூடத் தூக்கு மாட்டிக் கொண்டு தொங்க வேண்டும் போலிருக்கிறது. ஆனால் அது மானத்தைக் காப்பாற்றுகிற வழி இல்லையே. குழந்தை எழுதியிருக்கிறாளே, அது மாதிரி இன்னும் அவானத்தைத் தமுக்கடித்துச் சொல்கிறாற் போலத்தானே. எனக்கு ஒன்றும் புரியவில்லை. தலையில் கைவைத்து உட்கார்ந்து விட்டேன். கண் பஞ்சு பறக்கிறது. காது அடைக்கிறது. அப்பொழுதுதான் நீங்கள் வந்தீர்கள். உங்களிடம் மறைத்து விடலாம் என்றுதான் பார்த்தேன். குழந்தை உங்களிடம் சொன்னதாக ஜாடையாகச் சொன்னாள். பிறகு தைரியம் வந்துவிட்டது. முன்னாலேயே உங்களிடம் சொல்லித் தீர்த்துவிட்டால், இன்னுமாவது பரவாமலிருக்கும் என்று நம்பிக் கொண்டே இப்போது சொல்லிவிட்டேன்" என்று தொலைவில் பார்த்தார் கிழவர்.

அனந்தசாமியும் தொலைவில் பார்த்தார். நெடுந் தொலைவில் நீதிமன்றத்தின் கலங்கரை விளக்கம் மங்குவதும் ஓங்குவதுமாக மாறிமாறி விழித்துக் கொண்டிருந்தது. நீதிமன்றத்தின்மீது இந்த விளக்கை வைக்க வேண்டும் என்று யாருக்குத் தோன்றியது என்று உள்ளேயே கேட்டுக் கொண்டார் அவர்.

எது பெரிய காரியம், எது சின்ன விஷயம் என்றே அவருக்குப் புரியவில்லை. எவ்வளவு பெரிய காரியத்தை, சர்வ சாதாரணமான, சின்ன விஷயமாக நினைத்து விட்டான் இந்த அருண்குமார். இம்மாதிரி அடாத செயல்களைக் கிராமப் புறங்களில் இப்படித் துணிச்சலாக, சுலபமாகச் செய்துவிட முடியுமா? ஏன் முடியாது! இந்த உலகத்தில் எதுவும் பெரிய காரியம் என்றோ, சின்ன காரியம் என்றோ சொல்வதற்கில்லை. எதுவும் நடக்கும். பெற்றவர்கள் கலியாணம் செய்வதற்காகப் படாத பாடு படுகிறார்கள். காலம் காலமாகக் காத்து, கவலையைச் சுமந்து அலைகிறார்கள். இங்கே எதிர்பாராமல் ..."

"என்ன இது .. ?"

யார் நாம்? நம் இஷ்டப்படி நம்மை இயக்கிக் கொள்கிற ஜீவன்களா? இல்லை, காலத்தின் சூறைக் காற்றில் சிக்கிப் பறக்கின்ற துரும்புகளா? சூறைக்காற்றில்கூட வேண்டாத,

சிறுகாற்றிலேயே லட்சியத்தை நழுவவிட்டு மிதக்கும் இலவ விதைகளா..? எப்படி? எப்படி இந்த நாசம் இவ்வளவு சுலபமாக நிகழ்ந்து விட்டது?

அனந்தசாமிக்குக் கோபம் வரவில்லை. துயரமும் எண்ணத்தைக்கூடச் செயல்படாமல் ஒடித்துப் போடுகிற ஒரு மந்தமும் அவர் மனத்தில் காடி நுரையாக நொதித்துக் கிடந்தன. அந்த நொடியில் புத்தி கூர்மைகூட மழுங்கப்பட்டு விட்டதுபோல் எங்கேயோ பார்த்துக் கொண்டு உட்கார்ந்திருந்தார். தெளிவாக எதையும் நினைத்து அலச முடியவில்லை.

# 24

சாந்தோம் கடற்கரையில் அனந்தசாமியும், கிழவரும் வெகுநேரம் பேசாமல் உட்கார்ந்திருந்தார்கள். எத்தனை நேரம்தான் பேசாமலிருப்பது?

தொப்பென்று ஓர் அலை ஓங்கி விழுந்து கரைந்தது.

“நான் வந்து ...” என்று ஆரம்பித்தார் கிழவர். அனந்தசாமி கவனிக்காததைக் கண்டு சற்றுப் பேசாமலிருந்தார். இரண்டு நிமிஷங்கள் கழித்து அனந்தசாமியின் கண்கள் அவர் பக்கம் திரும்பினதும் மீண்டும் சொன்னார்.

“நான் வந்து இந்த ஜன்மாவிலே யாரையும் கஷ்டப்படுத்தினதில்லை. அப்பா அம்மாவை நன்றாக வைத்துக் காப்பாற்றினேன். தங்கைகளுக்கு நிறையச் செய்து கல்யாணம் பண்ணி வைத்தேன். மூத்த சம்சாரத்தையும் உள்ளங்கையில் தான் வைத்துக் கொண்டிருந்தேன். அவள் பிள்ளைகளை நன்றாகப் படிக்க வைத்து வழி செய்து விட்டேன். இவளையும் அதிர்ந்து ஒரு வார்த்தை சொன்னதில்லை. உத்தியோகம் பார்க்கிறேனே, அதிலும் மனச்சாட்சிக்கு எந்த நாளிலும் அவமரியாதை காட்டினதில்லை. சம்பளத்தைத் தவிர தம்பிடிக் காசு இந்த உத்தியோகத்தில் பார்த்ததில்லை. அதற்காக, குமாஸ்தாக்கள், பியூன்கள் சாபம், மனஸ்தாபம் எல்லாம் கூடப் பாதகமில்லை என்று தலையில் கட்டிக் கொண்டிருக்கிறேன். மனசறிந்து யாருக்கும்

எந்த அசௌகரியமும் உபத்திரவமும் செய்தது கிடையாது. அகம்பாவத்தோடு நான் சொல்லவில்லை. என்னால் முடிந்த மட்டும் நல்லவனாக இருக்கப் பிரயத்தனப் பட்டிருக்கிறேன். ஆனால் ஏன் இப்படி எனக்கு இந்த மாதிரி ஒரு இடி வந்து விழவேண்டும்! ஒரு சமயம், இந்த ஜன்மத்தில் நல்லவனாக இருக்க முயன்றாலும், போன ஜன்மங்களில் பல பேரை வயிற்றெரிச்சல் கொட்டிக்கிட்டு, பிறர் சகிக்க முடியாத குரூரனாக இருந்திருப்பேனோ! வேறு வழியில் இதற்குக் காரணம் சொல்ல முடியவில்லையே ...”

கிழவர் புலம்பிக் கொண்டிருந்தார்.

அந்த முக்கால் இருளிலிருந்து எங்கிருந்தோ ஓர் உருவம் வந்தது.

“நெய் முறுக் ... முந்திரிப் பருப்பு, மிளகு வடை” என்று குரல் கொடுத்தது.

“கடலை சாப்பிடுங்களேன்” என்று அந்தப் புலம்பலுக்கு நடுவிலும் கிழவர் உபசாரம் செய்தார்.

“ம்ஹூம்!”

“பரவாயில்லை.”

“வேண்டவே வேண்டாம்” என்று மறுத்தார் அனந்தசாமி. மறுகணம் கிழவருக்குப் பசிக்கிறதோ என்ற சந்தேகத்தில் அவனை எதையெதையோ கொடுக்கச் சொல்லி காசைக் கொடுத்தார்.

கிழவர் அவன் கையில் ஒரு ரூபாய் நோட்டை எடுத்துக் கொடுத்து மிச்சம் வாங்கிக் கொண்டார். முறுக்குக்காரன் மீண்டும் மணலை அரைத்துக்கொண்டு நடந்து மறைந்தான்.

“என்னுடைய சம்சாரத்துக்கூட நான் ஒன்றும் தவறு செய்யவில்லை. இளையாளாக அவளைக்கலியாணம் பண்ணிக் கொண்ட ஒரு வருத்தம் மட்டும் அவளுக்கு இருக்கலாம். ஆனால் அவளைக் கலியாணம் பண்ணிக்கொள்ளும்போதுகூட எனக்கு வயது முப்பத்து நாலு தான். முதல் சம்சாரம் போய் நான்கு ஐந்து வருஷங்களுக்குப் பிறகுதான் கலியாணம் செய்து கொண்டேன். அவள் தம்பி ஏதோ வியாபாரத்துக்காகப் புரட்ட வேண்டியிருக்கிறது என்று பணம் கேட்டான், பத்து வருஷங்கள் முன்னால். அடுத்த மாதம் தந்து விடுவேன் என்றான். சம்பாதித்த பணம் அத்தனையையும் கொடுத்து விட்டேன். ஆறாயிரம் ரூபாய், உத்தியோகத்தில் மிச்சம் பிடித்தது, நெல்விற்ற பணம், எல்லாமாகச் சேர்ந்த மிச்சம். ஒரு வருஷம் ஆச்சு, இரண்டு வருஷங்கள் ஆச்சு. பணம் வரவில்லை. நோட்டு எழுதி வாங்கவும்

இல்லை. வாங்கினால்தான் நடவடிக்கை எடுக்க முடியுமா? பத்து வருஷமாச்சு, பைசா வரவில்லை. ஒரு நோட்டாவது எழுதிக் கொடுக்கச் சொல்லேன் உன் தம்பியிடம் என்றேன் இவளிடம். "என்ன அவ்வளவு பொறாமல் போய் விட்டோமா நாங்கள்?" என்றாள். வருஷக் கணக்கில் யுகக் கணக்கில் சேர்ந்து இழைந்து பழகினாலும் இந்த 'நாங்கள்' எப்படி வருகிறது பார்த்தீர்களா? பணம் வராததுகூட வருத்தமாயில்லை. எனக்கு இந்த 'நாங்க'ளைக் கேட்டவுடன் மனசுக்குக் கொஞ்சம் கஷ்டமாகிவிட்டது. எல்லாப் பொம்மனாட்டிகளும் அப்படித்தான் இருப்பார்களோ?" என்று பேச்சை நிறுத்திக் கொண்டு கேட்டார் ராஜாங்கம்.

"எனக்கு என்ன தெரியும்?" என்று சிரித்தார் அனந்தசாமி. ஆனால் கிழவர் காதில் அது சரியாக விழவில்லை. ஓர் அலை வேறு தொப்பென்று விழுந்து அதைச் சாப்பிட்டு விட்டது.

"அப்புறம் அந்தப் பணத்தைப் பற்றிப் பேச்சை எடுத்தால் அவள் முகம் சுருங்கிவிடும். பேசாமல் விட்டுவிட்டேன். அதைப் பற்றித்தான் குழந்தை அந்தக் கடுதாசியில் எழுதியிருந்தது" என்று சட்டைப் பையைத் துழாவினார் கிழவர். ஒரு கடுதாசை எடுத்தார்.

"அந்தக் கடுதாசி என் கையில்தான் இருக்கிறது. நீங்கள் போய் வாசித்துப் பாருங்கள்" என்று அனந்தசாமியிடம் கொடுத்தார்.

விருப்பமில்லாவிட்டாலும், கிழவரைச் சமாதானப் படுத்துவதற்காக அதை வாங்கிக் கொண்டார் அனந்தசாமி.

"எனக்கு என்ன செய்கிறது என்று புரியவில்லை" என்றார்.

"இனிமேல் அவன் வந்து கூப்பிட்டால் அனுப்பாதீர்கள்" என்று வெட்டினாற்போலச் சொன்னார் அனந்தசாமி.

அனுப்பவில்லை. அவளிடமும் சொல்லிவிட்டுப் போகிறேன். நீங்களும் வந்து ஜாக்கிரதையாகப் பார்த்துக் கொள்ளுங்கள். நான் சிநேகிதர்களைத்தான் நம்பியிருக்கிறேன். குழந்தை எப்படியாவது நன்றாக இருந்தால் போதும். எனக்காக நான் செய்து கொண்டது இரண்டுதான். வயிற்றுப் பாட்டுக்காக வேலை பார்க்கிறது. சொந்த சுகத்துக்காக இரண்டாவது தடவை கலியாணம் செய்துகொண்டது. இது தப்பாக இருக்கலாம். ஆனால் அவளுக்குப் பிறந்த குழந்தை இவள் – டொக்கியைச் சொல்கிறேன். அவள் சௌக்கியமாக இருக்க வேண்டும்" என்று மீண்டும் கண்ணைத் துடைத்துக் கொண்டார் ராஜாங்கம்.

டொக்கியிடம் அவர் அபரிமிதமான பாசம் வைத்திருந்தார் என்று அனந்தசாமிக்குப் புரிந்தது. அந்தப் பாசம் அவரை

தி. ஜானகிராமன்

எங்கெல்லாம் கொண்டுவிடப் போகிறதோ என்று நினைக்கும் போது, அவருக்குப் பயமாகத்தான் இருந்தது.

"ரங்கனிடம் இதைச் சொல்வதா வேண்டாமா என்று தெரியவில்லை, எனக்கு" என்றார் கிழவர்.

"அவரைப் பார்த்தால் எப்படித் தோன்றுகிறது உங்களுக்கு?"

"என்னமோ நல்லவராகத்தான் இதுவரை பழகி விட்டார். திருபுவனம், தாராசுரம், மகாபலிபுரத்துக்கெல்லாம் குழந்தையை அழைத்துக் கொண்டு போனார். குழந்தையிடம் ரொம்பக் கண்ணியமாக நடந்து கொண்டாராம். நானும் பார்த்த வரையில் சின்னத்தனமாக நடந்துகொள்ள மாட்டார் என்றுதான் பட்டு வருகிறது. இருந்தாலும்..."

"இருந்தாலும் என்ன?"

"இருந்தாலும் ஜாக்கிரதையாக இருக்க வேண்டும் என்று உங்களுக்குப் பட்டால்..."

அதைக் கேட்டு அனந்தசாமிக்கு ஆச்சரியமாயிருந்தது. எனக்கு ஏன் பட வேண்டும்? நான் ஏன் அபிப்பிராயம் சொல்ல வேண்டும்? என்னைவிட அவனிடம் இத்தனை நாட்களாக, இத்தனை நெருங்கிப் பழகினவர் என்னை ஏன் கேட்க வேண்டும்? பதிலே சொல்லவில்லை அவர்.

வெகு நேரமாகிவிட்டது, கடற்கரை இப்பொழுது முற்றிலும் சூன்யமாகி விட்டது. மல்லாந்தும் கைகளைக் கால் இடுக்கிலும் வைத்து ஒருக்களித்துப் படுத்திருக்கும் 'சிந்தனையாளர்கள்' கூட இப்பொழுது ஒன்றிரண்டு பேர்தான் தென்பட்டார்கள். அலையும் நட்சத்திரங்களுந்தான் மணலைப் பார்த்துக்கொண்டிருந்தன. இருவரும் எழுந்து நடந்தனர்.

"இத்தனை நேரம் உட்கார்ந்திருந்தோமே – ஒரு துளி தண்ணீர் நம்மீது பட்டதோ? இப்படிச் சீறி உலகத்தையே அழிப்பதுபோல் அலைகள் வந்து கொண்டிருந்தன. நம்மை ஒன்றும் செய்யவில்லை. அலையோரமாக உட்கார்ந்தால் திரும்பத் திரும்ப வந்து நனைக்கும்" என்றார் அனந்தசாமி.

அதைக் கேட்டுக் கொண்டே தலையைக் குனிந்து கொண்டு நடந்தார் கிழவர். "ஆபத்து நம்மை வந்து தீண்டும்படியாக உட்கார்ந்துவிட்டு, அப்புறம் வருத்தப்படக்கூடாது என்கிறீர்களா?"

"ஆமாம்."

"சில சமயம், ஒரேயடியாகத் தாவியடித்துக் கொண்டு போகிறதே."

"சமுத்திரம் அப்படி வராது. வந்தாலும் போதிய எச்சரிக்கை கொடுத்து விட்டுத்தான் வரும்."

"வாஸ்தவம்..." என்று வெட்கப்பட்டுக் கொண்டே நடந்தார் கிழவர்.

ஒரு பர்லாங்கு நடந்ததுமே, ஒரு ஸ்கூட்டர் அவர்கள் எதிரே வந்து 'கூர் கூர்' என்று காறிக் கொண்டே நின்றது.

"நீங்கள் எங்கே போய்விட்டு வருகிறீர்கள்?" என்று கேட்டான் ரங்கன்.

"அடெடெ!"

"ரங்கன் சாரா?" என்று கேட்டபடியே சிரித்தார் கிழவர். ரங்கன் காலையில் கண்ட உடுப்பில் வந்திருந்தான். கால்சட்டை, கொட்டடி போட்ட, சிவப்பும் கறுப்பும் கலந்த அரைக்கைத் தளர் சட்டை.

"நான் இப்பொழுது உங்கள் வீட்டுக்குப் போய்விட்டு வருகிறேன்" என்றான் அவன் அனந்தசாமியிடம்.

"என் வீட்டுக்கா?"

"ஆமாம், இவர்கள் வீட்டுக்குப் போனேன். அப்பா இன்னும் வரவில்லையே வரவில்லையே என்ற டொக்கி கிலி பிடித்துப் போய்ப் பார்த்துக் கொண்டிருந்தாள். என்னடா இப்படிப் பயப்படுகிறாளே" என்று உங்கள் வீட்டுக்கு வந்தேன். சொன்னால் கேட்டால்தானே? உங்கள் வீட்டில் நீங்கள் இல்லை. ஒருவேளை பீச்சுக்குப் போயிருப்பீர்களோ என்று வந்தேன். இவர் தான் சொல்லிவிட்டுப் போகப்படாதோ?" என்றான்.

அவன் பேசுவது காதில் விழாமல் அனந்தசாமியையும் அவனையும் மாறி மாறிப் பார்த்தார் கிழவர். உதட்டசைவிலிருந்து பேச்சைக் கண்டுபிடிக்க முயன்று கொண்டிருந்தார்.

"சும்மா இப்படிப் பேசிக் கொண்டிருந்தோம். நேரம் போனதே தெரியவில்லை. வீட்டுக்குத்தான் திரும்பிக் கொண்டிருக்கிறோம்" என்று புன்சிரிப்புப் பூத்தார் ராஜாங்கம்.

"என்ன இவ்வளவு நேரம்? கிழவர் ஏதாவது சொன்னாரோ?" என்று கேட்டான் ரங்கன்.

"ஏதோ சொன்னார்."

"நாம் பிறரை ஏமாற்றினால் நமக்குத்தான் நஷ்டம். ஏமாளியைக் கடவுள் காப்பாற்றி விடுவார். உலகமும் ஏமாளிக்குப்

பரிவு காட்டிவிடும். ஏமாற்றுகிற நாம் தான் தனியாக நிற்க நேரிடும்" என்றார் அனந்தசாமி.

"எல்லாம் சொல்லி விட்டாள் டொக்கி. நான்தான் மத்தியானம் சொன்னேனே உங்களிடம். எனக்கு அப்பொழுதே தெரியும். ஆனால் நடந்ததை ஒருவர் சொல்லும் பொழுது, அப்பொழுதுதான் அதன் பயங்கரமெல்லாம் உணர முடிகிறது. காலையில் கோபமாக இருந்தது. இப்பொழுது நேரில் கேட்கிற பொழுது எங்கேயாவது உட்கார்ந்து அழவேண்டும் போல் இருக்கிறது. இந்தப் பயல் என் சிநேகிதனாக இருப்பது ஆபத்தாகி விட்டது. நான் தான் அறிமுகப்படுத்தி வைத்தேன். ஆனால் என் கழுத்திலேயே கத்தி வைப்பான் என்று நான் நினைக்கவில்லை" என்றான் ரங்கன்.

அனந்தசாமிக்கு முகம் சற்று சிணுங்கிற்று. என்ன இவ்வளவு சொந்தமாகப் பேசுகிறான்!

"'என்னமோ உங்களை நம்பியிருக்கிறேன் என்று சொல்லு கிறார் இவர்" என்றார் மையமாக. "உங்களை" தன்னைக் குறிக்கிறதா, ரங்கனைக் குறிக்கிறதா என்று புரியாதபடிதான் சொன்னார் அவர்.

ரங்கன் அவரை ஒரு கணம் பார்த்தான். குனிந்து கொண்டான். 'நான் பேசிப் பிரயோசனம் இல்லை. என் நல்லதனத்தை என் செய்கையைப் பார்த்தால்தான் தெரியும்' என்று சொல்வது போலப் பார்த்தான். சொல்லவில்லை. "அந்த நம்பிக்கைக்குத் தகுதி உள்ளவனாகப் பகவான் அனுக்கிரகிக்கட்டும். நீங்களும் ஆசீர்வாதம் செய்யுங்கள்" என்று சொன்னான்.

"என்னுடைய ஆசீர்வாதம் மட்டும் போதாது. அவரவர் களுக்கு மனோபலம் வேண்டும்... நல்லவர்களாக இருக்க வேண்டும் என்று புத்திபூர்வமான ஆசை இருக்க வேண்டும். தங்களுக்குத் தெரியாமலே சிலபேர் நல்லவர்களாக இருக்கிறார்கள். நான் நல்லவனாக இருக்கிறேன், இருக்க வேண்டும் என்ற பிரக்ஞையோடு வாழ்வதுதான் இன்னும் நல்லது. அந்த மனிதனுக்குத் தான் பலம் வரும். நான் கடவுளின் ஒரு பகுதி என்ற பாவம் வேண்டும். இல்லை, அந்த நினைப்பில் தவிட்டுத் தூற்றலில் நனைகிறதுபோல் நனையவாவது முயல வேண்டும்" என்றார் அனந்தசாமி.

"இவ்வளவு பெரிய சிந்தனைப் பாரத்தைச் சுமக்கும் நிலையில் இல்லை நான் இப்போது. ஒரு பாவமும் அறியாத பெண்ணுக்கு நேரும் துன்பத்தைத் தவிர்க்கப் பலம் இல்லாமல் பறக்கும் மனிதப் பூச்சியாக அலைகிறேன்" என்றான் ரங்கன்.

அன்பே ஆரமுதே

அவன் குரலில் இருந்த பரபரப்பைக் கேட்டு அனந்தசாமியின் மனசு திடுக்கிட்டது; பூரிக்கவும் பூரித்தது.

"அந்தப் பெண்ணை நினைக்கும்போது எனக்குக் கொஞ்சம் பயமாயிருக்கிறது. நீங்கள் எனக்காக இப்போது ஒரு காரியம் செய்ய முடியுமா?" என்று கெஞ்சாத குறையாகக் கேட்டான் அவன்.

"என்ன செய்ய வேண்டும்?"

"உங்களுக்கு எத்தனையோ நோயாளிகள் இருப்பார்கள். கவனிக்கப் போகவேண்டியிருக்கலாம். ஆனால் இந்தப் பெண்ணை ஒரு அவசரக் கேசாக நினைத்து இப்பொழுது என்னோடு வாருங்கள்."

"என்ன அப்படி? சாயங்காலம் நான் அங்கே தானே இருந்தேன்?"

"தெரியும். மறுபடியும் அந்தப் பெண்ணுக்குத் தைரியம் சொல்லிவிட்டுப் போங்கள். என்னமோ குடி முழுகிப் போய்விட்டாற்போல் நடுங்கிக் கொண்டு கிடக்கிறாள்."

"அதில் ஒன்றும் தப்பில்லையே. தம்முடைய ஒழுக்கத்தைப் பற்றி ஒரு ஜீவனுக்குக் குடி மூழ்கிப் போன கவலை இருப்பது நல்லதுதானே?"

"ஒழுக்கத்தைப் பற்றிக் கவலை இல்லை இப்போது அது கெட்டுவிட்டதே என்ற கவலைதான் இப்போது. நீங்கள் ஏன் வாதாடிக் கொண்டேயிருக்கிறீர்கள்?" என்று கேட்டான் ரங்கன்.

அனந்தசாமிக்கு அவனுடைய துணிச்சலையும் சுவாதீனத்தையும் கண்டு வியப்பாக இருந்தது. மாற்றுப் பேசமுடியாமல் அவனுடைய கண்ணை எதிர்த்துப் பார்க்க முடியாமல் நடந்தார்.

"நீங்கள் போங்கள். நான் இதோ வந்து விடுகிறேன்" என்று சொல்லிக்கொண்டே ஸ்கூட்டரை மிதித்துக் கிளம்பினான் ரங்கன். அவரும் ஏறக்குறைய ஒரு கட்டளை போலவே தள்ளிக் கொண்டு சென்ற அவனுடைய வேண்டுகோளுக்குப் பணிந்து கிழவருடன் நடக்க ஆரம்பித்தார்.

வீட்டுக்குள் நுழையும்பொழுது கல் இயந்திரத்தின் ஓசை கேட்டது. சமையலறை நிலையோரமாக ஒரு பெரிய கல் இயந்திரத்தில் அரிசியைப் போட்டுச் சுழற்றிக் கொண்டிருந்தாள் டொக்கி. பெரிய இயந்திரம். சாதாரணமாகச் சுழற்றுவது கடினம். நல்ல பலம் வேண்டும்."

"எங்கே மாமா போய் விட்டீர்கள்?" என்று கேட்டாள் அவள்.

“பீச்சுக்குப் போயிருந்தோம். திரும்பும்போது ரங்கன் எதிரே வந்தார். எங்களைத் தேடிக் கொண்டுதான் வருகிறேன் என்றார். ரொம்பப் பயப்பட்டாயாமே! இந்தச் சென்னையிலே இப்படிப் பயப்படுவாளோ?” என்று கேட்டார் அனந்தசாமி.

“பின்னே எங்கே பயப்படறது?” என்று கல் இயந்திரத்தைப் பிடித்துக்கொண்டே கேட்டாள் டொக்கி குனிந்து கொண்டே.

அனந்தசாமி சட்டென்று பேச்சை மாற்றினார். “அதிருக்கட்டும், இது என்ன வேலையம்மா? இந்த இயந்திரத்தை எனக்கே அசைக்க முடியாது போலிருக்கிறது. பழைய காலத்துப்பாட்டிகள், ஐங்காலப் பாட்டிகள் செய்ய வேண்டிய வேலைகள் இது. உனக்கு எதற்கு! தெருவிலே இறங்கினால் நூறு மாவு மிஷின்கள் இருக்கே. பட்டணத்துப் பொம்மனாட்டிகளெல்லாம் மியூஸியத்தில் இடமில்லை யென்றுதானே இவற்றை வீட்டில் வைத்துக் கொண்டிருக்கிறார்கள்...”

டொக்கி இலேசாகச் சிரித்து வைத்தாள் வறட்சியாக.

“இன்னும் சாப்பிடவில்லையே?” என்று கேட்டார் அவர்.

அப்பாவுக்குப் பலகாரம் மாமா இன்றைக்கு. தோசை வார்த்து வைத்திருக்கிறேன். எங்களுக்கு மத்தியான சாதம் இருக்கிறது. நீங்களும் இங்கேயே பலகாரம் பண்ணலாம்.”

“தோசை வார்த்த சூடு போதாதென்று இந்த மலையை உருட்ட ஆரம்பித்தாயா?”

“சும்மா உட்கார்ந்திருந்தால் பயமாக இருக்கிறது” என்று நிமிராமல் சொன்னாள் டொக்கி. “இன்றைக்கு இதைச் சுற்றுகிறது சிரமமாகவே இல்லை. இதை விட இரண்டு பங்கு பெரிய எந்திரமாயிருந்தாலும் சுற்ற முடியும். இன்றைக்குச் சுற்ற வேண்டும் போல்தான் இருக்கிறது...”

இதைக் கேட்டதும் எது வந்தாலும் நெகிழாமல் பழகிக் கொண்ட அனந்தசாமியின் மனம் படபடவென்று சிலிர்த்தது. அந்த இளம் உடலையும் வயதையும் பார்த்தார். கண்ணீரின் சுவடு மறையாத அந்த முகத்தைப் பார்த்தார். அருகே சென்றார்.

“டொக்கி எழுந்திரு, பார்ப்போம்” என்றார் இன்னும் சற்றுக் கூடுதலாகப் புன்னகையைத் தருவித்துக் கொண்டு.

டொக்கி எழுந்து நின்றாள். “ஏன் மாமா?” என்று வினவினாள்.

“இப்படிக் கூடத்திலே நட, பார்ப்போம்” என்றார். டொக்கி நடந்தாள்.

"நிற்காமல் உடம்பைத் திருப்பாமல் என்னைப் பார்."

"என்ன மாமா இது?" என்று திரும்பினாள் டொக்கி.

"உடம்பு திரும்பக் கூடாது. நடந்துகொண்டே தலையை மட்டும் திரும்பிப் பார்க்க வேண்டும்."

"அது எப்படி மாமா முடியும்?"

"திரும்பிப் பார்க்கக் கூடாது என்பதற்காகத்தான் தலையை முழுதும் திருப்ப முடியாமல் நமக்கு வைத்திருக்கிறது. நாளையைத்தான் பார்க்க வேண்டும். நேற்றைய தினத்தைப் பார்க்கக்கூடாது. புரிகிறதா? இனிமேல் நீ அழுதாயோ, அழுதாய் என்று உங்கள் அப்பா சொன்னாரோ நீ மனுஷி இல்லை. பின்னால் திரும்பிப் பார்க்கிற மாடு என்று நான் வரவே மாட்டேன் இங்கே! ...ம் ...என்ன?" என்றார் அனந்தசாமி.

"சரி, மாமா!"

"சரி. அப்பாவுக்கு இலையைப் போடு!" என்றார் அனந்தசாமி.

"இதோ போடுகிறேன் மாமா ... உங்களுக்கு?" என்று இழுத்தாள் அவள்.

"எனக்கு மட்டும் இல்லாமலா? காணுமோ இல்லியோ?"

"நிறைய இருக்கு."

இலையைப் போடும்போது ரங்கன் வந்தான். உபசாரத்தை மறுத்து விட்டான். அம்மா காத்துக் கொண்டிருப்பாளாம். அதிக உபசாரம் பலிக்கவில்லை.

அந்தச் சமையலறையிலே இருவரும் உட்கார்ந சாப்பிட ஆரம்பித்தார்கள்.

"குழந்தைகள் சாப்பிடவில்லையோ?

"சாப்பிட்டுத் தூங்குகிறார்கள்."

வாசலில் கார் சத்தம் கேட்டது. குரல் கொடுக்காமலேயே ஓர் ஆள் உள்ளே வந்தான்.

"யார்?" என்றான் ரங்கன்.

"நான்தான்" என்று வந்த ஆள் உடனே வெளியே காலடி வைத்தான்.

"யாரப்பாது?... அட! பங்காருவா?"

"ஆமாங்க."

"எங்கே வந்தே?"

தி. ஜானகிராமன்

அப்புறம் பேச்சில்லை. ஒரு நிமிஷம் ஒன்றும் கேட்கவில்லை. காதில் விழுந்ததும் விழாததுமாக ரங்கன் கரகரப்பது கேட்டது. பின்பு கார் புறப்பட்டுப் போகும் ஓசை கேட்டது. டொக்கி, நிமிர்ந்து பார்த்துவிட்டுப் பரிமாற ஆரம்பித்தாள். கை நடுங்கியது. அனந்தசாமி கூடத்தைப் பார்த்தார்.

ரங்கன் உள்ளே வந்தான்.

"யாரு?" என்றார் அனந்தசாமி.

"ஒத்திகைக்கு அழைத்து வரச் சொல்லி ஆள் வந்தது. யாரும் வரமாட்டார்கள் என்று சொன்னேன். இன்னும் ஒரு நிமிஷம் நின்றால் காலை ஒடித்து விடுவேன் என்றேன். வாலைக் காலுக்கிடையில் விட்டுக் கொண்டு ஓடி விட்டது கார்" என்றான் ரங்கன்.

"என்ன?" என்றார் கிழவர்.

"ஒன்றுமில்லை" என்றார் அனந்தசாமி.

"யாராவது வந்தார்களா?"

"ஒருத்தருமில்லை."

நோயாளியைப் போல அதை முழுவதும் நம்ப முடியாமல் சாப்பிட ஆரம்பித்தார் கிழவர் சந்தேக முகத்துடன்.

"ராஸ்கல்" என்று முணுமுணுத்தான் ரங்கன். கூடத்தில் சாப்பாடு முடிந்து பத்தரை மணி வரையில் பேசிக் கொண்டிருந்து விட்டு, விடை பெற்றார் அனந்தசாமி. ரங்கனும் அவர் தெம்பாக இருந்ததைப் பார்த்து விடைபெற்றுக் கொண்டான்.

"அப்பாடா" என்று விடுதலையுணர்ச்சியுடன் மனத்தில் பாரமில்லாமல் வீட்டுக்கு வந்தார் அனந்தசாமி. மொட்டை மாடியில் பாயைப் பிரித்து, அவர் தலையணையான பனங்கட்டை மீது தலையை வைத்துப் படுத்தார் ... சிரித்தார்.

எல்லாம் கனவு மாதிரி இருந்தது.

"ம்... உம்... ம்" என்று உறுமல் கேட்டது. நெருங்கிக் கொண்டே வந்தது. காதே துளைந்து விடும் போல் பேரிரைச்சலுடன் நாகபுரி போகிற இரவு தபால் விமானம் தலைக்கு மேல் பறந்து சென்றது. அதில் நீலமும் சிவப்புமாக இரண்டு விளக்குகள் மாறி மாறிப் பளிச்சிட்டுக் கொண்டே பறந்தன.

என்ன இரைச்சல்! இவ்வளவு தாழ்வாகவா நகரத்தின் மீது பறப்பான் ஒருவன்!

"ஓகோ!"

இதில் தான் ருக்மிணி போய்க் கொண்டிருப்பாள் டில்லிக்கு. ஆமாம். இன்று தான் போகிறதாகச் சாயங்காலம் சொல்லி விட்டுப் போனாள்.

"ஹ்ம்."

மாறி மாறி எரிந்த நீல விளக்கும், சிவப்பு விளக்கும் சந்திராவைப் போலவும் டொக்கியைப் போலவும் இருந்தன அவருக்கு.

தி. ஜானகிராமன்

## 25

இரவுத் தபால் விமானத்தில், கூண்டின் பின்கோடியில் ஜன்னலோரமாக உட்கார்ந்திருந்த ருக்மிணி சென்னை முழுதும் நீல விளக்குக் கோலமாகக் காட்சி தந்த அழகைப் பார்த்துக் கொண்டேயிருந்தாள். விமானத்தில் ஏற்றிவிடச் சந்திராவோடு வந்த சுப்புசாமி, "பின்னங்கோடியிலே உட்காரு, ருக்கு. இறக்கைக்கு நேராக உட்கார்ந்து விடாதே. ஒன்றையும் பார்க்க முடியாது" என்று குழந்தைக்குச் சொல்வதுபோலச் சொல்லி அவளுடைய முதல் விமானப் பயணத்தை ரசிக்க வேண்டிய முறைகளையெல்லாம் விளக்கியிருந்தார். அந்த விமானத்தில் போகிறவர்களில் பாதிப் பேருக்கு மேல் அவருக்குத் தெரிந்தது. ஒவ்வொருவரிடமும், "என் அத்தைபெண் போகிறாள். ஜாக்கிரதையாகப் பார்த்துக் கொள். கான்னாட் பிளேஸிலே இறங்கினவுடனே ஒரு டாக்ஸி பிடித்து அவளை ஏற்றிவிட்டு, நீ அப்புறம் எங்கு வேண்டுமானாலும் போய்க் கொள்" என்று அத்தனை பேரிடமும் சொல்லி விட்டுப் போயிருந்தார் அவர். "ஜாக்கிரதையாகப் போங்கள், மாமா!" என்று அவரிடமிருந்து அவள் விடை பெற்றுக் கொள்ளும்பொழுது "அதை நானல்லவா சொல்லணும். நாங்கள் காரில்தானே போகிறோம். வீட்டுக்கு" என்று சிரித்துக்கொண்டே நின்றார் அவர். விமானம் நகரும் வரையில் அந்த இடத்தை விட்டு நகரவில்லை அவர்கள். நகரும் பொழுது, ஏதோ ஒரு ஜன்னலைப் பார்த்துக் கையை உயர்த்தி அசைத்துக் கொண்டே இருந்தார்கள். நாளைக்கு அவசரமாக மதுரை

போகிறாராம் சுப்புசாமி, இல்லாவிட்டால், "வாருங்கள்" என்று சொல்லியிருந்தால், அவரும் கூட வருகிறவர்தான்.

காதைக் 'குப்குப்'பென்று சற்றைக்கொரு முறை அடைத்துக் கொண்டேயிருந்தது. எச்சிலை விழுங்கிச் சரிப்படுத்திக் கொண்டே யிருந்தாள் அவள்.

சந்திராவை நினைக்கும்பொழுது . . . வரட்டுமா என்று விடைபெறுகையில் சந்திரா ஒன்றும் பேசமுடியாமல் தலையை மட்டும் அசைத்தாள். ருக்குவுக்குக்கூட அவளை விட்டுப் பிரிவது அவ்வளவு சுலபமாக இல்லை.

"ஹலோ!" என்ற குரல் கேட்டு ஜன்னலிலிருந்து முகத்தைத் திருப்பினாள். கலியாணத் தாம்பூலம் போல் தட்டில் ஏலக்காய், கிராம்பு, பாக்கு, சாக்கலேட்டுகளை நீட்டிக் கொண்டு விமானத்து உக்ராணக்காரன் புன்னகை பூத்தான். இனத்தில் ஒன்றாக எடுத்து வாயில் போட்டுக் கொண்டாள்.

பக்கத்தில் உட்கார்ந்திருந்தவர் காலையில் நடக்கவிருக்கும் ஏதோ வைதீக மகாநாட்டுக்காகப் போகிறாராம். உட்காரும் பொழுதே மெத்தைக் குட்டைகளைக் தலைக்கும் கைக்கும் அண்டக் கொடுத்து உட்கார்ந்து நாற்காலியின் முதுகைப் பின்பக்கம் தட்டிச் சாய்த்து உறங்கி விட்டார். அடுத்து உட்கார்ந்திருந்தவர் ஏதோ சர்க்கரை மகாநாட்டுக்குப் போகிறாராம். அவரும் உறங்கி விட்டார். இரண்டுபேரும் சுப்புசாமிக்குத் தெரிந்தவர்கள்தாம். அவர்களைப் போலவே விமானத்தில் முக்கால்வாசிப் பேர்கள் மகாநாடுகளுக்கும் உரையரங்குகளுக்கும் போகிறவர்கள் தாம். தேயிலை மகாநாடு, வர்ணங்கள் தயாரிப்போர் கூட்டம், கார் செய்கிறவர்கள் மகாநாடு – இப்படி. எல்லாருமே தூங்க ஆரம்பித்து விட்டார்கள். இந்த விமானச் சத்தம் தாலாட்டாகப் பழகி விட்டவர்கள் போலிருக்கிறது. எல்லோருமே துயிலில் ஆரம்பமும் அர்த்தஜாமமும் இரண்டாம் ஜாமமுமாக, பல கட்டங்களில் ஆழ்ந்து விட்டார்கள். இவ்வளவுபேர் இவ்வளவு மகாநாடுகளுக்குப் போயும் ஒரு பண்டமும் விலை இறங்காமல் ஏறிக் கொண்டேயிருப்பதை நினைத்துச் சிரித்தாள் ருக்கு. இந்த விமானக் காசெல்லாம் சேர்ந்துதான் விலையை இப்படி விஷமாக ஏற்றிக் கொண்டிருக்கிறதா? இவர்களை விமானத்தில் ஏற்றி அனுப்பும் தெம்பும் நம் ஜனங்களுக்கு வந்து விட்டதா?... புரியவில்லை அவளுக்கு!

அனந்தசாமி சென்னை வெய்யிலில் வேர்வையும் மருந்துப்பையும் பழஞ் செருப்புமாக நடப்பது அவள் கண்முன் வந்தது. சிணுங்கல், சுருக்கமில்லாத புன்சிரிப்பையே நிரந்தரமாகச்

செதுக்கி விட்டாற்போல் மலர்ச்சியில் தேங்கிவிட்ட, அந்த முகம் நினைவுக்கு வந்தது. இந்த மகாநாட்டு யாத்ரீகர்கள் செய்வதைவிட இன்னும் முக்கியமான, அவசியமான காரியத்தைத் தானே அவர் செய்து கொண்டிருக்கிறார் – விமானமும் கோட்டும் இல்லாமல்.

அவரை நினைக்க நினைக்க திகைப்புத்தான் ஓங்கிக் கொண்டு வந்தது அவளுக்கு. விடுமுறை என்று சென்னைக்குப் புறப்படும்பொழுது, வேலையை விடுவதற்காக இப்படி அவசரம் அவசரமாகக் காற்றில் பறக்கப் போகிறோம் என்று அவள் கனவுகூடக் காணவில்லை. இப்படியும் நடக்குமா, நடக்குமா என்று உள்ளே குரல் கேட்டுக்கொண்டேயிருந்தது. நடக்கிறது நடக்கிறது, நனவுதான் என்று நாற்காலியின் பிடியையும், வட்டச் சாளரத்தின் கண்ணாடியையும் தொட்டு உறுதிப்படுத்திக் கொண்டாள் அவள், நனவுதான். நனவுதான் அவளுக்கு மனம் நிரம்பிப் பொங்கியது. நெஞ்சு முழுவதும் கதகதவென்று நிறைந்தது. அவள் காற்றில் மிதப்பதுபோல அவள் மனமும் நிறைந்த பூரிப்பில் மிதந்தது.

திரும்பி வந்து, சென்னையிலேயே வேலைக்கமர்ந்து… அந்த எண்ணத்தை முடிக்கவே முடியவில்லை. சென்னையைக் கடந்து வெகுதூரம் வந்து விட்ட விமானம் இப்பொழுது இருளில் பாய்ந்து கொண்டிருந்தது. தூரத்தில் எங்கேயோ மங்கிய விளக்கு ஒன்று தெரிந்தது. ஒன்றையும் விளக்காத, புள்ளி போன்ற ஏதோ கிராம விளக்கு. அதே மாதிரிதான். இந்த எண்ணமும் அவளுக்குள்ளே மினுங்கிற்று. வந்து என்ன செய்யப் போகிறோம், எங்கே எப்படி இருக்கப் போகிறோம் வசிக்கப் போகிறோம்… என்று விடையில்லாத கேள்விகளைக் கேட்டுக் கொண்டே உட்கார்ந்திருந்தாள்.

தூக்கம் வரவில்லை. மற்ற எல்லோரும் தூங்கினார்கள். தூங்குகிறாற்போல் பாவனை செய்தார்களோ! பிரயாணம் நல்லபடியாக முடிய வேண்டும் என்று கடவுளின் பெயரை முணுமுணுத்துக் கொண்டிருந்தார்களோ, அவளைப்போல? அவளுக்கு இத்தனை எண்ணங்களுக்கும் நடுவில் கடவுளின் நினைவு வந்து கொண்டிருந்தது. பழைய குற்றவாளி போலீஸ் ஸ்டேஷனில் ஆஜர் கொடுப்பதுபோல் தன் எண்ணங்களை விட்டு ஓடி ஓடிக் கடவுளிடம் சென்று கொண்டிருந்தது மனசு. கடவுள் இவ்வளவு இனிமையானவர், நெருங்கினவர் என்று இப்படி வயிற்றில் புளியைக் கரைத்தால் ஒழிய எப்படித் தெரியப்போகிறது? அவளுக்கே சிரிப்பாக வந்தது.

திடீரென்று பெரும் அதிர்ச்சியுடன் விமானம் கீழே இறங்கியது. அரண்டு போய் நிமிர்ந்து உட்கார்ந்து கொண்டாள்.

‘பெல்ட்டைப் போட்டுக்கொள்’ என்று விளக்கு எச்சரித்தது. விமானம் மறுபடியும் ஏறிற்று. மறுபடியும் உயரம் இழந்தது. கீழே துவண்டது. ஒரு தடவை இரண்டு தடவை இல்லை. விட்டுவிட்டு இந்த அதிர்ச்சி பதறச் செய்தது.

“அனந்தசாமியைப் பார்த்துக் கொண்டிருந்தால் போதும் என்றுதான் நான் நினைத்தேன். தவறாக ஒன்றும் எண்ணவில்லை. நான் திரும்பி வந்து சென்னையில் வேலை ஏற்றுக் கொண்டாலும் இந்த எண்ணம் மாறாது. மாசற்ற மரியாதையாகத்தான் இருக்க வேண்டும்” என்று என்னமோ பயமுறுத்துகிற ஏதோ ஒரு தேவனுக்குக் காணிக்கை தருவதுபோல் மனத்தைக் கையில் பிடித்து அதன் காலடியில் வைத்தாள் அவள்.

தூங்க முடியவில்லை. தூக்கமும் வரவில்லை.

எப்பொழுது இந்தப் பயணம் முடியும். திடீர் என்று விளக்கு எரிந்தது. உக்ராணக்காரன் ஏதோ சீட்டுக் கொடுத்துக் கொண்டே வந்தான்.

“என்ன இது?”

“நாகப்பூரில் சாப்பாட்டுக்கு” என்றார் பக்கத்திலிருந்த கன்னடக்காரர். மகாநாட்டு யாத்ரீகர். அவர் விழித்துக் கொண்டு விட்டார் என்று தெரிந்தது.

நீல விளக்குகள் மீண்டும் கோலம் போட்டன. சட்டென்று தட்டிக் கொண்டு விமானம் இறங்கியது.

விமானம் நின்றவுடன் ருக்மிணிக்கு உயிர் வந்தது போலிருந்தது.

கன்னடக்காரர் விமான நிலைய ஹோட்டலில் அவளுக்கு உபசாரம் எல்லாம் செய்தார். எதிரிலேயே உட்கார்ந்து கொண்டார் அவர். பக்கவாட்டு நாற்காலியில் சர்க்கரை மகாநாட்டுக்காரர் உட்கார்ந்து கொண்டார்.

“எனக்குக் காப்பி போதும்” என்று சொல்லிவிட்டார்.

கன்னடக்காரர் தூங்கி எழுந்ததனாலோ என்னவோ, அவர் வயிறு குமைந்திருக்க வேண்டும். ஏழெட்டு வறுத்த ரொட்டிகளில் வெண்ணெயைத் தடவித் தடவி மத்தியானச் சாப்பாடு மாதிரியே சாப்பிட்டுக் கொண்டிருந்தார்.

“ஹல்லோ . . . மிஸ் ருக்மிணி!” என்று குரல் கேட்டது. நம்மையார் கூப்பிடப் போகிறார்கள் என்று சந்தேகத்துடனேயே நிமிர்ந்தாள் அவள்.

"ஹல்லோ ... என்ன ஆச்சரியம் இது!" என்று சொல்லிக் கொண்டே ஓர் உருவம் மூன்றாவது மேஜையிலிருந்து கத்திற்று.

அனில் ஜோஷி!

இந்தப் பழிகாரன் எங்கே வந்து சேர்ந்தான் இங்கே!

அனில் ஜோஷியேதான்.

"ஹல்லோ!" என்று கூறிக் கொண்டே எழுந்து இடதுகையில் சாசரையும் வலது கையில் டீக் கிண்ணத்தின் காதையும் பிடித்தவாறு காலியாயிருந்த நாற்காலியில் வந்து அமர்ந்தான்.

"என்ன ஆச்சரியம்!" என்றான் ஆங்கிலத்தில். அவனுக்குத் தமிழ் தெரியாது. குஜராத்தி ஆங்கிலத்தில் தான் பேசிக் கொண்டிருந்தான். "எங்கே போகிறாய்? எங்கிருந்து வருகிறாய்?" என்று கேட்டுக் கொண்டே பக்கவாட்டில் உட்கார்ந்திருந்த இரண்டு மகாநாட்டுக்காரர்களையும் பார்த்தான்.

"இவர் அனில் ஜோஷி, டில்லியில் வியாபாரம் செய்கிறார்... மிஸ்டர் ஜோஷி, இவர் மிஸ்டர் புட்டப்பா, சர்க்கரை மகாநாட்டுக்கு டில்லிக்குப் போகிறார், இவர்..."

"ரொம்ப சந்தோஷம்" என்ற ஜோஷி இரண்டாவது பேரை அவள் அறிமுகப்படுத்தியதைக் கூட முழுதும் கேட்கவில்லை. அவளைத்தான் பார்த்துக் கொண்டிருந்தான் – நாய், பிஸ்கட்டைப் பார்க்கிற மாதிரி. பிறகு மற்ற இருவரும் இருப்பதையே அவன் மனத்தில் போட்டுக் கொள்ளவில்லை.

"எங்கிருந்து வருகிறாய்?"

"மெட்ராஸிலிருந்து"

"டில்லிக்குத்தானே?"

"ஆமாம்."

"காலேஜ் திறந்தாச்சா?"

"அது இன்னும் இரண்டு மூன்று வாரமிருக்கும்!"

"டில்லி வெய்யில் பாழாகிப் போகிறதே என்று முன்னாலேயே போகிறாயா? மதராஸில் யார் இருக்கிறார்கள்?"

"எல்லாரும்தான்."

"எல்லாரும் என்றால்?"

"மதராஸியைப் பார்த்து மதராஸில் உனக்கு யார் மனிதர்கள் இருக்கிறார்கள் என்றால்! உறவுக்காரர்கள், நண்பர்கள், உறவில்லாதவர்கள்... நீங்கள் எங்கே போகிறீர்கள்...?"

அன்பே ஆராமுதே

“பம்பாய்க்குப் போகிறேன். பிஸினஸ்தான் – அவசரம்.”

“டில்லியில் முக்கியமான மகாநாடுகள் என்று எல்லோரும் டில்லிக்குப் போகிற போதா?”

“ஆமாம். டில்லியில் பொழுது விடிந்தால் மகாநாடுதான். உரையரங்குதான். இவர்கள் டில்லியிலே நடத்துகிற ஒரு வருஷ மகா நாட்டுச் செலவுகளை என்னிடம் கொடுக்கட்டும். ஐநூறு தொழிற்சாலைகள் கட்டி ஐம்பதினாயிரம் பேருக்கு வேலை கொடுக்கிறேனா இல்லையா பாரு. சார், நீங்கள் இரண்டு பேரும் மன்னித்துக் கொள்ள வேண்டும். நான் உங்களையென்று சொல்ல வில்லை. பொதுவாகச் சொல்கிறேன் ...”

“எனக்கும் அதே எண்ணம்தான். இருந்தாலும் ஒரு துறையிலே இருக்கிறவர்கள் அடிக்கடி கூடிப் பார்த்துப் பழகினால் தானே நல்லது. கடிதத்தில் எழுத முடியாததை இங்கே சாதித்து விட முடியாது. இருந்தாலும் ஏதோ நாலு பேரைப் பார்த்தாற்போலிருக்கும். ஒரு கலியாணம் என்று விசேஷம் வந்தால்தானே உறவினர்களை, சிநேகிதர்களையெல்லாம் பார்க்க முடிகிறது” என்றார் கன்னடக்காரர்.

“பேஷ் நல்ல கலியாணம்தான். இந்தக் கலியாணச் செலவெல்லாம் கடைசியில் சர்க்கரை தின்னுகிறவன், டீ குடிக்கிறவன் தலையிலல்லவா விழுகிறது? சரி. இது என்னத்துக்கு இப்ப? ஏதோ சிநேகிதர்களோடு நாலு நல்ல விஷயமாகப் பேசிவிட்டுப் போவோம்....ம் எங்கெங்கெல்லாம் லீவுக்குப்போய் இருந்தாய்?”

“மதராஸில்தான் இருந்தேன்.”

“கோடைக்கானல் ஊட்டியெல்லாம் போய் வரக் கூடாது?”

“என்னமோ, ரொம்ப நெருங்கிப் பழகினவன் போல், வெகு நாளைய குடும்பச் சிநேகிதன் போல் அவன் பேசுவதைக் கண்டு ருக்மிணி உள்ளுக்குள் சிரித்துக் கொண்டாள்.

இதே மாதிரிதான் அவன் யாரிடமும் பழகுகிற வழக்கம். நூறு ரூபாய் சம்பளக்காரர்கள், தொண்ணூறு ரூபாய் சம்பளக்காரர்களிடமும், மூவாயிரம் ரூபாய் சம்பளக்காரர்கள், இரண்டாயிரத்தைந்நூறு ரூபாய் சம்பளக்காரர்களிடமும் சமமாகப் பழகுவது அகௌரவமாக இருக்கிற டில்லியில் அனில் ஜோஷிக்கு மட்டும் விலக்கு உண்டு. எல்லோரும் அவனிடம் சமமாகத்தான் பழகினார்கள் – மந்திரி முதல் இஸ்திரி வண்டி தள்ளுகிறவன் உட்பட. அவர்கள் பழகினார்கள் என்று சொல்வதை விட அவன் அப்படிப் பழகினான் என்று சொல்ல வேண்டும். காரியதரிசி

வீடாகட்டும், குமாஸ்தா வீடாகட்டும் – டிராயிங் அறை மட்டும் இன்றிச் சமையலறை வரையில் அவனுக்குப் பிரவேசம் உண்டு. பெண்மணிகளைச் சிரிக்க வைக்க என்ன பேசலாம் என்று அத்துப்படி அவனுக்கு. ஆளும் வாட்ட சாட்டமாக, வெள்ளை வெளேரென்றிருப்பான், உடம்பில் ஆரோக்கியமான ஊட்டத்தின் பளபளப்பு மின்னும். நீளக் காது – நீள மூக்கு அகன்ற கண் – இயற்கையிலேயே சிவந்த உதடு தலையில் அடர்ந்த மயிர். இன்னும் ஒன்றுகூட நரைக்கவில்லை – இப்பொழுதுகூட நாற்பத்தைந்து வயது சொல்ல முடியாது. முப்பத்தேழு முப்பத்தெட்டு வயது மதித்தால் அதிகம். கலகலவென்று சத்தம் போட்டுத்தான் பேசுவான்; வருவான். போவான். இயந்திரங்கள், மருந்துகள், காகிதம், உடைகள் – இப்படிப் பல வியாபாரங்கள். ஆறு மனைவிகள் அவனுக்கு. ஒவ்வொரு கலியாணமும் சாதாரணமாக நடக்கவில்லை. 'இவரைத் தான் பண்ணிக் கொள்ளுவேன் இல்லாவிட்டால் உயிரை மாய்த்துக் கொள்ளுவேன்' என்று பெற்றோரைப் பயமுறுத்தித்தான் அந்தப் பெண்கள் அவனைக் கொண்டார்கள். ஆனால் என்ன காரணமோ, யாரும் நாலு மாசம் கூடச் சேர்ந்தாற்போல் இருந்ததில்லை. விவாகம் ரத்தாகிவிடும். இப்பொழுது யாரோ மகாராஷ்டிரப் பெண்ணுடன் வாழ்ந்து வருகிறானாம். கலியாணமாகச் செய்து கொள்ளவில்லை. கலியாணமாகி விட்டால் விவாகரத்தும் அதே சுவட்டில் வந்து விடுகிறதே என்று பயந்துவிட்டானோ என்னவோ. அவனை எந்த பாஷைக்காரன் என்று கூடச் சொல்ல முடியாது. நாலைந்து பாஷைகள் மடமடவென்று பேசுவான். தெற்கத்திப் பாஷைகள்தான் வராது. 'வாங்க உட்காருங்க' என்று அதிலும் ஓரிரண்டு வார்த்தைகள் பேசக் கற்றிருந்தான். எந்தத் தேசத்துக்காரன் என்று கூடச் சில சமயம் சந்தேகம் வந்துவிடும். 'அவன் ஸ்வீடன் தேசத்தவனாமே?' என்று பைத்தியம் மாதிரி அவனைப் பார்த்துக் கொண்டே ஒருநாள் கங்கூலி சொன்ன ஞாபகம் வந்தது ருக்மிணிக்கு.

பத்து வருஷங்களுக்கு முன்னால் யாரோ உறவுக்காரப் பெண் என்று சொல்லிக் கொண்டு கல்லூரியில் ஒரு பெண்ணைச் சேர்க்க வந்தான். ருக்மிணிக்கு சிபார்சுக்கு வந்தான். சேர்த்த பிறகும் வருவது நிற்கவில்லை. வீட்டுக்கு வர ஆரம்பித்தான். ஒரு விருந்துக்குக் கூப்பிட்டான். அவன் வீட்டில் டின்னர் இராத நாள் இராது. அயல்நாட்டு வியாபாரக் கோஷ்டிகள், வியாபாரிகள் என்று யாரையாவது அழைத்துக்கொண்டே இருக்க வேண்டும்.

ஒரு மாதம் கழித்துச் சித்தப்பா ருக்மிணியை ஜாக்கிரதைப் படுத்தினார். தஞ்சாவூர் ஜில்லா அக்ராதியில் இந்த மாதிரி

ஆட்களுக்கே உள்ள சில வார்த்தைகளைப் பொறுக்கி அவனை வர்ணித்தார். "அவன் திருவாழத்தானடி ருக்கு – ஜாக்கிரதையாயிரு" என்றார். "சர்க்கரையாகப் பேசுவான் சர்க்கரையாகக் கரைஞ்சு நம்ம உடம்பிலே புகுந்துவிடுவான்" என்றார். "நாலிங்கராயன்னா அவன் என்பார். ருக்மிணியையும் அவன் அழகும் பேச்சும் ஓர் இரண்டு மூன்று நாட்கள் தாக்கத்தான் செய்தன. நல்ல சமயம் பார்த்துச் சித்தப்பா எச்சரித்தார். "சிம்லாவுக்கு ஒரு 'பிக்னிக்' போகலாம் என்று பார்க்கிறோம், என் மனைவி வருகிறாள். மிஸஸ் ஐயர் வருகிறாள் ... கங்கூலி வருகிறாள்" என்று அவளையும் அழைத்துக் கொண்டிருந்தான் ஒரு தடவை அவன். பிரயாணத்தன்று 'அந்த எல்லோரும் ஏதேதோ அவசர வேலையாக நின்று விட்டார்கள்' என்றான். சித்தப்பாவிடம் அவள் அதைச் சொன்ன போது, "சாயங்காலம் வருவான். வயிற்று வலி தாங்கவில்லை. என்று படுத்துக் கொண்டிரு" என்றார் சித்தப்பா. சொன்னாற் போலவே அவன் வந்தான். வயிற்று வலி துடிக்கிறாள்" என்று அவர் சொன்னதைக் கேட்டு உள்ளே வந்து பார்த்தான். ஏமாற்றம் முகத்தில் வழிந்தது. பத்து நிமிஷங்கள் பேசிக் கொண்டிருந்தான். கடைசியில் சித்தப்பா எழுந்து காப்பி கொண்டு வருவதற்காக உள்ளே போன சமயம் பார்த்து "ஹூம்! நான் கொடுத்து வைக்கவில்லை" என்று பெருமூச்சு விட்டுக் கொண்டே சொன்னான். அதைக் கேட்ட பொழுதுதான் அவளுக்குச் சுருக்கென்றது. காப்பி வந்ததும் சாப்பிட்டு விட்டுப் போய்ச் சேர்ந்தான். அப்புறம் இரண்டு மூன்று தடவை வந்தானாம். "நீ இல்லை என்று போகச் சொல்லி விட்டேன்" என்றார் சித்தப்பா. "ருக்கு! துளி இடம் கொடுத்தால்போதும். பட்சணம் பண்ணி விடுவான். நாமெல்லாம் பெரிய மனிதர்கள் இல்லை. அவமானம் வந்தால் தாங்கிக் கொள்வதற்கு. பணமோ பதவியோ நமக்கு இல்லை" என்று அழுத்தமாகச் சொல்லி வைத்தார் அவர். அவனே என்ன நினைத்துக் கொண்டானோ அப்புறம் வருவதை நிறுத்தி விட்டான். நிறுத்தி விட்டானே தவிர எப்பொழுதாவது சந்திக்கும் போதெல்லாம் அவன் கிடந்து ஆடுகிற ஆட்டம் – நெஞ்சில் – அந்தக் கண்ணில் காணும் வெறி..! ஒன்றும் நிற்கவில்லை.

இப்பொழுதும் எதிர் நாற்காலியில் அதே வெறிதான் அங்கு மின்னியது. அந்தப் புன்னகைக்கும் நட்புக்கும் பின்னால் அவள் உடல் குன்றிக் கூசிற்று.

எங்கிருந்தோ குதிக்கிறாற் போல, மருந்து பையும், குழந்தை சிரிப்புமாக அனந்தசாமியின் வடிவும் முகமும் அவள் முன்னால் நின்றன.

முகத்தைத் திருப்பி எங்கோ பார்த்துக் கொண்டு இயந்திரம்போல் ‘ம்’ போட்டுக் கொண்டுமிருந்தாள்.

“உடம்பு சரியில்லையா என்ன உனக்கு?” என்றான் அவன்.

“உடம்புக் கொன்றுமில்லையே!”

“இல்லை நான் பேசிக் கொண்டிருக்கிறேன். நீ எங்கேயோ பார்த்துக் கொண்டிருக்கிறாயே?”

“அதெல்லாம் இல்லை. தூக்கம் இல்லை. பிரயாணம் ரொம்பத் தொல்லை. சத்தம் ஜாஸ்தி.”

“ஏன்–பம்ப் அதிகமாயிருந்ததா?”

“ஆமாம்.”

“தெரிகிறது. உன்னுடைய முகத்தில் தெரிகிறது.”

மேலும் என்னென்னவோ பேசினான் அவன். “பம்பாய் விமானம் கிளம்பப் போகிறது. பம்பாய்ப் பிரயாணிகள் விமானத்துக்குப் போகலாம்” என்று ஒலிபெருக்கி அமுதமாகப் பொழிந்தது. அனில் ஜோஷியையும் நாற்காலியை விட்டு பெயர்த்துக் கொண்டு போயிற்று. கெட்ட கனவு கண்டு விழித்துக் கொண்ட மாதிரியிருந்தது அவளுக்கு.

“காப்பியைச் சாப்பிடவே இல்லையே நீங்கள். அப்படியே இருக்கிறதே” என்றார் கன்னடக்காரர்.

அந்தக் காப்பி குளிர்ந்து போய்க் கிடந்தது. எழுந்து போய் அவரே சூடாகக் காப்பியை வாங்கிக் கொண்டு வந்து வைத்தார்.

# 26

மகாநாட்டு யாத்ரீகர்களின் யோசனைப்படி விமான தளத்துக்குச் செல்லும் நடைக்கு இரு மருங்கிலும் சிறுமலரும் பெருமலருமாகச் சிரித்து அசைந்து கொண்டிருந்த புல் பத்தையில் ஒரு சாய்வு நாற்காலியில் சற்றுச் சாய்ந்து கொண்டாள் ருக்கு. டில்லி விமானம் கிளம்பச் சிறிது நேரமாகுமாம். சென்னை, கல்கத்தா விமானங்கள் புறப்படத் தயாரா யிருந்தன. பம்பாய் விமானம் இரைச்சலுடன் ஓடு பாதையில் சீறிக் கொண்டு ஓடிற்று. ஒரு பெருமூச்சு விட்டாள் அவள்.

அனில் ஜோஷி காற்றில் பறந்துவிட்டான். முள்ளை எடுத்தாலும் கொட்டு வாயில் கடுப்பு நீங்காதது போல் அவன் நினைவு இன்னும் இலேசாகத் தொல்லைப் படுத்தியது. இன்பம், இன்பம் என்ற பெயரில் இவ்வளவு அழுக்கு மூட்டை களை அவன் சுமக்கிறான் என்று அவனை முதல் முதலாகப் பார்க்கிறவர்களுக்கு எப்படித் தெரியப் போகிறது! கூடை கூடையாகப் பெண்களை வலை போட்டுப் பிடித்தவன் அவன். ஆனால் கடைசியில் கூடையில் மிஞ்சியது கண்ணீரும் பச்சாதாபத் துடிப்புக்களும்தான் என்னவோ இது ஒன்றும் முன்கூட்டி யாருக்கும் தெரிவதில்லை. அவன் தோற்றம் அவ்வளவு மரியாதை, கண்ணியம் கௌரவம் நிறைந்தது. அந்த முகத்தின் எதிர்க்க முடியாத களையையும் முதல் குளிர்ச்சியையும் மனம் முழுவதையும் திறந்து கொட்டுவது போன்ற வெகுளிப் பேச்சையும் நம்பி மீள முடியாமல் சிக்கிக் கொண்டவர்கள் எத்தனை பேர்! அவசரப்படுகிற

பெண் ஜன்மங்களை, ஆழ்ந்து யோசிப்பதை அலட்சியம் செய்கிற பெண் ஜன்மங்களை அப்படியே வாரிக் கொண்டு போய் விடுவான் அவன். அவ்வளவு அசுர மாயம் அவன் கண், நிறம், நாக்கு எல்லாவற்றிலும் ஆட்சி செய்து சொக்குப் பொடி தூவிக் கொண்டிருந்தது. அவளுக்குக் கூடச் சித்தப்பா முதலில் எச்சரித்த போது சற்று எரிச்சலாகத்தான் இருந்தது. ஆனால் அவருடைய 'கண்டிப்பைக் கண்டு தன்னையறியாமல் பணிந்துவிட்டது அவள் மனம். அப்படிப் பணியாமல் இருந்திருந்தால் - இப்பொழுது என்னவாக இருப்போம்..! ரத்து செய்த மனைவியாக! அல்லது அந்தக் கூடையில் துடிக்கும் ஒரு ஜீவனாக!... அந்த நினைப்பே கசந்தது.

இந்த அசட்டு மூட்டத்திலிருந்து தப்புவதற்காக அவள் எழுந்தாள். புல் பத்தையின் அந்தக் கோடியில் இன்னொரு சாய்வு நாற்காலியில் சாய்ந்திருந்த ஒரு பெண்மணியுடன் பேச்சுக் கொடுத்தாள், பம்பாயிலிருந்து டில்லிக்குப் போகிறவளாம். அவள் பார்ஸி மாதிரி இருந்தது. பேச யாராவது கிடைக்க மாட்டார்களா என்று ஏங்கிக் கொண்டிருந்தாற் போலிருந்தது; அவள் பதில்சொல்லி உபசாரம் செய்த உற்சாகம் முதல்முதலாக டில்லிக்குப் போகிறாளாம். அவள் தம்பி புதிதாக டில்லியில் வியாபாரம் தொடங்கியிருக்கிறானாம். அவன் மனைவிக்கு உடல் நிலை சரியில்லையாம்.

இருவரும் பேச்சில் ஆழ்ந்து விட்டார்கள். டில்லி விமானத்தில் ஏறியதும் இருவரும் சேர்ந்தே உட்கார்ந்து கொண்டார்கள். வாய் வலிக்கிறவரை பேசினாள் அந்த மிஸஸ் வாடியா. அவளே களைத்துப் போகிற வரையில் பேசினாள். முடிவில்லாத பயணம் போவது போல் அந்தரத்தில் இரைச்சல் போட்டுக் கொண்டேயிருந்தது விமானம். சில சமயம் அந்தரத்தில் நிற்பது போலிருந்தது. கீழே நழுவியது, மேலே உயர்ந்தது. தூக்கம் வராத ருக்குவுக்குத் திடீர் என்று வாடியா பேசுவதை நிறுத்தி, இலேசாகக் குறட்டை விடுவது கேட்டது. பேர் தெரியாத பயம் மறுபடியும் அவளைப் பிடித்துக் கொண்டது. 'ராம் ராம் ராம்' என்று அடிமனம் முனகிற்று. 'ராமராம' என்று சொல்வதே அவளுக்கு வழக்கமில்லை. ராமன், கிருஷ்ணன், முருகன், பரமேசுவரன் என்று எந்தக் குலதெய்வமும் இல்லை அவளுக்கு; இஷ்ட தெய்வமும் இல்லை. விவரம் தெரியத் தொடங்கிய வயதில் கிராமத்து மாந்தோப்பு, புளியந்தோப்பு, வயல்கரைகளெல்லாம் சுற்றி அலையும் போது கீழக்குளத்தின் கரையில்வெயிலிலும் மழையிலும் பனியிலும் நனைந்து கொண்டே முழங்கால் வரையில் நிலத்தில் பதிந்துக் கிடந்த ஒரு கருங்கல் பெண் விக்கிரகம் நிற்பதைக் கண்டிருக்கிறாள். பழைய காலத்துக்

கோவில் இருந்த இடம் அது. அந்தக் கோயில் எப்பொழுது இடிந்ததோ? கோவில் இருந்த சுவடே மறைந்து விட்டது. இருந்தது என்பதற்கு அடையாளம் விக்கிரகம் ஒன்றுதான். இடுப்பை வளைத்து, கொசுவமும் மடிப்பான சேலையுடன் நின்ற பிம்பம் அதிக நகை நகாசுகள் இன்றிப் பூர்ணஅழகுடன் இளமையின் உறுதியும் கட்டும் பொங்கித் தெறிக்க நின்றது. ஒரு நாள் குளிக்கப் போகையில், தாயாரிடம் கேட்டபோது, ‘அது உம்மாச்சி’ என்றாள் தாயார். அது நல்ல புத்தி கொடுக்கும், காப்பாற்றும் என்று பிறகு சொன்னாள். இரவில் இருள் பயமுறுத்தும்போது “உம்மாச்சியை நினைச்சுக்கோ என்று அம்மா சொன்ன பொழுதெல்லாம் இந்தக் கால் புதைந்த குளத்தங்கரை உம்மாச்சியைத்தான் நினைத்துக் கொள்வாள் ருக்மிணி.

கண்ணை இறுக்கி மூடியவுடன் அவள் புருவத்திடையே காலைப் புதைத்துக் கொண்டு நிற்கும் அது. அந்த விக்கிரகத்தை ஏன் என்று கேட்பாரில்லை. அந்த நடக்காத கல்யாணம் நடக்காது போய் ஒரு வருஷம் வரைக்கும் அது அங்கேயே தான் கிடந்தது. திடீரென்று ஒருநாள் கண்டு பிடித்து அதைப் பட்டணத்துக்குத் தூக்கிக் கொண்டு போய்விட்டார்கள். தாசில்தார் வந்து பட்டா மணியத்தை வைத்துக்கொண்டு அதைப் பெயர்த்து ஒரு வண்டியில் போட்டுக் கொண்டு போய், ரயிலில் ஏற்றிப் பட்டணத்துக்கு அனுப்பி விட்டாராம்.

கடவுள், சாமி என்ற வார்த்தையைக் கேட்கும் பொழுதெல் லாம் அந்தக் கால் இல்லாத உம்மாச்சியைத் தவிர வேறு எந்த உருவமும் அவள் நினைவுக்கு வருவதில்லை. ருக்கு அதிகமாகப் பிரார்த்தனை செய்வதில்லை. படிப்பதிலும், வேலை செய்வதிலும், களைத்துத் தூங்குவதிலுமே அவளுக்குப் பெருங்காலமும் சென்று கொண்டிருந்தது. எப்பொழுதாவது கோயிலுக்குப் போகும் போதெல்லாம் எதிரே பார்க்கும் விக்கிரகத்தை ஒதுக்கிவிட்டு, அந்தக் கண்கள் அந்த உம்மாச்சியைத் தான் வைத்துப் பார்க்கும். அவளுக்கே இது வேடிக்கையாக இருந்தது. ‘கடவுள் அதைச் செய்வார். எதையும் செய்வார்’ என்ற அவருடைய சர்வ வல்லமைகூட அவளுக்கு மனதில் பதிந்ததே கிடையாது. காரணம், தாயாரும் கவனிக்காமல், காலைக்கூட எடுக்க முடியாமல் அந்த உம்மாச்சி வருடக்கணக்கில் குளக்கரை மேட்டிலேயே நின்ற நிலைதான். கடைசியில் அங்கும் நிலைத்து நிற்க முடியாமல் யாராலோ அது தூக்கிச் செல்லப்பட்டு விட்டதும், ருக்குவுக்குக் கடவுள் எதையும் பிடிவாதமாகச் செய்ய முடியும். எதையும் கொடுக்க முடியும் என்ற நம்பிக்கை வளராமல் அப்படியே தேங்கித் தேய்ந்தாற் போலாகி விட்டது. ஏதாவது ஒருநாள் கடவுளை

நினைக்க வேண்டும்போல் தோன்றினால் அவள் அந்த முகத்தை நினைப்பாள். அந்த முகத்தின் அருளையும் அழகையும் பார்த்துக் கொண்டேயிருப்பாள். சில சமயம் வெளிச்சத்துக்கிடையே அது அப்படியே தெளிவாக முப்பதுவிநாடி அறுபது விநாடிகூட அசைவற்றுக் கண்முன் நிற்கும். தான் பார்க்கிறோம் என்ற உணர்வில்லாமல் அதுவாகவே தான் ஆகிவிட்டாற் போலிருக்கும் அவளுக்கு. அந்த முப்பது விநாடிகளும் பல வருஷங்கள் மாதிரி தோன்றும். பல ஆயிரம் வருஷங்கள் போலவும் தோன்றும். இல்லை அதைக் காலம் என்றுகூடச் சொல்ல முடியாது. ஏதோ இருக்கும். அவ்வளவுதான். வருஷத்துக்கு நாலைந்து தடவைகள் இந்த நிகழ்ச்சியை அவள் பார்க்கிற வழக்கம். ஆனால் இதில் பிரார்த்தனையோ பிச்சையோ, அது தன்னைக் காப்பதாகவோ எதுவுமே அவள் மனத்தில் எழுந்ததில்லை.

இப்போது 'ராம்ராம்' என்று அவள் மனம் முனகியது, எதற்கெடுத்தாலும் அதைத்தான் சொல்லச் சொல்வாராம் அனந்தசாமி. நாகம்மாள் சொன்னாள். இப்போது தன்னையறியாமல் அந்த ராம நாமாவைத் தான் அவள் மனம் முணுமுணுத்தது. ஆனால் அதில் கோதண்டமோ, கிரீடமோ ஆண் பிள்ளையோ இல்லை. கால் புதைந்த உம்மாச்சிதான் தெரிந்தது.

விமானம் அதிர்ந்து அதிர்ந்து உயரம் இழந்து நழுவும் போதும் திடீரென்று மேல் ஏறும் போதும் தன் வசமில்லாமல் தவிப்பதுபோல் உலுங்கிப் பரபரத்த போதும் உம்மாச்சியின் இடையை அவள் நினைவு இறுகப் பிடித்துக்கொண்டது. அதன் காலைத் தழுவிக்கொண்டது 'ராம் ராம்' என்று வாய் மட்டும் முனகிக் கொண்டிருந்தது.

பொழுது புலர்ந்து கொண்டிருந்தது. வானத்தில் இலேசாகச் சிவப்புத் தெரிந்தது. 'மோதி பார்'க்கின் விளக்குகள் வேகமாக அவளை நோக்கிப் பாயும்போது கூட, உம்மாச்சியின் இடையைப் பிடித்த பிடி தளரவில்லை. பெல்டைப் போட்டுக் கொள்ளென்று விளக்கு எரிந்தது. அரை நிமிஷத்துக்குள் விமானம் தக்கென்று தரை தட்டி ஓடிற்று.

அனந்தசாமி இப்பொழுது என்ன செய்து கொண்டிருப்பார் என்று கேட்டுக்கொண்டே அவள் ஜன்னல் வழியாக வெளியே பார்த்தாள்.

சர்க்கரை மகாநாட்டுக்காரரும் மற்றவர்களும் விடுகிற வழியாக இல்லை. அவளை வீட்டில் கொண்டு போய்ச் சேர்த்து விட்டுத்தான் மறுகாரியம் பார்ப்பேன் என்றார்கள்.

"பரவாயில்லை. நான் பார்த்துக் கொள்கிறேன். எனக்குச் சொந்த ஊர் டில்லிதான். கால் நூற்றாண்டு இதில் வளர்ந்தவள் நான். இந்த ஊர் மூலை முடுக்கெல்லாம் நன்றாகத் தெரியும் எனக்கு" என்றாள் அவள்.

"சுப்புசாமி பத்திரமாக உங்களைக் கொண்டு சேர்க்கச் சொல்லியிருக்கிறாரே அம்மா!"

"அவருக்குப் பயம். அல்லாவும், ஈசுவரனும் சண்டை போட்டுக் கொண்டு ரத்தக்காட்டேரிகளாக அலைந்தார்களே, அப்பொழுதெல்லாம் நான் இங்குதான் இருந்தேன். கல்லூரிக்குப் போய்க் கொண்டிருந்தேன்."

"சர்க்கரைக்காக மகாநாடுகள் நடக்காத நாட்களில் என்று சொல்கிறீர்கள்" என்றார் சர்க்கரை மகாநாட்டுக்காரர் ருக்மிணி சிரித்தாள். அவள் சிரிக்கும் போதே ஓடிப் போய் ஒரு டாக்ஸியைப் பேசி அழைத்து வந்து அவளை ஏற்றி விட்டு விடைபெற்றுக் கொண்டார் அவர்.

# 27

வீட்டு வாசலில் காலிங்பெல் பித்தானை அமுக்கிப் பத்து விநாடிகளுக்கெல்லாம் கதவு திறந்தது.

"அடெ! நீயா!... இப்ப ஏது வண்டி!" என்று கைப்பையையும் சின்னப் பெட்டியையும் வாங்கிக் கொண்டு உள்ளே நடந்தாள் சித்தி அவயாம்பாள்.

"இப்பத்தான் எழுந்திண்டியா?"

"விடியற்காலமெ எழுந்தாச்சு. வெந்நீர் கொதிச்சுது. பில்டரிலே விட்டேன். மணியடிச்சுது. யார்றாது? பால் புட்டியைக்கூட வச்சுட்டுப் போயிட்டானே, பால்காரன்னு நெனச்சிண்டே வந்தேன். நீ நிக்கிறே. இப்ப ஏது ரயில்."

"விமானத்தில் வந்தேன் சித்தி!"

"விமானத்திலா?" என்று ஆச்சரியமாகப் பார்த்தாள் சித்தி, "பெரிய பெட்டி எங்கே? ஹோல்டால் எங்கே?"

"மெட்ராஸிலே இருக்கு."

"என்ன ஆச்சரியம்டீ!" என்று வியந்தாள் சித்தி.

"என்ன சித்தி?"

ராத்திரி நீ விமானத்திலே வந்து இறங்கறாப்பல சொப்பனம் கண்டேண்டி. அப்படியே வந்துட்டியே!"

"அப்படியா?"

ஆமாண்டின்னா நேத்தி சாயங்காலம் கல்லூரித் தலைவர் வந்தார். நீ இன்னும் வரலியான்னு கேட்டார். இல்லியே பதினைஞ்சு நாளாகுமே வரதுக்கு என்றேன். இந்த மாதிரி உன்னை புரொபசராப் போட்டிருக்கு. கங்கூலி வேலையை விட்டுவிட்டுப் போகிறாள். ருக்மிணியை அந்த வேலைக்குப் பிரமோஷன் பண்ணியாச்சு. அதைத் தெரிவிக்கணுமேன்னார். தபாலுக்கு நேரமாகிவிட்டது. எனக்கு உடனே தந்தியாவது கொடுக்கலாமா என்று தோன்றியது. அவர் விலாசத்தை எழுதி வாங்கிண்டு போனார். சம்பளம் எழுநூறு ரூபாய் போட்டிருக்காளாம். எனக்கு உடனேயே சுப்புசாமியை 'டிரங்கால்' பண்ணியாவது சொல்லணும்னு தோன்றியது. ராத்திரியிலே எழுப்புவானேன், காலமேயாவது பண்ணிக்கலாம்னு நினைச்சுண்டே படுத்துக் கொண்டேன். ராத்திரி இரண்டு மணியிருக்கும். நீ விமானத்திலே பறக்கறாப்பல இருந்தது. அப்புறம் முழிச்சிண்டேன். ஏதோ விமான சத்தம் கேட்டது. கொஞ்ச நேரம் கழிச்சு மறுபடியும் படுத்துத் தூங்கிப் போய்விட்டேன்... இப்ப நீ விமானத்திலே தூங்க முடிஞ்சதோ?"

"இல்லே சித்தி!"

"ராத்திரி முழுக்கத் தூங்கலியா!"

"முடியலே."

"சரி பல்லைத் தேய். பாலை அடுப்பிலே வைக்கிறேன்" எழுந்தாள் சித்தி அவயாம்பாள்.

பல் தேய்க்கப்போன ருக்மிணி குளித்துவிட்டு வந்ததைக் கண்டு அவயாம்பாளுக்கு ஆச்சரியம் தாங்கவில்லை.

"என்ன இப்பவே குளியல்?"

"சுப்புசாமி வீட்டிலே குளிக்காமல் படுக்கையை விட்டுக்கூட எழுந்திருக்க முடியாது. காக்கா மாதிரி நாலு மணிக்கு எழுந்து குளித்துவிடணும் அவருக்கு. மற்றவர்களும் குளித்து விடணும்... நல்ல பழக்கம்தானே. உடனே மறந்துவிடணுமா அதை!"

"பேஷ்! பேஷ்! சுப்புசாமி அப்படி மாறிப்போயிட்டாரா இப்ப?" என்று கேட்டாள் சித்தி.

"மாறிப் போயிட்டார்னா? முன்னெல்லாம் இப்படி இல்லையா அவர்?"

"வயசானால் வைதீகம், ஆசாரம் எல்லாம் வர வழக்கம் தானே. அதுதான் சொன்னேன்" என்று குனிந்தவாறே சொல்லிக் கொண்டு பாலில் டிகாக்ஷனை விட்டாள் சித்தி.

ருக்குவுக்கு அவளை உற்றுப் பார்க்கத் தோன்றியது. சாதாரணமாக யாரைப் பற்றியும் அபிப்பிராயம் சொல்லமாட்டாள் சித்தி. சொன்னால் அடித்தளத்தில் ஏதாவது நிச்சயமாக இருந்துதான் தீரும். உடனே கிளறினால் ஒன்றும் வராது. இருபத்தைந்துவருஷங்களாக அவளோடு நெருங்கிப் பழகிய அனுபவத்தில் அந்தச் சமயம் பேசாமலிருப்பதுதான் உசிதமாகப் பட்டது அவளுக்கு.

நாகம்மாள், சந்திரா – எல்லோரையும் பற்றி விசாரித்தாள் சித்தி. சந்திராவின் படிப்பு, கலியாணம் பற்றியும் விசாரித்தாள். காப்பிக்கடை முடிந்து, ஹாலில் வந்து உட்கார்ந்ததும், "பெட்டி படுக்கையெல்லாம் ரயிலில் வருகிறதா?" என்று கேட்டாள்.

"அதெல்லாம் மெட்ராஸிலேயேதான் இருக்கப் போகிறது சித்தி!"

"அப்படின்னா?"

"நாமதான் அங்கே போகணும்."

"என்ன சொல்றே நீ!"

"எனக்கு மெட்ராஸிலே நல்ல வேலையாய்க் கிடைத்து விட்டது."

"கல்லூரியிலேயா?"

"ஆமாம்."

"இதைவிடவா நல்ல வேலை?"

"ஆமாம் சித்தி."

"சம்பளம்!"

"இப்ப வாங்குகிற சம்பளம்தான் இருக்கும்."

"இங்கே எழுநூறு ரூபாய் கொடுக்கறேங்கறா. அதை விட்டுட்டு, ஐந்நூறு ரூபாய்க்கு அங்கே போகணுமா? அதுவும் இருக்கும்னுதானே சொல்லறே."

"இங்கே எழுநூறும் அங்கே ஐந்நூறும் ஒன்று தானே."

"அதுக்காக? இங்கே பேராசிரியர் வேலை. மேலே ஒருத்தர் இல்லை. அதுவும் இல்லாம என்ன பட்டணம் வேண்டிக்கிடக்கு. ஏக நெருக்கடி குடிக்கிறதுக்குத் தண்ணீர் கிடையாது. குழாயைத் திறந்து வச்சுப்பிட்டு, கன்னத்திலே கையை வச்சிண்டு உட்கார்ந்து கிடக்கணும். இங்கே யமுனை ஜலம் குடி குடின்னு ராவில்லை, பகலில்லை அப்படிக் கொட்றது. இதை விட்டுட்டு என்ன

அன்பே ஆரமுதே   253

பட்டணமாம் பட்டணம்! ஓர் ஆழாக்கு நல்ல பாலுக்கு வக்கு இல்லையாம் அங்கே. மாட்டை வாசல்லே கொண்டு வந்து கறடா என்றால், செத்தக் கன்னுக் குட்டியை நிலைப்படியிலே போட்டு விடிஞ்சதும் விடியாததுமா திவ்ய தரிசனம் காண்பிப்பான்."

"செத்த கன்னுக்குட்டியை த்தானே காண்பிக்கிறான்? இங்கே செய்கிற மாதிரி கன்றுக் குடியைப் பசு மாட்டுக்கு முன்னாலே, வாசலிலேயே கொன்று பால் கொடுப்பதில்லையே."

"நீ என்ன சொல்றே?"

"பசுவென்றால் நிஜப் பசுவைச் சொல்லவில்லை. நிஜக் கன்றைச் சொல்லவில்லை நான். விசுவாசமாக ரத்தம் சுண்டச் சுண்ட உழைத்திருப்பான். உயர்வு கொடுக்கிற சமயத்தில் அவனை உழைத்துத் தள்ளிவிட்டுத் தங்கை பிள்ளை, மாமா பிள்ளை, மச்சினி பெண் என்று யாரையோ எங்கிருந்தோ கொண்டுவந்து போடுகிறார்களே, அந்தப் பசு வகையைப் பற்றித்தான் சொல்றேன்."

"இது உங்க மெட்ராஸிலே மட்டும் இல்லையா? மாமா, மச்சினி பிள்ளையில்லாவிட்டால், வேறு என்னமோ சொல்லி யாரையாவது கொண்டு போடுவான். மனுஷன்னு பொறந்தால் வேண்டியவாளுக்குச் செய்யத்தான் செய்வான். டில்லி என்ன, லண்டன் என்ன..?"

"சித்தி! டில்லியிலே இன்னும் மொகலாய தர்பாரின் ஆவி குடியிருந்து கொண்டேதானிருக்கிறது என்று எங்கள் பிரின்ஸ்பல் அடிக்கடி சொல்லுவாள். அது சரியாயிருக்கிறது" என்றாள் ருக்மணி.

"என்ன?"

"டில்லியிலே முப்பத்தஞ்சு நாற்பது வருஷங்கள் இருந்து இருந்து, இது தர்ம பட்டணம், பாலும் தேனுமாக ஓடுகிற சொர்க்கம் என்று உன்னைச் சொக்குபொடி போட்டு வைத்திருக் கிறது பார். உங்க மெட்ராஸ் என்று சொல்லக் கிளம்பி விட்டாயே."

"ஆமாம் நாற்பது வருஷங்கள் இருந்தாச்சு. இது என் ஊர்தானே. அதிலே என்ன ஆட்சேபம்?"

சித்தியைக் கரைப்பது பெரும்பாடாகத்தான் இருந்தது. அவள் மாதிரியே ஆயிரம் பேர்கள் சொன்னார்கள். அவளுடைய சிநேகிதர்கள், சகபாடிகள் எல்லாம் அவள் யோசனையைக் கேட்டு வியந்து போனார்கள். அயர்ந்து போனார்கள். டில்லி

சமூகத்தில், பெரிய இடத்துச் சமூகப் பெண்மணியான ஸ்ரீமதி அன்னபூரணி திகைத்தே போய்விட்டாள்.

"மெட்ராஸில் போய் எப்படி இருக்க முடியும் உன்னால்? நம் காரியத்தை நாம் பார்க்கவிட மாட்டார்களே. ஜன்னலிலிருந்தும், வாசப்படியிலிருந்தும், வேலிக்கப்பாலிருந்தும் உன்னைப் பார்த்துக் கொண்டேயிருப்பார்களே. யார் எப்படிப் போனால் என்ன என்று இருக்க மாட்டார்களே! எனக்கு மெட்ராஸ் என்றால் நெஞ்சு கலங்குகிறது. ஹாரிபிள்" என்று பெரிய இடத்து மனிதர்கள் தட்டிக் கொடுக்கிற தோரணையில் கழிவிரக்கமாகச் சொரிந்தாள் அன்னபூரணி.

"பார்க்கட்டுமே – எல்லாரும் நம்மைப் பார்க்கிறார்கள் என்றால் கொஞ்சம் ஜாக்கிரதையாக இருக்க வேண்டும். என்றாவது நமக்குத் தோன்றுமல்லவா? ஜாக்கிரதை என்ன, நல்லவர்களாக இருக்கக்கூடத் தோன்றும். தப்புக் காரியம் செய்கிற போதுதானே பிறர் கண்ணைக் கண்டு நாம் பயப்படுகிறோம்?"

"ருக்மிணி! நீயா இப்படிப் பேசுகிறாய்? எந்தப் பிசாசு உன்னுள் புகுந்து கொண்டிருக்கிறது!"

"இல்லை அன்னபூரணி! சுற்றியுள்ள ஜனங்கள் எவ்வளவுக் கெவ்வளவு குறைவாகக் கவனிக்கிறார்களோ, அவ்வளவுக்கவ்வளவு நமக்குச் சபலமும், அசட்டுத் துணிச்சலும் அதிகமாகத்தானே செய்கின்றன? அந்த விகிதம் குறையக்குறைய இந்த விகிதம் அதிகமாகவில்லை? குக்கிராமம், பஞ்சாயத்து, டவுன் முனிசிபாலிடி, சென்னைப் பட்டணம், பம்பாய் இப்படி வரிசைப் படுத்திப் பாரேன்."

அன்னபூரணியின் கண் அகன்றது. "கலியாண வயசிலே, நான் தேர்ந்தெடுத்தாயிற்று என் அகமுடையானை; அவனைத்தான் கல்யாணம் பண்ணிக் கொள்ளப் போகிறேன் என்று அடம் பிடிக்கிறதே பெண்கள் அது மாதிரியல்லவா பேசுகிறாய். கஞ்சியோ கூழோ சாப்பிட்டுக் கொண்டு அவனோடு தான் வாழ்வேன் என்று நாடகத்திலே பெண்கள் சொல்லுமே அது மாதிரியல்லவா பேசுகிறாய்" என்று மாய்ந்து போனாள் அவள்.

ருக்மிணியை அந்த உபமானம் சற்றுத் தூக்கி எறிந்தது. சிரித்து மழுப்பி அவளிடம் விடைபெற்று வந்தாள்.

கல்லூரித் தலைவர்கூட அவளை விடுகிறவழியாயில்லை. "இந்த வாத்தியார் வேலையை அரசாங்க தூதர் வேலை என்று நான் சொல்லவில்லை. இதற்கு டில்லி காபூல் என்று போக வேண்டியதில்லைதான். ஆனால் பதினைந்து வருடம்

அன்பே ஆறுமுகமே   255

பழகின இடத்தை விட்டுச் சொந்த வீட்டை விட்டு யாராவது போவார்களோ? இன்னும் ஐந்து ஆறு வருஷங்கள் பொறுத்துக் கொண்டால், பிரின்ஸிபாலாகவே ஆவதற்கு வாய்ப்பு இருக்கிறதே. நீங்கள் மெட்ராஸ்காரர் என்றே நம்ப முடியவில்லையே. ஊரிலிருந்து வந்து வேரைப் பிடித்தார்களானால் உச்சாணிக் கிளைக்கு ஏறி உட்காருகிற வரையில் ஓய மாட்டார்களே. இதைவிடப் பெரிய ஸ்தானம் கிடைத்தாலும் பரவாயில்லை. கங்கூலி மாதிரி உங்களுக்குக்கூட அயல்நாடுகளுக்குப்போக வாய்ப்பு ஏற்படுமே. ஒரு நாட்டை இன்னொரு நாட்டவர்கள் தெரிந்து கொள்ளத் துடிக்கிற காலம் இது! இல்லாவிட்டால் சமாதானம், நல்லெண்ணம் எல்லாம் நாசமாய்ப் போய்விடும் என்று பணத்தைக் கொடுத்து அங்கு போங்கள் என்று உபசாரம் செய்கிறார்கள்! டில்லியில் இருந்தால் நியூயார்க்கும் டோக்கியோவும் கொல்லைத் தலைமாடு மாதிரி. இதை விட்டு விட்டுப் பட்டிக்காட்டு மெட்ராஸுக்குப் போகிறேன் என்கிறீர்களே. என்னைத் தெரியுமோ? நானும் உங்களைப்போல் மத்தியப் பிரதேசத்தில் எங்கேயோ சின்னப் பள்ளிக்கூடத்தில் வாத்தியாராகத்தானிருந்தேன். அப்புறம் சைக்கிள் கடை வைத்தேன். மாமா டில்லியில் வியாபார இலாக்காவில் வேலையாக இருந்தார். இங்கே வந்துவிடு என்றார் வந்தேன். நாலுதடவை ரெட்ராய்க்கும் பர்மிங்ஹாமுக்கும் போனேன். ஜெர்மனிக்கு இரண்டு தடவை போனேன். நாலு தொழிற்சாலையில் கால் முதலாளியாகிவிட்டேன். அது போகிறது. இது என்ன அர்த்தமில்லாத சுயபுராணம். எதற்காகச் சொல்ல வந்தேன் என்றால் டில்லி வந்தவர்கள் சுருள் படியில் கால் வைத்தாற்போல் ஏறிக்கொண்டே இருக்கவேண்டும். ஏறாமல், உயராமல் இருக்க முடியாது. திடீரென்று யாராவது அதிலிருந்து கீழே குதிப்பார்களோ! அடிபட்டு மனது கினதெல்லாம் சிராய்ந்து ஒடிந்து விடுமே" என்று அவர் தாம் கண்ட டில்லியின் சொரூபத்தை விசுவரூப தரிசனம் கண்டது போல வர்ணித்துக் காட்டினார்.

ஒவ்வோர் எதிர்ப்புக்கும் வியப்புக்கும் பிடிவாதம் இறுக்கிக் கொண்டேதான் வந்தது. இவ்வளவு பேருடைய நல்லெண்ணத்தையும் அன்பையும் சம்பாதித்துக் கொண்டிருக்கிறோமோ என்று அவளுக்கு வியப்பாக இருந்தது.

கடைசியில் ஒரு தினுசாக ருக்மிணியை விடுவிப்பதாக ஒப்புக்கொண்டார் கல்லூரியின் நிர்வாகத் தலைவர். அன்றே இரவோடு இரவாக உட்கார்ந்து கணக்குப் போட்டு அவளுக்குச் சேரவேண்டிய சம்பளம், சேமிப்பு எல்லாவற்றையும் தயாராக எடுத்து வைத்துவிட்டார். "மறுநாளே மற்ற ஆசிரியைகள்,

பிரமுகர்கள், முக்கியமான பெற்றோர்களுக்கெல்லாம் சொல்லி அனுப்பினார். அவளுக்கு ஒரு பிரிவுபசாரமும் நடத்தினார். இருபத்தைந்து வருஷங்கள் டில்லியில் இருந்துவிட்டு ஏன் இவள் போகிறாள் என்று எல்லோருக்குமே பொதுவாக வியப்பாகத்தானிருந்தது. அதாவது அங்கேயே நிலைத்துவிட்ட தெற்கத்தியர்களுக்கு, வடக்கத்தியர்கள் எங்கோ கண்காணாத இடத்திலிருந்து வயிற்றுக்கில்லாமல் பிழைக்க வந்த மனுஷ்ய ஆத்மா, ஏதோ கொஞ்சம் சேர்த்துக் கொண்டு மறுபடியும் சொந்த ஊரில் மனுஷியாகத் தலைதூக்கி நிற்கும் ஆசையுடன் போகிறது என்ற ஓர் அனுதாபத்துடன், "ஐயோ பாவம் – ஐயோ பாவம் – பிழைத்துப் போகட்டும்" என்று பெரிய தன்மையுடன் விடை கொடுத்தார்கள்.

"ருக்மிணி! பதினஞ்சு வருஷங்களுக்கு மேல் ஸர்வீஸ் ஆகியும் உங்களுக்கு இன்னும் வயசாகவில்லை என்று ஒரு சமாதானத்தால் தான் உங்களைப் போக விடுகிறேன். இல்லாவிட்டால் உங்களை இலேசில் விட்டு விடுகிற நிர்வாகி அல்ல நான். கலியாணம் பண்ணிக் கொள்ளாமல் ஒரு தொழிலுக்கு உழைப்பவர்கள் ரொம்ப அரிது. ஆனால் பெண் பிள்ளைகள் தான் இந்தச் சாதனையில் தேர்ந்திருக்கிறார்கள். அதுகூட இப்பொழுது வரவரக் குறைந்து வருகிறது. தவறென்று நான் சொல்லவில்லை. ஒருத்தர், இரண்டு பேர் பிடிவாதமாக இருப்பதைப் பார்த்துப் பிரமித்துப் போயிருக்கிறேன். உங்களைப் பார்த்துக்கூட அப்படித்தான் பிரமிக்கிற வழக்கம். இப்பொழுது போகிறேன் என்று பிடிவாதம் செய்கிறீர்கள். உங்கள் சேவையைப் பெறும் பாக்கியம் பெற்றவர்களுக்கு, மாணவர்களுக்கெல்லாம் என் பொறாமை உரித்தாகுக" என்று தம் அறையில் அவர்களுக்கு விடை கொடுத்துப் பாக்கிப் பணத்தையெல்லாம் 'செக்'காக எழுதி அவளிடம் கொடுத்தார் நிர்வாகத் தலைவர். தம் காரில் அவளை வீட்டில் கொண்டு விட்டார். காப்பியைச் சாப்பிட்டு விட்டு விடைபெற்றுக் கொண்டார்.

அவர் காரில் ஏறிக் கடைசி முறையாக விடைபெற்றுக் கொண்டு செல்லும் பொழுது வாசலில் நின்று கையை உயர்த்தி வழியனுப்பினாள் அவள். 'இத்தனை சொல்லியும் கேட்காமல் போய்விட்டாயே' என்ற பொருமல்தான் அவருடைய புன்னகையின் கீழே தெரிந்தது. வெறும் மரியாதையும் வருத்தமும், வயதானவர்கள் குழந்தைகளின் பிடிவாதத்தைப் பொறுத்துக் கொள்ளும் விரக்தியும் தான் அந்த மலர்ச்சியில் தெரிந்தன.

கார் போனதும் திடீரென்று கால் இற்றுவிட்டாற் போலிருந்தது அவளுக்கு. அப்படியே வாசல் வராந்தாவில்

இருந்த ஸ்டூல்மீது உட்கார்ந்து விட்டாள். கூட்டத்தில் தவறிப்போன குழந்தையைப் போல் அச்சம் புகுந்து வயிற்றைக் கிளறியது. அத்தனை கூட்டத்துக்கும் நடுவில் ஒரு தனிமையும் கதியின்மையும் குழந்தையை வாட்டுவதுபோல் அவளை நடுங்கித் துவள அடித்தன. உட்கார்ந்த இடத்தை விட்டு நகர முடியாமல் அடைந்து கிடந்தாள்.

சற்று நிதானப்பட்ட பிறகு, “உனக்கென்ன பைத்தியம் பிடித்திருக்கிறதா?” என்று குரல் கேட்பது போலிருந்தது.

இந்தத் தனிமையின் அதிர்ச்சி வெகு நேரம் நீடித்தது. புது டில்லியின் அழகு இப்பொழுது முழு மாற்றுடன் அவள் நெஞ்சில் உரைத்தது.

அன்றிலிருந்து நாலுநாட்கள் புதுடில்லிச் சாலைகளைச் சுற்றி சுற்றி வந்து கொண்டிருந்தாள் அவள். கோகுலத்துப் பசுக்கள் போல் மதர்த்து ஓங்கிக் கிடந்த நெடுமரங்களையும் அவை பாடிய புள்ளின இசைகளையும் கேட்டுக் கொண்டே நின்றாள். நடந்தாள். வேப்பஞ்சாலை, நாவல் சாலை இந்த இரண்டிலும் அவளுக்குப் பிடிப்பு அதிகம். வாழ்ந்த வீட்டை விற்பவர்கள் விற்ற பிறகு நாலு நாட்கள் இருந்து மனசைக் குழப்பித் தேற்றிக் கொள்ளுவது போல இருந்தது அவள் நிலை. டால்கடோரா தோப்பிலும் ஒக்ளாவிலும் விடியற்காலையிலேயே சென்று பட்சிகள் பாடிய அமுதத்தைப் பார்த்துச் செவிகளை நிரப்பிக் கொண்டாள். குதுப்மினார் மீதும் ஜந்தர் மந்தர் மீதும் ஏறிவிட்டு வந்தாள். மரத்தடியில் பனிக்கட்டி மேல் வைத்து விற்கிற கரும்புத் துண்டுகளைச் சேர் சேராக வாங்கிக் கொண்டு வந்து மென்று உமிழ்ந்தாள். உதிக்கும் சூரியனின் கதிர்பட்டு மின்னும் காக்கைச் சிறகையும் அணிலின் முதுகையும் மா–வேம்பின் தளிர்களையும் முருங்கைப் பூக்களையும் பார்த்தவாறு உட்கார்ந்திருந்தாள். வாதரட்சையின் ரத்தப் பூவையும் ஜகரண்டாவின் நீல முடியையும் பார்த்துக் கொண்டே நின்றாள். நாலுநாட்கள் ஆகிவிட்டன. சாமான்களெல்லாம் கட்டி கூட்ஸில் ஏற்றியாகிவிட்டன. மத்தியானச் சாப்பாட்டையும் காப்பியையும் தம் வீட்டில் முடித்துக் கொண்டு அப்படியே ரயில் ஏறிவிடலாம் என்று அழைத்திருந்தார் விஷ்ணுசிவன்.

“அதுமட்டுமில்லை. உங்களுக்குப் பிரிவுபசாரம் நாலைந்து இடங்களில் நடந்தது. எல்லாரும் மிகவும் உருக்கமாகப் பேசினார்கள். ஐயோ போகிறீர்களே என்று கண்ணீர் விட்டார்கள். உங்களுக்கும் இப்படி உடம்போடு வளர்ந்து விட்ட ஊரையும் நண்பர்களையும் பிரிவது மனத்துக்குச் சிரமத்தைக்

கொடுத்திருக்கும். அழுதுகூட இருப்பீர்கள். போகிற போதாவது சிரித்த முகத்துடன் போகலாமே என்று கூப்பிட்டேன்” என்று அழைத்தார் விஷ்ணுசிவன். ருக்மிணி அதைக் கேட்டு வாய் விட்டுச் சிரித்தாள். அப்படி அவள் சிரிப்பது அபூர்வ சம்பவம். ஆனால் விஷ்ணுசிவன் பேசும் போதெல்லாம் யாருமே அப்படித்தான் சிரிப்பார்கள். டில்லியில் பல பேர்கள் ஏதாவது ஜலதோஷமோ ஜுரமோ வந்தால், சிறிது நேரம் விஷ்ணுசிவனைப் பார்த்துப் பேசிவிட்டு வருவது வழக்கம். குப்புற எழுந்து சிரிக்கச் சிரிக்க அடித்துச் சொஸ்தம் பண்ணி அனுப்பி விடுவார் அவர். சிரிக்கச் சிரிக்கப் பேசுவாரே தவிர, அவர் உண்மைதான் பேசுகிறவழக்கம். சங்கீதம், ஓவியம், நடிப்பு மூன்றிலுமே தேர்ந்தவர் அவர். தேர்ந்தவர் என்றால் சித்தி அடைந்த அளவுக்கு தாமே பாடாவிட்டாலும், எழுதாவிட்டாலும், நடிக்காவிட்டாலும் அசல் எது போலி எது என்று எளிதில் எடை போட்டு விடுகிற செவியும் கண்ணும் சுவையும் படைத்தவர். பயப்படாமல் சொல்லவும் சொல்லி விடுவார். தென்னாட்டிலிருந்து டில்லிக்குச் செல்லுகிற பலதுறைக் கலைஞர்கள் அந்தத் தமிழர்களின் தேசாபிமானத்தைப் பயன்படுத்திக் கொண்டு அசட்டுச் சாக்காகக் கடைவிரித்தால் அவர் மனசு மண்டையில் மண்டையில் போட்டுக் கொள்ளும். ‘யார் யாரோ புது ஆட்களுக்கு முன்னாலே எல்லாம் நம் ஊர் மானத்தைக் கப்பல் ஏற்றுகிறார்களே’ என்று விம்மி விம்மிச் சீறுவார். கம்பனும், பாரதியும், தியாகையரும், தீட்சிதரும் பிறந்த மண்ணில் இந்த நெருஞ்சியையும் நாகதாளியையும் எப்படிப் பயிராக்கினார்கள்? அதை இங்கே வேறு வந்து விற்கிறார்களே என்று வெடுக் வெடுக்கென்று சொல்லியும் விடுவார். அதேபோல இந்தியாவின் கழூவிடங்களில் மட்டும் திரிந்து விட்டு இந்தியர்களுக்குக் கலையும் தெரியாது, சுவையும் கிடையாது என்று கூறிப்போகும் வெளிநாட்டு ராசிக்ய இன்ஸ்பெக்டர்களின் எழுத்துக்களைத் திருமறையாக ஓதிக் கொண்டிருக்கும் புருவந் தூக்கிகளையும் இலேசில் விட்டுவிட மாட்டார். ஓட ஓட விரட்டுவார். இதனால் நண்பர்கள் பெருகின அளவுக்கு எதிரிகளும் பெருகியிருந்தார்கள் அவருக்கு.

அவருடைய பெண்ணுக்கு ‘டியூஷன்’ சொல்லிக் கொடுக்கப் போனதிலிருந்து தான் ருக்மிணிக்கு அவரோடு பழகும் வாய்ப்புக் கிடைத்தது. இத்தனை நேர்மையும் வெகுளித்தனமும் அவரைத் தனியாளாகவே நிறுத்தியிருப்பதை உணர்ந்தாள் அவள். இவ்வளவு ஹாஸ்யம், நட்பு எல்லாம் இருந்தும் ஏதோ ஒரு தனிமை அவரைச் சுற்றிப் பீரோக்களுக்கு எண்ணெய் கட்டினாற் போல் பாத்தி கட்டியிருந்ததைக் கண்டு அவளுக்குப் பரிவும் வியப்பும் ஏற்பட்டிருந்தன.

அன்று வேறு யாரையும் அழைக்கவில்லை அவர். ருக்மிணியையும் சித்தியையும் தவிர வெளி விருந்து என்று வந்திருந்தவர் அவர். பெண்ணுக்கு வீணை கற்றுக் கொடுக்கும் வித்துவான் ஒருவர்தான். விஷ்ணுசிவனுக்குச் சாப்பிட ஆள் பஞ்சம் கிடையாது. எப்பொழுதும் நண்பர்கள் அல்லது உறவினர்களின் பிள்ளைகள் யாராவது வேலை தேடும் நிமித்தமாக அவர் வீட்டில் மூன்று மாதங்கள் முகாம் போட்டிருப்பார்கள். வேலை கிடைத்ததும் வெளியேறி விடுவார்கள். அப்படி இரண்டு பையன்கள், இரண்டு பெண்கள், தங்கை ஒருத்தி – எல்லாரும் ருக்மிணிக்கு வழியனுப்பு விருந்தில் கலந்துகொண்டார்கள். சாப்பிட்டானதும், டில்லியிலுள்ள பிரமுகர்கள், பாராளுமன்றத்தார்கள், பத்திரிகையாளர்கள் – மேதைகள், பக்திமான்கள், தலைவர்கள் இப்படி வகைக்கு நாலு பேர்களாகப் பொறுக்கி, அவர்கள் பேசுவது போல, நடப்பது போல உபதேசம் செய்வது போல, பாடுவது போல, பக்தியில் உருகுவது போலெல்லாம் ஒரு கச்சேரியாகவே நடத்திவிட்டார் விஷ்ணுசிவன். ருக்மிணிக்கு வயிறு வலித்தது. விலா இழுத்துக் கொண்டது. கன்னம் வலித்தது. அப்படிச் சிரித்தாள்.

ரயில் ஏறுகிறவரை சிரிப்பு மூட்டிக் கொண்டேயிருந்தார் அவர். இருநூறு மாணவிகளுக்கு மேல் அவளை மாலை போட்டு வழியனுப்ப ரயிலடியில் நின்று கொண்டிருந்தார்கள். கல்லூரி நிர்வாகி வந்திருந்தார். ஸ்ரீமதி அன்னபூரணியும் வந்திருந்தாள். சாமான்களை முதல் வகுப்பில் ஏற்றி இடத்தில் வைக்க உதவின நாலைந்து குட்டிகள் கீழே இறங்கியதும், 'ம்' என்று பெருமூச்சு விட்டாள் சித்தி.

"என்ன?" என்று கேட்காமலேயே பார்த்தாள் ருக்மிணி.

"இவ்வளவு குட்டிகளும் கண்ணாலே ஜலம் விடலே அப்படித் தவிக்கிறது. உசிராயிருக்கா அத்தனை பேரும், எல்லாத்தையும் உதறிவிட்டு? மண்ணைத் தட்டிண்டு கிளம்பறதுன்னா, அது என்ன லட்சணமோ, என்ன சமர்த்தோ..?"

அவள் பேசி முடிப்பதற்குள் கீழே இறங்கி மாணவிகளோடு கலந்து விட்டாள் ருக்மிணி.

வண்டி புறப்பட ஒரு நிமிஷமிருந்தது.

"பாண்டவாதிகளெல்லாம் ஆண்ட ஊரு. சனாதன தர்மம் இன்னும் செழித்துக் கொண்டிருக்கிற ஊரு. வர்ணாசிரம தர்மத்தை அழியாமல் காப்பாற்றிக் கொண்டிருக்கிற ஊரு. பிராம்மண, க்ஷத்திரிய என்ற பழைய மடிசஞ்சி திட்டத்தைவிட்டு, முதல்தர, இரண்டாந்தர, மூன்றாம்தர, நாலாம்தர என்று

தி. ஜானகிராமன்

அதிகாரிகளைப் பாகுபாடு பண்ணி, என்னோடு ஒன்று கலந்து விடாமல், அதே சமயம் காவல்காரன், வேலைக்காரனையும் நாலாந்தர அதிகாரி என்று கௌரவப்படுத்தி, ஜீவதயையும் கெடாமல், வர்ணாசிரமமும் இடிந்து விடாமல் 'பொது' விதரணையாக ஏற்பாடு பண்ணி விவகாரம் செய்கிற தர்ம க்ஷேத்திரம். அதை விட்டுவிட்டுப் போகிறேன் என்கிறீர்கள் நல்லது. யார் போனாலும் வந்தாலும் நாங்கள் எங்கள் தர்மத்தை விடமாட்டோம். சாம்ராஜ்யபட்டணம், இங்கே தர்மத்துக்கும் வர்ணத்துக்கும் நாசமேவராது" என்று விஷ்ணுசிவன் டில்லியின் பெருமைகளை எடுத்துரைத்தார். அவரோடு நின்றிருந்த முதல் ஜாதி அதிகாரியும் சிரித்தார். எல்லாரும் சிரித்தார்கள். விஷ்ணுசிவனும் இரண்டாயிரத்தைந்நூறு ரூபாய் சம்பளம் வாங்குகிற முதல் ஜாதி அதிகாரிதான். இன்னொரு முதல் ஜாதி அதிகாரியை வைத்துக்கொண்டு அவர் பேசிய குத்தல் பேச்சு ருக்மிணிக்குப் புரியாமல் இல்லை.

வண்டி ஊதிக் கொண்டு மெதுவாக நகர்ந்தது.

# 28

நிச்சயமாக டில்லியை விட்டு விட்டோம் என்று வண்டி புறப்பட்ட பிறகுதான் சித்திக்கு உணர முடிந்தது போல் இருக்கிறது. கடைசி நிமிஷம் வரையில் ஏதாவது வந்து தடுத்து விடாதா என்றுகூட அவள் நம்பிக்கொண்டு தான் இருந்திருப்பாள் என்று தோன்றியது. அன்றிரவு முழுதும் கலகலவென்று பேசவில்லை அவள். ஆனால் விடிந்ததும் அவளுடைய சோர்வெல்லாம் அகன்று விட்டது. எதிரேயிருந்த சீக்கியரோடும் அவர் மனைவியோடும் வலுவில் பேசத் தொடங்கியவள் நிறுத்த மாட்டாளா என்றாகிவிட்டது. அவளை உற்சாகப்படுத்தவே அவர்கள் இருவரையும் சகப் பிரயாணிகளாகக் கடவுள் அனுப்பினாரோ என்றுகூட ருக்மிணிக்குத் தோன்றியது. சீக்கியரின் மனைவிக்கு நடு வயதுதான் தலையில் கூந்தல் அதிகமில்லை. கால்மணிக்குள் வாரிச்சீவிப் பின்னல் போட்டுக்கொண்டு விட்டாள். அவருக்குத் தான் தன்னைச் சீர்ப்படுத்திக் கொள்ள ஒரு மணிக்கு மேலாயிற்று. மேல் பர்த்தில் உட்கார்ந்து தலையைச் சீவி முடி போட அரை மணியாயிற்று. பிறகு தாடியை ஒழுங்கு பண்ணி வளைத்துவிட்டு, திரித்துவிட்டு, கறுப்புத் துணியைப் போட்டுக் காபந்து செய்து முகத்தை முகமாகச் செய்ய இன்னொரு அரை மணியாயிற்று. முப்பத்தைந்து வருஷங்கள் டில்லியிலிருந்து இதையெல்லாம் பார்க்கக் கொடுத்து வைக்காத சித்திக்கு இப்பொழுது ஆச்சரியம் தாளவில்லை. ருக்மிணியையும் அவருடைய சிரமங்களையும் மாறி மாறிப் பார்த்துத் தன் வியப்புக்களைக் கண் மூலமாகவே சொல்லிக்

கொண்டு வந்தாள். சென்னையில் குடியேற்றப்பட்ட அகதிகளில் ஒருவராம் அவர்... பெரிய ஜவுளிக்கடை வைத்துக்கொண்டு சௌக்கியமாக இருக்கிறாராம். அகதிகளோடு கூடாரத்தில் வசித்துக் கொண்டு வாழ்க்கையைத் தொடங்கியவர் இப்பொழுது ராயபுரம் பக்கத்தில் பங்களா கட்டிக் கொண்டு நன்றாக வாழ்ந்து வருகிறாராம். பத்து வருடங்களுக்கு முன்னால்இடம் பெயர்ந்து வந்தவர் இப்பொழுதுதான் மீண்டும் முதன் முதலாகவே வடக்கே போய் வருகிறாராம். அமிருதசரசுக்கு யாத்திரை போய் வருகிறாராம்.

“நீங்களெல்லாம் சுத்தமான ஜனங்களம்மா. உங்களிடம் வெண்ணெய் நாற்றமே கிடையாது. நீங்கள் உடையிலிருந்து சீலைப் பேன் எடுப்பதில்லை. ரயில் வண்டியில் கதவு ஒன்றிருப் பதாக உங்களுக்கு நினைவிருக்கிறது. ஜன்னலையே கதவாக உபயோகப்படுத்துவதில்லை. எனக்கு மெட்ராஸ் ரொம்பப் பிடித்திருக்கிறது” என்றார் அவர்.

“பார்த்தியா சித்தி?”

“நிசத்தைத் தானே சொல்கிறார் அவர்? பெஜவாடா தாண்டினதுமே பாரேன்” என்றாள் சித்தி.

“நம்ம ஊர் ஊர்தான், பசபசன்னு பச்சை. அறுப்பான வயலெல்லாம் பார்த்தா எனக்கு ஊரிலே இருக்கிறாப் போலவே இருக்கு. இத்துனூண்டு குட்டியாக இருக்கும் போது, நெல்லு மணியும் விலாமிச்ச வேரும் பிடுங்கிக் கொண்டு வரதுக்காக அறுப்பான வயலெல்லாம் சுத்துவேன் நாகமணியோட. நாகமணி இப்ப மதுரையிலே இருக்காளாம். அவ அகமுடையான் ஜட்ஜா இருக்காராம்...” என்று விஜயவாடாவைக் கடந்ததும் ஆரம்பித்தாள் சித்தி.

சித்திக்குத் தூபம் போட்டுக்கொண்டே வந்தாள் ருக்மிணி. சென்னைக்கு வருகிறதுக்குள் சொந்த ஊருக்கு வருகிற சந்தோஷத்தை அவள் உடம்பில் ஏற்றிக் கொண்டே வந்த அவளுடைய சூழ்ச்சி பலித்து விட்டதென்றே அவளுக்குத் தோன்றியது.

ஸ்டேஷனுக்கு வரவேற்க வந்திருந்த சுப்புசாமியையும் சந்திராவையும் பார்த்ததுமே சித்தி டில்லியை அடியோடு மறந்து விட்டமாதிரி யிருந்தது. “மாமா! நீங்கள் சாமானெல்லாம் கொண்டு வண்டியில் ஏற்றுங்கள். நான் சித்திக்கும் ருக்மிணிக்கும் வெயிட்டிங்ரூமிலே காப்பி கொடுத்து விட்டுவருகிறேன். “வாருங்கள், சித்தி” என்று சுப்புசாமியின் கையில் இருந்த தர்மாஸ் பிளாஸ்கை வாங்கிக் கொண்டு இருவரையும்

நகர்த்திக் கொண்டு போனாள் சந்திரா. அந்த உபசாரத்தைப் பார்த்ததுமே சித்தி புது இடத்திலே ஒன்றிவிட்டாள். ருக்மிணிக்கு வேலை கிடைத்துவிட்டதென்றும் ஐந்நூறு ரூபாய் சம்பளம் போட்டிருக்கிறார்கள் என்றும் சுப்புசாமி சொன்னதுமே சித்திக்குக் குளிர் விட்டு விட்டது.

மாடிஹாலில் பெட்டிபடுக்கையெல்லாம் கொண்டு வந்து வைத்தான் குருசாமி. விசாலமான அறை அது. ஒட்டடையடித்துப் பச்சை கலந்த சுண்ணாம்புப் பிடிபிடித்துப் பளபள வென்றிருந்தது ஒரு மேஜை. நாலைந்து நாற்காலிகள், ஒரு புஸ்தக அலமாரி – இவ்வளவும் கீழேயிருந்து அங்கே வந்திருந்தன.

"என்ன முழிக்கிறே ருக்கு? இங்கேயே இருக்கச் சொல்லி யிருப்பேன் என்று பயப்படுகிறாயா? இல்லை வீடு ஒன்று பார்த்திருக்கிறேன். இன்னும் பதினைந்து நாட்களாகும் அது காலியாக. அது வரையில் இங்கே இருக்கலாம். இந்த அறை உன்னுடைய இடம். நீ வாசிப்பதோ எழுதுவதோ – எல்லாம் இங்கே நடக்கலாம்."

பதில் சொல்ல முடியாமல் அவரது அன்பில் நனைந்து சிலிர்த்துக் கொண்டே நின்றாள் அவள். சற்றுக் கழித்து "மாமா! சந்திராவின் மேஜையை இங்கு கொண்டு வந்து போட்டு விட்டீர்களே?" என்று கேட்டாள்.

"போட்டால் என்ன? அவள் இனிமேல் படிக்கப் போகிறாளா? எழுதப் போகிறாளா? டெமான்ஸ்ட்ரேட்டர் உத்தியோகம் ஆகியிருக்கு இப்ப. எத்தனை நாளைக்கு... கல்யாணத்துக்குக் கழுத்தை நீட்டின பிறகு மேஜை நாற்காலி எதற்கு? வேணும் என்றால் இங்கேயே வந்து படிக்கட்டுமே."

"அவள் கல்யாணத்தைப் பற்றி உங்களுக்குக் கூடக் கவலை வந்து விட்டதா?"

"எனக்குக் கூடவா என்றால்?"

"இத்தனை நாட்களாக அதைப்பற்றிப் பேசவே இல்லையே நீங்கள்?"

"நான் எதற்குப் பேசணும்? அவள்தான் ஒரு பையனைத் தேர்ந்தெடுத்து விட்டாளே என்று சும்மாயிருந்தேன். அவர்களுடைய அப்பா அம்மாவோடு பேசுவது, பத்திரிகை போடுவது, கலியாணம் நடத்துவது – இந்த வேலைகள் மட்டும் ஏற்றுக்கொள்வதோடு என் பொறுப்பு முடிந்து விடும் என்று நினைத்துக் கொண்டிருந்தேன்."

"இப்பொழுது பொறுப்பு அதிகமாகி விட்டதா?"

"ஆமாம்."

"ஆமாம் என்றால்?"

"இப்பொழுது அவனைத் தேடிப் பிடிக்கும் பொறுப்பும் எனக்கு வந்து சேர்ந்திருக்கிறது."

"காரணம்?"

"முப்பது நாற்பது நாட்களாயிற்று, நான் அவனைப் பார்த்து. இங்கேயே இவளைச் சுற்றிச் சுற்றி வலம் வந்து கொண்டிருந்தவன் திடீரென்று நின்று விட்டானாம். வந்து போய்க் கொண்டுதான் இருப்பான். என் கண்ணில் தான் தட்டுப்படவில்லை என்று நான் நினைத்துக் கொண்டிருந்தேன். இரண்டு நாட்களுக்கு முன்னால் தான் நாகம்மாள் சொன்னாள். ஆளையே காணோம் என்று."

"தேடினீர்களோ?"

"வீடு, கடை எல்லாம் நாலு தடவை தேடி விட்டேன். ஆள் அகப்படவில்லை... ம்... எங்கே போய் விடப் போகிறான் பார்த்துக் கொள்கிறது..."

"யார் அவன்?"

"உனக்குத் தெரியாது. நீ பார்த்ததில்லை. அவன்தான் இங்கு வரவேயில்லையாமே – ஒரு மாசமாச்சாமே வந்து. நீ எங்கே பார்த்திருக்கப் போகிறாய்? நல்ல பையன் என்றுதான் நினைத்தேன். நன்றாகப் படித்திருக்கிறான். வசதியான பையன். என்ன காரியமோ, என்னவோ – தானாக வருகிறான், நாம் அவசரப்பட்டு என்ன நடக்கப் போகிறது?"

"அவன் தானாக வந்து, நீங்கள் இவளை அவன் கையில் கொடுக்கிற வரையில் அவள் இந்த அறையில் வந்து படிக்கக் கொள்ளச் செய்யட்டும் என்று ஏற்பாடு செய்தீர்களாக்கும்!"

"ஆமாம்,"

"என்ன ஆமாம்?"

"வேறு என்ன செல்லச் சொல்கிறாய்? நீ பேசுகிறதைப் புரிந்துகொண்டதாகக் காட்டிக்கொள்ள இப்போது என்ன முடை வந்துவிட்டது?"

"அப்படியானால் நான் பேசுறது புரிந்துதான் இப்படிப் பேசுகிறீர்களா?"

"என்ன செய்யறது? நான்தான் கேட்கிறேனே அவளுக்கு என்ன வயசாகி விட்டது? கலியாணம் பண்ணாமல் இருந்தால்

அன்பே ஆரமுதே

இன்னும் இரண்டு வருஷங்களாவது இந்த வீட்டில் இருக்க முடியும் அவள் என்று தான் நான் அலட்சியமாக இருக்கிறேன்."

"இதற்கு அவன் இஷ்டப்பட வேண்டாமா?"

"அது ரொம்பச் சரியான கேள்விதான்... ஏன் உனக்கு ஏதாவது தெரியுமோ? தெரிந்தால், ஏதாவது சொல்லித் தொலையேன். இந்தப் பொம்மனாட்டிகள் மூடி மறைச்சு தில்லு முல்லு திரிசமன் எல்லாம் பண்ணிக் கொண்டேயிருப்பார்களே! அந்த மாதிரி நீயும் ஆரம்பித்து விட்டாயா?"

ருக்மிணி சிரித்தாள்.

"ஒரு தில்லுமுல்லும் இல்லை. ஆனால் நீங்கள் சொல்கிறதைப் பார்த்தால்தான் வேடிக்கையாக இருக்கிறது. கல்யாணத்துக்கு அப்படி வயசாச்சா என்று கேட்கிறீர்களே! கலியாணவயசு என்றால் என்ன அர்த்தம்? பதினைஞ்சு வயசிலேயோ, இருபது வயசிலேயோ, முப்பது வயசிலேயோ – எப்பொழுது வேண்டுமானாலும் வரும். அதைப் பிறர் எப்படிச் சொல்ல முடியும்?"

"அப்படியா? ரொம்ப சரி, முழு மூச்சாக இறங்கி விடுகிறேன். போதுமா? இன்றைக்கே அந்தப் பயலைச் சிண்டைப் பிடித்து இழுத்து வரப் பார்க்கிறேன்."

"சிண்டைப் பிடிக்கிறீர்களோ, சட்டையைப் பிடிக்கிறீர்களோ, தும்பை விட்டுவிட்டு வாலைப் பிடிக்கக் கூடாது. அவ்வளவுதான்."

"சரி, சரி, சரி..!"

"அது சரி மாமா! எனக்கு வீடு பார்த்தீர்களே! எங்கே இருக்கிறது? எப்படி இருக்கிறது?" என்று திரும்பினாள் ருக்மிணி.

"இங்கிருந்து சரியாக மூன்று பர்லாங். இங்கிருந்து ஐந்தாவது தெரு."

"வீடு எப்படி?"

"சின்னதும் இல்லை. பெரிசும் இல்லை. இரண்டு அறை, ஒரு ஹால், சமையலறை, ஸ்நான அறை, வெளியே சுற்றிலும் பத்தடி அகலத்துக்கு இடம். பாகல் புடல், மல்லி ஏதாவது போட்டுக் கொள்ளலாம். ஓட்டு வீடு இல்லை. ஓட்டு வீடு. ஆனால் மாடி கிடையாது."

"மாடி இல்லையா?"

"இல்லை ஏன்?"

"மாடி இல்லாத வீடென்றால் எனக்குச் சரிப்பட்டு வராது மாமா! யாராவது டியூஷன் சொல்லிக்கொள்ள வருவார்கள். இரண்டு அறை உள்ள மாடியாவது வேண்டும்."

"இவ்வளவுதானே! இதற்காக இவ்வளவு பதறுவானேன்? இதைவேண்டாம் என்று சொல்லி வேறு பார்த்துக் கொண்டால் போகிறது."

"அதுதான் சொன்னேன்?"

"பேஷாகப் பார்த்து விடுகிறேன். சரி, குளித்துவிட்டுச் சாப்பிடலாம். என்ன முதல் வகுப்பில் வந்தாலும், கரி தலையில் அப்பியிருக்கிறது. போய்ச் சித்தி குளித்தாளா பாரு. நீயும் குளி" என்று கீழே இறங்கினார் சுப்புசாமி.

○ ○ ○

அனந்தசாமிக்கு வெகு நேரம் தூக்கம் வரவில்லை. இரவுத் தபால் விமானம் இப்பொழுது நாகபுரி போய்ச் சேர்ந்திருக்கும். மொட்டை மாடியிலேயே. பனங்கட்டையில் பிடரி அழுந்த நட்சத்திரங்களைப் பார்த்தவாறு படுத்திருந்தார் அவர். சப்தரிஷி நட்சத்திரத்தின் வால் மட்டும்தான் தெரிந்தது. விரிப்புச் சில்லிட்டுக் கிடந்தது, ஆனால் காற்றில்லை. இத்தனை பேர்கள் உறங்கும் போது நமக்கு மட்டும் என்னவென்று காற்றும் தூங்கி விட்டது. சீமை வேப்பமரம், தென்னைகள், முருங்கை மரங்கள் எல்லாம் ஆடாமல் அசையாமல் தவம் செய்தன. அவர்கூட நடுநிசிவரையில் கண்ணை மூடி மூச்சை அடக்கி உட்கார்ந்து தானிருந்தார், அதற்குப் பின் படுத்தவுடனேயே தூங்கிவிடுவது வழக்கம். இன்று அவர் மனம் செயலோயாமல் இயங்கிக் கொண்டேயிருந்தது. அழுவதும் நகைப்பதும், கோபிப்பதுமாகத் திணறிக்கொண்டிருந்தது. அவர் எத்தனையோ கஷ்டங்களைக் கண்ணால் பார்த்திருக்கிறார். ஓடும் எலியைத் தாவிக் கவ்வி, உயிர் போகிறவரையில் அதை உலுக்கிக் குதறும் நாயைப் போல' நோய் மனிதனைக் கவ்விக் குதறும் கண்ணறாவிகளையெல்லாம் கண்டிருக்கிறார். விடாப்பிடியாகப் பிடித்துப் பார்ப்பவர்களுக்குப் பயத்தை ஊட்டும் நோய்களைக் கண்டிருக்கிறார். ஆனால் இன்று அவர் கேட்ட கதை! கிழவர் ராஜாங்கத்தின் கண்ணீருக்கு, வயது நிறைந்த ஒரு பெண்விடும் கண்ணீருக்கு அவர் அத்தனை வருடங்களாகப்பார்த்த அத்தனை நோய்களும் வதைகளும் உறைபோடக் காணும் என்று தோன்றவில்லை. தாயின் மடியிலிருந்து பந்தை எடுப்பதற்காகத் தெருவில் இறங்கிய குழந்தையை, எங்கிருந்தோ ஓடிவரும் எருமைக்கடா கழுத்திலும் முகத்திலும் மிதித்துக் குற்றுயிராகக் கிடத்திவிட்டு ஓடிவிட்டது போலிருக்கிறது.

சந்திரா, ரங்கன், அருண்குமார், டொக்கி, ராஜாங்கம் அவருடைய இளைய சம்சாரம் – எல்லா உருவங்களும் அந்த நட்சத்திர ஒளிக்குக் கீழே அவர் முன் மீண்டும் மீண்டும் வந்து கொண்டிருந்தன. ரங்கனைப் பற்றி அவருக்கு இன்னும் தெளிவு வரவில்லை. 'என் கழுத்திலேயே கைவைத்து விட்டான்' என்று நினைத்துப் பொருமினானே ரங்கன், அதன் அர்த்தம் என்ன?" நாளைக்கு எல்லாவற்றையும் உடைத்து அவனிடம் கேட்டு விட்டால் என்ன?... அப்படிக் கேட்க வேண்டும் என்ற முடிவுக்குத்தான் வந்தார் அவர்.

தூக்கம் அவரை ஆட்கொள்ளும்பொழுது வெகு நேரம் ஆகிவிட்டது. மூன்று மணியிருக்கும் போலிருந்தது. எருமை வாசலில் நடந்துபோகும் ஓசை கேட்டது. யாரோ பால்காரி அதைத் தொடர்ந்து இருமிக் கொண்டு போவதும் கேட்டது. மூன்று மணிக்கு மேல்கூட இருக்கும்.

வெகுநேரம் அவர் தூங்கவில்லை. அவர் எழுந்த ஐந்து நிமிஷங்களுக்கெல்லாம் குருவிகளின் இனிய ஓசைகள் அடங்கிக் காக்காய் கரையத் தொடங்கிய நேரத்தில் நாகபுரி விமானம் திரும்பி வருவது தெரிந்தது. "சந்திராவை ஜாக்கிரதையாகப் பார்த்துக் கொள்ளுங்கள், அதாவது ரங்கனை ஜாக்கிரதையாகப் பார்த்துக் கொள்ளுங்கள்" என்று ருக்மிணி உத்தரவிட்டது மீண்டும் அவர் காதில் விழுந்தது.

இரண்டு நாள் அலமலப்பில் வாடிக்கையான சில நோயாளிகளைப் பார்ப்பது தவறிவிட்டது. ஆகவே சூரியன் உதிக்கும் முன் நாலு செம்பு நீரை மொண்டு தலையில் விட்டுக் கொண்டு, மருந்துப் பையும் குடையுமாக வெளியே கிளம்பினார். புரசவாக்கம், எழும்பூர், சிந்தாதிரிப்பேட்டை, திருவல்லிக்கேணி, மீர்சாகிப் பேட்டை, ராயப்பேட்டை, கெல்லி வீடு – எல்லாவற்றையும் பார்க்க ஒரே நடையாக விறுவிறுவென்று நடந்து விட்டு வந்தார். அவசரம் அவசரமாக அரை ஆழாக்கு அரிசியை வடித்து, பருப்புப் பொடியும், தயிரும் போட்டுச் சாப்பிட்டார். மீண்டும் வெளியே கிளம்பினார். கடற்கரைச் சாலையை நோக்கி நடந்தார்.

இவ்வளவும் தெரிந்த பிறகு அருண்குமார் வீட்டை நினைக்கும்பொழுதே அவருக்கு மேலெல்லாம் ஊவா முள் குத்துவது போலிருந்தது. நன்றாகவும் குத்தாமல் ஓர் இடம் என்றில்லாமல் உடம்பின் பல இடங்களில், தோலில் மட்டும் செருகி வேதனை செய்யும் ஊவா முள். அந்த வேதனைதான் அவரைத் தொல்லைப்படுத்திக் கொண்டேயிருந்தது. அவனுடைய பெரிய வீடு, வாசலில் நிற்கிற பரட்டைக் கட்டடம், தோட்டம்,

தோட்டத்திலும் வராந்தாவிலும் ஹாலிலும் தொத்தித் தொத்தி நிற்கிற, காத்துக்காத்து நிற்கிற சிறு சிறு கும்பல்கள் – ஒவ்வொன்றும் கசந்தது அவருக்கு. நாகம்மாள் சொன்னதை அவர் அப்பொழுது ஆட்சேபித்தாலும், அவளுடைய அருவருப்பு நியாயம்தானோ என்று தோன்றியது அவருக்கு. சோற்றை உண்டாக்குவதும், துணியையும் வீட்டையும் செய்து தருவது இவற்றுக்கு உதவுகிற மற்றத் தொழில்களையும் புதியவர்களைப் போல் அவசியமான காரியத்தை இந்தக் காசிலிங்கம் செய்து விடவில்லை. அவனுக்கு இவ்வளவு பெருமை, தெம்பு, எங்கோ இருநூறு மைலுக்கு அப்பாலிருந்து வந்து ஒரு மூலைச் சந்தில் வாழ்ந்து வருகிற ராஜாங்கத்தின் கண்ணில் மண்ணைத் தூவித் திடீரென்று அவரை ஏமாற்றுகிற சலுகை. இவ்வளவும் யார் கொடுத்தார்கள் என்று வியந்து கொண்டே நடந்தார். எருக்கங்காட்டில் கூட மழை பெய்யத்தான் செய்கிறது. ஆனால் அதில் மட்டும் பெய்தால் என்ன செய்ய?

விருப்பமில்லாமல் நடந்து கொண்டிருந்தார் அவர். கால் மரத்து நகர முடியாமல் கிடக்கும் குழந்தையின் நினைவுதான் அவரை இழுத்துக் கொண்டு போயிற்று. கேட்டு நீண்ட பாதை, கூடங்கள், கட்டுகள் – எல்லாவற்றையும் கடந்து மாடிக்குப் போன பொழுது வழக்கம் போல் சிவபாக்கியம் மட்டும்தானிருந்தாள். குளிர் இயந்திரத்தின் ஹூம்காரம் வெளியோசைகளைத் தடுத்து விட்டுக்கொண்டிருந்தது.

"உங்களைக் காலமே வந்து பார்க்கணும்னு நெனைச்சேன். பாகவதர் வரலே" என்றாள் சிவபாக்கியம்.

"என்ன விசேஷம்?"

"ஏதோ பார்க்கணும்னு தோணிச்சு."

"நீங்களே வந்திருக்கலாமே"

"அவங்க வீட்டிலே இருந்தாங்க. பண்டிகை கொண்டாடறப்ப நான் எப்படி வர்றது?"

"என்ன பண்டிகை?"

"அவங்க வீட்டிலே கால் தரிச்சாங்களே முழுசா ஒண்ணரை நாளைக்கு – அந்த பண்டிகைதான்."

சிவபாக்கியத்தின் முகம் ஒரேயடியாக மலர்ந்திருந்தது.

"அப்படியா? பேஷ்!"

"நேத்துக் காலையிலே நீங்களும் பாகவதர் ஐயாவும் அந்தண்டை போனப்பறம் வந்தவங்க இங்கேயே இருந்திட்டாங்க.

அன்பே ஆரமுதே

சாயங்காலம், ராத்திரி, இன்னிக்குக் காலமே – எல்லாமே இங்கேயே இருந்தாங்க!"

"பேஷ், பேஷ்."

"நீங்க போகும்போது அவர்களைப் பார்த்தீங்களாம் நீங்கதான் ஏதாவது சொல்லியிருப்பீங்கன்னு நினைச்சேன்."

"நான் ஒண்ணும் சொல்லலியே!"

"அப்படீன்னா, நீங்க நினைச்சாவது இருப்பீங்க, இவங்க ஒருநாள் வீட்டோட இருக்கக் கடவதுன்னு."

அனந்தசாமிக்குச் சிரிப்பு வந்துவிட்டது.

"இங்கேயே நேத்து மத்தியானம் சாப்பிட்டாங்க. சாயங்காலம் என் கையாலேயே கோதுமை ரவா சொஜ்ஜியும் வெந்தயத் தோசையும் செஞ்சி சாப்பிட்டாங்க. அப்புறம் ராத்திரி வெளியே போவாங்க போலிருந்தது. கீழே ஆபீஸிலே ஒரு மணியிருந்தாங்க. அப்புறம் இங்கே வந்து ராத்திரி பதினோரு மணி வரைக்கும் பல்லாங்குழி ஆடினாங்க. குழந்தை அதை வச்சிட்டுச் சோழியைப் போட்டுக்கிட்டிருந்தான். அதிலே பிடிச்சுது. காலை வலிக்குதப்பான்னான் குழந்தை. வலிக்குதான்னு பத்து நிமிஷம் தடவிக் கொடுத்தாங்க. அவனுக்கு ரண்டு கதை சொன்னாங்க. அப்புறம் படுத்திட்டாங்க. காலமே பத்து மணியிருக்கும். நேத்துப் பண்ணின சொஜ்ஜி பாக்கியிருந்தது. ஆப்பம் பண்ணியிருந்தேன். இரண்டையும் சாப்பிட்டுவிட்டு வெளியே போனாங்க. எனக்குக் கூட மனசுக்குக் கஷ்டமாயிருந்திச்சு."

"என்ன ?"

"என் ஒருத்திக்காக வேலையெல்லாம் விட்டுட்டு வீட்டிலேயே இத்தனை நேரம் குந்திட்டாங்களேன்னு கூட நினைச்சுட்டேன். பத்து மணிக்கு வெளியே போய் விட்டு வர்ரேன்னு சொன்னப்ப, எங்கே எப்ப வர்றீங்கன்னுகூடக் கேக்கலை. சரின்னிட்டேன். எத்தினி வேலையோ பாவம்!"

பெண்ணின் மனசு எவ்வளவு விநோதமானது என்று எண்ணி அவளையே ஒரு கணம் பார்த்தார் அனந்தசாமி.

"ராத்திரி இரண்டு மணிக்குப் பையன் முழிச்சுக்கிட்டுக் கூப்பிட்டான். கிட்டே போனேன். கால் வலிக்குதுன்னான். அவரு அப்ப கண்ணசந்திருந்தாரு எழுப்பலே. நான்தான் போய்க் காலைத் தடவிக் கொடுத்தேன். மூணு மணிக்கப்புறம்தான் தூங்கினான்" என்றாள் சிவபாக்கியம்.

"மரத்துப் போன கால் வலித்ததானால், மருந்து வேலை செய்யத் தொடங்கிவிட்டது என்று தான் அர்த்தம். வலி கொஞ்சம் அதிகமானாலும் பரவாயில்லை. என்னமோ ஏதோவென்று மருந்தை நிறுத்திவிடாதீர்கள். வேறு மருந்து ஏதாவது கொடுத்து விடாதீர்கள். இரண்டும் பிரோசனமில்லாமல் போயிடும்."

"எனக்கு என்ன பைத்தியமா பிடிச்சிருக்கு? ஒரு வருஷத்துக்கப்புறம் கால் இருக்கிறதான நினைப்பு வந்து வலிக்குதுங்குது புள்ளே. எத்தினியோ மாசம் கழிச்சு முழுசா ஒண்ணரை நாளு ஊட்டுலே தங்கியிருக்காரு அதைப் பெத்தவரு... நீங்க இரண்டு தரம் வந்து பார்த்தா தேவலாம் போல இருக்கு. நானாவது குழந்தையை எடுத்துக்கிட்டு வரேன்" என்றாள் சிவபாக்கியம். "நான் வீட்டிலே இருக்கிற நேரம் நிச்சயமில்லை. முடிந்த வரையில் வருகிறேன்... வாருங்கள்... போய்க் குழந்தையைப் பார்ப்போம்" என்று சொல்லிக் கொண்டே உள்ளே போனார் அனந்தசாமி.

# 29

அனந்தசாமி உள்ளே போனபோது அருண்குமாரின் குழந்தை பல்லாங்குழி ஆடிக் கொண்டிருந்தான்.

"சாமி ராத்திரி அப்பாவோட நான் பல்லாங்குழி ஆடினேன்!" என்று கத்தினான் அனந்தசாமியைப் பார்த்ததும்.

"போடு ராஜா... இன்னும் ஒரு மாசத்திலே அவரோட ஓடிப் பிடிச்சு விளையாட்டு விளையாடப் போறே!" என்றார். அவன் திடீரென்று சிரித்தான்.

"என்னடா சிரிக்கிறே?"

"என்னடா தம்பி சிரிக்கிறே?" என்றாள் சிவபாக்கியம்.

"எனக்கு நடக்கவே முடியலே. ஓடிப்பிடிச்சு விளையாடறதாம்!" என்று நினைத்து நினைத்துச் சிரித்தான்.

"நீ வாணாப் பாரேன். நான் நீ ஓடறபோது சிரிக்கப் போறேன். அன்னிக்கி சிரிச்சியே, இப்ப ஓடறியால்லியான்னு சொல்லிச் சிரிக்கப் போறேன்."

"நெசம்மா?"

"நெசம்மாத்தான்."

"வேகமாக ஓட முடியுமோ?"

"ம்!"

"ரொம்ப வேகமா?"

"ம்!"

"ரொம்ப ரொம்ப வேகமா?"

"ரொம் ரொம்ப வேகமா ஓடலாம்."

"ரொம்ப வேகமா ஓடறப்போ கால் மளக்குன்னு மடக்கிட்டு விழுந்திட்டா?"

"கால் பலமாயிருக்கிற போது எப்படி மடங்கி விழ முடியும்? முடியவே முடியாது ... மான் குட்டி, நாய்க்குட்டியெல்லாம் எவ்வளவு வேகமா ஓடறது! விழறதா?"

"இல்லே."

"பின்னே!"

"பாப்பால்லாம் ஓடறப்போ கீழே விழுந்திடுதே!"

"அது சின்னப் பாப்பா – உன் மாதிரி பெரியவனானப்பறம் யாராவது கீழே விழ முடியுமா?"

பையன் எங்கோ பார்த்து யோசித்தான். பத்து விநாடி ஆயிற்று. திரும்பி "நான் நல்லா ஓடுவேனா? ..." என்று கேட்டான் அவன்.

"நல்லா" என்றார் அவர்.

"அப்படின்னா உங்களுக்கு அப்பாகிட்டே சொல்லி நல்ல வேஷம் வாங்கித் தாரேன், ஈரோ வேஷம் வாங்கித் தாரேன்."

"போதும், போதும் – வளியாதே." சிவபாக்கியம் உருட்டி விழித்தாள்.

"ஏம்மா... சாமியார் வேஷமாக் கொடுக்கிறது பின்னே?"

"சீ, பேசாம இரு..."

அனந்தசாமி அவள் பக்கம் திரும்பி, நீங்கள் பேசாமல் இருங்களம்மா. உங்களுக்கு என்ன இப்படிக் கோபம் வருகிறது?" என்று மெதுவாகச் சொன்னார்.

"பின்னே பாருங்களேன், புத்தி போகிற போக்கை!"

"குழந்தை ஆசைப்படறான், நன்றாகச் சன்மானம் செய்ய வேண்டும் என்று. இதில் என்ன தப்பு? இதைப் பாருடா, எனக்கு ஹீரோ வேஷம் வேண்டாம். சாமியார் வேஷமே வாங்கித் தா. போதும்... ம்... என்ன?"

"அம்மாதான் வேண்டாங்குதே."

"அம்மா வேண்டாம்னாலும் நீ வாங்கித்தான் தரணும். தருவியா, என்ன?" என்றார் அனந்தசாமி.

"சரி."

"தரேன்னு சொல்லு."

"தரேன்."

"இந்தா, இதைச் சாப்பிடு" என்று சர்க்கரை முத்து நாலைந்தைக் கரண்டியால் அவன் வாயில் போட்டார்.

"வரட்டுமா?"

"இன்னிக்கு ராத்திரி வலிக்குமா?" என்று கேட்டான்.

"மருந்து உள்ளே பூந்து வேலை செய்யறபோது வலிக்கும். வலிக்க வலிக்க நல்லது..."

பையன் மறுபடியும் யோசித்தான்.

"உங்களுக்குப் பல்லாங்குழி ஆடத் தெரியுமா?"

"உன் மாதிரி சின்னப் பையனாக இருக்கிறபோது ஆடியிருக்கேன். இப்ப மறந்து போச்சு."

"நான் சொல்லிக் கொடுக்கட்டாங்க?

'சரி' என்று அவனைச் சமாதானப்படுத்துவதற்காக உட்கார்ந்து கொண்டார் அனந்தசாமி. கால் மரத்துப்போன அளவுக்குக் கையில் சுருக்கும் லாகவமும் அசாத்தியமாக ஏறியிருந்தன, குழந்தைக்கு. விளையாடிக் கொண்டே வந்தவன் காசி பொத்திச் சிரித்தான்.

"என்னடா?" என்றார்.

"நீங்க எண்ணாம உட்கார்ந்திருக்கீங்க. இப்ப நான்கூட ரண்டு சோழியையும் ஒரே குளியிலே போட்டுக் காசி பொத்தினேன். நீங்க பார்க்கலே. சரி, போனால் போவுது. நீங்க சரியாக கவனிக்கிறீர்களான்னு பார்த்தேன்" என்று தன் வெற்றியை ரத்து செய்துவிட்டு அவரை ஆடச் சொன்னான்.

"ஏ, அப்பா, பொல்லாத ஆளாயிருக்கியே?"

"நீங்க பராக்குப் பார்த்தா, எதிர்க் கட்சிக்காரன் மோசம் பண்ணிடுவான் சாமி. அதுக்குத்தான் வேடிக்கை பண்ணினேன்."

அரை மணி கழித்துத்தான் விட்டான் அவன்.

"நான் வரட்டுமா?" என்றார் அவர்.

"ம்."

"உனக்கு எந்தசாமி, பிடிக்கும்? முருகனா, பிள்ளையாரா?"

"எனக்குக் கிருஷ்ணன்தான் பிடிக்கும்" என்றான்.

"அப்படின்னா, கிருஷ்ணா, கிருஷ்ணா என்று சொல்லிக் கிட்டே இரு. சீக்கிரம் நீ எழுந்து நடக்கலாம்" என்றார்.

வெளியே வந்ததும் அவரை உட்கார வைத்துக் காப்பியைக் கொடுத்தாள் சிவபாக்கியம்.

"நான் வரும்போதெல்லாம் இப்படி உபசாரம் பண்ண வேண்டும் என்று அவசியமில்லையம்மா. இது எதற்கு இப்பொழுது?"

"உங்களைப் போலொத்தவங்க சாப்பிட்டா, எங்களுக்கு நல்லது. நான் கறி காயைத் தவிர ஒண்ணும் தொடமாட்டேன். இங்கே எனக்கு, குழந்தைக்கெல்லாம் நான்தான் சமைப்பேன். அதுவும் குளிக்காம உலை வைக்கமாட்டேன். வர்றவங்க, போறவங்க திங்கிறதுக்கு, கீழே, அதோ மூலையிலே ஆள்காரன் ஆக்கறான், நாலு காலி இரண்டு காலியெல்லாம் போட்டு. இங்கே அதெல்லாம் வாடைகூட அடிக்க வேணாம்னுதான் இந்தச் சன்னக் கதவெல்லாம் சாத்தியிருக்கேன். திறக்கிறதே கிடையாது. நீங்களே பாருங்களேன், தாழ்ப்பாள்ளாம், திறக்காமலேயே புடிச்சிக்கிட்டிருக்கிறதை."

"நான் அதுக்காகச் சொல்லவில்லை, அம்மா!"

"என்னவோ, நீங்க இங்கே வந்தா, கொடுத்தா வாணாம்னு சொல்லப்படாது."

காப்பி நன்றாகத்தானிருந்தது. காசிலிங்கத்தை நினைக்கும் போது அவர் நெஞ்சு தடுத்தது. நாய் விற்ற காசு குரைக்கும் என்றுதான் அவருடைய சித்தாந்தம். டொக்கியின் நினைவு வந்தது அவருக்கு. எல்லாவற்றையும் சொல்லிவிடலாமா என்று கூட மனம் துடித்தது. சற்று யோசித்து, "உங்கள் புருஷன் வந்தால் நான் வந்து விட்டுப் போனேன் என்று சொல்லுங்கள்" என்றார்.

"நேத்திக்கூட உங்களைப் பத்திப் பேசிக்கிட்டிருந்தாங்க."

"என்ன?"

"சாதாரணமாகத்தான், உங்களைக் கண்டா பயமாயிருக்காம் அவங்களுக்கு."

"ஐயையோ, என்னைக் கண்டு என்ன பயம்?"

அன்பே ஆறுமுகே

"நான்கூட கேட்டேன். எனக்குப் பயமாயில்லையே உங்களுக்கு என்ன பயம் என்று."

"ம், என்ன சொன்னார்?"

"நீ சாது, யாருக்கும் பயப்பட வேண்டியதில்லைன்னாங்க."

"அட, ராமா! அவரும் என்னைக்கண்டு பயப்பட வேண்டாம்னு சொல்லும்மா. எப்பொழுது சொன்னார்?" என்று தற்செயலாகக் கேட்பதுபோல் கேட்டார் அனந்தசாமி.

"நேத்து டிபன் சாப்பிடறப்ப."

"டொக்கியின் வீட்டில் அவர் இருந்தபொழுதுதான் பங்காரு வந்தான். ரங்கன் அவனைத் திருப்பி அனுப்பினான்.

உள்ளே வந்து உடனே வெளியே கால் வைத்த தன்னைப் பார்த்திருப்பானோ, அதைக் காசியிடம் சொல்லியிருப்பானோ என்ற சந்தேகத்தில் 'எப்பொழுது' என்று கேட்டு வைத்தார். அவர், தம்மைக் கண்டு பயப்படுவதாக நேற்று சாயங்காலம் சொன்னானாம் அவன். பங்காரு தன்னைப் பார்த்தானா, இல்லையா என்ற சந்தேகம் தீராமலே நின்றது. விடைபெற்றுக் கொண்டு வெளியே வந்தார் அவர்.

O O O

வந்தவர் மந்தைவெளியை நோக்கி நடந்தார். டொக்கி வீட்டினுள்ளே அனந்தசாமி நுழைந்து படுக்கையில் உட்கார்ந்திருந்த தாயாருக்கு மருந்தைக் கொடுத்தார். டொக்கி, அவள் தகப்பனார் – இருவருமே வீட்டில் இல்லை. டொக்கியை அழைத்துக்கொண்டு நட்டுவனார் வீட்டுக்குப் போயிருந்தாராம் ராஜாங்கமய்யர். ரங்கன் பிற்பகல் வந்துவிட்டுப் போனானாம்.

வேறு யாரோ பையன் உட்கார்ந்து கொண்டிருந்தார். அந்த அம்மாளுக்கு ஒன்றுவிட்ட அத்தையின் பிள்ளையாம். உடல்நிலை சரியில்லாத அம்மங்காளைப் பார்த்துப் போக மண்ணடியிலிருந்து வந்திருந்தானாம்.

"ரங்கனை ஜாக்கிரதையாகப் பார்த்துக் கொள்ளுங்கள்" என்று மீண்டும் அவர் காதில் கேட்டது. அவன் விலாசம்கூடக் கொடுத்திருந்தான். மந்தைவெளியிலிருந்து செயிண்ட் மேரி சாலையோடு நடந்து போனால் மேற்குக் கோடிக்குத் தெற்கே எழுந்துள்ள புது வீடுகளில் ஒன்றாம் அவன் வீடு. அவன் தகப்பனார் கட்டியிருக்கிறாராம். வீட்டை விசாரித்துக் கண்டு பிடிக்கவே முக்கால் மணி நேரம் கழிந்தது. எல்லாம் புதிய வீடுகள்; புதுப்புது மோஸ்தரில் கட்டியிருந்த வீடுகள். மனை

விற்கும் நிலையில் அறுபதாயிரம் லட்சத்துக்கு மேல் பெறும் வீடுகள். ரங்கன் நல்ல வசதியுள்ளவன் என்று தான் தோன்றியது.

காசிலிங்கத்தின் வீட்டைப்போல் அவ்வளவு பெரியதில்லை. அதில் பாதி இருக்கும். கேட்டிலிருந்து வாசல் முகப்பை அடையக்கூட அந்த வீட்டு நடையில் பாதிக்குக் குறைவாகவே இருந்தது. வாசலில் ஓர் அம்மாள் – ரங்கன் தாயார் போலிருந்தது – படிக்கட்டிலேயே உட்கார்ந்திருந்தாள்.

"ரங்கன் இருக்கிறாரா?"

"யாரு?"

"ரங்கன் சார் இருக்கிறாரா?"

"நீங்க யார்?"

"இல்லையா?"

"நீங்க யாரு?"

"அவர் சிநேகிதன்."

"எங்கேயிருந்து வருகிறீர்களோ?"

"ராயப்பேட்டையிலிருந்து."

"என்ன விசேஷம்?"

"சும்மாத்தான் பார்க்கணும்."

"கடை விஷயமாகவா?"

"இல்லை, இல்லை. சாதாரணமாகத்தான். அவர் இல்லையா?"

"என்ன விசேஷம்னு சொல்லப்படாதோ?"

"சாதாரணமாத்தாம்மா, சிநேகிதர்களைப் பார்க்கிற ஆசைதான்."

"நீங்க முன்னாலே இங்கே வந்ததே இல்லையேன்னு சொன்னேன்."

"புதிதுதான்."

"அதுதானே பார்த்தேன்."

அவன் இருக்கிறானா இல்லையா என்ற செய்தி இன்னும் கிடைக்கவில்லை. இலேசில் வாங்க முடியாது போலிருந்தது. அவர் அனுபவப்பட்ட சில பெரிய மனிதர் வீட்டுப் பெண் பிள்ளைகளின் நினைவு வந்தது அவருக்கு. வாசலிலிருந்து

அருகே வரும் வரை முகத்தில் எந்த உணர்ச்சியுமில்லாமல் பார்த்துக்கொண்டிருப்பார்கள். சிரித்தால்கூடப் பதிலுக்குப் புன் சிரிப்புக்கூட வராது. அவர் இருக்கிறாரா என்று இரண்டு தடவை கேட்ட பிறகு தெரியாதே அல்லது இல்லையே என்ற பதில் வரும். அவ்வளவு மோசமாக இல்லை இது. இந்த அம்மாள் வாய் வார்த்தையாகப் பேசவாவது வருகிறாள்... ஆனால் ரங்கன் இருக்கிறானா இல்லையா?

"உங்களுக்கு மெட்ராஸ்தானோ?" என்றாள் கிழவி. வயதான சரீரம். வயது கிட்டத்தட்ட ஐம்பத்தைந்து அறுபதிருக்கும். காதில் சிவப்பு ஓலை. மேலெல்லாம் நகைகள். நீண்ட முகம். கூந்தல் சின்னக் கொழிஞ்சிப் பிஞ்சு அளவுக்கு உரிய இடத்துக்கு மூன்று அங்குலம் மேலே முடிந்திருந்தது.

"மெட்ராஸ்தான்."

"எப்ப இருந்து பழக்கம் ரங்கனை?"

"கொஞ்ச நாட்களாக."

"என்ன பண்ணிண்டிருக்கிறீர்கள்?"

"வைத்தியம்."

"வைத்தியமா? நாட்டு வைத்தியமா..?"

"எல்லாம்தான்."

"ரங்கன் மருந்து கிருந்து சாப்பிடரானோ?"

"அதெல்லாம் இல்லை."

"அலையா அலையறான், வாயிலே ஈ பூந்தது தெரியாமே. உஷ்ணமாப்போய் விடும்டான்னு சொன்னா கேட்டாத்தானே! ம்... உங்ககிட்டேதான் மருந்து சாப்பிடலேங்கிறேளே."

அவரைப் பார்த்ததிலிருந்து அப்பால் இப்பால் திரும்ப வில்லை அம்மாள். அவரையே உச்சந்தலையிலிருந்து கால் வரையில் துருவித் துருவிப் பார்த்துக் கொண்டிருந்தாள்.

"அவர் வந்தால் சொல்லுங்கள். அனந்தசாமி வந்தான் என்று."

"யாருன்னு சொல்றது?"

"அனந்தசாமின்னு."

"சித்தே இருங்கோ. உள்ளே இருக்கானான்னு பார்த்துட்டு வரேன்" என்று எழுந்தாள் அம்மாள்.

"இருக்கிறாரா?" என்று ஆச்சரியத்துடன் கேட்டார் அவர்.

"அதுதான் பார்த்துட்டு வரேன்" என்று உள்ளே போனாள் கிழவி.

"ஒரு நிமிஷத்துக்கெல்லாம் தேங்காய்ப் பூத்துவாலையை இடையில் கட்டி, குளித்துத் துவட்டிய தலையில் மயிர் முன்னால் விழ அவசரம் அவசரமாக ஓடிவந்தான் ரங்கன்.

"அடெடெ நீங்களா! வாருங்கள் வாருங்கள்! உட்காரக் கூடாதோ? இப்பொழுதுதான் வருகிறீர்களா? போன் பண்ணினால் நான் ஓடிவந்திருப்பேனே. வாருங்கள்" என்று சந்தோஷமிகுதியில் படபடத்துக் கொண்டே அவரை அழைத்துக் கொண்டு மாடிக்குப் போனான். ஓர் அறையில் சோபாவில் உட்கார வைத்தான்.

"இருங்கள். இதோ வந்து விடுகிறேன்" என்று வெளியே போனான்.

அனந்தசாமியின் தீர்மானமெல்லாம் கழன்று விடும் போலிருந்தது. அவனை என்னென்னவோ பட்டவர்த்தனமாகக் கேட்கவேண்டும் என்று துணிந்தவருக்கு அவனுடைய சந்தோஷத்தையும், உபசாரத்தையும் பார்க்கும் பொழுது, வாய்விட்டுத் தமக்குப் பேச முடியுமா என்ற சந்தேகம் வந்துவிட்டது. புருவ மத்தியை விரலால் கிள்ளியவாறு உட்கார்ந்திருந்தார்.

சீக்கிரமே வந்து விட்டான் ரங்கன், வேஷ்டியும் ஜிப்பாவுமாக. இலேசாக சந்தன வாசனை கமழ்ந்தது. ஆள் அழகாகத்தான் இருக்கிறான். கையில் கொண்டு வந்த சர்பத்தை அவரிடம் நீட்டினான். உட்கார்ந்து விட்டான்.

"எங்கிருந்து வருகிறீர்கள்?"

"அங்கிருந்துதான்."

"ராஜாங்கமய்யர் வீட்டிலிருந்தா?"

"ஆமாம்."

"நான் மத்தியானம் போய் வந்தேன். மறுபடியும் போகப் போகிறேன்."

"நான் அவரைப் பார்க்கவில்லை. நட்டுவனார் வீட்டுக்குப் போயிருக்கிறாராம் பெண்ணோடு."

"ஓகோ... அப்பாவோடுதானே போயிருக்கிறாள்?"

"அந்த அம்மாள் அப்படித்தான் சொன்னாள்!"

அன்பே ஆரமுதே

"அப்படியென்றால்?"

"நான் அவர்கள் போனதைப் பார்க்கவில்லை. அந்த அம்மா சொன்னதைச் சொல்கிறேன்."

ரங்கன் சிரித்தான். "நீங்கள் உள்ளதை உள்ளபடி சொல்கிறீர்கள்... எனக்கு உடனே கிலி பிடித்து விடுகிறது. ம்... அந்த அம்மாள் வேறு ஒன்றும் சொல்லவில்லையா?"

"இல்லை. வேறு யாரோ உறவுக்காரப் பையன் வந்து பேசிக் கொண்டிருந்தான். நான் வந்துவிட்டேன்."

"உறவுக்கார பையனா? யாரு?"

"அத்தை பிள்ளையாம். மண்ணடியில் இருக்கிறானாம்."

"கறுப்பாக, ரோல்ட் கோல்ட் ப்ரேம் போட்ட மூக்குக் கண்ணாடி போட்டிருப்பானே முழுக்கைச் சட்டையோடு."

"அவன்தான்."

ரங்கன் புன்சிரிப்புச் சிரித்தான்.

"என்ன?" என்றார் அனந்தசாமி.

"அவனை ஐந்தாறு நாட்களுக்கு முன்னால் அருண்குமார் வீட்டில் பார்த்தேன். அதற்கு முன்னால் இரண்டு தடவை டொக்கி வீட்டில் அவனைப் பார்த்திருக்கிறேன்."

"அதனால் என்ன?"

"ஒன்றுமில்லை. நீங்கள் கொடுத்த புத்தகத்தை வாசித்து முடித்துவிட்டேன். அதோ இருக்கிறது பாருங்கள்."

அனந்தசாமி மேஜையைப் பார்த்தார்.

"அதற்குள்ளாகவா?"

"முந்நூறு பக்கம்தானே? ராத்திரி மூன்று மணிக்கு முடித்து விட்டேன்."

"எப்படியிருந்தது?"

"உங்கள் மாதிரியிருந்தது."

"என்ன?"

"நல்ல சமயத்துக்கு வந்தது என்கிறேன்..."

"எப்படி?"

தி. ஜானகிராமன்

“நான் நேற்றுப் பகலிலிருந்து சந்தேகத்திலும் சஞ்சலத்திலும் உழன்று கொண்டிருந்தேன். இப்பொழுது எல்லாவற்றையும் தீர்த்து விட்டது.”

“என்ன சந்தேகம்? என்ன சஞ்சலம்?”

அப்பாவும் அம்மாவும் எனக்குக் கலியாணத்தைப் பண்ணிவிடவேண்டும் என்று துடிக்கிறார்கள். அப்பா, இதோடு வந்திருக்கிற பெண்களின் ஜாதகங்களுக்கு ஒரு தனி ‘பைலே’ திறந்து விட்டார். ஜாதகங்கள் நூறு எண்ணிக்கையைத் தாண்டிவிட்டது. நான் வேண்டாம் வேண்டாம் என்று சொல்லிக் கொண்டு வந்தேன். ஒரு மாசத்துக்கு முன்னால் டொக்கியைத்தான் கல்யாணம் செய்து கொள்வது என்று முடிவு செய்துவிட்டேன். நேற்று அந்தச் செய்தியைக் கேட்டதும் ஓங்கி மண்டையில் அடித்தாற்போலிருந்தது. அதிர்ந்து போய் விட்டேன். ஆனால் ராத்திரி இந்தப் புத்தகத்தைப் படித்த பிறகு என்னுடைய முடிவு உறுதிப்பட்டு விட்டது.

அதைக் கேட்டதும் அனந்தசாமிக்கு அவன் நேற்று அடைந்த அதிர்ச்சியிலும் பெரிய அதிர்ச்சி ஒன்று மார்பின் மீது முட்டிற்று. இடிந்து போனாற்போல் ஒரு நிமிஷம் உட்கார்ந்து விட்டார் அனந்தசாமி.

# 30

ரங்கன் இந்த மாதிரி ஒரு முடிவுக்கு வருவான் என்று அவர் எதிர்பார்க்கவில்லை. 'இதுதான் நீ ரங்கனைப் பார்த்துக் கொள்கிற அழகா' என்று யாரோ கேட்பது போல் இருந்தது அவருக்கு. ஒன்றும் புரியாமல் சிறிது நேரம் உட்கார்ந்திருந்தார். அவருடைய கலவரத்தை மறைக்கக்கூட முடியவில்லை. அந்த நிரந்தரப் புன்னகையால் உதடு விரிந்திருந்தது. ஆனால் புன்னகைக்குப் பதில் திடீரென்று ஏமாந்தவர்களின் கையாலாகாத்தனந்தான் அதில் அமர்ந்திருந்தது.

சற்று மௌனமாக இருந்துவிட்டுக் கேட்டார் அவர், "நீங்கள் உங்கள் தாயார், தகப்பனாருக்கு முதல் பிள்ளையா?" என்று.

"ஏன்?"

"சும்மாத்தான் கேட்கிறேன்."

"முதல் பிள்ளை, நடுப்பிள்ளை, கடைசிப் பிள்ளை, பெண்கள் எல்லாம் நான்தான். ஏக புத்திரன், 'அருமந்த புத்திரன்'" என்று ரங்கன் சிரித்தான்.

"அப்படியானால் உங்கள் அப்பா... அம்மா ரொம்ப மனசு கஷ்டப்படுவார்களே! நாலைந்து குழந்தைகள் இருந்தாலும் சட்டை செய்யாமல் இருக்க முடியும். ஒரே பிள்ளை இப்படிப் போனால்..?"

"ஏதோ சுகத்துக்காகவும், நிம்மதிக்காகவும் கலியாணம் செய்து கொள்கிறோம். கலியாணம்

செய்துகொள்ளப் போகிறது நான். அப்பா அம்மா இல்லை. மனசு கஷ்டம் என்று சொல்லும் பொழுது நான் மனசு கஷ்டப்பட்டுத்தான் இந்த முடிவுக்கு வந்தேன்."

"காதல் என்று சொல்கிறார்களே, அதனால் இல்லையாக்கும்?"

"முழுக்க முழுக்க அதனால்தான்... மனசு கஷ்டப்பட்டதற்கும் அதுதான் காரணம். மனசுக்கு முதலில் கஷ்டமாக இருந்தது. சகஜந்தானே? ஆனால் உங்கள் புஸ்தகம், நீங்கள் – இரண்டையும் வாசித்தபிறகு என் கஷ்டம் போய்விட்டது. அப்பா அம்மாவின் மனசு கஷ்டத்தைப் பற்றித்தான் நான் பதில் சொல்லிவிட்டேன். செடியிலிருந்து பறித்த புஷ்பம் இல்லை என்று தெரிந்தால் தானே கஷ்டப்படப் போகிறார்கள்? அவர்களுக்குத் தெரியாமல் வைத்துக் கொண்டால் போச்சு."

"அது ஏமாற்றில் சேராதா?"

"ஏமாற்றுத்தான். தர்மா தர்மங்களை இப்படி மயிரிழையாகப் பிரித்துப் பிரித்து விசாரம் செய்துகொண்டே போனால் கிருஷ்ண பரமாத்மா, ஏசுநாதர், உங்கள் சித்தார்த்தர் எல்லோரும் கபட புருஷர்களாக ஆகிவிடுவார்கள். ஒன்றுமே நடக்காது எல்லாவற்றுக்கும் கடைசி நியாயம் ஆத்ம திருப்தி ஒன்றுதான். இந்த முக்கியமான விஷயத்தைக் கடைசியில் போட்டுத் தொலைத்திருக்கிறார்கள் நம் நாட்டில் தர்ம சாஸ்ரம் எழுதினவர்கள். வேதம் சாஸ்திரம், பெரியவர்களின் ஆசாரம் ஒன்றும் அனுமதிக்காவிட்டால் ஆத்மதிருப்தி என்று கடைசித் துரும்பாக இதை வைத்திருக்கிறார்கள். கடைசித் துரும்பாக இருக்கிற பல்லும் நியாயமும் பல சமயங்களில் மற்ற எதற்கும் இருப்பதில்லை" என்று மேஜை மீதிருந்த வெள்ளிக் குமிழ்கள் கொண்ட கண்ணாடிக் குண்டுக் காகித பாரத்தைச் சுற்றிக் கொண்டே சொன்னான் ரங்கன்.

அவரை நேரிட்டுப் பார்த்து பேசவில்லை. கண்ணாடி குண்டைப் பார்த்தவாறு, தன் எண்ணங்களை அதில் பார்த்துச் சொல்வது போலப் பேசிக்கொண்டிருந்தான் அவன். சொற்பொழிவு மாதிரி இருந்தது. அதே சமயம் வாய்விட்டுச் சிந்திப்பது போலவும் இருந்தது. எதற்கும் இலேசில் கட்டுப்பட மாட்டான் போலிருகிறதே என்று அனந்தசாமிக்குச் சந்தேகம் வந்துவிட்டது. அவனுடைய வாதம் அப்படித் தவறாகவும் இல்லை. புத்தர்கூடத் தமக்கு எது சரியென்று படுகிறதோ அதையே செய்யென்று தான் சொன்னார். ஆனால் சுயநலக்காரர் களுக்கும், கட்டுப்படாதவர்களுக்கும் இது எவ்வளவு அழகாகப் பயன்படுகிறது! எந்தச் சிரமமும் படாமல் பெற்ற இலவச டிக்கட்டு மாதிரியல்லவா பயன்படுகிறது.

சந்திரா என்ற ஒரு பெண்ணையே மறந்து விட்டீர்களா என்று கேட்க ஒரு கணம் துடித்தார் அவர். ஆனால் இவன் அதற்கும் சமாதானம் வகையாகச் சொல்லி விடுவான் என்றுதான் தோன்றியது. எதையாவது சொல்லி எல்லா வழிகளையும் அடைத்து விடுவானோ என்ற அச்சம் அவர் துடிப்பை அடக்கி விட்டது.

"என் முடிவு சரியாகப்படவில்லையோ உங்களுக்கு?" என்று கண்ணாடியைப் பார்த்துக்கொண்டே புன்முறுவலுடன் கேட்டான் அவன்.

"என் அபிப்பிராயத்தைப் பற்றி இப்பொழுது என்ன? ஆத்ம திருப்தி என்றுதான் நீங்கள் ஆணி அடித்தாற்போல் சமாதானம் சொல்லி விட்டீர்களே..?"

"சமாதானமாகத்தான் படுகிறதாக்கும் அதுவும்?" என்று சொல்லிக் கொண்டே ரங்கன் எழுந்தான். "வெளியில் புறப்படுவோமா?" என்றான்.

"ம்."

"ஜோலி வேறு ஒன்றும் இல்லையே?"

"இல்லை."

பிறகு வீட்டையெல்லாம் அழைத்துக்கொண்டு காண்பித்தான் அவன். தாயாரிடம் அறிமுகம் செய்து வைத்தான். வைத்தியர் சன்யாசி என்று. "அவளிடம் இதைப் பற்றி பிரஸ்தாபிக்க வேண்டாம்" என்று ஆங்கிலத்தில் கேட்டுக் கொண்டான்.

"ஒண்ணும் வித்தியாசமா நினைச்சுக்காதிங்கோ. ஏதாவது வேலையாயிருப்பான். யாராவது அநாவசியமா வந்து தொந்தரை பண்ணுவா. அதுக்காகத்தான் யாரு என்னன்னு கேட்டுப்பேன். யாராவது வந்தால் வேறு ஒன்றுமில்லை" என்று சமாதானம் சொன்னாள் கிழவி.

"பரவாயில்லை."

"ஏம்மா இவரையும் வாசல்லே நிறுத்தி வைச்சுக் குறுக்கு விசாரணை பண்ணினியா?"

"நான் யாருன்னுடா கண்டேன்?"

"அம்மா விசாரணைக்கு ஆரம்பிச்சா படி ஏற விடமாட்டாள். உட்காரச் சொல்லமாட்டாள்... எனக்குப் பல சமயம் அது சௌகர்யமாயிருக்கு" என்ற கடைசி வாக்கியத்தை ஆங்கிலத்தில் சொன்னான் ரங்கன்.

தி. ஜானகிராமன்

இருவரும் வெளியில் வந்தார்கள்... மனத்துக்குள் ஒத்துப் பேசிக்கொண்டதுபோல் மந்தவெளியை நோக்கித்தான் நடந்தார்கள். டொக்கியின் வீட்டுச் சந்திலே திரும்பினார்கள். அப்பொழுது நன்றாக இருட்டி விட்டது.

வாசல் திண்ணையில் நின்றுகொண்டிருந்தார் ராஜாங்கமய்யர்.

"வாங்கோ" என்று வரவேற்றார்.

உள்ளே போனதும் போகாததுமாக இடையிலே நிறுத்தி, "நீங்கள் சொன்னாற் போலவே செய்து விட்டேன். இப்பத்தான் பத்து நிமிஷம் இருக்கும், அருண்குமாரிடமிருந்து கார் வந்தது. வரமுடியாது என்று போகச் சொல்லி விட்டேன்" என்றார்.

"நேத்திக்கி அத்தனை பாட்டுப் பாடி போகச் சொல்லி யிருக்கேன். மறுபடியும் வந்து விட்டானா?" என்று திகைத்து விட்டான் ரங்கன். "நீங்கள் இங்கே இருங்கள்... நான் வந்து விடுகிறேன்" என்று உடனே வாசலில் இறங்கிப் போய் விட்டான்.

அனந்தசாமி சமைந்து போய் நின்றார். ராஜாங்கம் விழித்தார். சமையலறையில் நின்று இதைப் பார்த்துக் கொண்டிருந்த டொக்கி, "எங்கே போகிறார் மாமா ரங்கன்?" என்று கேட்டாள்.

"தெரியலையே."

"டொக்கி!" என்று எதிர் அறையிலிருந்து குரல் கேட்டது.

"ஏம்மா?" என்று உள்ளே போய் வந்த டொக்கி, "மாமா, உங்களை அம்மா கூப்பிடுகிறாள்" என்றாள் அனந்தசாமியிடம்.

அனந்தசாமி உள்ளே போனதும் "நாளைக்கு ஊருக்குப் போகிறார் அவர். நீங்கதான் குழந்தையைப் பார்த்துக்கணும்" என்றாள்.

"நீங்க ஒன்றும் கவலைப்படாதீங்க" என்று தைரியம் சொன்னார் அவர்.

அவளே அரைமணி பேசிக் கொண்டிருந்தாள். டொக்கியின் சிறுவயது படிப்பு, திறமை, குழந்தைத் தன்மை எல்லாவற்றையும் பற்றித்தான். அவள் எப்படியாவது நன்றாக இருந்தால் போதும். அதுதான் அவருடைய ஆசையாம் இல்லாவிட்டால் இப்படி வயதுக் காலத்தில் பிரிந்திருக்க அவர் சம்மதித்திருக்க மாட்டார். குழந்தையிடம் அவ்வளவு ஆசை அவருக்கு.

எல்லாவற்றையும் கேட்டுக் கொண்டிருந்தார் அனந்தசாமி. பிறகு எல்லாரோடும் ஊர்க் கதைகளெல்லாம் பேசினார். புத்தர் கதைகளில் நாலைந்தைச் சொன்னார்.

ஒன்பதரை மணி அடித்தது. ரங்கன் வரவில்லை. விடை பெற்றுக்கொண்டு வெளியே நடந்தார்.

○ ○ ○

மறுநாள் பிற்பகல் நாலு மணியிருக்கும். அருண்குமார் வீட்டுக்குப் போன பொழுது வழக்கத்துக்கு மாறாக அவன் வீட்டில் இருந்தான்.

அனந்தசாமி வாசல்படி ஏறியதும், "தம்பிகூட உங்களைப் பார்க்கணும்னு சொல்லிட்டிருந்திச்சி" என்றான் பங்காரு.

"குழந்தையா ?"

"இல்லீங்க, தம்பி... உள்ளேயிருக்கு. வாங்க" என்று அழைத்துக் கொண்டு போனான். சுழலும் நாற்காலியில் உட்கார்ந்து எதிரே ஒரு ஸ்டூல்மீது காலைப்போட்டு எதையோ தினசரித் தாளில் வாசித்துக் கொண்டிருந்த காசிலிங்கம் "வாங்க, வாங்க" என்று எழுந்து உபசாரம் செய்தான். அவரை உட்காரச் சொன்னான்.

"குழந்தையைப் பார்த்தாச்சுங்களா ?" என்று கேட்டான்.

"இல்லையே. இனிமேல்தான் குழந்தையைப் பார்க்கணும்."

"மரத்துப் போயிருந்த கால் வலி கண்டிருக்காம் குழந்தைக்கு. அது நல்ல குறிதான்னு சொல்லிச்சாம் சாமி. எனக்கு என்ன சொல்றதுன்னே புரியலெ. சாமி கையிலே ஒப்படைச்சாச்சு. சாமி என்ன பண்ணினாலும் சரி. சாமியைத்தான் நம்பியிருக்கேன்" என்றான் காசிலிங்கம்.

"எந்த சாமியை ? இந்தச் சாமியையா ? பெரிய சாமியையா ?" என்று இலேசாக முகத்தையும் புருவத்தையும் மேலே உயர்த்தினார் அனந்தசாமி.

"எனக்கு ரண்டு சாமியும் ஒண்ணுதான்...

"அப்படியா ?"

"சாமிதான் கண்ணுக்குத் தெரிய மாட்டாருங்களே இந்த மாதிரிதானே தெரியும் ?"

"இந்தச் சாமிகிட்டே அவ்வளவு நம்பிக்கையா உங்களுக்கு ?" என்று கேட்டுச் சிரித்தார் அனந்தசாமி.

"நீங்க சிரிக்கலாம். ஆனால் நிசம்மாவே உங்களை நம்பித்தான் இருக்கேன்" என்றான் அருண்குமார்.

"சாமியெல்லாம் ரொம்பச் சோதனை பண்ணுமே.. ?" என்றார் அனந்தசாமி.

"பண்ணட்டுமே. தாங்கிக்கிடறது" என்று அவனும் சிரித்தான்.

"நான் ஒன்றும் சோதனை பண்ணி விடவில்லை. உங்களைப் பார்க்க வேண்டுமென்றிருந்தேன் நேற்றிரவிலிருந்து."

"என்ன சங்கதி?"

"நேற்று ராத்திரி ரங்கன் இங்கே வந்தானா?"

"வந்தாரு. நீங்கள் கேட்கிறதைப் பார்த்தா அவரை நல்லாத் தெரியும் போலிருக்கே உங்களுக்கு?"

"நன்றாகப் பழக்கமாகி விட்டார். இப்பொழுது... நேற்று இங்கே வந்து ஏதாவது சொன்னாரோ?"

"எதைப் பற்றி?"

"அதைத் தெரிந்து கொள்ளத்தானே நான் கேட்கிறேன்."

"த்ஸ... என்னென்னமோ சொன்னாரு. அதெல்லாம் சாமிக்கு என்னத்துக்கு...?"

"இந்த மனுஷ சாமிதானே. தெரிந்துகொள்ளலாம். இதைத் தெரிந்துகொள்கிறது உங்களுக்குத் தாங்க முடியாத சோதனையாக இருக்குமோ?"

காசிலிங்கம் கூனிக் குறுகி நாற்காலியில் நகர்ந்து கொடுத்தான்.

இந்த மாதிரி சமாசாரமெல்லாம் நாக்கிலே பல்லைப் போட்டுப் பேசலாமா சாமிகிட்டே?... ஏன் இப்படிக் குறிப்பாகக் கேட்கிறீங்க?"

"மந்தைவெளியிலே இருக்கிறதே ஒரு பெண் அது விஷயமாகத்தானே பேசினான் ரங்கன்?"

"ஆமாம்" என்று தலையைக் குனிந்து கொண்டான் காசிலிங்கம்.

"என்ன பேசினான்?"

காசி பதிலே பேசவில்லை. நாற்காலிச் சட்டத்தை நகத்தால் கீறிக் கொண்டே உட்கார்ந்திருந்தான். ஒரு நிமிஷம் இரண்டு நிமிஷம் ஆயிற்று. வாயைத் திறக்கவில்லை. அதிகமாக நேரம் கொடுத்தால் பிடிவாதம் அதிகமாகி, எதையும் சொல்வதை நிறுத்தி விடுவான் என்று பயந்தார் அனந்தசாமி.

"என்னிடம் சொல்லுங்கள். பாதகமில்லை. நான் தெரிந்து கொள்வது உங்கள் நன்மைக்குத்தான். உங்கள் மனைவி, குழந்தை, குடும்பம் எல்லோருடைய நன்மைக்கும் தான்"

அன்பே ஆரமுதே

என்று சட சடவென்று சொன்னார் அனந்தசாமி. இப்படிப் பாபத்துக்கும் குடும்ப நலத்துக்கும் மூட்டுப் போட்டுக் கேட்பது பயமுறுத்துகிறாற்போல் தான். மூட நம்பிக்கை என்று சொல்லப்படுகிற ஏதோ ஒன்றைப் பயன்படுத்திப் பயமுறுத்துவது அவருக்குக் கண்யக் குறைவாக இருக்குமோ என்று தோன்றியது. ஆனால் அவருடைய மனசு சும்மா இருக்கவில்லை. இருக்கின்ற துடிப்பில் சட்டென்று சொல்லி விட்டது.

"சாமிக்கு எல்லாம் தெரியும் போலிருக்கு" என்றான் காசி தலைநிமிராமல்.

"ரங்கன் நேற்று வந்து விட்டுப் போனதற்கு முன்னால் நடந்ததெல்லாம் தெரியும். அதற்கு முந்திய நாட்களில் நடந்ததும் தெரியும். நேற்று ரங்கன் இங்கு வந்து என்ன பேசிக் கொண்டிருந்தான் என்பது தெரியாது."

"அவருக்கு என் மேலே ரொம்பக் கோபம். ரொம்ப வெறுப் பாகப் பேசினாரு. நான் அவரிடம் கோவிச்சுக்க கீச்சுக்க இல்லை."

"கோபம் வர வேண்டியது அவருக்குத்தானே?"

"அது சரிங்க. ஆனா இதுக்கெல்லாம் கோவிச்சுக்கிறது ஒண்ணும் புண்ணியமில்லாத சமாசாரம்."

அவருக்குத் தூக்கிவாரிப் போட்டது.

அனந்தசாமி கண் கொட்டாமல் ஒரு நாலு விநாடி அவனைப் பார்த்தார். அவன் முகத்தை திருப்பிக்கொண்டு "நான் சொல்றது சாமிக்கு ஒப்புதலா இல்லை போலிருக்கு" என்றான்.

"புரியவேயில்லை. அப்புறமல்லவா ஒப்புக் கொள்ள வேண்டும்?"

"அப்படிப் புரியாத பெரிய விஷயமில்லீங்க இது..?" யார் யார்கிட்ட எப்படி அழறது, எப்படிப் பேசறது இதிலெல்லாம் சிலவங்களை யாரும் 'பீட்' அடிக்க முடியாது எப்படி அளுது கண்ணீர் விட்டா காரியம் நடக்கும், யார் யார்கிட்ட எந்த எந்த விஷயங்களை யெல்லாம் பேசப்படாது எதைப் பத்தியெல்லாம் பேசப்படாது இதெல்லாம் இவங்களுக்குத் தலைகீழ்ப் பாடம் சாமி பெரிய சாமியையே பார்த்துக்கிட்டு இருக்கிறவங்க. நான் சொல்றேன்று வித்தியாசமா நெனச்சுக்கப்படாது. சாமி உலகத்தை எங்க மாதிரி பார்த்ததில்லேன்னுதான் நான் சொல்லுவேன். தலைக் கிறுக்கா சொல்றேன்னு நெனச்சுக்கப்படாது. எனக்கு அப்படித்தான் மனசிலே பட்டது... சொன்னேன்."

அனந்தசாமி உரக்கவே சிரித்து விட்டார்.

"என்ன, சிரிக்கிறீங்களே?"

"இல்லே, ஒவ்வொருவரையும் பார்க்கும் பொழுது புதிது புதிதாக ஏதாவது அவிழ்ந்து கொண்டேயிருக்கிறது. அதுதான் சிரிப்பு வந்தது."

"இதிலே ஒண்ணும் புதிசு இல்லீங்களே? சாமிக்குப் புதிசா இருக்கோ என்னவோ... எத்தனை பளக்கமாயிருந்தாலும் யாராவது பெத்த பெண்ணை யாரோ மகாபலிபுரத்துக்குக் கூப்பிடறான், தாராசுரத்துக்குக் கூப்பிடறான்னா அழைச்சிட்டுப் போங்கன்னு விட்டுடுவாங்களா? நான்தான் ஒத்திகைக்குக் கூப்பிட்டேன்னா விட்டுடுவாங்களா?" அவங்களுக்குக் காரியம் ஆக வேண்டியதுதான் பெரிசு. அவரு என்னமோ பெரிசா செஞ்சிடப் போறாருன்னு அவரோட அனுப்பிச்சாங்க. நானும் என்னமோ பெரிசாச் செஞ்சிடப் போறேன்னுதான் அனுப்பிச்சிருப்பாங்க."

"நேற்று அவர்கள் மறுத்ததை மறந்து விட்டீர்கள் போலிருக்கிறது..."

"மறக்கலே. ரங்கன்தான் அதுக்குக் காரணம். அவர் தான் நேற்று ஒரு பாட்டம் காஞ்சிட்டுப் போனாரே."

"நான் சொல்வதைச் சொல்லிவிடுகிறேன். ஒரு தகாத காரியத்தைச் செய்துவிட்டு அதைப் பற்றி இவ்வளவு சர்வ சாதாரணமாக, இப்படிச் செய்து விட்டோமே என்ற ஒரு சின்ன வருத்தம்கூட இல்லாமல் பேசுகிறதைப் பார்த்தால் எனக்கு இந்த மனுஷ்ய லோகத்தில் வாழ்கிறோமா என்று கூடச் சந்தேகம் வந்து விடுகிறது' என்று அனந்தசாமி மெதுவாகச் சொன்னார். அவர் கண் நெருப்பு நீலமாக முற்றிக் கனிவது போல ஜொலித்தது.

காசி அவரை ஏறிட்டு ஒரு தடவை பார்த்தான். மறுகணம் பார்வையைத் தாங்கிக்கொள்ள முடியாமல் அவன் கண் விழுந்து விட்டது. உதடும் கன்னச்சதையும் ஒரு தடவை கோணிக் கொண்டன. உதட்டைக் கடித்துக் கொண்டான். சொன்னான்.

"சாமிகிட்டே எதையும் மறைக்கணும்னு தோணலெ எனக்கு. என்னாலே மறைக்கவும் முடியாது போலிருக்கு. தகாத காரியம் பண்றோம்னு தெரியாமலில்லை எனக்கு. முதல்லே இரண்டு மூணு தடவை பண்றபோது அப்படி இருந்தது. வரவர மனசு காச்சுப் போச்சு. இப்ப கணக்குப் பண்ண முடியாத அளவுக்குத் தப்பெல்லாம் பண்ணிட்டேன். பண்ணிக்கிட்டும் வர்றேன். நம்மையே நாம் அடக்கிப் பளகாததினாலே அடாபிடி

பண்ண நல்லாத் துணிஞ்சு போயிருச்சு. பணமும் பேரும் நாம் வாண்டாம்னாலும் வந்துகிட்டேயிருக்கு. நான் என்ன செய்ய? கெட்டதுன்னு தெரிஞ்சே செய்யறேன். கட்டுப்படுத்திக்க முடியல்லெ. இதுக்கெல்லாம் நான் மட்டும் காரணமில்லே. அதையும் சொல்லிடறேன். இந்தப் படுமுட்டாளுங்களா இருக்காங்களே இந்த ஜனங்களுந்தான். என்கிட்ட என்னத்தைப் பெரிசாக் கண்டுட்டாங்கன்னே தெரியல்லே. முன்னெல்லாம் கோயில் கட்டறேன். கொளம் வெட்டறேன், கஞ்சி காச்சி ஊத்தறேன், அன்னதானம் பண்ணறேன்னு யாராவது ஒரு ஆத்மா கெளம்பினான்னா, அவங்க பணத்தை வாரிக்கொட்டுவாங்க. இப்பல்லாம் அப்படி யில்லீங்களே. என்மாதிரி கூத்தாடிக்குத்தானே கொண்டு கொட்டறாங்க. கலாட்டா பண்றவனுக்கு, தாம்தூம்னு ஆர்ப்பாட்டம் பண்றவனுக்கில்ல கொண்டு கொட்டறாங்க காசை! நிசமாச்சொல்றேன் இந்தக் கூத்தாடித் தொழிலிலேயே பெரிய பெரிய மேதாவிங்கல்லாம் இருக்காங்க, சும்மா அப்படி ஒரு கண்ணை அசைச்சு என்னென்னமோல்லாம் காட்டிடுவாங்க. அவுங்க இருக்கிற இடம் விளக்கேத்தி வெச்சுக் கண்டுபிடிக்க வேண்டியிருக்கு. வாடகை கொடுக்க முடியலே. தவிக்கிறாங்க மகா மகா அறிவாளிங்க. என் மாதிரி வெத்து வேட்டுக்கு இல்லே. சங்கீதம், புராணம் எல்லாம் படிச்சவங்க. என்கிட்ட என்னத்தைக் கண்டுது இந்த புத்தியில்லாத சனங்கன்னு எனக்குப் புரியலே. ஏதோ நல்ல காலம். நல்லா எல்லாத்தையும் பார்த்துப் போடுவோம்னு கிளம்பிட்டேன். அவ்வளவுதான். சாமி மாதிரி யாராவது பார்த்து நிறுத்தினாத்தான் உண்டு என்னை. ஏன்னு கேட்டால், எனக்குப் படிப்புக் கிடையாது. இருந்தாலும் நாடகம் கீடகம்ற எத்தினியோ பளங்கதையெல்லாம் கேட்டிருக்கேன். யயாதின்னு ஒரு மகாராஜா இருந்தானே, தான் பெத்த பிள்ளைகிட்டவே பாதி வயசை வாங்கிக்கிட்டு ஆயிரம் வருஷம் நல்லா அனுபவிச்சானாம். அப்புறமும் ஆசை தீரலையாம். கடாசியிலே மகனைக் கூப்பிட்டு, 'இதுக்கு முடிவே கிடையாது. திருப்பியும் நான் கிளவனாவே ஆயிடறேன்னானாம்' ரொம்ப நல்ல கதை. அவன் சும்மா காமெடியாச் சொல்லலீங்க. நெசமாகவே உணர்ந்து சொல்லியிருக்கிறான். அந்தமாதிரிதான். அவனாவது படிச்சவன். நல்ல சங்காத்தங்களெல்லாம் படைச்சவன். எனக்கு அந்த மாதிரி ஒரு பிள்ளை இருந்தா நான் என்ன சொல்லியிருப்பேன்? இன்னொரு பாதியும் தாடா, மகனேன்னு தான் சொல்லியிருப்பேன். என் படிப்புக்கு ஏத்த புத்திதானே எனக்கும் இருக்கும்? என்னை சாமியாப் பார்த்துக் காப்பாத்தினால்தான் உண்டு... நான் ரொம்ப அனுபவிச்சுச் சொல்றேன். ஆனால் தப்புன்னு தெரிஞ்சுக்கலேங்கறதை மாத்திரம் இன்னொருதரம் சொல்லப்படாது சாமி. நேத்து

ராத்திரி இன்னைக்குக் காலமே எல்லாம் இந்த யோசனைதான் எனக்கு. எத்தினியோ டாக்டருங்களெல்லாம் பார்த்தாங்க குழந்தையை. ஊசியாலே சல்லடைக் கண்ணாத் தொளைச்சாங்க. கேக்கலே. சாமி வந்தப்புறம் கால் வலிக்குதுங்கறான் பையன். கால் இருக்கிறதாக நெனப்பு வந்திருக்கு அவனுக்கு. அதைப் பார்த்தவுடனே தான் எனக்குத் தோணிச்சு. என்னடாது, இந்த மாதிரி பெரிய பெரிய ரகசியங்களெல்லாம் தெரிஞ் சவங்க இந்த மாதிரி காவித் துணியைக்கட்டி வேர்க்க வேர்க்க வெய்யில்லே அலையறாங்க. நாம பாட்டுக்கு இப்படிப் பன்னி மாதிரி சகதியிலே விளுந்து புரண்டுக்கிட்டுக் கெடக்கிறோம். நம்மை இப்படி மொய்க்கிறாங்களேன்னு தோணிச்சு. இந்த ஜனங்களை என்னன்னுங்க கணக்குப் பண்றது? தனித்தனியா விட்டுட்டா எல்லாரும் மனுஷனாத்தான் இருப்பான் போலிருக்கு; யோசிப்பான் போல் இருக்கு. கூட்டமா ஒரு இடத்திலே சேத்திட்டா என்ன என்னத்தையோ பார்த்துப் புத்தியை விட்டுப்பிடறாங்களே அத்தினி பேரும். எனக்கு கூடத் தனியா இருக்கிறப்ப என்னென்னமோ பெரிசாத்தோணுது. இதுங்களுக்கு முன்னாடி வந்து நின்ன எல்லாம் அமுங்கிப் போயிடுது. என்ன செய்யறதுன்னு புரியாம நான் நினைக்காதது, பிடிக்காதது எல்லாம் செய்யத் தொடங்கிப்பிடறேன். ரொம்ப அதிசயமாயிருக்குங்க" என்று கூறிக் கொண்டே சுவரைப் பார்த்தான் காசிலிங்கம்.

முகத்தைச் சிணுக்கியும், சிரித்தும் புன்முறுவலாகக் கேட்டுக் கொண்டேயிருந்தார் அனந்தசாமி. அவன் மேல் இருந்த கோபம் கூட வறண்டு விட்டாற் போலிருந்தது. இவ்வளவு தூரம் தன்னைத்தானே பார்த்துக் கொள்கிறவனா என்று அவருக்கு நம்ப முடியவில்லை. இவ்வளவு தூரம் யோசித்து வைத்தவன் தன்னை ஏதோ கழுத்தை நெட்டித் தள்ளிக் கொண்டு போகிறதாகவும் சாமியாகப் பார்த்துத்தான் காப்பாற்ற வேண்டும் என்று சொன்னதைக் கேட்கும் போதுதான் அவர் ஒன்றும் புரியாமல் தவித்தார். ஒருகணம் அப்படியே கிளம்பி ரிஷிகேசத்துக்கு ஓடிவிட வேண்டும் என்று துடித்தது அவர் உள்ளம்.

# 31

அனந்தசாமியின் எண்ணம் சுழன்று கொண்டிருக்கும் போது அருண்குமாரே தொடர்ந்து பேசினான்:

"சாமி யோசிக்கிறிங்க. கேட்ட கேள்விக்குப் பதில் சொல்லாமல், என்னென்னவோ அளந்துகிட்டுப் போனானேன்னு யோசிக்கிறாப் போல இருக்கு. என் மனசிலே நேத்தி ராத்திரி காலமே நடந்த கூத்தெல்லாம் சொல்லணும்னுதான் சொன்னேன். அதுக்கு முன்னாலே ரங்கன்கிட்டே கைமேலே அடிச்சும் வாக்குக் கொடுத்திட்டேன். இனிமேலே அந்தக் குடும்பத்தோட எந்தவிதமான போக்கும் வச்சுக்க மாட்டேன். அந்தத் தெருப்பக்கம், அவங்க இருக்கிற பக்கமே போக மாட்டேன்னு சொல்லிட்டேன்" என்றான் காசிலிங்கம்.

"பேஷ்!" அனந்தசாமிக்கு உடலெல்லாம் பூரித்தது. உரக்க வந்த 'பேஷைக் கேட்டுக் காசியின் முகம் புடம் போட்டாற் போலப் பொலிந்தது.

"சாமி என்னைக் கோவிச்சுக்கப்படாது. அதே நேரத்திலே ரங்கனையும் கொஞ்சம் ஜாக்கிரதை பண்ணி வைக்கணும். இந்தக் குடும்பத்திலே இந்தக் குஸுமாவைத் தவிர எனக்கு வேறு யாரையும் தெரியாது அவங்க அப்பா, அம்மா யாரையும் தெரியாது."

"குஸுமாவா?"

"குஸுமாதானே அதோட பேரு?"

"இல்லையே. டொக்கின்னா!"

"டொக்கியா? வீட்டிலே அப்படிக் கூப்பிடறாங்களோ என்னவோ. இவங்கள்ளாம் நிமிஷத்துக்கு ஒரு பேரு வச்சுப்பாங்க. பள்ளிக்கூடத்துக்கு ஒரு பேரு. காலேஜிக்கு ஒரு பேரு, நாடகத்துக்கு ஒரு பேரு, சினிமாவுக்கு ஒரு பேரு. நானே ஆம்பிளைக் கட்டை வச்சிக்கிட்டிருக்கேன். பொம்பளைக் களுக்குக் கேட்பானேன்? அது கிடக்கட்டும். இந்தக் குடும்பத்திலே யாரையும் எனக்குப் பழக்கமில்லே. ஆனால் இந்த மாதிரி பல பேரோடு பழகியிருக்கிறேன் நான். இவங்க நல்லவங்களா இருக்கலாம். ஆனால் பொதுவா நான் அப்படிச் சொல்ல மாட்டேன். பொம்பளைங்கல்லாம் தெய்வம் மாதிரி, ஆம்பிளைங்கதான் அவர்களைக் கெடுக்கிறாங்க. இல்லாட்டி அவங்க மாசுமறுவில்லாத வைரமா இருப்பாங்கன்னு இப்ப படிச்சவங்கள்ளாம் சொல்கிறாங்க. சட்டை, புடவையிலே இருக்கிறாப்போல பேச்சிலே இது ஒரு பாஷன். நான் கேக்கறேன், சாமி, எனக்காகச் சொல்ல வேணாம்; நெசமா யோசிச்சுச் சொல்லணும். ஆம்பிள்ளையோட பெண்பிள்ளையும் ஒரு படைப்புத்தானே. ஆம்பிள்ளையும் நல்லவன், பெண்பிள்ளையும் நல்லவங்க. ஆம்பிள்ளையும் போக்கிரி! பெண்பிள்ளையும் போக்கிரி, இல்லையா?"

"சொல்லுங்கோ!"

"அதனாலே யாரையும் நம்பிவிட வாணாம். நாம என்னமோ கரையேத்தறாப் போல நெனச்சுக்க வாணாங்கிறேன். தில்லுமுல்லு பண்றவங்க ரண்டு இனத்திலேயும் இருக்கிறாங்க. நல்லவங்களும் அப்படி நெனச்சக்கிட்டுப் போறதுதான் நல்லது..."

"இவர்கள் நல்லவர்கள் என்றுதான் எனக்குத் தோன்றுகிறது" என்றார் அனந்தசாமி.

"ஐயோ, சாமி! நான் இவங்களைப் பத்திச் சொல்லலை. இவங்க நல்லவங்களாகவே இருக்கட்டும். இருந்தாலும் ரங்கன் அநாவசியமாப் பித்துப் பிடிச்சு அலைய வாணாங்கறேன். எதுக்காகச் சொல்றேன்னா, நான் ரங்கன் மூலமா இந்தக் குஸுமாவைத் தெரிஞ்சுக்கலே. முதல்லே அவருதான் அறிமுகப் படுத்தி வைச்சாரு. ஆனால் இதோட தாயாருக்கு யாரோ உறவாம். ஒரு பையன். அவன்தான் வந்து நல்லா படிச்ச பொண்ணு, சினிமாவிலே நடிக்கணும்னு ஆசைப்படுதுன்னு சொன்னான். ரங்கனுக்கு இவ்வளவு அக்கறை இருக்குன்னே எனக்குத் தெரியாது. அவரும் முன்னாலே ஒரு தடவை சொல்லியிருக்காரு. ஆனால் இவ்வளவு அக்கறைன்னு தெரியாது."

சாயங்காலம் டொக்கி வீட்டில் பார்த்த பையன் தானோ அவன் என்று நினைத்துப் பார்த்தார் அனந்தசாமி. டொக்கியைக் காப்பாற்றுவதுகூடச் சிரமமாகி விடுமோ என்று பளிச்சென்று என்னவோ ஒரு கவலை அவர் உள்ளத்தில் திரையிட்டாற்போலப் படர்ந்தது. ரங்கன் செய்திருக்கிற முடிவுதான் அவளைக் காப்பாற்ற முடியுமோ என்னவோ?"

ராஜாங்கமய்யருக்காக அவர் நெஞ்சு இப்பொழுது உண்மையாகவேஅழுதது. கண்களை மூடிக் கொண்டார்.

"நான் ரொம்ப நேரம் உங்களைப் போட்டு துளைச்சுக் கிட்டிருக்கேன்... வாங்க, மேலே போவோம். குழந்தை எப்பொழுது பார்த்தாலும் உங்கள் ஞாபகமாகத் தான் இருக்கிறான்" என்று எழுந்தான் காசிலிங்கம்.

காசி முன்னால் போக அவனைப் பார்த்துக்கொண்டே நடந்தார் அவர். காசி பெரிய மனிதனாகத்தான் அவருக்குப் பட்டது. ஏதோ ஒரு வகையில் பெரிய மனிதனாக இருப்பதால் தான் அவனை இப்படித் தலையில் தூக்கிக் கொண்டு எல்லாரும் கூத்தாடுகிறார்கள் என்று தோன்றியது.

உள்ளே போனதும், "சிவபாக்கியம், யாரு வந்திருக்காங்க, பாரு" என்று கூப்பிட்டான் காசி. அந்தக் குரலில் இருந்த பசையும் பரிவும் அவருக்கு இன்னும் நெஞ்சில் ஒத்தடம் கொடுப்பதுபோல் இருந்தன.

"சாமி வந்திருக்காங்கடா, தம்பி. எப்ப வருவாங்க வருவாங்கன்னு கேட்டுக்கிட்டே இருந்தியே" என்று பையனிடம் நெருங்கினான் காசிலிங்கம்.

"சாமி, நீங்க இன்னிக்கும் பள்ளாங்குளி வெள்ளாடிட்டுப் போகணும். அப்பாவையும் சேர்த்துக்கலாம். ஏம்மா, மூணு பேரு வெள்ளாடலாமில்லே பள்ளாங்குளி?" என்று கத்தினான் பையன்.

"ஆடலாமே!" என்று உரக்கச் சொன்னார் அனந்தசாமி. குழந்தையின் குரலைக் கேட்டதும் மனசிலிருந்த தும்பு தூசியெல்லாம் ஏதோஅருவி வந்து அடித்துக் கொண்டாற்போலிருந்தது அவருக்கு. அர்த்தமே இல்லாத அவருடைய இயல்பான புன்சிரிப்பு மீண்டும் அவர் உதட்டில் அமர்ந்தது.

அருண்குமாரின் வீட்டை விட்டு வெளியே வந்ததும், மந்தைவெளிக்குப் போய், டொக்கியைப் பார்த்து அந்த முக்கியமான தகவலைப் பற்றித் தெரிந்துகொள்ள வேண்டும் என்றிருந்தது அவருக்கு. ரங்கன் அவளைக்கலியாணம் செய்து

கொள்ளப் போவதாக முடிவு செய்துவிட்ட செய்தியைக் கேட்டதிலிருந்து ஏதோ ஒரு விவரிக்க முடியாத துன்பம் அவரைத் தொந்தரவு செய்து கொண்டிருந்தது. அதை அச்சம் என்றோ கோபம் என்றோ அருவருப்பு என்றோ சொல்ல முடியவில்லை. பச்சை சுண்டைக்காயை அல்லது ஆரஞ்சுத் தோலைக் கடித்து விட்ட நாக்கில் ஊறும் நெடிபோல் ஒரு வேதனை. உடனே போய் அந்த யோசனையைத் தகர்த்துவிட வேண்டும். அல்லது ரங்கன் டொக்கியிடம் இதைப்பற்றிப் பேசியிருக்கிறானா என்றாவது தெரிந்துகொள்ள வேண்டும். அப்பொழுதுதான் நெஞ்சை காறும் தொல்லை நீங்கும் போல இருந்தது. அவர் நடந்தார்.

ஆனால் அவர்கள் வீட்டில் இல்லை. டொக்கியை அழைத்துக் கொண்டு ஏதோ சங்கீதக் கச்சேரிக்குப் போயிருந்தாராம் ராஜாங்கம். வரப் பத்து மணி ஆகுமாம்.

'சரி, மறுநாள் காலை வரலாம் என்று கபாலி குளத்தங்கரையண்டை வந்தார் அவர். உடம்பு ஏதோ குளிர்வது போலிருந்தது. நடப்பது கூடச் சிரமமாக இருந்தது. நடக்கும்போது எதிர்ப்படும் சிறு காற்றுக்கூட மேலே தோலைக் குத்திற்று. பஸ்ஸில் ஏறிக் காற்றுப் படாமல் உள்ளே தள்ளி உட்கார்ந்தார்.

வீட்டுக்குப் போனபோது பசியில்லை. முதுகு, தோள் பட்டை, காலெல்லாம் கண்டு கண்டாக வலித்தன. மண்ணெண்ணெய் அடுப்புமீது தண்ணீரை வைத்துப் பொங்கப் பொங்கக் காய்ச்சினார். நாக்கைப் பொறித்து விடும் அந்தச் சூடு இதமாக நெஞ்சை நனைத்தது. இவ்வளவு தாகம் ஏன்? இவ்வளவு சூடு ஏன் வேண்டியிருக்கிறது? நாடியைப் பிடித்துப் பார்த்தபோது படபடவென்னு துடித்துக் கொண்டிருந்தது. தலை கனத்தது. தர்மாஸ் குப்பியில் இரவுக்கு வேண்டிய வெந்நீரையும் போட்டுக் கொண்டு மாடிக்குப் போய்ப் படுத்தார். வெடவெட வென்று நடுங்கியது. இழுத்துப் போர்த்திக் கொண்டார். கண்ணைத் திறக்க முடியவில்லை. ஜிவுஜிவு என்று எரிந்தது. நல்ல ஜுரம். அவர் வைத்தியத்துக்குத் தர்மாமீட்டர் தேவைப்படுவதில்லை. இருந்தாலும் அதுவும் இருக்கட்டும் என்று வைத்திய லட்சணமாக ஒன்றை வைத்திருந்தார். அதை நாக்கினடியில் வைத்துப் பார்க்கையில் நூற்றிரண்டிற்கு மேல் ரசக்கோடு தாண்டியிருந்தது. அஜீரணம், ருசிக்காக உண்பது – இவையெல்லாம் கண்டறியாதவர் அவர். நடக்கவும் உயிர் வாழவும் தேவையான கவளங்களுக்கு மேல் அவருக்கு வேண்டியிருப்பதுமில்லை. தலையணைக்குப் பஞ்சடைப்பது போல் தின்கிறவர்களுக்குத்தான் உடம்பை உலுக்கிக் கழுவிப் போடுவதற்காக, காய்ச்சல் வருவதுண்டு. எனக்கு எதற்கு, என் வேலையைக் கெடுக்கவா?

அன்பே ஆரமுதே 295

அரைத் தூக்கமும் கால் தூக்கமும் விழிப்புமாக மாறி மாறி வந்து கொண்டிருந்த அந்தக் குழப்பத்தில், 'சரிதான் சும்மா பிதற்றாதே. பெரிய வேலை பாழ் போகிறது! நீ இல்லாம இந்த உலகமே முடிஞ்சு போயிடும்னு நெனச்சியா? பேசாமல் கிட! என்று எத்தனையோ குரல்களுக்கு நடுவில் ஒரு குரல் வெடிப்பாகக் கத்துவது போலிருந்தது. சிரித்துக் கொண்டார் அவர்.

இரவு சரியாகத் தூங்கவில்லை அவர். யார் யாரோ பேசுவது போல் இருந்தது. நிமிஷத்துக்கு ஒரு சொப்பனமாக என்னென்னவோ தோன்றித் தோன்றி மறைந்தது. கூடாத எண்ணங்கள் கூடுவதும், காணாத காட்சிகள் காண்பதுமாக, மூடிய கண்களுக்குள் இருண்டு சுழலும் புருவ வட்டத்துள், ஒரு பிரபஞ்சமே இயங்கிக் கொண்டிருந்தது. கஷாயம் போட்டுக் கையில் வைத்துக்கொண்டு அம்மா அவரை எழுப்புவதற்கு நிற்பதுபோல் இருந்தது. நல்ல இனிமையான, வாய்க்கு ரோசகமான கஷாயம் அது. ஆனால் கைக்கு வரவில்லை. அம்மா அப்படியே நின்று கொண்டுதான் இருக்கிறாள். ஊருக்கெல்லாம் மருந்து வைத்திருக்கிறானே, அதையே எடுத்துச் சாப்பிடட்டுமே என்று யாரோ வெடிப்பாக அதட்டுகிறார்கள். அவருடைய தங்கை குரல்தான். விழித்துப் பார்த்தார் அவர். பெட்ரூம் விளக்கு இருளில் பல்லியின் விழிபோல் விழித்துக் கொண்டிருந்தது. அம்மாவும் இல்லை. கஷாயமும் இல்லை. கோவிலுக்குப் போயிருக்கிறாளா, அம்மா! நினைவு பிரிந்த பொழுதுதான் அம்மா இந்த வீட்டில் இல்லை, இந்த உலகத்தில் இல்லை. அவள் போய்க் கிட்டத்தட்ட ஒரு மாதம் ஆகப்போகிறது என்ற விழிப்பு அதிர்ச்சியும் துன்பமுமாக வந்து நெஞ்சில் விழுந்தது. இன்றைக்கு என்ன தேதி? ஏப்ரல் மே எனத் தப்புக்கணக்கில் குழம்பிற்று மூளை. வெகு நேரம் கழித்துத்தான் ஜூலை மாதம் நடக்கிற உணர்வு வந்தது.

காலையில் அவர் வெகு நேரம் எழுந்து வராததைக் கண்ட மங்களப் பாட்டி மாடி ஏறி வந்தாள், ஜுரம் என்று தெரிந்தது அவளுக்கு ஒன்றுமே புரியவில்லை. இந்த மாதிரி அவர் படுத்துப் பார்த்ததில்லை அவள்.

"ராத்திரி ஒண்ணும் சாப்பிடலை போலிருக்கே?" என்று விசாரித்தாள்.

"சாப்பிட்டேன், பாட்டி! பெரிய மருந்தாகச் சாப்பிட்டேன்."

"என்ன சாப்பிட்டீர்?"

"பட்டினிதானே பெரிய மருந்து, அதையே சாப்பிட்டு விட்டேன்."

"நன்னாயிருக்கு" என்று கீழே சென்றாள். கஞ்சி வைத்து எடுத்து வந்தாள். இப்படிப் பகவானே பார்த்து ஓய்வு கொடுத்தாலொழிய நீர் வெறுமனே இருப்பீரோ? நான்தான் கேக்கறேன்... அம்மா இல்லாததுதானய்யா உம்மை இப்படிப் படுக்கப் போட்டுடுத்து. அவள் இருந்திருந்தால் இப்படி ராத்திரி வெந்நீரைச் சாப்பிட்டுப் படுக்க விட்டு விடுவாளோ? இந்தக் கஞ்சியைச் சாப்பிடும் சொல்றேன், முன்னாலே, அன்னிக்குச் சொன்னீரே, ஞாபகம் இருக்கா? இனிமேல் போய்ட்டு வரேன்னு உன்கிட்டே தான் சொல்லிக்கப் போறேன்னு... உம்ம வார்த்தை வீண் போகுமோ? ரிஷிவாக்கு இது! அதான் இப்ப நான் அம்மா ஆயிட்டேன். கஞ்சியைக் கொண்டு வந்திருக்கேன். இன்னும் ஒரு வாரம் நான் அப்படித்தான் இருக்கப் போகிறேன்" என்றாள்.

அனந்தசாமி சிரித்தார்.

"புரியறதோ, நான் சொல்றது? நீர் அலைஞ்சு மாயறது போதும். இன்னும் ஒரு வாரத்துக்கு இந்தண்டை அந்தண்டை அசையப்படாது. வீட்டோடு கிடவும். வெய்யில் வீணாகப் போனாலும் பரவாயில்லை."

மங்களப்பாட்டி சொன்னபடியேதான் ஆகிவிட்டது. ஒருநாள், மூன்று நாட்கள் அடித்ததும் ஜுரம் நிற்கவில்லை. ஆறாம் நாள் காலையில்தான் காய்ச்சல் குறைந்தது.

ஆனால் முதல் நாள்கூட அவருக்கு வைத்தியத்துக்கு ஓய்வில்லை. வந்தவர்களுக்கு மருந்து கொடுத்துக் கொண்டுதான் இருந்தார். எழுந்திருக்க முடியாமல் பையை எடுத்துத் தரச் சொல்லிப் பொட்டலங்களை எடுத்துக் கொடுத்தார். 'நச் நச்' என்ற கேள்விகளுக்குப் பதில் சொல்வது வேறு.

நாலாம் நாள் காலையில் எட்டு மணியிருக்கும். ராஜாங்கமய்யரும் டொக்கியும் வந்து நின்றார்கள். கண்ணில் ஜுரம் பளபளக்க, முகத்தில் ரோமம் படரப் படுத்திருந்தவரைக் கண்டு ராஜாங்கம் பதறிப் போய்விட்டார்.

"ஜுரமா, மாமா?" என்று அருகே வந்து உட்கார்ந்தாள் டொக்கி.

"ஆமாம்மா!"

"தெரியவேயில்லையே! சொல்லி அனுப்பப்படாதா, மாமா!"

"யார்கிட்ட குழந்தே, சொல்லியனுப்பறது?"

“அவர் வந்தாலும் சொல்லியனுப்பலாம். வல்லைப் போலிருக்கு.”

“யாரு?... ஓ...” என்று புரிந்துகொண்டார். சாதாரணமாக ரங்கனின் பெயரைச் சொல்லுகிறவள் ‘அவர்’ என்றதும் வந்த புன்சிரிப்பைக்கூடச் சட்டென்று அடக்கிக் கொண்டார் அவர். “ரங்கன் வரலையே வந்திருந்தால் சொல்லியனுப்புவேன். அங்கே அவர் வந்தாரோ?...”

“நேத்திக்குக்கூட வந்திருந்தார். நீங்க வரலையேன்னு கேட்டேன். ‘நானும் ரெண்டு மூணு நாளாச்சு பார்க்கலை’ன்னு சொன்னார். சரி, நாம்தான் வெறுமே வெறுமே போயிண்டிருக்கிறோமே, இவர்கள்தான் வந்து பார்க்கட்டுமேன்னு நீங்க வரலை போலிருக்குனு நினைச்சுட்டேன் என்றாள் டொக்கி.

அனந்தசாமிக்குப் புன்னகை வந்துவிட்டது, “எப்படிச் சிரிக்காமல் சொல்கிறாய் இதை?” என்று கேட்டார்.

“நிஜமாத்தான், மாமா சொல்றேன். எங்களுக்குத்தான் விலாசம் தெரியும். காரியம் இருந்தால் தவிர ஒருத்தரைப் பார்க்கிறதில்லைன்னு இருக்கிறாற்போல ஆயிடுத்து இப்ப.”

“இப்ப ஏதோ காரியமாகத்தான் வந்திருக்கே இல்லையா?”

“ஆமாம், மாமா! வந்தப்புறம் ஜுரம்னு தெரியறது. இப்ப எப்படியிருக்கு, மாமா!” என்று நெற்றியைத் தொட்டுப் பார்த்தாள் டொக்கி. “இன்னும் ஜுரம் இருக்காப் போலிருக்கே!”

மங்களப்பாட்டி அப்பொழுதுதான் டீ போட்டுக் கொண்டு வந்தாள். யாரோ வந்திருப்பதைக் கண்டு ஒரு சேர் கூடவே கொண்டு வந்து எல்லோருக்கும் பகிர்ந்து வைத்தாள்.

“எங்கம்மா காலமாகி ஒரு மாசம் ஆகப் போகிறது. போகிறபோது மங்களப் பாட்டி கிட்டே, ‘இனிமேல் நீதான் அவனுக்கு அம்மா’ன்னு சொல்லிட்டுப் போனா...”

“அதான் பேத்திக்கும் சேர்த்து டீ கொண்டு வந்திருக்காப் போலிருக்கிறது...”

“ஆமாண்டி குழந்தே... நீ எங்கே இருக்கே?...” என்று தொடங்கி அவள் படிப்பு, ஜாகை எல்லாம் பற்றி விசாரிக்க ஆரம்பித்து விட்டாள் மங்களப்பாட்டி. பாட்டி இங்கிதம் தெரிந்தவள். அனந்தசாமியைப் பார்க்க வருபவர்களைக் கேள்விகள் கேட்டுத் துளைக்க மாட்டாள். ஆனால் டொக்கி உரிமையோடு சொல்லிக் கொண்டதும் அவளுக்கு மனம் கனிந்து விட்டது. அவளுடைய அழகையும், பளீரென்ற நிறத்தையும் தெளிவையும் பார்த்துக்

கொண்டே கண்ணெடுக்காமல் நின்றாள். கேள்விகள் கேட்கத் தொடங்கிவிட்டாள். அதிகமாகவும் கேட்கவில்லை. ஏதோ ஊரும் பேரும் தெரிந்தது போதும் என்று நிறுத்திக் கொண்டாள்.

"உங்க தகப்பனாரா?... என்ன பண்ணிண்டிருக்கார்?" என்று ஒரே ஒரு கேள்விக்கு மட்டும் பதில் பெற்று பாத்திரங்களை எடுத்துக்கொண்டு கீழே போனாள். 'என்ன ஜுரம், ஏன் வந்தது? எப்படி வந்தது? தண்ணீரில் குளித்து வாயு கொண்டு விட்டதா? பீச்சில் அதிக நேரம் உட்கார்ந்து உடம்பில் ஜாட்யம் கண்டுவிட்டதா? மூன்று, நாலு நாட்கள் விடாமல் அடித்தால் என்ன ஜுரம் என்ன சாப்பிடுகிறார்?' என்று ஒன்றுவிடாமல் கேட்டாள் டொக்கி.

"வியாதிக்கெல்லாம் பேர் கிடையாது என் வைத்தியத்திலே. எங்களுக்கு எல்லா வியாதியும் ஒன்றுதான். பகவான் எப்படிப் பண்ணினானோ, அம்மாதிரி இல்லாதது வியாதி, அவன் எப்படி இருக்கணும் மனுஷ உடம்பு என்று நினைத்திருக்கிறானோ, அந்த மாதிரி இல்லை என்றால் வியாதி வந்து விட்டது என்று அர்த்தம். அதுக்கெல்லாம் பேர் கிடையாது, மாறியிருக்கிறதை மறுபடியும் பழைய மாதிரி செய்ய வேண்டியதுதான். மனசு, உடம்பு ரெண்டையும் பழைய நிலைக்குக் கொண்டு வந்துவிட்டால் வியாதி இல்லையென்று அர்த்தம்...

"வியாதிக்குப் பேர் கிடையாதா?... மனசு, உடம்பு என்கிறீர்களே! உங்கள் மனசுக்கு என்ன மாமா? அதுக்கு எப்படி வியாதி வரும்? அது ஏமார்றதுக்கு இடம் கொடுக்குமா? விஷமம் பண்ணுகிறதுக்குத் துணியுமா?" என்று வியந்தாள் டொக்கி.

"நாம் என்னத்தைக் கண்டோம்?"

ராஜாங்கமய்யர் எப்பொழுதாவது இந்தச் சம்பாஷணையில் கலந்துகொண்டார். அவர் முன்னாலேயே கையமர்த்தி "நீங்கள் இரையாதீர்கள். என்னோடு பேச முடியாது, அதுக்கு உங்களுக்குத் திராணி இல்லை இப்ப" என்று சிரித்துக்கொண்டே சொல்லிவிட்டார். "நீங்கள் ரெண்டு பேரும் பேசிண்டிருங்கோ முடிஞ்சவரை கேட்டுக்கறேன்" என்று சிறிது நேரம் உட்கார்ந்து விட்டு எழுந்து அலமாரியிலுள்ள புத்தகங்களைப் புரட்டத் தொடங்கினார் அவர்.

"ஏதோ காரியமாக வந்தேன் என்று சொன்னாய் இல்லையா?" என்று கேட்டார் அனந்தசாமி.

"ஆமாம், மாமா!" என்று தலையைக் குனிந்து நகத்தை விரலால் தேய்த்துக் கொண்டிருந்தாள் டொக்கி.

"அப்பா என்று ஊருக்குப் போகிறார்?"

"நேற்றுப் புறப்படுவதாக இருந்தது. முந்தாநாள் ராத்திரி நான் சொன்னேன். அப்புறம் போகலாமென்று. நேற்று ஒரு வாரம் லீவை நீடிக்கச் சொல்லித் தந்தியடித்துக் கடுதாசும் போட்டார்."

"ஏன்? அம்மாவுக்கு உடம்பு சரியாயில்லையா?"

"அம்மாதான் எழுந்து நடமாட ஆரம்பித்து விட்டாளே. கொஞ்சம் பலஹீனமாக இருக்கிறது. அவ்வளவுதான். உட்கார்ந்தபடியே சமைக்கக்கூட ஆரம்பித்துவிட்டாள். வீட்டில் யாருக்கும் உடம்புக்கு ஒன்றுமில்லை."

"அப்புறம்?"

"ஒன்றுமில்லை... என்று மென்று விழுங்கினாள் டொக்கி.

தி. ஜானகிராமன்

# 32

டொக்கி ஏதோ சொல்வதற்குத் தயங்கிய படியே மென்று விழுங்குவதைக் கண்டு அனந்தசாமி, "என்ன தயங்குகிறாய்? சொல்லேன்" என்றார்.

"அப்பாவுக்குக்கூடத் தெரியாது, மாமா! இப்ப சொல்ல வேண்டாம் என்று இருந்துவிட்டேன். எனக்குப் பயமாயிருக்கு."

"எதைக் கண்டு பயம்?"

"ரங்கன் நேற்று ஒரு காரை ஓட்டிக்கொண்டு வந்தார். திருவெற்றியூர் போய்ச் சுவாமி தரிசனம் செய்யலாம் என்று கூப்பிட்டார். அப்பாவும் நானும் அவரோடு போனோம், தரிசனம் பண்ணிவிட்டுப் பிரகாரத்தில் வலம் வரும்போது, 'இந்தச் சுவாமி பேர் தெரியுமா?' என்று கேட்டார் ரங்கன். 'தியாகராஜர்' என்றேன். ஏன் கேட்கிறார் என்று முதலில் புரியவில்லை. அப்புறம் 'தியாகராஜர்' என்றால் அர்த்தம் தெரியுமோ?' என்று கேட்டார். என் ஒன்று விட்ட அத்தை புருஷருக்குக் கூடத் தியாகராஜர் என்றுதான் பெயர். அடிக்கடி கேட்ட பெயர்தான். கேட்டு கேட்டுப் பழக்கமாகிவிட்டது. அதனால் பேருக்கு என்ன அர்த்தம் என்று ஒரு தடவை கூட நான் நினைத்தும் பார்த்ததில்லை. நான் யோசித்துக் கொண்டே விழிக்கிறதைப் பார்த்து, 'தியாகராஜர் என்றால் தியாகம் பண்ணினவர்களுக்கு எல்லாம் ராஜா. 'பெரிய தியாகம் செய்கிறவர்' என்றார் ரங்கன். 'என்ன தியாகம் பண்ணினார் இவர்?' என்று கேட்டேன். அவருக்குச் சொல்லத் தெரிய வில்லை. சற்று யோசித்து 'மும்மலங்களையும் நீக்கினவர், மூன்று குணங்களையும் விட்டவர்'

என்று சொல்லிவிட்டு 'நான்கூட எல்லாவற்றையும் விட்டு விடப் போகிறேன். அப்பா அம்மா சொத்து கொடுக்கமாட்டேன், வீடு கொடுக்கமாட்டேன், வீட்டில் இருக்க விடமாட்டேன் என்று சொன்னால் எல்லாவற்றையும் தியாகம் பண்ணிவிட்டு ஓடிவந்து விடுவேன்' என்றார். 'ஏன் அவர்கள் அப்படிச் சொல்லணும்?' என்று கேட்டேன். பின்னே உன்னைக் கலியாணம் பண்ணிக் கொள்ளப் போகிறேன் என்று சொன்னால் இந்த மாதிரி என் அப்பா சொல்லலாமோ இல்லையோ' என்று எங்கேயோ பார்த்துக்கொண்டு சொன்னார் ரங்கன். எனக்கு ஒன்றுமே புரியவில்லை. ஏன் பதிலே பேசமாட்டேங்கறே. உன்னைக் கலியாணம் பண்ணிக்கிறதுக்காக நான் எதையும் தியாகம் செய்யத் தயார் என்றால் நீ நம்பவில்லையா?' என்று கேட்டார். நான் அதற்கும் பதில் பேசவில்லை. கடைசியிலே 'நான் தியாகம் பண்ணப் போகிறேன் என்று சொல்லத்தான் இந்தக் கோயிலுக்கு அழைத்து வந்தேன்' என்றார். நான் அப்போதும் ஒன்றும் சொல்லவில்லை. பேசாமல் காரில் வந்து ஏறிக்கொண்டோம். வீட்டு வாசலில் கார் வந்து நின்றதும், 'டொக்கி! நீ இன்றைக்குச் சொல்வாயோ, நாளைக்குச் சொல்வாயோ? நான் பொறுத்துக் கொண்டிருக்கிறேன். உனக்காக எதையும் பொறுத்துக்கொள்ளத் தயார் தியாகம் செய்யத் தயார் என்று மறுபடியும் சொல்லி விடுகிறேன்' என்று சீட்டில் உட்கார்ந்து கொண்டே சொன்னார். கதவைத் திறந்து விட்டு இறங்கினார். உள்ளே வந்து ஒரு நிமிஷம் இருந்தார் பிறகு போய்விட்டார். மணி ஆறரைதான் ஆகியிருந்தது. அப்பா ஊருக்குக் கிளம்பத் தயார் பண்ண ஆரம்பித்தார். நான் 'ஒரு வாரம் கழித்துப் போகலாம்?' என்றேன். கொஞ்ச நேரம் யோசித்தார். பிறகு தந்தி கொடுத்து விட்டு வந்தார்." இவ்வளவையும் தலை நிமிராமல் மெதுவாக நின்று நின்று சொல்லி முடித்தாள் டொக்கி.

"ம்... என்று புருவத்திடையே கிள்ளிக் கொண்டார் அனந்தசாமி. "அப்புறம்" என்று கேட்டார்.

"அப்புறம் ஒன்றுமில்லை."

"ஒன்றுமில்லாமல் எப்படி இருக்கும்? ராத்திரி முழுக்க இதைப்பற்றி யோசித்திருப்பாயே!"

"ஒன்றுமே யோசிக்கவில்லை, மாமா! சாப்பிட்டேன். படித்தேன். நீங்கள் சொல்லிக் கொடுத்தாற்போல் 'ராம ராம ராம' என்று சொல்லிக் கொண்டேயிருந்தேன். கோதண்டமும் கிரீடமும் உயரமாக இருந்தன. பத்து அடித்தது கேட்டது. பதினொன்று கேட்கவில்லை. பத்தரைகூடக் கேட்கவில்லை. அப்படியே தூங்கி விட்டேன்."

"அப்படியா? நிஜமாகவா தூங்கிப் போய் விட்டாய்?"

"நிஜமாகவா என்று ஏன் மாமா கேட்கிறீர்கள்? அப்படிக் கேட்கும் படியாக நான் உங்களிடம் பேசியிருக்கிறேனா?" என்றாள் டொக்கி.

இனிமேல் கேட்கவில்லை. சரி, அப்புறம் அவர் சொன்னதைப் பற்றியெல்லாம் நினைக்கவே இல்லை நீ?"

"இல்லவே இல்லை. அப்பாவை லீவை நீடிக்கச் சொல்லி விட்டு நீங்கள் வந்தால் உங்களிடம் சொல்லுகிறது இல்லா விட்டால் காலமே உங்களைத் தேடிப் பிடித்தாவது சொல்லி விடுகிறது என்று தீர்மானம் பண்ணிக் கொண்டேன். அப்புறம் அதைப் பற்றி நினைக்கவே இல்லை. அடிக்கடி அந்த நினைவு வந்தது. வேண்டும் என்றே அதை மறந்து தூங்கிவிட்டேன்."

"அப்பாவிடம் சொல்லக் கூடாதோ?"

"அவர் என்ன சொல்லப் போகிறார், சரி என்றுதான் சொல்லுவார். 'அப்பாடா, ஒரு வழி பிறந்ததுடாப்பா' என்று குளிர்விட்டுப் போகிறார்போல் இருக்கும் அவருக்கு. நடந்ததெல்லாம்தான் அவருக்குத் தெரியுமே. நல்ல வேளையாகப் பகவான் கண்ணைத் திறந்தார் என்று சந்தோஷப்படுவார். அம்மாவிடமும் நான் சொல்லவில்லை. இருநூறு ரூபாய்க்காக நான் தினமும் கலியாணம் செய்துகொண்டால் கூட அவளுக்குச் சந்தோஷமாகத் தானிருக்கும்."

அம்மாவைப் பற்றி சொன்னதைக் கேட்காதது போல், "ஏன் ரங்கன் நல்லவராகத்தான் இருக்கிறார் நல்ல படிப்பு. இதைவிட நல்ல இடம் தபசு பண்ணினாலும் கிடைக்காதே" என்றார் அனந்தசாமி.

"ஆமாம், மாமா!" என்று கலகலவென்று சிரித்தாள் டொக்கி. "ஆனால் தபசு பண்ணாமலே இத்தனை அதிர்ஷ்டத்தையும்தான் அடையவேண்டியிருக்கிறதே என்றுதான் வருத்தமாயிருக்கு."

"நீ சொல்வது எனக்குப் புரியவில்லையே. வேடிக்கை பண்ணுகிறாயா?"

"இல்லை, மாமா. நான் பேசுவது வேடிக்கையாகவா இருக்கிறது?" என்று மறுபடியும் சிரித்தாள் டொக்கி.

"பின்னே?"

"எனக்கு ஒன்றுமே புரியவில்லை."

"எல்லாம் புரியும். நன்றாகவே யோசித்துப் பார்த்தால் புரிகிறது!"

"யோசித்துத்தான் பார்க்கிறேன். எனக்குச் சுமாராக நடிக்கத் தெரியும்; பாடத் தெரியும். ஆடவும் கற்றுக்கொண்டு வருகிறேன். எனக்குப் பெரிய நட்சத்திரமாக வர வேண்டும் என்று ஆசை. பட்டணத்திலே ஜாகை போட்டதே அதுக்குத்தான். இவர் நேற்று இப்படிச் சொன்னதும் எனக்கு ஒன்றுமே புரியவில்லை..."

"புரியவில்லை, புரியவில்லை என்று சொல்கிறதுதான் எனக்குப் புரியமாட்டேன் என்கிறது."

"ஒரு சமயம் அவரைக் கலியாணம் செய்துகொண்டு விடலாம் போலிருக்கிறது. அதே சமயம் பயமாயும் இருக்கிறது. ஆனால் நேற்று அவர் கோவிலில், சொல்கிற வரையில் அப்படி எக்கச்சக்க மாகக் கேட்டு வைப்பார் என்று நான் நினைக்கவே இல்லை."

"சினிமா, கச்சேரி என்று தனியாக இருந்துவிடுகிறது, இல்லை, கலியாணம் செய்து கொள்கிறது – இரண்டுக்குள் எதைச் செய்கிறதென்று புரியவில்லையா?"

"அவரைக் கலியாணம் பண்ணிக் கொண்டு, சினிமா, கச்சேரி என்று நடிக்கக்கூட அவர் சம்மதிப்பார் என்று தான் தோன்றுகிறது" என்றாள் டொக்கி.

"பின்னே செய்து கொண்டு விடேன்."

"இப்படி அழ அழப் பேசுவதைக் கேட்கவா மாமா, நான் வந்தேன், உங்களிடம்" என்று நிமிர்ந்து ஒரு தடவை அவரைப் பார்த்துவிட்டுக் குனிந்து கொண்டாள் டொக்கி.

அனந்தசாமிக்கு வாயடைத்து விட்டது. இவள் குழந்தையா, பெரியவளா என்றே நிதானிக்க முடியவில்லை. அவளுடைய அசாத்திய அறிவையும் அழகையும் கண்டு நெஞ்சு கண்ணீர்தான் விட்டது. பார்த்துக்கொண்டே உட்கார்ந்திருந்தார். தலையிலும் வைத்துக்கொள்ள மாட்டார்கள், பூஜைக்கும் சேர்க்க மாட்டார்கள், சூரியகாந்தி போன்ற பூக்களை. அதுபாட்டுக்குச் சூரியனைப் போகிற பக்கமெல்லாம் திரும்பித் திரும்பிப் பார்த்துக்கொண்டு நிற்கும். அந்த மாதிரி–

"மாமா, உங்களுக்குத்தான் நல்ல வேளையாக உடம்பு சரியாயில்லையே... நான் இங்கேயே இருந்து கஞ்சி, வெந்நீர் ஏதாவது போட்டுக் கொடுத்துக் கொண்டிருக்கிறேனே" என்று அவர் எண்ணப் போக்கில் குறுக்கிட்டாள்.

"பேஷாக இரு. ஆனால் அம்மா ஒன்றியாக இருக்கிறாளே."

"எப்பொழுதும் அவள் ஒன்றிதானே... நூறு பேர்கள் இருந்தாலும் அவள் தனியாகத்தான் இருப்பாள்."

"அது சரி, எனக்கென்ன பிரமாதமாகச் சொல்ல இருக்கிறது? ஒரு வெந்நீர் கஞ்சி, அதை மங்களப் பாட்டி போட்டுக் கொடுத்து விடுகிறாள்."

"நான் போட்டுக் கொடுத்தால் குடிக்க மாட்டீர்களா?"

"குடிப்பேன், அம்மா! அவள்தான் செய்து போடுகிறாளே."

"சரி, அவர் செய்து போடட்டும். நான் பாட்டுக்கு இருந்து விட்டுப் போகிறேன். வீட்டிற்குப் போனால் அவர் வருவார். பார்க்காமல் இருக்க முடியாது. பயமாயிருக்கிறது."

இரண்டு மூன்று கணங்கள் யோசித்து, "சரி, இரு. எனக்கும் பேசக்கீச ஆளில்லாமல் தவிக்கிறேன். ஆனால் இங்கேயும் வரத்தானே செய்வார் ரங்கன்?" என்று கேட்டார் அனந்தசாமி.

சிறிதுநேரம் பேசாமல் இருந்துவிட்டு, "சரி, மாமா, நான் வருகிறேன்... அம்மாவும் ஒன்றியாக இருப்பாள். நடமாடினாலும் தானே எல்லாம் செய்ய முடியாது!" என்று விடை பெற்றுக் கொண்டாள் டொக்கி.

"மறுபடியும் எப்பொழுது வருவாய்?"

"நான்தான் இருக்கிறேன் என்று சொன்னேன். நீங்கள்தான் வேண்டாம் என்கிறீர்கள்."

"உனக்கென்ன இப்படிக் கோபம் வருகிறது?" என்று சிரித்தார் அவர். "சரி, இன்றைக்கு அம்மாவுக்கு உதவியாக இரு. நாளைக் காலையில் வந்து சாயங்காலம் வரைக்கும் நீ இங்கேயே இருக்கலாம்."

"வரேன், மாமா! காலை காப்பிக்கே வந்துவிடுவேன்" என்று மலர்ந்து போய்க் கத்தினாள் அவள். தகப்பனாரிடமும் அதைச் சொன்னாள். அவள் துளிக்கூடச் சிரமமில்லாமல் குரலை வதைக்காமல் தகப்பனாரிடம் பேசிச் செய்தியைச் சொல்லி விடுவதைக் காண அவருக்கு வியப்பாகத்தான் இருந்தது.

போகும்பொழுது "டொக்கி! ஒரு சின்னக் காரியம் செய்வாயா?" என்றார்.

"என்ன மாமா?"

"அதோ அந்தப் புத்தகத்திலே ஒரு கார்டு இருக்கு. அதை எடு" என்று கூறிக் கார்டை வாங்கிக் கொண்டதும் அதில் விடுவிடுவென்று எழுதி, "இதைக் கௌடிய மடத்துக்குப் பக்கத்திலே தபாலாபீஸ் இருக்கிறது. அதில் போட்டு விடு" என்று டொக்கியிடம் கொடுத்தார்.

அன்பே ஆரமுதே

"யார் மாமா, இது சந்திரா?"

"உன்னைப் போல் ஒரு பெண். அவள் அம்மா மருந்து சாப்பிடுகிறாள், என்னிடம். அதுசரி, பிறருக்கு எழுதின கடிதாசைப் பார்க்கக் கூடாது தெரியுமோ...?"

"விலாசம்தான் மாமா பார்த்தேன். பின் பக்கம் எழுதியிருக்கிறதைப் பார்த்துவிட மாட்டேன்."

பிறகு ஒருவாரம் கழித்துப் போகப் போவதாகச் சொல்லி விட்டு மனைவியின் உடல்நிலை, ஆபீஸ், ஓய்வு முதலியவற்றைப் பற்றி ஒரு நிமிஷம் பேசிவிட்டு விடைபெற்றுக் கொண்டார் ராஜாங்கம்.

"வரேன், மாமா. நாளை காப்பிக்கே வருவேன்" என்றாள் டொக்கி.

"காபிக்கு என்ன? கோலம் போடுவதற்கே வந்து விடேன்" என்றார் அனந்தசாமி.

இருவரும் மாடிப்படி யிறங்கிச் சென்றார்கள்.

இறங்கிய இரண்டு கணத்துக்கெல்லாம் திரும்பி ஓடி வந்தாள் டொக்கி. முகம் பேயறைந்தாற் போல் ஒரு வெளுப்பு. ஒரு திகில். ராஜாங்கம் பின்னாலேயே வேகமாக வந்தார். டொக்கி நிலைக்கு அப்பால் எங்கோ பார்த்துக்கொண்டு நின்றாள்.

"ஏம்மா?" என்று கேட்டார் அனந்தசாமி. டொக்கி பதிலொன்றும் பேசவில்லை.

"என்ன சுவாமி இது! உங்களுக்குக் கூடவா ஜுரம்" என்று கூப்பாடு போட்டுக் கொண்டே வந்தார் சுப்பராம பாகவதர்.

அவருக்குப் பின்னால் பட்டுச் சட்டையும் இரண்டு அங்குல அகலம் மயில் கண் போட்ட வெண் பட்டு வேட்டியும் கொச கொசக்க அருண்குமார் வந்து கொண்டிருந்தான்.

கடைக்கண்ணாலேயே டொக்கி நிற்கும் பக்கம் பார்க்க முயன்றான். "வணக்கங்க" என்றான் அனந்தசாமியைப் பார்த்து. ஓர் எட்டாகப் படியிறங்கும் நிலைக்குள் பாய்ந்து மறைந்தாள் அவள். ராஜாங்கமும் தலையைக் குனிந்தவாறே அந்த நிலைக்குள் மறைந்தார்.

மறைந்து விட்டு ஓடினது டொக்கிதான் என்பதை அருண்குமார் தெரிந்து கொள்ளவில்லை என்று அனந்தசாமிக்கு உணர முடிந்தது.

"சாமிக்கு என்னங்க, உடம்பு?" என்று புன்சிரிப்புடன் வந்த அருண்குமாரின் முகம் திகைப்பும் கவலையுமாக மாறிவிட்டது.

தி. ஜானகிராமன்

"என்ன ஸ்வாமி, இது!" என்று கேட்டார் பாகவதர்.

"ஒன்றுமில்லை. சாதாரண ஜுரம். அவ்வளவுதான்."

"உங்களுக்கா?" என்றார் பாகவதர்.

மூன்று நான்கு நாட்களாக அனந்தசாமி வரக் காணோமே என்று தான் பார்க்க வந்தானாம் அருண் குமார்.

"என்னாங்க இது! தாழம்பாயும், பனங்கட்டையும்! ஜுரம் போதாதுன்னு இதுங்க வேறே வதைக்கணுமா சாமியை!"

ஏதோ இதிலேயாவது படுத்திண்டிருக்காரே, தரையிலே கிடந்து உருளாமே...!"

"இதென்ன படுக்கை சாமி?" என்று வேதனையுடன் முகத்தைச் சிணுக்கினான் காசிலிங்கம்.

"காசி! இதுதான் அவருக்குப் படுக்கை! வீட்டுக்குப் போனவுடனே ஏதாவது கடைக்குப் 'போன்' பண்ணி வெல்வெட்டு மெத்தையும் தலையணையுமாக அனுப்பச் சொல்லிவிட வேண்டாம்" என்று எச்சரித்தார் பாகவதர்.

அருண்குமார் சிரித்தான். "ஐயாவுக்கு நான் எது நினைச்சாலும் உடனே அதைத் துளைச்சுப் பார்த்துக் கண்டு கட்டை போட்டுட வேண்டியது."

"அப்படின்னா, நான் சொன்னது சரிதானா?"

"ஏன் படாதுங்கிறீங்க? சாமி சரின்னாக்கூட, நீங்க..."

"சாமி சரின்னு சொன்னா, நான் கொடுக்கிறதை வேண்டாங்கலெ இந்த வயசிலே எனக்குச் சுக்ராச்சாரியார் பட்டம் வெறயா?"

"ஏன், சாமி!" என்று அனந்தசாமியின் பக்கம் திரும்பினான் அவன்.

"பாகவதர் எப்பொழுதும் தவறாகப் பேசமாட்டாரே."

நொந்துபோய் அருண்குமார் அவரைப் பார்த்தான். நாலு விநாடிகள் கழித்து, "சரி, நான் கொடுத்து வைக்கலே" என்று மூச்சு விட்டான்.

"யாருப்பா?" என்று அனந்தசாமி படிக்கட்டு நிலையைப் பார்த்தார். பாகவதரும் காசியும் திரும்பிப் பார்த்தார்கள். பதினைந்து இருபது பேர்கள் இருக்கும். நாலைந்து சிறுவர்கள். இளைஞர்கள் ஆறேழு பேர்கள், வளர்ந்த பெண்கள் ஐந்தாறு. சின்னப் பையன்கள் ஆளுக்கொரு சிறு நோட்டுப் புத்தகத்தை எடுத்துக் கொண்டு அருகே ஓடி வந்தார்கள்.

"யாரப்பா அது?"

"கையெழுத்து!" என்று காசியிடம் கையை நீட்டினான் ஒரு பையன்.

"போ, தம்பி!" என்று முகத்தை திருப்பிக் கொண்டான் காசிலிங்கம். வெட்கம் பிடுங்கித் தின்றது அவனை. முகத்தைச் சுளித்துக்கொண்டே நகர்ந்து கொடுத்தான். முள் மேல் உட்கார்ந்திருப்பது போல.

"போட்டுப் போகச் சொல்லும்."

வேண்டா வெறுப்பாகப் போட்டான் காசி. திரும்பக் கூட்டத்தைப் பார்த்துக் குமைந்தான். ஐயா, உங்களுக்குக் கோடி புண்ணியம் உண்டு. சாமிக்கு உடம்பு சரியில்லை. பார்க்க வந்தது தப்புன்னா இப்பவே எழுந்து போய் விடுகிறேன். போயிடட்டுமா? உங்களுக்கு வேற வேலையே கிடையாதா... ம்... போங்கய்யா போங்க சொல்றேன்."

பாகவதருக்கே வியப்பாக இருந்தது. அவன் இதையெல் லாம் ரசித்து பூரிக்கிறவன் தான். இன்று ஏன் இப்படி வேதனைப் படுகிறான் என்று அவருக்குப் புரியவில்லை.

"இப்பப் போறீங்களா, இல்லையா?" என்று அதட்டின பிறகு தயங்கித் தயங்கி விட்டு, இடத்தைக் காலி பண்ணி மறைந்தது கும்பல்.

"அப்பா!" என்று கூனிக் குறுகினான் காசி.

"ஏதோ ஆசை பார்க்கிறதுகள். அதுக்கு இத்தனை உஷ்ணமாகப் பேசுவானேன்!" என்றார் பாகவதர்.

"என்னைக் கிளறி விடாதீங்களேன். இதென்ன பைத்தியக்காரத் தனம்!" என்று விளக்கெண்ணெய் சாப்பிட்டாற்போல் முகத்தை வைத்துக் கொண்டு அலுத்துக் கொண்டான் காசிலிங்கம்.

"இந்த வேலை மெனக்கெட்ட மக்களெல்லாம் சேர்ந்துதான் பைத்தியமா ஆக்கிட்டாங்க ஆளை. கூத்துக் கொட்டகையிலேதான் மொய்க்கிறதென்று பார்த்தால், இங்கே கூடவா... சாமி! குழந்தை கால் விரலெல்லாம் தானா அசைக்கிறான். அப்படியாகப்பட்ட மாயம் பண்ணியிருக்கீங்க. குளிகை குளிகைன்னு சொல்றாங்களே அதெல்லாம் நெசம்தான்னு நினைக்கிறேன். எனக்கு ஒண்ணு கொடுங்க சாப்பிடறேன். வேணுங்கறப்ப உருத் தெரியாம, நடமாட முடியுமாமே. அந்த மாதிரி ஒண்ணு தின்னக் கொடுங்க. நான் யார் கண்ணிலயும் படாம இஷ்டம்போல் நடமாடறேன்."

அவன் படுகிற வெட்கத்தையும் கூச்சத்தையும் கண்டு இருவரும் சிரித்துக் கொண்டிருந்தார்கள்.

எழுந்துபோய் அவன் நிலைக் கதவை இழுத்துச் சங்கிலியை நாதாங்கியில் மாட்டிவிட்டு வந்து உட்கார்ந்து கொண்டான்.

ஒரு மணி நேரம் பேசிக் கொண்டிருந்தார்கள். குழந்தை கால் பத்து விரலையும் அசைக்கிறானாம். அதைச் சொல்லும் போது நெஞ்சை அடைத்து அடைத்து வந்தது அருண்குமாருக்கு. குழந்தை மாதிரி அழுதான். துடைத்துக் கொண்டு சிறிது நேரம் மௌனமாக உட்கார்ந்திருந்தான்.

"சாமி! என் வீட்டிலே காலடி எடுத்து வைச்சீங்க. எல்லாம் மாறிடுச்சு. பசும் சாணம் போட்டு மெழுகிக் கோலம் போட்டாப்போல ஆயிட்டேன் நான். பினாயில் அடிச்சாப்பல இல்லே. அதுவும் சுத்தம் பண்ணும். ஆனால் எனக்கு உள்ளாரெல் லாம் கோமயம் போட்டுத் துடைத்துக் கோலம் போட்டாப் போலத்தான் இருக்கு" என்றான் அவன் சற்றுக் கழித்து.

பாகவதர் முதுகு குளிர்ந்து ஒரு சிலிர்ப்பு உதறிற்று.

சாமி, நல்லா ஓய்வு எடுத்துக்கிட்டு மெதுவா வந்தாப் போதும். உடம்பு நல்லாத் தேர்ற வரைக்கும் வீட்டை விட்டு நகரக்கூடாது என்றான் காசி. "புறப்படலாங்களா? ஒரு மணி நேரம் சாமிக்குத் தொந்தரவு கொடுத்தது போதும். நாளைக்குக் குழந்தையை எடுத்துக்கிட்டு வரேன்" என்று கைக் கடிகாரத்தைப் பார்த்துக் கொண்டே எழுந்தான் அவன்.

பாகவதர் ஒன்றும் பேசவில்லை. பெருமிதம் மட்டும் அவர் முகத்தில் களை வீசிற்று.

"உங்க சிஷ்யனைப்போல உத்தமமான சிஷ்யனைப் பார்த்ததில்லே நான், பாகவதர்வாள்!" என்றார் அனந்தசாமி.

"நீங்க நல்ல கண்ணாடி. நல்ல கண்ணாடிக்கு முன்னாலே தான் நின்னு அழகு பண்ணிக்கத் தோணும். என் மாதிரிப் பொட்டைக் கண்ணாடியா?" என்று சொல்லிக் கொண்டே நகர்ந்தார் சுப்பராம பாகவதர்.

அரை நிமிஷத்துக்கெல்லாம் தெருவில் அருண்குமாரின் கார் போகும் ஓசை கேட்டது.

# 33

அருண்குமார் வந்து போன அன்று முழுவதும் அவருக்குப் படுக்கக்கூட முடியவில்லை. 'ராம ராம' என்று மல்லாந்து படுத்தவாறே மனத்துக்குள் முணுமுணுத்துக் கொண்டிருந்தார். மங்களப் பாட்டி உச்சிப் பொழுதுக்குக் கஞ்சி கொண்டு வந்து கொடுத்துவிட்டுப் பேச உட்கார்ந்தாள். அவளுக்குப் புத்தக ஜாதகக் கதைகள் நாலைந்து சொன்னார் அவர். பாலி மொழியில் புத்தர் செய்யுட்களைப் பத்துப் பதினைந்து எடுத்துக்கூறி ஒவ்வொன்றையும் விளக்கிக் கொண்டே வந்தார்.

மங்களப் பாட்டி எல்லாவற்றையும் கேட்டாள். கடைசியில் அவளுக்குச் சந்தேகம் வந்துவிட்டது. "ஏன் ஸ்வாமி? கேக்கறேனென்று நெனச்சுக்கப் படாது. நீங்க என்ன புத்த சன்யாசியா? சாதாரண சன்யாசியா?" என்று கேட்டு வைத்தாள்.

"சன்யாசியிலே புத்த சன்யாசி, வைஷ்ணவ சன்யாசி இதெல்லாம் உண்டா, என்ன? சன்யாசி எல்லோரும் வெறும் சன்யாசிதான். விட்டு விடுவதானால் எல்லாவற்றையும் தான் விட்டுவிட வேண்டும்."

"அதுக்கில்லை ஸ்வாமி. சாமி இல்லை. பூதம் இல்லைன்னு பேசினாராமே புத்தர். நீங்க 'ராமா ராமா'ன்னு சொல்லச் சொல்றேளேன்னு கேட்டேன்."

"புத்தர்தான் நம் எல்லாரையும்விட சாமி இருக்கிறது என்று ரொம்ப அதிகமாக நம்பினவர்.

ஆனால் கை, கால், தலை, மூளையெல்லாம் வைத்து அனுப்பின மனுஷன் தலைக்கு மேல் கிடக்கிற வேலைகளை விட்டு விட்டு, 'சாமி சாமி' என்று புலம்பிக் கொண்டிருக்கிறானே என்று தான். அவர் அப்படி சாமி இருக்கிறாரோ என்னவோ எனக்குத் தெரியாது என்று சொல்லியிருப்பார். சம்பளம் கொடுத்துச் சாமானெல்லாம் வாங்கிக் கொடுத்து வேலையைச் செய்யடா என்று வேலைக்காரனிடம் சொல்கிறோம். அவன் சற்றைக்கொரு தடவை வந்து, 'எசமான் உங்களைப்போல் நல்லவர்களே கிடையாது. நீங்க ரொம்பப் பெரியவங்க' என்று சொல்லிக் கொண்டு நின்று கொண்டேயிருந்தால் நமக்கு அலுப்பாக இருக்குமா? இராதா? என்னடா பெரிய 'கழுப்புணி'யாக இருக்கிறான். வேலையை விட்டு இப்படிப் புலம்பிக் கொண்டேயிருக்கிறானே இதையெல்லாம் யார் கேட்டார்கள் என்று நினைப்போமா மாட்டோமா?"

"அப்படியா!" என்று மங்களப்பாட்டி தரையைப் பார்த்துக் கொண்டே உட்கார்ந்திருந்தாள்.

"சரி ஸ்வாமி, நீங்கள் படுத்துக் கொள்ளுங்கள். நான் இத்தனை நேரமாகப் பேச வைத்துவிட்டேன் உங்களை. நீங்க சொல்ற வேலைக்காரன் மாதிரியே ஆயிட்டுது என் லட்சணமும்" என்று சொல்லி, கஞ்சிப் பாத்திரத்தை எடுத்துக்கொண்டு கீழே இறங்கினாள்.

சாயங்காலம் யாரும் வரவில்லை. இரவும் அப்படியே கழிந்தது. ஆழ்ந்து உறங்குகிறார் அவர். வீட்டுக்கு வெகு சமீபத்தில் தோப்பு ஒன்றிருந்தது.

விழிப்புக் கொடுத்து விட்டது அவருக்கு. பட்சிகள் அடையும் தோப்பு அது. வெள்ளை முளைக்கும்போதே அங்கு ஏகப்பட்ட இரைச்சல் கிளம்பி விடும். கரிச்சான்கள், தினைக் குருவிகள், நாகணவாய்கள், சேவல்கள், காக்கைகள், எல்லாம் பேரிரைச்சலாக ஆரம்பித்துவிடும். சிறிது புலன் கூர்மையுள்ளவர்கள் தூங்கக்கூட முடியாது விழித்துக் கொண்டு விட்டார் அவர். பட்சிகள் ஆயிரக் கணக்கில் இருக்கும்போல் இருந்தது. அவ்வளவு இரைச்சல், கூவல், குழைவு, பேச்சு, கரையல், சீத்காரம், கரகரப்பு – இப்படிப் போர்கள் இரைச்சலாகக் கேட்டது. இது என்ன சந்தோஷமா, கோபமா, ஆராதனையா – ஒன்றும் புரியாமல் கேட்டுக்கொண்டிருந்தார். கேட்கும் பொழுதே இருட்டும் பிரிந்து வானம், வீடு எல்லாவற்றையும் நரைபூசிக் கொண்டே வந்தது. தென்னை மரத்தின் கீற்றில் இருந்தாற் போலிருந்து பொன் ஒளி மின்னியது. சூரியோதயம் ஆகிவிட்டது. எழுந்து உட்கார்ந்தார் அவர். பட்சிகளின் ஓசைகள் கொஞ்சம்

கொஞ்சமாக அடங்கிற்று. ‘ணிக் ணிக்’ என்று ஓர் அணிலும் ஒரு மடாச் சேவலும் செய்த சப்த ஜாலங்களும், ஒரு வாளித் தண்ணீரை விட்டுத் திண்ணைகளை வாருகோலால் கழுவும் ஓசைகளும் கேட்டன. குளிக்க முடியாமல், இந்தக் காலையின் அமைதி வெள்ளத்தில் தலையை முழுக்கி முழுக்கிக் குளித்தார் அவர். வீட்டைவிட்டுக் காட்டுக்கு ஓடுகிற துறவிகளைக்கூடத் துரத்தித் துரத்தி வரும் இயற்கையின் ஓசைகளைக் கண்டு அவருக்குச் சற்று ஆறுதலாக இருந்தது.

கிழக்கின் பொன்னைப் பார்த்துக் கொண்டே உட்கார்ந்திருந்தார் அவர். ஏதோ இரண்டு வீடுகளின் இடுக்கு வழியாக உதயசூரியன் தெரிந்தது. அதையே பார்த்தார். என்னதான் சூன்யவாதமும், தானே கடவுளும் என்று நினைத்துக் கொண்டாலும் சூரிய வட்டத்தின் நடுவில் தாமரை மீது அமர்ந்து புன்னகை பூக்கும். கடவுளைக் காணும் பரவசத்துக்கு ஈடாகாது அது என்று அவருக்குத் தோன்றியது. அந்தக் காட்சியையே அந்த ஒளி வட்டத்தில் வைத்துச் சிறிது நேரம் நினைவிழந்து விட்டார் அவர்.

“காப்பி சாப்பிடுவதற்கே வரச் சொன்னீர்களே, வந்து விட்டேன்” என்று அதே கிழக்குத் திசையில் குரல் கேட்டது. சூரியனைப் பார்த்துக் கொண்டிருந்தவர் இலேசாகத் திரும்பினார் கண்ணில் பொன்னும் தீயும் கலந்து பார்வையை மூடிற்று.

“நான்தான் மாமா!” என்று டொக்கி வந்தாள். இடது கையில் ஒரு செம்பு, வலது கையில் ஒரு டபராவும் டம்ளரும்!

“செம்பில் தண்ணீர் இருக்கிறது. முகத்தைக் கழுவி வாயைக் கொப்பளியுங்கள்” என்று மேஜை மீது காப்பியை வைத்து செம்பை வலது கைக்கு மாற்றி அவரிடம் கொடுத்தாள்.

“இப்பத்தான் வந்தேன். பாட்டியம்மா காப்பியைக் கலந்து கொண்டிருந்தாள். நான் கொண்டு கொடுக்கிறேன் என்று வாங்கி வந்தேன்.”

சூரிய வட்டத்திலிருந்து அவள் எழுந்து வருவது போலிருந்தது அனந்தசாமிக்கு.

“கோலம் போடவே வந்துவிடுவேன் என்று சொன்னாயே நேற்று?”

“நீங்கள் போய்ப் பாருங்களேன், மாமா! கீழே சமையல் உள் அலமாரியில் ஒரு புத்தர் படம் வைத்திருக்கிறதே. அதற்கு நேரே சின்னதாக ஒரு நட்சத்திரக் கோலம் போட்டுவிட்டுத் தான் காப்பியைக் கொண்டு வந்தேன்” என்று கூறினாள்.

அவள் முகத்தில் இருந்த அசாதாரணமான ஒளியையும் குழந்தைத் தன்மையையும் கண்ட பொழுது, சூரியனிடத்திலிருந்தே எழுந்து வந்தாற்போல் ஒரு கண் கொட்டு நொடிக்குப் பிரமித்து விட்டார் அவர். காரணம் தெரியாத ஒரு கிறக்கம். அவர் இதயத்தில் சுரந்து பெருகியது.

"அப்பா எங்கே?"

"வருவார் மாமா!"

"கீழே இருக்கிறாரா."

"வீட்டில் இருக்கிறார்."

"வீட்டிலா?"

"ஆமாம், மாமா!"

"நீ யாரோடு வந்தாய்?"

"என்னோடுதான்" என்று சிரிப்பு நெஞ்சில் தொனிக்கச் சொன்னாள் டொக்கி.

"தனியாகவா?"

"இங்கே என்ன மாமா பயம்? அப்பாவிடம் சொன்னேன். இந்த மாதிரிக் கோலம் போடுவதற்கே போய்விடணும் என்று. சரியென்று ஒரு சைக்கிள் ரிக்ஷா பேசி ஏற்றி விட்டார். காப்பி கலந்து வைத்துவிட்டுத்தான் வந்தேன். அதை எடுத்து அப்பா தம்பிகளுக்குக் கொடுத்து விட்டுத் தாமும் சாப்பிடுவார். சமையலை அம்மா பார்த்துக் கொள்வாள். நடமாட முடிகிறது. காலையில் எழுந்திருப்பதுதான் சிரமம். அதற்காகத்தான் நான் எழுந்து அடுப்பை மூட்டிக் காப்பிக் கடையைக் கவனித்து விட்டு வந்தேன்!" என்று எல்லாக் கேள்விகளுக்குமாகச் சேர்த்து விடை சொல்லிவிட்டாள் டொக்கி.

"வாயைக் கொப்பளித்துவிட்டு வாருங்களேன். காப்பி ஆறிப் போகிறது...

காப்பியைச் சாப்பிட்டதும் கீழே பாத்திரங்களைக் கொண்டு வைத்துவிட்டு மறுபடியும் மேலே வந்தாள் டொக்கி.

கீழே உட்கார்ந்து கொண்டாள்.

"இந்த இடம் ரொம்ப நன்றாயிருக்கிறது. மாமா!" என்று அறையிலுள்ள புத்தக அலமாரி, மருந்துகள், சுற்றிலும் 'ஹோவென்று' திறந்து கிடந்த வெளி, வீடுகள், சூரியஒளி எல்லாவற்றையும் ஒரு தடவை நோட்டம் விட்டாள் டொக்கி.

எழுந்து புத்தகங்கள் நாலைந்தை எடுத்துப் பிரித்துப் பார்த்தாள். மறுபடியும் வைத்தாள். பத்திரிகைளை எடுத்துப் பிரித்தாள். திருப்பி இருந்த இடத்திலேயே வைத்தாள். மாடியை உராய்ந்து நின்ற மரங்கள், வானம் எல்லாவற்றையும் பார்த்தாள்.

"நீங்கள் மாத்திரம் சரி என்று சொல்லுங்கள். நான் இங்கேயே இருந்து விடுவேன்" என்றாள்.

அவர் ஒன்றும் பேசவில்லை. ஏதோ பிடுங்கலிலிருந்து தப்பித்து வந்து யாரும் வராத இடமாகப் பார்த்து ஒளிந்து கொண்டாற்போல் இருந்தது, அவளைப் பார்த்தால். தெருவில் துரத்தி வரும் நாயினின்று பிழைத்து வீட்டுக்குள் ஓடிவந்து பீரோ இடுக்கில் பதுங்கி விழித்து விழித்துப் பார்க்கும் பூனைக்குட்டி மாதிரி இருந்தது.

டொக்கி மறுபடியும் எழுந்து ஒரு பத்திரிகையை எடுத்துப் பிரித்து வாசித்தாள்.

கால் மணி நேரம் ஆயிற்று.

"நேற்று இங்கிருந்து போனாயே. என்னென்ன செய்தாய்? சொல்லேன்" என்று அவளைப் பேச்சுக்கு இழுத்தார் அனந்தசாமி.

"ஒன்றும் செய்யவில்லை. மத்தியானம் காப்பி போட்டேன். கொஞ்ச நேரம் டான்ஸ் பண்ணினேன். கொஞ்ச நேரம் ஜபம் பண்ணினேன்."

"ஜபமா? என்ன ஜபம்?"

"சும்மா மாமா. ஜபம் என்றால் சுவாமி ஜபம் இல்லை. எனக்குத் தைரியம் ஜாஸ்தி. என்னை ஒருத்தரும் ஒன்றும் செய்ய முடியாது என்று ஒரு மணி நேரம் சொல்லிக் கொண்டே யிருந்தேன்."

"எதற்காக?"

"ஒரு புஸ்தகத்தில் எழுதியிருந்தது. திருப்பி நமக்கு எது வேண்டுமானாலும் அதைத் திருப்பி திருப்பி, மனத்தோடு நம்பிக்கையோடு சொல்லிக்கொண்டேயிருந்தால் அப்படியே ஆக்கி விடலாம் என்று எழுதியிருந்தது. சொல்லிக்கொண்டிருந்தேன்..."

அதைப் பற்றி அபிப்பிராயம் ஒன்றும் சொல்லவில்லை. அனந்தசாமி சிறிது நேரம் மௌனம் சாதித்தார்.

"அப்புறம்?"

"அப்புறம் அப்பாவோடும், பெரிய தம்பியோடும் பீச்சுக்குப் போனேன்."

"அப்புறம்?"

"வீட்டுக்கு வந்தோம். சாப்பிட்டோம். ரங்கன் வந்தார். ஒரு கேம் 'செஸ்' ஆடினோம்."

"செஸ்கூட ஆடத் தெரியுமா, உனக்கு?"

"ஊரிலே ஆடுவேன். நம்ம ஊர் சதுரங்கம் அது. இங்கே வந்ததும் ரங்கன் ஒரே நாளில் சீமை செஸ் சொல்லிக் கொடுத்துவிட்டார் உங்களுக்குத் தெரியுமா?"

"எனக்குத் தெரிந்தால் பொழுது போகவில்லையே என்று இப்படி அழுவேனா?" என்று கேட்டுச் சிரித்தார் அனந்தசாமி.

"தெரிய வேண்டாம், மாமா."

"ஏன்?"

"ஒரு மணி நேரம் ஆடினால் மூளை உடம்பெல்லாம் அயர்ந்து போய் அடித்துப் போட்டாற்போல் ஆகிவிடுகிறது மாமா. அப்புறம் ஒரு பிரயோசனமுமில்லாமல் ஏன் இப்படி மண்டையை உடைத்துக்கொண்டோம் என்று வருத்தம் வந்துவிடுகிறது."

"மூளைக்கு நல்ல பயிற்சி இல்லையோ அது? என்ன இப்படிச் சொல்லிவிட்டாய்?" என்றார் அனந்தசாமி.

"மூளைக்குச் செஸ் ஆடறதுக்குத்தானே பயிற்சி? மற்றச் சமாசாரங்களுக்கு இது என்னமோ பிரயோசனப்படும்? அததிலே தனித் தனியாய்ப் பழக்கம் பண்ணிக் கொண்டால்தானே நடக்கும்?"

அனந்தசாமிக்கு வியப்பாகத்தான் இருந்தது. இவ்வளவு சின்னப் பெண், என்னென்னவெல்லாம் யோசித்து யோசித்து வைத்திருக்கிறாள் என்று நினைத்துக் கொண்டார்.

"சரி செஸ் ஆடினாய்...

"ரங்கன் போனார் கதவைத் தாளிட்டுப் படுத்துக் கொண்டேன்."

"ரங்கன் ஒன்றும் சொல்லவில்லையா?"

"உங்களைப் பற்றிக் கேட்டார். 'அவருக்கு ஜுரம், இப்பொழுது யாரையும் பார்க்கமாட்டார்' என்றேன். நான் நேற்று இங்கு வந்துவிட்டுப் போனதையும் சொன்னேன்."

"ஐயையோ, ஏன் அப்படிச் சொன்னாய்..?"

"ஆமாம். உங்களைப் பார்க்க வருவார். நானும் இங்கு வருவேன். எதற்காக... அநாவசியமாக?"

"இங்கு உன்னைப் பார்க்காவிட்டாலும் நேற்று அங்கு வந்தாரே."

"அதற்காகத்தான் அவர் வந்ததும் வராததுமாக 'உங்களைத்தான் எதிர்பார்த்திண்டேயிருக்கேன். செஸ் விளையாடணும் போலிருக்கு' என்றேன். உடனே உட்கார்ந்துவிட்டார். ஒரு மணி ஆடிக் களைத்து எழுந்து போனார். உங்களை வந்து பார்த்து வரப் போகிறேன் என்றார். அதெல்லாம் வேண்டாம் நோயாளிகள் வேறு வந்து பிடுங்குகிறார்கள். இன்னும் நாலைந்து நாட்கள் நாமாவது அவரைத் தொந்தரவு செய்யாமல் இருந்தால் தானே நல்லது, என்று சொல்லி வைத்தேன்."

"பயமாயிருக்கு, பயமாயிருக்குன்னு நேற்று சொன்னாய். இவ்வளவு யமனாக இருக்கிறாயே" என்று கூறிச் சிரித்தார் அனந்தசாமி!

"போங்க, மாமா. பின்னே நான் வருகிற இடத்துக்குக் கூடக் கூட வந்தால் என்ன செய்கிறதாம்? யமனைத் தான் யாரும் தொடர்ந்து போகாமல் இருப்பார்கள்."

பேசிக் கொண்டிருக்கும் போதே மங்களப் பாட்டி வந்தாள். "சுவாமி! உங்களை யாரோ பார்க்க வந்திருக்கிறார்கள், காரில். 'உடம்பு சரியாயிருக்கிறதா, வந்து பார்க்கலாமா, தொந்தரவாக இராதே' என்று கேட்கிறார்கள். வரச்சொல்லட்டுமா?"

"வரச் சொல்லுங்கள். யாரு?"

"யாரோ பொண்ணு."

"அப்படியே இதையும் கேட்டுக்கொண்டு போயிடறேன். இன்னிக்குக் கொஞ்சம் பொரிச்ச ரசமா வைக்கலாமா? நாலு நாளா கஞ்சியே சாப்பிடுகிறீர்களே . . . நாக்கு செத்துப் போயிடுமே" என்று இடுப்புக் கூனலை நிமிர்த்தி நின்றவாறே கேட்டாள் மங்களப்பாட்டி.

"நீங்கள் எது செய்தாலும் சரி" என்று கூறினார் அனந்தசாமி.

"அப்படியே செஞ்சுடறேன். அப்படியே மணத்தக்காளி வத்தலைப் பொரிச்சுடறேன். பொரிச்ச ரசம் வைச்சுடறேன். வாய்க்கு ஆரோக்கியமா இருக்கும்" என்றாள் பாட்டி.

"அப்படியே செய்யுங்கள்."

"எனக்கும் சேர்த்து" என்றாள் டொக்கி.

“ஏண்டி கண்ணு, உனக்கில்லாமலா? குழந்தை ... ஐயோ, படு சமர்த்து, வந்தவுடனே அவ கோலம் போட்டாளே, அதைச் சொல்லணும். ராமர் படம் எழுதுவானே எத்திராஜு, அந்த மாதிரின்னா போடறா. பொரிச்ச ரசம் நன்னா வைப்பேண்டி, குழந்தை நீ இருந்து சாப்பிடு” என்று சொல்லிக்கொண்டே இறங்கினாள் பாட்டி.

“மாமா, நானும் கீழேபோறேனே. யாரோ பார்க்க வந்திருக்காப் போலே இருக்குதே” என்று எழுந்தாள் டொக்கி.

“உன்னையும் பார்க்கப்படாதா?”

“எனக்கு ஜுரமில்லை, மாமா!”

“ஜுரம் இல்லாவிட்டால் உன்னைப் பார்க்கப் படாதா?”

“இல்லை, மாமா!”

“சீ, அசடு! உட்கார்” என்று அனந்தசாமி சொன்ன பிறகு தான் எழுந்தவள் உட்கார்ந்தாள்.

மாடிப்படியில் பட்டுப் புடவை மொட மொடத்தது. சந்திரா நிலையிலிருந்து வந்து கொண்டிருந்தாள்... ரோஜா நிறத்தில் பொட பொட என்று பட்டுப் புடவையும், நெற்றியில் குங்குமமும், ஸ்நானம் செய்து எண்ணெய் போடாமல் வாரிவிட்ட தலையுமாக வந்த அவளைப் பார்த்து டொக்கியின் கண்கள் வியந்ததைக் கண்டார் அனந்தசாமி.

“என்ன மாமா, இது!” என்று அவருக்கே ஜுரம் வந்துவிட்ட புரட்சியை எல்லோரையும் போல் விசாரித்துக்கொண்டே வந்தாள் சந்திரா. டொக்கியையும் பார்த்தாள்.

குருசாமி முன்னால் வந்தான், கையில் ஒரு கூடையுடன்.

“என்னா சாமி?” என்று அவனும் திகைத்துக் கொண்டே கூடையை மேஜை மீது வைத்தான்.

“வாம்மா, சந்திரா!”

சந்திரா அவர் உடம்பைப் பற்றி விசாரித்தாள். டொக்கியை அடிக்கடி பார்த்தாள். டொக்கியும் சந்திராவின் பின்னல் போடாமல் வெறுமனே முடிந்த கூந்தல் பளபளவென்று மின்னும் பிடரியிலும், மேல் முதுகிலும் தளரத் தளரப் புரள்வதைக் கண்ணெடுக்காமல் பார்த்துக் கொண்டிருந்தாள். அவளுடைய நீண்ட திரண்ட கைகால், உயரமும் எடுப்பும் புஷ்டியின் தளதளப்பும் நீண்டு சேர்ந்து கூர்ந்த விரல்கள் எல்லாவற்றையும் பார்த்துப் பிரமித்தாற்போல் உட்கார்ந்திருந்தாள். ஐந்து

நிமிஷங்களுக்குள் ஓர் ஆரஞ்சை உரித்து, ஆப்பிள் ஒன்றைத் தேங்காய் சீவித் துண்டம் போட்டு ஒரு காகிதத்தில் வைத்து அவர் முன் வைத்தான் குருசாமி.

"அடேடே ... நான் பார்க்கவே இல்லையே! இதெல்லாம் எதற்கு?" என்றார் அவர்.

"சாப்பிடுங்க சாமி!"

"எல்லாரும் சாப்பிடலாம்."

"குருசாமி! நீ போய் விட்டுவந்துவிடேன்" என்றாள் சந்திரா.

"எங்கே?" என்று கேட்டார்.

"சதுர்த்தி பூஜை செய்கிறாள் அம்மா நாளைக்கு. ஏதோ சாமான் வாங்கி வரச் சொல்லியிருக்கிறாள். நீ போய் வா."

"சரி" என்று குருசாமி நகர்ந்தான்.

மறுபடியும் சந்திரா டொக்கியைப் பார்த்தாள். அனந்தசாமி அவர்களை அறிமுகப்படுத்தி வைத்தார்.

"இப்ப வெறும் சந்திரா இல்லை, மாமா. ஒரு வாரமாகக் காலேஜுக்குப் போகிறேன். டெமான்ஸ்டரேட்டர் வேலை கிடைத்திருக்கிறது."

"பலே, பலே! எங்கிட்டே சொல்லவே இல்லையே!"

"அப்பவே சொல்லியிருக்கணும். உங்களை எங்கே கண்டுபிடிக்கிறது? நல்ல வேளை ஜுரம் வந்ததோ, பார்க்க முடிந்ததோ!"

"எத்தனை நாட்களாச்சு வேலையை ஒப்புக்கொண்டு?"

"ஒரு வாரம் ஆகப் போகிறது."

"ஹும், வேலை பிடித்திருக்கிறதா?"

"பிடித்திருக்கிறது."

"ம்."

பிறகு டொக்கியையும் விவரமாக அறிமுகப்படுத்தினார் அனந்தசாமி. அவள் பாட்டு, ஆட்டம், நடிப்பு, ஆடைகள் எல்லாவற்றையும் விரிவாகச் சொல்லி விட்டார்.

டொக்கி தலையைக் குனிந்து உட்கார்ந்திருந்தாள்.

சந்திராவும் அவளை என்னென்னவோ கேட்க ஆரம்பித்தாள். ஊர், படிப்பு எல்லாம் விசாரித்தாள்.

"உன் மாதிரி மாதச் சம்பள ஆள் இல்லை அவள். திடீர்னு லட்சக்கணக்கில் சம்பாதிக்க ஆரம்பித்துவிடுவாள்" என்றார் அனந்தசாமி.

தலையை நிமிர்த்தி, அடிபட்ட மிருகம்போல் அவரைப் பார்த்தாள் டொக்கி. அவர் சிரித்தார்.

"மாமா, எழுந்து போய்விடு என்று நேராகச் சொல்லுங்களேன். ஏன் இப்படி சுற்றிச் சுற்றிச் சொல்லணும்?"

"வேடிக்கையாகத்தானே சொல்கிறார் மாமா. நாங்கள் பிராணவாயுவையும் கரியமில வாயுவையும், ஆஸிட்டையும் காரத்தையும் கட்டிண்டு அழற ஜன்மங்கள். நல்ல குரலில் பாடுகிறவர்களிடம்தான் லட்சுமி வருவாள் என்றுதானே மாமா சொல்கிறார். இதற்கு என்ன கோபம்?" என்று தேற்றினாள் சந்திரா.

அவளைத் துளைத்து விடுவதுபோல் ஒரு பத்து விநாடி பார்த்தாள் டொக்கி. பின்பு அவள் முகம் சாந்தமடைந்தது. "அதுக்குச் சொல்லலே மாமி..." என்று ஆரம்பித்தாள் அவள்.

"ஐய்யய்யோ – நான் மாமியாம். என்னைப் பார்த்தால் அப்படியா இருக்கு?" என்று உரக்கச் சிரித்தாள் சந்திரா, பிறகு. "டொக்கி மாமி, போத்து மாதிரி வளர்ந்திருக்கிறேனே என்று பார்க்கிறீர்களா? நானும் போன வருஷம் தான் பாஸ் பண்ணினேன். இதைப் பாரு, இனிமேல் மாமி, நீங்கள் இதையெல்லாம் சொன்னாயோ உன் மூக்கைக் கடித்துச் சாப்பிட்டு விடுவேன்!" என்று நடுவிரலையும், கட்டை விரலையும் சேர்த்து வளைத்து டொக்கியின் மூக்கின் அருகில் நீட்டிப் பயமுறுத்தினாள் சந்திரா. "ஆமாம். வெள்ளரிப் பிஞ்சு மாதிரி இருக்கு பார். இந்த மூக்கைக் கடித்துத் தின்று விடுவேன்" என்று டொக்கியின் முகத்தை மலைப்புடன் பார்த்தாள். "மாமா, சிலை மாதிரி இருக்கா மாமா இந்த டொக்கி. மூக்கு, கன்னம், முகவாய் எல்லாம் பார்த்தீர்களா? பழைய காலத்து முகம் மாமா இது. கையிலே ஒரு தாமரைப் பூவைக் கொடுத்து, புடவையை மடித்துக் கொசுவிக் கட்டி எங்கேயாவது ஒரு கோவிலிலே ஒரு மூலையிலே அசையாமல் நில்லு என்று நிறுத்தி வைத்துவிட்டால் போகிறவர்கள் வருகிறவர்கள் எல்லாம் விழுந்து விழுந்து கும்பிட்டு விட்டுப் போவார்கள்... இல்லை?... அப்படியே விக்கிரக மூஞ்சி" என்று சற்றுத் தலையைப் பின் தள்ளி வியந்தாள் சந்திரா.

"ஒரு கோயில் கட்டி வைத்துவிடுவோமா?" என்றார் அனந்தசாமி.

"ஸ்டூடியோவுக்குப் பதிலாகக் கோயிலிலே வைத்தால் தான் பாந்தமாயிருக்கும் இவளை. மறுபடியும் கோபித்துக் கொண்டு விடப் போகிறாள்!" என்றாள் சந்திரா.

"என்னைப் பார்த்தால் அவ்வளவு சிடுமூஞ்சியாகவா இருக்கிறது?" என்று கேட்டாள் டொக்கி. இருவரும் பலமாகச் சிரித்தார்கள். அனந்தசாமி எதையோ நினைத்துச் சந்தோஷப் பட்டுக் கொண்டிருந்தார்.

# 34

இரு பெண்களும் வாய் ஓயவில்லை. அப்படிப் பேசினார்கள், சிரித்தார்கள். பத்திரிகை, சங்கீதம், சினிமா, புடவை, துணி, இரண்டு பேருக்கும் பொதுவான பல செய்திகள் மோஸ்தர்கள் எல்லாம் அடிபட்டன. இவ்வளவையும் இப்பொழுதுதான் விவரம் தெரிந்த பையனைப் போல் மாறி மாறிப் பார்த்துக் கொண்டிருந்தார் அனந்தசாமி.

இரண்டு பேரும் அழகு, மங்களப் பாட்டி லட்சணமான பெண்களை வர்ணிப்பதுபோல் படத்தில் எழுதிப் பார்க்கலாம்! இருவரும் ஒரே உயரம். இருவரும் புத்திசாலிகள். எதைப் பார்த்தாலும் சொன்னாலும், கேட்டாலும், அந்தக்கணமே மனத்தில் பதித்துப் புருபுருவென்று இயங்கும் கூர்மையும், விழிப்பும் இருவர் கண்களிலும் மின்னின.

ஒரே உயரம்தான். ஆனால் சந்திராவின் உடலில் ஒரு பளபளப்பு கூடியிருந்தது. அவள் நல்ல வெள்ளை சிவப்பு. கைகள், விரல்கள் எல்லாம் நீளமாக உருண்டு திரண்டு அவளைப் பெரிய வடிவமாக எடுத்துக்காட்டின. சுப்புசாமி நாகம்மாள் இவர்களைப் போல் பரந்து நெடிந்து வளரும் வகை. வசதியும் ஊட்டமும் ஒரு காரணம். அதைவிடக் குடும்பத்தின் இயற்கையான வளர்த்தி முந்திக் கொண்டு எடுப்பாகத் தெரிந்தது.

டொக்கி அதே உயரம்தான். ஆனால் பருவத்தின் பொலிவு மட்டுமே அந்த உயரம் முழுவதிலும் விரவியிருந்தது. அந்தக் குடும்பத்துக்கு வளர்த்தி

அன்பே ஆராமுதே

குறைவு. ராஜாங்கம் நடுத்தர உயரம், நடுத்தரக் கட்டு. அவர் மனைவி ஒடிந்து விழுகிறவள்.

ஒரே அழகு, புத்தி, கவர்ச்சி – ஆனால் இரு நாற்றுகளைப் பிடுங்கி, படுக்கையோரமாக ஒன்றையும், வீட்டுக் கொல்லையில் ஒன்றையும் நட்டது போலிருந்தது.

மாறி மாறிப் பார்த்துக் கொண்டிருந்தார் அவர்.

இவ்வளவு சுறுசுறுப்புக்கும் கூர்மைக்குமிடையே சந்திராவின் பார்வையிலும் பேச்சிலும் ஓர் அமர்வும் இன்னதுதான் பேசப் போகிறோம் என்று தெரிந்து, பிறகு அதை வார்த்தையாக மாற்றுகிற உணர்வும் வெள்ளி மூடியைப்போல் ஆண்டு கொண்டிருந்தன. வெண் முகிலுக்குள் ஒளிந்தும் தோன்றியும் மெதுவாக ஊரும் நிலவாகப் பரவிற்று அவள் பேச்சு. டொக்கியின் நாக்கும் கண்ணும் 'ஜிவ் ஜிவ்' வென்று குத்தின. துணி துவைக்கையில் வெயிலில் தெறிக்கும் சாரல் போல் வர்ணமும் ஜொலிப்புமாகத் துள்ளிப் பாய்ந்தன.

ஒன்றை விட்டு இன்னொன்றைப் பற்றிக் கொண்டானே ரங்கன்! எதற்கு? சந்திராவின் ஆழ்ந்த அமர்வைக் கண்டு மிரண்டு விட்டானா? அவனுடைய வேகத்தையும் கட்டற்ற ஓட்டத்தையும் அது தன்னறியாமல் ஆண்டு விடும் என்று அஞ்சி விட்டானா! இல்லை, நின்று பொழியும் நிலவைவிடச் சுள்ளென்று குத்தும் நீர்த்திவலைகளின் சில்லிப்புக்கும் மயிர்க் கூச்சுக்கும் வெறி கொண்டு அலைகிறானா!

ஆழ்ந்து ஓடிக்கொண்டிருந்த மனம் சட்டென்று கட்டை போட்டு நின்றது.

எதற்காக இந்த அக்கறை, ஆராய்ச்சி எல்லாம்? நாம் யார்? காக்கைக்கு எத்தனை பல், ஆட்டுக்கு எத்தனை வயது என்பது போல இதென்ன அர்த்தமற்ற ஆராய்ச்சி! நமக்கும் இவர்களுக்கும் என்ன சம்பந்தம்! இவர்கள் யார்! எதற்காக இங்கு வந்து உட்கார்ந்திருக்கிறார்கள்!

நாலு நாட்கள் படுத்த படுக்கையில் கண்ணை மூடி ஆடாமல் அசையாமல் சிலையாக அமர்ந்து, மனத்தை அழித்து வெளியில் மிதக்கும். ஆனந்தம் வரத் தவறி விட்டது. ஏதோ பால்காரனைப் போல, வேலைக்காரனைப்போல, அதற்கே ஜுரம் வந்ததுபோல் நின்றுவிட்டது. அதைப் பற்றி நாம் எந்தக் கவலையும் படவில்லை! இது என்ன?

எங்கேயோ விலகி நின்றார் அவர். இந்த ஓய்ச்சலும் வழி தெரியாமல் நிற்பதும் அவருக்குப் புதிதல்ல. பள்ளிப் படிப்பு

முடிந்து கல்லூரியில் சேரும்பொழுது தகப்பனார் அலைந்து திரிந்து சம்பாதித்துக் கொடுத்த இரண்டு வேலைகளை ஒப்புக் கொள்ளாமல் தயங்கிய பொழுது, கலியாணம் செய்து கொள்வதற்காகப் பெண்ணின் ஊருக்கே சென்று முதல் நாள் மாலை மிரண்டு பின் வாங்கியபொழுது, நிமாய்ஜி விட்டு விட்டுப் போய் விடுவாரோ என்று ரிஷிகேசம் வரையில் நிழலாகத் தொடர்ந்து அலைந்தபொழுது பல சமயங்களில் அவர் இப்படி எதிரே மலை எழுந்தாற்போல நின்றிருக்கிறார். துறவையும் அன்பையும் கலந்து சாப்பிட்டுக் கொண்டே இந்தப் பட்டணத்தில் அலையும் பொழுதும் பழகும் பொழுதும் இப்படித் திடீர் திடீரென்று நின்றிருக்கிறார்.

இவ்வளவு தனித்து நின்ற பொழுது சந்திராவிடம் உள்ள பாசம் மட்டும் அவரை விடவில்லை. அம்மாவுக்கு அடுத்தபடியாக அந்தக் குழந்தையும் துறவைப் போட்டுத் துலங்கிய அவர் நெஞ்சில் திரௌபதியின் அட்சயப் பேலாவில் ஒட்டியிருந்த கீரைத் துளிபோல் விடாமல் ஒட்டிக் கொண்டிருந்தது. ஆமாம். குழந்தைதான் அவள் ஏழெட்டு வயதுக் குழந்தையாக இருந்தது முதல் அவளைப் பார்த்துத் தூக்கி விளையாடி வந்திருக்கிறார். வேறு எந்தக் குழந்தையையும் அவர் அப்படித் தூக்கிக் கொஞ்சினதில்லை.

இவளுக்காகக் கரைந்து உருகின சமயத்தில் காசியின் வீட்டில் ரங்கனைப் பார்த்தது எங்கெங்கோ அவரை இழுத்துப் போயிருந்தது. ஏதோ சோதனை ஒன்று வடிவம் கொண்டு வந்தது போல் ருக்மிணி வந்த அதிசயம்... அவள் சொல்லைத் தட்ட முடியாத கூச்சம் வேறு அவளை நினைக்கும் பொழுது...

இப்பொழுதுதான் ஆறி வாய் மூடி வருகிற காயத்தின் மீது பட்டு விட்டாற் போல் ஒரு நுட்பமான வலி...

ஒதுங்கி நின்றவர் மீண்டும் ஓடும் வெள்ளத்தில் கலந்து கொண்டார்.

சிறிது நேரம் அவர்கள் பேச்சைக் கவனிக்காத காது மீண்டும் கேட்டது. சந்திரா, அனந்தசாமி ஒரு நாள் சினிமாப் பார்த்துவிட்டு, “இரண்டு பேர்கள் ஒரு மரத்தடியில் உட்கார்ந்து பாடுகிறார்கள். பக்கத்தில் யாருமே இல்லை. ஆனால் பாட்டோடு வாத்தியம் கேட்கிறதே, எப்படி ?” என்று கேட்டதைச் சொல்லிச் சிரித்துக் கொண்டிருந்தாள்.

“மாமா அந்த மாதிரி கேட்டபோது எனக்குக் கூட அவர் கேட்கிறது சரிதானே என்று தோன்றிற்று” என்றாள் சந்திரா.

"தேவலையா... இன்னுமா ஜுரம் இருக்கு – எனக்கு நேத்திக்குத்தான் தெரியும்" என்று மாடிப் படியில் குரல் கேட்டது.

சந்திரா திகைத்து விழித்தாள்.

டொக்கியின் முகம் சிணுங்கிற்று.

"என்ன சார் உடம்பு?" என்று கத்திக் கொண்டே ரங்கன் உள்ளே வந்தான். உள் நிலை வரையில் வந்து விட்டான். சட்டென்று அவருக்கு முன்னால் இருந்த இருவரையும் பார்த்தான்.

"வாங்கோ" என்றார் அனந்தசாமி.

ரங்கன் பதில் பேசவில்லை. ஒன்றும் சொல்லாமல் அவன் நின்றது அவன் ஏதோ குழறிக்கொண்டு தவிப்பது போல் அவர் காதுக்குப்பட்டது.

"ஜுரமாமே!"

"தேவலை...

"தேவலையா, சரி. அதுதான் இப்படிப் போய்க் கொண்டிருந்தேன். எட்டிப் பார்த்து விட்டுப் போகலாம் என்று வந்தேன். அவசரம். பிறகு வருகிறேன்" என்று சொல்லி நகர்ந்தான்.

"என்ன வந்ததும் வராததுமா..!"

"இல்லை. அவசரம்! போய்விட்டு வந்து விடுகிறேன்" என்று வேகமாக நடந்தான். மறைந்து விட்டான். எல்லாம் ஒரு கணத்துக்குள்!...

சந்திராவின் முகம் வதங்கிவிட்டது. தலையைக் குனிந்து புடவைத் தலைப்பை விரலால் முறுக்கினாள். பெரிய கூட்டத்தைக் கூட்டி அத்தனைக் கண்களும் பார்க்க அவமானப்படுத்தியது போல, இகழப்பட்டது போல அவள் நசுங்கிச் சாவது தெரிந்தது.

"நான் இங்கே வந்திருக்கிறேனோ இல்லையோ, அவரை வர வேண்டாம் என்று சொல்லிவிட்டு! அதுதான் துரைக்குக் கோபம் – போய் விட்டார் போலிருக்கிறது" என்று மௌனத்தைக் கலைத்தாள் டொக்கி. குகையில் சிறு கௌளியின் சொல் பெரிதாக எதிரொலிப்பது போல் அவள் சொற்கள் உரத்துக் கேட்டன.

சந்திரா நிமிர்ந்து பார்த்தாள். டொக்கியைப் பார்த்தாள். அனந்தசாமியைப் பார்த்தாள்.

"ஆனால் இது புதுசு இல்லை. சுபாவமே அப்படித் தான் போலிருக்கிறது. வீட்டுக்குத்தான் வருகிறாரே! திடீரென்று வருவார். சரி, அப்புறம் வரேன் என்று கிளம்பி விடுவார். வேறு

ஒருத்தரும் இருக்கப்படாது அவருக்கு. இவர் வரப்போகிறார்னு எப்பவும் வீடு ஒழிஞ்சா இருக்கும்? தெரிஞ்சவா வரத்தான் வருவா. மூன்றாம் மனுஷாளைப் பார்த்ததுமே முள்ளுமேலே நிக்கறாப் போல நிற்பார். எப்படி ஓடலாம் என்று காத்துக் கொண்டு நிக்கறாப்பல இருக்கும். உடனே ஓடியும் விடுவார், ஞாபகம் இருக்கா! முதல் முதல்லே நீங்க அன்னிக்கு வந்தபோது வந்து நின்று விட்டு ஓடினாரே."

"ம்க்கும்..." என்ற அனந்தசாமி சந்திராவை பார்த்துக் கொண்டிருந்தார். சந்திரா குழப்பமும் வியப்புமாக டொக்கி பேசுவதைக் கவனித்துக் கொண்டிருந்தாள்.

"சதா பறப்புத்தான். இந்தமாதிரி கால் ஒரு இடத்திலே நிற்காது, தரிக்காது. ஒரு காரியம் செய்யறபோது இன்னொரு காரியத்திலே நினைவு. சரி சரி சரின்னு அவசரம். மனசு அந்த அந்தக் காரியத்திலே இராது. 'ம்க்கும் ம்க்கும்' என்று கவனிக்காமல் தலையாட்டல், அலுத்துக்கறது—இல்லே?" என்று கூறினாள் டொக்கி.

"ஆமாம்"—பதில் சொல்ல வேண்டுமே என்பதற்காக ஆமாம் போட்டுக் கொண்டே அனந்தசாமி சந்திராவைத் தான் பார்த்துக் கொண்டிருந்தார்.

சந்திரா அவரை ஒரு தடவை பார்த்தாள். இரண்டு விநாடிகள் பேசாமலிருந்தாள். உதட்டை இறுக்கிக் கொண்டாள்.

"உனக்குச் சொந்தக்காரரா?" என்று டொக்கியைப் பார்த்துக் கேட்டாள்.

"சொந்தமில்லை. தெரிந்தவர்."

"ரொம்பத் தெரிந்தவராக்கும்?"

"ஆமாம்."

"அதுதானே கேட்டேன். எப்படி ஓடிடுவார், நிற்பார், தரிக்க மாட்டார் என்று அக்கக்காக அலசி சொல்கிறாயே? ரொம்பத் தெரிந்தவரானால் தான் இப்படிச் சொல்ல முடியும்?"

"ரொம்பத் தெரிந்தவர் என்றும் சொல்லிவிட முடியாது. இப்ப தெரியாதவர் மாதிரி ஒரு வார்த்தை பேசாமல் பொட்டைச் சாரை போகிறாற் போல விர்ரென்று போனாரே, பார்த்தீர்களா? எப்ப வந்தே, எப்ப போகப் போறே, ஏதாவது கேட்கத் தோன்றாதோ! அவ்வளவு ஆத்திரம்!"

"என்னத்துக்கு ஆத்திரம்:"

“நேற்று சாயங்காலம் வீட்டுக்கு வந்திருந்தார். இந்த மாதிரி அனந்தசாமி மாமாவுக்கு உடம்பு ஜுரம் என்று சொன்னேன். நாலைந்து நாட்களுக்குத் தொந்தரவு செய்யாமலிருந்தால் நல்லதென்று சொன்னேன். சொல்லி விட்டு நான் வந்திருக்கிறேனோல்லியோ, அந்தக் கோபம்...”

“நீ எதற்காக அப்படிச் சொல்லவேண்டும்? நானும் நீயும் வந்து தொந்தரவு கொடுக்கிறாற் போல் அவரும் சற்று நேரம் கொடுத்து விட்டுப் போகட்டுமே என்று இருந்திருக்க வேண்டும்.”

“அதுக்காக முன்னே பின்னே பார்க்காதவர் மாதிரியே போகணுமா என்ன? இப்படி எடுத்ததுக்கெல்லாம் முகத்தைத் தூக்கிக் கொண்டால்! ஏ அப்பா!” என்றாள் டொக்கி.

“இப்பொழுதே இப்படி இருக்கிறது. கல்யாணம் ஆகிவிட்டால் எப்படியோ!” என்றார் அனந்தசாமி.

“பார்த்தீர்களா! அந்தப் பேச்சே வேண்டாம் என்று சொன்னேனா இல்லையா..?”

“உன்னைக் கலியாணம் பண்ணிக் கொண்டால் என்றா சொன்னேன்? பொதுவாகக் கலியாணம் ஆகி விட்டால் என்று தானே நான் சொன்னது.”

“அதுதானே பார்த்தேன். பண்ணிக் கொள்கிறவள் திண்டாடிவிட்டுப் போகிறாள்...

“என்ன மாமா இது! என்ன பூடகம் இது? இவளைத் தானே கலியாணம் பண்ணிக் கொள்ளப் போவதாகச் சொன்னீர்கள் முன்னால்?”

“சொன்னேன். அவள் பேசியதைப் பார்த்து மாற்றிக் கொண்டு விட்டேன்.”

“மறுபடியும் பார்த்தீர்களா?” என்று உதட்டைக் குவித்தாள் டொக்கி.

“ஏன் இவரைக் கல்யாணம் பண்ணிக் கொண்டால் என்ன? கசக்கிறதா உனக்கு?” என்றாள் சந்திரா.

“எனக்கு ஏதுக்குக் கலியாணம்?”

“எதுக்கா?”

“ஆமாம். ஆடுகிறதையும் பாடுகிறதையும் பார்த்து விட்டுக் கலியாணம் என்பார்கள். கலியாணம் ஆனதும் எல்லாவற்றையும் மூட்டை கட்டி வை. வீட்டோடு இரு’ வாழைக்காய் பஜ்ஜி பண்ணு. பொரிச்ச ரசம் பண்ணு. வீட்டோடு, அடைந்துகிட என்பார்கள்.”

“சரி. அப்படிச் சொல்லாமல் உன்னை இஷ்டப்படி இரு என்று சொன்னால்..?”

“யாரு இவரா? இப்பொழுதே தெரியவில்லையா இவர் சந்தம்?”

“இது பொய்க் கோபம். தெரியவில்லையா! ரொம்ப ஆசையாக இருந்தால்தான் இப்படிக் கோபம் வரும்” என்றாள் சந்திரா.

“சரி இந்தப் பேச்சை இதோடு நிறுத்திக் கொள்ளலாம்! எனக்குக் கலியாணம் கிலியாணம் என்று பேசவே பிடிக்கவில்லை. எத்தனையோ சமாசாரம் இருக்கிறது பேச. வேறு வேலைகளும் இருக்கின்றன. கலியாணம் என்ன கலியாணம்?” என்று முகத்தைச் சிணுங்கின டொக்கி, திரும்பி மேஜை மீதிருந்த ஒரு புத்தகத்தைப் புரட்ட ஆரம்பித்தாள்.

“அதெல்லாம் சரி, நீ அவள் கேட்டதற்குச் சரியாகப் பதில் சொல்லவில்லையே – உன்னைத்தான் டொக்கி?” என்றார் அனந்தசாமி.

“என்ன?”

“நீ இஷ்டப்படி இருக்க அனுமதித்தாலும் அவரைக் கலியாணம் பண்ணிக்கொள்ள மாட்டாயா என்று கேட்கிறாளே சந்திரா.”

“நான் பண்ணிக்கொள்ள மாட்டேன்...”

“அதுதான் ஏன் என்று சொல்லேன்.”

“ஏன் என்ன ஏன்? அது என் இஷ்டம். பார்க்கும் படியாயிருக் கிறவர்கள் எல்லாரையும் கலியாணம் செய்து கொள்ள முடியுமா? இல்லை, உன் மேல் ஆசையா இருக்கிறேன் என்று சொல்கிற எல்லாரையும் தான் பண்ணிக் கொண்டு விட முடியுமா?”

“ஓகோ, இரண்டு மூன்று பேர்கள் இவளைச் சுற்றிச் சுற்றி வருகிறாற் போலிருக்கிறது மாமா!” என்று சிரிக்கிறாற்போல் சொன்னாள் சந்திரா.

“ஆமாம்!” என்றாள் டொக்கி. புருவம் இலேசாகச் சுருங்கு கிறது. இதயத்தின் மிருதுவான தசைகள் குத்தல் எடுத்து நோவது போலச் சற்று மூச்சையடக்கிக் கண்ணை மூடிக் கொண்டாள்.

முகம் சட்டென்று ஏதோ ஞாபகம் வந்தாற்போல் மாறியது.

“அடெடெ! பாட்டி காத்துக் கொண்டிருப்பாள் கீழே. பாட்டிக்கு அம்மியில் கை அழுந்தாது என்று பருப்புத் துவையல் நானே அரைத்துக் கொடுப்பதாகச் சொன்னேனே! இதோ வந்து

விட்டேன்" என்று கூறி டொக்கி எழுந்தாள்...விறு விறுவென்று கீழே ஓடிவிட்டாள்.

சந்திரா அனந்தசாமியை நிமிர்ந்து பார்த்தாள்.

"என்ன மாமா இது?"

"குழந்தை அவள்."

"ஆமாம் மாமா! ஆனால் இந்த ஒரு குழந்தை தானே! – என்று கேட்டாள் சந்திரா, குரல் கம்மி நடுங்கியது.

"அவன்கூடக் குழந்தை மாதிரிதான் இருக்கிறான்."

சந்திரா நாலைந்து கணம் பேசவில்லை. பிறகு, "ஒருநாளுமில்லாத திருநாளாக உங்களிடமிருந்து கடிதம் வந்திருக்கிறதே என்று பார்த்தேன்..." என்று பாதியில் நிறுத்தி விட்டாள்.

"அவன் இங்கே வருவான் என்று நான் எதிர்பார்க்கவில்லை. உன்னை இந்தப் பெண் பார்க்கட்டுமே என்று தான் வரச் சொன்னேன். நீ அவளைப் பார்க்க வேண்டும் என்று வரச் சொல்லவில்லை."

"நான் அவளைப் பார்த்திருக்கிறேன் என்று நினைக்கிறேன்."

"எங்கே?"

"இப்பொழுது ஞாபகம் வருகிறது. காரின் முன் சீட்டில் அவரோடு உட்கார்ந்திருந்தாள் ஒரு தடவை. இரண்டு மூன்று தடவைகள் ஸ்கூட்டரில் பின்னால் உட்கார்ந்தாள் என்று நினைக்கிறேன்..."

"உட்கார்த்தி வைத்துக் கொண்டு போகலாம். அவ்வளவு தான்" என்றார் அனந்தசாமி. சந்திரா அவரை உற்றுக் கவனித்தாள்.

"குழந்தை என்கிறீர்களே!"

"இருக்கட்டுமே. குழந்தை எல்லோரிடமும் ஏமாந்து போய் விடாது. சாதாரணக் குழந்தைகூட யார் கூப்பிட்டாலும் வந்து விடுமா? அதற்கு வரவேண்டும் என்று தோன்றினால் தான் வரும்..."

"ரொம்ப அழகாக இருக்கிறாள் மாமா!" என்று சாதாரணமாகச் சொன்னாள் சந்திரா.

"அதற்குமேல் பொறுப்பும் அதிகம். ஒரு கலியாணத்தை ஒப்படைத்தால் ஒன்றியாகவே சமையல், உபசாரம் எல்லா வற்றையும் செய்து விடுவாள்."

"ம்?"

"ஆமாம். எது செய்தாலும் பணிக்காக, நருவிசாக இருக்கும். சில பேர்கள் எதைச் செய்தாலும் அழகாக இருக்குமே, அந்த வகை."

"தெரிகிறது."

"பழகினால் உனக்கு ரொம்பப் பிடித்து விடும்."

"பழகத்தான் வேணும். ஆனால் இப்பொழுதே அவளைப் பார்த்தால் பரிதாபமாக இருக்கிறதே எனக்கு!"

"பரிதாபமா! ஏன்?"

"என்னமோ சொல்லத் தெரியவில்லை. ஆனால் சிறிது நேரம் அவளை நினைத்துக் கொண்டிருந்தாள். அவளுக்காக அழுதுகூட விடுவேனோ என்னவோ... அப்படி உள்ளுக்குள்ளே என்னமோ பண்ணுகிறது..."

"வேறு ஒன்றும் இல்லை. இத்தனை அழகு, திறமை, சமர்த்தோடு அவள் பணக்காரக் குடும்பம் இல்லை. மமதை இல்லை. வெடுப்பு இல்லை. தன்னையே அறியாத குழந்தையாக இருக்கிறாளே, அதுவே காரணமாக இருக்கலாம்."

சந்திரா சற்றுப் பேசாமலிருந்துவிட்டு, "இவளைத் தெரியும். அவர் இங்கே வருகிறார் – இதெல்லாம் நீங்கள் சொல்லவே யில்லையே?" என்றாள்.

"ஐயையோ, இப்பொழுதுதான், சில நாட்கள் பழக்கம் தானே அம்மா இதெல்லாம்... மேலும் நான் உங்கள் வீட்டுக்கு வந்தே ஒரு வாரத்துக்கு மேலாகி விட்டதே. வந்தால் தான் உன்னைப் பார்க்க முடியுமா, நீ காலேஜுக்குப் போய்விடுவாய். புதிதாக வேலை வேறு ஆகியிருக்கிறது."

பேச்சு அப்படித் திரும்பி விட்டது. கல்லூரி வேலையைப் பற்றி விசாரித்தார் அவர். சம்பளம், வேலை நேரம் எல்லாவற்றையும் பற்றி விசாரித்தார்.

பேசிக் கொண்டிருக்கும்போதே குருசாமி வந்துவிட்டான். சந்திரா புறப்படத் தயாரானாள். அதுவரையில் டொக்கி கீழேயிருந்து திரும்பவில்லை.

# 35

குருசாமி வந்ததும் சந்திரா புறப்படக் கிளம்பினாளல்லவா? இன்னும் டொக்கி வராததைக் கண்டு, "குருசாமி, கீழே இருக்கு பாரு, அந்தப் பொண்ணு, அதை மேலே வரச் சொல்லேன்" என்றார் அனந்தசாமி.

அரை நிமிடத்துக்குள் வந்துவிட்டாள் டொக்கி.

"என்ன, மாமா?"

"சந்திரா, வீட்டுக்குப் புறப்பட்டு விட்டாள். உன்னிடம் சொல்லிக் கொள்ள வேண்டாமா?"

"அதுக்குள்ளேயும் புறப்பட்டாகி விட்டதா?"

"ஆமாம். நீ கேட்கிறதைப் பார்த்தால் நீ இங்கேயே இருக்கிறவள் மாதிரியல்லவா இருக்கிறது? நீ புறப்படவில்லையா? உன்னை வீட்டில் கொண்டு விட்டுப் போகிறேன்."

"பரவாயில்லை, மாமி."

"மாமியா? சீ?... எங்கே வீடு?"

"அங்கே."

"அங்ங்ங்ங்கே என்றால்? எங்கே?"

"மயிலாப்பூருக்கும் அந்தண்டை"

"அடையாறா?"

"இல்லை."

"சாந்தோமா?"

"இல்லை."

"எங்கே என்று சொல்லேன். மாயவரம்கூட மயிலாப்பூருக்கு அந்தப்புறம்தான் இருக்கிறது."

"மந்தைவெளி."

"அப்பா, இதைச் சொல்லவா இத்தனைக் கேள்வி? நான் உங்கள் வீட்டுக்குச் சாப்பிட வந்து விடுவேன் என்று நினைத்துப் பயந்து விட்டாயா?"

"நீங்கள் பேஷாக வந்து சாப்பிடலாம். சாப்பாடு இருக்கிறது. உட்கார்ந்து சாப்பிடத்தான் இடமில்லை.

"கையில் வாங்கி வாசலில் நின்று சாப்பிடலாமோ இல்லையோ?"

"இல்லை மாமி, வேண்டாம்."

"எங்கள் வீடு மூக்கோட்டை. அந்த மூக்கோட்டை இருக்கிற தெருவுக்கு வருவதற்கே மூக்கைப் பிடித்துக் கொண்டு வரவேண்டும். வேறு வீடு மாற்றப் போகிறோம். அப்பொழுது உங்களை நானாக உங்களுடைய வீட்டுக்கு வந்து அழைத்துப் போகிறேன்."

"ஆக நீ வந்து கூப்பிட வருவாய் என்னை!"

"நிச்சயமாக."

"கூப்பிட வர வேண்டாம். வீடு எப்பொழுது கிடைக்கிறதோ! வெறுமனே வாயேன்."

"வருகிறேன்."

"எப்பொழுது?"

"ஆட்டம், சாதகம், சமையல் – எல்லாம் முடிந்து கை ஒழியணும். அம்மா வேறு இப்பத்தான் டைபாய்ட் வந்து கண்ணை விழித்திருக்கிறாள். அவள் பலமாக நடமாட ஆரம்பிக்கணும்."

"இப்ப யார் பார்த்துக் கொள்கிறார்கள்..?"

"அப்பா இருக்கிறார். அவர் ஊருக்குப் போய் விடுவார் ஐந்தாறு நாட்களில். அப்புறம் ஒருவாரம் நான்தான் பார்த்துக்கொள்ள வேண்டும். இன்றைக்கு அப்பா கூடமாட இருந்து பார்த்துக் கொள்வார்."

"என்ன, மாமா! இவளும் என்னைக் கூப்பிட மாட்டாளாம். வரவும் மாட்டாளாம். எப்படியிருக்கிறது?" என்றாள் சந்திரா அனந்தசாமியிடம்.

அன்பே ஆரமுதே

"சரி, இப்பொழுது வாயேன். கொண்டுவிட்டுப் போய் விடுகிறேன். உங்கள் மூக்கோட்டைக்குள் இறங்காமலேயே போய் விடுகிறேன்."

"பரவாயில்லை. அப்பா சாயங்காலம் வந்து அழைத்துப் போவார். மாமாவுக்கும் ஒருவர் பேச வேண்டுமே."

"பேசவா? இதுதான் மாமாவைத் தொந்தரவு செய்யாமல் இருக்கிற அழகா?"

"தவறிச் சொல்லிவிட்டேன். குடியிருக்கிற பாட்டி எத்தனை தடவைதான் படி ஏறி இறங்குவாள். ஒரு நாளாவது அவளுக்கு ஒத்தாசையாக இருக்கலாம் என்று பார்த்தேன்."

"சரி, உன்னைப் பார்த்துக் கொள்கிறேன், இரு... மாமா, நீங்கள் இவளை அழைத்து வந்தால்தான் உண்டு. வரட்டுமா?" என்று கிளம்பினாள் சந்திரா.

"சரி."

"வரேங்க" என்றான் குருசாமி.

"சரிப்பா. வேறு ஒன்றும் விசேஷமில்லையே சந்திரா! அம்மா, மாமா எல்லாரும் சௌக்கியம்தானே!"

"சௌக்கியம்தான். மறந்தே போய்விட்டேன். ருக்மிணி மாமி டில்லி வேலையை ராஜினாமாச் செய்து விட்டாளாம். இன்று சாயங்காலம் கிராண்ட் டிரங்கில் டில்லியிலிருந்து புறப்படுகிறாளாம். இங்கே அவளுக்குக் கல்லூரியில் வேலையாகி விட்டது – வரட்டுமா?"

"வாம்மா."

வாசல் வரையில் அவளை பின்தொடர்ந்து, அவள் காரில் ஏறும்வரை பார்த்துவிட்டு வந்தாள் டொக்கி.

"யாரு, மாமா இது?" என்று கேட்டாள் மாடிக்கு வந்தவுடன்,

"இத்தனை நேரம் பேசிவிட்டு யாரு மாமா என்கிறாயே?"

"என்ன பேசினேன்? உங்களுக்கு வேண்டியவர்கள். மாம்பலத்தில் வீடு. காலேஜில் படித்துப் பட்டம் பெற்று வேலையில் இருக்கிறாள். அவ்வளவுதானே தெரியும்? மற்றதெல்லாம் அவளுக்கு நேராகவே உங்களைக் கேட்டுத் தெரிந்து கொள்ள முடியுமா?"

"அது சரி. எனக்கு ரொம்ப நாட்களாகத் தெரிந்தவர்கள். அதுதான் மருந்து கொடுத்து வருகிறேன். சந்திராவுக்கு அம்மாதான்

இருக்கிறாள். அப்பா இல்லை. மாமா வீட்டோடு இரண்டு பேரும் இருக்கிறார்கள். மாமாவுக்குச் சம்சாரம் கிடையாது. இறந்துபோய் விட்டாள். அவள் பிள்ளை சீமைக்குப் படிக்கப் போனவன் அங்கேயே ஒரு வெள்ளைக்காரப் பெண்ணைக் கலியாணம் பண்ணிக் கொண்டு லண்டனுக்குப் பக்கத்தில் எண்ணாயிரம் பவுனில் ஒரு சிறிய வீடாக வாங்கிக் கொண்டு இங்கிலாந்துக் குடியாகவே ஆகிவிட்டான். மாமாவுக்கு வேறு யாரும் மனிதர்கள் இல்லை. தங்கையும் மருமகளும்தான் எல்லாம். அவர் நாட்டுக் கோட்டைச் செட்டியாரிடம் ஏஜண்ட். அவர் சொத்து முழுதும் நிர்வாகம் பண்ணுகிறார். இன்று கல்கத்தாவில் இருப்பார். நாளைக்குச் சிங்கப்பூரில் இருப்பார். மறுநாளைக்கு மறுநாள் பம்பாயில் இருப்பார். வாயில் ஈ புகுந்தது தெரியாமல் அலைவார். போதுமா? வேறு ஏதாவது தெரிந்து கொள்ள வேண்டுமா?"

"இவளைக் கண்டால் ரொம்பப் பிடித்துப் போய் விட்டது மாமா எனக்கு."

"அவளுக்கும் அப்படித்தான் என்று தோன்றுகிறது."

"இல்லை, மாமா! முகத்தில் அடித்தாற்போலப் பேசி விட்டேன். அவளுக்கு வருத்தமாக இருக்கும். நீங்கள் தான் காரணம்."

"நானா?"

"ஆமாம். கலியாணம் கலியாணம் என்று என் வாயைக் கிளறி விட்டீர்கள். அவளும் கேலி செய்கிறாற் போலப் பேச ஆரம்பித்தாளா? எனக்கு வேண்டியிருக்கவே இல்லை, இந்தக் கலியாணப் பேச்சு. சட்டென்று அதைச் சொல்லியும் விட்டேன். ஏதாவது தவறாக நினைத்துக் கொண்டிருப்பாள்."

"போகும்போது டூ விட்டாற்போல் போகவில்லையே சிரித்த முகமாகத்தானே போகிறாள். உன்னைக்கூடக் கொண்டு விடுகிறேன். வீட்டுக்கு வா என்றெல்லாம் சொல்லி விட்டுப் போனாளே."

"இருந்தாலும் நான் 'வெடுக்' என்று சொன்னது சொன்னதுதானே! அது சரி. கலியாணம் கலியாணம் என்று என்னை நிமிண்டினாளே அவள், உங்களோடு சேர்ந்து கொண்டு. இவள் சேதி என்னவாம்! இவளுக்குக் கலியாணம் ஆகிவிட்டதா?"

"நீதான் அவள் கழுத்தையும் அவள் கால் விரலையும் துளைத்து துளைத்துப் பார்த்து ஆராய்ச்சி பண்ணிக் கொண்டிருந்தாயே."

"ஆமாம், மாமா"

"என்ன ஊகித்தாய்?"

"கால் விரலில் உருட்டு இல்லை. ஆனால் இந்தப் பட்டணத்தில் கலியாணம் ஆன பல பெண்கள் உருட்டுப் போட்டுக் கொள்வதில்லை. அது கர்நாடகம் என்று நினைத்துக் கொண்டிருக்கிறார்கள்."

"இருக்கலாம். கழுத்தைப் பார்த்தாயே..."

"கழுத்தில் கயிறு இல்லை. ஆனால் சங்கிலியிலேயே திருமங்கலியம் தொங்குகிறதோ என்னவோ? கயிறு முடிச்சைவிடத் தங்கம் கெட்டி என்று அதைப் போட்டு அவள் கழுத்துக்குத் தும்பு மாட்டியிருந்தால்?"

"மாட்டுகிறதாகத்தான் வந்தான் ஒருத்தன். அந்தச் சமயத்துக்கு இன்னொரு பெண் வந்து விட்டாள். இவளை விட அவள் அழகு என்று தோன்றியது. அவள் கழுத்தில் மாட்ட அலைந்து கொண்டிருக்கிறான்."

"அப்படியா? யாரு அவன்? யாரு அந்தப் பெண்?"

"பெண் உன் மாதிரிதான் என்று வைத்துக் கொள்ளேன். குஸுமா என்று பெயர் அந்தப் பெண்ணுக்கு."

"குஸுமாவா?" என்று வியந்தாள் டொக்கி.

"ஆமாம். நன்றாக ஆடுவாளாம். பாடுவாளாம். திருவொற்றியூர் கோயிலுக்கு அழைத்துக்கொண்டு போய் 'நான் உன்னைக் கலியாணம் செய்துகொள்ளப் போகிறேன். அதற்காக, உன் எழில் கரம் பற்றுவதற்காகத் தியோகேசர் மாதிரி எதையும் தியாகம் செய்வேன்' என்கிற மாதிரி சொன்னானாம்..."

"அந்தக் குஸுமா என்ற டொக்கியிடமா சொன்னான்."

"சொன்னதாக நீதான் சொன்னாய்."

"என்ன மாமா இது?"

"என்ன?"

"ரங்கனா? நம்ம ரங்கனா?"

அவளுடைய ரங்கன்.

"என்ன அநியாயம் மாமா இது."

"நியாயம் அநியாயம் எங்கே வந்தது இதில்! பல மாதங்கள் சுற்றிச் சுற்றி வந்தான் நெருங்கிப் பழகினான்... சேர்ந்தே போனான். பீச்சுக்கு, சினிமாவுக்கெல்லாம் அழைத்துப் போனான்.

நிச்சயதார்த்தம் என்று நடக்கவில்லையே தவிர, நிச்சயமாகிவிட்டது என்று தான் அம்மா, மாமா, கார் ஓட்டுகிறவன், தோட்டக்காரன் எல்லாரும் நம்பிக் கொண்டிருந்தார்கள். ஆனால் தனக்கு ஆசை இல்லை என்று கடைசியில் தெரிந்து கொண்டு விட்டான்."

"குஸுமாவையும் இப்படியே அழைத்துக் கொண்டு போய், ஊருக்கெல்லாம் நம்பிக்கை ஊட்டிக் கடைசியில் ஆசை இல்லை என்று தெரிந்து கொள்ளப் போகிறார் இல்லையா?... ஆனால் எனக்குத்தான் ஆசையில்லை. கொஞ்சம் நஞ்சமிருந்தாலும் இத்தோடு... இத்தோடு...

முடிக்காமல் உருட்டி ஒரு விழி விழித்தாள் டொக்கி. கைவிரல்கள் மடக்கிக் கொண்டன.

"அதனால் ஆசையேயில்லை என்று ஆகிவிடுமா?" என்றார் அனந்தசாமி.

"ஏன் ஆகக் கூடாது? சரி, எப்படி ஆனால் எனக்கென்ன?"

"ஏன் அப்படிச் சொல்கிறாய்?"

"நான் கலியாணமே பண்ணிக் கொள்ளப் போவதில்லை. தப்பித் தவறி அந்த ஆபத்து வந்தாலும், இந்த மாதிரி தியாகேசன் உடுப்போடு கரையேற்ற வருகிறவர்களைத் தானா பண்ணிக்கொள்ள வேண்டும்? அதுவும் தாய் தகப்பனாரை மட்டு மில்லாமல் இன்னொரு பெண்ணைத் தியாகம் செய்து விட்டு வந்தவர்களையா..?"

டொக்கியைப் பார்க்கக்கூட அனந்தசாமிக்குப் பயமாக இருந்தது. இத்தனை நாட்களாக அவர் பார்க்காத ஒரு சீறலும் கோபப்புன்னகையும் அவள் முகத்தில் கனிந்து சுட்டன.

ரங்கன் அவளைச் சாதாரணமாகக் கேட்டிருந்தால் பேசாமல் இருந்திருப்பாளோ, என்னவோ? அப்பா, அம்மா, வீடு எதையும் விட்டு விட்டு அதுவும் அவளைக் கை தூக்கி விடுவதற்காக என்று முன் வந்தது அவள் இருதயத்தைத் தீய்த்து விட்ட மாதிரி தோன்றியது.

சற்று நேரம் தரையைப் பார்த்துச் சூழல்மறந்து நின்றாள்.

"நல்ல வேளை! நான் வந்தேன், இங்கு. இல்லாவிட்டால் எப்படித் தெரிந்திருக்கும் எனக்கு?" சட்டென்று ஞாபகம் வந்து மீண்டும் கேட்டாள்: "ஏன், மாமா! நீங்கள் சந்திராவிற்குத்தான் நேற்றுக் கடுதாசி போட்டீர்களே, நான் தான் தபாலில் சேர்த்தேன். அதில் என்னைப் பற்றியெல்லாம் எழுதி விட்டீர்களா என்ன?"

"இல்லையே. ஜுரம். அதனால் தான் வர முடியவில்லை என்று எழுதினேன். அவள் சாதாரணமாகப் பார்க்க வந்திருக்கிறாள்."

"ரங்கனுக்கு எழுதினீர்களா?" என்று சற்று யோசித்து விட்டுக் கேட்டாள் டொக்கி.

"இல்லையே. அவர் இன்று வருவார் என்று நான் எதிர்பார்க்கவில்லை."

"நான் கூடத்தான். அவர் வந்ததும் நல்லதாகப் போயிற்று. தீ மிதிக்கிறவன் அப்பா அப்பா என்று வாய் விட்டு அலறாமல் நெஞ்சைப் பொரித்துக் கொண்டு ஓடுவதைப் போல இவர் ஓடினதை நினைத்தால் சிரிப்பு வருகிறது எனக்கு" என்றாள் டொக்கி.

அனந்தசாமி அவள் சிரிப்பைப் பார்த்தார். அந்தச் சிரிப்பு தீ மிதித் தீ போல் கணகணவென்று கனிந்து கொண்டுதான் இருந்தது.

தி. ஜானகிராமன்

## 36

அன்று மாலைவரை. அங்கே மேலுக்கும் கீழுக்குமாக அலைவதும் உட்காருவதும் பேசுவதுமாகப் பொழுதைக் கழித்தாள் டொக்கி. சாப்பாடு முடிந்த பிறகு மங்களப் பாட்டியும் மாடிக்கு வந்து பேச்சில் கலந்து கொண்டாள். பேச்சில்லை; கதை. அனந்தசாமி கதை சொல்லக் கிளம்பி விட்டார். புத்தர் கதை, புத்தர் சொன்ன கதை, அவர் அலைந்த கதை – ஒவ்வொன்றாக மெதுவாகச் சொல்லிக் கொண்டு வந்தார். நுரையீரல் களைத்துப் போகிறவரையில் அவர் வாய் ஓயவில்லை. நெஞ்சும் வறண்டு, அவராக நிறுத்திய இடையில் மங்களப் பாட்டி கீழே எழுந்து போனாள். அவரை ஓய்வு எடுத்துக் கொள்ளச் சொல்லிவிட்டு, நிலைக் கதவில் சாய்ந்தவாறு உட்கார்ந்திருந்த டொக்கி ஏதோ புத்தகத்தைப் பிரித்துப் படிக்க முயன்றவள் புரியாமல் மூளை சோர்ந்து கண்ணை மூடினாள். அப்படியே புத்தகம் நழுவாமலே கிடக்க உறங்கி விட்டாள். குழந்தையாக அவள் தூங்கும் அமைதியைப் பார்த்து, அவரும் எப்பொழுதாவது வருகிற இருமலைக்கூடச் சிரமப்பட்டு அடக்கிக் கொண்டு அப்படியே மல்லாந்து படுத்தார். இத்தனை நேரம் பேசின களைப்பு அவருடைய இமைகளின் மீதும் அமர்ந்து இறுக்கியது. கிழக்குக் கடல் காற்று குளிர்ந்து வந்து தவழும் நேரம்...

அவர் கண்ணைத் திறந்தபொழுது டொக்கியைக் காணவில்லை. அவள் இருந்த இடத்தில் வழுக்கைத் தலையும் பொக்கை வாயுமாக யாரோ உட்கார்ந்து அதே புத்தகத்தைப் புரட்டிக் கொண்டிருந்தார்கள்.

அனந்தசாமி புருவத்தை உயர்த்தி இமைகளை விலக்கிக் கொண்டு பார்த்தார். அவர் ராஜாங்கம்தான்.

"எப்போது வந்தீர்கள்?"

"நான் வந்து அரை மணி நேரமாயிற்று."

"குழந்தை எங்கே?"

"கீழே போனாள்... ஏதாவது சாதகமாயிருந்தாளா?"

"சாதகமா? நம்ம மாதிரி நூறு பேரை வைத்துக் காப்பாற்றுவாள் அவள்..."

"நூறாவது, ஆயிரமாவது! அதெல்லாம் ஒன்றுமில்லை. ஆனால் பொறுப்பு ரொம்ப ஜாஸ்தி. சொல்லிச் சொல்லித் தான் செய்யணும் என்று வைத்துக் கொள்வாள். ஒன்று கிடக்க ஒன்று செய்து வைக்க மாட்டாள்!" என்று பொக்கை வாய்ப் புன்முறுவலில் தம் திருப்தி, பூரிப்பு எல்லாவற்றையும் அடக்கி வெளிப்படுத்தினார் ராஜாங்கம். "உடம்பு எப்படி இருக்கு இப்ப? இன்னும் லேசா ஜுரம் இருக்கிறதென்றாள் குழந்தை" என்று கண்ணால் கேட்டார்.

"இலேசாகத்தான்... நாளைக்குச் சரியாகிவிடும்,"

டொக்கி 'டீ' போட்டு வந்து இருவருக்கும் கொடுத்தாள்.

பொழுது சாய இருவரும் கிளம்பி விட்டார்கள்.

"மாமா! இங்கிருந்து போக எனக்கு மனசில்லை. இந்த இடம் அவ்வளவு அழகாக இருக்கிறது. இந்தப் பக்கம் தோப்பு; இந்த வேப்பமரம்; உங்களோடு குடியிருக்க மூணு அணில் குஞ்சு; நீங்க தூங்கும்போது அம்மா அணில் என்ன பண்ணிற்று, தெரியுமா? மொட்டை மாடியிலே, அதோ அந்த இடத்திலேயே ஒரு கயிறு கிடந்தது. அதை நன்றாக முன்னங்காலிலே பந்து மாதிரி சுருட்டியது. வாயில் கவ்வியது. அப்படியே இரப்பிலே கொண்டு போய் வைத்துக் கொண்டுவிட்டது. அப்புறம் இரப்பு சட்டத்தை பிடித்துக்கொண்டே என்னை ஒரு நாழி கண் கொட்டாமல் பார்த்தது. அப்புறம் அப்பா வந்ததும் உள்ளே தலையை இழுத்துக் கொண்டது. மந்தைவெளியைவிட இந்த மாடியில் சமுத்திரத்திலிருந்து தூரம். ஆனால் இந்தப் பகலில்கூட இந்த மாடியில் சமுத்திர அலை கேட்கிறது. பொழுது போகிறதே தெரியவில்லை. கதை கேட்கலாம். அணில் பார்க்கலாம். புத்தகம் வாசிக்கலாம். எனக்குத்தான் புரியவில்லை. ஒன்றும் பண்ணாமல் சும்மா உட்கார்ந்தாலும் பொழுது போகிறது, சும்மா உட்கார்ந்திருந்தால் கூட என்னமோபோல் இல்லை. முன்

தி. ஜானகிராமன்

ஒரு தடவை நான் அப்பா அம்மா எல்லோரும் குணசேகரம் போய் இரண்டு நாட்கள் முழுசாகத் தங்கியிருந்தோம். காவேரிக் கரையிலே உட்கார்ந்திருந்தோம். அங்கேயும் பொழுதுபோவதே தெரியவில்லை. ஆனால் அங்கே வீட்டுக்குப் போகணும் என்று நினைவிருந்தது. இங்கே அதுகூட இல்லை."

"இந்த இடத்துக்கு என்ன இவ்வளவு ஸ்தோத்திரம்? கிளம்பியாச்சு. இனிமேல் ஒரு நிமிஷம்கூடத் தங்க மாட்டேன் என்று சொல்வதற்குப் பதிலாக இப்படிச் சொல்கிறாயா?" என்று குறுக்கிட்டார் அனந்தசாமி.

"தங்க முடியவில்லையே என்று தான் சொல்லுகிறேன். நீங்களும் நானும் ஒரே வீடாக அமர்த்திக் கொண்டிருந்தால் என்ன மாமா? ஒரு மாடி வீடாகப் பார்த்தால், மாடியில் நீங்கள் இருக்கலாம். கீழே நாங்கள் இருக்கலாம்."

"நீ பெரிய விதுஷியாகி, பிரபலமாகி, பணக்காரியாகி விட்டால்... அதெல்லாம் நடக்குமா என்ன? தோட்டம், பங்களா என்றிருக்கும் போது மாடியிலே ஒரு குடி, அதுவும் ஒரு பரதேசியை...

"ஏன் மாமா? என்னைப் பார்த்தால் அப்படியா தோன்றுகிறது?"

"எப்படி?"

"பெரிய விதுஷியாக, பிரபலமாக, பணக்காரியாக – இப்படியெல்லாம் ஆவேன் என்று?"

"ஏன் ஆகக் கூடாது?"

"அப்படியெல்லாம் என் தலையிலே எழுதியிருந்தால், இந்த இடத்தையே சுற்றிக் கொண்டு நகர மனசில்லாமல், இப்படி நிற்பேனா, மாமா இப்பொழுது – அருக்கஞ்சட்டித் தண்ணீரிலே கடுதாசிக் கப்பல் பண்ணிவிட்ட மாதிரி. . . நான் அப்படியெல்லாம் ஆகிவிடமாட்டேன் மாமா – பயப்படாதீர்கள்!" என்று சிரித்தாள் டொக்கி.

அந்தச் சிரிப்பிலும் பார்வையிலும் ஆத்திரம், ஆற்றாமை, நிச்சயம், அழுகை, ஏமாற்றம் – எல்லாம் ஒலிப்பது மாதிரியிருந்தது. எல்லாவற்றையும் எல்லாரும் எடுத்துக் கொண்டதும், எனக்கு ஒன்றும் வேண்டாம் என்று குழந்தையொன்று நெஞ்சு கமறக் கத்தும் ஒலி கேட்டது.

சற்றுத் திகைத்து என்ன சொல்வதென்று புரியாமல் குழம்பினார் அவர். என்ன சொல்லலாம் என்று அவர் யோசிப்பதற்குள், "வரேன், மாமா! உடம்பை ஜாக்கிரதையாகப் பார்த்துக்கொள்ளுங்கள். நான் உதவியாயிருக்கலாம் என்று

வந்தேன். ஓயாமல் பேசச் செய்ததுதான் என்னால் ஆன உதவி" என்று சொல்லிக்கொண்டே கிளம்பிவிட்டாள் அவள்.

ஆறாம் நாளன்றுதான் ஜுரம் விட்டது. ஆனால் நடக்க முடியாமல் வீட்டோடு கிடந்தார். இரண்டு நாட்கள் இப்படி வீட்டுக்குள்ளேயே கழிந்தது. தலைக்கு நீர் விட்டுக் கொண்ட களைப்பு வேறு ஒரு நாள் கட்டிப் போட்டது. கால் மட்டும் வெளியே போகப் போகத் துடித்தது. வழக்கமாகப் பார்த்து வரும் நோயாளிகளின் நினைவு வந்து அவரைத் துன்புறுத்தியது. பத்து நாட்கள், பன்னிரண்டு நாட்கள் வீட்டுக்குள் அடைபட்டுக் கிடந்தது குற்றம் என்று ஒரு வெட்கமும் குறுகுறுப்பும் நெஞ்சை அரித்துக்கொண்டேயிருந்தன. நோய் வராமல் முன் ஜாக்கிரதையாக இல்லாதது தவறென, குளித்த அன்று சோர்வு அவரைக் கீழே கிடத்தி உட்கார்த்திய பொழுது பொருமிக்கொண்டேயிருந்தார் அவர்.

தலைக்கு நீர் விட்டுக்கொண்ட மூன்றாம் நாள்தான் அவரால் வெளிக்கிளம்ப முடிந்தது. அதுவரையில் பொழுதைக் கழுத்தைப் பிடித்துத் தள்ள வேண்டியிருந்தது. நாலைந்து நோயாளிகளைத் தவிர வேறு யாரும் வரக் கூடியவர்கள் – வரவில்லை. சந்திராவும் வரவில்லை. ரங்கன் வரவில்லை. டொக்கியும் வரவில்லை. பாகவதர் ஒருநாள் வந்து விட்டுப் போனார். குழந்தையைக் கொண்டு வருவதாகச் சொல்லிப் போன காசி வரவில்லை. மனிதர்களுக்காக ஏன் இவ்வளவு ஏங்குகிறோம் என்று வியப்பாக இருந்தது. மாதக் கணக்கில் வாயைத் தைத்துப் போட்டு, தனிக்காட்டில் இருந்த எனக்கு ஏன் தனிமை நோகிறது? மங்களப் பாட்டி வழக்கம்போல் பேச வந்தாள். பொழுது நன்கு சாய்ந்து விட்டது. நாலரை ஐந்து மணியிருக்கும்.

"என்ன மருந்துப் பெட்டியெல்லாம் எடுத்து வைத்தாகிறது? வெயில் அழைக்கிறதா?" என்று அன்று கேட்டாள் மங்களப்பாட்டி.

"இன்று ஜாஸ்தி தூரம் போகப் போறதில்லை. மீர்சாகிப் பேட்டை மட்டும் போய்விட்டுத் திரும்பி வந்து விடுகிறேன். வெயில்தான் தணிந்திருக்கிறதே" என்று பயந்துகொண்டு சொன்னார் அனந்தசாமி.

"நீர் நிஜம்தான் பேசுவீர்! சரி!" என்றாள் மங்களப் பாட்டி.

"அப்படியென்றால்?"

"உங்க மனசு கேட்குமா ஸ்வாமி! தொட்டுத் தொட்டு அது மாம்பலம் புரசவாக்கம்னு இழுத்துண்டு போயிடாதா! நீங்க இன்றைக்கு நிச்சயம் போக வேண்டுமா என்ன?"

தி. ஜானகிராமன்

"நிச்சயமாக என்றால்?"

"வியாதியஸ்தர்கள் உங்களைத் தேடி வரச்சே நீங்கள் வேறு போகணுமா? இதோ பாருங்க. யாரோ வருகிறாற்போல இருக்கே!"

"யாரு?"

"இருக்கிறாரா?" என்று குரல் கேட்டது.

"பிழைத்திருக்கிறார்!" என்றாள் பாட்டி.

"உடம்பு சரியா யில்லையாமே!" என்று கேட்டுக்கெண்டே வந்தது ஓர் இனிய குரல்.

ருக்மிணி வந்து நின்றாள்.

"அடடே! எப்பொழுது வந்தீர்கள்?" என்று கேட்டார்.

"நாலு நாட்கள் ஆகிறது."

"நாலு நாட்கள் ஆகிறதா?"

"ஆமாம்!" – நாலு நாட்களாக வந்து பார்க்காததற்குச் சமாதானம் சொல்லவில்லை ருக்மிணி.

"உட்காருங்கள்."

ருக்கு உட்கார்ந்து கொண்டாள்.

"நல்ல வேளையாக நீங்கள் வந்தீர்கள். இத்தனை நாழி செருப்பும் பையுமாகக் கிளம்பியிருப்பார். நீங்கள் இருந்து சாவகாசமாகப் பேசிவிட்டுப் போனால் நல்லது. அலைச்சல் மிச்சப்படும்.

"உடம்பு இப்படிச் சாம்பலாக வெளுத்துப் போய் விட்டதே!" என்று அவர் உடலைப் பார்த்துக் கொண்டிருந்தாள் ருக்மிணி.

"நீங்கள் எல்லாம் அவர்கிட்டே மருந்து வாங்கிச் சாப்பிடுகிறீர்களே ஒழிய, மருந்து கொடுக்கிற உடம்பு வாகாக இருக்கணும் என்று சொல்லமாட்டேன் என்கிறீர்களே!" என்றாள் மங்களப்பாட்டி.

"இவர்கள் மருந்து சாப்பிடுகிறவர்களில்லை பாட்டி!" என்று குறுக்கிட்டார் அனந்தசாமி.

"இனிமேல் சாப்பிட்டால் போகிறது!" என்றாள் ருக்கு.

பாட்டி நாசூக்காக ருக்குவையும் யார் என்ன என்று விசாரிக்க ஆரம்பித்தாள். டில்லியில் காலேஜ் வாத்தியாராக

இருக்கிறார் என்று அவர் சொன்னதும் சொல்லாததுமாக ருக்கு இடைமறித்தாள். "இப்போது டில்லி வாத்தியார் இல்லை, பாட்டி. முந்தாநாள் காலையிலிருந்து பட்டணத்து வாத்தியாராகி விட்டேன்!"

"இந்த ஊருக்குச் சமானம் உண்டோ?" என்று சொன்னதோடு பாட்டிக்குத் திருப்தி ஏற்பட்டுவிட்டது. அவளுக்கு வழக்கம் போல் விவரமாக எதையும் தெரிந்து கொள்ளும் ஆவல் எழவில்லை. இரண்டு நிமிஷங்கள் கழித்து "நான் வரேன். கோயிலுக்கு எண்ணெயே போடவில்லை நாலு நாட்களாக!" என்று எழுந்து போய் விட்டாள்.

"டில்லி வேலையை உண்மையாகவே ராஜினாமா செய்து விட்டீர்களா?" என்று கேட்டார் அனந்தசாமி.

"உண்மையாகவேயா என்று கேட்கும் பொழுது, நான் இரண்டு நாட்களா வேலை ஒப்புக்கொண்டு காலேஜுக்குப் போய் வருகிறது ஏதோ பிரமை என்று தோன்றிவிடும்போலிருக்கிறதே! ராஜினாமா செய்துவிட்டு, டில்லியிலிருந்து நாற்பது வருஷ ஜாகையைப் பெயர்த்துக் கொண்டு வந்து விட்டோம்."

"விட்டோமா? இன்னும் யாரு?"

"சித்தி. இருக்கிற மனுஷி எனக்கு அவள் ஒருத்தி தான்."

"ஒருத்தி என்று கவலையோடு சொல்லவில்லையே! வாத்தியார்களுக்கு, மனிதர்களுக்குப் பஞ்சமேது?... ம்..."

"ம்ம்" என்று சொல்லிக்கொண்டேயிருந்தார் அவர். அவருக்கு ஒன்றும் பேசத் தோன்றவில்லை. ஒன்றுமே பேசாமல் அப்படியே உட்கார்ந்திருக்க வேண்டும் போலிருந்தது. வெகு காலமாக அப்படி உட்கார்ந்திருப்பதுபோல, மனம், புத்தியெல்லாம் அந்த நிறைவில் ஒன்றிப் போய்க் கிடந்தன.

ருக்மிணியும் அப்படியேதான் உட்கார்ந்திருந்தாள். ராஜினாமா செய்த விவரம், சித்தி தடுத்தது, டில்லியில் பலபேர்கள் தடுத்தது, மூட்டை கட்டிக்கொண்டு ரயிலில் வந்தது, இங்கே வந்ததும் சுப்புசாமியின் முயற்சியால் கிடைத்த வேலையை வந்த மறுநாளே ஒப்புக்கொண்டது, அவருடைய முயற்சியினாலேயே ஒரு நல்ல வீடு கிடைத்தது – ஒன்றையும் பற்றி அவள் பேசவில்லை. இங்கு உட்கார்ந்திருக்கும் கணத்துக்கு முன் இவ்வளவும் அற்ப நடப்புகளாகத் தோன்றி விட்டன. அவளுக்கு அந்த ஞாபகங்களே வரவில்லை.

இந்த நிறைவிலிருந்து தப்பித்துக் கொள்வதற்காக அவர் சற்றைக்கொரு தடவை "ம்... ம்..." என்று 'ம்' போட்டுக்

தி. ஜானகிராமன்

கொண்டிருந்தார். "அப்புறம் என்ன என்ன செய்தி?" என்று கேட்பது போலிருந்தது... கேட்கவில்லை.

இப்படி ஓர் அரைமணி நேரம் போயிற்று. இந்த மௌனத்தையும் முழுமையையும் தாங்க முடியாமல் ருக்மிணி கடைசியில் பேச ஆரம்பித்தாள்.

"வந்த அன்றே வந்திருப்பேன். உடம்பு சரியில்லை என்று சந்திரா சொன்னதும் பேசாமலிருந்து விட்டேன். பேச்சுக் கொடுக்க வேண்டாம் என்று ஓர் எண்ணம். அப்புறம் ஒரு காரியம் மீதியிருந்தது. அது முழுசாகச் செய்துவிட்டுத் தான் மற்ற வேலைகளைக் கவனிக்க வேண்டும் என்று தோன்றி விட்டது."

"என்ன?"

"வீடு பார்க்க வேண்டியிருந்தது. சுப்புசாமி காரும் நடையுமாக அலைந்து நேற்று ஒரு வீட்டைப் பிடித்து வாடகை அட்வான்ஸூம் கொடுத்துவிட்டார்."

"சௌகரியமாயிருக்கிறதா?" என்று வினவினார் அனந்தசாமி.

"கீழே ஒரு சின்னக் குடும்பம் வசதியாக இருக்கலாம். மாடியில் ஒரு பெரிய ஹால் இருக்கிறது. நடுத்தர அளவில் ஒரு அறை. இந்த அளவுக்கு மொட்டை மாடியும் இருக்கிறது. தண்ணீர், காற்றெல்லாம் வசதியாயிருக்கின்றன."

"அதிர்ஷ்டம்தான். பட்டணத்தில் வந்ததும் வராததுமாக ஒரு வீடு, அதுவும் சௌகரியமான வீடு கிடைத்தும் விட்டதென்றால் அது சாதாரண அதிர்ஷ்டமில்லை!"

"அது சுப்புசாமியின் அதிர்ஷ்டம். என் அதிர்ஷ்டத்தை இனிமேல்தான் பார்க்க வேண்டும்!"

"வேலை கிடைத்துவிட்டது. . . அப்புறம் என்ன?"

"அதுவும் சுப்புசாமியின் செல்வாக்குத் தான்!"

"எப்படியிருந்தாலும் பலனை நீங்கள் தானே அனுபவிக்கிறீர்கள்?"

"எத்தனை பலன்கள் கிடைத்தாலும் முக்கியமானது நிறைவேறாவிட்டால் அவ்வளவும் வீணாகிவிடலாம். நான் டில்லியை விட்டது, இங்கே வந்தது, வீடு கிடைத்தது, வேலை கிடைத்தது எல்லாம் அடியோடு வியர்த்தமாகி விடலாம்."

"வியர்த்தமாகவா!" என்று கண்கலங்கக் கேட்டார் அவர்.

# 37

அனந்தசாமி கண்கள் கலங்க, "வியர்த்தமாகவா?" என்று வினவியதும் ருக்மிணி தன் மனத்திலுள்ளதை அனைத்தும் கொட்டிவிட்டாள். "சிற்சில விஷயங் களை வாய்விட்டும் பேசுவது ஏதோ ஒரு தினுசான கூச்சத்தை உண்டாக்குகிறது. ஆகையால் நான் காரணம் சொல்லாமல் சொல்லுகிறேன். சுப்புசாமி முதலில் ஒரு வீடு பார்த்தார். மாடியில்லாத வீடு, வேண்டாம் என்று சொல்லி விட்டேன். ட்யூஷன் கீயூஷன் என்று மாணவர்கள் யாராவது வந்து கொண்டிருப்பார்கள். மாடியிருக்கிற வீடாக இருந்தால் நல்லது என்று சொன்னேன். அலையாக அலைந்து ஒரு மாடி வீட்டைப் பிடித்தார். நான் அவரிடம் அப்போது சொன்னது அவ்வளவும் உண்மையில்லை. அந்த மாடியில் இந்த வைத்தியசாலையும் வைத்தியரும் இருக்க வேண்டும் என்று எனக்கு ஆசை ஒன்றை நினைத்துக் கொண்டு விட்டால், அதை நான் மனசுக்குள் போட்டுப் பெரிது பண்ணிக் கொண்டேயிருப்பேன். என் சுபாவம் அந்த மாதிரி. அந்த எண்ணம் மனசிலேயே வளர்ந்து வளர்ந்து கல்லாற் கட்டினாற்போல் ஆகிவிடுகிறது, கடைசியில் அது விருப்பமா, எண்ணமா, நிஜமாகவே நடக்கிறதா என்றுகூடச் சொல்ல முடிவதில்லை. நான் கீழே குடியிருப்பது போலவும் மாடியில் வைத்தியசாலை இருப்பதாகவும் இரண்டு வாரங்களாக நினைத்துக் கொண்டிருக்கிறேன். நான் நினைத்துக் கொண்டிருந்த மாடி வீடு ஏறக் குறைய அப்படியேதான் இருக்கிறது. தெருவில் வீட்டோடு வீடாகச் சேர்ந்த வீடாக நினைத்துக்

கொண்டிருந்தேன். ஆனால் சுப்புசாமி பார்த்து ஏற்பாடு செய்த வீடு அப்படியில்லை. வீட்டோடு வீடாகச் சேர்ந்து இல்லாமல் ஒரு காம்பவுண்டுக்குள் சுற்றிலும் பத்துப் பதினைந்து அகலத் தோட்டத்துக்கு நடுவில் இருக்கிறது. அதுதான் வித்தியாசம்."

அனந்தசாமி பேசாமல் கேட்டுக் கொண்டிருந்தார். அவள் முடித்த பிறகுகூட அவருக்கு ஏதும் பேசத் தோன்றவில்லை. அவள் சொன்னதற்குப் பதில் சொல்வதைவிட வேறு ஒரு விஷயம்தான் அவர் மனத்தை ஆட்கொண்டிருந்தது. 'இவளுக்கு முன் நான் ஏன் ஒன்றுமே பேசுவதில்லை? ஏதும் பேசத் தோன்றுவதுமில்லை?' என்ற கேள்வியில் அவர் ஒன்றியிருந்தார்.

நோயாளிகளிடம் அவர் பேசுவது சற்று அதிகப்படிதான். நோயிலிருந்த அவர்கள் மனத்தை திருப்பவோ, அல்லது அவர் களுக்குப் பன்னிப் பன்னி எதையாவது பேசித் தைரியமூட்டவோ, தேவைக்கு மேல் பேசும் வழக்கத்தைப் பயிற்சி செய்து வைத்திருந்தார் அவர். அது ஓரளவுக்கு இயற்கையாகக்கூட மாறிவிட்டதுபோல் அவருக்கே சில சமயங்களில் தோன்றும். தன்னையறியாமல் பேச்சு நீண்டுவிட்ட பொழுதெல்லாம் அவருக்கு இந்த அச்சம் ஏற்படும். துறவிகளுக்கு முதல் லட்சண மான மௌனம் அல்லது மிதமான பேச்சு தம்மை அடியோடு கைவிட்டு விட்டதாக அடிக்கடி அவருக்குத் தோன்றுகிற வழக்கம்.

ஆனால் அதே வாய்தான். தனக்கே சற்று அலுப்பூட்டும் அளவுக்குப் பேசுகிற அதே வாய்தான் இவளைக் கண்டு முடங்கி விடுகிறது. அவளை முதன் முதலாகச் சுப்புசாமி வீட்டில் பார்த்தது, பிறகு பார்த்த சந்தர்ப்பங்கள் அனைத்தையும் அவர் நினைத்துப் பார்த்த பொழுது, அவர் நினைத்தது சரியென்றே தோன்றிற்று. அவள் வரும்போதெல்லாம் அவளேதான் பேசிவிட்டுப் போய் விடுகிறாள்.

இப்பொழுதும் அந்த மௌனம்தான் அவரை அமுக்கிக் கொண்டிருந்தது.

அவர் பதில் பேசாமல் உட்கார்ந்திருந்ததைப் பார்த்து மேலும் சொன்னாள் ருக்மிணி. "இந்த ஜுரத்தையும் படுக்கையையும் பார்க்கும் பொழுது என் எண்ணம் இன்னும் வலுப்பட்டு நிற்கிறது. நீங்கள் மறுத்தால் நான் எப்படியெல்லாம் நடந்து கொள்வேன் என்று எனக்குச் சொல்ல முடியவில்லை. பைத்தியம் பிடித்தாற்போல் சுத்தலாம். அல்லது நாளைக்குக் கல்லூரிப் பாடத்தைத் தயார் செய்து கொள்ளாமல் மனசைக் கண்ணுக்குத் தெரியாத சுவர்கள்மீது மோதி மோதி முட்டிக் கொள்ளலாம். என்ன பாவங்களைச் செய்து இந்தச் சிறு விருப்பங்கள்கூட

நிறைவேறாமல் இப்படிக் கரையேறாத கிணற்றில் விழுந்து கிடக்கிறேன் என்று தொண்டை வலிக்க வலிக்க, வாய் விட்டும் கதற முடியாமல் கதறலாம்..."

அனந்தசாமி நிமிர்ந்து பார்த்தார். அந்த வதைகளை அவள் அந்தக் கணத்திலேயே அனுபவித்துத் துடிப்பதுபோல் இருந்தது. சட்டென்று குறுக்கிட்டார்.

"நான் மறுக்கவும் இல்லை. சம்மதிக்கவும் இல்லை. இன்னும் பதிலே சொல்லவில்லையே" என்று திகைத்துப் போய்க் கூறினார் அவர். அவர் கண்ணில் கண்ட திகைப்பைக் கண்டு சட்டென நிறுத்திக் கொண்டாள் ருக்மிணி. கண்ணை மூடிக் கொண்டாள். "மன்னிக்க வேண்டும். சில சமயம் நான் என்ன பேசுகிறேன் என்றே எனக்குத் தெரிய மாட்டேன் என்கிறது" என்று தலையைக் குனிந்து கொண்டாள். முகத்தில் சிவப்பும், உடலில் படபடப்பும் இன்னும் அடங்கவில்லை.

மீண்டும் ஒரு ஐந்து நிமிஷம் மௌனமாகக் கழிந்தது.

"மூன்று நாட்கள் ஒரே இடத்தில் தங்கக் கூடாது என்று துறவிகளுக்கு ஒரு கட்டளை உண்டு. ஓர் இரவு தங்கின இடத்தி லேயே மறு இரவும் தங்கக் கூடாது என்று இன்னும் கடுமையான கட்டளை உண்டு. நான் அதையெல்லாம் மீறி இங்கே உட்கார்ந்து கிடக்கிறேன், வருஷக்கணக்காக. இப்போது இந்த வீட்டை விட்டுக் கிளம்பும் நேரம் வந்து விட்டாற் போலிருக்கிறது."

"நான் இப்போது பார்த்திருக்கிற வீட்டில் மாடியில் ஒரு பெரிய ஹால் இருக்கிறது. நோயாளிகளை அங்கே பார்க்கலாம். அதன் இரு பக்கங்களிலும் இரண்டு அறைகள் இருக்கின்றன. ஹாலைக் கடந்தால் இவ்வளவு பெரிதாக ஒரு மொட்டை மாடியும் இருக்கிறது. ஆனால் அங்கே இந்தமாரி சீமை வேம்பு இல்லை. பதிலாக ஒரு ருமானி மாமரம் விபூதி பூசின காய்களுடன் மாடியை உராய்ந்து கொண்டிருக்கிறது. மேலே சிமெண்டால் தொட்டி கட்டி வைத்திருக்கிறதால் மாடியில்கூடத் தண்ணீர் வசதிகளெல்லாம் நன்றாகச் செய்து வைத்திருக்கிறான் வீட்டுக்காரன்" என்றாள் ருக்மிணி.

"அது சரி... இந்த வீட்டில் ஒரே ஒரு சௌகரியம் உண்டு. சின்ன வீடு. வீட்டோடு வீடாக இருக்கிற வீடு. இரண்டாம் பேர் படாமல் தனித்து நிற்கிற வீடில்லை. ஒரு பங்களாவைப் பார்க்கும் பொழுது 'நான் ஒரு வீடு, தனி வீடு' என்று தன்னைப் பற்றியே அது நினைத்துக் கொண்டு ஒதுங்கியிருப்பது போல் எனக்குத் தோன்றுகிற வழக்கம். இந்த வீட்டுக்கும் அந்தப் பெருமை கிடையாது. ஆகவே இங்கு யாரும் தயக்கம் இல்லாமல்

வருவார்கள், போவார்கள். ஆனால் நீங்கள் சொல்கிற வீடு அப்படியிராது போல் இருக்கிறதே. காம்பவுண்டுக் கதவைத் திறந்து மாடிப் படியேறியல்லவா வர வேண்டும்?" என்று யோசித்தார் அவர்.

"ஆமாம். காம்பவுண்டுக் கதவு இருக்கிறது. மேலே தர்ம வைத்தியசாலை என்று போர்டு போட்டால் காம்பவுண்டின் இரும்புக் கம்பிக் கதவு அவ்வளவு பெரிய தடையாக இராது."

"இந்தப் பிரமாத தர்மத்துக்குப் போர்டு வேறயா?" என்று கேட்டார் அனந்தசாமி.

ருக்மிணி, "இது என்றில்லை. எந்தத் தர்மத்துக்குமே போர்டு தேவையில்லை தான்... ஆனால் இந்தக் கேட்டு எப்பொழுதுமே திறந்திருக்கும். மாடிப் படியும் வெளியேதான் வீட்டுக்குப் பக்கவாட்டில் கட்டியிருக்கிறேன்" என்றாள்.

"இஷ்டமில்லாமல் நான் ஏதேதோ சொல்கிறேன் என்று நினைத்துக் கொள்ளக் கூடாது."

"இல்லை. நான் ஒன்றுமே நினைத்துக் கொள்ளவில்லை" என்று இடைமறித்தாள் ருக்மிணி.

"மயிலாப்பூரில் ஒரு வீட்டில் நான் மருந்து கொடுத்து வருகிறேன். பெரிய காம்பவுண்டுக்குள் இருக்கிற ஒரு அவுட்ஹவுஸ் அது. வீட்டுக்காரர் நடுவே வீட்டைக் கட்டிக்கொண்டு குடியிருக்கிறார். பின்னால் சின்ன வீடாகக் கட்டி வாடகைக்கு விட்டிருக்கிறார். நான் 'கேட்' தாழ்ப்பாளைத் திறந்து கொண்டு போகும்போதெல்லாம் ஹாலில் அவர் உட்கார்ந்திருக்கிறது தெரியும், வைரக் கடுக்கனும், சந்தனக் கீற்றும், பனியனுமாக என்னைக் கண்கொட்டாமல் நான் அவுட் ஹவுஸ் நடையில் திரும்பி மறைகிற வரையில் பார்ப்பார். தஞ்சாவூர் ஜில்லாவில் நிலபுலன்கள் ஏராளமாக இருக்கின்றனவாம். கிஸான் தொல்லை தாங்க முடியாமல் பட்டணத்தில் ஒரு வீடு வாங்கிப் புதுப்பித்துக் குடியேறி விட்டாராம். வீட்டு வரிக்காவது வரட்டும் என்று பின்னால் ஒரு சின்ன வீட்டைக் கட்டிக் குடி வைத்திருக்கிறாராம். எந்தச் சமயத்தில் போனாலும் அந்த இடத்தில்தான் உட்கார்ந்திருப்பார் அவர். வாசல் கேட்டின் தாழ்ப்பாள் ஓசை கேட்டதும் திரும்பிப் பார்ப்பார்... 'உள்ளே வருகிறவர்கள் கேட்டைச் சாத்திக் கொண்டு வருகிறார்களா என்று கவனிக்கிற ஒரே வேலைக்காக இத்தனை சொத்தையும் வீட்டையுமா சம்பளமாகக் கொடுத்திருக்கிறார் பகவான்?' என்று தோன்றும். நாலுமாசமாக இப்படியே நடந்துகொண்டிருக்கிறது. அவுட் ஹவுஸில் என் சிநேகிதர் குடியேறின மறுநாளிலிருந்தே அதைக்

அன்பே ஆரமுதே

காலி பண்ணச் சொல்லிக் கேட்டுக் கொண்டிருக்கிறாராம் அந்த வீட்டுக்காரர்!... காரணம் என்னவென்று கேட்டதற்கு, 'உங்கள் வீட்டுக்கு இத்தனை பேர்கள் வருகிறார்களே! ஒவ்வொரு தடவையும் எனக்கு எழுந்து போய்க் கேட்டைச் சாத்தவே பொழுது சரியாக இருக்கிறது' என்றாராம். என் சிநேகிதர் எவ்வளவோ சமாதானம் சொன்னாராம். 'இனிமேல் என்னைத் தேடிக்கொண்டு யார் வந்தாலும் உடனே போய் நான் கேட் சாத்தியிருக்கிறதா என்று பார்த்துவிட்டு வந்து மறுகாரியம் பார்க்கிறேன் என்று வாக்குக் கொடுத்தாராம். ஒன்றும் பலிக்கவில்லை. 'உங்களுக்கு இந்தச் சிரமம் எல்லாம் வேண்டாம். வேறு வீடு பார்த்துக் கொண்டு போங்கள்' என்று சொல்லி விட்டாராம். நண்பர் இன்னும் காலி பண்ணவில்லை, அவருக்கு வீடு கிடைக்கவில்லை" என்று ஏதோ கதை ஒன்றைச் சொல்லி நிறுத்தினார் அனந்தசாமி.

ருக்மிணி புன்முறுவலுடன் கேட்டாள். "பணம் சம்பாதிக்கிற பூதம்போல் வாசல் காக்கிற பூதம்... அது சரி, இந்தக் கதையைச் சொன்ன காரணம் எனக்குப் பிடிபடவில்லையே? அவுட் ஹவுஸில் இருக்கிற நண்பருக்கு நான் பார்த்திருக்கிற மாடியைத் தர வேண்டுமா? இல்லை, அந்த வீட்டுக்காரர் மாதிரி நான் வாசல் காக்கக்கூடாது என்று எனக்கு எச்சரிக்கையா?"

"ஒரு காரணமும் இல்லை. ஏதோ ஞாபகம் வந்தது, சொன்னேன். அவ்வளவுதான்" என்று சட்டென்று விடையிறுத்தார் அவர்.

ருக்மிணி எதிரில் இருக்கும்போது அவருக்குப் பேச வரவில்லை. பேசினால் எதையாவது சம்பந்தமில்லாமல் அர்த்தமில்லாமல் பேசுகிறோமோ என்று அவருக்கே பட்டது. உள்ளே வரும்போதே தம்மையறியாமல் எதையாவது கொட்டிக் கொண்டோ, இடறிக்கொண்டோ, உதைத்துக்கொண்டோ வந்து சங்கடப்படுத்துவார்களே சில பேர்கள் – அந்த மதிரியே ருக்மிணியைக் கண்டதும் தம் வாயும் மனமும் இடறி மோதிக்கொண்டு சிரமப்படுவதை உணர முடிந்தது அவருக்கு.

"நான் எந்த விதத்திலும் தொந்தரவு கொடுக்கத் தயாராக இல்லை. இருக்கிறவர்களுக்கோ, வருகிறவர்களுக்கோ எந்தவிதத் தொல்லையும் நான் கொடுக்கமாட்டேன். சித்தியும் அப்படியே பழகினவள்தான். சித்தியை விட்டால் எனக்கு வேறு மனிதர்கள் கிடையாது. அவளுக்கும் என்னை விட்டால் யாரும் கதி இல்லை. மேலே எந்த நோயாளி வருகிறார்கள், எந்த நேரத்திற்கு எந்தவித நோயுடன் வருகிறார்கள் என்பதையெல்லாம் நாங்கள் கவனிக்கவே போகிறதில்லை."

தி. ஜானகிராமன்

"நான் மறுபடியும் சொல்கிறேன். நான் ஏதோ வாய் தவறித்தான் தஞ்சாவூர் மிராசுதாரைப் பற்றிச் சொன்னேன். நீங்கள் இவ்வளவு சமாதானம் சொல்லத் தேவையேயில்லை. இந்தச் சமாதானத்தை நீங்கள் ஆரம்பிப்பதற்கு முன்னாலேயே நான் அங்கு குடி வருவதாகத் தீர்மானம் செய்துவிட்டேன். என்ன வாடகை பேசியிருக்கிறீர்கள்?"

"வாடகையைப் பற்றிய கவலை, கொடுக்க வேண்டிய கடமை, அதிர்ஷ்டம் எல்லாம் என்னுடையது. அந்தக் கொஞ்ச அதிர்ஷ்டத்தை இன்னொருவரோடு பங்கு போட்டுக் கொள்வதா?"

பேச்சு வளரும், இன்னும் ஏதாவது சம்பந்தமில்லாமல் சொல்லத் தொடங்கும் பயத்தில் அனந்தசாமி பதில் பேசாமல் இருந்தார்.

"வாடகை கொடுக்கிற குடியாக இருந்தால், நன் இங்கு வந்திருக்க வேண்டியதில்லை" என்றாள் ருக்மிணி.

"சரி, நீங்கள் குடி போய் விட்டீர்களா?"

"நாளைக் காலையில் போகிறோம்."

"நான் அடுத்த ஞாயிற்றுக்கிழமை வந்து விடுகிறேன்."

"இன்னும் எட்டு நாட்களுக்குமேல் இருக்கிறதே அடுத்த ஞாயிற்றுக்கிழமைக்கு?"

"ஆமாம்."

"நான் அவசரப்படுவதைக் கண்டு கோபம் வரக்கூடாது. நான் கொஞ்சம் அதிர்ஷ்டக் கட்டை. கைக்கு எட்டியது வாய்க்கு எட்டாமல் இழந்து போகிற அனுபவம் எனக்குப் பல தடவைகள் ஏற்பட்டிருக்கிறது. எட்டு நாட்கள் என்பது இப்போது எனகக்கு அடிவானம் மாதிரித் தோன்றுகிறது."

அனந்தசாமி அதைக் கேட்டுச் சற்றுக் கண்ணை மூடிக் கொண்டு உட்கார்ந்திருந்தார்.

"எட்டு நாட்கள் அவகாசத்தைப் பயன்படுத்திக் கொண்டு மறுபடியும் ஓடிப்போய் விடுவேன் என்று பார்த்தீர்களா?" என்றார் சற்றுக் கழித்து.

"..."

"நான் இனிமேல் ஓட இடம் இல்லை. ரிஷிகேசம், கேதார நாதம், புத்த கயை எல்லாம் சென்னையிலே இருக்கின்றன... ம், சுப்புசாமி, நாகம்மா, சந்திரா எல்லாரும் சௌக்கியம்தானே?" என்று பேச்சை மாற்றினார் அனந்தசாமி.

“எல்லாரும் சௌக்கியம். சுப்புசாமியின் பிள்ளை லீவில் வரப் போகிறானாம், சீமையிலிருந்து. நேற்றுக் கடிதம் வந்திருக்கிறது.”

“அப்படியா? எப்பொழுது?”

“இன்னும் ஓரிரண்டு மாதங்களில்!”

“குடும்பத்தோடு வருகிறானாமா? குழந்தைகூட இருக்கிறாற் போலிருக்கிறதே அவனுக்கு.”

“ஒரு பெண் குழந்தை இருக்கிறதாம்!”

அனந்தசாமி அதை நினைத்துக்கொண்டே உட்கார்ந்திருந்தார். “ஏ, அப்பா! எத்தனை வருஷங்களாச்சு, அவன் போய்... நான் அவனைப் பார்த்ததில்லை, சுப்புசாமிக்கு அதுவே ஒரு ஏக்கமாக இருக்கும். ஆனால் ஒன்றையும் காட்டிக் கொள்ள மாட்டார். லெட்டரைப் பார்த்தவுடன் அப்படியே ஆடிப் போயிருப்பாரே.”

“அதெல்லாம் ஒன்றும் இல்லை. ம்ஹூங் என்றார். வெற்றிலையை வாய் கொள்ளாமல் போட்டுக் கொண்டார். உள்ளே போய்க் கையிரண்டையும் உயர்த்தித் தலைக்குப் பின்னால் கோத்துக்கொண்டார். சாய்வு நாற்காலியில் உட்கார்ந்து புகையிலையை அசை போட்டுக் கொண்டிருந்தார். அவ்வளவுதான்.”

“ஒன்றுமே சொல்லவில்லையா?”

“அவ்வளவு புகையிலையோடு என்னைத்தைச் சொல்கிறது?”

“மனசுக்குள்ளே இருக்கிறதையெல்லாம் புகையிலையைப் போட்டுக் கிடிச்சு அமுக்கி விட்டாற் போலிருக்கிறது.”

“அப்படித்தான் தோன்றுகிறது. சந்திரா நாற்காலி அருகில் உட்கார்ந்து ‘அம்மாஞ்சி அடையாளம் தெரியாமல் மாறியிருப்பார். வேட்டி கட்டிக்கிறது, இலையிலே உட்கார்ந்து சாப்பிடறது, கையாலே உட்கார்ந்து சாப்பிடறது எல்லாம் மறந்துகூடப் போயிருக்கும்’ என்று அந்தப்பையனைப் பற்றி ஒரு மணி நேரம் பேசிக் கொண்டிருந்தாள். சுப்புசாமி ஒன்றுமே பேசவில்லை. எல்லாவற்றையும் கேட்டுக்கொண்டே உட்கார்ந்திருந்தார். புகையிலையைத் துப்பிவிட்டுக் காரில் ஏறிக்கொண்டு வெளியே போய்விட்டார். சந்திரா இன்னும் அம்மாஞ்சியைப் பற்றித்தான் பேசிக் கொண்டிருக்கிறாள்.”

“இங்கேகூட என்னைப் பார்க்க வந்திருந்தாள் சந்திரா” என்றார் அனந்தசாமி ருக்மிணியிடம்.

“சொன்னாள்.”

"என்ன சொன்னாள்?"

"எல்லாவற்றையும் சொல்லிவிட்டாள். நான் வந்த அன்று என்னைப் பீச்சுக்குக் கூட்டிக்கொண்டு போய் எல்லாவற்றையும் சொன்னாள். அழுதாள். மாமா பிள்ளை வரப் போகிறான் என்ற செய்தி வந்ததும் இப்பொழுது அதைப் பற்றியே பேசிப் பேசி எல்லாவற்றையும் மறக்கப் பார்க்கிறாள்... இந்த ரங்கன் எப்பேர்ப்பட்டவன் என்றே எனக்குப் பிடிபடவில்லையே?"

"உங்களைப் பார்க்காமலா இருக்கப் போகிறான். என்னைப் புது வீட்டில் வந்து பார்க்காமல் இருக்கப் போறதில்லை. அப்பொழுது நன்றாக அவனைப் பார்த்துக்கொள்ளலாம்."

அந்தப் புது வீட்டுக்கு நாலாம் நாளே குடி புகக் கிளம்பி விட்டார் அனந்தசாமி. ஒரு பீரோப் புத்தகம். சமையல் அறையிலிருந்த இரண்டு வெண்கலப் பாத்திரங்கள், நாலு டம்ளர்கள், இரண்டு டபராக்கள், தாழம் பாய், பனன்கட்டை, இரண்டு நாற்காலிகள், எல்லாம் தள்ளுவண்டியில் ஏறிக்கொண்டன.

மங்களப் பாட்டியைச் சமாதானப் படுத்தத்தான் அனந்தசாமி தன் திறமைகளையெல்லாம் திரட்ட வேண்டியிருந்தது. அவளுக்குச் சந்தேகம்; வீட்டைச் சரியான நிலையில், அவருக்குச் சௌகரியமான நிலையில் வைக்கவில்லையோ என்று. வாடகை கூட ஐந்து ரூபாய் குறைத்துக்கொடுப்பதற்கு முன் வந்து விட்டாள்.

"பாட்டி! வீணாக மனத்தைப் போட்டுக் குழப்பிக் கொள்ளாதீர்கள். எனக்கு வருவோர் போவோர் அதிகமாயிருக் கிறது. கொஞ்சம் விசாலமான இடமாகப் பார்த்துக்கொண்டு போகிறேன். வேறு ஒன்றுமே இல்லை."

"உங்களுக்கு இந்த இடம் போதாது, எனக்குத்தெரியும். ஊர் முழுக்கக் குடும்பமாயிருக்கிற சந்நியாசி நீங்கள். இருந்தாலும், நான் ஏதாவது உங்களுக்குப் பிடிக்காத வகைக்கு, வீட்டைக் கவனிக்காமல், பழுது பார்க்காமல் இருந்து விட்டேனோ என்று அடித்துக் கொள்கிறது."

"ஒன்றுமில்லை. பாட்டி! நான் கூட இஷ்டமில்லாமல்தான் போகிறேன்."

"நீங்கள் போகிறதை நான் தடுக்க முடியாது சுவாமி. வேண்டாம் என்று சொல்லவில்லை. ஆனால் நல்லவர்களுடைய சங்கம் என்று சொல்கிறார்களே, அது இனிமேல் இங்கே கிடைக்காது. கோயிலிலிருந்து மூலவரை அடியோடு பெயர்த்துக் கொண்டு போய்விட்டால் அப்புறம் கோயிலாக எப்படி

இருக்கும். அது நாடகக் கொட்டகை, மார்க்கட்டு, மண்டபம் எல்லாம் ஒன்றுதான்... பெரியவர்களைப் பார்க்கிறதே அபூர்வம். பார்த்தாலும் பெரியவர்கள் என்று புரிந்துகொள்கிற புண்ணியம் பண்ணியிருக்கணும், நான் அப்படிப் புண்ணியம் பண்ணினதாகத்தான் நினைச்சிண்டிருந்தேன். மனிதர்களாகப் பிறந்துவிட்டு எப்பவுமே புண்ணியமே சம்பாதிக்கிறது என்றால் அது நடக்கிற காரியமோ?"

மங்களப்பாட்டி கண்ணீராகச் சொரிந்துவிட்டாள். அந்தச் சாளேசுவரக்கண்ணாடிக்குள் ஒரேயடியாக அகன்று தெரிந்த அந்தக் கண்கள் படும் வேதனையை அந்தக் கண்ணாடி இன்னும் பெரிதாகக் காட்டி அவரைச் சிறிது நேரம் கலக்கி விட்டது.

அவள் காலில் விழுந்து நமஸ்கரித்தார் அவர்.

"ஸ்வாமி... ஸ்வாமி!" என்று பதறினாள் மங்களப் பாட்டி, "இது என்ன எனக்கு? நீங்கள் சன்னியாசி ஸ்வாமி. அறுபது வயது கூட இருந்தாலும் சன்னியாசியைவிட மற்றவர்கள் எல்லாம் சிறியவர்கள். என்ன இப்படிப் பண்ணி விட்டீர்களே!" என்று தீப்பட்ட துடியாகத் துடித்தாள்.

"எந்த சந்யாசியாக இருந்தாலும் தாயாருக்கு அவன் நமஸ்காரம் செய்துதான் ஆகவேண்டும்" என்று எழுந்தார் அனந்தசாமி.

பதினைந்து நிமிஷங்களுக்கெல்லாம் கிளம்பி விட்டார் அவர். மனத்தில் துன்பமோ, பச்சாத்தாபமோ, ஆவலோ ஒன்றுமில்லாமல் குருவியைப்போல, ஜன்னலுக்கும், கதவுக்கும், உத்தரத்துக்கும், கட்டைச் சுவருக்குமாகக் காரணமில்லாமல் தாவும் குருவியைப் போல் தெருவோடு நடந்து கொண்டிருந்தார். தள்ளு வண்டிக்காரனிடம் விலாசத்தைக் கொடுத்துவிட்டு ஒரு சைக்கிள் ரிக்ஷாவைப் பேசி ஏறிக்கொண்டார்.

மாம்பலத்தில் அந்தத் தெரு வந்து விட்டது. வீட்டு நம்பரைப் பார்த்துக் கண்டுபிடிக்க வேண்டிய சிரமம் மிச்சமாகி விட்டது அவருக்கு. காம்பவுண்டின் சின்னக் கேட்டைத் திறந்து வைத்துக் கொண்டு அவரை எதிர்கொண்டழைக்க ருக்மிணியே நின்று கொண்டிருந்தாள்.

"நிறுத்தப்பா நிறுத்து!" என்று அவசரமாகக் கத்தினார் அவர். பெரிய தேரை நிறுத்துகிற அரவத்துடன் 'பிரேக்'கை அழுத்தினான் ரிக்ஷாக்காரன். அடுத்த வீட்டு வாசலில் போய் நின்றது வண்டி.

சில்லரையைக் கொடுத்துவிட்டுத் திரும்பி வந்தவர் ருக்மிணியைத் தொடர்ந்து நடந்தார். அவள் சொன்னாற் போலவே நடுத்தரமான வீடு மாடிப்படி வெளியே பக்கத்தில் கட்டப்பட்டிருந்தது. வீட்டு வெளிச் சுவரெல்லாம பச்சை சாயம் அடித்திருந்தது.

"ஜாகைக்குப் பிறகு போகலாம். முதலில் இங்கே வர வேண்டும்" என்று உள்ளே அழைத்துப் போனாள் ருக்மிணி.

வாசல் நிலையைக் கடக்கிறபோதே புத்தர் புத்தராக அச்சிட்ட ஒரு நிலைத் திரை தொங்கிக் கொண்டிருந்தது. உள்ளேயும் சுவர்களில் பச்சை வர்ணம். சின்ன வராண்டா. அங்கே நாலைந்து கையில்லாத நாற்காலிகள், இரண்டு மர சோபாக்கள். சுவர்களில் ஒன்றுமில்லை. கிழக்கே பார்த்த சுவரில் மட்டும் ஒற்றைப் பச்சைக் கோட்டில் எழுதப்பட்ட ஒரு புத்தர் படம். பச்சை ஓரம். வர்ணம் பளீரென்று ஒரு வெள்ளை. வேறு ஒன்றுமே அந்த வராண்டாவில் இல்லை.

ஒரு தடவை நின்று பார்த்தார் அனந்தசாமி. "சுவர் எல்லை ஒன்றுமே இல்லாத வெளிமாதிரி இருக்கிறதே இந்த இடம்!" என்று மேலே பார்த்தார்.

"ஏன் ?"

"ஒரே பச்சை. இந்தப் புத்தர் ஒருவர்தான் வெள்ளை வேறு ஒன்றுமே இல்லையா, அதனால்தான் அப்படித் தோன்றுகிறது."

"உட்காருங்கள். . . ம். . . இதுதான் சித்தி" என்றாள் ருக்மிணி.

அவயாம்பாள் உள்ளே இருந்துவந்து நிலையில் நின்றிருந்தாள்.

"உங்க சித்தியா ?" என்று கேட்டு உட்காரப் போனவர் திரும்பி நிலையைப் பார்த்தார்.

"வாருங்கள்" என்று அவரையே விக்கினாற்போலப் பார்த்துக் கொண்டே நின்றாள். முகச் சதைகள் இலேசாக அசைந்து கொடுத்தன. அழப் போகிறாளா, சிரிக்கப் போகிறாளா, அப்படியே வாயடைத்து நிற்கப் போகிறாளா, ஒன்றும் புரியவில்லை ருக்மிணிக்கு. சித்தியின் இயல்பான வாய் வெடுக்கு எப்படி வரப் போகிறதோ என்று வயிற்றில் நெருப்பைக் கட்டிக் கொண்டாற் போலப் பார்த்துக் கொண்டே நின்றாள். அவள் கவனத்தை எப்படித் திருப்புவது என்றும் புரியவில்லை.

"சௌக்கியம்தானே ?" என்று அப்பொழுது அனந்தசாமியின் குரல் கேட்டது.

“சௌக்கியம்தான்” என்றாள் அவயாம்பாள். சட்டென்று அசைந்து முகச்சதை ஒரு வறண்ட புன்சிரிப்பாக மலர்ந்தது. அது மறைவதைத் தடுத்து நிறுத்தி “உட்காருங்கள்” என்றாள் அவள். “நான் பார்த்ததே இல்லை. வண்டியிலே வந்து இறங்கும் பொழுது பார்க்கவில்லை நான். டிபன் கூட நான் கொண்டு வந்து வைக்கவில்லை. மாப்பிள்ளை அழைக்கும்போது பார்த்தால் போதும் என்றிருந்தேன். முப்பது வருஷங்கள் தாமசமாகும் என்று தெரியவில்லை, அப்பொழுது” என்று சிரித்தாள்.

“இப்பொழுது நான் குடியாகவே வந்திருக்கிறேன்.”

“சன்யாசிக்குச் சன்யாசி ஒண்டு குடியிருக்கலாம், தப்பில்லை” என்று சித்தி எழுந்து உள்ளே போனாள். நாலு விநாடிகளுக்குள் திரும்பியும் வந்து விட்டாள் கையில் காப்பியோடு.

ஒன்றும் சொல்லாமல் வாங்கிச் சாப்பிட்டார் அனந்தசாமி.

சாப்பிட்டதும், “நீங்கள் இன்னும் ஜாகையைப் பார்க்கவே இல்லை. போய்ப்பாருங்கள்” என்றாள் சித்தி. மீண்டும் வாசல் வழியாக வெளியே வந்து மாடியில் ஏறினாள் ருக்மிணி. அனந்தசாமி பின்னே சென்றார்.

போனவுடன் ஒரு ஹால். நான்கு பக்கமும் நான்கு சுவர்களின் நடுவே நிலைகள். எதிர் நிலை மொட்டை மாடிக்குப் போயிற்று. பக்கத்து நிலைகள் இங்கோர் அறைக்கும் அங்கோர் அறைக்குமாக வழிசெய்பவை. வராண்டாவில் நான்கு சுவர்களையும் ஒட்டினாற்போலப் பெஞ்சுகள் போடப்பட்டிருந்தன. நடுவே ஒரு மேஜை. அதைச் சுற்றி மூன்று பக்கமும் மூன்று கையில்லாத நாற்காலிகள். ஒரு பக்கம் சுழல் நாற்காலி. எதிர்ச்சுவரின் நிலையின் மேல் அறை மாதிரிப் பச்சைக் கோட்டில் ஒரு படம். இலேசான மஞ்சள் வர்ணத்தில் – அல்லது பொன் வர்ணத்தில் ஒரு பெண் குழந்தையுடன் படுத்து ஆழ்துயிலில் இமை செருகிக் கிடக்கிறாள். அவளை விட்டு அவளைப் பார்த்துக்கொண்டே பின்னால் நகர்கிறான். அவன் நிறம் வெள்ளை.

அனந்தசாமி ஒரு நிமிஷம் அருகே சென்று அண்ணாந்து அதைப் பார்த்தார். துயிலில் ஆழ்ந்த பெண்ணின் மார்பு உறக்கத்தின் லயத்துடனும் ஒழுங்குடனும் ஏறியிறங்குவது போல் இருந்தது. அதே சலனம் குழந்தையின் உடம்பிலும் தெரிந்தது.

“படம் ரொம்ப நன்றாயிருக்கிறது” என்று அதையே பார்த்துக்கொண்டு நின்றார் அவர். “அச்சடித்த படமாகத் தோன்றவில்லையே?”

“கையால் வரைந்ததுதான்” என்றாள் ருக்மிணி.

“ம்..! பேஷ். ஏன் யசோதரை பொன் மாதிரியிருக்கிறாள்! புத்தர் மட்டும் வெள்ளையாக இருக்கிறார்?”

“எனக்கு என்னவோ அந்தப்புத்தர் வெள்ளையாகத்தான் இருந்திருப்பார் என்று தோன்றிற்று.”

“நீங்கள் எழுதினதா இது?”

“ஆமாம்.”

“அப்படியா? பிரமாதமாக இருக்கிறதே! யாரிடம் நீங்கள் கற்றுக் கொண்டீர்கள்?” என்றார் அனந்தசாமி வியப்புடன்.

“யாரிடமும் கற்கவில்லை. எனக்கு இதெல்லாம் தெரியவும் தெரியாது. டில்லிக்குப் போயிருந்த போது, ஒரு நாள் ரொம்பவும் சோம்பலாக இருந்தது. ஏதோ கலர்க்குச்சி கிடந்தது. கிறுக்கினேன். எனக்கே சுமாராக இருக்கிறது மாதிரி தோன்றியது. சித்திகூட நன்றாக இருக்கிறதடி என்று ஜாக்கிரதையாக எடுத்து வைத்தாள். பிரேம் போட்டுக் கொண்டு வந்தாள் அவ்வளவுதான்...” என்றாள் ருக்மிணி.

“இந்தமாதிரி எழுதுங்களேன் இன்னும்.”

“எழுதிப் பார்த்தேன் வரவில்லை. விட்டு விட்டேன்” என்றாள் ருக்கு.

“அப்படியா..!” என்று மீண்டும் நின்று அதைப்பார்த்து விட்டு வடவண்டை அறைக்குப் போனார். அங்கு ஒன்றும் இல்லை. தென்னண்டை அறைக்கு வந்தார். ஒரு பீரோவும் இரண்டு பெஞ்சுகளும் தவிர அங்கும் வேறு ஒன்றும் இல்லை. பெஞ்சின் மீது ஒரு மலையாளத்துத் தாழம்பாய் புதிதாகச் சுருட்டிக் கிடந்தது.

“சமையலறை அதுதான் போல் இருக்கிறது” என்றார் அவர்.

“ஆமாம்.”

“அடுப்பு கிடுப்பு ஒன்றும் இல்லை.”

“அடுப்பு கீழே இருக்கிறதே.”

“எங்கே?” என்று மறுபடியும் அங்கே போய்ப் பார்க்க அடியெடுத்து வைத்தார் அவர்.

“அங்கே இல்லை. கீழே மாடியில் இல்லை என்று சொன்னேன். நானும் சித்தியும் சாப்பிடுகிறோம். அந்தச் சமையலோடு ஒருபிடி கூட வடித்தால் போகிறது” என்றாள் ருக்மிணி.

அனந்தசாமி சற்று யோசித்தார். “என்னத்துக்குச் சிரமம்?”

“யாருக்கும் சிரமம் இல்லை. மேலும் வயிற்றுக்காக மெனக்கடும் இந்த நேரத்தை நாலு நோயாளிகளுக்காவது செலவிடலாம் என்றுதான் எனக்குத் தோன்றுகிறது. ஆனால் புதிதாகக் குடிபோனால் பால் காய்ச்சிச் சாப்பிடுவது ஒரு பழக்கம்” என்று வடவண்டை அறையில் இருந்த அலமாரியைத் திறந்து தர்மாஸ் பிளாஸ்கையும் டம்ளரையும் எடுத்து வந்து ஹால் மேஜை மீது வைத்தாள் ருக்மிணி.

“பால் காய்ச்சியே வைத்திருக்கிறாள் சித்தி.”

“அடுப்பு மூட்டிச் சமைக்கிறதாக இருந்தால் அல்லவா அது?”

ருக்மிணி ஒன்றும் சொல்லாமல் பிளாஸ்கில் இருந்த பாலை எடுத்து டம்ளரில் விட்டாள். “சும்மா பேருக்காகத் துளி சாப்பிடலாம்” என்றாள்.

“உட்காருங்கள்” என்று சொல்லிக் கொண்டே சாப்பிட்டார் அனந்தசாமி. “எங்கு பார்த்தாலும் ஒரே பச்சை வர்ணமாக அடித்திருக்கிறீர்களே?” என்று சுற்றுமுற்றும் பார்த்தார்.

“நான்தான் அடிக்கச் சொன்னேன். முதலில் வந்து பார்த்தபோது எல்லா வீட்டையும் போல் மஞ்சள் காவி அடித்திருந்தது. எனக்குப் பச்சைதான் பிடிக்கும். சொன்னேன். மாற்றி அடித்து விட்டேன்.”

“இந்தப் பச்சை வர்ணம் வெறும் சுவர்கள் – இதனால் தான், எல்லை, வரம்பு, ஒன்றும் இல்லாத வெளியில் நிற்கிறாற் போலத் தோன்றுகிறதோ என்னவோ?” என்று மீண்டும் சுற்றுமுற்றும் பார்த்தார் அனந்தசாமி.

சற்று நேரம் கழித்து அனந்தசாமி, “வாடகை இதற்கு என்ன கேட்கிறான் வீட்டுக்காரன்?” என்றார்.

“மொத்தமாகப் பேசி ஆகிவிட்டது.”

“மாடிக்கு என்று என்ன உத்தேசித்திருக்கிறீர்கள்?”

“சந்நியாசிக்கு வாடகை தர உரிமையோ தெம்போ கிடையாது என்று.”

“மறுபடியும்..?” என்று கூச்சம் அவரைத் தடுக்கிற்று.

“ஆமாம். நீங்கள் வாடகை கொடுக்காமல் திடீர் என்று ஒரு நாள் மறைந்து விடுகிறீர்கள்? யார் என்ன செய்ய முடியும்? காஷாயம் ஒன்றைத் தவிர வேறு எதையும் ஜப்தி செய்ய முடியுமா?” என்றாள் ருக்மிணி.

"நான் அவ்வளவு ஏழைச் சன்யாசி இல்லை. பதினாயிரம் ரூபாய் பாங்கியில் இருக்கிறது."

"பாங்கியில் தானே இருக்கிறது?... இருந்து விட்டுப் போகிறது."

"சன்யாசிக்கு எப்படிப் பதினாயிரம் ரூபாய் கிடைத்தது என்று நீங்கள் ஆச்சரியப்படக்கூட மாட்டீர்கள் போல் இருக்கிறதே."

"ஆச்சரியப்பட ஒன்றுமே காணோமே இதில். இந்த உலகத்தில் முக்கால்வாசிப் பணக்காரர்கள் சன்யாசிகள்தான். சில குணங்களைவிட்டு விட்டால் பணம் கோடிக்கணக்கில் சம்பாதிக்கலாமே... முக்கியமாக, கருணை, கொள்கை, பிறர் எப்படி வாழ்வார்கள் என்ற கவலை – இதையெல்லாம் விட்டு விட்டால் எவ்வளவு வேண்டுமானாலும் பணம் சேர்க்க முடியுமே... பதினாயிரம் ரூபாய் சம்பாதிப்பது பெரிய சாதனை இல்லையே? இது வைத்தியம் செய்து சம்பாதித்த பொருள்தானே."

"அதுவும் ஒரே ஆளிடத்தில், இலங்கையிலிருந்து ஒரு சாயபுதான் என்னை அழைத்து வந்தார், அவர் வீட்டில் வைத்தியம் செய்ய. குணமாயிற்று. பதினாயிரம் ரூபாயை என்னிடம் கொடுக்க வந்தார். மறுத்துப் பார்த்தேன். கேட்கவில்லை. பாங்கியில் கட்டிவிட்டு என்னிடம் செக் புத்தகம் ஒன்றையும் கொடுத்து, 'நீங்கள் என்ன வேண்டுமானாலும் செய்து கொள்ளுங்கள்' என்று சொல்லி விட்டுப் போய் விட்டார். எட்டு வருஷங்களாக அப்படியேதான் இருக்கிறது."

"தேவலையே. கை ரொம்பக் கெட்டிபோல் இருக்கிறது."

இருவரும் சிரித்தார்கள்.

# 38

சிரிப்பு அடங்கியதும் ருக்மிணி அனந்தசாமி யிடம், "சரி, வாடகை நான் கேட்கும்போது நீங்கள் பாங்கியிலுள்ள பணத்திலிருந்து எடுத்துக் கொடுக்கலாம். சரி... வடவண்டை... அறைக்குள்... என்று கூறிக்கொண்டே அந்த அறைக்குள் போனாள். "அதோ அங்கேயே குளிக்கிற அறை இருக்கிறது. வெந்நீர் போடுவதற்குச் சுவரிலேயே ஒரு தொட்டி இருக்கிறது. இந்த ஸ்விட்சைப் போட்டுப் பத்து நிமிஷங்களுக்குப் பிறகு இந்தக் குழாயைத் திறந்தால் நல்ல கொதிக்கிற வெந்நீராக வரும். இந்தக் குழாயைத் திருகினால் பச்சைத் தண்ணீர். இஷ்டத்துக்கு விளாவிக் கொள்ளலாம். நான் வருகிறேன்" என்று சொல்லிவிட்டுக் கீழே போனாள் ருக்மிணி.

தனியாக விடப்பட்ட அனந்தசாமி இப்படியும் அப்படியுமாக அலைந்தார். ஹாலில் சற்று உட்கார்ந்தார். மீண்டும் எழுந்து தனியாகத் தொங்கின அந்தப் படத்தைப் பார்த்தார். யசோதரை பொன் வர்ணம், புத்தர் வெள்ளை, சுற்றிலும் எங்கும் பச்சை... நிலையைக் கடந்து மொட்டை மாடிக்குச் சென்றார். ருமானி மாமரம் சாம்பல் சாம்பலாகக் காய்த்திருந்தது. கைப்பிடிச் சுவருக்கு இப்பாலும் வந்து தொங்கிற்று கிளை ஒன்று. அதே போலத் தென்னண்டைக் கோடியில் சீமைப் பலாமரம் ஒன்று பெரும் பெரும் இலைகளாகக் கட்டை உராய்ந்து நின்றது. பின்னால் உள்ள வீட்டுத் தோட்டத்தில் விளாமரம் கரு கருவென்று கரும் பச்சையாக நெடிது வளர்ந்து நின்றது.

ஏறும் வெயிலைத் தாளாமல் உள்ளே வந்தார். தென்னண்டை அறையில் வந்து தாழம்பாயைப் பிரித்துச் சாய்ந்து கொண்டார்.

ஜுரம் அடித்த சோர்வு இன்னும் அவர் உடலை விடவில்லை.

குளித்து விட்டுக் குங்குமமிட்டுக் கொண்டு ஹாலுக்குப் பின்னால் சமையலறைக்கு எதிரே சாப்பிடும் இடத்தில் வந்து தரையில் உட்கார்ந்து முல்லைப் பூவைத் தொடுத்துக் கொண்டிருந்தாள் ருக்மிணி. சமையலையும் முடித்துவிட்ட அவயாம்பாள் எதிரே ஒரு குடலைப் பவழ மல்லிப் பூவை ஊசி போட்டு நூலில் கோத்துக் கொண்டிருந்தாள். மனிதன் சூடாத பவளமல்லியின் மணம் அந்த இடம் முழுவதையும் கோயிலாக மாற்றுவது போல் இருந்தது.

சித்தியின் முகத்தில் புன்னகை தவழ்ந்தது. என்ன சொல்லப் போகிறாளோ! ருக்மிணி மூச்சைக் கையில் பிடிக்காத குறையாகக் காத்துக் கொண்டிருந்தாள்.

ஒரு நிமிஷம் கழித்து மாலையை எட்டப் பிடித்து ஒரு தடவை பார்த்துவிட்டுச் சொன்னாள் சித்தி. "நான் என்னமோ சொல்லி வைச்சேன். அவர் ஏதாவது நினைச்சிண்டிருப்பாரோடி!"

"ம்" என்று கேட்காதது போல் மாலையைக் கோத்துக் கொண்டே 'ம்' போட்டாள் ருக்மிணி.

"எனக்கு என்ன பேசறதுன்னே புரியலே. பார்த்தவுடனே இவரா, இவரான்னு விக்கிப் போய் நின்னேன். அன்னிக்குச் சாயங்காலம் அந்தப் பிள்ளை திடீர்னு காணாமற் போனது. அப்புறம் நடந்த அமர்களம், திகில், ஆத்திரம் அழுகை எல்லாம் குபு குபுன்னு கண் முன்னால் பொங்கிண்டு வந்தது. உடம்பெல்லாம் வெதவெதன்னுது. தலை முகமெல்லாம் சுட்டுது – பட படன்னு என்னத்தையோ கொட்டி விட்டேன்."

ருக்மிணி தலை நிமிராமல் புன்னகை பூத்தாள். "நீ ஒண்ணும் தப்பாகச் சொல்லிடலே, சித்தி! சொன்னாலும் கோபமோ வருத்தமோ படற மனுஷர் இல்லே அவர்...

அதைக் கேட்டுச் சித்தி அவளை உற்றுக் கவனித்தாள்.

"அவ்வளவு தீர்மானமாகத் தெரியுமா என்ன உனக்கு? காலம் காலமாப் பழகியிருக்கிறாற் போல் சொல்றியே?"

"காலம் காலமாப் பழகுகிறதினாலே தான் மாடியிலே வந்து குடியிருக்க வேணும் என்று சொன்னவுடனே அவர் வந்து விட்டார்."

சித்தி அதைப் புரிந்து கொள்வதற்காகச் சற்று மௌனமாயிருந்தாள். பூக் கோக்கும் விரல்கூட ஓய்ந்து விட்டது. சற்றுக் கழித்துக் கேட்டாள். “இத்தனை வருஷமாவா, டில்லியிலே கூடவா?”

“ஏன் இப்படி நம்பாதது போல் கேட்கிறே?”

“என்னத்தை நம்பறது?”

“கூடவே, உடம்போடு, உருவோடு நின்று உட்கார்ந்து பழகணும் என்று அர்த்தமா? அதில்லாமல் எங்கேயோ பழகிறதிலே நினைவு, சந்தோஷம் எல்லாம் அதிகம்தான்.”

ருக்மிணி சித்தியிடம் பழகியது சிநேகிதி போலத்தான். பெற்ற தாயாரிடம் ஏதோ ஒன்றிரண்டு சொல்லக் கூச்சப்பட வேண்டும். ஆனால் சித்தி, அம்மா, சிநேகிதி – இரண்டு இடங்களையும் பிடித்துக் கொண்டிருந்தாள். ஆதியிலிருந்து அவளோடு எதையும் மனத்தைத் திறந்து, உணர்ச்சி வசப்படாமல், சங்கோசமில்லாமல் பேசிப் பறிமாறிக்கொள்ளும் ஒரு பழக்கத்தை அவளாகவே ஏற்படுத்திக் கொண்டிருந்தாள். கல்லூரியில்கூட வேலை செய்பவர்கள், மாணவிகள் இவர்களிடம் பழகியதைவிட, இன்னும் மனத்தைத் திறந்து கூச்சமில்லாமல் சித்தியிடம் அவளுக்குப் பேச முடியும். சித்தியும் வைத்தியப் புத்தகத்தில் வரைந்த அவயங்களைப் பார்ப்பதுபோல் மனசில் கூச்சமின்றி ‘என்னமோ’ போன்ற தயக்கமெல்லாம் இல்லாமல் ருக்மிணி பேசுவதையெல்லாம் கேட்டுக் கொள்வாள், பேசுவாள். ஆனால் நேற்று இரவு திடீரென்று ருக்மிணி இந்தச் செய்தியைச் சொன்னபோது சட்டென்று காலை வாரி விட்டாற்போல் இருந்தது அவளுக்கு. ருக்மிணி சென்னைக்கு வந்த காரணம் எல்லாம் நேற்றுத்தான் அவளுக்குத் தெரிந்தது. அந்தச் செய்தி தந்த அதிர்ச்சிக்கும் திகைப்புக்கும்மேல் நாளைக் காலையில் அவர் இங்கேயே இந்த மாடிக்கே குடி வரப் போகிறார் என்று கேட்டபொழுது அவளுக்கு ஒன்றுமே விளங்கவில்லை. பசையில்லாமல், பற்றில்லாமல், எந்த விஷயத்தையும் பற்றிப் பேசுகிற மனப்பான்மை, அப்படி வளர்ந்த பழக்கம், இந்த விநோதமான செயலில் வந்து முத்தாய்ப்பாக வந்து முடியும் என்று அவள் எதிர்பார்க்கவில்லை. வியப்பு, திகைப்பெல்லாம் ஒருவாறு அடக்கினதும் அவளும் மனசை உரப்படுத்திக்கொண்டு ருக்மிணியை என்னென்னமோ கேட்டுவிட்டாள். ருக்குவும் எல்லாவற்றுக்கும் ஈடு கொடுத்துப் பதில் சொல்லிக்கொண்டு வந்தது அவளுக்குத் திருப்தியாகக்கூட இருந்தது.

“காலம் காலமாப் பழகினேங்கறே! உன்னை நானும் இருபத்தைந்து வருஷமாகப் பார்த்துண்டு வரேன். ஒண்ணுமே எனக்குத் தெரியலையே! நீ ஒண்ணும் சொல்லலையே!”

"தினம் தினம் பழகுகிறவர்களைப் பற்றி என்னத்தைச் சொல்கிறது?"

"நீ அப்பவே புடிச்சி இப்படித்தான் இருக்கே! முன்னாலே எதையாவது சொல்லுவியா, போவாயா! ஒண்ணும் கிடையாது. பின்னாலே செய்யறது, நடக்கிறது எல்லாத்தையும் பார்த்து, ஓகோ, இதுக்காகத்தான் ஆரமிட்டாளான்னு அடியைப் புரிஞ்சுக்கணும்." – சற்றுக் குறையாகவே சொன்னாள் சித்தி.

"இது என்ன பெரிய விஷயம் கலந்து ஆலோசிக்கும்படியாக! ரொம்பக் காலமாக நினைச்சிண்டிருந்தேன். எப்படியாவது இவரை ஒரு நாள் பார்த்து விடுகிறது. பார்க்கத்தான் போகிறோம் என்று. கடைசியில் யதேச்சையாகப் பார்க்க நேர்ந்தது. அப்புறம் சேர்ந்தே இருந்தால் என்ன என்று தோன்றியது. கேட்டு விட்டேன். உன்கிட்டே ஒன்றையும் மறைக்கிறதில்லை. இதை மட்டும் அப்புறம் சொல்லிக் கொள்ளலாமே என்று இருந்து விட்டேன்!"

"உங்கப்பா, சித்தப்பாவைத்தான் கொண்டிருக்கே நீ – அவ்வளவு அழுத்தம். கழுத்தை அறுத்தாலும் மனசிலிருக்கிறதை என்னன்னு பார்க்க முடியாது. . . அதெல்லாம் சரி, எனக்கு என்னமோ 'முணுக் முணுக்'குங்கிறதேடி!"

"என்ன?"

"மாடியிலே கொண்டு அவரைக் குடி வைச்சிருக்கே! அப்புறம். . . ?"

"அப்புறம் என்ன? அவர் இருக்கிறார். நாம் பாட்டுக்கு இருக்கிறோம்."

"என்ன இது!" என்று விழித்தாள் சித்தி.

"ஒன்றுமில்லை."

"வாடகையும் கிடையாது. சாப்பாடும் அவருக்கு இங்கிருந்து அனுப்பப் போறேங்கிறே?"

"ஆமாம், சித்தி! எனக்கு அகமுடையானா, பிள்ளையா, குட்டியா? இருக்கிறது ஒரு சித்தி – சம்பாதிக்கிற காசை என்ன செய்கிறது? ஒரு வைத்தியரைக் காப்பாற்றினால் ஆயிரம் வியாதியஸ்தர்களைக் காப்பாற்றினாற்போல. அதுவும் இந்த வைத்தியர் இந்த உலகத்தில் பரதேசி, ஏகாதசிகளாகப் பார்த்துப் பொறுக்கியிருக்கிறார். அதுகளுக்கு வேறு மருந்துச் செலவு இவர்தான் செய்யணும். அதுக்காகத் தெம்புள்ள நாலு ஐந்து புள்ளிகளாக வைத்துக் கொண்டு அந்தக் காசில் மருந்து வாங்கி நிரந்து கொள்கிறார். வாடகைக்கு வேறு சம்பாதித்துக் கொள்ள

வேண்டியிருந்தது. அம்மா ஒருத்தி இருந்தாள். அவளுக்கு வேறு சம்பாதிக்க வேண்டியிருந்தது. இப்பொழுது அந்தப் பொறுப்பில்லை. அதனால் நம்மை அளவுக்கு மீறிப் பிடித்து விடாது என்று நிச்சயமுண்டு.”

“எனக்கென்னமோ இதுக்கெல்லாம் மனசு இல்லாத மாதிரின்னா விஸ்தாரமாப் பேசிண்டிருக்கியே... ஒரு ஆயிசு முழுக்க இப்படிக் கிடந்து உருகினதுக்கு, இது சன்னாசி இல்லாம இருந்தால்–” சித்தி அப்படியே நின்றுவிட்டாள்.

“இருந்தா?”

“போடி, போ... என்று மடக்கின காலை நீட்டி ஒரு தடவை வெட்டென்று உதறிக் கொண்டாள் சித்தி. ‘ம்’ என்று சுவையாக ஒரு பெருமூச்செறிந்தாள். “அப்பாட, அப்பாட” என்று ஊன்றி எழுந்து மாலையை எடுத்து, அதே அறையில் சுவர் ஓரமாக இருந்த சிறு மர மண்டபத்தில் தவக் கோலத்தில் கண்களை மூடி அமர்ந்திருந்த பரமசிவன் படத்தின்மீது போட்டாள்.

“அப்ப நடக்காத கலியாணத்தை இப்ப நடத்தியிருக்க முடியும்கிறியா?” என்றாள் ருக்கு.

சித்தி ஒன்றும் பேசவில்லை. நின்றவாறே குனிந்து மண்டபத்துள் தலையை விட்டு விடுவதுபோல் நீட்டிக்கொண்டு மாலையை அழுத்திப் பதிய வைத்துக் கொண்டிருந்தாள்.

“என்ன சித்தி?” என்றாள் ருக்மிணி மீண்டும்.

“ஆமாம். உன் அதிர்ஷ்டம். முப்பது வருஷங்கள் கழிச்சும் சன்னாசியாகத்தானே பார்க்க முடியறது? மாலை தொடுத்துப் படத்துக்குப் போடறதோட சரியாப் போயிடுத்து... ஜாடையாப் புரிஞ்சிக்கிறவ, என்ன இப்படிக் கிண்டிக் கிண்டிக் கேட்கறே இதை மட்டும்?...”

“சாய்த்தாற்போல் விடுகிற விஷயமில்லை இது. நீ என்ன நினைக்கிறாய் என்று நிர்த்தாரணமாய்த் தெரிந்து கொள்ள நான் ஆசைப்படுகிறேன்.”

“அதுதானே! அபிப்பிராயம்தான் கேக்கறியான்னு பார்த்தேன், எல்லாத்தையும் செஞ்சு முடிச்சுப்புட்டு.”

“சித்தி! பட்டவர்த்தனமாகச் சொல்லி விடுகிறேனே! உனக்கு இஷ்டமில்லாவிட்டால்கூட, உன்னை வழிக்குக் கொண்டு வந்துவிடலாம் என்ற நம்பிக்கைதான் எனக்கு. எனக்கு என்றாவது ஒருநாள் இவரைப் பார்க்கப் போகிறோம் என்று திடமான நம்பிக்கை இருந்தது வாஸ்தவம்தான். ஆனால் திடீர் என்று

நாகம்மாள் வீட்டில் வந்து ஏதோ லீவுக்காகத் தங்கியிருக்கும்போது அது நேரும் என்று நான் நினைக்கவில்லை. பார்த்த பிறகு, அவரைப் பற்றி நாகம்மாள் சொன்னதைக் கேட்ட பிறகு, அவரையும் நன்றாகப் பார்த்துப் புரிந்துகொண்ட பிறகு, இவர் பக்கத்திலேயே இருக்கவேண்டும், பெண்டாட்டியாக இல்லாத குறையை என் கையால் நாலு கவளம் சோறாவது போட்டுத் தீர்த்துக் கொண்டுவிட வேண்டும் என்று ஆத்திரமாக வந்தது. ஆத்திரம் இல்லை – ஏதோ பிரமை – சடசடவென்று இவ்வளவு தூரம் செய்துவிட்டேன். நீ ஒருத்திதான் எனக்கு ஆமாம் போடக் கூடியவள். உனக்கு இஷ்டமில்லையென்றால்..."

"சை, பேசாமல் இரு" என்று பாதியில் அவள் பேச்சை நிறுத்தி ருக்மிணியின் கையிலிருந்த மாலையை வாங்கிக் கீழே மெதுவாக வைத்து, அவள் கையைப் பற்றி 'எழுந்திரு' என்று சொல்லி அவளை இடுக்கினாற்போல அழைத்துக் கொண்டு பக்கத்து அறைக்குள் சென்று படுக்கும் பெஞ்சியில் உட்கார வைத்தாள். குழந்தை மாதிரிதான் ருக்மிணி தோன்றினாள் அவளுக்கு அப்பொழுது. "இத்தனை வருஷமாக வாயை மூடிவிட்டுச் சொல்லலேடி நான். உன் துக்கத்தையெல்லாம் பொதிமாடு மாதிரி இந்த மனசு சுமந்திண்டு வந்திருக்குடி. உன் இஷ்டப்படி நீ இருக்கிறது ஒண்ணு தான் எனக்கு எல்லாம். நீ சந்தோஷமாயிருக்கேன்னு இந்த முகத்திலே ஒரு கணம் நான் பார்த்துவிட்டேனா, அந்தக் கணமே நான் மோட்சம் கிடைத்தாப்போல் இந்த உடம்பை சந்தோஷமா விட்டுட்டுப் போயிடுவேன்" என்று படபடவென்று பேசிக்கொண்டு ருக்மிணியின் தோளையும் தலையையும் முதுகையும் தடவிக் கொடுத்தாள் சித்தி. படபடப்பு மட்டுமில்லை; அவள் கண்ணும் கரகரவென்று கண்ணீரைப் பொழிந்தது.

பேச்சு அதோடு நின்றுவிட்டது. சித்தி அங்கேயே குழாய் நாற்காலியில் உட்கார்ந்தவாறு கலங்கிய கண்களால் ஜன்னலைக் கடந்து தோட்டத்தைப் பார்த்துக்கொண்டிருந்தாள். தோட்டத்தைப் பார்க்கவில்லை. கடந்துபோன காலவெளியைப் பார்த்துக் கொண்டிருந்தது மனம். ருக்மிணி பெஞ்சியில் பின்னால் நகர்ந்து சுவர்மீது சாய்ந்து கொண்டாள்.

என்ன பேசுவதென்று இருவருக்குமே புரியவில்லை.

வாசல் பக்கம் யாரோ விரலால் மரியாதையாகக் கதவைத் தட்டும் ஓசை கேட்டது.

"யாரு?" என்று கேட்டுக்கொண்டே ருக்மிணி எழுந்து போனாள்.

வழுக்கைத் தலையும் பொக்கை வாயுமாக ஒரு கிழவர் பக்கத்தில் சம்பங்கிப் பூ மாதிரி ஒரு பெண்.

"யாரு?"

"இதுதானே பன்னிரண்டாம் நம்பர்?" என்றார் கிழவர்.

"ஆமாம்."

"இங்கே புதுசா யாராவது குடி வந்திருக்கிறார்களோ?"

"நாங்களே புதுசுதான்."

"நீங்கள் மாத்திரம்தான் இங்கு இருக்கிறீர்களோ! வேறு யாராவது இருக்கிறார்களோ?"

"மாடியில் இருக்கிறார்கள்."

"வைத்தியரா?"

"ஆமாம்."

"சாமியார்."

"ஆமாம்."

"அனந்தசாமின்னு......"

"ஆமாம்."

"மாடியிலா இருக்கிறார்?"

"ஆமாம். நீங்கள் அப்படியே போக வேண்டும்."

"இங்கேதானப்பா இருக்கிறாராம்" என்று துள்ளும் மகிழ்ச்சியுடன் கத்தாத குறையாகக் கூறினாள் அந்தப் பெண். உடனே அவருக்கு ஜாடை காட்டிக்கொண்டு இறங்கி வடவண்டையிலிருந்த மாடிக் கட்டின் பக்கம் போனாள். கிழவரும் ருக்மிணியைப் பார்த்துப் புன்னகையை நன்றியாகச் செலுத்திவிட்டு, அந்தப் பெண்ணைப் பின் தொடர்ந்தார்.

"யாருடி?" என்று கேட்டாள் அவயாம்பாள்.

"யாரோ அவரைப் பார்க்க வந்திருக்கிறார்கள்" என்று வாசலைப் பார்த்துக்கொண்டே யோசனையில் ஆழ்ந்து நின்றாள் ருக்மிணி.

"அடே!" என்று டொக்கியைப் பார்த்து வியப்பும் பூரிப்புமாக எழுந்து நின்றுவிட்டார் அனந்தசாமி. "நீயா! எப்படித் தெரிந்தது வீடு உங்களுக்கு? வா... வாருங்கள், உட்காருங்கள்" என்று ராஜாங்கத்தையும் வரவேற்றார்.

"வீடு எப்படியம்மா தெரிந்தது?"

"இரண்டு தடவைகள் கேட்டு விட்டீர்களே மாமா! மங்களப் பாட்டியிடம் விலாசத்தையும் கொடுத்துவிட்டு, என்ன கேள்வி இது! காசிக்குப் போனாலும் கர்மம் விடாது என்பார்கள். நீங்கள் சொல்லாமல் கொள்ளாமல் வீடு மாற்றினால்கூட நாங்கள் உங்களைத் துரத்திக்கொண்டே வருகிறோம்... எப்போது மாமா இங்கு வந்தீர்கள்?" என்று இடத்தின் மினுமினுப்பையும் குளிர்ச்சியையும் அடக்கத்தையும் கண்டு திருப்தியுடன் சுற்றுமுற்றும் பார்த்துக்கொண்டே கேட்டாள் டொக்கி. ராஜாங்கம் எல்லாவற்றையும் தட்சிணாமூர்த்தியிடம் பாடம் கேட்பதுபோல் காதில் ஒரு வார்த்தையும் விழாமல் புரிந்துகொள்ள முயன்று கொண்டிருந்தார்.

"இப்பொழுதுதான் வந்து கொண்டேயிருக்கிறேன். இன்னும் முழுதும் வந்தபாடில்லை. சாமான்களை வண்டியில் ஏற்றி நான் சைக்கிள் ரிக்ஷாவில் வந்தேன். இன்னும் ஒரு மணி நேரம் முழுசாக ஆகவில்லை... நீயும் வந்து விட்டாய்..."

"பண்டம் பாத்திரங்கள் வருவதற்கு முன்னால் இந்தத் தலைவலிகள் முன்னால் வந்து நிற்கிறதுகள் இல்லையா?" என்றாள் டொக்கி.

அனந்தசாமி நிமிர்ந்து சிரித்தார். சற்று மௌனமாக நின்றார்.

"தலைவலி இல்லை கைவலி. இன்னும் கொஞ்ச நேரத்தில் தள்ளு வண்டி வந்துவிடும். நீதான் எல்லாவற்றையும் இறக்கி மாடிக்கு ஏற்ற வேண்டும்" என்றார் அவர்.

"இதோ, நான் தயார். இதுக்குத்தானா கை வலி என்றீர்கள்? ஊரில் வருஷத்துக்கு நாலு தடவைகள் வருகிற வண்டி விறகை மச்சுமேல் ஏற்றுகிறதற்கு இது காணுமா?"

"சரி சரி, நீ ரொம்பப் பலசாலிதான். தெரியும் பேசாமல் உட்கார். நீ வீட்டில் ஏந்திரம் சுற்றுகிறதே போதும்."

டொக்கி உடனே உட்காரவில்லை. இடம் முழுவதையும் சுற்றிப் பார்த்தாள். மொட்டை மாடிக்குப் போய் நின்று அப்பாலிருந்த தோட்டங்களைப் பார்த்தாள். பெஞ்சு, மேஜையெல்லாம் தொட்டுப் பார்த்தாள். ஹாலில் மாட்டியிருந்த ஒரே படத்தைப் பார்த்தாள்.

"இது புத்தர் படம்தானே மாமா?"

"ஆமாம்."

அன்பே ஆரமுதே

மீண்டும் அதையே பார்த்துக்கொண்டு நின்றாள் அவள்.

"அன்றைக்குப் போனவள், அப்புறம் ஆளையே காண வில்லையே, உன்னை!" என்றார் அனந்தசாமி.

"உங்களைத் தொந்தரவு செய்ய வேண்டாம் என்றிருந்து விட்டோம். இன்றைக்கு அப்பா ஊருக்குப் போகிறார். உங்களைப் பார்த்துச் சொல்லிக்கொண்டு போகலாம்" என்று வந்திருக்கிறார் என்று தகப்பனாரிடம் ஜாடை காண்பித்தாள், உடனே ராஜாங்கம் ஆரம்பித்து விட்டார்.

"ஆமாம். இன்றைக்கு ராத்திரி ஊருக்குப் போகிறேன். டிக்கெட்டு ரிசர்வ் பண்ணி விட்டேன்..."

"குழந்தையை ஜாக்கிரதையாக..."

". . . நீங்கள்தான் பார்த்துக் கொள்ள வேண்டும்..." என்று அவரைத் தொடர்ந்து கூறி முடித்தாள் டொக்கி.

அனந்தசாமி சிரிப்பை அடக்கி அவளைப் பார்க்காதது போல் உட்கார்ந்திருந்தார்.

"இனிமே லீவை நீடிக்க முடியாது. இன்று போய்த்தான் ஆகணும். ஞாயிற்றுக்கிழமைகளில் எப்போதாவது வருகிறேன். ஆனால் அடிக்கடி வர முடியாது. குழந்தைகள் – எல்லாரையுமே, நீங்கள் அடிக்கடி போய்ப் பார்த்துக் கொள்ள வேண்டும்."

"ஆகட்டும்... கவலைப் படாதீர்கள்" என்ற பாவனையில் தலையை ஆட்டினார் அனந்தசாமி.

"பயந்தாங்கொள்ளி இல்லை இவள். இருந்தாலும் வேண்டும் என்கிறவர்கள் கவனித்துக் கொண்டால் நல்லதில்லையா?" என்றார் ராஜாங்கம்.

"மாமா! ஊருக்குப் போகிற வரையில் இதையேதான் திருப்பித் திருப்பிப் பேசப் போகிறார் அப்பா. நான் எதற்கும் துணிந்தவள் என்று அவர் எண்ணம். பிறத்தியாரிடமிருந்து என்னைக் காப்பாற்ற வேண்டும் என்று அவர் சொல்லவில்லை. என்னிடமிருந்தேதான் புரிகிறதோ?" என்று கேட்டாள் டொக்கி.

"நீயாகத்தான் எல்லாம் சொல்லுகிறாய். எனக்கு என்ன சொல்வதென்றே புரியவில்லை. ஏன் இப்படி உன்னையே காயப்படுத்திக் கொள்ள வேண்டும்?"

"எனக்கு அப்படித்தான் படுகிறது. அவர் அப்படி ஒரு சமயம் நினைத்தாலும் வாஸ்தவம்தானே. என்னை இஷ்டப்படி விட்டிருக்கிறார் அவர். அதனால் என்னைக் காப்பாற்றிக்

கொள்கிற பாரமும் என் தலைமேலேயே விழுந்து விட்டது. அதற்காகத்தான் உங்களிடம் அப்படிச் சொல்கிறார்."

"உனக்குத் தைரியம் இருக்கிறதோ, இல்லையோ?"

"தைரியம் இருந்தால் மட்டும் போதுமா? நல்ல புத்தி வேண்டாமா? அதற்காகத்தான் உங்களைக் கவனித்துக் கொள்ளும்படி சொல்லுகிறார்... அதுவும் ரங்கன் நாலு நாட்களாக ரொம்பப் பிடுங்குகிறார். அவர் என்னைக் கலியாணம் செய்து கொள்ளாவிட்டால் உயிரையே விட்டு விடுவாராம். வருகிறார்; பேசாமல் உட்கார்ந்திருக்கிறார். கோபித்துக் கொண்டிருக்கும் குழந்தை மாதிரி யாரோடும் பேசாமல் உட்கார்ந்திருக்கிறார். பேப்பர் படிப்பார். பத்திரிகை படிப்பார், அவராக எழுந்து 'போய் வருகிறேன்' என்பார். சரி என்றால் 'போய்ட்டு வரேன்னு' சொல்ல வேண்டியதுதான்... உடனே 'சரி! அதுக்குள்ளியா? கிளம்பியாச்சா?' என்று நீ என்னிக்காவது சொல்லுவியோன்னு பார்க்கிறேன்... ம்... சரி' என்று பெருமூச்சு விட்டுவிட்டு மறுபடியும் கொஞ்ச நேரம் உட்கார்ந்திருக்கிறார். பிறகு எழுந்து போகிறார். இன்று காலையில் வந்து 'அப்பாவிடம் கேட்டாயோ, அப்பாவிடம் சொன்னாயோ?' என்று நச்சரித்தார். 'எதை?' என்றேன். அவருக்கு அசாத்தியக் கோபம் வந்து விட்டது. தாலி கட்டினவனுக்குக் கூட அப்படி பாத்தியமாகக் கோபம் வராது மாமா! அது மாதிரி கோபம். 'சரி, நானாவது கேட்கட்டுமா?' என்றார்.'உங்களுக்கு முடிந்தால் கேளுங்களேன்' என்று மையமாகச் சொல்லி வைத்தேன். பேச வாயெடுத்தார். கடைசியில் நான் என்னமோ அவரை அவமானப்படுத்தினாற்போல் முகத்தை உம்மென்று வைத்துக் கொண்டு போய்விட்டார்."

"ஏன் அவர் கேட்கவில்லை அப்பாவிடம்?"

"அப்பாவுக்குச் சொல்வதானால் உயிரைக் கையில் பிடித்துக் கொண்டு கத்த வேண்டும். இரைந்து சொல்ல வேண்டும்."

"அப்படியே சொல்கிறது!"

"அவர் சொல்ல மாட்டார். ஏதோ தப்பான காரியம் பண்ண அனுமதி கேட்கிறாற்போல் அவருக்குத் தோன்றுகிறது. அதனால் இரைந்து கேட்பது அவருக்கு முடியாத காரியம்."

"உன் மனசே என்னவென்று நிச்சயமாக எனக்குத் தெரியவில்லையே?"

"என்ன மாமா இது! சீதைக்கு ராமன் சித்தப்பா என்று ஆரம்பித்து விட்டீர்கள்?" என்று சிரிப்பும் கோபமுமாகக் கேட்டாள் டொக்கி. "அன்று தான் நான் தீர்மானமாகச்

அன்பே ஆரமுதே

சொல்லிவிட்டேனே. இந்தப் புண்யாத்மா தியாகிகள் எல்லாம் எனக்கு வேண்டாம் என்று."

"அப்பொழுது ஏன் அவருக்கு நம்பிக்கையை வளர்த்துக் கொண்டிருக்கிறாய்?"

"ஐயய்யோ – என்ன மாமா இது! நான் அவரை வரக் கூடச் சொல்லவில்லையே..."

"பகிரங்கமாகச் சொல்லிவிடு."

"சொல்லலாம். அதற்குத்தான் மனத்தைத் தைரியம் செய்து கொண்டு வருகிறேன். இத்தனை நாட்களாகச் சொல்லியிருக்கலாம். ஆனால் அப்படிச் சொல்கிறபோது, அவர் முகம் எப்படி இருக்கும் என்று நினைக்கிற பொழுது மனசு துணிய மாட்டேன் என்கிறது. வேறு ஒன்றுமில்லை."

"அந்த முக விகாரத்தை ஒரு நாளைக்குப் பாத்துத் தானே ஆக வேண்டும்?"

"ஆமாம்... அப்புறம்" என்று மேலே பேச வாயெடுத்தாள் டொக்கி.

"சாமி!" என்று கத்திக் கொண்டே ஒருவன் நிலைப்படியில் வந்து நின்றான்.

"வண்டி வந்தாச்சா?" என்று அனந்தசாமி எழுந்தார்.

வண்டியில் இருந்த பெட்டி, ஒரு மண்ணெண்ணெய் அடுப்பு, இரண்டு கள்ளிப் பெட்டி புத்தகங்கள், ஒரு வெந்நீர் அண்டா, நாலே நாலு டம்ளர்கள், இரண்டு வெண்கலப் பானை, நாலைந்து அலுமினியப் பாத்திரங்கள் – இவ்வளவுதான் சாமான்கள் – எல்லாவற்றையும் கொண்டு வந்து வைத்தான்.

ருக்மிணியும் வந்து சேர்ந்தாள்.

டொக்கி வாங்கி வைப்பதைப் பார்த்து, அவளும் கூடவே சேர்ந்து அவர்கள் இருவரும் எல்லாவற்றையும் அந்தந்த இடத்தில் வைத்தார்கள். அவர்கள் பேசிக் கொண்டிருந்த தென்னண்டை அறைக்குப் பீரோ வந்து சேர்ந்தது. கள்ளிப் பெட்டியிலிருந்த புத்தகங்களைத் தட்டித் தட்டி அடுக்கிவைத்தார்கள் நாலு பேருமாக. அரை மணிக்குள் அவ்வளவு வேலையும் முடிந்துவிட்டது.

"நீங்கள்தான்–" என்று டொக்கி ருக்மிணியைப் பார்த்துக் கேட்டாள்.

"வீட்டுக்காரர் இல்லை. குடிதான்."

அனந்தசாமி அவளைக் கல்லூரி ஆசிரியை என்று அறிமுகம் செய்து வைத்தார். அவர் டில்லியில் இருந்ததைப் பற்றியும் சொன்னார்:

"உன் பேர் என்னம்மா?" என்று கேட்டாள் ருக்மிணி.

"குஸுமா, டொக்கீன்னு அலயஸ்."

"நான் கூடத்தான் ருக்கு என்கிற ருக்மிணி."

"அது அலயஸ் இல்லை, சுருக்கு."

"ஆமாம். படிக்கிறாயா?"

"படித்துக் கரை கண்டாகி விட்டது. சம்பாதிக்கத் தயார் செய்து கொண்டிருக்கிறேன்" என்று கூறிச் சிரித்தாள் டொக்கி.

"என்ன உத்தியோகத்துக்கு? டாக்டர், வாத்தியார் – அது மாதிரியா?"

"இல்லை சினிமாவில் சேர்வதற்காக! பாட்டு, நாட்டியம் இந்த மாதிரி."

"ம்! அப்படியா?"

"பார்த்தீர்களா மாமா! சினிமா நட்சத்திரமாக இருக்க வேண்டும் என்றில்லை. அதிலே சேரப் போகிறேன் என்று சொன்னாலே எவ்வளவு பிரமிப்பு, ஆச்சரியம் எல்லாம் உண்டாகிறது பார்த்தீர்களா?" என்று அனந்தசாமியைப் பார்த்துச் சிரித்தாள் டொக்கி. "உங்கள் சந்திராவைப் பார்த்து அப்படி யாராவது ஆச்சரியப்படுவார்களா?" என்றாள் டொக்கி.

"சந்திராவா? எந்தச் சந்திரா?"

"அது எந்தச் சந்திராவோ? மாமாவோடு அன்று வந்து பேசிக் கொண்டிருந்தாள். எங்கேயோ காலேஜில் டெமான்ஸ்ட்ரேட்டராம்... மாமா, சந்திரா அப்புறம் வரவே இல்லையா?"

"இல்லை. காலேஜ் நாட்களில் எப்படி வரமுடியும்? இன்று ஞாயிற்றுக்கிழமை. ஆனால் நான் இங்கே ஜாகை மாறியிருப்பது கூட அவளுக்குத் தெரியுமோ என்னவோ?... தெரிந்தால், வந்து விடுவாள்" என்று ருக்மிணியைப் பார்க்காமலேயே சொன்னார் அனந்தசாமி.

"மாம்பலத்தில்தானே இருக்கிறாள். என்னிடம் விலாசம்கூடச் சொன்ன ஞாபகம். சரியாக நினைவில்லை... பாவம்" என்று தன்னையறியாமல் ஒரு "பாவம்" போட்டு முடித்தாள் டொக்கி.

“என்ன பாவம்?” என்று சாதாரணமாகக் கேட்பது போல் ருக்மிணி புன்னகை புரிந்தாள்.

“ஒன்றுமில்லை மாமி!”

“என்ன ஒன்றுமில்லை. ஒன்றுமில்லாததற்கா இப்படி அங்கலாய்ப்பார்கள்?”

“தேவலை மாமா இவர்! இலேசில் என்னை விடமாட்டார் போலிருக்கிறதே?” என்று அனந்தசாமியைப் பார்த்துக் கேட்டாள் டொக்கி.

“ஆமாம்! திடீரென்று ‘பாவம்’ என்று இரக்கப் பட்டால் என்னவோ ஏதோ என்று சந்தேகம் வந்துவிடுகிறது.”

“நான் ஏதோ சும்மாச் சொன்னேன். கலியாணம் பண்ணிக்கொண்டு கவலையில்லாமல் இருக்க வேண்டிய காலத்தில் இப்படி வெயிலில் அலைந்து, திராவகம், அமிலம், காரம் என்று கஷ்டப் படுகிறாளே என்று வருத்தமாயிருந்தது!” என்றாள் டொக்கி.

# 39

சந்திராவின் நிலை கண்டு டொக்கி பரிதாபப்பட்டாளல்லவா? டொக்கியே தொடர்ந்து, "அவர் அப்புறம் அங்கே வரவில்லையாமா?" என்றாள்.

"எங்கே?" என்று வியப்புடன் கேட்டார் அனந்தசாமி.

"சந்திராவைப் பார்க்க."

"நான் என்னத்தைக் கண்டேன்!"

"நீ 'பாவம்' போடுகிறமாதிரி என் மூக்குமேல் விரல் வைக்கணும் போலிருக்கிறது" என்றாள் ருக்மிணி டொக்கியைப் பார்த்து.

"எதுக்கு மாமி?"

"ஆமாம். சற்று முன்னாடிதான் ஏதோ சந்திராவாம். அன்று மாமாவோடு பேசிக் கொண்டிருந்தாள் என்கிறாய். இப்பொழுது பாவம் என்கிறாய். 'அவர்' என்று வேறு யாரையோ பற்றிப் பேசுகிறாய்!"

"அதிருக்கட்டும். நானும் இத்தனை நேரம் கேட்கவேண்டாம் என்றிருந்தேன். நான்தான் ஏதோ சொன்னேன். நீங்கள் ஏன் அந்தப் 'பாவத்'தைப் பற்றி இப்படிக் கிண்டிக் கிண்டி என்னை மடக்குகிறீர்கள்? உங்களுக்கே அந்தச் சந்திராவைத் தெரியும் போலிருக்கிறதே?" என்றாள் டொக்கி.

ருக்மிணி அதற்குள் ஒரு விநாடி பதில் சொல்லவில்லை. பிறகு, 'இவள் என்ன இத்தனை

பொல்லாதவளாக இருக்கிறாள்!" என்று புருவத்தை ஒரு தடவை உயர்த்தி, சிரிக்கவும் சிரித்து விட்டு, "சரி, நான் போய்ச் சாப்பாடு கொண்டு வருகிறேன்" என்று சொல்லிக் கொண்டே அறையை விட்டு வெளியே போய், படியிறங்கி விட்டாள். டொக்கிக்குச் சிறிது முகம் தொங்கிற்று.

"என்னைப் பார்த்தால் பட்டிக்காட்டுக்களை சொட்டுகிறது. இல்லையா மாமா?"

"இது என்ன திடீர் என்று உனக்குச் சந்தேகம்?" என்றார் அனந்தசாமி.

"இல்லை. உங்களைப் பார்க்க வருகிறவர்கள் நாகரிகமாக இருக்கிறார்கள்? நான் ஒன்றும் யோசிக்காமல் என்ன பேசுகிறது, கூடாது என்று தெரியாமல் வாயைக் கொடுத்து மாட்டிக் கொள்கிறேன். அவர்கள் என் சிண்டைப் பிடித்து ஆட்டி விடுகிறார்கள்."

"அப்படி ஒன்றும் நேர்ந்து விடவில்லையே இப்போது?"

"நீங்கள் சொன்னால் போதுமா! அன்றைக்குச் சந்திரா இருக்கும்போது என்னமோ சொல்லப்போய், அவள் என் வாயைப் பிடுங்கி விட்டாள். இன்றைக்கு இந்த மாமி இருக்கும் போதே என்னமோ 'பாவம்' என்று ஒரு வார்த்தை சொல்லப் போய் அது பெரிதாக வளர்ந்து விட்டது."

"ஒன்றும் வளரவில்லையே. நீ சொல்கிறாற் போல் உன் சிண்டைப் பிடித்துக் கொள்ளவில்லை யாரும். கை ஓங்கியும் விடவில்லை."

"என்னமோ ஜாக்கிரதையாகப் பேச வேண்டும் இனி மேல். சந்திராவை இந்த மாமிக்குத் தெரியுமா?"

"சந்திராவின் வீட்டில்தான் பதினைந்து நாட்களாகத் தங்கியிருந்தாள் ருக்மிணி."

"பார்த்தீர்களா? எந்தச் சந்திரா என்றாள். ஒன்றுமே தெரியாதது போல் என்னிடம் பேசினாளே."

"வேடிக்கைதானே!"

"நல்ல வேடிக்கை மாமா. சரி, உங்கள் உடம்பு நன்றாகத் தேவலை இல்லையா?" என்றாள் டொக்கி.

"நன்றாகத் தேவலை. அதிகம் நடக்க முடியவில்லை. அவ்வளவுதான்."

"சரி, நான் போய் வரட்டுமா?... சௌகரியப்பட்டால் வீட்டுக்கு வாருங்களேன்..."

"நீயும் என்ன ரங்கன் மாதிரி முள்மேல் நிற்க ஆரம்பித்து விட்டாய்."

"எனக்குப் பயமாயிருக்கிறது மாமா இந்த ருக்மிணி அம்மாளைப் பார்க்க. இவர், சந்திரா – எல்லாரும் நன்றாகப் படித்தவர்கள். நான் சினிமாக்காரி. தெருவிலே சுற்றுகிற பொறுக்கிகள், போக்கிரிகள் இவர்கள்தான் எங்களைப் பார்த்து பிரமித்துப் போய் வாயைப் பிளந்து கொண்டு நிற்பார்கள். அந்த வாயையும் சீட்டியடிக்கத்தான் மூடுவார்கள். இந்த மாதிரிப் படித்தவர்கள், வெறும் நூல் புடவையைக் கட்டிக் கொண்டே அழகாய் இருக்கிறவர்களைப் பார்த்தால் எங்களுக்குப் பயமாக இருக்கிறது."

"எங்களுக்கா! சினிமாவில் நடிக்கத் தயார் பண்ணிக் கொள்ளும்போதே இந்த வகுப்புத் துவேஷம், அபிமானம் எல்லாம் வந்து விட்டதே உனக்கு?"

"அபிமானம் இல்லை மாமா, அன்றையிலிருந்து எனக்கு இப்படித்தான் இருக்கிறது."

அனந்தசாமி புரிந்து கொள்ள முயல்வதைப் பார்த்து, "அன்றையிலிருந்து மாமா; அப்பாவோடு நீங்கள் கடற்கரைக்குப் போனீர்களே..." என்று இழுத்தாள்.

"ஒன்றையும் திரும்பிப் பார்க்கக் கூடாது என்று அன்றைக்கே உன்னிடம் சொன்னேனே."

தலையைக் குனிந்து கொண்டாள் டொக்கி சிறிது நேரம். சற்றுக் கழித்து, "இவர்களுக்கு என்னைத் தெரியும், ரங்கனைத் தெரியும். நான் எதற்காக இங்கேயே உட்கார்ந்திருந்திருக்கிறது? போய் வருகிறேன் மாமா!" என்றாள்.

"சாப்பிட்டாயிற்றா?"

"காலமே எட்டரை மணிக்கே சமையல், சாப்பாடெல்லாம் முடிந்துவிட்டது இன்றைக்கு."

"இங்கு வந்து கொஞ்சநேரம் தங்கலாம் என்றுதானே எல்லாவற்றையும் முடித்துவிட்டு வந்தீர்கள்?"

"ஆமாம். ஆனால் நீங்கள் அந்த வீட்டில் இருப்பீர்கள் என்று நினைத்தோம், அதில்லையென்று இங்கே வந்தால் கௌரவமான மனிதர்களைப் பார்க்க வேண்டியிருக்கிறது..."

அவள் மனம் எவ்வளவு தீய்ந்து கிடக்கிறது என்று இப்பொழுதுதான் நன்கு புரிந்தது அனந்தசாமிக்கு. கதவைத் தாழிட்டு, திறக்க முடியாமல் அறையில் மாட்டிக் கொண்ட குழந்தையைப்போல் இருந்தது அவளைப் பார்க்கும்பொழுது. அந்த அவலத்திலிருந்து அந்த நெஞ்சை எப்படி மீட்பது என்று சிறிது கலங்கினார்.

"கௌரவம், பிறர் நம்மைப் பார்த்து நல்லவர்கள், கண்யமானவர்கள் என்று நினைக்கும்படி நடந்துகொள்வது – இதெல்லாம் ரொம்பச் சுலபமான காரியம். இதற்குத் தனித் திறமை ஏதும் வேண்டியதில்லை. துளி அறிவும், நல்ல பயமும் இதற்கு இருந்தால் போதும். எல்லாரும் இதைத்தான் இப்பொழுது செய்து கொண்டிருக்கிறார்கள். பயந்து பயந்து செத்துப் போகிறதைத்தான் பலர் கண்யம், நல்ல சுபாவம் என்றெல்லாம் மயங்கிக் கொண்டிருக்கிறார்கள். யாரும் பார்க்கவில்லை என்று தெரிந்தால் மிருகத்தை விடக் கேவலமாக நடந்து கொள்வார்கள். இந்தக் கண்ய உணர்ச்சி இல்லாமல் பகிரங்கமாக நடந்து கொள்கிறவர்கள் திருடன், துஷ்டன், விடன் என்று பேர் வாங்கிக் கொண்டு விடுகிறார்கள். அக்கிரமம் பண்ணுகிற வசதிகளை யெல்லாம் கொடுத்து, யாரும் உன்னைப் பார்க்க மாட்டார்கள் என்றும் சொல்லி ஒருவனை விட்டு விட்டால், அவன் அகாரியம் செய்யாமல் இருக்க வேண்டும். அதுவரையில் அவனை நல்லவன் என்று சொல்லமுடியாது. பயந்து பயந்து கொண்டு எத்தனை நாட்கள்தான் நல்லவர்களாக இருக்க முடியும் சொல்லு."

டொக்கி பேசாமல் கேட்டுக் கொண்டிருந்தாள்.

பாத்திரஓசை கேட்டது. டொக்கி திரும்பினாள். ருக்மிணி பெரிய தட்டில் நாலைந்து கிண்ணங்களை வைத்து உண்டுருட்டி யாக இருந்த பாத்திரங்கள் அசைய அசைய நிலையை ஜாக்கிரதையாகக் கடந்து கொண்டிருந்தாள். சட்டென்று டொக்கி எழுந்து தலையாடும் பாத்திரங்களை யெல்லாம் வாங்கிப் பெஞ்சு மீது வைத்தாள்.

"என்கிட்ட சொல்லப்படாதா மாமி! இத்தனையையும் எப்படி எடுத்து வர முடியும்? அதுவும் மாடிப்படி ஏறி? நானாயிருந்தால் எல்லாவற்றையும் கீழே போட்டு ஜலதரங்கக் கச்சேரி பண்ணியிருப்பேன்."

"எனக்கு அத்தனை சங்கீத ஞானம் கிடையாதம்மா" என்று சொல்லிக் கொண்டே ருக்மிணி பெஞ்சின் மீது தட்டை வைத்தாள்.

"மாமா! சந்திராதான் பொல்லாதவள் என்று நினைத்தேன். இவர் ரொம்ப ரொம்ப..!" என்று ஒவ்வொரு கிண்ணத்தின் மூடியாகத் திறந்து வைத்தாள் டொக்கி.

ஏதோ புத்தகத்தை நின்றவாறே புரட்டிக் கொண்டிருந்த ராஜாங்கம் திரும்பிப் பார்த்தார்.

"இன்னும் சாப்பாடு ஆகலையா?... டொக்கி, நீ பரிமாறேன்" என்றார்

"பரிமாற என்ன இருக்கு. எல்லாம் தான் ரெடிமேடா வந்திருக்கே. மாமி பல்லும் காஸ்ட்ரிக் ஜூஸும்தான் கொண்டு வைக்கவில்லை. அவை இரண்டுக்கும் வேலையே கிடையாது. அப்படிப் பிசைந்து மசித்துக் கொண்டு வந்திருக்கிறார். பல், ஜீரணம் இரண்டும் இல்லாத நீங்கள் சாப்பிட வேண்டும் இதை. அப்படியே வயிற்றுக்குள்ளே போனவுடனேயே சதையும், சத்துமா வேஷம் போட்டுக்கொண்டு விடும்" என்று இலேசாகக் குரலை உயர்த்தி ஜாடையும், சைகையுமாகச் சொன்ன ஒவ்வொரு சொல்லும் விளங்கும்படியாக ராஜாங்கத்திடம் சொல்லி விட்டாள் டொக்கி.

ஏதோ எடுத்து வருவதற்காக, ருக்மிணி மீண்டும் நகர்ந்தபோது டொக்கி அவளைப் பார்த்துச் சொன்னாள்: "எந்தச் சந்திரா என்று கேட்டீர்களே, சந்திராவை நன்றாக உங்களுக்குத் தெரியுமாமே?"

"தெரியாது என்று நான் சொல்லவில்லையே. இந்தச் சந்திராவோ, வேறு எந்தச் சந்திராவோ என்று தெரியாமல் கேட்டேன்."

"உங்களோடு பேசி என்னால் ஜயிக்க முடியாது!"

"யாரும் ஜயிக்கவும் வேண்டாம், தோற்கவும் வேண்டாம். மோர் சாதத்திற்கு ஊறுகாய் வைக்க மறந்து விட்டேன். நீ கொஞ்சம் கீழே வாயேன். கொடுத்து அனுப்புகிறேன். சித்தி சாப்பிட உட்கார்ந்திருக்கிறாள். அவளுக்கும் சாதம் போட வேண்டும்" என்று கெஞ்சினாள் ருக்மிணி.

"இதோ" என்று கூறிக்கொண்டே அவளோடு ஓடினாள் டொக்கி.

"ஒரு நிமிஷம்" என்றார் அனந்தசாமி.

"என்ன?" என்று கேட்டபடியே ருக்மிணி திரும்பினாள்.

"இந்தச் சாப்பாடு நாலு வேளைக்கு வரும் எனக்கு. வீணாக எறிய வேண்டாம். எடுத்துப் போய் விடுங்கள்" என்று குழம்பு,

அன்பே ஆரமுதே 375

ரசம், மோர் சாதங்களில் இரண்டிரண்டு கவளங்களைத் தட்டில் எடுத்துவைத்துக் கொண்டு நகர்த்தினார் அவர்.

"இது எப்படிப் போதும்?"

"இதுவே அதிகம்."

"கணக்குத் தப்பி விட்டதே" என்றாள் டொக்கி.

"என்ன?"

"எட்டு வேளைக்கு வருகிற சாப்பாட்டை நாலு வேளைக்கு என்று குறைத்து விட்டீர்களே!"

"அதுதானே பார்த்தேன்" என்றாள் ருக்மிணி.

"என்னமோ இதற்குமேல் சாப்பிட முடியாது" என்றார் அனந்தசாமி.

"இதைச் சாப்பிட்டு விட்டா இப்படி மெட்ராஸ் முழுக்க நடக்கிறீர்கள்?" என்றாள் டொக்கி.

ருக்மிணி நின்று பார்த்தாள். கடைசியில் கிண்ணங்கள் இரண்டை டொக்கியிடம் கொடுத்துவிட்டு, தன் கையில் இரண்டை எடுத்துக் கொண்டு நகர்ந்தாள்.

கீழே போனதும், ஊறுகாய்க் குப்பியை அவள் கையில் கொடுத்து, இரண்டு ஸ்பூன் போட்டு விட்டு உடனே கொண்டு வரும்படி சொல்லி அனுப்பினாள். டொக்கி நகர்ந்ததும், "ஏண்டி அப்படியே கொண்டு வந்து விட்டாய்?" என்றாள் சித்தி.

"அவ்வளவுதான் சாப்பாடாம்!"

"என்னது!"

"ஆமாம்."

"காலேஜ் பெண்கள் கூடத் தேவலை போலேயிருக்கே. இதுக்காவா மெனக்கெட்டு எடுத்துக் கொண்டு போனே, இவ்வளவையும்?"

ருக்மிணி பதில் பேசவில்லை.

டொக்கி திரும்பி வந்து விட்டாள். "நீங்கள் இன்னும் சாப்பிடவில்லையா மாமி?" என்று வந்தவுடன் கேட்டாள்.

"இல்லை."

"நான் போடலாமா?"

"இதோதான் இருக்கிறதே" என்று உட்கார்ந்து தட்டிலிருந்த மிச்சத்தைச் சாப்பிடத் தொடங்கினாள் ருக்மிணி.

தி. ஜானகிராமன்

சாப்பிட்டுக் கொண்டிருந்த அவயாம்பாளின் கை நின்று விட்டது. வியப்போ, திகைப்போ, குழப்பமோ – என்னவென்று புரியாத ஒரு பார்வை. கண் – கொட்டாத அகன்ற பார்வை. அந்தக் கண்கள் ருக்மிணி சாப்பிடுவதை பார்த்துக் கொண்டு குத்திட்டாற் போல நின்றன. பத்து விநாடி, இருபது விநாடி. . . இமைகள் சிலிர்த்தன. மூப்புக் கண்களின் மங்கல் மினுங்கிற்று. நீர் நிரம்பி நின்றது. ருக்மிணி அதைப் பார்த்தாள். சாதாரணமாக இன்னொரு கவளத்தை வாயில் போட்டுக் கொண்டாள்.

இவ்வளவையும் டொக்கியின் பார்வை அளந்து கொண்டிருந்தன.

அவயாம்பாள் கண்ணில் கட்டி நின்ற கண்ணீர் சிலுக்கென்று உதிர்ந்தது. டொக்கியின் வாய் நிற்கவில்லை.

"என்ன பாட்டி?" என்று குழம்பிப் போய்க் கேட்டு விட்டாள்.

"சித்திக்கு அப்பா, சித்தப்பா, அக்கா – எல்லார் ஞாபகமும் வந்து விட்டது. இந்தக் கூட்டத்துக்கே சாப்பாட்டைப் பிசைந்து போட்டுக் கொடுத்தால் அதிலே அலாதி சந்தோஷம்" என்றாள் ருக்மிணி.

அவயாம்பாள் இடது கையால் தோளில் தொங்கின புடவையை எடுத்துக் கண்ணைத் துடைத்துக் கொண்டாள்.

"அக்கா இருந்திருந்தா அவளுக்கும் ஒரு பெண் பிறந்து அதுவும் இரண்டு குழந்தைகளைப் பெற்றிருக்கும்" என்று ருக்மிணி மேலும் சொன்ன பொழுது, "போடி" என்று சொல்லி, மீண்டும் வந்த ஒரு போக்குக் கண்ணீரைத் துடைத்துக் கொண்டாள் சித்தி.

"சிறுசிலேயே தவறிப் போய்விட்டாளா?" என்று கேட்டாள் டொக்கி.

"ம்க்கும். அக்காவுக்கு அப்ப பதினஞ்சு வயசிருக்குமா சித்தி?"

"பதினைஞ்சு, பதினாறு – என்னமோ போ. ஒண்ணும் சுவாரசியமில்லை. நீ சாப்பிட்டியாடி குழந்தே!" என்று குரல் நடுக்கம் இன்னும் நீங்காமல் கேட்டாள் அவயாம்பாள்.

"இன்றைக்கு எட்டரை மணிக்கே ஆயிடுத்து, பாட்டி!"

"ஸ்வாமிகளைப் பார்க்க வந்தியா? யாருக்கு உடம்பு?"

"அம்மாவுக்கு ஜுரம். இப்பத் தேவலை. சொல்லி மருந்து வாங்கிக் கொண்டு போகலாம்னு வந்தேன். வீடு மாத்தி விட்டார்னு தெரிஞ்சுது. விசாரித்துக்கொண்டு வந்தோம்."

சாப்பாடு முடிந்து ருக்மிணி எழுந்து கொல்லையில் தட்டைப் போட்டுக் கைகழுவி விட்டுத் திரும்பினாள்.

“மாடியிலே போய்த் தட்டை எடுத்து வரட்டுமா நான்” என்றாள் டொக்கி.

“நான் எடுத்துவருகிறேன்” என்று அகன்றாள் ருக்மிணி. அவையாம்பாளின் பெயர் தெரியாத துயரம் டொக்கியை இன்னும் அசைத்துக் கொண்டுதானிருந்தது. ஈரம் உலராத அந்த இமைகளையும் கண்ணினடியில் மூப்பு சுருக்கி அதைத் தரப்பையைச் சிறிது நேரம் பார்த்துக் கொண்டேயிருந்தாள்.

“திடீர்னு இப்படிக் கலங்கி, கரகரன்னு கொட்டி விட்டீர்களே பாட்டி!” என்றாள். “உங்க பொண்ணு ருக்மிணி மாமி மாதிரியேதான் இருந்திருப்பாள்?”

“இந்தக் கட்டையை நினைச்சுத்தான் அழுகை வந்தது. அந்தக் கட்டை கரியாகித்தான் முப்பது வருஷங்கள் ஆச்சே. அதுக்கு இப்ப என்ன அழுகை வேண்டிக் கிடக்கு?” என்று சாதத்தைத் துளாவிக் கொண்டே “வெறும் முண்டம். அவன் சாப்பிட்ட இலையிலே சாப்பிடற ஞாபகம் போலிருக்கு” என்றாள்.

“என்ன பாட்டி?”

“ஸ்வாமிக்கு ரொம்பத் தெரிந்தவர்களோ நீங்கள்?”

“ஏன் பாட்டி?”

“ரொம்பத் தெரிஞ்சிருந்தா, அந்தச் சாமி வாயாலேயே கேட்டுத் தெரிஞ்சுக்கோன்னு சொல்றேன். ஏன், என்ன என்று இங்கே பாணம் தொடுத்தா நான் என்னத்தைச் சொல்றது? இன்னொரு கோஸூ அழுது வைக்கலாம். வேற என்னத்தைக் கண்டேன் நான்... ஹூம் ஈச்வரீ... பரதேவதே..” என்று தண்ணீரைக் குடித்து விட்டுச் சுற்றியிருந்த பருக்கைகளை விரல் நுனியால் திரட்டி இலையில் போட்டுச் சுருட்டினாள் அவயாம்பாள்.

“நான் கொண்டு எறிகிறேன், பாட்டி!” என்றாள் டொக்கி.

“ரொம்ப அழகாகத்தான் இருக்கு. மருந்து வாங்க வந்த இடத்திலே பெருக்குகிற உத்தியோகம் வேறா?” என்று அவயாம்பாள் இலையைக் கையில் எடுத்துக்கொண்டு எழுந்து வாசல் பக்கமாக எறியப் போனாள். அதற்குள் கொல்லைப் பக்கம் சென்று சாணம் இருக்கும் இடத்தைத் தேடிப் பிடித்து எடுத்து வந்து எச்சிலிடத் தொடங்கி விட்டாள் டொக்கி.

“என்னம்மா இது! நான் வேண்டாம் என்று சொன்னேனே!”

“பரவாயில்லை பாட்டி!”

"என்னத்துக்குப் பரவாயில்லை?"

"இதுவும் எலும்பிலே அடிச்ச கைதான். மல்லிப் பூவிலே ஜோடிச்சதில்லை பாட்டி!"

"அடி அம்மாடி!" என்று சிரித்துக் கொண்டே புறக்கடைக்கு நடந்தாள் அவயாம்பாள்.

டொக்கிக்குச் சற்று முன் அவள் மூடி மூடிக் காண்பித்த பூடகத்தை அவள் வாயாலேயே திறந்துவிட வேண்டும் என்று துடித்தது. அதற்குள் ருக்மிணி தட்டுடன் திரும்பி விட்டாள். சமையல் பாத்திரங்களை ஒழித்துப் போட்டு விட்டு வந்தவள் "வாயேன்" என்று படிக்கிற அறைக்கு அழைத்துப் போனாள்.

"உட்கார்!"

"என்ன மாமி இது!" என்று கண்ணகலச் சுற்றுமுற்றும் பார்த்தாள், டொக்கி.

"என்ன?"

"இதெல்லாம் கல்லுச்சுவரா! புஸ்தகச் சுவரா." அப்படித்தான் அந்த அறையிலிருந்த மூன்று பக்கமும் சுவரை ஒட்டிக் கண்ணாடிக் கதவுப் பீரோக்கள். அத்தனையிலும் புத்தகங்கள். வாசல் பக்கம் பார்க்கும் ஜன்னல் அருகில் ஒரு கட்டில். அறை நடுவில் மேஜை. நாலைந்து நாற்காலிகள்.

"இத்தனை புத்தகமுமா நீங்கள் வாசித்திருக்கிறீர்கள்?... வாத்தியார் அறைமாதிரி இல்லை, வக்கீல் அறை மாதிரி இருக்கிறது, இதைப் பார்த்தால்" என்று வியப்புடன் கூறிக்கொண்டே டொக்கி எழுந்து சென்று பீரோக்களையெல்லாம் பார்த்தாள்.

அவள் ஆச்சரியம் இன்னும் அடங்கவில்லை. "இவ்வளவையும் நீங்கள் எப்படி வாசிக்க முடியும்?" என்றாள் டொக்கி மீண்டும்.

"இந்த வீடு உன்னுடையது என்றால் நீ தினமும் அதிலே இருக்கிற ஒவ்வொரு கல்லு, மூலை, முடுக்கையெல்லாம் தொட்டு 'எல்லாம் என்னுது' என்று சொல்லிக் கொண்டே இருக்க வேண்டுமா? அதிருக்கட்டும்... இப்படி வா. சந்திரா, நீ ரொம்பக் கெட்டிக்காரி, ரொம்ப அழகு அப்படி இப்படி யென்றெல்லாம் உன்னை வர்ணித்தாள். நீ ரொம்ப நன்றாகப் பாடுவாயாமே?"

"சந்திரா மாமியா சொன்னாள்? அன்றைக்கு ஒரு நாள் பார்த்ததுதானே."

"ஒரு நிமிஷம் பார்த்தால் போதாதா? உன்னைப் பற்றித்தான் அவள் ஒரு மணிநேரம் பேசினாள் முந்தாநாள்."

“என்னைப் பற்றி எதுக்குப் பேச்சு வந்தது?” என்று கேட்டாள் டொக்கி.

“அனந்தசாமி மாமாவைப் பற்றிப் பேச்சு வந்தது. ஜ்ஊரம், போய்ப் பார்க்கப் போனபோது உன்னைப் பார்த்ததாகச் சொன்னாள்.”

“ரொம்ப நல்ல மாமி” என்று சந்திராவைப் பாராட்டிப் புகழ்ந்தாள் டொக்கி.

“என்ன மாமி மாமி என்கிறாய்? அவள் என்ன கலியாணமாகி முப்பது வயசாகிப் பிள்ளை குட்டியெல்லாம் பெற்றவள் என்று நினைத்து விட்டாயா? சந்திரா என்றே சொல்லு.”

“இல்லை. அவர் ரொம்பப் படித்தவர். வாத்தியார் வேறு.”

“உனக்கு வாத்தியார் இல்லை. ஏன் இப்படிக் கஷ்டப் படறே–?”

“ரொம்ப அழகு அவர். இல்லையா?” என்றாள் டொக்கி.

“அவள் உன்னைத்தான் அழகு என்கிறாள். நீ புரு புருவென்னு பிள்ளையார் எறும்பு மாதிரி இருக்கிறாய் என்றாள்.”

“சிவப்பு எறும்பு என்று சொல்லவில்லையா?”

“ஏன் அப்படிக் கேட்கிறாய்?”

“என்னைப் பார்த்தால் பிள்ளையார் எறும்பு மாதிரி சாதுவாகப் பட்டிருக்காது அவளுக்கு. சிவப்புச் சிற்றெறும்பு என்று தான் சொல்லியிருப்பாள். என்னை ஒரே தேய்ப்பாகத் தேய்த்து நசுக்க வேண்டும்போல் வந்திருக்கும் அவளுக்கு?” என்றாள் டொக்கி.

“என்னது?”

ருக்மிணிக்கு இதைக் கேட்டு ஆச்சரியம் தாங்கவில்லை.

# 40

“பிள்ளையார் எறும்புக்கும் சித்தெறும்புக்கும் எத்தனை தூரம்? உன்னைப் பார்த்தா சித்தெறும்பு மாதிரியே இல்லையே!” என்று கூறிச் சிரித்தாள் ருக்மிணி.

“உங்களுக்கு இருக்கலாம். ஆனால் சந்திராவுக்கு?...

“அவளுக்கு மட்டும் எப்படி வேறு மாதிரியாக இருக்கும்?”

“மாமி! உங்களைப் பார்த்தால் எல்லாம் தெரிந்து கொண்டு, வேணுமென்று என் வாயைக் கிண்டுகிற மாதிரி படுகிறது எனக்கு.”

“எல்லாம் தெரிந்தாலும் உன் வாயைக் கிண்டினால்தானே முழுக்க முழுக்கத் தெரிந்து கொள்ள முடியும்... இப்ப நான் தெரிந்து கொண்டதே சரி இல்லை என்று ஆகிவிட்டதே. அவள் பிள்ளையார் எறும்பு என்று உன்னைச் சொல்கிறாள். இல்லை, கட்டெறும்பு என்றுதான் அவள் நினைக்கிறதாக நீ சொல்கிறாய்.”

“நீங்கள் எல்லாரும் அனந்தசாமி மாமாவுக்கு ரொம்ப வேண்டியவர்கள். அதனால் எல்லாம் உங்களுக்குத் தெரிந்திருக்கும்... சந்திரா எப்படி ஆத்திரப் படாமல் இருப்பாள் என் மேல்..?”

“அப்படியானால் நீயும் அப்படித்தான் அவள் மேல் ஆத்திரமாக இருக்கிறாற் போல் இருக்கிறது!”

“நான் ஏன் இருக்கணும்? என் மனசிலே ஏதாவது இருந்தால் தானே கோபம் வர!”

“ரங்கனைக் கண்டால் உனக்குப் பிடிக்கலையா?”

“இப்படித்தான் பிடிக்கணுமா என்ன?” என்றாள் டொக்கி.

“நிச்சயமாகவா சொல்கிறாய்?”

“நிச்சயமாகத்தான். அவராகத்தான் என்னோடு பழக வந்தார். டான்ஸ் வாத்தியார் வீட்டுக்கு வருவார். அவராகத்தான் பேச்சுக் கொடுத்தார். ஒரு நாளைக்கு வீட்டுக்குக் கொண்டு விடுகிறேன் என்று காரில் என்னையும் அப்பாவையும் கொண்டுவந்து விட்டார். அப்புறம் வந்து கொண்டேயிருக்கிறார். அங்கேயும் இங்கேயும் அழைத்துப் போகிறார். ரொம்ப ரொம்ப யோக்கியர் என்று தான் நினைத்துக் கொண்டிருந்தேன். அன்றைக்குச் சந்திரா வந்துவிட்டுப் போனதும் அனந்தசாமி மாமா எல்லாம் சொன்னார். அப்போதுதான் தெரிந்தது, சந்திராவும் நானும் இருக்கிற பொழுதுதானே வந்தார் அந்த ரங்கன்? சடக்கென்று பேயறைந்தாற்போல் அப்படியே விக்கித்துப் போய் நின்றார், – நிஜ கௌதமர் உள்ளே வந்ததைப்பார்த்து ‘பெப்பெ’ என்று வாய் குழற, கால் கை எல்லாம் இற்றுப் போய் நின்றானே சூராதி சூரன் இந்திரன் – அந்த மாதிரி – அடுத்த கணமே இதோ, இதோ வரேன் என்று வெலவெலத்துக் கொண்டு ஓடி விட்டார்.”

ருக்மிணி அதைக் கேட்டுக் குலுங்கி வந்த சிரிப்பை அடக்க முடியாமல் சற்றுச் சிரித்துவிட்டு அடக்கிக் கொண்டாள்.

“நீங்கள் சிரிக்கிறீர்கள்! சந்திராவை நினைத்தால் எனக்கு அழுகையாக வருகிறது! இவளைவிட ஒசத்தியாக யாராவது கிடைத்துவிடப் போகிறார்களோ இந்தத் தடியருக்கு!”

“தடியரா? இன்னுமா ரங்கனிடம் இவ்வளவு மரியாதை உனக்கு?”

“சந்திராவுக்காகத்தான்.”

“சந்திராவுக்கு மட்டும் இந்த நல்லவர் தேவலையா?”

“சந்திரா படித்தவள். இவர் கிட்டே ஏதோ நல்லதைக் கண்டுதானே ஆசைப்பட்டிருக்கிறார்? சில விஷயங்களில் அவர் நல்லவர்தான். என்னைத் தனியாக எங்கெங்கெல்லாமோ அழைத்துக் கொண்டு போயிருக்கிறார். அப்போதெல்லாம் ஜாக்கிரதையாகத்தான் நடந்து கொண்டிருக்கிறார்.”

“நல்லவர் என்கிறாய். அயோக்கியர் என்கிறாய் – ஒன்றுமே புரியவில்லையே எனக்கு.”

"ஆமாம், மாமி! அப்படித்தான் இருக்கிறார் அவர்."

"எப்படி நல்லவர் என்கிறாய்?"

"நல்ல மனசு – யாருக்கு உதவி செய்ய வேண்டுமானாலும் சளைக்க மாட்டார். ஓடி ஓடிக் கௌரவம் நாசூக்கு எல்லாம் பார்க்காமல் செய்வார். நல்ல பாட்டு, நல்ல புத்தகம் எல்லாம் பிடிக்கும்."

"அப்புறம்?"

"சில சமயம் வாயைத் திறந்து பேசினால் ஏதோ பழநெடி அடிக்கும். அப்போதெல்லாம் எனக்கு ஐயோ என்றிருக்கும் ஒரே பிள்ளை. ஏகப்பட்ட காசு. பாவம்!"

ருக்மிணி ஒன்றும் புரியாமல் குழம்பினாள். சற்றுப் பேசாமல் இருந்தார்கள் இருவரும்.

"சந்திரா எல்லாம் சொல்லியிருப்பாளே. உங்களுக்கு என் மேல் கோபம் இல்லாமல் எப்படி இருக்கும்?"

"அவள் உன்னைத் தப்பாக நினைத்துக் கொண்டிருப்பாள் என்று எண்ணுகிறாயா..?"

"இல்லை..." என்று டொக்கி இழுக்கும் பொழுது "குழந்தை" என்று நடையில் குரல் கேட்டது.

"யாரு?"

"குழந்தே!"

"அப்பா வந்து விட்டார். நான் வருகிறேன்."

"உள்ளே வரட்டும் அவர்" என்று ருக்மிணி எழுந்து போய் அவரை வரவேற்றாள்.

கல்லூரி ஆசிரியை என்றும், குடிதான் இருக்கிறாள் என்றும் அறிமுகப்படுத்தி வைத்தாள் டொக்கி சிரமமில்லாமல்.

"ரொம்ப சந்தோஷம்" என்று அவர் புன்னகை பூத்தார். "ஸ்வாமி கேட்டார் எங்கே என்று."

"இதோ வருகிறேன்" என்று எழுந்தாள் டொக்கி.

"யாருடி, பொண்ணு, இது? படு சமர்த்தாயிருக்கும் போல் இருக்கே" – என்று கழுவிய பாத்திரங்களைச் சமையலறை அலமாரியில் கவிழ்த்துக் கொண்டிருந்த அவயாம்பாள் ஓர் ஈரப் போணியைத் துணியால் துடைத்துக்கொண்டே வந்து கேட்டாள்.

"வைத்தியம் செய்து கொள்கிறாளாம் அவள் அம்மா இவரிடம்."

"படிக்கிறதாம்மா?"

"முடிந்து விட்டதாம் சினிமாவில் சேரப் போகிறதாம்."

"ம்ஹூம்! அழகாக இருக்கோல்லியோ! அதான். அழகோடவா? ஓடற பாம்புக்குக் கால் எண்ணும் போல் இருக்கு. நீயானா அதுக்கு நேரே இந்த மிச்சத்தைத் தின்னு என்னை ஒரு கலக்குக் கலக்கினே பாரு. ரொம்பச் சமர்த்தா!"

ருக்மிணி சிறிது நேரம் பதில் சொல்லவில்லை. சற்று வெட்கமாகக்கூட இருந்தது அவளுக்கு.

பேசாமல் படிக்கும் அறையில் கட்டில் மீது காலைப் போட்டு நாற்காலியில் சாய்ந்தாற் போல் உட்கார்ந்தாள். இலேசாகத் தவழும் காற்றில் ஜன்னல் திரை சிலிர்த்தது. திரைக்கப்பால் ஜன்னலின் பாதி உயரத்துக்கு வளர்ந்திருந்த ரோஜாச் செடி பச்சைக் குழந்தை கையை வெட்டி வெட்டி ஆட்டுவதுபோல் அசைந்து கொண்டிருந்தது.

அவள் சிந்தனைகூடப் பிரமிப்பிலும் வியப்பிலும் தடைப்பட்டு ஓய்ந்து கிடந்தது. போன மாதம் டில்லியில்! இப்போது இங்கே! எதற்காக?

நிறைவுக்கு நடுவில் ஓர் அச்சமும் உள்ளத்தில் தளிர்போல் சிலிர்த்தது. ஒன்றும் நிறைவேறாத சந்திராவுக்கு முன் இந்தக் குழந்தை டொக்கிக்கு முன், இந்தச் சித்திக்கு முன், நாம் எப்படி இவ்வளவு துணிச்சலாக இங்கே வந்தோம்?...

ஆனால் அந்த அச்சத்தையும் மிஞ்சிக் கொண்டு ஓர் உறுதி அவள் மனத்தில் காலை ஊன்றிக் கொண்டு நின்றதையும் அவள் அனுபவித்துக் கொண்டிருந்தாள். இது இப்படியே நீடிக்கப் போகிறது, வரவேண்டிய இடத்துக்குக் கடைசியாக வந்து சேர்ந்து விட்டோம் என்ற அந்த உறுதியின் இனிய சுமையைப் புற உணர்வாகக் கூட உணர்வது போல் இருந்தது அவளுக்கு. 'வந்து விட்டேன் வந்து விட்டேன்', என்று உள்ளே முணுமுணுப்புக் கேட்டுக் கொண்டேயிருந்தது.

திரைக்கப்பால் ரோஜாச் செடி தலையாட்டிக் கொண்டிருந்தது.

அனந்தசாமி இருந்த இடத்தில் நுழைந்து கொண்டே, "கூப்பிட்டீர்களா?" என்று கேட்டாள் டொக்கி.

"இல்லையே!"

"அப்பா சொன்னாரே."

"கீழே போனவளைக் காணவே இல்லையே என்று சொன்னேன். உடனே கீழே போய் விட்டாள். வேண்டாம் என்று சொன்னேன்–"

"காதில் விழாமல் வந்து விட்டார்" என்றாள் டொக்கி.

"பேசிக் கொண்டிருந்தாயோ?"

"பதில் சொல்லிக் கொண்டிருந்தேன்…

"யாருக்கு?"

"வாத்தியாரம்மாவுக்குத்தான். என் வாயைக் கிண்டினார். நீங்கள்தான் அவருக்கு விளக்கிச் சொல்ல வேண்டும். நான் எப்படிச் சொல்லுகிறது? சொன்னால்தான் யாராவது நம்பப் போகிறார்களோ?"

"என்னத்தைச் சொல்கிறது? யாருக்கு? எதை விளக்குகிறது?"

"எனக்கு வருத்தமோ, கோபமோ இல்லை. இருந்தால் சந்திராவுக்குத்தான் என்மீது வருத்தம், கோபம், இல்லாவிட்டால்..." என்று சற்று இழுத்துவிட்டு, "பொறாமை இருக்க வேண்டும். இருக்கிறதும் நியாயம்தான். ஆனால் தெய்வமறியச் சொல்கிறேன். நான் பிணை இல்லை அதற்கு, ரங்கனுடைய அசட்டுத்தனத்துக்கு நான் ஏன் திண்டாட வேண்டும்? நான் எப்படிப் பொறுப்பாக முடியும்? இதைத் தான் நீங்கள் விளக்கிச் சொல்ல வேண்டும், சந்திராவிடமோ, இந்த வாத்தியாரம்மாவிடமோ…" என்றாள்.

"நான் சொல்லி விடுகிறேன். அதற்காக நீ நின்று கொண்டே பேச வேண்டுமா! உட்காரு."

டொக்கி உட்கார்ந்து கொண்டாள்.

"நீங்கள் அன்றைக்கே சொன்னீர்கள். அன்று ராத்திரியே ரங்கன் வந்தபொழுது, எனக்குத் தலை முகம் எல்லாம் கொதித்துக் கொண்டு வந்தது. கத்த வேண்டும் போலிருந்தது. அப்பா இருந்தார். பேசாமல் அடக்கிக் கொண்டு நீங்கள் சொன்னாற்போல் 'ராம ராம' என்று வாய் வலிக்கிற வரையில் முனகினேன். மனசுக்குள்ளேயே முனகினேன். கடைசியில் கண்ணை விழித்துப் பார்த்த பொழுது விடியற்காலையாகியிருந்தது. நான் தூங்கிப் போய் விட்டேனாம். ரங்கன் என்னை இரண்டு தடவைகள் கூப்பிட்டுவிட்டு வீட்டுக்குப் புறப்பட்டு விட்டாராம். அப்புறம் அவர் வந்த பொழுதெல்லாம் அதே மாதிரி அடங்கிக்கொண்டு விட்டேன். இன்னும் கத்த வேளை வரவில்லை போலிருக்கிறது. இன்று அவர் வந்தால் கட்டாயம் கத்தி விரட்டி விடலாம் என்று இருக்கிறேன்."

அதைக் கேட்டு அனந்தசாமி கண்ணை மூடிக் கொண்டார். அந்தக் குரலில் சுட்டது ஆற்றாமையின் வெதுவெதுப்பா, ரங்கன்மீதுள்ள கோபமா என்று புரியாமல் விடை தேட முயன்றார். எனக்கு ஏன் இந்தச் சின்ன விஷயங்களுக்குக் கூட அனுபவம் இல்லை என்று ஒரு கணம் உள்ளூரப் புலம்பினார். கடைசியில் கேட்டே விட்டார்.

"ரங்கன் உன்னிடம் இவ்வளவு பாசம் வைத்திருக்கிறேனே அம்மா?"

"நான் தலையைக் காட்டினால்தானே பாசம்... மாமா! கடைசியாகச் சொல்கிறேன். அவர் என் வீட்டுக்கு வருவதுகூட எனக்குப் பிடிக்கவில்லை. போதுமா? இதைவிட நான் எப்படிப் பட்டவர்த்தனமாகச் சொல்ல முடியும்?... கத்துகிறேனே என்று வித்தியாசமாக நினைக்காதீர்கள். இல்லாத சந்தேகமெல்லாம் என் மேல் வந்தால் எனக்குப் பொங்கிக் கொண்டு வந்து விடுகிறது."

"நான் இனிமேல் இதைப் பற்றிப் பேசவே இல்லை" என்று புன்னகை பூத்தார் அனந்தசாமி.

டொக்கி தன் கத்தலுக்காக வருந்தித் துடித்தாள். ஓங்கித் தன்னையே அறைந்து கொள்ள வேண்டும் போலிருந்தது.

"மாமா, கோபத்தில் கத்தி விட்டேன்..." என்று தலையைக் குனிந்துகொண்டு சற்றுப் பேசாமலிருந்தாள். "நீங்கள் இனிமேல் என்ன வேண்டுமானாலும் கேளுங்கள். பதில் சொல்லுகிறேன்."

"வேண்டாம். பேசவே இல்லை என்று நான் சொல்லியாயிற்று. கவலைப்படாதே. உனக்குக் காப்பி சாப்பிட நேரம் வந்து விட்டது. இங்கு அடுப்புக்கூட இல்லை" என்றார் அனந்தசாமி.

"எனக்குக் காப்பி, கீப்பி ஒன்றும் வேண்டாம். நான் கத்தினதை நீங்கள் மறந்து விட்டால் போதும்" என்று எழுந்திருந்தாள் டொக்கி.

"என்ன?"

"புறப்பட்டாயிற்று, மாமா. கடைக்குப் போகவேண்டும். அப்பா ஊருக்குப் போகிறார். தம்பிக்கு ஏதாவது வாங்கிக் கொடுத்தாக வேண்டும்."

"சரி."

அவள் புறப்படுவதைப் பார்த்து அலமாரியின் எதிரில் நின்றவாறே புத்தகத்தைப் புரட்டிக் கொண்டிருந்த ராஜாங்கம் புத்தகத்தை வைத்துவிட்டு முன்னால் வந்தார். "புறப்படலாமா?" என்று கேட்டார்.

தலையாட்டிக் கொண்டே வந்து நின்றாள் டொக்கி.

"வரட்டுமா மாமா?"

"சரி. நான் நாளைக்கு வருகிறேன்."

"கட்டாயமில்லை மாமா. உங்களுக்குச் சாப்பாடே இன்னும் சரியாக இறங்கவில்லை. 'இவ்வளூண்டு' சாப்பிட்டீர்கள். பிசைந்து வைத்த சாதம் எல்லாம் அப்படியே மிஞ்சிவிட்டது. சிவனே என்று மிச்சத்தை அந்த ருக்மிணி மாமியே சாப்பிட்டார், பாவம்."

"என்ன மறுபடியும் பாவம்?"

"அந்தச் சித்திக்குக்கூட அழுகை வந்து விட்டது."

". . ."

"அவர் ஒன்றும் பேசாமலிருந்ததைக் கண்டு டொக்கி ஒரு தடவை நிமிர்ந்து அவரைப் பார்த்தாள்.

"ருக்மிணி மாடிக்கு வந்தார். அப்போதுதான் கேட்டேன் அந்தப் பாட்டியிடம், 'ஏன் மாமி இப்படி அழுதீர்கள்' என்று. 'சாமியார்தான் உங்களுக்கு ரொம்ப வேண்டியவர் போலிருக்கே. அவரிடம் கேட்டால் எல்லாம் தானே தெரியறது' என்று மறுபடியும் அழுகை முட்டிக் கொண்டு வருகிறாற்போல் சொன்னார் பாட்டி. எனக்கு ஒன்றுமே புரியவில்லை. ருக்மிணி மாமியிடம் கேட்கவும் பயமாயிருந்தது. கேட்டிருப்பேன். அவர் வேறு ஏதோ பேசிக் கொண்டிருந்து விட்டார். . . அந்தச் சித்தி, ருக்மிணி இவர்களெல்லாம் உங்களுக்கு உறவினர்களா?"

"நமக்கு எல்லாரும் உறவுதான். நீ உங்கள் அப்பா நான் – எல்லோரும் உறவில்லையா?"

"அது சரி, மாமா! நீங்கள் சாப்பிடவில்லையானால், எங்கம்மா அழ மாட்டாளே?"

அனந்தசாமிக்குத் தூக்கித்தான் போட்டது ஒருதடவை. "நீ ஏன் இவ்வளவு வாயாடியாக இருக்கிறாய்?" என்று சிரித்தார்.

"வாயாடி என்ன? நீங்கள் உறவாக இருக்குமோ என்று சந்தேகமாயிருந்தது. கேட்டேன். அந்தப் பாட்டி ஏன் அப்படிச் சொன்னாள்? இல்லை, நான்தான் சரியாகப் புரிந்துகொள் வில்லையோ என்னமோ? நீங்கள் எங்கே போனாலும் என்மாதிரி சொல்லிச் சொல்லி அழுது தீர்த்துக் கொள்கிறவர்கள் எத்தனையோ பேர். அந்த அழுகையாகக்கூட இருந்திருக்கலாம் அது" என்றாள் டொக்கி.

"நீ தெரிந்து கொண்டுதான் ஆக வேண்டுமா?"

“அவசியமில்லை மாமா. ருக்மிணி மாமியைப் பார்த்தால் எனக்குக்கூட ஏதோ கொஞ்சம் கஷ்டமாயிருந்தது. இவ்வளவு அழகாக, இவ்வளவு வசதியாக, இவ்வளவெல்லாம் படித்து, இவ்வளவு புத்திசாலியாக இருந்தும், என்னமோ மாதிரி இருக்கிறாளே என்று தோன்றிற்று! அந்த மாமி, ஐயோ, ஐயோ, அத்தனை அழகு, அத்தனை அழகு மாமா. பவழ மல்லிப்பூ மாதிரி இருக்கிறாள் மாமா. பவழமல்லி வாசனை அடிக்கிறாற் போலக்கூட இருக்கிறது சில சமயம் எனக்கு. பாவம்” என்றாள் டொக்கி.

“என்ன மறுபடியும் பாவம்! இதோடு மூன்று பாவம் செய்து விட்டாயே இன்றைக்கு...”

“இல்லை மாமா. எனக்கு அந்த மாதிரி மனசு கிடந்து அடித்துக் கொள்கிறது – அப்படி இருக்கிறவங்களைப் பார்த்தால், இந்த மாதிரி அழகாக, சமர்த்தாக இருந்தால் கஷ்டம் மாமா. எங்கள் அப்பாவுக்குப் பெரியம்மா பிள்ளை ஒருவர் இருக்கிறார். அவருக்கு மைத்துனி இப்படித்தான் இருப்பாள். இதே மாதிரிதான் நல்ல அழகு, நல்ல அடக்கம், கெட்டிக்காரத்தனம் எல்லாம் இருக்கின்றன. ஆனால் அந்த மாமி சந்தோஷமாக இருக்கிறாற்போல எனக்குத் தோன்றவே தோன்றாது. கலியாணம்கூட ஆகிப் பத்துப் பன்னிரண்டு வருஷமாகி விட்டது. ஆனால் அந்த மாமி சந்தோஷமாக இல்லை என்றுதான் எனக்குப் பட்டுக் கொண்டேயிருக்கும்.”

“ஏன்?”

“எல்லாருக்கும் இல்லாத தனி அழகு, தனி சாமர்த்தியம், தனி புத்தி எல்லாம் இருந்தால், தனியாக இருக்க வேண்டியதுதான். துளி அசட்டுபிசட்டு என்று இருந்தாலும் சல்லோபில்லோ என்று எல்லோரோடும் பழகிக் கொண்டு இருந்து விடலாம். அந்த அசட்டுப் பசையும் இல்லாத போனால்? அதனால்தான் இவரைப் பார்த்தால் என்னமோ மாதிரி இருந்தது எனக்கு” என்று மெதுவாகத் தட்டித் தடவிக் கொண்டே பேசினாள் டொக்கி.

அனந்தசாமி சற்றுத் திகைப்புடன் யோசித்தார். டொக்கி கூறியது அவரளவில் புதிதாக இருந்தது. திகைக்கிற அளவுக்கு உண்மையாகக் கூடத் தோன்றிற்று. ஆழ்ந்த வேதனை ஒன்று உள்ளே ஊறி அவரை அயர்த்துகிற அளவுக்கு உண்மையாகத் தோன்றிற்று. இந்தக் குழந்தை இவ்வளவு யோசித்துப் பேசுகிறதே என்று சற்று வியப்பில் பிரமித்தார். நீ கூட அப்படி இருந்து விடுவாய் போலிருக்கிறதே என்று அவருடைய அந்தரங்கத்தில்கூட முனகல் கேட்டது.

“தனியாகத்தான் இருந்து விட்டுப் போகட்டுமே. என்ன முழுகிப் போய்விடும்?” என்றார் அவர்.

“இருக்கலாம் மாமா. சாமியாராக இருந்து வீடு வீடாக நடந்து மருந்து கொடுத்துக் கொண்டே போகிறவர்களுக்கு அது சரி. ஆனால் பொம்மனாட்டிகள் எல்லாரும் கவுந்தியடிகள் மாதிரி இருக்க முடியுமா?... ருக்மிணிக்குக் கலியாணம் ஆகிவிட்டதா மாமா?”

“என்ன இவ்வளவு தூரம் பேசுகிறவள் இப்படிப் பொத்தென்று ஒரு கேள்வியைப் போடுகிறாய்? அதைக்கூடக் கண்டுபிடிக்கத் தெரியவில்லையா?”

“அதுதான் அன்றைக்கே சொன்னேனே மாமா. கலியாணம் ஆனவர்களா இல்லையா என்று இந்த ஊரில் கண்டுபிடிக்க முடியவில்லை என்று! எனக்கு என்னமோ, யாரோ இந்த மாமியைக் கலியாணம் செய்துகொண்டு அப்புறம் பயந்துபோய் வேறு யாரையோ கலியாணம் செய்து கொண்டு தனியாக இருக்கிறாற் போல் தோன்றுகிறது.” என்று குரலைத் தாழ்த்திக் கொண்டே சொன்னாள் டொக்கி.

“கல்யாணம் செய்து கொண்டவன் பயப்படுவானேன்!”

“என்னடா இவளைவிட நாம் எல்லா வகையிலும் மட்டமாக இருக்கிறோமே என்று புரிந்து கொண்டு தனக்கு ஏற்ற அடுப்பங்கரையாகப் பண்ணிக்கொண்டு போயிருக்கப்படாதா?”

“பண்ணிக் கொண்டிருந்தால் அப்படி ஒரு வேளை ஆகியிருக்கலாம். ஆனால் ருக்மிணிக்குக் கலியாணம் ஆகவில்லை. கலியாணம் நிச்சயமாயிற்றாம். கலியாணத்துக்கு முதல் நாள் சம்பந்திகள் வந்து இறங்கிவிட்டார்கள். டிபன், காப்பி எல்லாம் கொண்டு போய் அவர்களுக்குப் பரிமாறினார்கள். இறங்கியிருந்த ஜாகையில் அவர்களும் சாப்பிட்டார்கள். எல்லாம் முடிந்து, மாப்பிள்ளை அழைப்புக்காக ஏற்பாடு ஆரம்பித்தது. ஆனால் பையனைக் காணோம். அவன் எங்கேயோ ஓடிப் போய் விட்டான். ஒரே ரகளை. யாருக்கும் முகத்தில் ஈயாடவில்லை. சல்லடை போட்டுச் சலித்தார்கள். பையன் அகப்படவில்லை. அவ்வளவுதான். ருக்மிணி அப்புறம் கலியாணம் செய்து கொள்ளும் யோசனையெல்லாம் தட்டிக் கழித்து விட்டாள்.”

“அப்படியா! அப்படியா! நிஜம்மாவா!” என்று பரந்தாள் டொக்கி. அப்படியே பிரமித்துப் போய்ப் பார்த்துக் கொண்டு நின்றாள். ‘இந்த மாதிரி ஏதோ நடந்திருக்கும் என்றுதான் எனக்குத் தோன்றிற்று. நான் சொன்னமாதிரி ஆகிவிட்டது பார்த்தீர்களா! அதைவிட மோசம். கலியாணம் ஆவதற்கு

முன்னாலேயே பயந்து கொண்டு ஓடிவிட்டான். அதுவரைக்கும் க்ஷேமம். தாலியையும் கட்டி வாழாவெட்டியாக வைத்து விட்டுப் போகாமலிருந்தானே அது வரையிலும் நல்லவன் தான்... அது சரி மாமா, ஏன் ஓடினானாம்?"

"என்னமோ."

"எங்கே போனான்?"

"அவர்களுக்கு தெரியவில்லையாம்."

"அப்புறம் இவளும் கலியாணமே செய்து கொள்ளவில்லையா?"

"ம்ஹ்ம்!"

"ஏன்?"

"அது என்னமோ?"

"எங்கே போனானாம் அந்தத் தடியன்தான். .?"

"ரிஷிகேசத்துக்கு ஓடினானாம். சாமியார்களின் வாலைப் பிடித்துக் கொண்டு அலைந்தான். இலங்கைக்குப் போனான். மொட்டையடித்துக் கொண்டு காவி வேட்டியுடன் அலைந்தான். கடைசியில் திரும்பியும் பட்டணத்துக்கு வந்தான். வைத்தியம் ஏதோ கொஞ்சம் செய்யத் தெரியும். அதற்காகத்தான் பட்டணம் வந்தான். இங்கேயே தங்கி விட்டான். இருபது வருஷங்கள் கழித்து ருக்மிணிக்கு அந்த ஓடிப் போன தடியன் உயிரோடு இருப்பதாகத் தெரிந்தது. ஆத்திரமாக வந்தது அவளுக்கு. டில்லி வேலையை விட்டு இங்கே வந்தாள். அதுவும் போதாதென்று, ராயப்பேட்டையில் அவன் குடியிருந்த வீட்டுக்கு வந்து, 'நீ என்னோடு இருக்க வேண்டாம். என் பார்வையிலாவது இரு. நான் இருக்கிற வீட்டு மாடியில் இடம் காலியாயிருக்கிறது' என்று அவனை அழைத்துக் கொண்டு வந்து விட்டாள்."

"ஆ!"

அவ்வளவுதான்; டொக்கி கண் அகலத் திடுக்கிட்டு, அசைவற்றுப் போய் விட்டாள். கண் சிறிது ஜொலித்தது. பூனைக் கண்ணைப் போல, பிறகு அந்த மௌனத்துக்கிடையே இலை மூடுவது போல் சாந்தமடைவது போல் தோன்றிற்று. கலங்கவோ, துடிக்கவோ இல்லை. வெறிச்சென்றிருந்த அந்தக் கண்ணிலிருந்து குப்பென்று நீர் பாய்ந்து வழிந்தது. துடைத்துக் கொண்டாள்.

ராஜாங்கம் அவள் மீண்டும் பேச்சுத் தொடங்கியதைப் பார்த்து மொட்டை மாடிக்குப் போய் நின்று கொண்டிருந்த சமயம் அது.

டொக்கி மெதுவாக நகர்ந்தாள். படியிறங்கிக் கீழே போனாள் சந்தடியின்றி உள்ளே நடந்தாள். வாசலுக்கு நேராக, உள்ளே அவயாம்பாள் ஒருக்களித்து உறங்குவது தெரிந்தது. இரண்டு மூன்று நாகணவாய்கள் கொல்லையில் கூவின. வேறு சப்தம் இல்லை.

வலது பக்க அறைக்குள் திரும்பினாள் டொக்கி. ருக்மிணி வாசல் பக்கம் பார்த்து நாற்காலியில் உட்கார்ந்திருப்பது தெரிந்தது. எவ்வளவு அழகான தலை! அடிமேல் அடியெடுத்து நெருங்கினாள். பாவாடையின் கொசகொசப்பைக் கேட்டு, சட்டென்று திரும்பினாள் ருக்மிணி.

"வா" என்றாள் ருக்மிணி.

டொக்கிக்கு அது காதில் விழுந்ததோ இல்லையோ, புருவம் இலேசாக உயர்ந்த புன்னகையுடன் அருகே சென்றாள். மெதுவாக அவள் கையைப் பிடித்துக் கொண்டாள். முழங்கையை வருடினாள்; தலையை வருடினாள்.

"என்ன டொக்கி?" என்று நிமிர்ந்து அவளைப் பார்த்தாள் ருக்மிணி.

அதற்குப் பதிலாக டொக்கியின் கண்களில் பரிவும் அருளும்தான் சுரந்தன. ஆனால் வாய் திறக்கவில்லை. அரும்பி நின்ற புன்னகை மட்டும் அப்படியே நின்றது.

"என்ன?"

டொக்கி தலையை அசைத்தாள். "ஒன்றுமில்லை" என்ற பாவனையில். சொல்லவில்லை.

"என்ன டொக்கி?"

மீண்டும் தலையசைத்தாள் டொக்கி. உதட்டைக் கடித்தாள். கண்ணீர் முட்டிக்கொண்டு நின்றது. ததும்பிற்று.

"என்ன?" என்று மெல்லிய குரலில் பரபரத்து எழுந்தாள் ருக்மிணி.

"ஒன்றுமில்லை, மாமி!" தழதழத்துக் கொண்டே அவளை நாற்காலியிலேயே கையால் அமர்த்தினாள் டொக்கி.

"ஒன்றுமில்லையென்றால், என்ன இது. .?" என்று வியந்தாள் ருக்மிணி.

டொக்கி வாயைத் திறந்து பெருமூச்சு விட்டாள்.

"ம்?"

அன்பே ஆரமுதே

“எப்படி மாமி இது தோன்றிற்று, உங்களுக்கு?” என்று கேட்டாள் டொக்கி.

“எது?”

“இந்த ஊருக்கு வந்து அவரைக் குடியாக வைத்துக் கொள்ள வேண்டும் என்று...

ருக்மிணி அவளை ஏறிட்டுப் பார்த்தாள். அவள் கேட்பதற்கு முன்னால், “மாமா எல்லாம் சொல்லி விட்டார் என்னிடம்... இப்பத்தான்” என்று சொல்லி, பிரமிப்பு, பரிவு, வியப்பு எல்லாம் நிறைந்த ஒரு பார்வையில் தன் உள்ளம் முழுவதையும் அவள் காலடியில் கிடத்தி விட்டாற் போல் பார்த்தாள் டொக்கி.

“என்ன சொன்னார்?”

“எல்லாம்தான்... எப்படி உங்களுக்கு ரிஷி மாதிரி இவ்வளவு தீர்மானமாக இருக்க முடிந்தது! வேலையை விட்டு விட்டு, இங்கே வந்து, அவரையும் இங்கேயே வரவழைத்து..!” இவ்வாறு வியப்பில் குரல் ஆழ்ந்து தணியக் கேட்டுக் கொண்டே பார்த்தாள் டொக்கி.

‘இந்தக் குழந்தையோடு தன் ரகசியங்களை வாய்விட்டுப் பகிர்ந்து கொள்ளவேண்டுமா?’ என்று ஐயத்துடன் ருக்மிணி சற்றுப் பேசாமலிருந்தாள். ஆனால் இவள் குழந்தையாகவும் இல்லை. எத்தனையோ ஆண்டுகள் வாழ்ந்து அடிபட்டு, எத்தனையோ நல்லது கெட்டதுகளையெல்லாம் பார்த்து, தத்தளித்து, கடைசியில் மனம் அயர்ந்து விட்டவர்களின் பரிவு, பெரும்போக்கு, தாராளம் ஆகியவற்றையெல்லாம் தனதாக்கி, ஓங்கியும் அடங்கியும் நிற்பது போல் தோன்றுகிறாள் இவள். அதே சமயம் மனசை வாரி அள்ளிக் கொண்டுவிடும் குழந்தைத் தன்மை!

இந்தக் குழந்தைதான் நாற்பது வயதைக் கடந்துவிட்ட என்னை, பெற்றவளைப் போல், பெற்றவளைப் பெற்றவளைப் போல் தலையை வருடிக் கொடுக்கிறாள்!

“ஆமாம் மாமி, உங்களைப் பார்த்தால், யாரோ ரிஷியைப் பார்க்கிற மாதிரிதான் எனக்கிருக்கிறது. மாமாவோடு பழக ஆரம்பித்ததிலிருந்தே வேடிக்கை வேடிக்கையான மனிதர்களை யெல்லாம் பார்க்கிறேன் மாமி. ஆனால் நீங்கள்தான் பெரிய வேடிக்கை எல்லாரையும்விட. ஒரே ஒரு வித்தியாசம். அவர்களோடு பழகின பிறகுதான் வேடிக்கையான மனுஷர்கள் என்று தெரிந்தது. ஆனால் உங்களை மாடியில் முதன் முதலில் பார்த்தேனே, வண்டி வந்தவுடனே சாமான்களை எடுத்து அடுக்கி வைப்பதற்காக மாடிப்படி ஏறி வந்தீர்களே – அப்போதே

இது சாதாரண ஆசாமி இல்லை என்று மாத்திரம் எனக்குப் பட்டுவிட்டது."

'துருவித் துருவி அலசுகிறாயே, அம்மா!' என்று சொல்ல வில்லை ருக்மிணி. ஆனால் அந்த வியப்புடன்தான் டொக்கியின் பேச்சு நுட்பத்திலும், அழகிலும் முக அசைவுகளிலும் மனத்தைப் பறி கொடுத்துப் பார்த்துக் கொண்டிருந்தாள். அந்த ஒரு கணத்தில் சந்திராவை விட நெருங்கி, தன் இதயத்தில் முக்கியமான இடமாகப்பார்த்து இந்தப் பெண் டொக்கி பிடித்துக் கொண்டு அமர்ந்து விட்டாற் போலிருந்தது அவளுக்கு.

பிறகு யாரோ குழந்தையைக் கேட்பது போல் அவளைக் கேள்விகள் கேட்கத் தொடங்கி விட்டாள்.

"பேருக்குப் பிறகு போட்டுக் கொள்வார்களே! அதில் எந்த எழுத்துக்கள் உங்கள் பேருக்குப் பிறகு வரும்?"

"எம்.ஏ."

"இல்லாவிட்டால் காலேஜுக்கு வாத்தியாராக முடியாதோல்லியோ?"

"அப்படி ஒரு நம்பிக்கை."

ஐந்து நிமிஷங்களுக்குள் சரசரவென்று எல்லாவற்றையும் விசாரித்துவிட்டாள். தயக்கமோ, தடையோ இன்றி, அவளிடம் படித்த பெண்கள், அவள் சம்பளம், டில்லி வீடு, டில்லி வாழ்க்கை, டில்லி நண்பர்கள், சித்தி, அப்பா, அம்மா, ருக்குவின் சகோதரிகள், அவர்கள் வாழ்கிற இடம் எல்லாவற்றையும் பற்றித் தனக்கே அற்றுப்படியாகி விட்ட கிராமத்து எளிமையுடன், திறந்த மனத்துடன் கேட்டுத் தெரிந்து கொண்டு விட்டாள்.

"சென்ஸஸ்காரன் மாதிரி எல்லாம் கேட்டு விட்டாய் போதுமா? இன்னும் ஏதாவது பாக்கியிருக்கிறதா?" என்று கேட்டாள் ருக்மிணி.

"கோபித்துக் கொள்ளாதீர்கள். உங்களை அப்படியே கட்டிக் கொண்டு ஒன்றாகிவிட வேண்டும் போலிருந்தது. அதற்குப் பதிலாக, உங்கள் மனத்தில் புகுந்து, எல்லாம் தெரிந்து கொண்டு விடவேண்டும் என்று கேட்டுவிட்டேன். அப்படியும் ஒன்றாக ஆகிவிட முடியுமோல்லியோ, அதனால் தான்."

டொக்கியை இழுத்து இடது கையால் அணைத்துத் தோளை ஒரு முறை அழுத்தினாள் ருக்மிணி. "கோபமும் இல்லை. மண்ணும் இல்லை. இப்படி வாய் ஓயாமல் பொரிகிறாயே. ஏன் உன்னைப் பற்றி ஒன்றுமே சொல்ல மாட்டேன் என்கிறாய்?" என்று கேட்டாள்.

"சொல்லிக் கொள்ள ஒன்றுமில்லை. வைத்தியர் மாமா கிட்டே கேட்டால் என் சாந்தம் எல்லாம் தெரியும். சொல்ல என்ன இருக்கிறது? பள்ளிக்கூடம் படித்து முடிந்து, ஒரு வருஷம் சோம்பல் அடித்து விட்டு இங்கே வந்திருக்கிறேன். நடிகையாகணும் என்று தயார் செய்து கொள்கிறேன். கிழவியா, பெரியவளா – சொல்லிக்கொள்ள என்ன இருக்கிறது?"

ருக்மிணி மேலே ஒன்றும் கேட்கவில்லை. சட்டென்று "நான் வரேன். இன்று இரவு அப்பா ஊருக்குக் கிளம்புகிறார்" என்று எழுந்தாள் டொக்கி.

"எந்த ஊருக்கு?"

"திருச்சிக்கு. அங்கே போய்ப் பிறகு பஸ்ஸில் போகணும். எங்கப்பா ஸப்-ரிஜிஸ்டிரார். இத்தனை நாட்களாக லீவில் இருந்தார். மெட்ராஸில் ஜாகை வைத்து எனக்கு டான்ஸ் எல்லாம் சொல்லிக் கொடுக்க ஏற்பாடு செய்வதற்காக வந்தார். லீவு ஆகிவிட்டது. நாளைக்கு ஊருக்குப் போய்ச் சேர்ந்தாக வேண்டும்."

"உங்கப்பா இன்னும் வேலையில் இருக்கிறாரா?"

"ம். பல், தலை எல்லாம் இப்படியிருக்கே என்று பார்க்கிறீர்களா? இன்னும் ஒரு வருஷத்திற்கு மேல் இருக்கிறது ரிடையராக. என் அம்மாவுக்குச் செய்கிற சிச்ருஷை. அவளுக்காகப்படுகிற கவலை, அவள் கொடுக்கிற கவலை – மூன்றும் தலைமயிர், பல், சரீர பலம் என்று ஒவ்வொன்றாகப் பிடித்துக்கொண்டு போய்விட்டது. எனக்கு அம்மாவாக இருந்தாலும் இளையாள்தானே" என்று கண்ணைச் சிமிட்டி விட்டு, "வரேன். பாட்டி தூங்குகிறாற் போலிருக்கிறது. சொல்லி விடுங்கள்" என்று வெளியே போனாள் டொக்கி.

சிறிது நேரத்துக்கெல்லாம் மீண்டும் தகப்பனாருடன் உள்ளே வந்தாள். ராஜாங்கமும் ருக்மிணியிடம் விடை பெற்றுக் கொள்ளவே, இருவரும் அங்கிருந்து நகர்ந்தார்கள்.

அவர்கள் போய் ஐந்து நிமிஷங்களுக்குள், அனந்தசாமி குடையும் பையுமாக வந்தார். சாவியை ருக்மிணியிடம் கொடுத்துவிட்டு, "ஜுரமாய்க் கிடந்ததில் பல பேர் விட்டுப் போய் விட்டது. பார்த்துவிட்டு வருகிறேன். ஜாகை மாறியிருக்கிறதும் தெரியணுமே" என்று சொல்லிக் கேட்டைத் திறந்து கொண்டு தெருவில் நடந்தார்.

தி. ஜானகிராமன்

# 41

ருக்மிணியிடம் சாவியைக் கொடுத்து விட்டுப் பல பேரைப் பார்க்க அனந்தசாமி புறப்பட்டு விட்டார். உடல் நிலை இன்னும் தேறாததால் நின்று நின்று போய்க் கொண்டிருந்தார் அனந்தசாமி. வழக்கத்தைவிட இன்று அலைச்சல் அதிகம். ஏறி இறங்கின வீடுகளும் அதிகம். இன்று பத்து வீடுகள், நாளைக்கு வேறு பத்து, மூன்றாம் நாள் இன்னொரு பத்து – என்று சௌகர்யத்தை முன்னிட்டு வைத்துக் கொண்டிருந்த முறையை மீறித் தெரிந்த வீடுகள், நோயாளிகள் – அத்தனையையும் பார்த்துக் கொண்டே சென்றார் அவர். பசி நமநமவென்று அரித்தது. ஆனால் இரண்டு மூன்று வீடுகளில் வந்த காப்பி தீனி எல்லாவற்றையும் பிடிவாதமாக மறுத்து விட்டார். "நான்தானம்மா குடுப்பேன்" என்று இரைச்சல் போட்டு அம்மாவின் கையிலிருந்த சர்பத் கண்ணாடியைப் பிடுங்கி அவரிடம் நீட்டினான் காசிலிங்கத்தின் குழந்தை. மலர்ந்த முகத்துடன் அதை வாங்கிக் கொண்டார் அவர். ஆனால் உதட்டில் வைத்து ஒரு வாய் குடிக்க முடியவில்லை. பசியையெல்லாம் அமுக்கி அடிவயிற்றையும் மார்பையும் ஆக்கிரமித்துக் கொண்டிருந்த அந்த வேதனை எதையும் உள்ளே போட வொட்டாமல் கொப்பளித்தது.

"இது போதும். முடியவில்லை."

“காய்ச்சல் சோர்வு இன்னும் இருக்காப்பலதான் தோணுது. ஏன் இப்படி நடந்து வரணும் சாமி?” என்றாள் சிவபாக்கியம். “வண்டி அனுப்பறேனே. அதிலே வேணுங்கற இடத்துக்கு நீங்கள் போய்ட்டு வந்திரலாமே.”

“பரவாயில்லை” என்று மேலும் வற்புறுத்த முடியாத குரலில் சொல்லிவிட்டு மருந்தைக் கொடுத்துவிட்டு வெளியே நடந்தார் அவர்.

இன்னும் இரண்டு மூன்று இடங்களிலும் இப்படித்தான் தட்டிக் கழித்தார். காசிலிங்கத்தின் குழந்தை முன்னேறி வருவது அவருக்கே வியப்பாக இருந்தது. விரல் மட்டும் இல்லை. பாதம் முழுவதையும் அசைக்கத் தொடங்கி விட்டான். ஆனால் அந்த வியப்பும் வந்த நிமிடமே கரைந்துவிட்டது. மனத்தோடு இறுக ஒட்டி வரும் பரபரப்பு, திகைப்பு ஒன்றும் இப்போது இல்லை. குழந்தை, அதன் பிணி – எல்லாம் தூரத்தில் தெரியும் சாதாரணக் காட்சிகளாக எங்கோ விலகி நின்றன. இங்கு மட்டும் இல்லை. இன்று பார்த்த அத்தனை நோயாளிகள், அவர்களுடைய நோய்கள், கேள்விகள், பேச்சுக்கள் – எல்லாமே மூன்றாம் மனிதர்களின் விவகாரங்களாக விலகி நின்றன.

திருவல்லிக்கேணி, மீர்சாகிப்பேட்டை, சிந்தாதிரிப் பேட்டை, சூளை, புரசைப்பாக்கம் – எல்லாவற்றையும் பார்த்துவிட்டு எழும்பூர் ஸ்டேஷனுக்கு முன் பஸ் ஸ்டாப்பில் வந்து நின்றார். ஒன்பதாம் நம்பர் பஸ்கள் இரண்டு வந்தன. அவற்றில் நிற்கும் இடம்தான் இருந்தது. ஏறாமலே நின்றார். மூன்றாவது பஸ் கிட்டத் தட்ட காலியாகத்தான் வந்தது. ஏறவில்லை. வெறித்துப் பார்த்துக்கொண்டே நின்றார்.

வேதனை குறையவில்லை. ரிக்ஷக்காரர்கள் சண்டை, ஹிருதயத்தை அதிர அடித்து ஓடும் ஆட்டோ ரிக்ஷாக்கள், கடையில் தொங்கிய மாலை தினசரிகளின் சுவரொட்டிகள் இவற்றைப் பார்க்கும் பொழுது கலகலத்திருந்த மனம், வீட்டை நினைத்த பொழுது மீண்டும் வேதனையில் விழுந்து துவண்டது.

பத்து வருடப் பழக்கம் வீடு என்ற ஒன்றை நோக்கிக் காலை இழுத்தது. ஆனால் இன்று இழுக்கிற வீடு ...

பஸ் ஒன்று நின்றுவிட்டு போயிற்று, இன்னொரு ஒன்பதா! பக்கத்தில் ஓர் ஆரஞ்சுக்கூடை தெரிகிறது! அந்தப் பழங்களில் ஒன்றாக இருந்திருந்தால், புத்தன் நம்மை உரித்துத் தின்றிருப்பான். ஆனால் ருக்மிணி ..!

ருக்மிணி எல்லா யாத்திரைகளையும் முடித்துக் கொண்டு விட்டாற் போல் இங்கே வந்திருக்கா!

அனந்தசாமியை அச்சம் ஒன்று புகுந்து ஆட்டிற்று. யாரைக்கண்டு அஞ்சுகிறோம்! ருக்மிணியைக் கண்டா! அல்லது இத்தனை ஆண்டுகளாகத் தனக்கு எஜமானனாக இருந்து அமைதியையும் நிறைவையும் கொடுத்து இப்பொழுது கா . . . இற்றுப்போய் நிற்கும் தனிமையைக் கண்டா?

இறந்து போனவன் மீண்டும் வந்து ஆண்ட வீட்டினுள் புகுந்து, நடமாடுவதுபோல் ஒரு பயம்தான் அவரை வீடு வீடாக ஏற்றி இறக்கி, வண்டி வண்டியாகத் தவறிவிட்டு அங்கேயே அடித்து நிறுத்தியிருந்தது.

எதிரே வரும் பஸ்... ஆமாம் – பாரீசுக்குப் போகிறது. அதில் ஏறி சென்ட்ரலில் இறங்கி, ரயில் ஏறி . . . டிக்கட் வாங்காமல், இறக்கி விட்ட இடங்களில் இறங்கி இறங்கி, ஹரித்துவராம், ரிஷிகேசம் வரையில் போய்விடலாம். அந்த வேகத்தில் காலை முன்னால் வைத்தாற்போல் அவருக்குத் தோன்றியது.

ஆனால் அவர் ஏறியது ஒன்பதாம் நம்பர் பஸ்ஸில்தான். நினைத்த இடங்களில் நிற்காமல் ஓடிற்று அது. இறங்குகிற ஒன்றிரண்டு பேரையும் மனமில்லாமல் இறக்குவதுபோல் இறக்கிவிட்டு எகிறி எகிறி விரைந்தது. ஜன்னலில் எதிர்த்து வீசிய குளிர்ந்த காற்று மட்டும் வேதனையை இறக்கவில்லை. விசிறி விசிறிப் பெருக்கிற்று.

இறங்கி நடந்தபொழுது வீதிக்கெல்லாம் தூக்கக் கலக்கம். தெருவுக்குள் புகுந்து வீட்டின் இருப்புக் கிராதயைத் திறந்து கொண்டே மேலேபார்த்தார். தென்னண்டை அறையிலும் ஹாலிலும் வெளிச்சம் தெரிந்தது. பூட்டிவிட்டுச் சாவி கொடுத்து.?

மெதுவாக நடந்து கீழ்ப்படியில் நின்று பார்த்தார். மாடிக் கதவு திறந்திருந்தது. மேலே ஏறிப் போனதும், ஹாலில் மேஜைக்குப் பின் சுழல் நாற்காலியில் அமர்ந்து வாசித்துக் கொண்டிருந்த ருக்மிணி அரவம் கேட்டு வேகமாக எழுந்து நின்றாள்.

"ரொம்ப நேரமாகி விட்டாற்போலிருக்கிறதே . . ." என்று வரவேற்றாள்.

"மணி என்ன?"

"பத்து அடித்து ஐந்து நிமிஷம்" என்று கையைப் பார்த்தாள் ருக்மிணி.

"ரொம்ப நேரந்தான் ஆகிவிட்டது."

"சாப்பாடு கொண்டு வருகிறேன்" என்று கீழே விரைந்தாள் அவள். அவர் கையைக் கழுவி, அறைக்கு வந்ததும் சாப்பாடு வந்து விட்டது – மத்தியானம் வந்த மாதிரி.

ருக்மிணி பிசைந்த சாதங்களை யெல்லாம் எடுத்து வைத்தாள் – சின்னச் சின்னக் கிண்ணங்களாக.

அனந்தசாமி கிண்ணங்களை வெறித்துப்பார்த்தார். அப்படியே பிடித்து வைத்தாற்போல் உட்கார்ந்திருந்தார். பின்னால் கைவைத்துச் சுவர்மீது சாய்ந்தாற்போல் நின்ற ருக்மிணி இந்த மௌனத்தைச் சுமந்துகொண்டு ஒரு நிமிஷம், இரண்டு நிமிஷம், மூன்று நிமிஷம் நின்றாள் – ஏதாவது ஸ்தோத்தரம் சொல்லிக் கொண்டிருக்கிறாரோ ?" என்று.

"சாப்பிடலாமா ?" என்று கடைசியில் கேட்டும் விட்டாள்.

"ஆங் !" என்று நிமிர்ந்தார் அவர்.

"சாப்பிடவில்லை ?"

"ம்" என்று கிண்ணத்தைத் தொட்டவர் மீண்டும் அதே நிலையில் உட்கார்ந்திருந்ததைப் பார்த்துக் குழம்பினாள் ருக்மிணி. "பசி இல்லையா ?"

"அவ்வளவாக இல்லை."

"வெகு தூரம் அலைந்து விட்டு வருகிறாற்போல் தோன்றுகிறதே."

"அலைந்தேன். ஆனால் அது பசியை விடப் பயத்தைத் தான் அதிகப்படுத்தியிருக்கிறது."

"பயத்தையா ?"

"ஆமாம். இங்கே வந்ததிலிருந்தே ஒரு–ஒரு–ஒரு–ஒரு ஏன், பயம் என்றே சொல்லி விடலாம். முதல் முதல் நாகம்மாள் வீட்டில் பார்த்த அன்று, குற்றம் செய்துவிட்ட குறுகுறுப்பு வயிற்றைக் கலக்கிக் கொண்டிருந்தது. வீட்டுக்கு வர மனமில்லாமல் பீச்சிலேயே உட்கார்ந்து கிடந்தேன். இன்று காலையிலிருந்து ஒரு வேதனை. ஒரு பயம். டொக்கி இருக்கிற வரையில் அவ்வளவாகத் தெரியவில்லை. அவள் போனபிறகு இருப்புக் கொள்ளவில்லை. கிளம்பிவிட்டேன். வேலைகளை முடித்துக்கொண்டு ஏழு மணிக்கு வந்திருக்கலாம். முடியாமல் தயங்கித் தயங்கி நின்றேன்."

ருக்மிணியின் முகம் அந்தப் பயத்தின் அனலில் தளிரை வாட்டினாற் போல் சுருங்கிற்று. எங்கேயோ பார்த்துக் கொண்டு நினைவு தேங்கி நின்றாள். பயம்–பயம் !... தலைப்பை இழுத்து இரு கைகளும் மறையப் போர்த்திக் கொண்டாள் ருக்மிணி.

"ரொம்ப காலமாகப் பழகின ஸ்வாதீனம் எனக்கு இருக்கிறது. மேலும் இப்பொழுது தனியாக இருக்கிற தைரியத்திலும் சொல்லுகிறேன். அன்று அவசர அவசரமாக டில்லிக்கு

விமானத்தில் போனேன். நாகபுரி போகிறவரையில் பிரயாணம் ரொம்பத் தொல்லையாயிருந்தது. விமானம் வசமிழந்து ஏறுவதும் இறங்குவதுமாக அல்லாடிற்று. அது சகஜமாம். ஆனால் எனக்கு இந்த உயிர் போய்விடுமோ என்று அடிவயிற்றைக் கலக்கிக் கொண்டிருந்தது. உயிர் போகிற பயமில்லை. ஆனால் ஏதோ ஒரு நம்பிக்கையில்தான் உயிரை வைத்துக் கொண்டிருந்துவிட்டோம். அது பலிப்பதற்கு முன்னால் போய் விடுமோ என்ற பயம்தான் ...”

மேலே பேசமுடியாமல் நின்றாள் ருக்மிணி. அருகே நின்று பார்த்து கொண்டிருப்பது ஒன்றுதான் என் ஆசை என்று சபதம் போல சத்தியம் செய்யாத குறையாக அன்று விமானத்தில் உயிருக்காக இறைஞ்சியதை இப்பொழுது வெளியிடக் கூசிற்று. தனியாக இருக்கும் தைரியத்தில் அதையே சொல்லிவிடத் தொடங்கியவள் தடைப்பட்டு நின்றாள். சற்றுக்கழித்துத் தொடர்ந்து சொன்னாள். “அன்று உயிரைக் காப்பாற்றத் தெய்வத்திடம் வேண்டிக் கொண்டேன். எனக்கு எந்தவித பயமுமில்லை. ஒரே நினைவாக இருக்கிறது. பயம் இல்லாமலும் இல்லை. நான் நினைத்தது நடந்து விட்டதே என்றுதான் பயம். கிடைக்காதது கிடைத்துவிட்டால், நீடிக்க வேண்டுமே என்ற கிலி, திடீரென்று இன்று மத்தியானத்திலிருந்து இரண்டு தடவைகள் தூக்கிப் போட்டு விட்டது. வேறு எந்தப் பயமுமில்லை, ஆசையுமில்லை; வேளா வேளைக்கு இந்தக் கவளம், தண்ணீர், காப்பி – இதைக் கொடுத்துவிட்டுக் கீழே போய்விடுகிற ஆசையைத்தவிர ... இதோ வருகிறேன்” என்று அந்த இடத்தை விட்டு நகர்ந்தாள் ருக்மிணி.

அவள் கீழே போவதுபோல்தான் தோன்றிற்று.

‘நான் இந்தப் பயமெல்லாம் பயப்படவில்லையே ...” என்று அவர் உள்ளுக்குள் நகைத்துக்கொண்ட பொழுது ருக்மிணியின் உயரமும் வெடவெடப்பும் அவர் கண்முன் நின்றன. அசாதாரண சௌந்தர்யம். அதாவது, நிறைந்து ததும்பிக் கவர்ந்து கட்டிப் போடுகிற அழகில்லை அது. சாதாரண அழகு செய்யக்கூடிய கடமை. இது யாரையுமே நிறுத்தாத, யார் கண்ணையும் உறுத்தாத சௌந்தர்யம் – வரப்பில் சிறுத்து, மலர்ந்து கிடக்கிற நீல, வெள்ளைப் பூக்களைப்போல, யாராவது கவனித்து நின்று பார்க்க வேண்டும். நின்றாலும் மணம் இல்லை. குழந்தையைப் பார்ப்பதுபோலப் பார்த்துக் ‘கடவுளின் படைப்பு’ என்று ஒரு சின்ன சபாஷ் போட்டுவிட்டு நகர்ந்து போகிற சௌந்தர்யம்.

ருக்மிணி சிரமப்பட்டு இங்கிதமாக வெளியிட்ட கவலை அவருக்கு இல்லை.

இப்பொழுதுதான் புரிகிறது. என்னைப் பயமுறுத்தியது தனிமையை விட்டுப் பிரிந்து போகும் விரகம்தான். ருக்மிணி சொன்னதுகூட உண்மைபோல்தான் தோன்றிற்று. அவள் மனத்தில் அடைத்த வேலிகூட அவசியம் என்றும் பட்டது... சிறிது சிறிதாக அவருடைய வேதனைகூட இறங்கிக் கொண்டிருந்தது. கிண்ணத்திலிருந்த சாதத்தை எடுத்து ஒரு கவளம் போட்டுக் கொண்டார். நிமிர்ந்தார்.

"என்னது?"

ருக்மிணி பதில் பேசவில்லை. இரண்டு கைகளாலும் தூக்கி வந்ததைக் கீழே வைத்தாள். சுருண்டிருந்த வளையத்தை விடுவித்துச் சுவரிலிருந்த ப்ளக்கில் செருகினாள்.

"ரேடியோவா?"

"ஆமாம். நாராயண தீர்த்தரின் பாடல்களை நாலைந்து பேர்கள் பாடுவதாகப் போட்டிருந்தது ஞாபகம் வந்தது. எனக்கு ஏதாவது பயம் வரும்போது, வேதனை வயிற்றை புரட்டும்பொழுது இதைக் கேட்பேன். நம் அதிர்ஷ்டம். நல்ல பாட்டாக இருந்தால் மனசுக்குத் தெம்பும் தைரியமும் வந்து தெளிந்து போகும். அப்பாடா என்று குளிர்விட்டு விடும். அர்த்தமில்லாத பயம், கவலை இரண்டு சங்கீத ஞானம் இல்லாதவன் மாதிரி. சங்கீதத்தைக் கண்டு ஓடுகிறவர்கள், முகத்தைச் சிணுக்குகிறவர்கள், கலைகளிலேயே கீழ்ப்படியிலிருப்பது சங்கீதம்தான் என்று குதர்க்கம் பண்ணுகிற கலை ரசிகர்கள் – இவர்கள் காரணமில்லாமல் பிறரை ஹிம்சைப் படுத்திக் கொண்டேயிருப்பார்கள். ஸ்வாமி என்னமோ தங்களிடம் ஒரு விளக்கைத் தந்து வழிகாட்டு என்று சொல்லிவிட்டாற்போல் கேட்காதபொழுது உபதேசம் செய்வார்கள். அதையும் தப்பாகவே செய்துகொண்டிருப்பார்கள். பிறரை நோக அடிப்பதில் தனி ஆனந்தத்தை அடைவார்கள் – அந்த மாதிரிதான் பயமும் கவலையும். அந்தச் சமயங்களில் நல்ல பாட்டாகக் கேட்டால், மனசு தெளிந்துவிடுகிறது. மூடர்களைப் பெரிய எதிரிகளாக நினைத்துப் பயப்படுவதும் நீண்டு விடுகிறது. நம்முடைய கோபம்கூடத் தணிந்து விடுகிறது.

இவ்வாறு சொல்லிக் கொண்டே ருக்மிணி திருகைத் திருப்பி ஒலியை உயர்த்தினாள். ஆண் குரலும் பெண் குரலுமாக நாலைந்து குரல்கள் ஏதோ நாமாவளியைப் பாடிக் கொண்டிருந்தன.

கேட்டுக் கொண்டே சாப்பிட்டார் அவர். வேண்டிய மட்டும் எடுத்துக்கொண்டு மிகுதியை அப்பால் வைத்தார். சாப்பிட்டார். கவளங்கள் தீர்ந்ததும் உட்கார்ந்து கேட்டுக்

கொண்டேயிருந்தார். பத்து நிமிடங்கள், பாடிவிட்டு நிலையமே விடைபெற்றுக் கொண்டது.

"வாஸ்தவந்தான்" என்றார் அவர் ருக்மிணியைப் பார்த்து.

"?"

"மந்திரம் போட்டு விஷத்தை இறக்குவார்களே அப்படியல்லவா செய்துவிட்டீர்கள்?" என்று கண்ணகல வியந்தார் அவர்.

அந்தக் குழந்தை வியப்பைப் பார்த்ததும் பழைய அனந்தசாமி திரும்பி வந்துவிட்டதைக் கண்ட விடுதலை ருக்மிணியின் முகத்தில் வெளிச்சம் விழுந்ததுபோல் தெரிந்தது.

"இனிமேல் இந்த மாதிரி வேதனைகள் வராதென்றே நினைக்கிறேன்" என்றார் அவர்.

"கைகழுவவில்லை? இப்படியே தட்டிலேயே கழுவி விடலாமே!" என்று தண்ணீரை விட்டாள் ருக்மிணி.

"சித்தி சாப்பிட்டாகி விட்டதா?"

"அவளுக்குப் பசி தாங்காது... சீக்கிரம் வந்து விடலாமோ என்ற சந்தேகத்தில் ஒன்பது மணிவரை காத்திருந்தாள். கடைசியில் பலகாரந்தானே என்று தனக்குப் போட்டிருந்த கோதுமைக் கஞ்சியைச் சாப்பிட்டுவிட்டாள்."

"சித்தியாகட்டும். நீங்களாகட்டும். எனக்காகக் காத்திருக்க வேண்டாம். போகும் இடத்தில் எப்படியோ – நாழியாகும். இங்கேயே இருந்தாலே யாராவது வருவார்கள். பேச்சு போய்க்கொண்டேயிருக்கும்."

"இன்று சாயங்காலம்கூட உங்களைத் தேடிக்கொண்டு வந்தார்... உங்கள் சிநேகிதர்."

"யாரு?"

"ரங்கன்!"

"ரங்கனா!"

"ஆமாம். சாயங்காலம் ஐந்து மணியிருக்கும். வந்தார். பழைய வீட்டுக்கு வந்து விசாரித்துக் கொண்டு இங்கு வந்து சேர்ந்தாராம்."

"என்னையா பார்க்க வந்தான் அவன்..?"

"அப்படித்தான் சொன்னார். இல்லை என்றதும் உடனே கிளம்பி விட்டார்."

"டொக்கி அப்பா இன்று ஊருக்குப் போகிறார். நான் கூட எழும்பூர் ஸ்டேஷன் வாசலில் அத்தனை நேரம் நின்றவன் மறந்தே போய்விட்டேன். அவரை வண்டியில் பார்த்திருக்கலாம்."

"டொக்கியை விடமாட்டார் போல இருக்கிறதே இந்த ரங்கன்."

"டொக்கி சொன்னாளா..? சந்திரா எப்படியிருக்கிறார்?"

"அழுகிறாள். இந்த அழுகைக்கு அர்த்தமே தெரியவில்லை எனக்கு."

"ம்... எனக்கும் ஒன்றும் புரியவில்லை. அவளை நினைக்கிற பொழுதெல்லாம், பெரிய சுவர் முன்னால் நிற்பது போல விழிக்க வேண்டி வருகிறது."

"அப்பாவிப் பெண்."

"கோபம்கூடப் படாமல் இவ்வளவு அழும்படியாக—"

"அழும்படியாக ஏதோ நடந்திருக்க வேண்டும். இன்று வேண்டாமே இந்த விஷயம்." ஒரு வேதனை தெளிந்ததோடு நிறுத்திக்கொண்டால் நல்லது என்று தோன்றிற்று அவருக்கு.

"சரி, ரங்கன் மறுபடியும் எப்போது வருவதாகச் சொன்னான்?"

"அப்புறம் வருகிறேன் என்று சொல்லி விட்டுப் போனார்?" என்று தட்டையும் கிண்ணங்களையும் எடுத்துக்கொண்டு, "வருகிறேன்" என்று விடை பெற்றுக்கொண்டாள் ருக்மிணி.

அப்புறம் – அப்புறம் – எப்போது? நெற்றியில் இடித்தாற்போல் அன்று வந்த அதிர்ச்சியிலிருந்து மீள இத்தனை நாளா ஆகியிருக்கிறது அவனுக்கு? அப்படி இலேசில் சமாளித்துக்கொள்ளும் அதிர்ச்சியும் இல்லை. பின் ஏன் இங்கே வந்தான்? எப்படி வந்தான்? மறு நாள் அவன் வீட்டுக்குப் போய்ப் பார்க்கவேண்டும் என்று முடிவு செய்துவிட்டுத் தாழம் பாயைக் கீழே விரித்து உட்கார்ந்து கொண்டார் அவர்.

மூச்சை அடக்கி மோன வெளியில் உயர உயர எழுந்தது ஆவி. இத்தனை நாட்களாகப் பிரிந்திருந்த தனிமை அவரை மீண்டும் கையைப் பிடித்து அழைத்துப் போயிற்று.

மறு நாள் ரங்கனைப் பார்க்க முடியவில்லை. அவன் வீட்டில் இல்லை. டொக்கியும் அவர் போன சமயத்துக்கு வீட்டில் இல்லை. நடன வகுப்புக்கு அவள் போயிருந்தாளாம்.

நாலைந்து நாட்களாயிற்று.

இப்பொழுது மாடி வீட்டுக்கு மாறியதைத் தெரிந்து கொண்டு பல பேர்கள் வரத் தொடங்கி விட்டார்கள். ருக்மிணி கல்லூரிக்குப் போய்ப் கொண்டிருந்ததால் அவர் பகலில் சுற்றி விட்டு உச்சி வேளைக்கு வரும்போது சூடு ஆறாத அலுமினியப் பெட்டிக்குள் உணவு பிசைந்து வைத்து மாடியில் காத்திருந்தது. அம்மாவின் மூச்சும் அருளும் இந்தப் பச்சை வர்ணமும், வசதியும் தென்றலுமாக வடிவு கொண்டுவந்தாற் போலிருந்தது.

ஆனால் இனிமேல் வரமாட்டேன் என்று சொன்னது போல் அன்றிரவு மறைந்த வேதனை மீண்டும் மீண்டும் வந்து கொண்டிருந்தது. மருந்தையே வென்று பிழைக்கக் கற்றுக்கொண்டே நோயைப்போல அது இசையை மீறிவந்துகொண்டிருந்தது. அப்படி வேதனை வரும்பொழுதெல்லாம் கீழே போய் ரேடியோவின் பக்கத்தில் அமர்ந்திருப்பார் அவர். ஆனால் அதே மருந்தாக எப்பொழுதுமே கிடைக்கவில்லை. நல்ல சங்கீதம்கூட அந்த வேதனையைத் தணிக்க முடியாமல் பின்வாங்கிற்று.

அன்று உச்சிப் போதில் அலுமினிய பிளாஸ்கைத் திறந்து சாப்பிடத் தொடங்கிய போது வந்துவிட்டது அது. காரணம் தெரியாமல் கலங்கினார் அவர். ஒவ்வொரு கவளத்தையும் ‘ராம ராம ராம’ என்று அந்த இனித்த பெயரில் சுற்றிச் சுற்றிப் போட்டுக்கொண்டார். யாரைப்பற்றி இந்தக் கவலை, இந்தப் பயம்?

“ஸ்வாமி இருக்கிறீரா?” என்று குரல் கேட்டது.

“யாரு?”

“யாரா” என்ன ஸ்வாமி! அப்படி வேற்றுக் குரலாகி விட்டதா?”

அனந்தசாமிக்கு வியப்பாகத்தான் இருந்தது. காலில் சக்கரம் கட்டி அலைகிற சுப்புசாமி வந்து நின்றுகொண்டிருந்தார்.

“வரணும், வரணும். என்ன ஆச்சரியம் இது!”

“இதுதான் ஆச்சரியமாகப் படுகிறதா, உங்களுக்கு? அப்புறம் நான் எதைக் கண்டு ஆச்சரியப்படுகிறது ... ம ...” என்றார்.

“உட்காருங்கள், இதோ வந்துவிடுகிறேன்” என்று கைகழுவி விட்டு வந்தார் அனந்தசாமி.

“அப்பா! என்ன நெஞ்சழுத்தம்!” என்றார் பிரமித்தாற்போல் சுப்புசாமி.

“என்ன?”

"என்னிடம் ஒரு வார்த்தை சொல்லவில்லை ஸ்வாமி!"

"யாரு?"

"இந்த ருக்மிணிதான். வீட்டையே நான்தான் கூடமாட இருந்து அமர்த்தினேன். அட்வான்ஸ் கொடுத்தேன். நீங்கள் வரப் போவதாக வாயைத் திறக்கவில்லை ஸ்வாமி..."

அனந்தசாமிக்கு என்ன பதில் சொல்வதென்று தெரியவில்லை.

"நம்ம மாதிரி ஓட்டை வாயா, எல்லாரும்... ம்... சௌரியமா யிருக்கிறது. இல்லையா? என்று கேட்டார் சுப்பு.

"ரொம்ப."

மீண்டும் மௌனம்.

"உங்களைப் பார்த்து ரொம்ப நாட்களாயிற்று" என்று அதைக் கலைத்தார் அனந்தசாமி.

"என்னை என்ன பார்வை! அந்த ராஸ்கலைப் பார்த்து ஏதாவது சொல்லுங்கள்" என்று திடுக்கென்று குமுறினார் சுப்பு. எதற்கும் அசைந்து கொடுக்காத அந்த முகம் கோணிப் புருபுருவென்று துடித்தது – நெஞ்சு உடைந்து விடுவது போல.

"யாரை?"

"என்ன யாரை என்கிறீர்கள்? இந்த ரங்க ராஸ்கலைத் தான். உங்களோடு ரொம்பக் குலாவுகிறானாமே..."

"நானும் அவனைப் பார்த்து நாளாகிவிட்டது. நாலைந்து நாட்கள் முன்னால் வந்தானாம். நான் இல்லை. அவன் வீட்டுக்குப் போனேன். இல்லை."

"நான் போனேன், ஸ்வாமி... பேசினேன். கழுத்தை முறித்துப் போடவில்லை. வந்து விட்டேன்."

"என்ன நடந்தது?"

"நாகம்மாள் பிடுங்கி எடுத்தாள். இந்தப் பொம்பனாட்டிகளுக்கு அநாவசியமாகச் சந்தேகப்படுகிறது, கவலைப்படுகிறது – பிறத்தியாரும் அப்படிப் படவில்லையே என்று கண்ணைக் கசக்குகிறது இதுதானே தொழில். ஆளையே காணவில்லையே காணவில்லையே என்று புலம்பினாள். கடைசியில் நானும் ஐந்தாறு தடவை பார்த்து முடியாமல் நேற்று வீட்டிலேயே பிடித்து விட்டேன். நாவல் நாடகத்திலே பேசுகிறாற்போல் பேசுகிறான் ஸ்வாமி. சந்திராவையும், தன்னையும் கணவன், மனைவி என்ற உறவில் நினைத்துப் பார்க்க முடியவில்லையாம். கேட்டேன்.

தி. ஜானகிராமன்

எனக்கு உடம்பு நிலைகொள்ளவில்லை. பொறுத்துக் கொண்டேன். அவள் மாத்திரம் அப்படி நினைத்துக்கொண்டு பொழுதைத் தள்ளிக் கொண்டிருக்கிறாளே, ஏன் என்று கேட்டேன். என்னமோ நான் என்னத்தைக் கண்டேன் என்றான். சொல்லுகிறேனே என்று நினைத்துக் கொள்ளாதீர்கள். பச்சையாகக் கேட்டுவிட்டேன். 'ஏண்டா, பாவி, என்னமோங்கிறியே, அவள் கையைக் கோத்துண்டு பீச்சிலே உலாவினே, கூட்டிக்கிண்டு நின்னே, அப்பல்லாம் இந்த நினைவு வரலியா' என்று கேட்டேன். திகைத்துப் போய் நின்றான். என்ன சொல்றே என்று கேட்டேன். 'நீங்க சொல்றாப்பலேயே நடந்திருக்கலாம். அதுவே என் மனசு மாறினதுக்கும் காரணமாக இருந்திருக்கலாம். இல்லியோ? எனக்கும் அவளுக்கும் இந்த உறவு சாத்தியமில்லைங்கிறது – கொஞ்சம் தாமதமாகவே எனக்குத் தெரிஞ்சது ஒரு குத்தமில்லையே' என்று பட்ட மரம் மாதிரி சொல்லிக் கொண்டு நின்றான். எனக்கு விரல், உடம்பெல்லாம் ஆவேசம் வந்து பரந்தது. கொஞ்சம் மனசை விட்டிருந்தேனானால் என்ன செய்திருப்பேனோ–?"

அனந்தசாமி அப்போது அவரைப் பார்த்தார். உண்மைதான்; இந்த வயசிலேயும் முரட்டு ஆணவத்தின் உருவாகத்தான் நிற்கிறார் அவர். அந்த ரங்கனை கையில் எள்ளாகப் பிடித்து எண்ணெயாகப்பிழிந்து விடுகிற உரம் அந்த ஆகிருதியில் சுண்டிக் கொண்டுதான் இருந்தது.

"நீ சொல்லுகிற வார்த்தையின் அர்த்தத்தையெல்லாம் உணர்ந்துதானே பேசுகிறாய் என்று கேட்டேன். படித்த முட்டாள்கள், புதிதாகப்படித்தவர்கள், பிறர் உணர்ச்சிகளை அனுபவித்துப் புரிந்துகொள்ளும் கருணை சக்தியெல்லாம் இல்லாத தாயில்லாமல் வளர்ந்த பிள்ளைகள் – இவர்கள் மாதிரி ஆடம்பரப்பேச்சாகப் பேசுகிறானோ என்ற சந்தேகம் எனக்கு. என்ன சொல்கிறோம் என்று யோசனை இல்லாமல், கற்றுக்கொண்ட வார்த்தைகளை எங்காவது உபயோகித்துப் பிரமிக்க அடிக்க வேண்டும் என்று துடிப்பார்கள். அந்த மாதிரி பிதற்றுகிறானோ என்று சந்தேகம். அந்தப் பயல் அசைந்து கொடுக்கவில்லை. 'நன்றாக உணர்ந்துதான் சொல்கிறேன்' என்றான். இப்படிப் பரீட்சை பார்த்துப் பார்த்து எத்தனை பேரை உதறப் போகிறாய் என்று கடைசியாகக் கேட்டேன். 'இவ்வளவு முக்கியமான விஷயத்தில் பரீட்சை பார்க்கிறது இயற்கைக்கு விரோதமில்லையே?' என்று கண்ணாடியைப் பார்த்துத் தலையை வாரிக்கொண்டே பதில் சொல்கிறான் சாமி, அற்பப் பயல். பேசாமல் உட்கார்ந்திருந்தேன். குட்டியின் நினைவு வந்துதான் கையைக் கட்டிப்போட்டுவிட்டது. தொடாமல் பார்க்காமல் ஓடிப்போன ஆண்பிள்ளைகளை

நினைத்து நினைத்து உருகுகிறவர்கள் இருக்கிறபொழுது, தொட்டுக்கிட்டுப் பழகினவனை நினைத்து இது எத்தனை கஷ்டப்படும்? . . . சை என்று வெறுப்பாக வந்தது. எழுந்து வந்துவிட்டேன். . . எனக்கு ஒன்றுமே புரியமாட்டேன் என்கிறது வந்ததிலிருந்து. நீங்கள் ஏதாவது சொல்லி அவன் வழிக்கு வருவானோ என்று பாருங்க. என்னால் அவனைப் பார்க்கக்கூட முடியாது போலிருக்கிறது. இதைச் சொல்லத்தான் வந்தேன்" என்று கண்ணை மூடிக்கொண்டார், சுப்பு. தோல்வியையும் துயரத்தையும் அந்த முகத்தில் பார்ப்பது அனந்தசாமியை எல்லையில்லாத கவலையிலும் குழப்பத்திலும் ஆழ்த்திற்று.

"நானும் இதே கவலையாகத்தான் இருக்கிறேன்" என்றார் அவர். சற்றுப்பேசாமலிருந்த சுப்பு இரண்டு நிமிஷம் கழித்துக் கண்ணைத் திறந்தார். சென்னார்: "செத்துப் போனதை மீட்க முடியாது. ஆனால் இவன் மனசு எப்படி என்று தெரியவில்லை. யாரோ சினிமாக்காரப் பெண்ணைச் சுற்றிக் கொண்டு அலைகிறானாமே?"

"அந்தப் பெண்ணுக்கு இவனைக் கண்டால் பிடிக்கவில்லை. அதுவும் எனக்குத் தெரியும். கௌரவமான குடும்பந்தான்."

"அப்படியா? நாவல், நாடகத்தில் வருகிற முக்கோணம் தானா?"

"கழுதை இங்கு அடிக்கடி வரும். அதன் அப்பாவோடு கூட வந்து விட்டுப் போயிற்று. ஆனால் அதன் ஆசைகள் எனக்குத் தெரியவில்லை. இப்பொழுது சத்தியாக சினிமா, அதில் வரும் பெயர் இந்தக் கடுதாசியைத் தின்னத்தான் பழகிக் கொண்டிருக்கிறது" என்றார் அனந்தசாமி.

சுப்பு அவரை உற்றுக் கவனித்தார். "வித்தியாசமாக நினைத்துக்கொள்ளாதீர்கள். என் மருமாளுக்காக நான் யாரையும் குறைத்துப் பேசுவதாக நினைக்கக்கூடாது" என்று தம்மையே திருத்திக்கொள்ளும் பாவனையில் கேட்டுக்கொண்டார். எனக்கு வேறு ஒன்றும் கோபமில்லை. இந்தப் பயல் வயிற்றில் பிறந்தவன் மாதிரி அதைவிட ஸ்வாதீனமாக வந்தான். பழகினான். பேசினான். அவன் இப்படி எங்கேயோ போய்க் கதவைச் சாத்திக் கொள்வதுபோல நின்றுகொண்டு பேசினானே, அதை நினைக்கிற போதுதான் மனசுக்குச் சிரமமாயிருந்தது. நானும் அந்தப் பயலிடம் அப்படி ஒரு பாசம் வைத்து விட்டேன்."

"வயிற்றில் பிறந்தபிள்ளையே வரப்போகிறானே" என்ற அவரை உற்சாகப்படுத்துவதற்காகப் பேச்சைத் திசை மாற்றினார் அனந்தசாமி.

கழுவித் துடைத்தாற் போலச் சட்டென்று சுப்புவின் மனம் பொலிந்தது. "ஆமாம். இரண்டு வாரம் இருக்கு. செப்டம்பரில் வருவதாக முன்னால் ஒரு லெட்டர் வந்தது. இந்த மாசமே வருவதாக முந்தாநாள் கடுதாசி வந்திருக்கிறது. ஸ்விட்ஜர்லாந்துக்கு வந்திருக்கிறானாம். அங்கிருந்துதான் வந்திருக்கிறது கடிதம்."

"குடும்பத்தோடுதானே அவன் வந்திருக்கிறான்?"

"அப்படித்தான் எழுதியிருக்கிறான். என்ன செய்கிறானோ!" என்று சொல்லிக்கொண்டே எழுந்து அலமாரியை ஒரு நோட்டம் விட்டார் சுப்புசாமி.

பிறகு, "சரி. மணி இரண்டாகப் போகிறது. நான் வருகிறேன். அந்தப் பயலைப் பார்த்து முடிந்தால் ஏதாவது செய்து பாருங்கள். எனக்கு நம்பிக்கை இல்லை" என்று குனிந்து கொண்டே சொல்லிவிட்டு வெளியே நடந்தார் சுப்புசாமி.

திகைப் பூண்டை மிதித்தாற்போல் மாடிப் படியில் நின்று அனந்தசாமி கார் புறப்படுவதைப் பார்த்துக் கொண்டேயிருந்தார். அணில் ஒன்று கன அவசரமாகப் படிக்கட்டின் படிமீது ஓடிக்கொண்டே கீழே இறங்கி மறைந்தது.

சுப்பு போன கையோடு கிளம்பினார் அனந்தசாமி. தேனாம்பேட்டைக்கு வந்து மௌபரேஸ் சாலையில் ஏறி நடந்தார். ஆனால் இன்றும் அந்த ரங்கன் வீட்டில் இல்லை. டொக்கியின் வீட்டுக்கு வந்தபோது அங்கு அவனும் இல்லை. அவளும் இல்லை. டொக்கியின் தாயார் உட்காரச் சொன்னாள் அவரை.

"டொக்கி டான்ஸ் கிளாசுக்குப் போயிருக்கிறாளா?"

"போய்க் கால் மணிதான் ஆயிற்று. நீங்கள் இருக்கிற ஜாகையில்தான் கீழே இருக்கிறாராமே – ருக்மிணின்னு ஒரு காலேஜ் வாத்தியாராமே."

"ஆமாம்."

"அவரோடுதான் பீச்சுக்குப் போயிருந்தான் சாயங்காலம். திரும்பி இவளைக் கொண்டு விட்டுவிட்டுப் போனார் அவர். கைகால் கழுவிக்கொண்டு இப்பொழுதுதான் கிளம்பினாள் டொக்கி."

"ருக்மிணியா இங்கு வந்தாள்?" என்று சட்டென்று வியப்பாக வந்த கேள்வியை வாய்க்குள்ளேயே மடக்கிக்கொண்டார் அனந்தசாமி. "ஓகோ!" என்று சாதாரணமாக அதை மனத்தில் வாங்கிக் கொண்டார்.

சிறிது நேரமாயிற்று. விடை பெற்றுக் கொண்டவரை, "காப்பி சாப்பிட்டுவிட்டுப் போகலாம்" என்று அடுப்பண்டை போய் விட்டாள் டொக்கியின் தாயார். சொல்ல, மெல்ல முடியாமல் உட்கார்ந்த அனந்தசாமி ருக்மிணி வந்த காரணத்தைக் கேட்க வந்த துடிப்புக்குத் தமக்குள்ளே சமாதானம் தேடிக் கொண்டிருந்தார்.

காப்பி சாப்பிட்ட பிறகும் அந்த அம்மாள் விடுகிற வழியாக இல்லை. "நானே வந்து உங்களைப் பார்க்க வேண்டும் என்றிருந்தேன்" என்று இழுத்தாள்.

"என்ன?"

"இந்தப் பெண்ணுக்கு ஒரு வகையாகப் புத்தி சொன்னால் தேவலை."

"என்ன விசேஷம்?"

"பாட்டு, டான்சுன்னு சாதகமும் பண்றதாகத் தெரியலெ. ஏதோ போய் வருகிறாள். என்னன்னே புரியல்லை. இங்கே எதுக்கு ஜாகை போட்டிருக்கு? ஏதாவது ஒரு வழியைப் புடிச்சுக்கணும். இல்லே கச்சேரி, டான்சுன்னு பண்ணு. ரெண்டையும் விட்டு அந்தரத்திலே தொங்கறதுக்குக் காலத்தை வீணாக்குவானேன்!"

"எனக்குப் புரியவில்லையே நீங்கள் சொல்கிறது!"

"ரங்கன் வருகிறாரே, அவர் ஒரு அபிப்பிராயமாகச் சொல்கிறார். அவர் நல்ல குடும்பம், நல்ல மனுஷாள்னுதான் எனக்குப் படறது. அப்படித்தானே..?"

"ஆமாம்."

"அவர் ஒரு அபிப்பிராயமா எங்கிட்டே ஏதோ சொன்னார்" என்று 'அபிப்பிராயம் அபிப்பிராயம்' என்று சொல்லித் தவித்தாள் அந்த அம்மாள். அனந்தசாமி, அவளுடைய குழப்பத்தை விடுவிக்க "என்ன அபிப்பிராயம்? டொக்கியைக் கல்யாணம் செய்து கொள்கிறேன் என்கிறாரோ?" என்று கேட்டார்.

"ஆமாம். இவளுக்கு அதற்கு இஷ்டமில்லையாம்."

"ஏனாம்?"

"ஏனோ?... இஷ்டமில்லைன்னா, கச்சேரி, டான்ஸையாவது நன்னா சாதகம் பண்ணலாமோல்லியோ? அதையும் செய்ய மாட்டேன்னா? அவரானால் கொடுத்திருக்கிற இடமோ – செல்லமோ அப்படிக் கொடுத்து வச்சிருக்கார்..." என்று கணவனைப் பற்றிக் குறிப்பிட்டுவிட்டு, "எனக்கு ஒன்றுமே

புரியலை. பத்திரிகை படிச்சிண்டு மூலையிலே உட்கார்ந்திருக்கவா இங்கே வந்திருக்கு! வீட்டு வேலை ரேங்கு மாங்குன்னு செய்யறா. இல்லேங்கலே. ஆனால் அதையெல்லாம் நான் செய்யமாட்டேனா? வந்த காரியத்தைப் பார்க்காட்டா? இந்த அடுப்பங்கரை வேலைதான் பிடிச்சிருக்குன்னா கலியாணத்தைப் பண்ணிக்கோ என்றால் அந்தப் பேச்சை எடுத்தாலும் அவளுக்கு எரிச்சல் வரது" என்று பொருமினாள் அவள்.

"ரங்கனுக்கு அவளைக் கொடுக்கலாம் என்று தோன்றுகிறதா உங்களுக்கு!" என்றார் அனந்தசாமி.

இப்பொழுது அவர் மண்டையை ருக்மிணி – டொக்கி – எல்லா உருவங்களும் சேர்ந்துகொண்டு குழப்பத் தொடங்கி விட்டன.

# 42

அரை மணி நேரம் திருப்பித் திருப்பி அந்தப் பல்லவியைத் தான் பாடினாள் அந்த அம்மாள். பெண் சௌகர்யமாக வாழவேண்டும் என்ற ஒரு லட்சியம் மட்டும் அந்தக் கிராமியப் பேச்சில் குழப்பத்துக்கிடமில்லாமல் தீர்ந்து கிடந்தது. சௌகர்யம் என்றால் நாலுபேர் பார்த்துக் 'கொடுத்து வைத்தவள்' என்று பேசிக் கொள்ளுகிற அந்தஸ்து. ஊரிலுள்ள, இங்கே உள்ள தன் சுற்றம்தான் அந்த நாலு பேர் என்பதும் அந்தப் பேச்சில் தெளிவாகப் புரிந்தது. உதட்டைக் கோணி, தோளில் கன்னத்தை இடித்துக் கொண்டு புன்னகையால் தூற்றுகிற அவர்களைப் பார்த்து, ஒரு காரிலோ, பெரிய வீட்டின் வாசல் தாழ்வாரத்து ஊஞ்சலிலோ உட்கார்ந்து சிரிக்க வேண்டும். அந்தக் கார் அல்லது ஊஞ்சல் ரங்கனின் காராக, ஊஞ்சலாக – வாய்த்துவிட்டால்..! வாய்த்து விடும். தனக்கும் தெரியாமல், பிறர் சொல்கிறதையும் கேட்காத இந்தப் பெண் என்ன செய்யப் போகிறதோ!... தாய்மையின் அந்தப் பாசத்தில், குழந்தைகள் வளர்ந்து ஆளாகும்போது எழுகிற பிரச்னை பிடிப்புத் தளர்வு இரண்டும் சேர்ந்து வேதனையையும் கோபத்தையும் அனுஸ்வரங்களாக எழுப்பிக்கொண்டிருந்தன. தன் உடல் பலவீனத்தையும் இதோடு சேர்த்து அனுதாபத்தை வேண்டினாள் அந்த அம்மாள்.

முழுவதையும் கேட்டார் அனந்தசாமி. டொக்கி வந்து ஏதாவது சொல்லிவிடப் போகிறாளே

என்று சந்தேகப்பட்டுக் கொண்டே அவள் திரும்புவதற்கு முன்னால் கிளம்பவேண்டும் என்று பேச்சை வளர்த்தாமல் அந்த அம்மாளிடம் விடைபெற்றுக்கொண்டார்.

இரவு சாப்பிடும்பொழுது, ருக்மிணி அனந்தசாமியிடம் கேட்டாள், "ரங்கனைப் பார்க்க முடிந்ததா?" என்று.

"இல்லையே. அவன் வீட்டில் இல்லை. டொக்கியைப் பார்க்கப் போனேன். அவளும் இல்லை. நீங்கள் வந்து விட்டுப் போனதாக அந்த அம்மாள் சொன்னாள்" என்றார் அனந்தசாமி.

"ஆமாம். இரண்டு நாட்களாகவே காலேஜிலிருந்து வரும்பொழுது டொக்கியின் வீட்டுக்குப் போய் வருகிறேன். சில விஷயங்களைத் தெளிந்து கொள்ளலாம் என்று போனேன். நான் மாட்டிக்கொண்டு விழிக்கிறேன்."

"என்னைப் போலவா?"

"நீங்கள் குழம்புகிறீர்கள் என்று எனக்குத் தெரியாது. ரங்கனை இவள் ஏன் கலியாணம் செய்துகொள்ள மறுக்கிறாள் என்று கண்டுபிடிக்கிற நப்பாசை. அதைத் தெரிந்துகொண்டால், சந்திராவுக்கு ஏதாவது வழி கிடைக்குமா என்று குயுக்தி செய்துகொண்டு போனேன். இருவருமாகக் கபாலி கோயிலுக்குப் போனோம். பீச்சுக்குப் போனோம். அந்தப் பெண்ணோடு பழகும்போது, வீதியில் நடக்கும்பொழுது நான்தான் அதற்கு அம்மா என்று தோன்றியது. தெருவில் போகிறவர்கள் பார்க்கிற பார்வை அப்படி இருந்தது. எனக்குப் பெருமையாகக் கூட இருந்தது. அப்படித்தானிருக்கட்டுமே என்று நினைத்துக்கொண்டேன். கடைசியில் பெற்ற தாயார் படுகிற அத்தனை கஷ்டங்களையும் பட்டுவிட்டேன் ..."

"என்ன?"

"பீச்சில் உட்கார்ந்துகொண்டு அத்தனையும் சொல்லி அழுதுவிட்டது அந்தப் பெண்."

"என்ன?"

"உங்களிடம் ஏதோ சொன்னாளாமே. அப்பாவிடம் சொல்ல முடியாமல் கடுதாசில் எழுதினாளாம். அதைத்தான் கேட்டேன். சொல்லி அழுதது என்றா சொன்னேன்? அப்படி அழவில்லை... நிறைய அழுது, கேவல் ஓய்ந்து நிதானமாகச் சொல்லிற்று. அந்த நிதானத்தைப் பார்த்தால்தான் எனக்கே பயமாயிருந்தது."

"ஏன்?"

“அது கலியாணமே செய்துகொள்ளப் போவதில்லையாம். சினிமா, நாட்டியம் இந்த ஆசையெல்லாம் விட்டு விட்டுப் படிக்கப் போகிறதாம். ‘நீங்கள் எனக்குச் சொல்லிக் கொடுங்கள்’ என்று என்னைக் கேட்டது. அழாத குறையாகக் கேட்டது. பார்க்கலாம் என்று சொல்லியிருக்கிறேன். அதுவும் என்னைப்போல் வாத்தியாராகத்தான் ஆகும் போலிருக்கிறது.”

“உங்களைப் போலவா? போலவேயா?”

“போலவேதான்!”

அனந்தசாமி வாய் திறவாமல் சிரித்தார். மேலே பேசவில்லை. ருக்மிணி கீழே இறங்கிப் போனாள்.

எத்தனை சன்யாசிகள்! முறிவுக்கும் துறவுக்கும் ஏன் இவ்வளவு பிணைப்பு என்று நினைக்க நினைக்க அவருக்குச் சிந்தனை தடைப்பட்டு, ஒடிந்து விழுந்தாற்போல் நின்றுவிட்டது அறிவில் பிறவாத துறவு. நிராசையிலும் தோல்வியிலும் கோபத்திலும் துயரத்திலும் பிறந்த துறவு, இந்த உலகத்தில் எவ்வளவு பெரிய கேட்டையும் முள் “எங்கே போனான்?” வழிகளையும் சமைக்கும், சமைத்திருக்கிறது என்று நினைத்தபொழுது அவருக்குத் தம்மைப் பற்றிக் கூடச் சந்தேகம் வந்துவிட்டது. பழைய வேதனை மீண்டும் திரும்பிற்று. ஒரு நாள் அனுபவித்தார். இரண்டாம் நாளும் அனுபவித்தார். நோயாளிகளைப் பார்க்கையிலும் அதைச் சுமந்து சென்றார். ரங்கனைப் பார்க்கப் போகும்போகும் அதைச் சுமந்து சென்றார்.

அந்த ரங்கனை மறுபடியும் பார்க்க முடியவில்லை. எங்கோ வியாபார விஷயமாக அவன் வெளியூர் போயிருக்கிறானாம்.

மூன்றாவது நாள் அவனே அங்கே வந்து நின்றான்.

ருக்மிணி சாதத்தை அவர் முன் வைத்துவிட்டுச் சுவரில் சாய்ந்தவாறே நின்றுகொண்டிருந்தாள்.

நிலையண்டை வந்து நின்றவன் ருக்மிணியையும் பார்த்ததும் சற்றுப் பின் வாங்கினான்.

“அடெடெ! வாருங்கள், வாருங்கள். உங்கள் வீட்டுக்கு எத்தனை தடவை அலைகிறது!... இப்படி வாருங்கள்!”

“பரவாயில்லை. சாப்பிவிட்டுவிட்டு வாருங்கள்” என்று நடு அறையில் நின்றவாறே சொன்னான் ரங்கன்.

“நான் போய்விட்டு வருகிறேன்” என்றுகூறி நகர்ந்தாள் ருக்மிணி.

"உங்களுக்கு அவரைத் தெரியுமே. அன்றொரு நாள் அறிமுகப்படுத்தி வைத்தேனே?... ரங்கன், இப்படி வாருங்கள்" என்று அவனை வரச் சொல்லி "அன்று நீங்கள் பார்த்தீர்களே, மிஸ் ருக்மிணி இவர். டில்லியில் புரொபசராயிருந்து இப்போது இந்த ஊரிலேயே லெக்சரராக வந்துவிட்டார்!" என்றார்.

"ஆமாம். ஞாபகம் வருகிறது. ஏன் பேராசிரியரிலிருந்து ஆசிரியராக இறங்கி விட்டீர்கள்?" என்று ஒரு வறட்டுச் சிரிப்புடன் கேட்டான் ரங்கன்.

"எப்போதுமே பெரியவர்களாக இருக்க முடிவதில்லையே? என்று சிரித்துக்கொண்டே சொல்லி, அவனை உட்காருமாறு கூறிவிட்டுக் கீழே இறங்கிச் சென்றாள் ருக்மிணி.

"உங்களைப் பார்க்கவே முடியவில்லையே!" என்றார் அனந்தசாமி.

"வேலை. அவ்வளவுதான்."

"நீங்கள் அன்று வந்தீர்களாமே. ருக்மிணி சொன்னார்."

"ஆமாம். இரண்டு பேரும் ஒரே காரியத்துக்குப் போனாலும் வெவ்வேறு வழியில் போய் விடுகிறோம். சந்திக்க முடியவில்லை."

ரங்கனின் முகத்தில் அவருடன் பழகும் வழக்கமான மலர்ச்சி இல்லை. உற்றுப் பார்த்தால் முகத்தின் கடுகடுப்பைக் கூடச் சிரமப்பட்டு மறைத்துக்கொள்வது போலிருந்தது.

"நீங்களுமா என்னைப் பார்க்கவேண்டும் என்று நினைத்தீர்கள்?"

"ஆமாம்" என்றான் ரங்கன்.

"சாதாரணமாகத்தானே?"

"இல்லை. முக்கியமான காரியம். டொக்கி விஷயம். அவளுக்கு நல்ல உபதேசங்களெல்லாம் நீங்கள் செய்து வருகிறாற் போல் தோன்றுகிறது."

"உபதேசமா! நான் ஒன்றும் சொல்லவில்லையே."

"இல்லாவிட்டால் அவள் இப்படி மாறமாட்டாளே!"

"என்ன மாறியிருக்கிறாள்?"

"உங்களிடம் முன்னாலேயே சொல்லியிருக்கிறேன் நான், அவளைக் கல்யாணம் செய்துகொள்ளப் போகிறேன் என்று. முன்னால் சாதாரணமாகப் பழகினவள் இப்போது திடீரென்று மாறிவிட்டாள். வரவேற்பதுகூட ஒரு தினுசாக இருக்கிறது."

“உங்களைக் கலியாணம் செய்துகொள்ளப் போவதாக அவள் சொன்னாளா ...?”

“சம்மதித்தாள்?”

“சம்மதம் என்று சொன்னாளா?”

“அந்த மாதிரி நடந்துகொண்டாள்.”

“மாதிரி என்று நாம் புரிந்துகொள்வது சரியில்லை என்று நினைக்கிறேன். பெண்பிள்ளைகள் வாய் திறவாமல் இருந்தால் அதைச் சம்மதம், சம்மதம் இல்லை – என்று இரண்டு தினுசாகவும் முடிவு கட்ட முடியாது.”

“பெண்களோடு உங்களுக்கு ரொம்ப அனுபவம் இருக்கும் போல் தெரிகிறது ...”

அனந்தசாமி நிமிர்ந்து அவனைப் பார்த்தார். “வைத்தியம் பார்க்கிற இடத்தில் எத்தனையோ பேருடன் பழக வேண்டி யிருக்கிறது. நாம் விரும்பாவிட்டாலும் அனுபவம் நம்மைத் தேடிக்கொண்டு வந்து விடுகிறது ... ம் ... டொக்கி இதைப் பற்றி விவரமாகச் சொன்னாள் என்னிடம். அவளுக்கு விருப்பமில்லை என்றுதான் நான் தெரிந்துகொண்டேன்.”

“தெரிந்துகொள்ளவில்லை. நீங்கள் அப்படிச் செய்தீர்கள்.”

“அப்படியா! சரியாக இல்லையே நீங்கள் சொல்கிறது. நான் எதற்காக அப்படிச் செய்யவேண்டும்?”

“எனக்கு எப்படித் தெரியும்?”

“நான் செய்ததாக மட்டும் சொல்கிறீர்கள். நீங்கள் முதல் முதல் உங்கள் வீட்டில் சொன்னீர்களே, டொக்கியைக் கலியாணம் செய்து கொள்ளப் போகிறேன் என்று. அப்போது சும்மா வேடிக்கையாகப் பேசுகிறீர்கள் என்று தான் நினைத்துவிட்டேன். பிறகு ஏதோ காப்பாற்றப் போகிற ஆர்வத்தைத்தான் தவறாகப் புரிந்து கொண்டு அப்படிச் சொல்கிறீர்கள் என்று நினைத்தேன். டொக்கி வந்து சொன்ன பிறகுதான் சிறிது நம்பிக்கை வந்தது. பிறகு சுப்புசாமியும் வந்து ஏமாற்றமாகச் சொன்னார்.”

அதைக் கேட்டதும் ரங்கனின் முகம் சிணுங்கிற்று.

“சுப்புசாமியும் என் மாதிரி பல தடவை உங்களைத் தேடிப் பலிக்காமல் கடைசியில் வந்து பிடித்தாராமே?”

ரங்கன் தலையாட்டினான். “ஆமாம். பிடித்தார். கழுத்தைத்தான் பிடிக்கவில்லை. ஆனால் பிடிக்காத குறையாகக் கறுவிக் கொண்டுதான் போனார். இவர் பெரிய மனிதராகவோ,

பெரிய மனிதர்களின் நண்பராகவோ இருக்கலாம். அதற்காக நான் பயப்பட வேண்டும், என்னையே ஒடித்துக் கொள்ள வேண்டும் என்பது அர்த்தமில்லையே?" என்றான் அவன். கண்களில் சீற்றம் வீசிற்று.

"அவரிடம் பயப்படுவானேன் நீங்கள்? உங்கள் அந்தராத்மாதான் உங்களுக்குப் பெரிது. நீங்களே ஒரு தடவை இதைச் சொல்லியிருக்கிறீர்களே!"

"ஆமாம்."

"அந்த அந்தராத்மா சந்திராவை மறந்துவிட்டது இல்லையா?"

"ஆமாம். மறந்துவிட்டது."

"உங்களால் எப்படி மறக்க முடிகிறது? அவள் மறக்கவில்லையே. ஒரேயடியாகச் சோகம் பிடித்து உட்கார்ந்திருக்கிறாளே. மறக்கக் கூடிய அளவுக்குப் பழகினதாக அவள் இருக்கும் நிலையைப் பார்த்தால் தெரியவில்லையே?"

"அவளுக்குக் கற்பனை அதிகமாயிருக்கலாம். அதாவது துளியாயிருந்தால் பெரிதுபண்ணிக் கொண்டு அலட்டிக் கொள்ளும் நெஞ்சாக இருக்கலாம்."

"அப்படி அலட்டிக் கொள்ளத் தூண்டியது நீங்கள் என்பது உங்களுக்குப் புலப்படவில்லையா?" என்று கெஞ்சினார் அனந்தசாமி.

"நான் இல்லை! நான் இல்லை!" என்று வெடுப்பாக, சற்றுக் குரலை உயர்த்தினான் ரங்கன். "நான் காரணம் இல்லை. என் மனசு அங்கே இல்லை என்று தெரிந்ததும் நான் அவளைப் பார்ப்பதையே அங்குப் போவதையோ நிறுத்திக்கொண்டு விட்டேன். சாமியாராக உலகத்துக்கு நடந்துகொண்டு, யார் கண்ணிலும் மண்ணைத் தூவவில்லை. ஊராருக்காகக் காவி வேஷ்டி கட்டிக் கொள்ளவும் இல்லை, உள்ளே கலியாணம் இல்லாத கிரகஸ்தாசிரமம் நடத்தவுமில்லை. உடல் நாற்றம் வீசுகிறவர்கள் வாசனை பூசி மறைக்கிறமாதிரி நாலு முழக் காவியால், கரி கல்மஷங்களையெல்லாம் மறைக்கவுமில்லை நான்" என்று கத்தினான் அவன். குரல் உயர்ந்து நின்றது. கோபத்தில் உதடும் முகச் சதைகளும் இழுத்துக் கொண்டன. கன்னமும் கண்ணும் பளபளத்தன. இரைப்பது போல் மார்பு படபடவென்று இறங்கிக் கொண்டிருந்தது.

"என்ன சொல்கிறீர்கள் நீங்கள்?"

"எனக்குத் தெரியும். தெரிந்ததைத்தான் சொல்கிறேன் நான். மறைவாக எதையும் செய்யவில்லை. வேஷம் போடவில்லை. நிஜ சன்யாசிகளுக்கு இத்தனை குரூரத்தனம் வராது. ஒரு மனிதனை இப்படி முறித்துப் போடும் ஆத்திரம் வராது. உங்கள் சுப்புசாமிக்காக, உங்கள் நாகம்மாளுக்காக, என் முகத்தில் கரியைப் பூசி, முட்டாளாக்கக் கங்கணம் கட்டிக் கொண்டீர்கள். இவள் மனசிலும் விஷத்தைப் போட்டு, இவள் அப்பா மனத்திலும் விஷத்தைப் பாய்ச்சியிருக்கிறீர்கள். இவ்வளவு பெரிய பாம்பு வேஷம் என்னால் போட முடியாதுதான். ஆனால் நான் சொல்கிறேன். என்னை அவ்வளவு இலேசாகச் சக்கையாக்கித் தூக்கி எறிந்து விட முடியாது. நீங்கள் எவ்வளவுக்கெவ்வளவு எனக்குக் கெடுதல் செய்கிறீர்களோ, அத்தனைக்கத்தனை எனக்கு மனோபலம் பெருகிக்கொண்டே வரும். நீங்கள் இன்னும் பத்து டொக்கிகளைப் போய்க் கலைக்கலாம். அவர்களுடைய வாழ்க்கையை உருப்படாமல் அடிக்கிற உபதேசங்கள் எல்லாம் செய்யலாம். ஆனால் அது ரொம்ப நாட்கள் நடக்காது, ஒன்று நான் நடக்க விட மாட்டேன். உலகத்துக்கும் தெரிந்து விடும். முலாம் பூசின சன்யாசம் ஒரு நாளைக்குக் கறுத்துப் பல்லை இளிக்கும்; ஊர் சிரிக்கும். இது சற்று முன்னாலேயே நடக்கும்படியாக நான் வேண்டியதைச் செய்வேன். தெரியுமா, ஜாக்கிரதையாக இருங்கள்."

ரங்கன் பயமுறுத்தினான். கண்ணில் அசாத்தியமான வெறுப்பு கத்தியைப் போல் கறுப்பாகப் பளபளத்தது. மேலே பேச ஆரம்பித்த ரங்கன் சட்டென்று நிறுத்தினான். நிலையண்டை ருக்மிணி வந்து நின்றதைப் பார்த்ததும், புரையேறினாற்போல் பேச்சு தடைப்பட்டது.

வெறித்துப் பார்த்தான் அவன். அவள் பார்வையைத் தாங்கமுடியாமல் அப்பால் திரும்பினான். இரைப்பும் படபடப்பும் இன்னும் அடங்கவில்லை.

"இன்னும் ஏதாவது பாக்கியிருக்கிறதா?" என்று அரை நிமிஷத்துக்குப் பிறகு தான் கேட்டாள் அவள்.

பதில் இல்லை.

"உங்களைத்தான் கேட்கிறேன்" என்றதும் ரங்கன் திரும்பினான். ஆனால் ஒன்றும் சொல்லாமல், கண் கொட்டாமல் பார்த்தான், விழித்தான்.

"நீங்கள் சொல்வதைச் சொல்லி முடித்தாகி விட்டது என்று நினைக்கிறேன். இனிமேல் அவர் சாப்பிடலாம் இல்லையா?"

"நான் யாருக்கும் எதற்கும் குறுக்கே நிற்க விரும்பவில்லை" என்று நகர்ந்து நிலையண்டை வந்தான் ரங்கன். ருக்மிணி விலகுவதற்காக நின்றான்.

"சந்திரா, டொக்கி – யாராவது ஒருத்தி இங்கே இருந்திருந்தால்? நல்ல வேளையாக இல்லை."

"ஏன், உண்மையாகத் தெரிந்து கொண்டிருப்பார்கள் என்று பயப்படுகிறீர்களா?"

"ஆமாம். படித்தவர்களும் கண்ணில்லாமல் கஷ்டப்படுவதைத் தெரிந்து கொண்டிருப்பார்கள்."

அவளை ஏறிட்டு ஒரு தடவை பார்த்தான் ரங்கன். வெளியேறுவதற்காக அடி வைத்தான். ருக்மிணி விலகி நின்றாள். விலகும் பொழுது சொன்னாள்: "இவ்வளவு பேசிவிட்டு அவரிடம் மன்னிப்புக் கேட்டுக் கொள்ளாமல் போகிறீர்களே!..."

"மன்னிப்பா? மன்னிக்கிறதற்குத் தெய்வத் தன்மை வேண்டுமே – ... ம்" என்று ஒரு சிரிப்பையும் தெறித்தான். ருக்மிணியை உச்சந் தலைமுதல் கால் வரையில் ஒரு தடவை பார்த்தான். ஒவ்வோர் அங்கத்துக்கும் அந்தச் சிரிப்பை ஒவ்வொரு பொறியாகத் தெறிப்பது போல் ஒரு பார்வை. ருக்மிணி கூட அதைத் தாங்க முடியாமல் குறுகினாள். அவள் நிமிர்வதற்கு முன்னால் பூட்ஸ் சத்தம் மாடிப் படியில் இறங்கிப் போயிற்று.

சிறிது நேரம் கால் ஒட்டிக் கொண்டாற் போல் அங்கேயே நின்றாள் அவள். அவளுடைய புத்திகூட அதிர்ந்து சிறிது நேரம் செயலற்றுக் கிடந்தது. திரும்பிப் பார்த்த பொழுது அனந்தசாமி சாப்பிட்டுக் கொண்டிருந்தார்.

"அன்று இந்த மாதிரி ஏதோ ஒன்றை நினைத்துத்தானே நீங்கள் பயப்பட்டீர்கள்?" என்றாள் அவள்.

"நடந்த பிறகு இனிமேல் என்ன பயம்? இந்த மாதிரி யாரோ சொல்லப் போகிறார்கள் என்று நினைத்ததுண்டு. இந்த உலகத்தில் எது நடந்தாலும் அதைப்பற்றி இரண்டு விதமாகச் சேதி பரவும். இருக்கிறபடி ஒன்று போகும். எப்படி இருக்க வேண்டும் என்று உலகம் விரும்புகிறதோ, அந்த விருப்பம் எல்லாம் வதந்தி என்ற பெயரில் தனியாக உலவிக் கொண்டிருக்கும். ஆனால் ரங்கன் வாயிலிருந்து இது வரும் என்று நான் எதிர்பார்க்கவில்லை. ஆனால் ரங்கனுக்குத் தெரிந்தவரையில் நல்லதாகப் போயிற்று. ஊரில் ஒருவன் தெரிந்துகொண்டால் என்ன? பலர் தெரிந்து கொண்டால் என்ன? தெரிந்துகொண்ட வரையில் எனக்குச் சந்தோஷம்தான். ஆனால் தவறாக... சரி, பாதகமில்லை. சரியாகப்

புரிந்துகொள்வதற்கு இரண்டு பேர் கிடைத்து விட்டார்கள். தவறாகப் புரிந்து கொள்ளவும் முதலிலேயே முடியும் என்பதற்கும் ஓர் அத்தாட்சி கிடைத்துவிட்டது."

ருக்மிணி அவர் சாப்பிட்ட பிறகு பாத்திரங்களை கீழே எடுத்துப் போனாள். ரங்கன் சொன்னதையெல்லாவற்றையும் விட, அவன் பார்த்த பார்வை அங்கம் அங்கமாகப் பார்த்த பார்வை துன்புறுத்திக் கொண்டிருந்தது. அவளையும் மீறிக் கொண்டு முகத்தை இலேசாக வதக்கிற்று அது.

அவயாம்பாள் அவள் கீழே வருவதற்காகக் காத்திருப்பது போலிருந்தது. ருக்மிணியின் முகத்தை வியப்புடன் உற்றுப் பார்த்தாள்.

"என்னடி சத்தம் மாடியிலே? யாரோ வந்துவிட்டுப் போறானே. எதுக்காக இரைச்சல் போட்டான்? மளமளவென்று ஸ்கூட்டரில் இறங்கிப் போனான் பொட்டைச் சாரை மாதிரி!"

பொட்டைச் சாரை! என்ன சரியான வார்த்தை! மனிதர்களுக்குக் கண்ணும் தெரிவதில்லை. கோபம் வேற சாரை மாதிரி வருகிறது.

"யாருடி அவன்?"

"சொல்கிறேன்" என்ற பாத்திரங்களை உள்ளே கொண்டு வைத்துச் சாப்பிட்டாள் ருக்மிணி. சாப்பிடும் போதும் ரங்கன், டொக்கி, சந்திரா – எல்லாக் கதைகளையும் சொல்லிவிட்டாள்.

"இவர்தான் டொக்கியைக் கலைத்து விட்டார் என்று நினைத்துக் கொண்டிருக்கிறானா அவன்?"

"ஆமாம். டொக்கிதான் துரதிருஷ்டக்காரி என்று நினைத்தேன். அவள் அழகாக இருப்பது, பிரியம் வைக்கிற அபார சக்தி, அந்தப் பிரியத்தைக் காட்டத் தெரியாமல் சுற்றிச் சுற்றி வளவளவென்று பேசுவது, அவளுடைய துணிச்சல் – இதெல்லாம் ரொம்பப் பேருக்கப் பிடிக்காது. வளவளவென்று பேசுகிறாளே தவிர, அவளுடைய வீம்புக்கும் உரத்துக்கும் எல்லையே இராது என்று தோன்றுகிறது. அவனை உதறி எறிவது அவளாகச் செய்துகொண்ட தீர்மானம் அவனுக்கு அது தெரியவில்லை. சந்திரா என்று ஒருத்தி இருப்பதைக் காட்டி விட்டார் இவர். அந்த ஆற்றாமைதான் இப்படிக் கத்திவிட்டுப் போகிறது. தப்பு செய்கிறோமே என்று யாருக்கு உணர்க்கை வரப் போகிறது? எட்டிப் பர்த்தானே அவனைத்தான் வெட்டிப் போட வேண்டும் போலிருக்கும் ..." என்றாள் ருக்மிணி.

"அதுக்காக இந்தப் பாவி உன்னையும் இவரையும் எதுக்காகக் கட்டி இழுக்கிறான்!" என்றாள் அவயாம்பாள்.

"என்ன செய்கிறது! இதெற்கெல்லாம் துணிந்துதானே இங்கு வந்தது."

"இவனுக்கு எப்படி தெரியும், உன் கதையெல்லாம்?"

"எப்படித் தெரிந்தால் என்ன?"

அந்தக் கேள்விதான் மூன்று மணி சுமாருக்கு ருக்மிணியை வீட்டில் இருப்புக் கொள்ளாமல் வெளியே விரட்டியது.

டொக்கியின் வீட்டுக்குள் நுழையும் பொழுது, எங்கோ வெளியே கிளம்புவதற்காகச் செருப்பை டப்பென்று கீழே போட்டுக் கொண்டிருந்தாள் டொக்கி. ருக்மிணியைப் பார்த்ததும் 'அடேடே!' என்று ஓடி வந்தாள்.

"எங்கே கிளம்புகிறாற் போல்..?"

"டீ இலை இல்லை. கடைக்குக் கிளம்பினேன். வெயில் வீணாகப் போகிறதோ இல்லையோ? அதற்காகத் தம்பி கிரிக்கெட் ஆடப் போயிருக்கிறான்..."

"வாருங்கள்" என்று டொக்கியின் தாயார் வெளியே வந்தாள்.

"அம்மா! டீ இலையை நீதான் போய் வாங்கி வந்து விடேன்."

"சரி... உட்காருங்கள். இதோ வந்து விடுகிறேன். சரி ஏண்டி, அப்படியே ஸ்டோருக்குப் போய்ப் பாக்கி சாமானையும் வாங்கி வந்து விடுகிறேனே. அந்த ஜாபிதாவைக் கொடேன், மத்தியானம் எழுதி வைத்ததை."

போகும் பொழுது, "நான் வரும்வரை இருக்க வேண்டும். நீங்கள் பாட்டுக்குப் புறப்பட்டு விடக் கூடாது" என்று வேண்டிக் கொண்டே போனாள் அம்மாள்.

"என்ன மாமி. திடீரென்று இப்படி வந்தீர்கள்?"

"நீ செய்கிற காரியமெல்லாம் அப்படித்தானே இருக்கிறது" என்று கட்டிலில் உட்கார்ந்து கொண்டாள் ருக்மிணி.

"என்ன மாமி இது? வரும்போதே கல்லைத் தூக்கிப் போடுகிறீர்கள்?"

"ரங்கன் இன்று வந்தாரா இங்கே?"

"காலையிலே வந்தார்."

"நீ ஏதாவது சொன்னாயா?"

"இந்தப் பேச்சை எடுத்தால் இனிமேல் இங்கே வர வேண்டாம் என்று நாசூக்காகச் சொன்னேன். ஊருக்குப் போய் நேற்று அப்பாவிடம் போய்க்கெட்டுவிட்டு வந்தாராம். எல்லாம் அவள் இஷ்டம் என்று சொன்னாராம், அப்பா. 'அவளுக்கு இஷ்டம்தான்... நீங்கள்தான் சொல்ல வேண்டும்' என்றாராம் இவர். அதைக் கேட்டதும் எனக்குப் பிரமாதக் கோபம் வந்து விட்டது. 'பச்சையாக இப்படிப் பொய் சொல்கிறீர்களே! வெட்கம், மரியாதை ஏதாவது இருக்கிறதா உங்களுக்கு?' என்று கேட்டு விட்டேன்."

"அப்பா ரொம்ப சாது. எதையும் நம்பிவிடுவார். இவருக்கு அது தெரியும். தெரிந்தும் அவரிடம் இப்படிச் சொன்னால் எனக்கு எப்படியிருக்கும்?"

"ஊருக்குப் போய்விட்டு வந்தாரா..? ...ம்... வெட்கமா யில்லையா என்று கேட்டாய். அப்புறம்?"

"ஏன் இஷ்டமில்லை என்று கேட்டார். இஷ்டமில்லாததற்குக் காரணம் கேட்க முடியுமோ என்று சொல்லிப் பார்த்தேன். கேட்கவில்லை. கடைசியில் சந்திராதான் காரணம் என்று சொன்னேன். அவருக்குக் கொஞ்சம் தூக்கிவாரிப் போட்டது. இத்தனை நாட்களாக எனக்குத் தெரிந்திருப்பதைக் காட்டிக் கொள்ளாமல் இருந்தேன். இந்தப்பொய்க்குப் பிறகு எனக்கு வாயைக் கட்ட முடியவில்லை. 'சந்திராவோடு அப்படியெல்லாம் நான் பழகவில்லையே?' என்று மறுபடியும் புளுகினார். யார் இந்த மூட்டையெல்லாம் கட்டிவிட்டார்கள் என்றார். சாமியாருக்குப் புளுகத் தெரியாது என்று சொன்னேன். 'புளுகத் தெரியாமல் இருக்கலாம். ஆனால் தவறாகப் புரிந்துகொள்ளலாமே' என்று மழுப்பினார். அந்த க்ஷணத்திலிருந்து அவ்வளவு கோபமும் மாமாவின் பேரில் திரும்பிவிட்டது. 'இந்தச் சாமியார்களுக்கு வேறு வேலையே கிடையாது. எவன் எப்படிப்போனால் என்ன என்று பேசாமல் இருக்க மாட்டேன்கிறான்கள். வைராக்கியம் வைராக்கியம் என்ற ஊர் வம்பெல்லாம் தலையிடுகிறான்கள். காட்டிலே இருக்கிற பயல்கள் வீட்டிலே வந்து வாழ்ந்தால் யாரை வாழச் செய்யப் போகிறார்கள்?' என்று கத்தினார். எனக்குக் கோபம் வருவதற்குப் பதிலாகத் தொண்டையை அடைத்தது. 'அந்த மகானை அப்படிச் சொல்லாதீர்கள். நாக்கு அழுகிப் போய்விடும்' என்று கெஞ்சினேன். 'அவர் சாதாரணப் பெரியவர் இல்லை. எதற்கும் ஈடு கொடுக்கிறவர். ரொம்பக் கருணை உள்ளம் அவருக்கு. கலியாணம் பண்ணிக் கொள்ளாமல் ஏமாற்றிய பெண் கேட்டுக் கொண்டாள் என்பதற்காக இப்போது அங்கேயே குடி போய் விட்டார்' என்று சொன்னேன். அவருக்கு ஒன்றும்

தி. ஜானகிராமன்

புரியவில்லை. என்ன என்ன என்று அலட்சியமும் பரபரப்புமாகக் கேட்டார். மாமா மாப்பிள்ளையாகாமல் ஓடினதையெல்லாம் சொன்னேன். அப்போதுதான் அவருக்கு புரிந்தது, அப்புறம் வாயடைத்துச் சிறிதுநேரம் உட்கார்ந்திருந்தார். 'நான் இனிமேல் இங்கே வரவேண்டாமா?' என்று கேட்டார். 'இந்தப்பேச்சு பேசமாட்டேன் என்று சொன்னால் வரலாம்' என்றேன். 'இந்தப் பேச்சு போசவிட்டால் எனக்கு இங்கு என்ன வேலை' என்றார். 'அப்படியென்றால் வராமலிருக்கலாமே' என்றேன். என்னை அப்படியே ஒரு நிமிஷம் பார்த்தார் எழுந்துகொண்டார். 'சரி வரட்டுமா?' என்றார். 'சரி' என்றேன்... ஏன் என்ன நடந்தது?"

"ஒன்றுமில்லை."

"என்ன நடந்தது, சொல்லுங்களேன். ரங்கன் வந்தாரா அங்கே!"

"வந்தார், அவர் தலையிலும் ஒரு கல்லைத் தூக்கிப் போட்டார். போய்விட்டார்."

"மாமாவை ஏதாவது சொன்னாரா?"

"மாமாதான் உன் மனசைக் கெடுத்தாராம். என்னென்னமோ கத்தினார்."

ருக்மிணி முழுவதையும் சொல்லியும் விட்டாள். "ஏன் இப்படி உன் மனசிலிருக்கிறதையெல்லாம் போட்டு உடைத்துக் கொண்டேயிருக்கிறாய்! உனக்குப் பேசி வாய் வலிக்கவில்லை?" என்று கேட்டாள் ருக்கு.

பதில் பேசவில்லை டொக்கி. மௌனமாகக் கண்ணீர் விட்டாள்.

"உங்களைப் பார்த்தால் அவ்வளவு பிரமிப்பாக இருந்தது. அம்மாவிடம் உங்கள் கதையைச் சொன்னேன். அவளுக்கு ஒரு ஆச்சரியமும் உண்டாகவில்லை. கோபம் கூட வந்திருக்குமோ என்னவோ. 'சில பேர் அப்படியிருக்கா' என்று மனசிலே படாமல் சொல்லிவிட்டு உள்ளே போய் விட்டாள். என்னால் ரொம்பப் பேருக்குக் கஷ்டம். சந்திராவுக்குக் கஷ்டம். எங்க அம்மாவுக்கு நான் பணம் சம்பாதிக்கவில்லையே என்று கஷ்டம். அப்பாவுக்கு நான் பிறந்தேனே அதுவே ஒரு பெரிய கஷ்டம்."

"அம்மா இருந்தாளா நீ இதெல்லாம் சொல்கிறபோது?"

"மார்க்கெட்டுக்குப் போயிருந்தவள் பாதிப் பேச்சில் வந்தாள். ரங்கன் போன பிறகு 'என்னடி பேசிக்கொண்டிருந்தீர்கள்?' என்று மடக்கினாள்... எல்லாவற்றையும் சொன்னேன். 'நீ

நாசமாகப் போக' என்று ஆசீர்வாதம் செய்தாள். நாசம் வராது போலிருக்கிறதே எனக்கு?"

"என்ன டொக்கி இது?"

"ஆமாம். என்னால் அனந்தசாமி மாமாவே என்னென்னமோ வெல்லாம் கேட்கும்படி வந்து விட்டது. . . ஆனால் நிஜமாகச் சொல்கிறேன். உங்களை நினைக்க நினைக்க எனக்கு அவ்வளவு பிரமையா யிருந்தது. யாரிடமாவது சொல்லிச் சந்தோஷப்பட வேண்டும் போலிருந்தது. சொல்லி விட்டேன். அது இந்தக் கரிநாக்குக்காரன் வாயில் புகுந்து இப்படி விபரீதமாக வரும் என்று நான் நினைக்கவே இல்லை..."

அவளைச் சமாதானப்படுத்த ஐந்து நிமிஷங்களாயிற்று ருக்மிணிக்கு. ஆனால் டொக்கியின் முகம் மலர்ந்து விடவில்லை.

# 43

சிரிக்கிறதா அழுவதா என்று புரியாமல் ருக்மிணி தவித்தாள். 'அடி அசட்டுப் பெண்ணே!' என்று டொக்கியை மனத்திற்குள்ளேயே கடிந்து கொள்வதைத் தவிர அவளால் ஒன்றும் செய்ய முடியவில்லை. தன்னைக் கண்டு தான்செய்ததைக் கண்டு பிரமிப்பில், ஏதோ அதிசயத்தை முதலில் யாரிடமாவது சொல்லித் தீர்த்துக் கொள்ளவேண்டும் என்று சொன்னவளை எப்படி வாய்விட்டுக் கடிந்து கொள்கிறது! இந்த அனந்தசாமிதான் எதற்காக இந்தப் பெணண்ணிடம் இதைச் சொல்லி வைக்க வேண்டும்! இப்படி அதிர வைக்கும்படி அவ்வளவு எளிய மனம் எதற்காக அவருக்கு!

யோசித்துப் பார்த்ததில் இந்த வேதனைகூட நியாயமாகத் தோன்றவில்லை. எப்படியாவது, எப்பொழுதாவது இது எல்லோருக்கும் தெரிய வேண்டியதுதானே! தெரிந்துவிட்டது. தெரிந்து கொண்ட மனிதன் போக்கிரி. என்ன செய்ய...

அவள் முகம் இலேசாகக் கறுத்தது.

"என்ன மாமி! என்னமோ போலிருக்கிறீர்களே. ரங்கன் என்ன சொன்னான்?" என்று பரபரத்தாள் டொக்கி!

"அதுதான் சொல்லி விட்டேனே! திருப்பித் திருப்பி என்ன? உன்னைக் கொத்திக் கொண்டு போய்விடலாம் என்று ராப்பகலாக ஏங்கிக்

கொண்டிருந்திருக்கிறான் – கழுகு மாதிரி. நீ நழுவி விழுந்தவுடன் ஆத்திரம் தாங்கவில்லை. அவரைப்போய் நகத்தாலும் மூக்காலும் குதறி விட்டான் ...”

டொக்கியின் முகம் விழுந்துவிட்டது. “என் வாயை அடக்க முடியாது போல் இருக்கிறது மாமி. எனக்குத் தெரிகிறது. ஆனால் நரம்பு வியாதி வந்த மாதிரி, நானே அடக்க முடியாமல் பேசிக் கொண்டே போகிறேன் ... சரி, நான்தான் சொன்னேன். இவன் யாரு அவரைப் போய் இரைய! இவனுக்கும் அவருக்கும் என்ன சம்பந்தம்?”

“பழகிய தோஷம்.”

“ஆமாம். அவர் இவனோடு பழகினது தோஷம்தான்” என்றாள் டொக்கி.

கடைக்குப் போன தாயார் வந்து, காப்பியைப் போட்டுக் கொடுத்துப் பிரமாத உபசாரம் செய்தாள் ருக்மிணிக்கு. அவள் சற்று நேரம் உள்ளே போன சமயம் பார்த்து, “மாமி, சற்று இருங்கள். நான்கு வீடுகள் தள்ளிச் சிநேகிதி ஒருத்தி இருக்கிறாள். டான்சு கிளாசுக்குப் போவாள். எனக்கு இன்று வர ஒழியாது என்று சொல்லியனுப்பி விட்டு வந்து விடுகிறேன்” என்று டொக்கி வாசலைப் பார்க்கப் பறந்து விட்டாள். ருக்மிணி “வேண்டாம் – என்ன?” என்று வாய்க்கு வந்த வார்த்தைகளைக் கூடச் சொல்ல முடியவில்லை. சிட்டாகப் பறந்து விட்டாள்.

“எங்கே போகிறாள்?” என்றாள் உள்ளேயிருந்த தாயார்.

ருக்மிணி சேதியைச் சொன்னதும், “இன்னிக்கும் மட்டமா” என்று பெருமூச்சு விட்டாள் அவள்.

இன்றைக்கும் என்றால்?”

“தினமும் இப்படித்தான் நடக்கிறது. ஒரு வாரமாச்சு, என்ன சாக்குடாப்பா சொல்லலாம் என்று கிடைத்ததைப் பிடித்துக் கொண்டு விடுகிறாள்.”

“காரணம்?”

“டான்ஸ், சினிமா எல்லாம் பிடிக்கவில்லையாம். படிக்கிறதாக உத்தேசமாம். எப்படி! ஸ்வாமிகளிடம் கூட அன்று ஒரு பாட்டம் சொன்னேன். ஊரிலே கலியாணம் பண்ணுகிறேன் என்றார் அப்பா. ‘வேண்டாம் மெட்ராஸுக்குப் போகணும்’ என்றாள். வந்தாச்சு. வந்த காரியத்தை ஒழுங்காகப் பார்க்கணுமோ இல்லையோ? இப்ப டான்ஸ், சினிமா எல்லாம் அலுத்துப் போச்சு. கலியாணம் பண்ணிக் கொள்ளென்று இந்தப்

பிள்ளையாண்டான் காலில் விழாத குறையாகக் கெஞ்சறான். மாட்டேன் ...”

“எந்தப் பிள்ளையாண்டான்?”

“ரங்கன், ரங்கன் என்று ஒரு பையன். நல்ல குடும்பம். ஏகத்தாறா சொத்தது. நல்ல படிப்பு. லட்சணம். அவனும் வேண்டாம். இப்ப படிக்கிறேன் என்கிறாள்” என்று அனந்தசாமியிடம் அன்று சொன்னதையே மீண்டும் ஒரு பாட்டம் புலம்பித் தீர்த்தாள் தாயார். அனந்தசாமியைச் சிபாரிசுக்கு அழைத்தது போல, ருக்மிணியையும் அழைத்தாள் கடைசியில்.

டொக்கி திரும்பி வந்த சிறிது நேரத்துக்கெல்லாம் புறப்பட்டாள் ருக்மிணி.

“நீங்கள் சொல்லுங்கள். நாங்களெல்லாம் சொல்லி அவள் கேட்கிறவளாகத் தோன்றவில்லை” என்று டொக்கியின் தாயார் கெஞ்சினாள். ருக்மிணியைப் பஸ்ஸில் ஏற்றி விடுவதற்காக டொக்கியும் கிளம்பும் பொழுதுதான் இந்த வேண்டுகோள் கிளம்பிற்று.

“என்னம்மா – என்னத்தை நீ சொல்லிக் கேட்கலை நான்? ரொம்ப நெருக்கமா யாராவது இங்கே பழகி விட்டார்களோ, பிடித்தது சனி. பெண்ணுக்கு உபதேசம் எடுத்து வைக்கக் கிளம்பிவிட வேண்டியது” என்று காய்ந்து கொண்டே காலில் செருப்பை மாட்டிக் கொண்டாள் டொக்கி.

“கேட்டீர்களா நீங்களே பார்த்துக் கொள்ளுங்கள்.”

“பேசாமல் வா டொக்கி” என்று கூறிக் கொண்டே நகர்ந்தாள் ருக்மிணி.

தெருவில் இறங்கிப் பத்தடி நடக்கும் வரையில் பேசவில்லை டொக்கி. பிறகு ஆரம்பித்து விட்டாள். “பேசாமல் எப்படி யிருக்கிறது? இவள் என்னுடைய சுகத்துக்காகவா இப்படிப் பறவாகப் பறக்கிறாள்? அவள் பெரிய லக்ஷாதிபதிப் பிரபுவுக்கு வாழ்க்கைப்பட்டிருக்கணும். பகவான் எங்கப்பாவைத் தான் காண்பித்தார். ஆயிரம், லக்ஷம் என்று சொத்துக்களைச் சாசனம் பண்ணி ரிஜிஸ்டர் பண்ணுகிற சப்–ரிஜிஸ்தரார்தான் இவருக்கு லபித்தது. அதுவும் இரண்டாம் தாரம். ஆனால் நான் கொஞ்சம் மூக்கும் முழியுமாகப் பிறந்ததும் நம்ம ஜன்மம் இப்படி ஆயிடுத்து என்று முடங்கிப் போனவளுக்குக் கண் திறந்துவிட்டது. குயுக்தியெல்லாம் தோன்ற ஆரம்பித்துவிட்டது. சினிமா, நாடகம் என்று நான் அடித்துக் கொள்ளவில்லை மாமி! இவள்தான் அந்தப் பாத்தியிலே நட்டு வளர்த்தாள்.

இவளுக்கு யாரோ சொந்தக்காரனாம். ஒரு தடிப் பயல் இங்கு வருவான். சினிமாக்காரன் வீடுகளில் சுற்றிக் கொண்டிருப்பான். படிப்பு கிடையாது. காசுக்காக எந்தக் காரியமும் செய்கிற, உணர்க்கை இல்லாத ஜன்மம். அந்தப் புழு வந்துதான் என்னை அதள பாதாளத்திலே தள்ளியது. எங்க அம்மாவா இவள்? முதலாளி. நான் முதல் அவளுக்கு. நல்ல வேளையாக நான் சமயத்தில் விழித்துக் கொண்டேன். இல்லாவிட்டால் அன்றோடு நின்றிராது. அந்தப் பயலையும் பயமுறுத்தினேன். இனிமேல் 'இந்த வீட்டுப் பக்கம் காலை வைத்தாயோ, போலீஸில் சொல்லி விடுவேன்' என்று. இப்போது வரக் காணோம். நான் இல்லாதபோது இரண்டு மூன்று தடவை வந்து அம்மாவோடு பேசிக் கொண்டிருந்துவிட்டுப் போனானாம்."

"யாரு?"

"அதான் அம்மாவுக்குச் சொந்தக்காரன் என்று சொன்னேனே. நான் அன்று பீச்சில் சொன்னேனே. அதற்கெல்லாம் இந்தப் பயல்தான் காரணம். இவன் தான் சினிமாவில் சேர்த்தாகிவிட்டது என்று சொன்னான். ஒத்திகைக்குக் கார் வந்து அழைத்துப் போகும் என்று சொன்னான். யோசித்துப் பார்க்கிறபோது எங்களை ஊரிலிருந்து கிளப்பிக் கொண்டு வந்ததற்கெல்லாம் இவன்தான் அடிமூலம் என்று தோன்றுகிறது. ஒரே ஒரு விஷயம் மட்டும் சொல்ல வேண்டும் மாமி. ரங்கன் இந்த இக்கட்டான சமயத்தில் வந்து காப்பாற்றினான். இன்னும் மேலே மேலே நான் தறிகெட்டு அலையாமல் அம்மாவுக்கு ரொம்பக் கோபம் அவன் மேலே. இப்போது எல்லாம் விசாரித்த பிறகு கலியாணம் பண்ணிக் கொள்கிறேன் என்று அவன் சொன்னதும் அதைப் பிடித்துக் கொண்டுவிட்டாள். அவன் பரவாயில்லை என்றாலும் நான் கெட்டது கெட்டதுதானே! இது அவனுக்குப் புரியவில்லை. நான் எப்படிச் சொல்கிறது? புரியாதவனைக் கடுமையாகச் சொல்லித்தான் விரட்ட வேண்டும் என்றே காலையில் வெடுக்கென்று சொன்னேன், கலியாணம் கிலியாணம் என்று பேசுவதாயிருந்தால் நீ இங்கு வரவே வேண்டாம் என்று."

ருக்மிணி ஒன்றும் பேசவில்லை. மௌனமாகக் கேட்டுக் கொண்டே நடந்தாள்.

"கலியாணம் எதற்காக மாமி! இந்த உலகத்தில் பிறந்தவர்கள் நூற்றுக்கு நூறு பேரும் கலியாணம் செய்துகொள்ள வேண்டும் என்று எந்த சாஸ்திரத்தில் எழுதியிருக்கிறது?" இருந்த கோபத்திலும் வேகத்திலும் படபடவென்று பேசிக்கொண்டே வந்தாள் டொக்கி. இவன், அவன் என்று யாரைச் சொல்லுகிறாள் என்று கூடப்

புரியாமல் பேசினாள். நடுநடுவே கேட்டுச் சந்தேகத்தைத் தீர்த்துக் கொள்ள வேண்டியிருந்தது ருக்குவுக்கு.

சற்றுப் பேசாமலிருந்து விட்டு மீண்டும் சொன்னாள் டொக்கி. "அனந்தசாமி மாமாவை நான் நாளைக்கு வந்து பார்க்கிறேன். என்னால்தான் இந்த அர்ச்சனை எல்லாம் ரங்கனிடமிருந்து கிடைத்தது ருக்கு. . . மாமி. நினைக்க நினைக்க வேடிக்கையாக இருக்கிறது. நாங்கள் எங்கேயோ ஊரில் கிடந்தோம். எங்களைக் கிளப்பிக் கொண்டு வந்து இங்கு வைத்து, சந்தி சிரிக்கப் பண்ணி, கடைசியில் சம்பந்தமே இல்லாத அனந்தசாமி மாமாவுக்குக் கூடைப் பழியை வாங்கி வைத்து ... இதெல்லாம் யார் மாமி செய்கிறார்கள்?"

ருக்மிணி சிரித்தாள். அவள் நினைவுகூட ஏறக்குறைய அதே கீறலில் தான் ஓடிக்கொண்டிருந்தது.

பஸ் ஸ்டாண்ட் வந்து விட்டது.

❍ ❍ ❍

ருக்மிணி வீட்டுக்குள் நுழைந்ததுமே, "எங்கேடி போயிட்டே இத்தனை நேரம்! அவர் வந்து அரை மணியாகக் காத்திண்டிருக்காரே" என்ற படிக்கிற அறையைக் காட்டினாள் அவயாம்பாள்.

"யாரு?" என்று அறைக்குள் நுழைந்த ருக்மிணி "அடெ!" என்று நின்றாள்.

"ம்" என்று சுப்புசாமி எழுந்து வெளியே வந்து புகையிலையைத் துப்பிவிட்டுத் திரும்பினார். எப்போதும் போன்ற உற்சாகம் இல்லை அவர் முகத்தில். சிறிது நேரம் ஒன்றுமே பேசவில்லை அவர்.

"புகையிலையைத்தான் துப்பிவிட்டு வந்தீர்களே – ஏன் பேசவில்லை?" என்று சிரித்தாள் ருக்மிணி.

"பேசினால்தான் உன் துயரத்தில் நானும் கலந்து கொள்ளுகிறேன் என்று அர்த்தமா? பேசாமலே அதை உணர முடியாதா?" என்று ஆங்கிலமும் தமிழுமாகக் கலந்து சொன்னார் சுப்புசாமி.

"என் துயரமா?" ருக்மிணி சற்று யோசித்தாள்.

"இந்தச் சொரணை கெட்ட முண்டம் ஸ்வாமிகளை வாயில் வந்தபடி யெல்லாம் இரைந்தானாமே!"

"யார் சொன்னார்கள்?"

"உங்க சித்தி வந்தாள் சாயங்காலம். சொன்னாள்."

சித்தி அதற்குள் வந்து விட்டாள். "நான்தாண்டி சொன்னேன். வந்ததும் வராததுமா இவன் யார் நம்மைப் பத்திப் பேச? பட்டதெல்லாம் போதாதா? எனக்கு ஆறலை. அதுதான் இவர்கிட்டே சொல்லலாம்னு சொல்லிவிட்டு வந்தேன்" என்று சொல்லிவிட்டு உள்ளே போய்விட்டாள் அவயாம்பாள்.

ருக்மிணி விவரமாக எல்லாவற்றையும் சொன்னாள். "முப்பது வருஷக் கணக்கைப் பார்த்திருக்கிறது இந்த டொக்கி. இப்படியெல்லாம் இருக்கிறபோது, நேற்றுப் பழகின சந்திராவை எப்படி இவனால் மறக்க முடிந்தது என்று ஆத்திரம் வந்திருக்கிறது. அவனிடம் சொல்லி விட்டது. அவன் சூட்டோடு சூடாகக் கத்திவிட்டுப் போயிருக்கிறான். வேறொன்றுமில்லை."

"நீ ரொம்பச் சாதாரணமாகச் சொல்கிறாய், எனக்கு இன்னும் கொதிப்பு அடங்கவில்லை. இந்தப் பயலோட வியாபாரம், கடை, ஸ்கூட்டர், வீடு – எல்லாத்தையும் ஒரு நிமிஷத்தில் ஊதி எறிந்துவிட முடியாதா என்ன?" என்றார் சுப்புசாமி.

ருக்மிணி நிமிர்ந்து பார்த்தாள் அவரை. சட்டென்று அவளுக்குப் பழைய நினைவு ஒன்று வந்தது. சித்தி டில்லியில் என்னமோ சொன்னாளே சுப்புசாமியைப் பற்றி! இவ்வளவு மாறிப் போய்விட்டாரா சுப்புசாமி என்ற அர்த்தத்தில்! அப்படி யானால் பழைய சுப்புசாமி எப்படி இருந்திருக்க வேண்டும்! இப்படிக் கடை, வியாபாரம் – எல்லாவற்றையும் ஊதிவிடுகிற ஆசாமியாகவா! அந்தக் கண்ணில் ஒருகணம் பளிச்சிட்ட தீயைப் பார்த்ததும் ருக்மிணிக்குச் 'சொரேர்' என்றிருந்தது – கரண்டியைக் காய்ச்சி ஒரு நொடிப்போது கையில் வைக்கிறாற் போலத்தான்.

என்ன இது! இது என்ன பயம்!

"ப்ஸ" என்று சூள் கொட்டினார் சுப்புசாமி: "தொலையறான் போ. இதுக்காக மனசைப் போட்டு அலட்டிக் கொள்ளாதே" என்றார்.

"நான் அலட்டிக் கொள்ளவே இல்லை. அப்படியிருந்தால் இங்கே வருகிற சங்கதியே எழுந்திராதே."

"ரொம்ப சரி. இந்த மாதிரி எது வந்தாலும் நீ கவலைப்பட வேண்டாம் என்று சொல்லத்தான் வந்தேன். சுற்றியிருக்கிறவர் களைக் கண்டு பயப்படுகிறது என்று ஆரம்பித்தால், சுண்டெலிகூட நம்மை ஆள ஆரம்பித்துவிடும் . . . நீ ஏதாவது வருத்தப்படு கிறாயோ என்று எண்ணித்தான் வந்தேன். நீ இப்பிடி இருக்கிறது எனக்குச் சந்தோஷமாயிருக்கிறது" என்று மீண்டும் வெற்றிலைப் பெட்டியைத் திறந்தார் அவர்.

புத்தக அலமாரிகளைப் பார்த்தவாறே சீவலை எடுத்து வாயில் அடைத்துக் கொண்டார்.

"அப்புறம் என்ன விசேஷம்!"

"ஒரு விசேஷமுமில்லை. பிள்ளையாண்டான் அடுத்த வாரம் வருகிறானாம் குடும்பத்தோடு" என்று அலமாரியைப் பார்த்துக்கொண்டே சொன்னார் சுப்பு.

"அடுத்த வாரம்!"

"ம்" என்று திறந்து ஒரு புத்தகத்தை எடுத்துக் கொண்டார் அவர். வாசித்துவிட்டு இரண்டு நாட்கள் கழித்துத் தருகிறேன்" என்று எடுத்துக் கொண்டார். "வரேன்" என்று வெளியே நடந்து விட்டார்.

"ஏன் சித்தி! யாரோ யாரையோ கத்தினான் என்று குடுகுடுவென்று எதற்காக இவரிடம் சொல்லிவிட்டு வந்தாய்?" என்று கேட்டாள் ருக்மிணி.

"யாரோ யாரையோவா..! நீயும் வேணும்னா சாமியாரா இரு. எனக்கு அப்படியெல்லாம் பொறுத்திண்டிருக்க முடியாது. இத்தணூண்டு பய இவன் என்னடி சொல்லக் கிடக்கு? அதுக்குத்தான் சுப்புசாமிகிட்டே சொன்னேன்."

"சுப்புசாமி என்ன பண்ண முடியும்?"

"...ம்! என்ன பண்ண முடியுமா? தலையைக் கிள்ளி எறிவார். முன்னே போய் இருந்த மாதிரி ஒரு மாசம் ரிமாண்டிலேயும் இருந்துட்டு வருவார்."

"என்னது? ரிமாண்டா!"

"ஆமாம்."

ருக்மிணி வெதறிப் போய் நின்றாள்.

"என்ன சித்தி இது?"

"முப்பது வருஷமா! ஏன் நாற்பது வருஷம் கூட இருக்கும். ராமக்குண்டு, ராமகுண்டுன்னு ஒரு தடியன் இருந்தான். பெரிய மனுஷன். நானூறு வேலி குடித்தனம். பஞ்ச மகா பாதகம் அத்தனையும் பண்ணிண்டிருந்தான். கடன் கொடுக்கிறது, அப்படியே நிலத்தை எழுதிக் கட்டிக்கிறது, இப்படிப் பத்துப் பன்னிரண்டு குடித்தனங்கள் எல்லாத்தையும் பறி கொடுத்துப்புட்டு ஊரைவிட்டே ஓடித்து கொஞ்சம் பார்க்கும்படியாக ஒரு பொண்ணு இருந்தால் போதும். அதை இதைச் சொல்லிக் கெடுத்துப்புடறது. குடிபடைகளை இம்சை பண்ணறது. இம்சை

தாங்காமல் ஏதாவது முனகினா, வீட்டுக்குத் தீ வச்சுப்பிடறது. யாராவது செருப்புப் போட்டு வாசலோடு நடந்தால், கட்டி வைச்சு அடிக்கிறது – இப்படித் தலை சுத்தி ஆடிண்டிருந்தான். ராமசாமி அய்யன் ராமசாமி அய்யன்னு பேரு. ராமகுண்டு ராமக்குண்டுன்னு கூப்பிடுவாளாம் அவன் அம்மா. பதினைந்து வயசிலேர்ந்து இந்த அட்டஹாசமெல்லாம் பண்ண ஆரம்பிச்சான். ஏதாவது வரும்னு தெரிஞ்சுதோ ஆயிரம் ரெண்டாயிரம் இறைச்சுத் தன்னைக் கட்டிவிடுவான். வீட்டிலே ஒருத்தியைச் சமையலுக்குக் கொண்டு வச்சிண்டான். அவளோட பையன் என்னவோ ஆகாத்தியம் பாத்துடுத்தாம். அந்தக் குழந்தையையே தீர்த்துட்டான்."

ருக்மிணி கண்ணை மூடிக் கொண்டாள்.

"சித்தி! என்னத்துக்கு இந்தப் புண்ணிய புருஷனோட கதையை இவ்வளவு விஸ்தாரமாகச் சொல்லிக் கொண்டிருக்கிறாய்?" என்று முகம் சிணுங்கக் கேட்டாள்.

"ரொம்ப சந்தோஷமாச் சொல்லலெடீ நான்; எல்லாருக்கும் ஒரு காலம் உண்டோல்லியோ? அதைத்தான் சொல்ல வந்தேன். நாகம்மா அத்தை வந்து இருக்கச் சொன்னாள்னு ஒரு மாசம் இருந்திருக்கா அங்கே போய் – கலியாணம் ஆயிடுத்து அப்ப – சிவன் கோயிலுக்குப் போயிண்டிருக்கா. இந்தப் பாவி அவ மேலே கண்ணைப் போட்டுட்டான். ரொம்பக் கரிசனமா இவ அத்தை வீட்டுக்கு வந்து பேசறது கொள்றது என்று ஆரம்பிச்சிருக்கான். அத்தை ஒருநாள் சாயங்காலம் பிள்ளையார் கோயில் பக்கம் போயிருக்கா. அவ புருஷனும் வயலுக்குப் போயிருக்கிறார். அப்ப வந்து நின்னானாம் இந்தப் பாவி. என்ன பண்ணினானோ வீல்னு கத்தியிருக்கிறாள் நாகம்மா. பஞ்சாப் பறந்துட்டான். மறுநாளைக்கே விடியறதுக்கு முன்னாலே ஊரிலே கொண்டு விட்டுவிட்டா அவளை. அண்ணாகிட்டே போய் அழுதிருக்கா அப்படியான்னானாம் சுப்பு. எண்ணி ஏழு நாட்கள் ஆகலே. ராமக்குண்டு எங்கேயோ வண்டியைக் கட்டிண்டு போய் விட்டுத் திரும்பி வரபோது, வண்டியை மறைச்சாளாம் நாலஞ்சு பேர் வந்து ராமக்குண்டுவை மாத்திரம் இறங்கச் சொன்னான்களாம். அவன் இறங்கினதும், வண்டியை விடச் சொல்லிட்டான்களாம். பத்தே நிமிஷங்களிலே ராமக்குண்டைக் கதையாய்ப் பண்ணிட்டான்கள் நாலுபேர்மா. அவ்வளவுதான் ஊர் திமிலோகப்பட்டது. சுப்புசாமியைக் கொண்டு ரிமாண்டில் வைச்சா. கேஸ் நிக்கலே. செஷன்ஸிலே சாட்சியில்லேன்னு தள்ளிவிட்டான். அப்புறம் ஊரை விட்டுச் செட்டிநாட்டுக்குப் போய்விட்டார் சுப்பு–"

கன்னத்தில் கையை வைத்துக்கொண்டே கேட்ட ருக்குமிணிக்குக் கண் குத்திட்டு நின்றது. வெகு நேரம் வரையில் வெறித்த அந்தப் பார்வை சூன்யத்திலிருந்து மீளவில்லை.

அதே சுப்புசாமிதான் "ப்ஸ" என்று சூள் கொட்டி இன்று வந்த துக்கத்தை விழுங்கிவிட்டார். வயசுக்கு எத்தனை அருள், எத்தனை கனிவு!

"ஏன் சித்தி! இவ்வளவு தெரிஞ்சா நீ சுப்புசாமியிடம் போய் இதைச் சொன்னாய்!" என்று மிகுந்த வேதனையோடு கேட்டாள் அவள்.

"தப்பா எதுவும் நடக்கணும்னு சொல்லலேடி. ஒரு பாவமும் அறியாதவளைப் பார்த்து ஏன் ஒரு பாவி இல்லாததைப் பொல்லாததைச் சொல்லணும்! – ஒரு வருஷமா – ரெண்டு வருஷமா – முப்பது வருஷங்கள் – எனக்குக்கூடச் சொல்லாமே இப்படித் தபசாப் பண்ணி இப்படி வந்து சேர்ந்தியேடி குழந்தை – இப்படிப் பண்ணினதுக்கெல்லாம் இந்த வார்த்தைதானா?" என்று கண்டம் உடைந்து பேச முடியாமல் விக்கினாள் சித்தி.

"பேசாமல் இரு, சித்தி."

சித்தி கண்ணைத் துடைத்துக்கொண்டு வாயைத் திறந்து அனல் மூச்செறிந்துகொண்டே நின்றாள். சற்று நின்றுவிட்டுச் சமையலறையைப் பார்த்து நடந்தாள்.

பழைய, புதிய சுப்புசாமிகளின் நிழல்கள் ருக்மிணியின் முன் மாறிமாறி வந்து கொண்டிருந்தன. கால் தரிக்காமல் அவர் அலைகிற அலைச்சல்! பம்பாய், கல்கத்தா, டில்லி என்று அவர் பறக்கிற பறப்பு! தண்டிக்கிற உரிமையைக் கடவுளிடமிருந்து ஒரு தடவை பறித்துக் கொண்டதற்கு ஓர் ஆயுள் முழுவதையுமா தண்டம் கட்ட வேண்டும்!

மறுநாள் பாடத்துக்குத் தயார் செய்துகொள்ள வேண்டிய நினைவு வந்தது. புத்தகத்தை எடுத்துப் புரட்ட ஆரம்பித்தாள் அவள். ஆனால் புத்தகத்தில் மனம் செல்லவில்லை. சுப்புசாமியைத்தான் சுற்றிச் சுற்றி வந்தது.

"இன்று சீக்கிரமே வந்துவிட்டேன்" என்று குரல் கேட்டது. வெளியேயிருந்து வந்த அனந்தசாமி சாவிக்காக நின்று கொண்டிருந்தார்.

அனந்தசாமிக்கு இரவு உணவைக் கொண்டு சென்று பரிமாறியபொழுது, மந்தைவெளிக்குப் போய் வந்தது, டொக்கி சொன்னது – அனைத்தையும் சொல்லிவிட்டாள் ருக்மிணி.

கைகழுவி விட்டு, துடைத்துக் கொண்டே வந்த அனந்தசாமி சொன்னார். "நான் வீட்டிலேயே தங்கியிருக்கிறேன். ஆனால் வீட்டில் இருக்க வேண்டியவர்களுக்கு இருக்க முடியாது போல் இருக்கிறது."

ருக்மிணி பாத்திரங்களை எடுத்துக்கொண்டு கீழே வந்தாள். படியிறங்கும் பொழுது மேலே ஏறிக் கொண்டிருந்தான் ஒருவன்.

"ஐயா இருக்காங்களா?"

"இருக்காங்க" என்று மீண்டும் ஏறி யாரோ வந்திருப்பதைச் சொன்னாள். பங்காரு உள்ளே வந்தான்.

"சாமி! நான் தாங்க பங்காரு."

"அடெடெ! வாப்பா!"

"தம்பி வந்திருக்கு சாமியைப் பார்க்கணும்னு" என்று ஒதுங்கி நின்றான்.

"யாரு? காசியா?"

"ஆமாங்க. கீழே இருக்கு வண்டியிலே. வரலாமான்னு உங்களைக் கேட்டு வரச் சொல்லிச்சு."

"என்னப்பா கேள்வி இது! நான் என்ன ஆபீசரா! தம்புரானா! வரச்சொல்லு!"

அவன் போனதும் "நீங்கள் கூடப் பார்க்கலாம், அருண்குமாரை" என்றார் அனந்தசாமி.

"அவனா வந்திருக்கிறான்?"

"ஆமாம். ரொம்ப நல்ல பையன்."

"ஆ!" என்று அந்தத் தீர்ப்பைக் கேட்டுக்குழம்பி, அவர் உண்மைதான் சொல்கிறாரா என்று அறிய முயல்வது போல் அவரைப் பார்த்தாள்.

"தங்கமான பையன்."

"ம்!"

"ஆமாம். தங்கத்துக்கு ஒருபாவமும் தெரியாது. ஆனால் பொல்லாதது என்று நாமெல்லாம் நம் குறைகளையெல்லாம் அதன் தலையில் போட்டு விடுகிறோம். இல்லையா?..." என்று நிறுத்திக் காசிலிங்கம் வரும் ஓசையைக் கவனித்தார் அனந்தசாமி.

"வரணும் வரணும்."

தி. ஜானகிராமன்

"வணக்கம்!" என்று சற்றுத் திரும்பி ருக்மிணிக்கும் வணக்கம் சொன்னான் காசிலிங்கம்.

அனந்தசாமி ருக்மிணியை அறிமுகப்படுத்தி வைத்தார்.

"இவரைப் பற்றி உங்களுக்குச் சொல்ல வேண்டியதில்லை. பாகவதர் சொல்கிறாப்போல இவரைத் தெரியாதென்றால் நாகரிகத்தோடு தொடர்பில்லாதவர்கள்தான் சொல்லுவார்கள்."

"எங்க வாத்தியாரையாதானே சொன்னாங்க? சொல்லட்டும், சொல்லட்டும். வாத்தியாருங்களைத் தவிர யார் கிட்டத்தான் குட்டுப் படப் போகிறோம்? எப்பவுமே இருக்கிற நாகரீகம், வந்து வந்து மக்கிப் போற நாகரீகம்னு ரண்டு தினுசு உண்டு. இரண்டாவது நாகரீகத்தைத்தான் சொல்லியிருப்பாங்க அவங்க!"

"பார்த்தீங்களா! உங்கள் மாதிரி படிக்கவில்லை அவர். ஆனால் பேசுகிற பேச்சைப் பாருங்கள்" என்றார் அனந்தசாமி ருக்மிணியைப் பார்த்து.

காசிலிங்கத்தைச் சற்று வியப்புடன் தான் பார்த்தாள் ருக்மிணி.

"படித்தால் தானா என்ன? படிக்கிறதனால் ரொம்பப் பேருக்கு பயமும் சந்தேகமும் அரைகுறை நம்பிக்கையும்தான் படிகின்றன. படிப்போடு இதையெல்லாம் சேர்த்துச் சொல்லிக் கொடுத்து விடுகிறார்கள்..."

"பயமும் கொஞ்சம் வேண்டியது தானுங்களே" என்றான் காசி. "நானும் இப்படித் தாந்தோணியாத்தான் இருக்கிற வழக்கம். ஆனால் குழந்தைக்குச் சீக்கு வந்ததிலேர்ந்து ஒண்ணும் புரியாமல், அலமாங்கிட்டேன். ஐயா வந்தப்புறம், கொஞ்சம் நிதானம், யோசிக்கிறது எல்லாம் வந்திரிச்சு."

அவன் குழந்தைக்கு வந்துள்ள வியாதியைப் பற்றி ருக்மிணியிடம் சொன்னார் அனந்தசாமி.

சற்றுப் பேசிக் கொண்டிருந்தவன் "சரி வரட்டுங்களா?" என்று விடை பெற முயன்றான் காசிலிங்கம்.

"என்ன விசேஷம் வந்தது?"

"ஒண்ணுமில்லீங்க. சும்மாத்தான் பார்க்கலாம்னு வந்தேன்."

ருக்மிணி தான் இருப்பதால் தான் வந்த காரியம் வெளிவரத் தயங்குகிறதென்று எண்ணி, விடைபெற்றுக் கொண்டு கீழே போனாள்.

அன்பே ஆரமுதே  433

கடைக்கண்ணால் அவள் போன திசையைப் பார்த்துக் கொண்டே உட்கார்ந்திருந்தான் அவன்.

"ஏதாவது சொல்ல வேண்டும் என்று வந்தீர்களா?"

"ஆமாங்க. எப்படிச் சொல்றதுன்னு தான் புரியலே."

"என்ன?"

"சாமிக்கு எவ்வளவோ செய்ய முடியும். ஏன் இந்தப் பையனை இப்படியே வச்சிருக்கீங்கள்னுதான் புரிய மாட்டேங்குது எனக்கு."

"எந்தப் பையனை?"

"நம்ம ரங்கனைத்தான். அவரு என்னமோ புத்தி புரண்டாப்பல பேசிக் கிளம்பிட்டாருங்களே. எனக்கு ஒன்றுமே புரியலே. இன்னிக்கு மத்தியானம் 'செட்'டிலே உட்கார்ந்திருந்தேன். வந்தார் தனியாகப் பேசணும்னாரு. போனேன். என்னமோ உளற ஆரம்பிச்சாரு. எனக்குத் தூக்கி வாரிப் போட்டுது. நிமிர்ந்து பார்த்தேன், ஏதாவது பிரமை பிடிச்சிருக்கோன்னிட்டு. கடைசீலே கேட்டுக்கூட விட்டுப்புட்டேன், என்ன உடம்பு உங்களுக்குன்னு. உடம்பு சரியாத்தானிருக்கு, குழம்பிப் போயோ இல்லாட்டு போதையிலேயோ பேசறேன்னு நினைக்கவாணாம். நிதானமா நல்லாத் தெரிஞ்சிட்டு, யோசிக்கத்தான் சொல்றேன்னாரு. அட விதியேன்னு தலையிலே அடிச்சுக்கிட்டேன்."

"என்ன சொன்னார் – அதைச் சொல்லுங்களேன்."

"அவருதான். சேத்திலே விழுந்து புரண்டாரு. நானும் அதைச் சொல்லி அதே சேத்திலே புரளணுமா..! ஆனா ஐயாகிட்டே சொல்லலாம்னு வந்தப்புறம் பேசாம இருக்கவும் முடியலே..."

"சொல்லுங்கள். என்னைப் பத்தித்தான் சொன்னாரோ?"

"ஆமாம்."

"பொல்லாதவன்னு சொன்னாரோ?"

"ஒரு சொல்லிலே சொல்லலெ. அளந்து அளந்து கொட்டினாரு. சாமி வேஷத்தையெல்லாம் கண்டு நம்பாதேன்னாரு. குழந்தையை அவர் கிட்ட காமிக்கவே காமிக்காதேன்னாரு. பணம் பிடுங்கின்னாரு. அவருக்குப் பணம் எதுக்கையான்னு கேட்டேன். வெறும் சன்னாசியா பணம் இல்லாம காலத்தை ஓட்றதுக்குன்னு என்னென்னமோ உளறினாரு."

"அப்புறம் உளறினதையும் சொல்லுங்கள். இப்பொழுது இங்கு இருந்தாரே இந்த அம்மாளைப் பற்றிச் சொன்னாராக்கும்?"

“ஆமாம்!” என்று உடல் குறுகி, குனிந்து கொண்டான்.

“இதற்காகத்தான் பணம் பிடுங்குகிறேன் என்று சொன்னாராக்கும்!”

“ம்க்கும், எப்படி இந்தத் துர்ப்புத்தி வந்தது அவருக்குன்னுதாங்க புரியலெ. இப்படியேவிட்டா பெரிசா வளந்துருவாரோன்னு பயமாயிருக்கு, எனக்கு. எனக்கு அவரைக் கவனிச்சுக்க முடியும்.”

“அப்படியென்றால்?”

“இப்படி உளறாம இருக்கும்படியா பாடம் சொல்லிக் கொடுக்க முடியும்.”

“எப்படி?”

“நல்ல முறையாச் சொல்றது. இல்லே நாலு வழியையும் பார்த்துப்பிடறது.”

அனந்தசாமி சிரித்தார்.

“திடீர்னு ஏன் அவங்க மேலே இந்தக் கோபம் உனக்குன்னு கேட்டுப் பார்த்தேன். சொல்ல மாட்டேன்னிட்டாரு.”

“விஷயம் பிரமாதமில்லை. உங்களுக்குத்தான் குஸுமாவைத் தெரியுமே. அவளைக் கலியாணம் பண்ணிக் கொள்ளத் துடியாகத் துடிக்கிறார். அவளுக்கு விருப்பமில்லை, முடியவே முடியாதென்று சொல்லி விட்டாள்.”

“குஸுமாவையா?”

“ஆமாம்.”

“வேறு யாரோ பெண்ணல்ல பண்ணிக்கப் போகிறதாக இருந்தாரு? அதைக்கூட எனக்குத் தெரியுமே?”

“யாரு?”

“எங்க ஊருக்கிட்ட தான் ஊரு அவங்களுக்கு. சுப்புசாமின்னு ஒரு செட்டியார்கிட்டே ஏஜண்டாயிருக்கிறாங்க. அவங்க வீட்டுக்கு அடிக்கடி போற வழக்கம் இவரு. அவருக்குத் தங்கச்சி மக ஒண்ணு இருக்கு.”

“அதேதான், அது ஒரு நாளைக்கு இங்கே வந்தது. குஸுமாவும் அந்தச் சமயம் இங்கே வந்திருந்தது. நான்தான் ரங்குவையும் ஒரே சமயத்தில் கூப்பிட்டிருந்தேன். குஸுமாவுக்குச் சேதி தெரிஞ்சுபோச்சு. அந்த பெண்ணைப் பார்த்ததிலிருந்து, இவர் மேலே கொஞ்ச நஞ்சம் இருந்த பிடிப்பும் விட்டுப் போயிடுத்து, அதுக்கு.”

"ம் . . . அப்படியா!" என்றான் காசிலிங்கம். அப்படியே மௌனமாக உட்காந்திருந்தான். "நீங்க இரண்டு பேரையும் ஒரே சமயத்திலே கூப்பிட்டு வச்சது மகாபாவம்னு நெனச்சிட்டாரு. இல்லீங்களா?"

". . ."

"படிப்பினாலே பயம் வரும்னு சொன்னாங்களே இந்த அம்மா. போக்கிரித்தனம்ல வந்திருக்காப்பல இருக்கு?"

"படிப்பு காரணமில்லை."

"இந்தத் துர்ப்புத்தி வராம இருக்க இவரு படிப்பு உதவலையேங்கறேன் சாமி."

பேச்சுத் தொட்டுத் தொட்டு வளர்ந்தது. "நான் அவரை கூப்பிட்டு விசாரிக்கிறேன்" என்றான் அவன்.

"அவசியமில்லை. சிநேகிதம் என்ற முறையில் நீங்கள் ஏதாவது சொல்வதைத் தடுக்க முடியாது. ஆனால் அவரைப் போல் தவறாக நீங்களும் ஒன்றும் சொல்லவோ, செய்யவோ கூடாது."

"அது தெரியாதுங்களா?" என்றான் காசிலிங்கம்.

# 44

அனந்தசாமிக்குக் கவலை. காசிலிங்கத்தின் குணம் என்னவென்று ஏறக்குறைய பூர்ணமாகவே அவருக்குத் தெரிந்திருந்ததுதான் அவ்வளவு கவலையைத் தந்தது. கோபம் வராது அவனுக்கு. அடக்கிக் கொள்ளும் உரப்பும் உள்ளவன். வந்தால் ஓர் அளவுக்கு, தீர்ந்த யோசனைக்குப் பின்புதான் வரும். ஆனால் அந்தக் கோபம் அவன் படிப்புக்கும், வாசனைக்கும் ஏற்பத்தானே உருவெடுக்கும். ஆகவே மறுபடியும் "நல்லதனமாக அவருக்குப் புத்தி சொல்லுங்கள்... அதற்கு மேல் ஒன்றுமே சொல்ல வேண்டாம்... புத்தி சொல்வதுகூடத் தேவையில்லை என்று படுகிறது எனக்கு" என்றார் அவர்.

"முதலிலேயே, சாமி ஒண்ணும் சொல்லலியே. நான் தானே புத்திசொல்றேன்னு சொன்னேன். அடடா துட்டியா ஒண்ணும் செய்யப்படாதுன்னு சாமி நினைக்கிறது புரியலியா எனக்கு? அதைக் காப்பாத்திப்பிடறேன். ஆனா ஒண்ணுமே சொல்ல வேண்டாம்னா எப்படி இருக்கிறது? அதுதான் என்ன நியாயம்? நானும் சேர்ந்து பளகினதாலே ஒரு வார்த்தை சொல்றதுக்கு நான் கடமைப் பட்டவன். அதுனாலே சாமி அதைத் தடுக்கலாமா?" என்று கேள்வியில்லாத ஒரு கேள்வியுடன் மீண்டும் வற்புறுத்தினான் காசிலிங்கம்.

அவன் புறப்படும்பொழுது மணி ஒன்பதுக்கு மேல் ஆகி விட்டது. போகும்பொழுது சற்று நின்றான். "இவ்வளவு படிச்சவருக்கு இப்படி எல்லாம் நாக்கிலே பல்லுப் போட்டுப் பேசத்

தோணிச்சு சாமி. நானும் போக்கிரிதான். இருந்தாலும், கட்டி வச்சு அடிச்சாலும் இந்த மாதிரி கோணல் எல்லாம் எங்களுக்குத் தோணாது" என்று "ம்" என்று இழுத்தாற்போல் உள்ளங்கையை மல்லாத்தி இரண்டு தடவைகள் மேல் நோக்கி அசைந்துவிட்டுக் கீழே இறங்கினான். பேச்சுக் குரலைக் கேட்டு வாசலில் வந்து நின்ற ருக்மிணியைப் பார்த்துக் கும்பிட்டு விடை பெற்றுக் கொண்டான்.

கடைசியில் அவன் சற்றுநின்று பெருமூச்சு விட்டுவிட்டுப் போன அந்த நிலை அவர் கண் முன்னேயே நின்றது.

சாதம் பரிமாறி விட்டுக் கீழே போய்விடுகிற ருக்மிணி இன்று வழக்கத்துக்கு மாறாக மீண்டும் வந்து நின்றாள். சற்று நின்றுவிட்டு, சுவரில் சாய்ந்து காலை முன்னால் மடக்கியவாறு உட்கார்ந்தாள்.

சிறிது வியப்பாக இருந்தது அவருக்கு. ஆனால் ஒன்றும் கேட்கவில்லை. கிழக்கு ஜன்னலைப் பார்த்துக்கொண்டு நின்றார். வானத்தில் கேள்வியைப் போட்டது போல ஒரு நட்சத்திர வரிசை இடுப்பை முன்னால் வளைத்து, தலையைப் பின்தள்ளியிருந்தது.

அவர் மனம் சூன்யமாயிருந்தது. ஓர் எண்ணமுமில்லாத சூன்யம். அப்படியே நின்றுகொண்டிருந்தவர், தாமே அசைவற்று நிற்பதால் சற்று முன்னும் பின்னும் ஆடுவதை உணர்ந்தார். இரண்டு பெஞ்சுமீதும் குறுக்கே கிடந்த தாழம் பாய்ச் சுருட்டை விரித்து விட்டுப் பனங்கட்டையை வைத்து ஜன்னலைப் பார்த்தவாறே படுத்தார். திரும்பி ஒரு தடவை ருக்மிணியைப் பார்த்த பொழுது அவள் பெஞ்சின் காலைப் பார்ப்பதுபோல் வெறித்துப் பார்த்தவாறு உட்கார்ந்திருந்தாள். பெஞ்சின் காலைப் பார்க்கவில்லை அவள். அவள் பார்வையும் சூன்யத்தில்தான் ஊடுருவி ஒடுங்கியிருந்தது.

கால் மணி, அரை மணி, ஒரு மணி, இரண்டு மணி ஆகிவிட்டது. தொலைவில் கேட்கும் பஸ் ஓடும் அரவம்கூட நின்று விட்டது. எப்பொழுதாவது ஒரு கார் ஹார்ன் கேட்கிறது. சிள் வண்டு எங்கோ இரைகிறது, பின்பக்கத்து வீட்டு விளாமரத்திலோ என்னவோ.

மணி பன்னிரண்டு அடித்தது கேட்டது, பக்கத்து வீட்டுக் கடிகாரம். இரவின் மூச்சைப் பிடித்து உறங்கும் அமைதியில் மட்டும் கேட்கும் அதன் அளப்பு, இப்பொழுது கேட்டது.

மறுபடியும் ஒரு மணி. பன்னிரண்டரை. ருக்மிணி அப்படியேதான் உட்கார்ந்திருக்கிறாள்.

அடிக்கடி அவள் பக்கம் திரும்பினார் அவர். ஒரு தடவை அவள் கண் மூடி இருக்கும். ஒரு தடவை திறந்து எங்கும் பார்க்காமல் பார்த்துக்கொண்டிருக்கும். கதவுகள் திறந்து கிடந்தன. அவளுடைய சித்திகூட விளக்கை அணைக்காமல், படுக்காமல் விழித்துக் கொண்டிருக்கிறாளோ என்னவோ?

அவருக்குச் சற்று வியப்பாக இருந்தது. எதிரே ஒருவரை வைத்துக் கொண்டு இவ்வளவு மௌனம் சாதிப்பது அவரால் முடிகிற காரியமே இல்லை. பொல பொலவென்று 'ஏதாவது பேசி, உதிர்த்துக் கொண்டேயிருக்க வேண்டும். ஆனால் இவள் எதிரில் வாய் கட்டி விடுகிறது. இந்த முதல் அனுபவம் கூட இங்கு வந்த பிறகு மெதுவாக மறைந்துவிட்டது என்று தான் சொல்லவேண்டும். நாலைந்து நாட்கள் நிறையவே அவளோடு பேசினார் அவர். இப்போது அதையெல்லாம் ரத்து செய்வது போல் இருவருக்குமிடையே இந்தத் தனிமையில், இரவில், நெருக்கத்தில் குறுகிய ஆழ்ந்த பள்ளம் போல அமைதி நடுவில் கிடந்தது தாண்டக்கூடிய, ஆனால் தாண்டக் கூசுகிற பள்ளம் போல."

எதற்காக இங்கே அமர்ந்திருக்கிறாள்!

மணி மீண்டும் ஒன்று அடித்தது. ஒன்றோ – ஒன்றரையோ!

"ரொம்ப நேரம் ஆகிவிட்டது போல் இருக்கிறதே" என்றார்.

அந்தச் சந்தத்தைக் கேட்டுச் சற்றுத் தூக்கிப்போட்டது ருக்மிணிக்கு.

"வெகு நேரமாக இப்படியே உட்கார்ந்திருக்கிறாற் போலிருக் கிறதே?" என்றார் அவர் மறுபடியும் அவள் திரும்பியதைப் பார்த்து.

"என் மனம் சரியாக இல்லை. படபடவென்று பரந்து கொண்டேயிருந்தது. அதனால்தான் இங்கு வந்து உட்கார்ந்திருக் கிறேன்" என்றாள் அவள்.

ஏறக்குறைய தாமும் அதே நிலையில் துன்புறுவதை அனந்தசாமி உணர்ந்தார்.

"ரங்கனுக்கு ஏன் இப்படியெல்லாம் பிதற்ற வேண்டும் என்று தோன்றிற்று?" என்றாள் ருக்மிணி.

"இதைப்பற்றித்தான் காலையில் பேசி விட்டோமே! யாராவது ஒருவர் ஆரம்பித்து வைக்க வேண்டாமா? இதைப் பற்றியா இவ்வளவு வேதனைப்பட வேண்டும்? அமிர்தத்துக்கு முன்னால் விஷம்தானே வந்தது?"

அன்பே ஆரமுதே

"அப்படியே மறுபடியும் நடக்குமோ..?"

"ஏன்?"

"விஷத்துக்குப் பிறகும் விஷமே வந்தால்?"

"ஏன் இப்படிச் சொல்கிறீர்கள்?"

ருக்மிணி தூங்கி வழிகிறவன் தன்னையே மீட்டுக் கொண்டதைப்போல ஒரு தடவை தன் மயக்கத்தை உதறிக் கொண்டாள். "என்னமோ வாயில் வருகிறது. சொல்லிவிட்டேன்" என்று சற்றுப் பேசாமலிருந்து விட்டு மீண்டும் தொடங்கினாள். "சந்திரா கப்பலில் ஏறி எங்கோ போவது போலிருக்கிறது–"

"கப்பலிலா – எங்கோ?"

"எங்கே?"

"ஸ்வப்னம் கண்டீர்களா?"

"ஸ்வப்னம் மாதிரிதான். ஆனால் விழித்துக் கொண்டே யிருக்கிறேனே... கப்பல் அவளைச் சுமக்கிறது. அவள் வேதனையையும் துன்பத்தையும் சுமந்து கொண்டிருக்கிறாள். எனக்கு ஏன் இப்படியெல்லாம் தோன்றுகிறது? இந்த ரங்கன் வந்து அவளிடம் மன்னிப்புக் கேட்டுக்கொண்டு பழையபடி இருக்க மாட்டானா?"

ஆசை மாதிரி இருந்ததே தவிர, அது விடையை எதிர்பார்க்கிற கேள்வியாக இல்லை.

"இவ்வளவு கோபதாபம் உள்ளவர்கள் மன்னிப்புக் கேட்பவர்களாகத்தான் இருப்பார்கள்."

"அப்படியா? அவன் கேட்டுக் கொண்டு விடுவானோ?"

"அப்படித்தான் எனக்குத் தோன்றுகிறது..."

"அவனைப் போய்ப் பார்த்து அதற்கு ஒரு வழி செய்தால் என்ன?"

"நிச்சயமாகச் செய்கிறேன்."

"காலையில் போக முடியுமா?"

"போகிறேன்."

"சற்றுக் கழித்து மென்று மென்று சொன்னாள் ருக்கு – "அப்படிச் செய்தால் தான் எனக்கு நிம்மதி வரும் போலிருக்கிறது. மனத்தைத் திறந்து சொல்லிவிடுகிறேன். எனக்கு இப்படி ஓர் அதிர்ஷ்டம் வந்திருக்கும் பொழுது, இவ்வளவு சிறிய பெண்

கலங்குவது என்னமோ ஒரு குறுகுறுப்பை உண்டு பண்ணுகிறது எனக்கு."

அனந்தசாமி பரிவுடன் அவளைப் பார்த்தார். அவர் புன்சிரிப்பு இலேசாக விரிந்தது.

"நீங்கள் மாடியில் இருக்கிறீர்கள். நான் கீழே தான் இருக்கிறேன். ஆனால் இதை எத்தனை பேர் புரிந்துகொள்ளப் போகிறார்கள். ரங்கனோ புரிந்து கொள்ளவில்லை. அதனால் தான் இந்தக் குறுகுறுப்பு வந்து என்னைத் தொல்லைப் படுத்துகிறது என்று நினைக்கிறேன்."

"நான் நிச்சயமாகப் போய் அவனைப் பார்க்கத்தான் போகிறேன். நீங்கள் சொன்னதற்காக மட்டும் இல்லை. எனக்காவும் தான். இந்தச் சந்திரா எப்படியோ என் மனத்தில் ஒட்டிக் கொண்டு விட்டாள். என் பெண்ணைப்போல் ஓர் ஏக்கத்தைத் தூண்டி விடுகிற அளவுக்கு அது ஒட்டிக் கொண்டிருக்கிறது. இப்பொழுது உங்கள் பெண்ணைப் போல, எனக்குத் தோன்றுகிறது. 'நான் கட்டாயம் போகத்தானே வேண்டும்."

ருக்மிணி முதுகில் சிலிர்ப்பு ஓடிற்று. "நம்பெண்ணைப் போல, நம் பெண்ணைப் போல... நம்... நம்... நம்..."

மனம் அதைத் திரும்பத் திரும்ப முனகிற்று. எல்லாம் நிறைவேறிவிட்ட அதிர்ச்சி அப்படியே முடக்கி விட்டதே அவளை. வாயைத் திறந்தாள். இறுக்கி மூடிக்கொண்டாள். கண்ணில் கரகரவென்று பெருகிற்று. நிறைவும் ஆனந்தமும் மூச்சை முட்டுவது போலிருந்தது.

உள்ளம் அந்த நெகிழ்விலிருந்து படிந்து அமரச் சிறிது நேரமாயிற்று.

"நான் வருகிறேன்" என்று எழுந்து கீழே போனாள். கதவு திறந்து கிடந்தது. சித்திக்கு நல்ல தூக்கம். எந்தக் கவலையுமில்லாத தூக்கமாகத் தூங்கிக் கொண்டிருந்தாள் அவயாம்பாள்.

ஒரு டம்ளர் தண்ணீரைக் குடித்து விட்டு, விளக்கை அணைத்து விட்டுப் படுத்தாள் ருக்மிணி.

அனந்தசாமி விளக்கை அணைத்து விட்டுப் படுத்தார். கண்ணை மூடியபோது அந்த அறையிலேயே, ரிஷிகேசம், இமயமலையின் சிகரங்கள், கங்கை எல்லாம் நின்றும், சலசலத்தும் ஒளிர்ந்தும் சூழ்ந்து நின்றன.

விடியற்காலையில் விழிப்புக் கொடுத்ததும் அனந்தசாமி வழக்கம்போல் கண்களை மூடிக்கொண்டு உட்கார்ந்திருந்தார்.

அன்பே ஆரமுதே

ஆனால் மனத்தை அழிக்க வில்லை. நினைவைக் கொல்ல வில்லை. கொல்ல முடியவில்லை. தொழுது கொண்டிருந்தார். "இந்த ரங்கன் மனம் மாறவேண்டும். மன்னிப்புக் கேட்டுக் கொள்ள வேண்டாம் அவன். அந்தச் சிறுமை – அல்லது பெருமை – இரண்டுக்கும் அவன் ஆளாக வேண்டாம். பழையவற்றை மறந்து விட்டு அவன் மீண்டும் சுப்புசாமியின் வீட்டுக்கு வர வேண்டும். முன்போல் பழக வேண்டும். சந்திராவை மீண்டும் பார்க்க வேண்டும். முதன் முதலில் பழகியதுபோல் பழக வேண்டும்." ஒரு முறை இரண்டு முறையில்லை; பல முறை. எட்டு மணி சுமாருக்கு பிளாஸ்கில் இருந்த காப்பியைச் சாப்பிட்டு விட்டு வெளியே போகத் தயார் செய்துகொண்டார். புதிதாக இரண்டு மூன்று மருந்துகளை எடுத்துப் பொட்டணம் கட்டினார்.

"போஸ்ட்" என்று குரல் கேட்டது.

"ம்."

தபால்காரன் உள்ளே வந்து ஒரு கவரைக் கொடுத்துவிட்டு நகர்ந்தான். கனமாக இருந்தது. பிரித்தார். கடிதம் வருவதே ஆச்சரியம். அதுவும் நாலைந்து பக்கம். மேலே ஊரையோ தேதியையோ காணோம். கடைசிப் பக்கத்தைப் புரட்டிப் பார்த்தார். ரங்கன்தான் எழுதியிருந்தான்.

ரங்கனா!

ஒன்றும் புரியாமல் வாசிக்கத் தொடங்கினார். ஆங்கிலத்தில் எழுதியிருந்தது.

"வணக்கத்துக்குரிய சுவாமி அவர்களுக்கு,

உங்கள் நேரத்தைச் சிறிது நேரம் பறித்துக் கொள்கிறேன். உயிர்களிடம் கருணை கொண்டு தாரிலும், மண்ணிலும், கல்லிலும் கோடையிலும், மழையிலும், குளிரிலும் நடக்கும் உங்கள் 'ஜீவ தயையை' என்னிடமும் சிறிது காண்பித்தால், இந்தக் கடிதத்தை வாசிக்கும் நேரத்தை வீண் என்று நீங்கள் கருத மாட்டீர்கள்.

இந்தக் கடிதத்தைத் தாங்கள் பெரிய ரகசியமாகக் காப்பாற்ற வேண்டும். காப்பாற்றினால், அநாவசியமான சந்தேகங்கள், குழப்பங்கள் இவை யாவும் எழாமல் எல்லாரும் நிம்மதியாக இருப்பார்கள். பொழுது விடிந்ததும் தெருக் கூட்டுவது, மாடு கறப்பது, அடுப்பு மூட்டுவது, ரயில் ஓடுவது போன்ற, நின்று கவனிக்கத் தேவையில்லாத எத்தனையோ அன்றாட நிகழ்ச்சிகளில் ஒன்றாக இது கலந்துவிடும். அப்படிக் கலந்து விட வேண்டும் என்பதே என் ஆசை.

தி. ஜானகிராமன்

உங்களிடம் இன்று காலை நான் வந்த மன நிலை வேறு. கரை உடைந்து வருகிற கோபத்தோடு வந்தேன். கரையைத் தாண்டிக் கத்தினேன். அடுக்கடுக்காக நான் அடுக்கிக் கொண்டு வருகிற தவறுகளுக்கெல்லாம் சிகரம் வைத்தது போல் இந்தத் தவறையும் செய்து விட்டேன். இனிமேல் ஒன்றும் செய்வதற்கில்லை. செய்யவும் இனிமேல் என்னால் முடியாது. செய்ய முடியாமல் போவதற்கு முன் தங்கள் மன்னிப்பைப் பெற்றுவிட வேண்டும் என்று துடிக்கிறது. எத்தனையோ பேர்கள் உங்களிடம் வருத்தப்பட்டிருக்கலாம். கோபம் கொண்டிருக்கலாம் – ஏதோ நோய் குணமாகவில்லை என்று. ஆனால் நான் எந்தக் காரணமும் இல்லாமல் பிரமை பிடித்துச் சீறினேன். மரியாதையுள்ள மனிதர்கள் சொல்ல நினைக்காதவற்றைச் சொல்லியிருக்கிறேன். நிறைந்தமனிதக் கருணையுடன் அதை மன்னித்து விட வேண்டும். இதை எழுதும்போது நீங்கள் புண்பட்டிருப்பீர்களா என்றுகூட எனக்குச் சந்தேகமாயிருக்கிறது. அவ்வளவு அமர்ந்துபோன இதயம் தங்களுடையது. ஆனால் நான் குற்றம் செய்தது செய்ததுதான். அதற்கு நான் கழிவு தேட வேண்டியதுதான் நல்லது என்று தோன்றுகிறது.

நான் செய்திருக்கிற அகாரியங்கள் தற்கால நிலைப்படி குற்றமில்லை என்று சிலர் சொல்லலாம். பல பெண்களைத் தீண்டி யிருக்கிறேன். பல மதுக்களை உண்டிருக்கிறேன். வியாபாரத்தில் நடு மனிதன் என்ற முறையில் நான் தினமும் செய்து வருவது குற்றம்தான். ஒரு சாமானை வாங்கிக் காப்பாற்றி வைத்து, பிறருக்கு விற்பது ஒரு சேவைதான். ஆனால் தேவைக்கு மேல் அதிலிருந்து நான் அடைய முயல்வது குற்றம். அதுதான் தொழில், வியாபாரம் என்றெல்லாம் நான் நெஞ்சைத் திடப்படுத்திக் கொண்டிருக்கிறேன், அந்தத் திடமே மனத்தைக் 'கல்லாங்காயாக' ஆக்கிப் பொய்கள் சொல்லி, பெரிய அளவிலும் 'லாபம்' சம்பாதிக்க வைத்திருக்கிறது, ஆனால் இதெற்கெல்லாம் கழிவாக நான் இதைச் செய்யவில்லை.

இதையெல்லாம்விட, வேறு ஒரு காரணம் தோல்விதான். சந்திராவை நான் துணையாகக் கொள்ளும் ஆசையில் தான் பழகினேன். ஆனால் அவளுக்கும் எனக்கும் மலைக்கும் மடுவுக்குமாக இருக்கிறது. அவளைப் பார்க்கும்போது எல்லாம் கோவிலின் உயர்ந்த கர்ப்பகக் கிருகத்து கோபுரத்தில் மின்னும் கவசத்தைப் பார்ப்பதுபோல்தான் எனக்குப் பட்டுக்கொண்டே வந்திருக்கிறது. பீச்சில் அவள் கையைப் பற்றிக்கொண்டு பல நாட்கள் நான் உட்கார்ந்திருந்தது உண்டு. அப்பொழுதெல்லாம் எட்ட முடியாத, தீண்டக் கூடாத ஒரு பொருளை அண்ணாந்து பார்த்துக்கொண்டிருப்பதுபோல் ஒரு பயமும் தொலைவும்தான்

என்னை விலக்கி நிறுத்திக்கொண்டேயிருக்கும். இந்த உணர்ச்சி பொய்யென்று, வீண் பிரமை என்று ஸ்தாபித்துக் கொள்வதற்காக நான் மீண்டும் மீண்டும் அந்தக் கையைப் பற்றிப் பார்த்தேன். ஆனால் என் சிறுமையும் மண்ணில் உழலும் வேட்கையும் எனக்கு மேலும் மேலும் தெளிவாகப் புலப்பட்டனவே தவிர, என்னால் எழ முடியவில்லை. எளிய மனம் படைத்தவர்கள், கபடம் இல்லாமல் நெஞ்சைத் தருகிறவர்கள் மகான்கள். அவர்களைக் கண்டால் மனசு அந்தராத்மா எல்லாம் நடுங்கி அழுகின்றன. மயக்கம் போட்டாற் போல் கீழே துவண்டு விழுகின்றன, அப்படித்தான் நான் விழுந்து விட்டேன். சுப்புசாமிகூட என்னிடம் வந்து குமுறினார். ஆனால் தன் வீட்டுக் குழந்தை என்றுதான் இந்த உறவினர்கள் நினைப்பார்கள். இந்த நெருக்கம்தான் பல தெய்வத் தன்மைகளைப் பார்க்க முடியாமல் கண்களை மறைத்துவிடுகிறது. அவருக்கு நான் இவ்வளவு சொல்லி, புரிந்து கொள்ள முடியாது.

சந்திராவைப் பற்றி அணைத்துக் கொண்டுகூட நான் இப்படித் தவிக்கும் பொழுது நல்ல வேளையாக டொக்கியைப் பார்க்க நேர்ந்தது. ஏதோ தெய்வாதீனமாக வந்ததுபோல் இருந்தது. பிடித்துக்கொண்டேன். கூப்பிட்ட இடத்துக்கு இழுத்த இழுப்புக்கு வந்துகொண்டிருந்தாள் அவள். நம் போக்குக்கு இவள் பொருத்தமானவள் என்று எண்ணினேன். அருண்குமாரோடு அவள் பட்ட துன்பம் தெரிந்ததும், வருத்தம்தான் மிஞ்சிப் பெருகிற்று. சந்திராவை இவ்வளவு நம்பிக்கைக்கு ஆளாக்கி ஏமாற்றியதற்கெல்லாம் ஈடு செய்து விடலாம் என்றுதான் டொக்கி விழுந்ததை கூடப் பொருட்படுத்தாமல் இன்னும் அதிகமாக அவளிடம் ஒன்றினேன். விழுந்ததுதான் அந்த ஒன்றுக்குப் பெரிய காரணமாகக் கூட ஆகிவிட்டது. அதனாலேயே சர்வ ஜாக்கிரதையாக நடந்து கொண்டேன். துணிச்சலாகப் பெண்களுடன் பழகுபவன் டொக்கியோடிருக்கையில் ஒதுங்கி, கண்ணியமாக நடந்து கொண்டேன். நான் நல்லவன், நம்பத் தகுந்தவன் என்று நடந்து கொள்ளப் படாத பாடுபட்டேன். நானாகவே, அவள் தெரிந்து கொள்ளு முன்பே, சொல்லியிருக்கலாம். சொல்லியிருந்தால் கூடப் பயன் இருந்திராது என்று இப்பொழுதுதான் தெரிந்தது. இன்று காலையில் அவள் பேசின பேச்சின் தெளிவு, உறுதி, முடிவு எல்லாம் என்னை, என் நம்பிக்கைகளைப் பொத்தென்று கீழே உருட்டிவிட்டன. உயிரற்றவன் கையிலிருந்து விழுகிற பொருளைப் போல் நான் விழுந்து கிடக்கிறேன். இப்போது என் மனம் அப்படி உயிரற்றுக் கிடக்கிறது. ஆனால் அவள் என்னை உதறி யெறிந்ததைக் கேட்டதும் எனக்கு வந்தது உடம்பு, மார்பு

கொள்ளாத ஆத்திரம், புகைச்சல், அகம்பாவம். அதே வேகத்தில் ஓடி வந்துதான் உங்கள் மீதே புழுதியை வாரி அடித்தேன். ஆனால் அது உயிரோடு துடித்ததல்ல, பல்லி உதறியெறிந்த வாலின் துடிப்பு. இடம் இடமாக நெளிந்து ஓடி, கடைசியில் ஓய்ந்து அமர்ந்து விட்டேன். பகல், மாலை முழுவதும் ஸ்கூட்டரில் எங்கெங்கோ சுற்றினேன். சினிமாவில் போய் உட்கார்ந்து உடனே வெளியே வந்தேன். திருவொற்றியூர் கோவிலுக்குப் போனேன். நின்று நின்று பார்த்தேன். ஓய்வு கிடைக்கவில்லை. எது வந்தால் என்ன என்று தூணைப்போல் நின்றுவிடும் வைராக்கியமும் இல்லை. தோல்வி அடைந்த துயரம்தான் மிஞ்சியிருக்கிறது. எல்லாவற்றையும் மறந்துவிட்டுத் தூங்க வேண்டும் போலிருந்தது, தூக்க மருந்து வாங்கி வந்தேன். ஒன்றிரண்டு மாத்திரைகளைச் சாப்பிட்டால் சில மணி நேரம் தூங்கலாம். இருபது முப்பது சாப்பிட்டால் முடிவில்லாமல், எழவே எழாமல் தூங்கலாம். ஓய்வு நிறைய வேண்டும் போல் இருப்பதால் இரண்டாவது தூக்கமே நல்லது என்று தோன்றுகிறது.

மறுபடியும் கேட்டுக் கொள்கிறேன். என்னை மன்னித்து விடும் உரம், உங்களுக்கு இருக்கிறது. அதைச் செய்துவிடுங்கள்.

**ரங்கன்**

வாசித்தவுடன் அனந்தசாமியை முதலில் தாக்கியது அதிர்ச்சிதான். ஏதோ இலேசான விவரம் தெரியாத அதிர்ச்சி, கடைசிப் பகுதி தெளிவாகப் புரியவில்லை. அடியிலிருந்து மீண்டும் படித்தார்.

அவசரம் அவசரமாகக் கீழே இறங்கினார். குளித்துவிட்டு, கையில் ஒரு கண்ணாடியை வைத்துப் பார்த்து நெற்றிக்கு இட்டுக் கொண்டிருந்த ருக்மிணியிடம் கடிதத்தை நீட்டினார்.

"என்னது?"

"இதை வாசித்துப் பாருங்கள்."

"யார் எழுதியிருக்கிறார்கள்?"

"பாருங்கள்."

ஒரு தடவை வாசித்து விட்டு நிமிர்ந்து அவரைப் பார்த்தாள் ருக்மிணி. மீண்டும் ஒரு முறை படித்தாள்.

"ரங்கனைப் பார்க்க வேண்டும் என்றுதான் புறப்பட்டேன். புறப்படுகிற சமயத்துக்கு இது வந்தது."

"உடனே போய்ப் பார்த்தால்தான் தேவலை. இங்கு போன்கூட இல்லை, சுப்புசாமியைக் கார் அனுப்பச் சொல்லலாம் என்றால்.

இனிமேல் அங்கு நடந்து போவதைவிட பாண்டிபஜாருக்குப் போய் ஒரு காரை வைத்துக்கொண்டு போய்விடலாம்."

"சரி, அப்படியே செய்கிறேன்..."

அவர் கேட்டை நோக்கி நடப்பதற்குள் வாசலில் கார் வந்து நின்றது. காசிலிங்கத்தின் வண்டிமாதிரியிருந்தது.

ஆமாம், காசிலிங்கம்தான் இறங்கினான். அவர் வெளியே கிளம்புவதைப் பார்த்தாள்.

"சாமி வெளியே புறப்பட்டாச்சா?"

"ஆமாம்."

"முக்கியமான காரியம் ஒண்ணு சொல்லணும்னு வந்தேன்."

"அப்புறம் பேசிக் கொள்ளலாமே. நான் அவசரமாகப் போகிறேன்."

"உங்களுக்கு ரொம்ப முக்கியமான சமாசாரம், நம்ப ரங்கன்..."

"ரங்கனுக்கு என்ன? நான் அங்கேதான் போகிறேன்."

"அங்கியா? உள்ளார வாங்க."

"என்ன?"

"இனிமேல் போய்ப் பிரயோஜனமில்லை. நான் அங்கே போய்ட்டுத்தான் வர்றேன்."

"அங்கேயா? என்ன ஆச்சு?"

காசிலிங்கம் உதட்டைப்பிதுக்கினான். கையை விரித்தான்.

"என்ன சொல்லுங்களேன்?"

"நேத்து ராத்திரி கோபமாகப் போனேன், உங்களைப் பார்த்தப்புறம். அவர் இல்லைன்னுட்டாங்க தாயாரு... மறுபடியும் போனேன், சித்தெ முன்னாலே, யார் யாரோ நின்னுக்கிட்டிருந்தாங்க. ராத்திரி பத்துமணிக்கு வந்து படுத்தவரு எழுந்திருக்கவே இல்லையாம். காலமே எழுப்பறப்ப மூச்சு இல்லையாம். பக்கத்திலே ஒரு லெட்டர் இருந்திச்சாம். 'வாழ்க்கையிலே வெறுத்துப் போய்த்தான் இப்படிச் செய்திருக்கேன். இதுக்கு வேறு யாரும் காரணம் இல்லை'ன்னு ஒரு பாட்டிலுக்கு அடியிலே எழுதியிருந்ததாம். பாட்டில் முழுக்கத் தூக்க மாத்திரை. பாதி காலியாக இருந்ததாம்" என்று காசிலிங்கம் சொல்லிவிட்டு நின்றான். சொன்ன பிறகு அங்கே நிற்க முடியாமல் உதட்டைக் கடித்துக்கொண்டு உள்ளே வந்து

தி. ஜானகிராமன்

தாழ்வாரத்தில் இருந்த நாற்காலியில் உட்கார்ந்து கொண்டான். கண்ணைத் துடைத்துக் கொண்டான். அனந்தசாமி உள்ளே போனார்.

"நீங்கள் போய் விட்டு வந்தீர்களா..."

"ஆமாம் ஆஸ்பத்திரிக்கு அனுப்பப் போகிறார்களாம் உடம்பை" என்று சொல்லிக்கொண்டே எழுந்தான் காசி.

மூன்று நான்கு நிமிடங்கள் மௌனமாகக் கழிந்தன.

"இப்பொழுது போனால் பார்க்கலாம். இல்லையா?" என்றாள் ருக்மிணி.

"பார்க்கலாம்."

"நீங்கள் பார்த்து விட்டு வாருங்களேன்..."

"சரி" என்றார் அனந்தசாமி.

காசி அவர் ஏறிய பிறகு முன்னால் ஏறிக் கொண்டான். வண்டி புறப்பட்டது. ருக்மிணி பிரமை பிடித்தாற் போல் பார்த்துக் கொண்டே நின்றாள். கால் நிற்க முடியாமல் நடுங்கவே, உள்ளே போய் உட்கார்ந்தாள்.

அன்பே ஆரமுதே

# 45

ருக்மிணி வாசல் வராந்தாவிலேயே துவண்டுபோய் உட்கார்ந்து விட்டாள்...

"சேவல் ஒன்று தெருவிலிருந்து தோட்டத்துக்குள் வந்து மண்ணைக்கீறிக் கொத்திக் கொண்டு இருந்தது. திடீர் என்று நினைத்துக்கொள்ளும். கழுத்தை வளைத்து, தலையை உயர்த்திக் "கோ" என்று கூவும். இப்படி நாலைந்து கூப்பாடு போட்டது.

"த்தா, ச்சூ, ஓடு. அதுதான் விடிஞ்சு போச்சே, ஏன் இப்படிக் காதைத் துளைக்கிறே!" என்று கையை வீசி விரட்டினாள் சித்தி. 'கொக்கரக்கொக்' என்று பயந்து கொண்டு அசைந்து அசைந்து கொல்லைப் பக்கமாக ஓடிற்று அது.

"வாசல்லே போன்னா கொல்லைப் பக்கமா ஓடறே!" என்று சித்தி இறங்கப் போனாள்.

"அதை ஏன் சித்தி விரட்டறே?"

"பின்னே, இந்தக் கத்தலை யாருடி கேக்கறது? விடிஞ்சு எத்தனை நாழியாச்சு?"

"இன்னும் எத்தனை பேர்களுக்கு விடியலையோ யார் கண்டார்கள்?"

சித்தி அவளை ஒரு தடவை நின்று பார்த்தாள், பேசாமல் சிறிது நேரம் நின்றாள். "என்ன லெட்டர் கொண்டு வந்து காண்பிச்சார்? என்ன எழுதி இருந்தது?"

"எத்தனை கோழி கத்தினாலும் நான் இனிமேல் எழுந்திருக்கவே மாட்டேன்னு எழுதியிருந்தான்

தி. ஜானகிராமன்

அந்தப் பிள்ளை. அப்படி எழுந்திருக்காமல் தூங்கியும் போய் விட்டான்" என்றாள் ருக்மிணி. கடைசி வார்த்தை கம்மிக் கரகரத்தன. சொல்லிவிட்டு, சித்தி பின்தொடர உள்ளே எழுந்துபோனாள். கடிதத்தில் எழுதியிருந்தது அவ்வளவையும் சித்திக்கு வரிசையாகச் சொன்னாள். கொல்லையில் போய் நாலு வாளித் தண்ணீரைத் தலையில் விட்டுக் கொண்டாள்.

"என்னது இது?" என்று குழம்பி நின்றாள் சித்தி.

"உறவுக்குத்தானா என்ன? நாலு வார்த்தை நம்மோடு பேசினவர்களுக்கும்தான் உண்டு இது. இன்னும் கொஞ்சம். பொறுத்திருந்தானானால் நம்ம நாகம்மா மாப்பிள்ளையாகக் கூடத்திலே கூப்பிட்டு உட்கார்த்தி வைத்துப் பாயசம் பரிமாறியிருப்போமே, இல்லையோ?" என்று தலையைத்துவட்டிக் கொண்டாள் ருக்கு. குளியல் நனைத்த கண் இமையில் துயரத்தின் குளிநீர் தனியாகப் பற்றுதலின்றி ஒட்டிக்கொண்டு நின்றது.

தலையை நீவி முடிந்து, நெற்றிக்கிட்டு, காலேஜிக்குப் புறப்படத் தயார் செய்துகொண்டாள் ருக்கு.

"இலை போட்டாச்சு" என்றாள் சித்தி.

"சாப்பாடு வேண்டாம் சித்தி."

"சீச்சீ, வெறும் வயத்தோட போகப்படாது. அதுவும் இந்தமாதிரி சமயத்திலே, வேண்டியிருக்கோ, இல்லையோ சாப்பிட்டு விடணும்."

"என்னத்துக்காக" என்று வியப்புடன் கேட்டாள் ருக்கு.

"துக்கம் பசியை அதிகம் பண்ணும், பட்டினி போட்டால் போனவர்களுக்கு நல்லதில்லை."

"உடம்பைக் கூட இன்னும் கொண்டு போயிருக்க மாட்டார்களே!"

"இது என்ன கிராமமா? ஒரே தெருவா! அதுவுமில்லாமல் போனது போயிட்டுது. அப்புறம் இதுக்காக வேறு காத்திண்டிருக்கணுமா?"

சித்தி விடவில்லை. மல்லுக்கு நின்று பருப்புச் சோற்றைப் பிசைந்து ஏற்றிவிட்டாள். ருக்குவுக்கு எதிர்த்து நிற்க முடியவில்லை. சாதம் போட்டுக்கொண்டே சொன்னாள் சித்தி: "ஆயிரம் சமர்த்தாக இருக்கட்டும். ஆயிரம் பாட்டு, ஆயிரம் டான்ஸ் ஆடட்டும். அப்ஸரஸாகவே இருக்கட்டும். அதுக்காக இப்படி உயிரைப் போக்கிக்கவாவது?"

ருக்கு அதைக் கேட்டுச் சற்று யோசித்தாள். "நீ நினைக்கிறது சரியில்லை, சித்தி. அவன் டொக்கிக்காகப் போகவில்லை, சந்திராவுக்காக. அவளோடு இருக்க முடியவில்லை என்ற ஏக்கம்தான் வெறியாகிச் சுவர்மேலே முட்டிக் கொள்கிறாற் போல் சாவின் மேலே முட்டிக் கொண்டுவிட்டது."

"அப்படியா சொல்றே?" என்று முகத்தைச் சிலுக்கி நினைவில் ஆழ்ந்தாள் சித்தி. "அதுவும் சரிதான் கோபுரம் கவசம்னு என்னென்னவோ எழுதியிருக்கான்றியே. இந்தச் சந்திராவும் கொஞ்சம் ஈடு கொடுத்திருக்கலாம். ஆம்பிள்ளைகளுக்கு இந்த நெடி, வாடை, சோறு எல்லாம் வேணும்."

"நமக்கு மாத்திரம் வேண்டாமா, என்ன? எல்லாருக்கும் அப்படித்தான். வெறும் தித்திப்பை எப்படிச் சாப்பிடறது? மாம்பழம் அத்தனை தித்திப்பாக எப்படி இருக்க முடியும்? உள்ளூற இருக்கிற புளிப்புத்தான் அப்படி மனசை இழுக்கும் படியா பண்ணி வெச்சிருக்கு, புளிப்பு இல்லாத தித்திப்பு அமிர்தத்துக்குத்தான் உண்டு. உண்டு என்று நினைக்க வேண்டியிருக்கு. அது ஒண்ணுதான் அசல் தித்திப்பு. இந்த உடம்போடு இந்த ஆசையோடு அது என்ன ருசிக்கும்?"

இதைக் கேட்டு சித்தி அவளைப் பார்த்துப் பெருமூச்சுடன் எழுந்தாள்.

ருக்குவுக்கு விமானத்தில் அன்று பிரயாணம் செய்தது நினைவுக்கு வந்தது. உடலின் நினைவை விலையாகக் கொடுத்து உயிரை வாங்கிய அந்த அச்சமும் திகிலும் ஞாபகம் வந்தன. ஆனால் ஞாபகமாகத்தான் வந்தது. பட்ட கஷ்டங்கள் இன்பமாக மாறிவிடும் ஞாபகமாக வந்தது.

புத்தகங்களை எடுத்துக்கொண்டு காலேஜுக்குக் கிளம்பினாள் அவள்.

❍ ❍ ❍

முதல் இரண்டு மணியும் வகுப்பு இருந்தது. மூன்றாவது மணி ஓய்வு. பிற்பகலிலும் இரண்டாவது மணிதான் வகுப்பு. எப்படியோ சிரமப்பட்டு இரு வகுப்புகளையும் ஓட்டினாள். கடைசி மணி ஓய்வைப் பயன்படுத்தி, பிற்பகல் லீவு போட்டு விட்டுக் கிளம்பினாள்.

உச்சிப் பொழுதில், பதை பதைக்கிற வெய்யிலில் அவளைக் காணும்போது டொக்கிக்கு என்னவோ போல்தான் இருந்தது.

"வாருங்கள் மாமி"

"—"

"இன்னிக்குக் காலேஜ் இல்லையா?"

"போய்விட்டு வந்துவிட்டேன்."

"மத்தியானம்?"

"லீவு போட்டு விட்டேன்."

"என்ன விசேஷம்?"

"இங்கே யாரும் வரவில்லையா?"

"யாரு? எதுக்கு?"

"அனந்தசாமி மாமா வரவில்லையா?"

"இல்லையே! என்ன?"

"வந்து சொல்லியிருப்பார் என்று நினைத்தேன்."

"என்ன?"

"ரங்கன் சேதிதான்."

"ரங்கன் கூட இன்று வரவில்லையே?"

"அவர் வரமாட்டார். வரமாட்டார் என்றுதான் அனந்தசாமி வந்து சொல்லவில்லையா என்று கேட்டேன்."

"இல்லையே. ஏன் வரமாட்டார் ரங்கன்?"

"உட்கார்ந்து பேசுங்களேன்" என்றாள் டொக்கியின் தாயார்.

"சிலபேர்களைப் பகவான் படுக்கையில் போட்டு, நோயில் வாட்டி வதக்கி, பிறகு எடுத்துக் கொள்வான். சில பேரை மோட்டார், ரயில், விமானம் இவற்றில் ஏற்றி உடைத்து எடுத்துக் கொள்வான். ரங்கனுக்கு அப்படியெல்லாம் நேராமல் ஆகிவிட்டது."

"என்ன மாமி இது?" என்று பதறினாள் தாயார்.

"மாரடைப்பாம். தூங்கினவன் எழுந்திருக்கவே யில்லையாம். இத்தனை நாழி அடக்கமாகி யிருக்கும்."

"என்ன மாமி இது?" என்ன விழித்தாள் தாயார். மேலேயும் தொடர்ந்து பேசினவள் அவள்தான். டொக்கி எல்லாவற்றையும் கேட்டுக்கொண்டு ஊமையாக நின்று கொண்டிருந்தாள்.

"மாரடைப்பாவது! தூங்கவாவது! அடக்கமாவது! நேற்றுதானே வந்துவிட்டுப் போனார்?"

"அவ்வளவு ஆச்சரியமாக மாரடைப்புக்குத்தான் காரியங்கள் செய்ய முடியும். எல்லாரும் சுற்றி நின்று காத்துக் கொண்டிருக்கும்படியாக, அப்புறம் வழியனுப்பும்படியாக எல்லாம் வைத்துக் கொள்ளாது அது. நேற்று ராத்திரி தூங்கப் போனார். காலையில் அம்மா எழுப்பிப் பார்த்திருக்கிறாள், பதிலைக் காணவில்லை. கிட்டப் போய்ப் பார்த்து ஏதோ சந்தேகப் பட்டிருக்கிறாள். மூச்சில்லை. டாக்டர் வந்தார், போய் வெகு நேரமாகி விட்டது என்று சொல்லி விட்டுப் போய்விட்டாராம்... அருண்குமார் ஏதோ காரியமாக அவரைப் பார்க்கப் போனானாம். வாசலைப் பார்த்து ஏதோ சந்தேகம் வந்திருக்கிறது. அங்கே நின்றவர்கள் சொன்னார்களாம். உடனே அனந்தசாமியிடம் வந்தான் அவன். இருவரும் புறப்பட்டுப் போயிருக்கிறார்கள்."

டொக்கியின் தாயார் மகளை வெறித்துப் பார்த்துக் கொண்டே நின்றாள். டொக்கியின் முகத்தில் கலவரமும் அச்சமும் படர்ந்து கிடந்தன.

"அதுக்குள்ளியுமா எடுத்துண்டுப் போயிடுவா?" என்று கேட்டாள் டொக்கியின் தாயார்.

"கிராமமா? எத்தனை நாழி வைச்சிருக்க முடியும்?"

"இந்த வயசிலே எப்படி மாமி, மாரடைப்பு வரும்?" என்று வாய் திறந்தாள் டொக்கி. திறந்த கையோடு தேம்பித் தேம்பி அழுதாள்.

"எவ்வளவு வேலையைத் தாங்கும் உடம்பு? அளவுக்கு மீறி வேலை செய்தால் தானாக ஓய்வு எடுத்துக்கொண்டு விடுகிறது."

டொக்கி அழுவதைப் பார்த்து தாயாரும் அழுதாள்.

சற்றுக் கழித்து, "மாமி! அப்பாவுக்கு ஒரு தந்தி கொடுக்க வேண்டும் வரச்சொல்லி" என்றாள் டொக்கி.

தாயார் விழித்தாள்.

"ராத்திரியே புறப்பட்டு வரும்படியா தந்தி கொடுக்க வேண்டும்" என்றாள் டொக்கி மீண்டும்.

"நான் கொடுக்கட்டுமா?"

"கொடுங்கள்."

"இல்லை என்ன அவசரம் அப்பாவுக்குத் தந்திகொடுக்க" என்று பயந்துகொண்டே குறுக்கிட்டாள் டொக்கியின் தாயார்.

அவளை வெறித்துச் சுட்டுவிடுவதுபோல் ஒரு பார்வை பார்த்தாள் டொக்கி. "அவசரம் தானம்மா. இவரோடு

தி. ஜானகிராமன்

போகட்டும் எல்லாம். இந்தச் சினிமா, டிராமா, கூத்து, பாட்டு எல்லாம் இதோடு ஒழியணும். நான் மேலே படிக்கப் போறேன். காலேஜிலே சேரப் போறேன். ஒழிஞ்ச வேளையிலே அனந்தசாமி மாமாகிட்டே வைத்தியம் கத்துக்கப் போறேன். அவர் ஜாகையில் இப்ப மூணு ரூம் இருக்கு. நான் ஒரு ரூமை வாடகைக்கு எடுத்துக் கொண்டு வாசிக்கப் போறேன். எனக்காக இங்கே ஒரு ஜாகை போட்ட நீயும் புலம்ப வேண்டியதுதான். அப்பாவுக்கு இருக்கிற சொற்ப காலத்துக்குச் செஞ்சுப் போடற அதிர்ஷ்டம் உனக்கு எங்கேகிடைக்கப் போறது? நீ கஷ்டம்னு நினைச்சாலும் நினைப்பே அதை. ஆனால் அந்தக் கஷ்டம்தான் அதிர்ஷ்டம்."

டொக்கி கண்ணும் உதடும் துடிக்கப் பேசுவதைப் பார்த்து ருக்மிணி தன்னையறியாமல் "டொக்கி!" என்று ஒரு சத்தம் போட்டாள்.

திரும்பிப் பார்த்த டொக்கிக்கு அந்தக் கோபத்தைக் கண்டு வாய் உள்ளுக்கு இழுத்துக் கொண்டது.

"மாமி. ஒண்ணும் நினைத்துக் கொள்ளாதீர்கள். இவ சம்மதிப்பாளோ, மாட்டாளோ என்ற சந்தேகத்தில்தான் இப்படிப் பேசிவிட்டேன். ஆனால் நானும் உன் இஷ்டப்படி இருக்கத்தானே வேண்டும்? நான் மாத்திரம் யார் யாரோ கையிலெல்லாம் மாட்டிக்கொண்டு ஏன் தவிக்கணும் இப்படி? தந்தியை நானே கொடுத்துக் கொள்கிறேன்" என்று கண்ணைத் தலைப்பால் மூடிக் கொண்டாள் டொக்கி.

ருக்மிணி வீட்டுக்குத் திரும்பி வந்தபோது, வாசலில் சுப்புசாமியின் கார் வந்து நின்றுகொண்டிருந்தது.

"சுப்புசாமி மாத்திரம் இல்லை, மருமாளும் வந்திருக்கிறாள். இவர் போய்ச் சமாசாரத்தைச் சொன்னதுமே மயங்கி விழுந்து விட்டாளாம். தெளிஞ்சப்புறம் 'உங்க ஜாகையிலே வந்து இருக்கட்டும் இரண்டு நாளைக்கு. இந்தச் சமயத்திலே தான் அவளுக்கு ஏதாவது சொல்லி ஆச்வாசப்படுத்த முடியும்'னு சுப்புசாமி மருமாளை காரில் ஏத்திண்டு வந்தாராம். மாடியில்தான் இருக்கா எல்லாரும். நாகம்மாவும் வந்திருக்கா. காப்பியாவது போட்டுக் கொடுக்கலாம்னு கீழே வந்து இப்பத்தான் அடுப்பை மூட்டினேன்" என்றாள் சித்தி அவயாம்மாள்.

புறக்கடைக்குப் போய்க் காலையும் முகத்தையும் கழுவி விட்டுத் திரும்பும்போது, சுப்புசாமியும் நாகம்மாளும் கீழே இறங்கி வந்து விட்டார்கள்.

"என்ன மாமா இது?"

அன்பே ஆரமுதே

“ஒரு பிள்ளைதானே எனக்கு, பிறந்த பயல் எங்கேயோ இருக்கிறானே என்று இந்தப் பயலை வளைய விட்டிருந்தது இத்தனை நாட்களாக. இப்போது அவன் வரப் போகிறானோ இல்லையோ – இவன் ஏமாற்றி விட்டான்” என்று எங்கேயோ பார்த்துக் கூறிக்கொண்டே தொப்பென்று நாற்காலியில் உட்கார்ந்தார் சுப்புசாமி.

நாகம்மாள் ஒன்றும் பேசவில்லை. முன்றானையால் வாயைப் பொத்தியவாறு நின்றாள்.

“ருக்கு!”

“என்ன மாமா?”

“காரைக் கொடுக்கிறேன். அந்தக் குட்டியை அழைச்சிண்டு எங்கேயாவது சுத்திட்டு வா? இரண்டு நாட்கள் இங்கே இருக்கட்டும். இந்தச் சாமிக்கு ஏதாவது தெரியுமே. புத்தர் சாந்தி ராமஜபம் – ஏதாவது சொல்லிக் கொண்டிருக்குமே இது. என்ன வேணுமோ அதைச் சொல்லட்டும். எல்லாத்தையும் கேட்டுக்கட்டும்னுதான் இங்கே கொண்டுவந்து விட்டிருக்கிறேன். அடுத்த வாரம் பிள்யைாண்டான் பெண்டாட்டிக் குழந்தைகளோட வரான். அவளுக்கு இந்தியா முழுக்கப் பார்க்கணுமாம். அவர்களுடனும் சேர்ந்து சுத்தட்டும். அப்புறம் அவனோடே சேர்த்து சீமைக்கு அனுப்பிச்சிடலாம்னு பார்க்கிறேன். அங்கேயும் போய் ஏதாவது படிக்கட்டும், ஏதாவது பண்ணட்டும். பெண்ணைப் பிரிஞ்சிருக்க முடியல்லேன்னா நாகம்மாளும் போகட்டும்.”

யாருமே பதில் சொல்லவில்லை.

ருக்மிணி மேலே போன போது அனந்தசாமி, “இப்பொழுதுதான் வந்தீர்களா?” என்று காதில் விழுந்ததும் விழாததுமாகக் கேட்டார்.

“ஆமாம்” என்ற பாவனையில் தலையையாட்டி உள்ளே எட்டிப்பார்த்தாள். சந்திரா அயர்ந்து தூங்கிக் கொண்டிருப்பது தெரிந்தது.

“அவளுக்கு எப்படித் தெரியும்! காலேஜ் இல்லையோ அவளுக்கு?” என்று இந்தண்டை அவரை அழைத்து வந்து கேட்டாள் ருக்மிணி.

“இன்னிக்கு என்னமோ போக வேண்டாம் போல் இருக்கிறது. தலையை வலிக்கிறாற்போல் இருக்கிறது என்று குருசாமியிடம் லீவு எழுதி அனுப்பினாளாம்.”

“ரொம்ப அதிர்ச்சி அடைந்திருக்கிறாளா?”

“அப்படித்தான் சொல்ல வேண்டும். மருந்து கொடுத்திருக் கிறேன். நானும் மருந்து சாப்பிட்டு வருகிறேன்.”

"நீங்களா?"

"ஆமாம். ராம ராம என்று நானும் மாத்திரைதின்னு கொண்டு வருகிறேன். அதிகப்படி டோஸாக ஆகவே முடியாது அது. அளவுக்கு மிஞ்சினால் அமிர்தம்தான் விஷமாகும். மருந்துதான் விஷமாகும். இந்த அமிர்தம் அதிகமாக ஆகக் குணம்தான் அதிகமாகும்."

"உங்களுக்கும் குடும்பபாரம் கூடிக் கொண்டே வருகிறது."

"உறவில்லாத குடுபத்துக்கு பாரம் ஏது?"

உறவில்லாத அனந்தசாமியின் குழப்பம் மேலும் கூடத்தான் செய்தது... தாயாரையும் தம்பி தங்கைகளையும் மூட்டை கட்டித் தன் தந்தையோடு ஊருக்கு அனுப்பி விட்டு அனந்தசாமியின் மூன்று அறைகளில் வடவண்டை அறையைப் பிடித்துக்கொண்டு படிக்கத் தொடங்கினாள் டொக்கி. காலேஜில் சேர மிகவும் தாமதமாகி விட்டதென்று ஒரு ட்யூடோரியல் கல்லூரியில் சேர்ந்து விட்டாள். இரவு வேளைகளில் ருக்மிணியிடம் படித்தாள்.

இந்தத் தாலி கட்டாத மனைவி, வயிற்றில் பெறாதபெண் இருவருடன் சேர்ந்துதான் அனந்தசாமி மூன்று மாதங்கள் கழித்து மீனம்பாக்கத்துக்குப் போனார். சுப்புசாமியின் பிள்ளையோடும் அவன் குடும்பத்தோடும் இரண்டு மாதங்களுக்குமேல் ஸ்ரீநகரிலிருந்து நாகர்கோவில் மட்டும் சுற்றிவிட்டு மீண்டும் அவர்களுடனேயே சீமைக்குப் புறப்பட்டாள் சந்திரா. அவளை வழியனுப்ப உறவில்லாத குடும்பத்துடன் தான் போனார் சுப்புசாமி.

நாகம்மாளும், சுப்புசாமியும் குருசாமியும் வந்திருந்தார்கள் அங்கு.

சந்திரா, மாமாவின் பிள்ளையையும் வெள்ளைக்கார மருமகளையும் குழந்தையையும் தொடர்ந்து விமானம் நோக்கி நடந்தாள்.

ருக்குவுக்கு, தான் டில்லிக்கு விமானத்தில் சென்ற நினைவு மீண்டும் வந்தது! அந்தப் பயமும் ஞாபகம் வந்தது. கஷ்டங்கள் இன்பமாகத் தோன்றும் ஞாபகமாக அது வந்தது. அன்று சபதம் செய்து, காணிக்கையாகக் கொடுத்த இன்பமும் நினைவு வந்தது. உறவில்லாத குடும்பம் புளிப்பு இனிப்பாக மாறாத, சுத்தமான இனிப்பு அது என்று அடி நெஞ்சில் இனித்தது அவளுக்கு.

●

அன்பே ஆரமுதே